CONTENTS

உள்ளடக்கம்

Editorial Consultant பதிப்பு ஆலோசகர்

Dr Rajesh Lakshmanan

Assistant Professor of English,
Rajah Serfoji Government College

Translation co-ordination மொழிபெயர்ப்பு ஒருங்கிணைப்பு

Ajit Shirodkar

Translators மொழிபெயர்ப்பாளர்கள்

Vijaya Chandar
Saroja Ramanathan

Computing Support கணினி உதவி

Thomas Callan

Editors ஆசிரியர்கள்

Gerry Breslin
Freddy Chick
Lucy Cooper
Kerry Ferguson
Paige Weber

Editor-in-Chief முதன்மை ஆசிரியர்

Dr Elaine Higgleton

ABBREVIATIONS

சுருக்கங்கள்

abbreviation	*abbr*	சுருக்கம்
adjective	*adj*	பெயரடை
adverb	*adv*	வினையடை
conjunction	*conj*	இணைப்புச்சொல்
determiner	*det*	துணைக்குறி
exclamation	*excl*	வியப்புச்சொல்
noun	*n*	பெயர்ச்சொல்
noun plural	*npl*	பெயர்ச்சொல் பன்மை
number	*num*	எண்
particle	*part*	இடைச்சொல்
preposition	*prep*	முன்னிடைச்சொல்
pronoun	*pron*	பிரதிப்பெயர்ச்சொல்
verb	*v*	வினைச்சொல்
intransitive verb	*vi*	செயப்படுபொருள் குன்றிய வினை
transitive verb	*vt*	செயப்படுபொருள் குன்றா வினை

ENGLISH PRONUNCIATION
ஆங்கில உச்சரிப்பு

The International Phonetic Alphabet is used to show how English words are pronounced in this dictionary.

இந்த அகராதியில் ஆங்கிலச் சொற்கள் எவ்வாறு உச்சரிக்கப்படுகின்றன என்பதனைத் தெரியப்படுத்த உலக ஒலியியல் குறியீடு பயன்படுத்தப்பட்டிருக்கின்றன.

Stress   அசையழுத்தம்

The mark (') in the phonetics field indicates a primary stress and the mark (ˌ) indicates a secondary stress.

ஒலிப்பகுதியில் குறியீடு (') முதன்மை அசையழுத்தத்தையும் குறியீடு (ˌ) இரண்டாம்தர அசையழுத்தத்தையும் குறிப்பிடுகின்றன.

Vowels   உயிரெழுத்துக்கள்

	English Example ஆங்கில உதாரணம்	**Explanation** விளக்கம்
[ɑː]	*father*	'ஆறு' என்ற சொல்லின் 'ஆ' ஒலி
[ʌ]	*but, come*	'அன்பு' என்ற சொல்லின் 'அ' ஒலி

[æ]	man, cat	'ஏன்' என்ற சொல்லின் 'ஏ' ஒலி
[ə]	father, ago	'அலை' என்ற சொல்லின் 'அ' ஒலி
[ə]	bird, heard	'அரட்டை' என்ற சொல்லின் 'அ' ஒலி
[ɛ]	get, bed	'என்ன' என்ற சொல்லின் 'எ' ஒலி
[i]	it, big	'இனிமை' என்ற சொல்லின் 'இ' ஒலி
[i]	tea, see	'ஈட்டி' என்ற சொல்லின் 'ஈ' ஒலி
[ɔ]	hot, wash	'ஆமை' என்ற சொல்லின் 'ஆ' ஒலி
[ɔ]	saw, all	'ஆப்பு' என்ற சொல்லின் 'ஆ' ஒலி
[u]	put, book	'உப்பு' என்ற சொல்லின் 'உ' ஒலி
[u]	too, you	'ஊசல்' என்ற சொல்லின் 'ஊ' ஒலி

Diphthongs இரட்டை உயிரெழுத்து ஒலிகள்

	English Example ஆங்கில உதாரணம்	Explanation விளக்கம்
[ai]	*fly, high*	'அய்' என்னும் ஒலி
[au]	*how, house*	'அவ்' என்னும் ஒலி
[ɛə]	*there, bear*	'இய' என்னும் ஒலி
[ei]	*day, obey*	'எய்' என்னும் ஒலி
[iə]	*here, hear*	'இய' என்னும் ஒலி
[əu]	*go, note*	'அவ்' என்னும் ஒலி
[ɔi]	*boy, oil*	'ஆய்' என்னும் ஒலி
[uə]	*poor, sure*	'உவ' என்னும் ஒலி

Consonants மெய்யெழுத்துக்கள்

	English Example ஆங்கில உதாரணம்	**Explanation** விளக்கம்
[b]	*big, lobby*	'ப்' என்னும் ஒலி
[d]	*mended*	'ட்' என்னும் ஒலி
[g]	*go, get, big*	'க்' என்னும் ஒலி
[ʤ]	*gin, judge*	'ஜ்' என்னும் ஒலி
[ŋ]	*sing*	'ஸ்' என்னும் ஒலி
[h]	*house, he*	'ஹ்' என்னும் ஒலி
[j]	*young, yes*	'ய்' என்னும் ஒலி
[k]	*come, mock*	'க்' என்னும் ஒலி
[r]	*red, tread*	'ர்' என்னும் ஒலி
[s]	*sand, yes*	'ஸ்' என்னும் ஒலி
[z]	*rose, zebra*	'ஸ்' என்னும் ஒலி
[ʃ]	*she, machine*	'ஷ்' என்னும் ஒல
[tʃ]	*chin, rich*	'ச்' என்னும் ஒல
[v]	*valley*	'வ்' என்னும் ஒல
[w]	*water, which*	'வ்' என்னும் ஒல
[ʒ]	*vision*	'ஷ்' என்னும் ஒல
[θ]	*think, myth*	'த்' என்னும் ஒலி
[ð]	*this, the*	'த்' என்னும் ஒலி

தமிழ்-ஆங்கிலம்
TAMIL-ENGLISH

அ

அ

அக்கம் பக்கம் *n* neighbourhood
அக்கறை *n* concern
அக்கறை கொள் *vi* care
அக்கறையுள்ள *adj* concerned
அக்கா *n* elder sister
அக்கார்டியன் இசைக்கருவி *n* accordion
அக்கிரமம் *n* atrocity
அக்கினி *n* sacred fire
அக்குள் *n* armpit
அக்டோபர் மாதம் *n* October
அக்ரூட் பருப்பு *n* walnut
அகண்ட அலைவரிசை *n* broadband
அகதி *n* refugee
அகப்பெட்டி *n* inbox
அகப்பை *n* wooden ladle
அகம்பாவம் *n* arrogance
அகர்தலா *n* Agartala
அகரவரிசை அட்டவணை *n* index
அகராதி *n* dictionary
அகலப்படுத்து *v* broaden
அகலம் *n* width
அகலமாக *adv* wide
அகலமான *adj* wide
அகவி *n* pager
அகழி *n* moat
அகழெலி *n* mole
அகற்று *vt* dismiss
அங்கம் *n* part of a whole
அங்காடி *n* market
அங்கீகாரம் *n* approval
அங்கு *pron* there
அங்குலம் *n* inch
அங்கே *adv* there
அங்கோல - ஒரு நாடு *n* Angola
அங்கோல நாட்டின் *adj* Angolan
அங்கோலவாசி *n* Angolan
அச்சகம் *n* printing press
அச்சமூட்டு *vt* scare
அட்சரேகை *n* latitude
அச்சாணி *n* axle
அச்சாரம் *n* guarantee
அச்சிடு *v* print
அச்சிடுபவர் *n* printer
அச்சு *n* mould
அச்சு இயந்திரம் *n* printer
அச்சு மாதிரி *n* proof
அச்சுப்படி *n* print-out
அச்சுப்பிழை *n* misprint
அச்சுறுத்தல் *n* threat
அச்செழுத்து *n* print
அச்செழுத்து எழுது *v* print
அசட்டுத்தனமான *adj* silly
அசட்டையாக *adv* carelessly
அசடு *n* crackpot
அசதி *n* drowsiness
அசம்பாவிதம் *n* mishap
அசல் *n* principal

அசாதாரணமான *adj* extraordinary

அசிங்கம் *n* obscenity

அசுரன் *n* demon

அசை *v* move; (தாவரம்) sway ▷ *n* (இலக்கணம்) syllable

அசைவம் *n* non-vegetarian food

அசைவற்ற *adj* motionless

அசௌகரியமான *adj* uncomfortable

அஞ்சல் *n* post

அஞ்சல் அட்டை *n* postcard

அஞ்சல் அலுவலகம் *n* post office

அஞ்சல் ஆணை *n* postal order

அஞ்சல் இலக்கம் *n* postcode

அஞ்சல் குறி *n* postmark

அஞ்சற் கட்டணம் *n* postage

அஞ்சிய *adj* afraid

அஞ்சு *v* fear

அஞ்சுகிற *adj* apprehensive

அட்சரேகை *n* latitude

அட்டகாசம் *n* uproar

அட்டவணை *n* (நூலகம்) catalogue; (நிகழ்வு) schedule

அட்டவணைப்படுத்தப்படாத *adj* unlisted

அட்டிகை *n* necklace

அட்டை *n* card, cardboard; (உயிரினம்) leech

அட்டைப் பலகை *n* hardboard

அட்டைப் பெட்டி *n* carton

அட்ரியாடிக் கடல் *n* Adriatic Sea

அட்ரியாடிக் கடல் சார்ந்த *adj* Adriatic

அட்லாண்டிக் - பெருங்கடல் *n* Atlantic Ocean

அடக்கமான *adj* humble

அடக்கமில்லாத குழந்தை *n* brat

அடக்கு *vt* muffle

அடக்கு சிரிப்பு *vi* snigger

அடகு பிடிப்பவர் *n* pawnbroker

அடகு வை *v* pledge

அடர் சிவப்பு *n* deep red

அடர்த்தி *n* density

அடர்த்தியான *adj* dense, thick

அடர்ந்த புதர் *n* bush

அடர்நிற *adj* dark

அடர்நிற பூச்செடி *n* orchid

அடாவடி செய்பவன் *n* bully

அடி *n* (அளவு) foot ▷ *vt* hit, strike

அடி எடுத்து வை *n* step

அடிக்கடி *adj* frequent ▷ *adv* often

அடிக்கடி நிகழ்தல் *n* frequency

அடிக்கோடிடு *vt* underline

அடித்தளம் *n* basement

அடிதடி *n* scuffle

அடிநாக்குச் சதை *npl* tonsils

அடிநாக்குச் சதை அழற்சி *n* tonsillitis

அ

அடிப்பட்டைப்பலகை *n* skirting board
அடிப்படை விதி *n* criterion
அடிப்படையான *adj* basic
அடிமரம் *n* trunk
அடிமை *n* slave
அடியில் *adv* underneath
அடிவயிறு *n* abdomen
அடுக்கு *n* layer; (தானியம்) stack
அடுக்குப் படுக்கைகள் *npl* bunk beds
அடுக்குப் பெட்டி *n* chest of drawers
அடுக்குமாடி வீடு *n* flat
அடுத்த *adj* next
அடுத்த வாரிசு *n* next of kin
அடுத்து *prep* next to
அடுப்பங்கரை தண்டயப் பலகை *n* mantelpiece
அடுப்பு *n* stove
அடுப்புக்கரி *n* charcoal
அடை *v* get
அடைக்கப்பட்ட *adj* crammed
அடைக்கலம் *n* refuge
அடைப்பான் *n* plug
அடைப்பு *n* stopping
அடைப்புக்குறிகள் *npl* brackets
அடைப்புச் சட்டங்கள் *npl* shutters
அடையாள அட்டை *n* identity card
அடையாள வில்லை *n* token
அடையாளக் கம்பம் *n* signpost
அடையாளக்குறியிடு *vt* mark
அடையாளச் சின்னம் *n* landmark
அடையாளச் சீட்டு *n* tag
அடையாளச் செய்தி *n* signal
அடையாளம் *n* identification, identity; (சின்னம்) sign; (குறியீடு) mark
அடையாளம் கண்டுகொள் *vt* recognize
அடையாளம் காண் *vt* identify
அடையாளம் காண முடியாத *adj* unidentified
அடையாளமில்லாத *adj* anonymous
அண்டங்காக்கை *n* raven
அண்டா *n* large wide-mouthed vessel
அண்டை *n* vicinity
அண்டை வீட்டிலிருப்பவர் *n* neighbour
அண்டோரா - ஒரு நாடு *n* Andorra
அண்ணன் *n* elder brother
அண்ணி *n* sister-in-law
அண்மைய *adj* trendy
அண்மையில் *adv* recently
அணங்கு *v* suffer
அணி *n* (இலக்கணம்) grammar on figures of speech; (விளையாட்டு) team
அணிந்து கொள் *vt* wear
அணியும் ஆடை *n* clothing
அணில் *n* squirrel
அணிவகுத்து செல் *v* march

அணிவகுப்பு *n* march, parade
அணு *n* atom
அணு உலை *n* reactor
அணுகக்கூடிய *adj* accessible
அணுகல் *n* access
அணுகு *v* approach
அணுகுண்டு *n* atom bomb
அணுசக்தி *n* nuclear energy
அணுசார்ந்த *adj* atomic
அணை *n* dam
அணைக்கப்பட்டு *adv* off
அணைத்தல் *n* hug
அணைத்து விடு *v* switch off
அணைத்துக் கொள் *vt* hug
அத்தகைய *det* such
அத்திப் பழம் *n* fig
அத்தியாயம் *n* chapter
அத்தியாவசிய *adj* vital
அத்தியாவசியமான *adj* essential
அத்துமீறி நுழை *v* (வீடு) break in; (நாடு) invade
அத்தை *n* aunt
அதட்டு *vt* rebuke
அதற்காக *prep* towards
அதற்கிடையில் *adv* meanwhile
அதற்குள்; அதனுள் *prep* within
அதன்படி *adv* accordingly
அதனுடைய *pron* its
அதனுடையது *pron* its
அதனுள் *prep* onto
அதாவது *adv* namely
அதிக *adv* too
அதிக அளவான *adj* bumper
அதிக விலை *n* rip-off
அதிக விலை கூறு *vt* overcharge
அதிகப்படியாக *adv* increasingly
அதிகபட்ச *adj* maximum
அதிகமாக்கு *v* go up
அதிகமாக *adv* more, much
அதிகமாகு *v* mount up
அதிகமான *det* more
அதிகரி *vi* develop
அதிகரிப்பு *n* increase
அதிகளவு *pron* much
அதிகாரத்தை ஒப்படை *vt* delegate
அதிகாரப்பூர்வமான *adj* authentic; official
அதிகாரம் *n* power; (நூல்) section or chapter in a book
அதிகாரம் வழங்கு *vt* authorize
அதிகாரி *n* officer
அதிகாலை *n* dawn
அதிசயத்தக்க *adj* wonderful
அதிசயப்படு *v* wonder
அதிசயம் *n* wonder
அதிபர் *n* owner
அதிர்ச்சி *n* concussion; shock
அதிர்ச்சியடை *vt* shock
அதிர்ச்சியான *adj* shocking
அதிர்வு *vi* shudder
அதிர்ஷ்டம் *n* luck
அதிர்ஷ்டமில்லாத *adj* unlucky
அதிர்ஷ்டமுள்ள *adj* lucky

அதிர்ஷ்டவசமாக *adv* luckily, fortunately
அதிர்ஷ்டவசமான *adj* lucky, fortunate
அதிரசம் *n* exceeding sweetness
அதிரடிப்படை *n* special task force
அதீத பயம் *n* phobia
அது *pron* it; that
அது போன்ற *det* such
அதுபொழுது *prep* during
அதுபோன்றே *adv* similarly
அதுமாதிரியான *det* such
அதுவரை *conj* till
அதுவாகவே *pron* itself
அதுவும் அன்று இதுவும் அன்று *conj* neither ... nor
அதே போல; ஒன்றுபோல *adj* same
அதை விடுத்து *adv* otherwise
அதைப்பு *n* swelling
அந்த *det* (ஒருமை) the
அந்த (பன்மை) those
அந்த (அருகாமை) this
அந்த (தொலைவு) that
அந்தப்புரம் *n* apartment of queen and royal women in a palace, bower
அந்தரங்கம் *n* prlvacy
அந்தவேளை *n* while
அந்தி *n* dusk
அந்தி ஒளி *n* twilight
அந்தி நேரம் *n* sunset
அந்தி வேளை *n* dusk
அந்நியச் செலாவணி *n* foreign exchange
அந்நேரத்தான *adj* momentary
அநியாயம் *n* unjust
அநீதி *n* injustice
அநேகமாக *adv* mostly, almost
அப்படி *adv* so
அப்படி இருந்தும் *prep* despite
அப்பா *n* daddy, father
அப்பால் *adv* away
அப்பாவி *n* artless person
அப்பொழுது *adv* then
அப்போதைக்கான *adj* provisional
அபகரி *v* steal
அபராதம் *n* penalty, fine
அபாய உதவி அறிவிப்பு *n* (கப்பல்) SOS
அபாய விளக்குகள் *npl* hazard warning lights
அபாயகரமான *adj* dangerous, risky
அபாயத்திற்கு உள்ளாக்கு *vt* endanger
அபாயம் *n* danger, risk
அபாரமான *adj* splendid
அபிநயக் காட்சி *n* pantomime
அபிப்பிராயம் *n* viewpoint
அபிவிருத்தி *n* development; improvement
அபு தாபி *n* Abu Dhabi
அபூர்வமான *adj* scarce

அம்பு *n* (ஆயுதம்) arrow, dart; (ஆபரணம்) bracelet
அம்மா *n* mummy
அம்மி *n* grinding stone
அமர்வு *n* session
அமளி *n* fuss
அமாவாசை *n* new moon
அமானுஷ்ய *adj* supernatural
அமிர்தசரஸ் *n* Amritsar
அமில மழை *n* acid rain
அமிலம் *n* acid
அமிழ் தண்டூர்தி *n* tram
அமுக்கிக் குத்துதல் *n* punch
அமுக்கு *v* squeeze in
அமெரிக்க ஐக்கிய நாடுகள் (சுருக்கம்) *n* USA
அமெரிக்க கால்பந்தாட்டம் *n* American football
அமெரிக்க நாடு *n* US
அமெரிக்க நாணயம் *n* dollar
அமெரிக்கவாசி *n* American
அமெரிக்கா *n* America
அமெரிக்காவின் *adj* American
அமைச்சகம் *n* ministry
அமைச்சர் *n* minister
அமைதி *n* peace
அமைதி அளிக்கும் மருந்து *n* tranquillizer
அமைதி வாய்ந்த *adj* peaceful
அமைதியற்ற *adj* impatient
அமைதியாக *adv* calmly
அமைதியான *adj* quiet
அமைதியின்றி *adj* restless
அமைப்பு *n* institute
அமைப்புப் பகுப்பாய்வாளர் *n* systems analyst
அமைவுறுதல் *n* placement
அயர்ச்சி *n* fatigue
அயர்லாந்து நாட்டின் *adj* Irish
அயர்லாந்து நாடு *n* Ireland
அயர்லாந்து பெண்மணி *n* Irishwoman
அயர்லாந்துக்காரர் *n* Irishman
அயல்நாட்டவர் *n* foreigner
அயல்நாட்டு *adj* foreign
அயல்நாட்டுத் தூதுவர் *n* consul
அயலார் *n* alien
அர்த்தம் *n* meaning
அர்த்தமில்லாத *adj* absurd
அர்மேனிய மொழி *n* Armenian
அர்மேனியவாசி *n* Armenian
அர்மேனியா - ஒரு நாடு *n* Armenia
அர்மேனியாவின் *adj* Armenian
அர்ஜென்டினா *n* Argentina
அர்ஜென்டைனாக்காரன் *n* Argentinian
அர்ஜென்டைனாவின் *adj* Argentinian
அரக்கர் *n* monster
அரக்கு வை *vt* seal with wax
அரங்கம் *n* stage
அரங்கு *n* theatre
அரச மரம் *n* peepul tree
அரசன் *n* king, monarch
அரசாங்கம் *n* government
அரசாட்சி *n* reign
அரசி *n* queen
அரசியல் *adj* political

அரசியல்வாதி *n* politician

அரசியலமைப்பு *n* constitution

அரசுப் பணியாளர் *n* civil servant

அரசுப் பள்ளி *n* public school

அரண் *n* production

அரண்மனை *n* palace

அரபிக் கடல் *n* Arabian Sea

அரபிய *adj* Arab

அரபுநாட்டின் *adj* Arabic

அரபுநாட்டுடையது *n* Arabic

அரம் *n* file

அரவணை *v* embrace

அரவணைப்பு *n* cuddle

அரளி *n* oleander

அராவு *vt* file

அரிசி *n* rice

அரிதாய் *adv* hardly

அரிதான *adj* scarce

அரியணை *n* throne

அரிவாள் *n* sickle

அருகாமை *n* proximity

அருகாமையில் *adv* closely

அருகில் *adv* closely, nearby
▷ *prep* by, near

அருங்காட்சியகம் *n* museum

அருணாச்சலப் பிரதேசம் *n* Arunachal Pradesh

அருமையான *adj* excellent

அருவரு *vt* loathe

அருவருப்பான *adj* nasty, revolting

அருவருப்பூட்டும் *adj* unpleasant

அருள் *n* mercy

அரேபியர் *n* Arab, Saudi

அரை *vt* grind

அரைக்கால் சட்டை *npl* shorts

அரைகிலோ *n* half kilo

அரைகுறையான *adj* partial

அரைத்த இறைச்சி உருண்டை *n* meatball

அரைத்தூக்க நிலையில் *adj* drowsy

அரைப்புள்ளி *n* semicolon

அரைமணி நேரம் *n* half-hour

அரையிறுதி *n* semifinal

அரைவட்டம் *n* semicircle

அல்பான்வாசி *n* Albanian

அல்பானியர் *adj* Albanian

அல்பானியன் மொழி *n* Albanian

அல்பானியா *n* Albania

அல்லது *conj* or

அல்லா *n* Allah

அல்லி மலர் *n* lily

அல்லிப்பூ *n* lily

அல்ஜிமர் நோய் *n* Alzheimer's disease

அல்ஜீரிய *adj* Algerian

அல்ஜீரியா *n* Algeria

அல்ஜீரியாவைச் சார்ந்த *n* Algerian

அலகிடு கருவி *n* scanner

அலசு *vt* rinse

அலசுதல் *n* rinse

அலமாரி *n* cupboard, sideboard

அலறுதல் *n* scream

அலி *adj* eunuch
அலுமினியம் *n* aluminium
அலுவல் முறைசாரா *adj* unofficial
அலுவலக அறை *n* suite
அலுவலகப் பணியாளர் *npl* personnel
அலுவலகம் *n* office
அலை *n* wave
அலை ஏற்ற இறக்கம் *n* tide
அலை சறுக்கு விளையாட்டு *n* surfing
அலை சறுக்குப் பலகை *n* surfboard
அலை சறுக்குபவர் *n* surfer
அலைக்கழித்தல் *n* harassment
அலைகள் நிறைந்த *adj* wavy
அலைநீளம் *n* wavelength
அலைமேல் சறுக்கு *vi* surf
அலைவரிசை *n* channel
அலைவாங்கி *n* aerial
அவ்வப்போது *adv* occasionally
அவ்விடத்திலுள்ள *adj* present
அவ்வேளையில் *conj* while
அவசர *adj* urgent
அவசரகால வழி *n* emergency exit
அவசரநிலை *n* emergency
அவசரநேரம் *n* rush hour
அவசரப்படுத்து *vi* hurry
அவசரம் *n* hurry, urgency
அவசரமாக *adv* hastily

அவசரமில்லாமல் *adj* laid-back
அவசியமான *adj* necessary
அவதிப்படு *v* struggle
அவதூறு *n* scandal
அவமதிப்பான *adj* offensive
அவமதிப்பு *n* contempt
அவமானப்படுத்து *vt* insult
அவமானம் *n* insult
அவமானம் விளைவிக்கிற *adj* disgraceful
அவர் *pron* he
அவர்கள் *pron* they
அவர்களுடைய *det* their
அவர்களுடையது *pron* theirs
அவர்களே *pron* themselves
அவர்களை *pron* them
அவரை *pron* him
அவரைக்காய் *n* broad bean
அவலட்சணமான *adj* ugly
அவலமான *adj* tragic
அவள் *pron* she
அவளுடைய *pron* her
அவளுடையது *pron* hers
அவளை *pron* her
அவளையே *pron* herself
அவற்றை *pron* them
அவன் *pron* he
அவனுடைய *det* his
அவனுடையது *pron* his
அவனே *pron* himself
அவனை *pron* him
அவிழ் *vt* undo
அவிழ்த்துவிடு *vt* untie
அவுன்ஸ் - ஒரு அளவு *n* ounce

அவைகள் *pron* they
அவைகளுடைய *det* their
அவைகளுடையது *pron* theirs
அவைகளை *pron* them
அழகாக *adv* prettily
அழகாய் *adv* fairly
அழகான *adj* good-looking
அழகிய *adj* pretty
அழகு *n* charm
அழகுபடுத்து *vt* decorate
அழகுபடுத்துபவர் *n* decorator
அழகுள்ளதாக *adv* beautifully
அழற்சி *n* inflammation
அழி *vt* destroy
அழிக்ககூடிய *adj* destructive
அழிந்த *adj* extinct
அழிப்பான் *n* rubber
அழிவு *n* destruction, ruin
அழிவுண்டாக்கும் *adj* disastrous
அழிவுறக்கூடிய *adj* perishable
அழிவை நோக்கிச் செல் *vi* deteriorate
அழு *vi* cry
அழுக்கடைந்த *adj* filthy
அழுக்கான *adj* dirty
அழுக்கு *n* dirt
அழுகச் செய் *v* rot
அழுகிக்கெடு *vi* decay
அழுகிய *adj* rotten
அழுகை *n* cry
அழுத்தக்கம்பளித் துணி *n* felt
அழுத்தம் *n* pressure
அழுத்தித்தேய் *vt* scrub
அழுத்து *vt* press
அழை *vt* invite
அழைத்துச் செல் *vt* lead
அழைப்பு *n* call; (நிகழ்வு) invitation
அழைப்பு பேசி *n* entry phone
அழைப்பு மணி *n* doorbell
அழையாது நுழைபவர் *n* intruder
அளவாய்வாளர் *n* surveyor
அளவிடு *vt* gauge, measure
அளவிடும் கருவி *n* monitor
அளவில் சிறிய *adj* little
அளவிற்கதிக *adj* outsize
அளவு *n* degree, extent, level
அளவு குறி *n* index
அளவுகள் *npl* measurements
அளவுமானி *n* gauge, meter
அளவை நாடா *n* tape measure
அற்பத்தன்னிறைவுள்ள *adj* smug
அற்பமான *adj* trivial
அற்புதம் *n* miracle
அற்புதமான *adj* magnificent
அறிக்கை *n* report, statement
அறிந்து கொள்ள ஆர்வம் காட்டுகிற *adj* inquisitive
அறிந்து கொள்ளத்தக்க *adj* recognizable
அறிமுகப்படுத்து *vt* introduce
அறிமுகம் *n* introduction
அறிமுகம் கொண்டிரு *vt* know
அறியாத *adj* ignorant

அறியாமை *n* ignorance
அறிவற்ற *adj* senseless
அறிவார்ந்த *adj* brilliant
அறிவாற்றல் *n* intelligence
அறிவாற்றலுள்ள *adj* intellectual
அறிவி *vt* make known
அறிவிப்பவர் *n* reporter
அறிவிப்பு *n* announcement, notice
அறிவிப்புச் செய் *vt* announce
அறிவிப்புப் பலகை *n* bulletin board, notice board
அறிவியல் *n* science
அறிவியல் சார்ந்த *adj* scientific
அறிவியல் புதினம் *n* science fiction
அறிவில்லாத *adj* ignorant
அறிவு *n* knowledge
அறிவுத்திறனுடைய *adj* intellectual
அறிவுரை கூறு *vt* advise
அறிவுள்ள *adj* intelligent
அறுபது *num* sixty
அறுவடை *n* harvest
அறுவடை செய் *vt* harvest
அறுவடைத் திருவிழா *n* harvest festival
அறுவைச்சிகிச்சை *n* operation, surgery
அறுவைச்சிகிச்சை மருத்துவர் *n* surgeon
அறுவைச்சிகிச்சைக் கூடம் *n* operating theatre
அறை *n* room
அறை கொடு *vt* slap
அறைக்கலன் வசதிகளுடன் *adj* furnished
அறைக்கலன்கள் *n* furniture
அறைத் தோழர் *n* roommate
அன்பளிப்பு *n* present
அன்பான *adj* kind
அன்பு *n* affection
அன்பு செலுத்து *vt* love
அன்பு செலுத்தும் *adj* caring
அன்புக்கிறிய *adj* beloved
அன்புக்குரிய *adj* dear
அன்புடன் *adv* kindly
அன்புள்ள *adj* dear
அன்றி *conj* unless
அன்றியும் *prep* notwithstanding
அன்றிலிருந்து *prep* since
அன்னப் பறவை *n* swan
அன்னம் *n* swan
அன்னாசிப் பழம் *n* pineapple
அனாதை *n* orphan
அனாதைக் கால்நடை *n* stray
அனுகூலம் *n* advantage
அனுகூலமில்லாத *adj* unfavourable
அனுப்பிவை *vt* pass
அனுப்பு *vt* send
அனுப்புநர் *n* sender
அனுபவம் *n* experience
அனுபவமற்ற *adj* inexperienced
அனுபவமுள்ள *adj* experienced
அனுபவி *vt* enjoy
அனுமதி *n* permission

அனுமதிச் சீட்டு *n* permit
அனுமதி அளி *vt* allow
அனுமதி வழங்கு *vt* admit
அனுமதிச் சீட்டு *n* pass, ticket
அனுமதிச் சீட்டு அலுவலகம் *n* ticket office
அனுமதிச் சீட்டு வழங்கி *n* ticket machine
அனுமானம் செய் *v* guess
அனேகமாக *adv* probably
அஜர்பைஜான் - ஒரு நாடு *n* Azerbaijan
அஜர்பைஜான்வாசி *n* Azerbaijani
அஜர்பைஜானியன் *adj* Azerbaijani
அஜாக்கிரதை *n* oversight
அஜீரணம் *n* indigestion
அஸ்திவாரங்கள் *npl* foundations
அஸ்ஸாம் *n* Assam

ஆ

ஆஃப்கான் *n* Afghan
ஆஃப்கானுக்கான *adj* Afghan
ஆஃப்கானிஸ்தான் *n* Afghanistan
ஆஃப்டர்ஸ் - ஒரு இனிப்பு *npl* afters
ஆஃப்ரிக்கா *n* Africa
ஆஃப்ரிக்காவில் வசிக்கும் டச்சுக்காரர் *n* Afrikaner
ஆஃப்ரிக்காவைச் சேர்ந்த *adj* African
ஆஃப்ரிக்காவைச் சேர்ந்தவர் *n* African
ஆஃப்ரிக்கான்ஸ் மொழி *n* Afrikaans
ஆக்கக்கூறு *n* component
ஆக்கப்பூர்வமான *adj* constructive
ஆக *prep* for
ஆகஸ்ட் - மாதம் *n* August
ஆகாதவாறு *conj* lest
ஆகாய விமானம் *n* plane
ஆகிலும் *conj* yet
ஆகையால் *conj* so, therefore
ஆங்கிலம் *n* English
ஆங்கிலோ இந்தியன் *n* Anglo-Indian
ஆச்சரியக்குறி *n* exclamation mark
ஆச்சரியப்படத்தக்க வகையில் *adv* surprisingly
ஆச்சரியம் ஏற்படுத்தும் *adj* exotic
ஆச்சரியமூட்டும் *adj* fascinating
ஆசியக்காரன் *n* Asian
ஆசியா *n* Asia
ஆசியாவின் *adj* Asian
ஆசிரியர் *n* (நூல்) author; (வகுப்பு) teacher
ஆசிரியை *n* female teacher

ஆசீர்வாதங்கள் *npl* blessings

ஆசை *n* wish

ஆசைக் காட்டு *vt* tempt

ஆசைப்படு *v* long

ஆட்குறைப்பு *v* lay off

ஆட்சிக்குழு *n* council

ஆட்சிசெய் *v* rule

ஆட்சியாளர் *n* ruler

ஆட்டத் தொடக்கம் *n* serve

ஆட்டம் கண்டுள்ள *adj* shaky

ஆட்டவணைச்செயலி *n* spreadsheet

ஆட்டிடையன் *n* shepherd

ஆட்டிறைச்சி *n* mutton

ஆட்டுக்காவல் நாய் *n* sheepdog

ஆட்டுக்கிடா *n* ram

ஆட்டுக்குட்டி *n* lamb

ஆட்டுத்தோல் *n* sheepskin

ஆட்டோ ரிக்ஷா *n* auto rickshaw

ஆடம்பரம் *n* luxury

ஆடு *v* swing

ஆடுதண்டு *n* piston

ஆடுதளம் *n* pitch

ஆடும் குதிரை *n* rocking horse

ஆடும் நாற்காலி *n* rocking chair

ஆடை *n* garment

ஆடை அணிந்து கொள் *v* dress up

ஆடைகள் *npl* clothes

ஆடைகள் காயப்போடும் கயிர் *n* clothes line

ஆடைகள் பிடி *n* clothes peg

ஆடையற்ற *adj* naked, nude

ஆண் *n* male

ஆண் பாடகர் *n* tenor

ஆண்கள் *n* gents

ஆண்கள் நீச்சல் உடை *npl* trunks

ஆண்டிலோப் *n* antelope

ஆண்டு *n* year

ஆண்டு நிறைவு விழா *n* anniversary

ஆண்டுக்கான *adj* annual

ஆண்டுதோறும் *adv* annually

ஆண்டுப் பொதுக்கூட்டம் *n* AGM

ஆண்மை வாய்ந்த *adj* masculine

ஆணவத்துடன் *adj* cheeky

ஆணவம் *n* arrogance

ஆணாதிக்கம் *n* chauvinist

ஆணி *n* nail

ஆணி வேர் *n* tab root

ஆணின *adj* male

ஆணுறை *n* condom

ஆத்திரம் *n* anger

ஆத்மா *n* soul

ஆதரவளி *vt* promote

ஆதரவாளர் *n* supporter

ஆதரவு *n* favour, support

ஆதரவு அளி *vt* sponsor, support

ஆதரவு கேள் *vi* canvass

ஆதரவு நாடு *vt* count on

ஆதாரம் *n* evidence, proof

ஆதாரம் கொள் *vt* ground

ஆதாரம் பற்றிக்கொள் *vt* lean on

ஆதாரமாகக் கொள் *vt* rely on

ஆந்திர பிரதேசம் *n* Andhra Pradesh

ஆந்தை *n* owl

ஆப்பிள் பழம் *n* apple

ஆப்பு *n* peg

ஆபரணம் *n* ornament

ஆம்ப் - மின்சார அளவு *n* amp

ஆமாம்! *excl* yes!

ஆமை *n* tortoise, turtle

ஆய்வகம் *n* laboratory

ஆய்வுக்கூடம் *n* laboratory

ஆயத்தம் *n* preparation

ஆயத்தம் செய் *vt* prepare

ஆயிரம் *num* thousand

ஆயிரம் ஆண்டுக் காலம் *n* millennium

ஆயிரமாவது *adj* thousandth

ஆயினும் *adv* however

ஆயுதப்பக்கப் பெட்டி *n* dashboard

ஆயுதம் *n* weapon

ஆயுள் காப்பீடு *n* life insurance

ஆர்ப்பரிப்பு *n* fussy

ஆர்ப்பாட்டம் *n* demo

ஆர்பாட்டக்காரர் *n* demonstrator

ஆர்மோனியம் *n* harmonium

ஆர்வத்துடன் *adv* readily

ஆர்வத்தைத் தூண்டு *vt* interest

ஆர்வப்படு *vt* fancy

ஆர்வம் *n* enthusiasm, interest; (சுவை) zest

ஆர்வம் தூண்டப்பெற்ற *adj* excited

ஆர்வம் மிகுந்த *adj* enthusiastic, keen

ஆர்வமுள்ள *adj* curious, eager

ஆரக்கால் *n* spoke

ஆரஞ்சு *n* orange

ஆரஞ்சு வண்ணம் *n* orange

ஆரஞ்சுப் பழம் *n* orange

ஆரஞ்சுப் பழரசம் *n* orange juice

ஆரஞ்சுப் பழவகையில் ஒன்று *n* mandarin

ஆரம்ப *adj* primary

ஆரம்ப கல்வி *n* primary education

ஆரம்பத்தில் *adv* originally

ஆரம்பம் *n* start

ஆரம்பம் செய் *v* kick off

ஆரம்பி *v* start

ஆராதனை *n* ritual

ஆராய்ச்சி *n* research

ஆராய்ந்து பார் *v* explore

ஆரோக்கியம் *n* health

ஆரோக்கியமற்ற *adj* unhealthy

ஆரோக்கியமான *adj* healthy

ஆல் *prep* by

ஆல்ப்ஸ் - மலைத்தொடர் *npl* Alps

ஆலங்கட்டி மழை *n* hail, sleet

ஆலமரம் *n* banyan tree

ஆலயம் *n* temple

ஆலிவ் எண்ணெய் *n* olive oil

ஆலிவ் பழம் *n* olive

ஆலிவ் மரம் *n* olive

ஆலை *n* mill

ஆலோசகர் *n* consultant

ஆலோசனை *n* advice

ஆலோசனை உதவி *n* helpline

ஆவணக்கிடங்கு *n* archive

ஆவணங்கள் *npl* documents

ஆவணப்படுத்துதல் *n* documentation

ஆவணம் *n* document; (பத்திரம்) record

ஆவணி *n* fifth Tamil month

ஆவலோடு *adv* earnestly

ஆவி *n* spirit

ஆவிபிடி *v* inhale hot vapours as a treatment for cold, etc.

ஆழ்கடல் நீச்சல் *n* scuba diving

ஆழ்ந்த சிந்தனையில் தன்னை மறந்த *adj* preoccupied

ஆழம் *n* depth

ஆழமற்ற நீரில் நடந்து செல் *vi* paddle

ஆழமான *adj* deep

ஆழமானி *n* dipstick

ஆழமில்லாத *adj* shallow

ஆள் *n* chap, guy

ஆள் கடத்து *vt* kidnap

ஆள் மாறாட்டம் *n* impersonating with an intention to cheat

ஆள்சேர்த்தல் *n* recruitment

ஆல்பக்கோடாப்பழம் *n* plum

ஆள்படை *n* manpower

ஆளிப்பலகை *n* switchboard

ஆளுநர் *n* governor

ஆளுமை *n* personality

ஆற்றல் *n* energy; (வேதியியல்) potential

ஆற்றல் வற்றிய *adj* exhausted

ஆற்றல் வாய்ந்த *adj* dynamic

ஆற்றலுள்ள *adj* good

ஆறாவது *adj* sixth

ஆறு *n* river

ஆறு (எண்) *num* six

ஆன்மா *n* spirit

ஆன்மீக *adj* spiritual

ஆன்மீகச் சுற்றுலா *n* pilgrimage

ஆனந்தச் சிரிப்பு *n* laughter

ஆனந்தம் *n* joy, happiness

ஆனால் *conj* but

ஆனாலும் *conj* though

ஆஸ்ட்ரியவாசி *n* Austrian

ஆஸ்ட்ரியா *n* Austria

ஆஸ்ட்ரியாவின் *adj* Austrian

ஆஸ்திரேலியன் *n* Australian

ஆஸ்திரேலியா *n* Australia

ஆஸ்திரேலியாவின் *adj* Australian

ஆஸ்துமா - ஒரு நோய் *n* asthma

ஆஸ்பிரின் - வலி நிவாரணி *n* aspirin

இ

இக்கட்டான *adj* inconvenient
இக்கட்டு *n* problem
இக்கட்டு நிலை *n* stalemate
இக்கட்டுகளைச் சமாளிக்கும் *adj* streetwise
இக்காலத்தில் *adv* nowadays
இகழ்ச்சி கூறு *vt* despise
இங்கிலாந்து *n* England
இங்கிலாந்து நாட்டின் *adj* English
இங்கிலாந்துகாரர் *n* Englishman
இங்கிலாந்துப் பெண்மணி *n* Englishwoman
இங்கே *adv* here
இசிப்பு *n* spasm
இசிவு நோய் *n* tetanus
இசை *n* music
இசை அமைப்பவர் *n* composer
இசை அமைப்பு *n* soundtrack
இசை அரங்கு நிகழ்ச்சி *n* concert
இசை சார்ந்த *adj* musical
இசை நாடகம் *n* opera
இசை வழிபாடு *n* musical prayer
இசைக் கலைஞர் *n* musician
இசைக்கருவி *n* musical instrument
இசைக்கருவி மீட்டுநர் *n* player
இசைக்குழு *n* orchestra
இசையைத் தூண்டும் சிறு கருவி *n* personal stereo
இசைவு உறுதியளி *vt* commit
இஞ்சி *n* ginger
இட்லி *n* idli
இட வசதி *n* accommodation
இடக்கை *n* left hand
இடஞ்சுழியாக *adv* anticlockwise
இடத்திலிருந்து வா *vt* come from
இடத்தைக் காலி செய் *v* clear off
இடதுகை *adj* left-hand
இடதுகைப் பழக்கமுள்ள *adj* left-handed
இடது-சாரியைச் சார்ந்த *adj* left-wing
இடப்பக்கம் *adv* left
இடம் *n* place; (நிலம்) site
இடம் கொடு *vt* accommodate
இடம் பெயர் *v* shift
இடம்விட்டு இடம்பெயரும் வீடு *n* mobile home
இடமாற்றம் *n* transfer
இடர் தாங்கு *vt* risk
இடவொளி *n* spotlight

இடறு *vi* stumble

இடி *n* thunder

இடித்து தரைமட்டமாக்கு *v* pull down

இடிந்து விழு *vi* collapse

இடிமழை *n* thunderstorm

இடிமுழக்கத்துடன் *adj* thundery

இடு *vt* lay

இடுக்கி *npl* pliers

இடுகாடு *n* cemetery, graveyard

இடுப்பு *n* hip

இடுப்புப் பை *n* bum bag

இடை *n* hip

இடை நில்லாமல் *adv* non-stop

இடை நிறுத்தம் *n* pause

இடை வழி *n* transit

இடை வழி ஊர்தி இரவல் பயணம் *vi* hitchhike

இடைக்கால *adj* mediaeval

இடைக்காலங்கள் *npl* Middle Ages

இடைக்காலப் போர் நிறுத்தம் *n* truce

இடைகழி *n* aisle

இடைஞ்சல் செய் *vt* disrupt

இடைத்தங்கல் *n* stopover

இடைத்தரகர் *n* middleman

இடைநிலையான *adj* intermediate

இடைப்பகுதி *n* middle

இடைப்பட்டக் காலத்தில் *adv* meantime

இடையடை *n* gasket

இடையன் *n* shepherd

இடையில் *prep* between

இடையீட்டு ரொட்டி *n* sandwich

இடையே *prep* among

இடைவழியில் இரவல் வாகன உதவி கேட்டு பயணிப்பது *n* hitchhiking

இடைவிடாத *adj* continual

இடைவிடாமல் *adv* continually

இடைவெளி *n* aperture, gap

இடைவெளிவிட்டு *adv* apart

இடைவேளை *n* interval

இணக்கப்படுத்தும் கருவி *n* adaptor

இணக்கமுடன் *adv* harmoniously

இணங்க *prep* according to

இணங்கு *vi* yield

இணை *adj* associate

இணை அமைச்சர் *n* minister of state

இணை பல்பட்டிகை *n* zip

இணைக்கப்பட்ட *adj* attached

இணைசெயலாளர் *n* joint secretary

இணைந்திருக்கும் பக்கங்களைப் பிரி *vt* unzip

இணைப்பு *n* attachment; (இதழ்) supplement; (இலக்கணம்) conjunction

இணையதளத் தொடர்புடைய *adj* online

இணையதளத்தை உபயோகிப்பவர் n Internet user

இணையதளம் n Internet

இணையம் n Internet

இணையான adj parallel

இத்தாலி நாட்டின் adj Italian

இத்தாலி நாட்டுக்காரர் n Italian

இத்தாலி நாடு n Italy

இத்தாலியன் மொழி n Italian

இதமான adj warm

இதய முடுக்கி n pacemaker

இதயம் n heart

இதழ் n (மலர்) petal; (செய்தித்தாள்) newspaper, periodical

இதழாளர் n journalist

இதழியல் n journalism

இதற்கு adv hereto

இதற்கு முன் நிகழ்ந்திராத adj unprecedented

இதனால் அல்லது அதனால் conj either … or

இது pron this

இது அல்லது அது adv either

இந்த det these, this

இந்த மத தத்துவ ஞானம் n Hinduism

இந்தி n Hindi

இந்திய நாட்டின் adj Indian

இந்திய மயில் n Indian peacock

இந்தியக் கொடி n Indian flag

இந்தியப் பெருங்கடல் n Indian Ocean

இந்தியர் n Indian

இந்தியா n India

இந்து n Hindu

இந்து சமய adj Hindu

இந்து மத பண்டிகை n Hindu religious festival

இந்து மதம் n Hinduism

இந்துஸ்தான் n Hindustan

இந்துஸ்தானி n Hindustani

இந்தோ பாக் n Indo-Pak

இந்தோசீனா n Indochina

இந்தோனேசியா adj Indonesian

இந்தோனேசியா நாடு n Indonesia

இந்தோனேசியாக்காரர் n Indonesian

இப்பொழுது adv now

இப்பொழுதெல்லாம் adv nowadays

இம்சை n torture

இம்பால் n Imphal

இமயமலை npl Himalayas

இமாச்சல பிரதேசம் n Himachal Pradesh

இயக்கு v operate

இயக்குநர் n director

இயக்குபவர் n operator

இயந்திர adj mechanical

இயந்திர நுட்பம் n mechanism

இயந்திர பழுதுபார்ப்பவர் n mechanic

இயந்திர மனிதன் n robot

இயந்திர வண்டி *n* vehicle

இயந்திரத் துப்பாக்கி *n* machine gun

இயந்திரத் தொகுதி *n* plant

இயந்திரத்தில் துவைக்கத்தக்க *adj* machine washable

இயந்திரப் பொருட்கள் *n* machinery

இயந்திரப் பொறி *n* engine

இயந்திரப்படகு *n* motorboat

இயந்திரம் *n* machine

இயந்திரம் பழுதுபார்ப்பவர் *n* motor mechanic

இயல்பாக *adv* naturally

இயல்பாக பேசிக்கொண்டிரு *vi* chat

இயல்பான *adj* informal

இயல்பான பேச்சு *n* chat

இயல்பு உடையதாக இரு *vt* deserve

இயல்வது *v* can

இயலக்கூடியது *n* possibility

இயலறிவு மீறிய *adj* uncanny

இயலாத *adj* unable

இயலாமை *n* disability

இயலாமையால் பாதிக்கப்பட்ட *adj* disabled

இயலும் *v* may, might ▷ *adj* possible

இயற்கை *n* nature

இயற்கை உணவுகள் *npl* wholefoods

இயற்கை எரிவாயு *n* natural gas

இயற்கை நிலக்காட்சி *n* landscape

இயற்கை வளங்கள் *npl* natural resources

இயற்கைக்காட்சி *n* scenery

இயற்கையான *adj* natural

இயற்பியல் *n* physics

இயற்பியல் வல்லுநர் *n* physicist

இயேசுநாதரின் இறுதி விருந்துச் சடங்கு *n* Mass

இரக்கம் *n* kindness

இரக்கம் காட்டுகிற *adj* thoughtful

இரக்கமற்ற *adj* thoughtless

இரகசியம் *n* secret

இரகசியமாக *adv* secretly

இரகசியமான *adj* secret

இரங்கற்பா *n* elegy

இரங்கு *vt* pity

இரசாயனம் *n* chemical

இரட்டை *adj* double

இரட்டை வரிச்சோழி *n* scallop

இரட்டைக் கண்ணாடி *n* double glazing

இரட்டைக்கட்டில் *npl* twin beds

இரட்டைப்படை *adj* even

இரண்டக நிலை *n* dilemma

இரண்டாந்தர *adj* second-rate

இரண்டாம் தரம் *n* secondary

இரண்டாம் வகுப்பு *n* second class

இரண்டாவதாக *adv* secondly

இரண்டாவது *adj* second

இரண்டில் எதுவானாலும் *conj* whether
இரண்டில் ஒன்று *det* either
இரண்டில் ஒன்றுமில்லாத *adj* neither
இரண்டு *det* couple
இரண்டு வாரம் *n* fortnight
இரண்டுமற்ற *conj* neither
இரத்த அழுத்தம் *n* normal blood pressure
இரத்த சோகை *n* anaemia
இரத்தக் கொழுப்பு *n* cholesterol
இரத்தச் சோகையான *adj* anaemic
இரத்தப் புற்றுநோய் *n* leukaemia
இரத்தம் ஏற்றல் *n* transfusion
இரத்து செய் *v* cancel
இரம்பம் *n* saw
இரயில் அட்டை *n* railcard
இரயில் நிலையம் *n* railway station
இரயில் நிற்குமிடம் *n* station
இரயில் பாதை *n* railway
இரவல் *n* borrowing
இரவு *n* night
இரவு ஆடை *n* nightdress
இரவு உணவு *n* supper
இரவு கேளிக்கை வாழ்க்கை *n* nightlife
இரவு கேளிக்கை விடுதி *n* nightclub
இரவு சாப்பாடு நேரம் *n* dinner time
இரவு விருந்து *n* dinner party
இரவுச் சாப்பாடு *n* dinner
இரவுப் பணி *n* night shift
இரவுப்பள்ளி *n* night school
இராசி மண்டலம் *n* zodiac
இராணுவ *adj* military
இராணுவ வீரர்கள் *npl* troops
இராணுவ வீரன் *n* serviceman
இராணுவ வீராங்கனை *n* servicewoman
இராணுவம் *n* army
இறால் *n* lamprey
இரான் நாட்டின் *adj* Iranian
இரான் நாட்டுக்காரர் *n* Iranian
இராஜாளி *n* falcon
இரு *v* be
இருக்கப்பட்டி *n* seatbelt
இருக்கலாம் *adv* maybe
இருக்கை *n* seat
இருட்டு *n* dark
இருண்ட *adj* dark
இருத்தல் *n* presence
இருந்த போதிலும் *conj* though
இருந்தாலும் *conj* although, though
இருந்து *prep* from, since
இருப்பதாய் கருதப்பட்ட *adv* supposedly
இருப்பிட சேவகம் *n* room service
இருப்பிடம் *n* location
இருப்புச் சட்டி *n* pan, saucepan
இருப்புப்பாதை சந்திக் கடவு *n* level crossing

இருபக்க வாகனச்சாலை *n* dual carriageway

இருபதாவது *adj* twentieth

இருபது *num* twenty

இரும்பு *n* iron

இரும்புச்சரக்கு வணிகர் *n* ironmonger

இருமடங்காக்கு *v* double

இருமடங்கு *adv* twice

இருமல் *n* cough

இருமல் மருந்து *n* cough mixture

இருமு *vi* cough

இருமையான *adj* twinned

இருள் *n* darkness

இரை *n* prey

இரைச்சல் *n* noise

இரைச்சலிடும் *adj* noisy

இல் *prep* at, in

இல்லத்தரசி *n* housewife

இல்லம் *n* house

இல்லாத *prep* minus

இல்லாமல் *prep* without

இல்லாமை *n* absence

இல்லாவிட்டால் *adv* otherwise

இல்லை *det* no

இல்லையென்றால் *adv* else

இலக்கண தொடர்புடைய *adj* grammatical

இலக்கணம் *n* grammar

இலக்கணரீதியாக *adv* grammatically

இலக்கியம் *n* literature

இலக்கு *n* target; (கால்பந்து) goal

இலக்கு வை *v* aim

இலக்குக் காவலர் *n* goalkeeper

இலக்கெறிவு *n* shot

இலங்கை *n* Sri Lanka

இலச்சினை *n* logo

இலட்சம் *n* lakh

இலந்தை மரம் *n* bhir tree

இலவங்கப்பட்டை *n* cinnamon

இலவசப் பயணம் *n* lift

இலவசமான *adj* free

இலவம்பஞ்சு மரம் *n* silk cotton tree

இலாபகரமான *adj* profitable

இலாபம் *n* profit

இலேசான *adj* light

இலை *n* leaf

இலைமக்கு மண் *n* peat

இலையட்டை *n* slug

இலையுதிர் காலம் *n* autumn

இவ்விடத்தில் *adv* here

இழ *vt* lose, miss

இழப்பீடு *n* compensation

இழப்பீடு அளி *vt* compensate

இழப்பு *n* loss

இழி தோற்றமான *adj* shabby

இழிந்த *adj* vile

இழிவாக்கு *n* foul

இழு *v* draw

இழுக்கப்படும் பட்டி *n* elastic band

இழுத்துச் செல் *vt* drag

இழுப்பறை *n* drawer

இழுப்பு *n* fits

இழுபடும் இயல்பு *n* elastic

இழுவை *n* trailer
இழுவை இயந்திரம் *n* tractor
இழுவை வண்டி *n* trailer
இழை *n* fibre
இழைக்கண்ணாடி *n* fibreglass
இழைப்புளி *n* plane
இள வெப்பமான *adj* warm
இளஞ்சிவப்பான *adj* lilac
இளஞ்சிவப்பு *adj* pink
இளஞ்சேவல் *n* cockerel
இளநிலை *adj* junior
இளநிலை மாணவர் *n* undergraduate
இளநீர் *n* coconut water
இளங்கலைப் பட்டதாரி *n* graduate
இளங்கலைப் பட்டம் *n* graduation
இளம்பிள்ளைவாத நோய் *n* polio
இளம்பெண் *n* younger girl
இளமையான *adj* young
இளவரசன் *n* prince
இளவரசி *n* princess
இளவெப்பமான *adj* lukewarm
இளவேனில் பருவம் *n* spring
இளவேனிற்காலம் *n* springtime
இளைஞர் விடுதி *n* youth hostel
இளைஞன் *n* young man
இளைப்பாறு *v* relax
இளைப்பாறுதல் *n* relaxation
இளைப்பாறும் அறை *n* sitting room
இளைய *adj* young

இறக்கு *vt* unload
இறக்குமதி *n* import
இறக்குமதி செய் *vt* import
இறக்கை *n* wing
இறகு *n* feather
இறகுகள் போன்றவைகளால் நிரப்பப்பட்ட மெத்தை *n* duvet
இறகுப்பந்து *n* shuttlecock
இறந்த *adj* dead
இறப்புச் செய்தி *n* obituary
இறால் *n* prawn
இறால் மீன் வகை *n* crayfish
இறுக்க உடை *npl* tights
இறுக்கத்தைக் குறைக்கும் *adj* relaxing
இறுக்கமான *adj* tight
இறுக்கமான மனநிலை *n* tension
இறுக்கமான மனநிலை உடைய *adj* tense
இறுக்கமில்லாமல் *adj* relaxed
இறுக்கிகள் *npl* braces
இறுக்கு *vt* tighten
இறுதி *n* final
இறுதி எச்சரிக்கை *n* ultimatum
இறுதி செய் *vt* finish
இறுதியான *adj* final, ultimate
இறுதியில் *adv* finally, ultimately
இறைச்சி *n* meat
இறைச்சிக் கடை *n* butcher shop

இறைச்சித் துண்டு *n* chop
இறையியல் *n* theology
இன்பப்பயணம் *n* outing
இன்பம் *n* pleasure
இன்பமாக *adv* jolly
இன்மைக் குறி *n* nought
இன்றிரவு *adv* tonight
இன்று *adv* today
இன்னிசை *n* symphony
இன்னும் *adv* still, yet
இன்னோரு *adj* another
இன *adj* racial
இனப் பாகுபாடு *n* racism
இனப்பிரிவு சார்ந்த *adj* ethnic
இனப்பெருக்கு செய் *vt* breed
இனம் *n* (விலங்கு) breed; (மக்கள்) race
இனவெறியர் *n* racist
இனவெறியுள்ள *adj* racist
இனிதான *adj* nice
இனிப்பான *adj* sweet
இனிப்பு *n* sweet
இனிப்பு உணவு வகை *n* pudding
இனிப்பு பசை *n* gum
இனிப்பு வகை *n* (பழவகை) dessert; (பணியாரம்) flan
இனிப்புக்கூழ் *n* (மருந்து) syrup
இனிப்புகள் *npl* sweets
இனிப்புப்சோளம் *n* sweetcorn
இனிப்புப்பாகு *n* marzipan
இனிப்பும் புளிப்பும் *adj* sweet and sour
இனிப்பூட்டி *n* sweetener
இனிமேல் *adv* hereafter
இனிமை *n* melody
இனிமைத்தன்மை கொண்ட *adj* good-natured
இனிமையான *adj* pleasant, tender
இனிய *adj* sweet
இஸ்ரேல் நாட்டின் *adj* Israeli
இஸ்ரேல் நாட்டுக்காரர் *n* Israeli
இஸ்ரேல் நாடு *n* Israel
இஸ்லாம் மதம் *n* Islam
இஸ்லாமிய *adj* Islamic, Muslim
இஸ்லாமியர் *n* Muslim
இினிப்பு மிட்டாய் *n* toffee

ஈ

ஈ *n* fly
ஈகை *n* charity
ஈச்ச மரம் *n* wild-date tree
ஈட்டு ஆதாயம் *n* return
ஈடாநகர் *n* Itanagar
ஈடு செய் *v* make up
ஈடு வை *vt* mortgage
ஈடுபட்டிருக்கும் *adj* engaged
ஈடுபடு *vt* get into
ஈடுபாடு *n* dedication
ஈடுபாடுடைய *adj* devoted
ஈடுபாடுள்ள *adj* dedicated
ஈத் பெருநாள் *n* Muslim holiday marking end of Ramadan

ஈமச் சடங்கு *npl* funeral rites

ஈமச்சடங்கு செய்பவர் *n* undertaker

ஈயங்கலக்காத *n* unleaded

ஈயங்கலக்காத பெட்ரோல் *n* unleaded petrol

ஈயப் பொதிதாள் *n* tinfoil

ஈயம் *n* lead

ஈயமில்லாத *adj* lead-free

ஈர்க்கப்படு *vt* fall for

ஈரத்தன்மை *n* humidity

ஈரத்துடைப்பம் *n* mop

ஈரப்பதம் *n* moisture

ஈரமான *adj* damp, wet

ஈரல் *n* liver

ஈரல் அழற்சி *n* hepatitis

ஈராக் *n* Iraq

ஈராக் நாட்டின் *adj* Iraqi

ஈராக் நாட்டுக்காரர் *n* Iraqi

ஈரான் நாடு *n* Iran

ஈறுகுத்தி *n* toothpick

ஈஸ்டர் முட்டை *n* Easter egg

ஈஸ்டருக்கு முந்தைய 40 நாள் தபசு காலம் *n* Lent

உ

உக்ரேனிய நாட்டு *adj* Ukrainian

உக்ரேனிய நாட்டுக்காரர் *n* Ukrainian

உக்ரேனிய மொழி *n* Ukrainian

உகண்டா நாடு *n* Uganda

உகாண்டா நாட்டு *adj* Ugandan

உகாண்டா நாட்டுக்காரர் *n* Ugandan

உங்களுடையது *pron* yours

உங்களையே *pron* yourselves

உச்ச அளவில் *adj* extreme

உச்ச நீதிமன்றம் *n* Supreme Court

உச்ச நேரங்கள் *npl* peak hours

உச்சம் *n* peak

உச்சமான *adj* maximum

உச்சரி *vt* pronounce

உச்சரிப்பு *n* pronunciation

உச்சஸ்தாயி பாடகர் *n* soprano

உச்சி *n* cliff, top

உச்சி மாநாடு *n* summit

உட் கொண்டிரு *vt* contain

உட்கார் *vi* sit

உட்கொண்டிரு *vt* include

உட்பகுதி *n* interior

உட்படு *vt* undergo

உட்படுத்து *vt* involve

உட்பிரிவு *n* (இலக்கணம்) clause

உட்புற வடிவமைப்பாளர் *n* interior designer

உட்புறத்தில் *adv* inside

உட்பூசல் *n* infighting

உடமை கொள் *vt* occupy

உடல் உறுப்பு *n* organ

உடல் சார்ந்த *adj* physical

உடல் நலமற்ற *adj* unwell

உடல்சார்ந்த தண்டனை *n* corporal punishment

உடலியக்க மருத்துவம் *n* physiotherapy

உடலின் உட்பகுதியில் புண் *n* ulcer

உடலை ஒட்டியிருக்கும் *adj* skin-tight

உடற்கல்வி *n* physical education

உடற்பயிற்சி *n* exercise

உடற்பயிற்சி ஆடை *n* tracksuit

உடற்பயிற்சி செய்து சுறுசுறுப்பாக இருத்தல் *n* keep-fit

உடற்பயிற்சி நிபுணர் *n* gymnast

உடற்பயிற்சி நிலையம் *n* gym

உடற்பயிற்சியின்போது அணியும் மேற்சட்டை *n* leotard

உடற்பரிசோதனை *n* physical

உடற்புள்ளிகள் *npl* freckles

உடன் *prep* with

உடன் செல் *vt* accompany

உடன் நிகழ்வாக *adv* simultaneously

உடன் பணிபுரிகின்ற *adj* colleague

உடன் பணியாற்றுபவர் *n* colleague

உடன்பிறந்தவர்களின் மகள் *n* niece (brother's daughter)

உடன்பிறந்தவர்களின் மகன் *n* nephew

உடனடி *adj* immediate

உடனடியாக *adv* as soon as, immediately

உடனடியாய் நிகழ்கிற *adj* instant

உடனிருப்பவன் *n* companion

உடுப்பு *n* dress

உடை *v* break

உடை அலமாரி *n* wardrobe

உடை போட்டுப்பார்க்கும் இடம் *n* fitting room

உடை மாட்டி *n* coathanger, hanger

உடை மாற்று *vi* change

உடை மாற்றும் அறை *n* changing room

உடைஊசி *n* brooch

உடைக்க முடியாத *adj* unbreakable

உடைகளை அவிழ் *v* undress

உடைந்த *adj* broken

உடைப்பு *n* act of breaking

உடைமை *n* possession

உடைமையாகக் கொண்டிரு *vt* own

உடைய *prep* of

உடையச் செய் *v* break up

உண்கலம் *n* dish

உண்டியல் *n* money box

உண்ணத்தக்க *adj* edible

உண்ணாவிரதம் *n* fasting

உண்ணி *n* horse fly

உண்பதை முறைப்படுத்து *vi* diet

உண்மை *n* fact, reality

உண்மையாக *adv* actually, truly

உண்மையாகச் சொல் *vt* mean

உண்மையாகவே *adv* indeed, literally

உண்மையான *adj* actual, true

உண்மையில் *adv* obviously, really

உண்மையில்லாத *adj* wrong

உண்மையிலேயே *adv* certainly

உண்மையுள்ள *adj* faithful

உணர் *v* feel, realize

உணர்ச்சி வசப்பட்ட *adj* emotional

உணர்ச்சி வேகம் *n* emotion

உணர்ச்சிப்பூர்வமான *adj* sentimental

உணர்ச்சியற்று *adj* numb

உணர்வற்ற *adj* insensitive

உணர்விழந்த *adj* unconscious

உணர்விழந்த நிலை *n* coma

உணர்வு *n* feeling, sense

உணவகம் *n* hotel, restaurant

உணவருந்துதல் *n* meal

உணவருந்தும் நேரம் *n* mealtime

உணவளி *vt* feed

உணவளிப்பு *n* catering

உணவு *n* food

உணவு அலமாரி *n* larder

உணவு அறை *n* dining room

உணவு நச்சாதல் *n* food poisoning

உணவு முறை *n* diet

உணவு வண்டி *n* buffet car

உணவு வாட்டு *vt* grill

உணவுக் கருவி *n* food processor

உணவுக் குறிப்பு *n* recipe

உணவுப் பட்டியல் *n* menu

உணவுப் பாத்திரம் *n* casserole

உத்தரவாதம் *n* warranty

உத்தரவாதம் கொடு *vt* guarantee

உத்தி *n* technique

உத்திகள் *npl* tactics

உத்தியற்ற *adj* tactless

உத்திரபிரதேசம் *n* Uttar Pradesh

உத்திரம் *n* rafter

உத்தேசம் *n* approximation

உத்ராஞ்சல் *n* Uttarakhand

உதட்டுச் சாயம் *n* lipstick

உதட்டுப் பூச்சு *n* lip salve

உதடு *n* lip

உதவி *n* aid, assistance, help

உதவி செய்யக்கூடிய *adj* helpful

உதவிபுரியாத *adj* unhelpful

உதவியற்ற *adj* helpless

உதவியாள் *n* assistant

உதவு *v* help

உதாசீனம் *n* disregard

உதாரண *adj* model

உதாரணம் *abbr* e.g.

உதை *v* kick

உதைத்தல் *n* kick
உந்து உலாவினர் உணவகம் *n* motel
உப்பு *n* salt
உப்பு கலந்த *adj* salty
உப்பு நீர் *n* salt water
உப்புத்தாள் *n* sandpaper
உப தலைமை *n* deputy head
உப வரி *n* surcharge
உபகரணம் *n* apparatus, appliance
உபசரி *v* entertain
உபயோகத்திலிருக்கும் ஒலி *n* engaged tone
உபயோகத்திலிருக்கும் சமிஞ்சை *n* busy signal
உபயோகம் *n* use
உபயோகம் செய் *vt* use up
உபயோகமற்ற *adj* useless
உபயோகமான *adj* useful
உபயோகி *vt* use
உபயோகிக்கப்பட்ட *adj* used
உபயோகித்து தூக்கிப் போட்டுவிடக்கூடிய *adj* disposable
உபயோகிப்போர் *n* user
உபயோகிப்போருக்கு இணக்கமான *adj* user-friendly
உபரி *n* surplus
உபரி செலவினங்கள் *npl* overheads
உபரி பாகங்கள் *n* spare part
உபரியான *adj* extra
உமி *n* husk
உமிழ் *v* spit
உமிழ்நீர் *n* saliva
உயர் நிலை *n* higher secondary
உயர் நீதிமன்றம் *n* High Court
உயர்த்து *v* increase
உயர்தர *adj* advanced
உயர்தரப் பணியில் ஈடுபட்டுள்ளவர் *n* mandarin
உயர்தொழில்நுட்ப இசை உபகரணம் *n* hi-fi
உயர்ந்த *adv* high ▷ *adj* superb
உயர்ந்த குதிகால்கள் *npl* high heels
உயர்வான *adj* magnificent
உயர்வு *n* rise
உயர *prep* up
உயர எழு *vi* rise
உயரத்திலிருந்து குதிக்கும் விளையாட்டு *n* bungee jumping
உயரம் *n* altitude, height
உயரம் தாண்டுதல் *n* high jump
உயரமான *adj* high, tall
உயரமான கட்டிடம் *n* high-rise
உயரமான சுவர் *n* embankment
உயரமான நாற்காலி *n* highchair
உயிர் காக்கும் *adj* life-saving
உயிர் பிழைத்தவர் *n* survivor
உயிர் பிழைத்திரு *v* survive

உயிர் பிழைத்திருத்தல் *n* survival

உயிர்காப்பு மிதவை *n* lifebelt

உயிர்காப்புப் படகு *n* lifeboat

உயிர்ச்சத்து *n* vitamin

உயிர்துடிப்பான *adj* lively

உயிர்ப்பொருள் *n* organism

உயிரகம் *n* ozone

உயிரணு *n* cell

உயிரியல் *n* biology

உயிரின வாழ்க்கை சூழலுக்குரிய *adj* ecological

உயிரின வாழ்க்கைச் சூழல் பற்றிய படிப்பு *n* ecology

உயிரினம் *n* creature

உயிருக்கு ஆபத்தான *adj* fatal

உயிருடன் *adj* alive

உயிருடன் இரு *vi* live

உயிருள்ள *adj* live

உயிரெழுத்து *n* vowel

உயில் *n* testament

உயில் பத்திரம் *n* will

உரத்த *adj* high, loud

உரத்தக் கூச்சலிடு *vi* shriek

உரம் *n* fertilizer, manure

உரல் *n* mortar

உரித்தல் *n* peel

உரித்து எடு *vt* peel

உரிமம் *n* permit, licence

உரிமைக் கோரிக்கை *n* claim

உரிமையாளர் *n* owner

உரிமையுடன் கேள் *vt* claim

உரிய இடம் *n* place

உரிய மதிப்பு அளிக்காமல் *adj* impersonal

உரு ஒப்பு *n* resemblance

உரு மாற்று *vt* transform

உருக்கி இழைப் பெட்டி *n* fuse box

உருக வை *vt* melt

உருகு *vi* melt

உருகு கம்பி *n* fuse

உருகுவே நாட்டு *adj* Uruguayan

உருகுவே நாட்டுக்காரர் *n* Uruguayan

உருகுவே நாடு *n* Uruguay

உருட்டுகட்டை *n* rolling pin

உருண்டையான *adj* round

உருது *n* Urdu

உருப்படி *n* item

உருப்படு *v* prosper

உருப்பெருக்கிக் கண்ணாடி *n* zoom lens

உருப்பெருக்குக் கண்ணாடி *n* magnifying glass

உருவகம் *n* icon

உருவநேர்படி *n* replica

உருவப்படம் *n* life-size portrait

உருவம் *n* image

உருவாக்கு *vt* create

உருவாக்குபவர் *n* maker

உருள்வு *v* roll

உருளி *n* roller

உருளிச்சறுக்கி *npl* rollerskates

உருளிச்சறுக்கி விளையாட்டு *n* rollerskating

உருளிப்பட்டை *n* tyre

உருளை *n* cylinder
உருளைக்கிழங்கு *n* potato
உருளைக்கிழங்கு சிற்றுண்டி *npl* crisps
உருளைக்கிழங்கு சீவி *n* potato peeler
உருளைக்கிழங்கு மசியல் *npl* mashed potatoes
உரை *n* (பேச்சு) address; (எழுத்து) text
உரையாடல் *n* conversation, dialogue
உரோமம் *n* fleece
உல்லாசப் படகு *n* yacht
உல்லாசப் பயணம் *n* picnic
உல்லாசப்படுத்துபவர் *n* entertainer
உலக்கை *n* pestle
உலக வரைபடம் *n* atlas
உலகக் கோப்பை *n* World Cup
உலகம் *n* globe, world
உலகமயமாக்கல் *n* globalization
உலகளாவிய *adj* global
உலர் சலவை *n* dry-cleaning
உலர் சலவையகம் *n* dry cleaner
உலர்த்து *v* dry
உலர்த்துக் கருவி *n* dryer
உலர்ந்த *adj* dry
உலர்ந்த உணவுப்பொருள் *n* stock cube
உலர்ந்த திராட்சை *n* currant, raisin
உலாவீதி *n* promenade
உலோகம் *n* metal

உழவர் *n* farmer
உழவு செய் *vt* plough
உழுதல் *n* plough
உள் *prep* in
உள்கட்டமைப்பு *n* infrastructure
உள்சட்டை *n* vest
உள்துறை *n* home ministry
உள்நாட்டு *adj* domestic
உள்நாட்டுக் கலகம் *n* civil war
உள்நோக்கி *prep* into
உள்பக்கத்தில் *prep* inside
உள்பட்டை *n* lining
உள்பாவாடை *n* petticoat, underskirt
உள்மேலாடை *n* vest
உள்விடு *vt* let in
உள்ளங்கை *n* palm
உள்ளடக்க மறைப்பு *n* reservation
உள்ளடக்கப்பட்ட *adj* included
உள்ளடக்கம் *n* content
உள்ளம் *n* mind
உள்ளரங்க *adj* indoor
உள்ளாடை *n* slip, underwear
உள்ளாடைகள் *npl* briefs
உள்ளான *adj* internal
உள்ளிட செய்தித் தொடர்பு *n* intercom
உள்ளிருக்கும் குழாய் *n* inner tube
உள்ளிருக்கும் பொருட்கள் *npl* contents
உள்ளீடற்ற *adj* hollow
உள்ளுணர்வு *n* instinct, intuition

உள்ளுணர்வுகள் *npl* spirits

உள்ளுறுதி *n* stamina

உள்ளூர் *adj* local

உள்ளூர் போட்டி *n* home match

உள்ளூர்வாசி *n* inhabitant

உள்ளே *prep* in, into

உள்ளேயிருக்கும் *adj* inner

உளதாக இரு *vt* consist of

உளதாயிரு *vi* exist

உளப்பாங்கு *n* outlook

உளவாளி *n* mole

உளவியல் *n* psychology

உளவியல் மருத்துவர் *n* psychologist

உளவியல் ரீதியான சிகிச்சை *n* psychotherapy

உளவியல்ரீதியான *adj* psychological

உளவு சேகரிப்பவர் *n* scout

உளவு பார் *vi* spy

உளி *n* chisel

உளுந்து *n* black gram

உற்சாகமுள்ள *adj* zealous

உற்சாகமூட்டும் *adj* encouraging

உற்பத்தி *vt* manufacture

உற்பத்தி செய் *vt* produce

உற்பத்தித் திறன் *n* productivity

உற்பத்தியாளர் *n* manufacturer

உற்றுக் கேள் *vi* listen

உறக்கநிலையில் *adj* asleep

உறவினர் *n* relative

உறவு *n* relation

உறவுமுறை *n* relationship

உறிஞ்சு *v* suck

உறிஞ்சு குழாய் *n* straw

உறுதி *n* stability

உறுதி அளி *vt* assure

உறுதிசெய் *vt* confirm

உறுதிப்படுத்து *vt* ensure

உறுதிப்பாடு *n* confirmation

உறுதிமொழி *n* oath

உறுதிமொழி கூறு *vi* swear

உறுதியளி *vt* promise

உறுதியாக *adv* definitely, certainly

உறுதியான *adj* definite, sure

உறுப்பினர் *n* member

உறுப்பினர் அட்டை *n* membership card

உறுப்பினர் உரிமம் *n* membership

உறுமல் *vi* purr

உறை *n* cover, envelope

உறை இயந்திரம் *n* freezer

உறைந்த *adj* frozen

உறைந்துவிடு *vi* freeze

உறைபனி *n* frost

உறைபனி அகற்றும் வண்டி *n* snowplough

உறைபனி மீது சறுக்கிச் செல் *vi* ski

உறைபனி மீது மரவண்டியில் பயணித்தல் *n* sledging

உறைபனிக் குளிர் நிறைந்த *adj* frosty

உறைபோடு *vt* cover

உறைய வைக்கிற *adj* freezing

உறையும் தன்மை நீக்கி *n* antifreeze
உறைவித்தல் *n* condensation
உன்னுடைய *pron* your
உன்னுடையது *pron* yours
உன்னையே *pron* yourself
உஸ்பெகிஸ்தான் நாடு *n* Uzbekistan

ஊ

ஊக்கப்படுத்தப்பட்ட *adj* motivated
ஊக்கப்படுத்து *v* cheer
ஊக்கம் *n* encouragement, incentive
ஊக்கு *n* safety pin
ஊகஞ்செய் *v* speculate
ஊகப்படி *adv* presumably
ஊகம் *n* guess
ஊகம் கூறு *vt* predict
ஊகம் செய் *vt* assume, presume
ஊகிக்க முடியாத *adj* unpredictable
ஊசி *n* needle, pin
ஊசிமருந்து *n* injection
ஊசிமருந்து செலுத்து *vt* inject
ஊஞ்சல் *n* swing
ஊட்டச்சத்து *n* nutrient
ஊட்டச்சத்துக்குறை *n* malnutrition
ஊட்டச்சத்துணவு *n* nutrition
ஊட்டமிக்க *adj* nutritious
ஊடகம் *npl* media
ஊடல் *vi* sulk
ஊடாக *prep* through
ஊடுகதிர் *n* X-ray
ஊடே *prep* through
ஊதல் *n* whistle
ஊதல் கருவி *n* horn
ஊதா *adj* purple
ஊதாநிற *adj* mauve
ஊதாரித்தனமான *adj* extravagant
ஊதிப் பெரிதாக்கக் கூடிய *adj* inflatable
ஊதியம் *n* pay
ஊதியம் பெறும் *adj* paid
ஊது *vt* blow
ஊதுகொம்பு *n* trumpet
ஊர் ஊராகத் தங்குதல் *n* camping
ஊர் சுற்றித் திரி *vi* wander
ஊர்தி வேக அளவு சுருக்கம் *abbr* mph
ஊர்ந்து செல் *vi* creep, crawl
ஊர்வலம் *n* procession
ஊர்வன *n* reptile
ஊரடங்கு கட்டளை *n* curfew
ஊழல் *n* corruption
ஊளைச்சதை *adj* flabby
ஊளையிடு *v* howl, yell
ஊற்று *vt* pour
ஊறவை *v* soak
ஊறுகாய் *n* pickle
ஊறுபடத்தக்க *adj* vulnerable
ஊன்றுகோல் *n* walking stick

எ

எஃகு *n* steel
எக்காளம் - இசைக்கருவி *n* cornet
எக்ஸ்-ரே செய் *vt* X-ray
எகிப்து - ஒரு நாடு *n* Egypt
எகிப்து நாட்டின் *adj* Egyptian
எகிப்து நாட்டுக்காரர் *n* Egyptian
எங்களுக்கு *pron* us
எங்களுடைய *det* our
எங்களுடையது *pron* ours
எங்களை *pron* us
எங்களையே *pron* ourselves
எங்காவது *adv* anywhere
எங்கும் *prep* around
எங்குமில்லை *adv* nowhere
எங்குமின்றி *adv* nowhere
எங்கெல்லாமோ *adv* elsewhere
எங்கே *adv* where
எங்கேயாவது *adv* someplace
எச்சம் *n* droppings
எச்சம் (மொழியியல்) *n* infinitive
எச்சரி *v* warn
எச்சரிக்கை *n* caution, warning
எச்சரிக்கையாக *adv* cautiously
எச்சரிக்கையாக இரு *vi* watch out
எச்சரிக்கையான *adj* cautious
எச்சில் *n* spittle
எட்டாவது *adj* eighth
எட்டிப் பிடி *v* catch up
எட்டு *num* eight
எட்டு கூறில் ஒன்று *n* eighth
எட்டுக்கால் பூச்சி *n* spider
எடு *vt* take
எடுத்துக்காட்டான *adj* typical
எடுத்துக்காட்டு *n* illustration
எடுத்துச் செல் *vt* take, carry
எடுத்துச் செல்லும் பட்டை *n* conveyor belt
எடுத்துச் சொல் *vt* tell
எடுத்துரை *vt* propose
எடுத்துரைப்பவர் *n* teller
எடை *n* weight
எடைபோடு *vt* weigh
எண் *n* number
எண்காலி *n* octopus
எண்ணம் *n* intention, thought
எண்ணற்ற *adj* numerous
எண்ணிக்கை *n* figure
எண்ணியல் *adj* digital
எண்ணியல் கடிகாரம் *n* digital watch
எண்ணியல் தொலைக்காட்சி *n* digital television
எண்ணியல் புகைப்பட க்கருவி *n* digital camera
எண்ணியல் வானொலி *n* digital radio
எண்ணு *vi* count

எ

எண்ணெய் *n* oil
எண்ணெய் இடு *vt* oil
எண்ணெய் சிதறல் *n* oil slick
எண்ணெய் சுத்தகரிப்பு நிலையம் *n* oil refinery
எண்ணெய் தோண்டும் தளவாட அமைப்பு *n* oil rig
எண்ணெய்க் கப்பல் *n* tanker
எண்ணெய்க் கிணறு *n* oil well
எண்ணெயில் பொறித்து எடு *vt* deep-fry
எண்ணைப்பசையுடன் *adj* greasy
எண்பது *num* eighty
எண்பலகை *n* number plate
எத்தியோப்பிய நாட்டின் *adj* Ethiopian
எத்தியோப்பியவாசி *n* Ethiopian
எதற்கும் துணிந்த *adv* desperately
எதிர்க்கட்சி *n* opposition
எதிர்கால *adj* future
எதிர்கால வினைச்சொல் *v* will
எதிர்காலத்தில் நம்பிக்கை கொண்டிருத்தல் *n* optimism
எதிர்காலம் *n* future
எதிர்ச்செயல் *n* reaction
எதிர்ச்செயல் எழுப்பு *vi* react
எதிர்த்து நில் *vt* defend
எதிர்த்துப் போராடு *vt* tackle
எதிர்த்துப் போராடுதல் *n* tackle
எதிர்த்துரை *vt* oppose
எதிர்நோக்கு *vt* look for
எதிர்ப்பில்லாத *adj* undisputed
எதிர்ப்பு *n* opposition, resistance
எதிர்ப்பு *n* protest
எதிர்ப்பு கூறு *vt* condemn
எதிர்ப்பு தெரிவி *v* protest
எதிர்ப்பு நிறைந்த *adj* challenging
எதிர்ப்புணர்ச்சியுள்ள *adj* hostile
எதிர்ப்புத் தெரிவி *vt* resist
எதிர்ப்பொருள் *n* antibody
எதிர்பார் *vt* expect
எதிர்பார்த்திரு *vi* wait up
எதிர்பார்ப்பு *n* prospect
எதிர்பாராத *adj* accidental, unexpected
எதிர்பாராத விதமாக *adv* apparently
எதிர்பாராமல் *adv* unexpectedly
எதிர்புறத்தில் *adj* opposite
எதிர்மறை *n* negative
எதிர்மறையான *adj* negative; opposite
எதிர்விளைவு *n* reaction
எதிர்விளைவுகள் *npl* repercussions
எதிராக *prep* against
எதிராக (குழு) *prep* versus
எதிரான *adj* unfavourable
எதிரி *n* enemy, adversary
எதிரிடை *adj* opposed
எதிரியான *adj* rival
எதிரில் *adv* opposite
எதிரும்புதிருமாக *adv* facing each other

எதிரெதிர் மாறாக *adv* vice versa
எதிரொலி *n* echo
எது *det* which
எது வேண்டுமானாலும் *conj* whatever
எதையும் *pron* anything
எந்த இடத்திலாவது *adv* somewhere
எந்த ஒன்றாகினும் *det* whichever
எந்த நேரத்திலும் *adv* anytime
எந்திரவியல் *n* mechanics
எப்படி *adv* how
எப்படியாவது *adv* anyhow
எப்பொழுதாவது *adv* occasionally
எப்பொழுது *adv* when
எப்பொழுதும் *adv* always, forever
எப்போதாவது *adv* seldom
எப்போது வேண்டுமானாலும் *conj* whenever
எப்போதும் *adv* constantly
எரி *vi* burn
எரிச்சல் *n* irritation
எரிச்சலூட்டு *vt* annoy
எரிச்சலூட்டும் *adj* annoying
எரிச்சற்படுத்தும் *adj* irritating
எரித்து சாம்பலாக்கு *v* burn down
எரிதம் *n* spam
எரிபொருள் *n* fuel
எரிபொருள் கலப்பி *n* carburettor
எரிமலை *n* volcano
எரிமலைக் குழம்பு *n* lava
எரியூட்டல் *n* arson
எரியூட்டு *vt* burn, light
எருமைமாடு *n* buffalo
எல்லா இடத்திலும் *adv* everywhere
எல்லாம் சேர்ந்து *adj* inclusive
எல்லாம் தெரிந்தவர் *n* know-all
எல்லாமும் *pron* all
எல்லாவற்றையும் விற்று விடு *v* sell out
எல்லை *n* range
எல்லை கடந்து *adv* extremely
எல்லைச் சிக்கல் தீர்க்கப்படாத ஒரு இடம் *n* Kosovo
எலி *n* rat
எலிப்பொறி *n* mouse trap
எலும்புக்கூடு *n* skeleton
எலும்புந் தோலுமான *adj* skinny
எலுமிச்சம்பழம் *n* lime, lemon
எலுமிச்சை பானம் *n* lemonade
எவ்வளவு *adv* how
எவ்விடத்தில் *conj* where
எவரெஸ்ட் *n* Everest
எழுச்சியூட்டும் மஞ்சள் நிற *adj* ginger
எழுத்தாளர் *n* writer
எழுத்து *n* letter

எழுத்து வடிவிலான ஸ்வரங்கள் *n* score
எழுத்துக்கூட்டல் *n* spelling
எழுத்துக்கூட்டு *vt* spell
எழுத்துப்படி *n* transcript
எழுதி குறித்துக் கொள் *vt* write down
எழுதி நிரப்பு *vt* fill in
எழுதிய குறிப்பு *n* prescription
எழுது *v* write
எழுது பொருட்கள் *n* stationery
எழுதுதல் *n* writing
எழுதும் காகிதம் *n* writing paper
எழுந்திரு *v* get up
எழுந்து நில் *v* stand up
எழுப்பு *v* wake up
எழுபது *num* seventy
எலும்புப்புழை அழற்சி *n* sinus
எழுவாய் *n* subject
எள் *n* sesame
எள்ளு *n* gingelly
எளிதாக *adv* easily, simply
எளிதான *adj* straightforward
எளிதில் உடையக்கூடிய *adj* fragile
எளிதில் உணர்ச்சிவசப்படக் கூடிய *adj* sensitive
எளிதில் சினங்கொள்கிற *adj* irritable
எளிதில் தீ பற்றக்கூடிய *adj* flammable
எளிதில் படிக்கக்கூடிய *adj* legible
எளிமை *n* austerity
எளிமையாக்கு *vt* simplify
எளிமையான *adj* simple
எளிய *n* simple
எறி *vt* pitch
எறிந்து விடு *vt* throw out
எறும்பு *n* ant
என்றால் *conj* if
என்றாலும் *adv* nevertheless
என்று கருது *vt* suppose
என்ன *det* what
என்னுடைய *det* my
என்னுடையது *pron* mine
என்னை *pron* me
என்னையே *pron* myself
எனக்கு *pron* me
எஸ்டொனியா நாட்டு மொழி *n* Estonian
எஸ்டொனியா நாட்டுடைய *adj* Estonian
எஸ்டோனியாக்காரர் *n* Estonian

ஏ

ஏக்கர் *n* acre
ஏசு உயிர்தெழு விழா *n* Easter
ஏட்டு *n* chief constable
ஏணி *n* ladder, stepladder
ஏணை *n* sling

ஏதாவது *pron* something
▷ *det* any
ஏந்து தட்டு *n* saucer
ஏப்பம் *n* belch
ஏப்பம் விடு *vi* burp
ஏப்ரல் மாத முட்டாள்கள் தினம் *n* April Fools' Day
ஏப்ரல் மாதம் *n* April
ஏமாற்றம் *n* disappointment
ஏமாற்றம் விளைவிக்கும் *adj* disappointing
ஏமாற்றமடைந்த *adj* disappointed
ஏமாற்று *vi* cheat
ஏமாற்று வேலை *n* forgery
ஏமாற்றுக்காரன் *n* crook
ஏமாற்றுபவர் *n* cheat
ஏமாறச்செய் *vt* disappoint
ஏய்! *n* exclamation
ஏர் *n* plough
ஏரி *n* lake
ஏலம் *n* auction
ஏவல் *n* order
ஏவலாள் *n* servant
ஏவு *vt* launch
ஏவுகணை *n* missile
ஏழ்மை *n* poverty
ஏழ்மையான *adj* poor
ஏழாவது *adj* seventh
ஏழில் ஒரு பாகம் *n* seventh
ஏழு *num* seven
ஏழையாக *adj* poorly
ஏளனம் *n* sarcasm
ஏளனம் செய் *vi* scoff
ஏளனமான *adj* ridiculous
ஏற்க முடிந்த *adj* affordable
ஏற்கச் செய் *vt* persuade
ஏற்கத்தக்க *adj* valid
ஏற்கனவே *adv* already, earlier
ஏற்கனவே பதிவு செய்யப்பட்ட *adj* canned
ஏற்கும் நிலையில் இரு *vt* afford
ஏற்படு *v* happen
ஏற்பாடு செய் *vt* arrange
ஏற்பாடு செய்தல் *n* arrangement
ஏற்புரை *n* acceptance speech
ஏற்றத்தாழ்வு *n* inequality
ஏற்றம் *vt* mount
ஏற்றவாறு *adv* accordingly
ஏற்றி *n* pump
ஏற்றி வை *v* switch on
ஏற்று *v* turn on
ஏற்றுக் கொள்ளத்தகாத *adj* unacceptable
ஏற்றுமதி *n* export
ஏற்றுமதி செய் *v* export
ஏறக்குறைய *prep* around
ஏறத்தாழ *adv* nearly
ஏறு *v* climb
ஏறுதல் *n* climbing
ஏறுபவர் *n* climber
ஏன் *adv* why
ஏனெனில் *conj* because
ஏனெனில் *conj* that
ஏனோ *adv* somehow

ஏ

ஐ

ஐக்கிய அரபுக் கூட்டாட்சி *npl* United Arab Emirates

ஐக்கிய இராஜ்ஜியம் ஒரு நாடு *n* UK

ஐக்கிய நாடுகள் *n* UN

ஐக்கிய ராஜ்யம் *n* United Kingdom

ஐந்தாவது *adj* fifth

ஐந்திணை *n* five landscapes in classical Tamil poetics

ஐந்து *num* five

ஐம்பது *num* fifty

ஐயப்பாடு அகற்றுகின்ற *adj* reassuring

ஐயத்திற்கு இடமளிக்கிற *adj* uncertain

ஐயத்திற்குரிய *adj* suspicious

ஐயப்பாடு *n* uncertainty

ஐயம் *n* doubt

ஐயமில்லாமல் *adv* doubtless

ஐயா *n* sir

ஐரிஷ் மொழி *n* Irish

ஐரோப்பா *n* Europe

ஐரோப்பிய ஒன்றியம் *n* European Union

ஐரோப்பிய நாடுகளின் *adj* European

ஐரோப்பியக்காரர் *n* European

ஐவகைப் போட்டி *n* pentathlon

ஐஸ்கிரீம் *n* ice cream

ஐஸ்லாந்து நாட்டின் *adj* Icelandic

ஐஸ்லாந்து மொழி *n* Icelandic

ஐஸ்வர்யம் *n* wealth

ஒ

ஒட்டகச் சிவிங்கி *n* giraffe

ஒட்டகம் *n* camel

ஒட்டடை *n* cobweb

ஒட்டப் பந்தயம் *n* running

ஒட்டவை *vt* fix

ஒட்டி *n* sticker

ஒட்டியாணம் *n* gold or silver ornament worn around the waist over the saree

ஒட்டு *vt* glue, paste

ஒட்டு மொத்த *adv* grossly

ஒட்டு மொத்தமான *adj* gross

ஒட்டுக்கேட்கும் கருவி *adj* bugged

ஒட்டுப்பலகை *n* plywood

ஒட்டுப்போட்ட *adj* patched

ஒட்டுப்போட்டது *n* patch

ஒட்டும் *adj* sticky

ஒட்டும் பசை *n* glue

ஒட்டுவீடு *n* semi-detached house
ஒட்டுறுப்பு அறுவை மருத்துவம் *n* plastic surgery
ஒடுக்கல் *n* liquidation
ஒத்தடம் *n* fomentation
ஒத்ததன்மை உடைமை *n* similarity
ஒத்திகை *n* rehearsal
ஒத்திகை செய் *v* rehearse
ஒத்திப்போடு *vt* put back
ஒத்தியல்பு கொண்ட *adj* compatible
ஒத்திரு *vt* resemble
ஒத்துக்கொள் *v* accept, own up
ஒத்துக்கொள்ளக்கூடிய *adj* acceptable
ஒத்துப்போ *v* match
ஒத்துழைப்பு *n* cooperation
ஒதுக்கி வைக்கப்பட்ட சேமிப்பு *n* reserve
ஒதுக்கித்தள்ளு *vt* overrule, scrap
ஒதுக்கீடு *n* allocation, quota
ஒதுக்கு *vt* put away
ஒப்படைப்பு *n* assignment
ஒப்பந்த ஓட்டுநர் *n* chauffeur
ஒப்பந்தக்காரர் *n* contractor
ஒப்பந்தப் பேச்சுகள் *npl* negotiations
ஒப்பந்தம் *n* agreement
ஒப்பனை *n* make-up
ஒப்பனை மேசை *n* dressing table
ஒப்பனைப்பெட்டி *n* dresser
ஒப்பனைப்பொருட்கள் *npl* cosmetics
ஒப்பிடக்கூடிய *adj* comparable
ஒப்பிடும்போது *adv* comparatively
ஒப்பீடு செய் *vt* compare
ஒப்பு நோக்கு *n* comparison
ஒப்புக்கொள் *v* admit, agree
ஒப்புக்கொள்ளப்பட்ட *adj* agreed
ஒப்புக்கொள்ளல் *n* acknowledgement
ஒப்புக்கொள்ளுதல் *excl* okay!
ஒப்புதல் *n* approval
ஒப்புதல் அளி *vi* approve
ஒப்புமை *n* similarity
ஒரிசா *n* Orissa
ஒரியா *n* Oriya
ஒரு *det* a, an
ஒரு தடவை *adv* once
ஒருபோதும் இல்லை *adv* never
ஒருமித்த *adj* unanimous
ஒருமித்திருத்தல் *n* collective
ஒருமுறை *adv* once
ஒருமை *n* singular
ஒருவருடைய *det* one's
ஒருவரும் *n* nobody
ஒருவரே *pron* oneself
ஒருவேளை *adv* perhaps, possibly
ஒரே *adj* only
ஒரே அச்சு *n* clone
ஒரே ஒரு *adj* single
ஒரே நேரத்தில் *adj* simultaneous

ஒ

ஒரே நேரத்தில் பிறந்தவை
n litter

ஒரே பகுதியில் வாழு v
move in

ஒரே மாதிரியான adj
identical

ஒரே முறை adv once

ஒல்லியான adj slender, thin

ஒலி இசைக் கருவி adj
acoustic

ஒலி உறிஞ்சி n silencer

ஒலி எழுப்பி n horn

ஒலி நாடா n cassette

ஒலி நாடாப் பதிவுக்கருவி n
tape recorder

ஒலி பெருக்கி n amplifier,
loudspeaker

ஒலி/ஒளி நாடா n tape

ஒலிநாடாவில் பதிவுசெய்
vt tape

ஒலிப்பதிவு n recording

ஒலிபரப்பச் செய் v broadcast

ஒலிபரப்பு n broadcast

ஒலிவாங்கி n microphone

ஒவ்வா prep unlike

ஒவ்வாமை n allergy

ஒவ்வாமை நீக்க மருந்து n
antihistamine

ஒவ்வொரு pron each

ஒவ்வொரு நபரும் pron
everyone

ஒவ்வொரு நாளும் adj daily

ஒவ்வொரு மணி நேர adj
hourly

ஒவ்வொரு மணி நேரத்திற்கு
adv hourly

ஒவ்வொருவரும் pron
everybody

ஒவ்வொன்றும் det each

ஒழி vt abolish

ஒழித்தல் n abolition

ஒழித்துக் கொடு v clear up

ஒழிய conj unless

ஒழுக்கக்கேடான adj
outrageous

ஒழுக்கங்கெட்ட adj corrupt

ஒழுக்கம் சார்ந்த adj moral

ஒழுக்கமற்ற adj immoral

ஒழுக்கமுள்ள adj virtuous

ஒழுங்கற்ற adj irregular,
untidy

ஒழுங்காக adv neatly

ஒழுங்கில்லாத adj messy

ஒழுங்குபடுத்து vt arrange

ஒழுங்குமுறை n discipline

ஒளி பாய்ச்சும் முன்விளக்கு n
headlight

ஒளிந்து கொள் vi dodge

ஒளிநகல் n photocopy

ஒளிநகல் செய் vt photocopy

ஒளிநகலி n photocopier

ஒளிப்படக்காட்டி n projector

ஒளிபுகு adj transparent

ஒளிரும் adj fluorescent

ஒளிவீசும் adj bright

ஒற்றறிதல் n spying

ஒற்றன் n spy

ஒற்றாடல் n espionage

ஒற்றாடல் பணித்துறை n
secret service

ஒற்றை மேற்கோள் குறி n
apostrophe

ஒற்றைத் தலைவலி *n* migraine
ஒற்றைப் பயண சீட்டு *n* single ticket
ஒற்றைப்படையான *adj* odd
ஒற்றையர் *npl* singles
ஒன்பதாவது *adj* ninth
ஒன்பது *num* nine
ஒன்பது பாகங்கள் *n* ninth
ஒன்றடுத்த *adj* successive
ஒன்றாக *adv* together
ஒன்றாகச் சேர் *v* unite
ஒன்றியம் *n* union
ஒன்று *num* one
ஒன்று சேர்ந்து பணம் கொடு *v* club together
ஒன்றுக்கு மாற்றாக *adv* instead
ஒன்றுக்கொன்று சமன் செய் *vt* equal
ஒன்றுசேர் *v* gather
ஒன்றுமில்லாமல் *adj* bare
ஒன்றுமில்லை *n* nil, nothing

ஓ

ஓங்காரம் *n* roar
ஓசைப்படுத்தாமல் *adv* quietly
ஓசோன் அடுக்கு *n* ozone layer
ஓட்டப்பந்தய வீரர் *n* runner
ஓட்டம் *n* run
ஓட்டு *v* drive
ஓட்டுநர் *n* driver
ஓட்டுநர் உரிமம் *n* driving licence
ஓட்டுநர் தேர்வு *n* driving test
ஓட்டுப்போடு *v* vote
ஓட்டுனர் இடதுபக்கம் அமர்ந்து ஓட்டும் வசதி *n* left-hand drive
ஓட்டுனரின் இருக்கைப்பகுதி *n* cockpit
ஓடக்காரர் *n* ferryman
ஓடத்துறை *n* quay
ஓடம் *n* small boat
ஓடிப்போ *vi* run away
ஓடு *v* run ▷ *n* (விதை) shell; (கூரை) tile
ஓடு பரவிய *adj* tiled
ஓடுடை மீன் *n* shellfish
ஓடுதளம் *n* tarmac
ஓடுபாதை *n* runway
ஓடை *n* stream
ஓணம் *n* Keralan harvest festival
ஓநாய் *n* wolf
ஓமான் நாடு *n* Oman
ஓய்வாக இரு *v* rest
ஓய்விடம் *n* lounge
ஓய்வு வேளை மையம் *n* leisure centre
ஓய்வு நேரம் *n* spare time
ஓய்வு பெற்ற *adj* retired
ஓய்வூதியம் *n* pension
ஓய்வூதியர் *n* pensioner
ஓர் *det* an
ஓர் இசைக்கருவி *n* triangle

ஓரத்தில் வை vt put aside
ஓரவஞ்சனை n prejudice
ஓரளவுக்கு adv partly
ஓரிரு n few
ஓரிருக்கை வண்டி n buggy
ஓவன் - அடுப்பு n oven
ஓவன் அடுப்பு உயபோக adj
  ovenproof
ஓவன் அடுப்பு கையுறை n
  oven glove
ஓவியம் n painting, drawing
ஓவியர் n artist, painter

க

கக்கு v vomit
கங்கா n Ganges
கங்காரு n kangaroo
கச்சா adj raw
கச்சிதம் n perfection
கச்சிதமாக adv perfectly
கச்சிதமான adj compact
கசக்கு vt crush
கசகசா n thyme
கசகசாச் செடி n poppy
கசப்பான adj bitter
கசப்பு adj bitter
கசப்பு சுவை n bitter taste
கசாப்புக் கடைக்காரர் n
  butcher
கசியச் செய் vi leak
கசிவு n leak

கஞ்சத்தனமான adj stingy
கஞ்சா n narcotic drink
கஞ்சி n porridge
கட்சி n party
கட்டங்களிருக்கும் adj
  checked
கட்டண வீதம் n tariff
கட்டணத் தொலைபேசி n
  payphone
கட்டணம் n charge; (பேருந்து)
  fare; (கல்விக்கூடம்) fee
கட்டணம் வசூல் செய் v
  charge
கட்டப்படும் இடம் n building
  site
கட்டம் n grid
கட்டமை vt construct
கட்டமைப்பு n structure
கட்டளை n command, order
கட்டளைக் குறிப்பு npl
  directions
கட்டளைப் படிவம் n order
  form
கட்டளையிடு vt order
கட்டாயம் n compulsory
கட்டாயமாக வேண்டும் v
  must
கட்டாயமான adj compulsory
கட்டி n (கழலை) tumour;
  (வீக்கம்) lump
கட்டிடக் கலை n architecture
கட்டிடக் கலைஞர் n
  architect
கட்டிடம் n building
கட்டிடம் கட்டுபவர் n builder
கட்டில் n cot

கட்டு vt build ▷ v (நிறுவு) put up ▷ n (மூட்டை) pack

கட்டுக்கதை n tale

கட்டுச்சோறு n packed food

கட்டுடல் கொண்ட adj athletic

கட்டுப்படுத்த முடியாத adj uncontrollable

கட்டுப்படுத்து vt control; restrict

கட்டுப்பாட்டிற்கு உட்பட்ட adj conditional

கட்டுப்பாடில்லாத adj unsteady

கட்டுப்பாடு n control

கட்டுப்பாடுகளுடன் adj stuffy

கட்டுமானம் n construction

கட்டுமானம் செய்பவர் n architect

கட்டுரை n article, essay

கட்டுரைப் பகுதி n passage

கட்டெறும்பு n black ant

கட்டை n stub

கட்டைவண்டி n bullock cart

கட்டைவிரல் n thumb

கட்புலன் n visibility

கடகம் n Cancer

கடத்திச் செல் vt abduct

கடத்து vt hijack

கடத்துபவர் n hijacker

கடந்த adj last

கடந்த கால adj past

கடந்த காலத்தில் adv formerly

கடந்த காலம் n past

கடந்த பின் vt go by

கடந்து செல் vt cross

கடந்துசெல் vt pass

கடப்பாரை n crow bar

கடமை n duty

கடல் n sea

கடல் உணவு n seafood

கடல் சுற்றுப் பயணம் n cruise

கடல் நாய் n seal

கடல் நீர் n sea water

கடல் பயணம் n crossing, sailing

கடல்கடந்து adv overseas

கடல்சார்ந்த adj maritime

கடல்நுரை n surf

கடல்பயண நோய் adj seasick

கடல்மட்டம் n sea level

கடலலோடி n sailor

கடலை எண்ணெய் n groundnut oil

கடலோடி n seaman

கடலோரம் n seaside, seashore

கடவுச்சொல் n password

கடவுள் n God

கடவுள் நம்பிக்கை இல்லாதவன், நாத்திகன் n atheist

கடற்கரை n coast

கடற்கரைக் காவல் n coastguard

கடற்கன்னி n mermaid

கடற்குப்பை n seaweed

கடற்கொள்ளையர் n pirate

கடற்பசு n walrus

கடற்படை n navy

கடற்படைக்கான *adj* naval
கடன் *n* credit
கடன் அட்டை *n* credit card
கடன் கொடு *vt* loan
கடன் கொடுத்தவன் *n* creditor
கடன் வழங்கு *vt* lend
கடன்காரன் *n* creditor
கடன்பட்டிரு *vt* owe
கடனடை *vt* repay
கடனாளி *n* debtor
கடிகார வெடிகுண்டு *n* time bomb
கடிகாரம் *n* clock
கடிதங்களை எடுத்துச் செல்பவர் *n* courier
கடிதத் தொடர்பு *n* correspondence
கடிதம் *n* letter
கடிவாளங்கள் *npl* reins
கடின உழைப்பு *n* labour
கடினப் பரப்பில் தேய் *vt* stub out
கடினம் *n* difficulty
கடினமாக *adv* hard
கடினமான *adj* difficult, tricky; rough; hard
கடினமான பயணம் *n* trek
கடினமான பயணம் மேற்கொள் *vi* trek
கடுகு *n* mustard seed
கடுங்குளிராக்கு *v* chill
கடுங்குளிரான *adj* chilly
கடுஞ்சின எதிர்ப்பு *adj* resentful
கடுதாசி *n* letter
கடுந்துயரம் விளைவிக்ககூடிய *adj* heartbroken
கடும் சோதனை *n* ordeal
கடுமுயற்சி செய் *vt* strain
கடுமையாக *adv* severely
கடுமையான *adj* drastic, harsh
கடை *n* shop, store
கடை உரிமையாளர் *n* shopkeeper
கடை பரப்பு *n* stall
கடைக் கூடை *n* shopping bag
கடைக்காரர் *n* shopkeeper
கடைக்குட்டி *n* youngest child
கடைசி *adj* last
கடைசி நிறுத்தம் *n* terminal
கடைசிக்கு முந்தைய *adj* penultimate
கடைசியாக *adv* last, lastly
கடைசியான *adj* ultimate
கடைத் திருட்டு *n* shoplifting
கடைத்தெரு *n* market place, bazaar
கடையப்பட்ட பாலாடை *n* whipped cream
கடையாள் *n* shop assistant
கடைவாய் *n* corner of the mouth
கண் *n* eye
கண் ஒப்பனை *n* eye shadow
கண் கண்ணாடி *npl* spectacles
கண் சிமிட்டு *vi* wink
கண் சொட்டு மருந்து *npl* eye drops

கண் விழியோடு ஒட்டியிருக்கும் வில்லை *npl* contact lenses
கண்கவர் *adj* spectacular
கண்களுக்குப் பாதுகாப்புக் கண்ணாடி *npl* goggles
கண்காட்சி *n* exhibition
கண்கானிப்பு *n* watch
கண்டம் *n* continent
கண்டாமணி *n* large-sized bell
கண்டி *vt* tell off
கண்டிப்பாக *adv* strictly
கண்டிப்பான *adj* strict
கண்டுபிடி *vt* track down
கண்டுபிடிப்பு *n* innovation
கண்ணடி *vi* wink
கண்ணாடி *n* glass
கண்ணாடிக்குவளை *n* glass
கண்ணாம்பூச்சி விளையாட்டு *n* hide-and-seek
கண்ணாமூச்சி *n* hide-and-seek
கண்ணிமை *n* eyelid
கண்ணிமையில் மைக்கோடு இட்டுக் கொள்வது *n* eyeliner
கண்ணிமையின் முடிவரிசை *n* eyelash
கண்ணியம் *n* decency, dignity
கண்ணியமாக *adv* respectably
கண்ணியில் குறுந்தகடு செயலாற்ற வைக்கும் பாகம் *n* CD-ROM
கண்ணின் கருவிழி *n* pupil
கண்ணின் முடிவரிசை ஒப்பனை *n* mascara
கண்ணீர் *n* tear
கண்ணீர்ப்புகை *n* tear gas
கண்ணுக்குத் தெரியாத *adj* invisible
கண்ணும் கருத்துமாகச் செய்து முடி *vi* slave
கண்ணுறு தொலைபேசி *n* videophone
கண்ணைக் கவரும் *adj* picturesque
கண்ணோட்டம் *n* perspective
கண்பார்வை *n* eyesight
கண்புரை *n* cataract
கண்மணி *n* eyeball
கணக்காளர் *n* accountant
கணக்கிடு *vt* calculate
கணக்கிடுதல் செய் *n* computing
கணக்கியல் *n* accountancy
கணக்கீடு *n* calculation
கணக்கு *n* sum
கணக்கு எண் *n* account number
கணக்குப்பொறி *n* calculator
கணம் *n* moment
கணவர் அல்லது மனைவியின் உறவினர்கள் *npl* in-laws
கணவன் *n* husband
கணவன் அல்லது மனைவி *n* spouse
கணவனையிழந்த *n* widow
கணவாய் *n* pass
கணி *vt* reckon
கணிசமாக *adv* considerably
கணித *adj* mathematical

க

கணிதம் *npl* mathematics

கணிதம் சார்ந்த *adj* mathematical

கணிப்பு *n* calculation

கணினி *n* computer, workstation

கணினி அரண் *n* firewall

கணினி அறிவியல் *n* computer science

கணினி என்பதன் சுருக்கம் *n* PC

கணினி வழங்கி *n* server

கணினி விளையாட்டு *n* computer game

கணினிச் சுட்டி அட்டை *n* mouse mat

கணினியில் உபயோகப்படுத்தப்பட்ட ஒரு பொருள் *n* floppy disk

கணினியில் ஒரு பகுதி *n* hard disk

கணினியை உபயோகிப்பதிலிருந்து விலகு *v* log out

கணுக்கால் *n* ankle

கத்தரிக்காய் *n* aubergine

கத்தரிக்கோல் *npl* scissors

கத்தி *n* knife

கத்தியால் குத்து *vt* stab

கத்திரிக்காய் *n* brinjal

கத்து *v* yell

கத்துதல் *n* shout

கதவடைப்பு *vt* lock out

கதவு *n* door

கதவுக் கைப்பிடி *n* door handle

கதவுக்கீல் *n* hinge

கதாநாயகன் *n* hero

கதாநாயகி *n* heroine

கதாபாத்திரம் *n* character

கதிமானி *n* speedometer

கதிர் அரிவாள் *n* sickle

கதிர்வீச்சு *n* radiation

கதிரவன் *n* sun

கதிரியக்க *adj* radioactive

கதை *n* story

கதை விபரம் *n* grass

கதைப்பகுதி *n* episode

கந்தல் துணி *n* cloth, rag

கப்பம் *n* tribute

கப்பல் *n* liner, ship

கப்பல் கட்டுமிடம் *n* shipyard

கப்பல் சிதைவு *n* shipwreck

கப்பல் வெளிச்சுவர் *n* hull

கப்பல்கட்டுதல் *n* shipbuilding

கப்பலின் பாய் *n* sail

கபடமற்ற *adj* frank

கபடி *n* kabaddi

கம்பம் *n* pole, post

கம்பலை *n* clutter

கம்பளம் *n* carpet

கம்பளி *n* wool

கம்பளி ஆடைகள் *npl* woollens

கம்பளிப்புழு *n* caterpillar

கம்பளியாலான *adj* woollen

கம்பளியிருந்து தூசு நீக்கும் கருவி *n* Hoover

கம்பி *n* wire

கம்பி இழை *n* string

கம்பி மத்தாப்பு *n* sparkler

கம்பி வடத் தொலைக்காட்சி *n* cable television

கம்பிஎண்ணு *vi* be imprisoned

கம்பிச்சட்டம் *n* grill

கம்பியில் பொருத்தப்பட்ட வாகனம் *n* cable car

கம்பிவேலிகள் *npl* railings

கம்பீரம் *n* grandeur

கம்பீரமான *adj* handsome

கம்பு *n* (தினை) millet; club

கம்பு (தானியம்) *n* rye

கம்போடியா வாசி *n* Cambodian

கயனா - ஒரு நாடு *n* Guyana

கயிறு *n* (கனமான) rope; (மெல்லிய) string

கர்நாடகமான *adj* naff

கர்நாடகா *n* Karnataka

கர்ப்பம் *n* pregnancy

கர்ஜி *v* roar

கரடி *n* bear

கரடுமுரடான *adj* coarse

கரண்டி *n* spoon

கரண்டியளவு *n* spoonful

கரணத்தால் *prep* due to

கரப்பான் பூச்சி *n* cockroach

கரம் *n* arm

கரிபியக் கடல் பகுதியின் *adj* Caribbean

கரிபியன் கடல் *n* Caribbean

கரிம *adj* organic

கரு *n* embryo

கருங்கல் *n* rock

கருங்குவளை *n* hyacinth

கருச்சிதைவு *n* miscarriage

கருஞ்சீரகம் *n* nigella seeds

கருணை *n* mercy

கருணைக்கிழங்கு *n* yam

கருணைநிதிக் கடை *n* charity shop

கருணையுள்ள *adj* gracious

கருத்தடை முறை *n* contraception

கருத்தரங்கம் *n* conference

கருத்தரித்துள்ள *adj* pregnant

கருத்தரிப்பு *n* pregnancy

கருத்தாய்வு *n* survey

கருத்தியலான *adj* abstract

கருத்து *n* opinion, view

கருத்து கொண்டிரு *vt* regard

கருத்துக் கணிப்பு *n* opinion poll

கருத்துக்கணிப்பு *n* opinion poll

கருத்துரை *n* comment

கருத்துரை கூறு *v* comment

கருத்தூன்றிப் படி *vi* swot

கருத்தைக் கவர்கின்ற *adj* striking

கருது *vt* consider; (சொல்) mean

கருநாகம் *n* king cobra

கருநிறமான *adj* dark

கருநீலம் *n* indigo

கருப்பொருள் *n* theme

கரும்பலகை *n* black board

கருமி *n* miser

கருமித்தனமான *adj* skimpy

கருமுட்டை *n* foetus

கருமுட்டைப்பை *n* ovary

கருமையான *adj* dark

க

கருவாலி மரம் *n* oak

கருவி *n* device

கருவி *n* appliance

கருவுறு *v* conceive

கரை *v* caw

கரைசல் *n* mix

கரைப்பான் *n* solvent

கரையச் செய் *v* dissolve

கரையான் *n* white ant

கரையும் *adj* soluble

கல் *n* stone

கல்மழை பெய்வது *v* sleet

கல்யாண வளையல் *n* marriage bangle

கல்லாப் பெட்டி *n* till

கல்லாய் மாறிய *adj* petrified

கல்லீரல் *n* liver

கல்லூரி *n* college

கல்வி *n* education

கல்வி சார்ந்த *adj* academic

கல்வி தொடர்பான *adj* educational

கல்வி வருடம் *n* academic year

கல்விக்கழகம் *n* academy

கல்வித் தகுதி *n* qualification

கல்வியறிவற்ற *adj* illiterate

கல்வியறிவு பெற்ற *adj* educated

கல்வெட்டு *n* inscription

கலக்கப்பட்ட காய்கறிகள் *n* mixed salad

கலக்கு *v* mix

கலகம் *n* riot

கலகம் செய் *vi* riot

கலங்கமில்லாத *adj* clear

கலங்கரை விளக்கம் *n* lighthouse

கலந்த *adj* mixed

கலந்தாலோசி *v* consult

கலந்துகொள் *vt* take part

கலப்பான் *n* mixer

கலப்பின நாய் *n* mongrel

கலவரம் *n* riot, revolt

கலவரமான *adj* chaotic

கலவை *n* mixture

கலை *n* art

கலைக்களஞ்சியம் *n* encyclopaedia

கலைக்கூடம் *n* art gallery

கலைச்சொல் *n* technical term

கலைஞர் *n* star

கலைநயத்துடன் *adj* artistic

கலைப் படைப்பு *n* work of art

கலைப் பள்ளி *n* art school

கலைமான் *n* reindeer

கவ்வாலி *n* Muslim devotional music

கவசவாகனம் *n* tank

கவர் *vt* attract

கவர்ச்சி *n* attraction

கவர்ச்சியற்ற *adj* drab

கவர்ச்சியான *adj* attractive

கவர்ந்திழு *vt* attract

கவலை ஏற்படுத்தக்கூடிய *adj* alarming

கவலைப் படு *vi* worry

கவலைப்படு *vi* fret

கவலைப்படுகிற *adj* worrying

கவலையான *adj* worried

கவனக்குறைவான *adj* absent-minded

கவனச்செய்தி *n* advert
கவனத்துடன் *adj* careful
கவனத்தைத் திருப்பு *vt* distract
கவனம் *n* attention
கவனம் செலுத்து *vi* concentrate
கவனமாக *adv* carefully
கவனமாக இரு *vt* alert
கவனமாகக் கையாளப்படவேண்டிய *adj* ticklish
கவனமாகப் பார் *vt* scan
கவனமான *adj* careful
கவனி *vi* care
கவனிக்கப்படத்தக்க *adj* noticeable
கவனிக்கப்படவேண்டிய *adj* important
கவனிக்கும்போது *prep* considering
கவனிப்பில்லாத *adj* unattended
கவனிப்பு *n* care
கவிகை ஊர்தி *n* hovercraft
கவிஞர் *n* poet
கவிதை *n* poem, poetry
கவிழ் *v* capsize, tip
கவுதமேலா - ஒரு நாடு *n* Guatemala
கழற்று *vt* untie
கழி *vt* subtract
கழித்தல் *prep* minus
கழித்தல் செய் *vt* deduct
கழிப்பிடம் *n* lavatory
கழிவு நீர் *n* sewer

கழுகு *n* eagle
கழுத்தறுப்பு *n* big nuisance
கழுத்தின் முன் பகுதி *n* throat
கழுத்து *n* neck
கழுத்துக்குட்டை *n* scarf
கழுத்துப் பட்டி *n* tie
கழுத்துப் பட்டி எலும்பு *n* collarbone
கழுத்துப்பட்டிகை *n* scarf
கழுத்துப்பட்டை *n* collar
கழுத்துப்போர்வை *n* muffler
கழுத்தைநெறி *vt* strangle
கழுதை *n* ass, donkey
கழுவு *vt* wash
கழுவுதல் *n* washing
கழுவுதொட்டி *n* washbasin
கழைக்கூத்தாடி *n* acrobat
கள் *n* toddy
கள்வன் *n* thief
கள்ளக் கடத்தல் *n* smuggling
கள்ளக்கடத்தல்காரர் *n* smuggler
கள்ளக்கடத்து *vt* smuggle
கள்ளிச் செடி *n* cactus
களங்கமில்லாத *adj* spotless
களஞ்சியம் *n* barn
களவாணி *n* petty thief
களிப்புமிக்க *adj* merry
களிம்பு *adj* cream
களிமண் *n* clay
களை *n* weed
களைக்கொல்லி *n* weedkiller
களைப்படைந்த *adj* tired
களைப்படையச்செய்யும் *adj* tiring
களைப்பான *adj* tired

களைப்புற்ற *adj* exhausted

கற் சுரங்கம் *n* quarry

கற்பதற்குரிய வழிகாட்டி *n* tutor

கற்பலகை *n* slate

கற்பழி *vt* rape

கற்பழிப்பு *n* rape

கற்பழிப்புக்காரர் *n* rapist

கற்பனை *n* imagination

கற்பனை செய் *vt* imagine

கற்பனை செய்து பார் *vt* visualize

கற்பனையான *adj* imaginary

கற்பி *vt* instruct

கற்பித்தல் *n* teaching

கற்றுக்குட்டி *n* apprentice

கற்றுக்கொள் *v* learn

கற்றுக்கொள்பவர் *n* learner

கற்றுத் தேறாத *n* amateur

கறிவேப்பில்லை *n* curry leaf

கறுப்புப் புள்ளி *n* black mark

கறை *n* stain, mark

கறை அகற்றி *n* stain remover

கறைப்படுத்து *vt* stain

கன்மெழுகு *n* paraffin

கன்று *n* calf

கன்று இறைச்சி *n* veal

கன்னடம் *n* Kannada

கன்னடா *n* Kannada

கன்னம் *n* cheek

கன்னி (பெண்) *n* virgin

கன்னி ராசி *n* Virgo

கன்னிப்பெண் *n* spinster

கனசதுர வடிவான *adj* cubic

கனசதுரம் *n* cube

கனடா - ஒரு நாடு *n* Canada

கனடா வாசி *n* Canadian

கனடாவைச் சார்ந்த *adj* Canadian

கனத்த மழை *n* downpour

கனமான *adj* heavy

கனமான பெட்டி *n* chest

கனரக வண்டிகள் *n* HGV

கனரக வாகனம் *n* heavy vehicle

கனவளவு *n* volume

கனவு *n* dream

கனவுகாண் *v* dream

கனிம *adj* mineral

கனிமப் பொருள்கள் நிறைந்த நூல் *n* mineral water

கனிமம் *n* mineral

கனை *v* neigh

கஜம் (அளவு) *n* yard

கஸகஸ்தான் ஒரு நாடு *n* Kazakhstan

கஷ்டப்படு *v* struggle

காக்கைப்பொன் *n* tinsel

காகம் *n* crow

காகித உருளை *n* toilet roll

காகித உறையிடப்பட்ட புத்தகம் *n* paperback

காகிதப் பிடிப்பி *n* paperclip

காகிதம் *n* paper

காங்கோ - ஒரு நாடு *n* Congo

காச நோய் *n* tuberculosis

காச நோய் (சுருக்கம்) *n* TB

காசாளர் *n* cashier

காசுபேசு கருவிகள் *npl* headphones

காசோலை *n* cheque

காசோலைப் புத்தகம் *n* chequebook

காட்சி *n* scene

காட்சி ஊடகம் *n* visual media

காட்சி முறை *n* display

காட்டிலும் *prep* than

காட்டு *v* show

காட்டுத்தனமான *adj* wild

காட்டுப்பன்றி *n* hog

காட்டுமிராண்டி *n* savage

காடி *n* vinegar

காடு *n* forest

காடை *n* quail

காண்பி *vt* show, display

காண்பித்தல் *n* display

காணக்கூடிய *adj* visible

காணப்படு *v* seem

காணாமல்போன *adj* missing

காணிக்கை *n* votive offering

காணும் படியான *adj* visual

காத்திரு *vi* hang on, stay up

காத்திருக்கும் அறை *n* waiting room

காத்திருப்பவர் பட்டியல் *n* waiting list

காதணி *n* earring

காதல் *n* romance

காதல் சரசமாடு *vi* flirt

காது *n* ear

காது செருகிகள் *npl* earplugs

காதுகேட்கும் கருவி *n* hearing aid

காதுவலி *n* earache

காதைக்கிழிக்கும் *adj* deafening

காந்த ஆற்றலுடைய *adj* magnetic

காந்தம் *n* magnet

காந்தி நகர் *n* Gandhinagar

காப்பாளர் *n* warden

காப்பாற்று *vt* rescue, save

காப்பாற்றுங்கள்! *excl* help!

காப்பி - ஒரு பானம் *n* coffee

காப்பி பாத்திரம் *n* coffeepot

காப்பிக் கொட்டை *n* coffee bean

காப்பீடு *n* insurance

காப்பீடு அத்தாட்சி பத்திரம் *n* insurance policy

காப்பீடு சான்றிதழ் *n* insurance certificate

காப்பீடு செய்யப்பட்டவர் *adj* insured

காப்பு செய்து கொள் *vt* insure

காப்புத்தொகை *n* security deposit

காப்புப் பொருள் *n* preservative

காபந்து அரசு *n* caretaker government

காபன் - ஒரு நாடு *n* Gabon

காம்பியா *n* Gambia

காய்கறி *n* vegetable

காய்கறிக்கடை *n* greengrocer

காய்ச்சல் *n* fever

காய்ச்சல் வகை *n* flu

காய்ந்த ரொட்டி *n* rusk

காயத்துக்குரிய *adj* traumatic

காயப்படுத்து *vt* injure, wound

காயம் *n* injury, wound

காயம் ஏற்பட்ட நேரம் *n* injury time

காயம்பட்ட *adj* injured

காயமடைந்த *adj* hurt

காயல் *n* lagoon

கார் காலம் *n* rainy season in Tamil Nadu (October-December)

கார் பயணம் *n* drive

கார்த்திகை *n* eighth Tamil month

கார்நிறுத்தும் சந்து *n* lay-by

கார்பன் *n* carbon

காரச்சுவையுடைய *adj* savoury

காரணங்கூறு *vt* account for

காரணத்தால் *prep* owing to

காரணம் *n* cause, reason

காரணமாக *conj* because

காரணமாகு *vt* cause

காரணி *n* factor, agent

காரம் *adj* hot, spicy

காரமான அவரை சூப் *n* spicy lentil soup

காரமான கிழங்கு வகை *n* horseradish

காரியதரிசி *n* secretary

காரின் பக்கவாட்டுக் கண்ணாடி *n* wing mirror

காரை நிறுத்து *v* park

கால் *n* leg

கால் கிலோ *n* quarter kilo

கால் தடம் *n* footprint

கால் நடையாக *adv* on foot

கால்சட்டை *npl* trousers

கால்நடை வைத்தியர் *n* vet

கால்நடைகள் *npl* cattle

கால்பந்து போட்டி *n* football match

கால்பந்து விளையாட்டு வீரர் *n* football player

கால்பந்து விளையாடுபவர் *n* footballer

கால்பாகம் *n* quarter

கால்பாக இறுதிப் போட்டி *n* quarter final

கால்மருத்துவ நிபுணர் *n* chiropodist

கால்வாய் *n* canal

கால்விரல் *n* toe

கால அட்டவணை *n* timetable

கால இடைவெளி *n* time off

காலங்கடந்து தூங்கு *vi* oversleep

காலடி *n* footstep

காலணி *n* footwear

காலணி மெருகூட்டி *n* shoe polish

காலணிக் கயிறு *n* lace

காலணிகள் கடை *n* shoe shop

காலத்துக்கேற்ற *adj* fashionable

காலந் தள்ளு *v* live on

காலப்போக்கு *n* passage of time

காலம் *n* time

காலம் கடந்து வருகிற *adv* late

காலம் தாழ்த்தாமல் *adv* punctually

காலாவதி *vi* expire
காலாவதி தேதி *n* expiry date
காலவரை *n* period
காலவரைப் பயணச் சீட்டு *n* season ticket
காலாட் படை *n* infantry
காலாவதி தேதி *n* sell-by date
காலாவதியான *adj* out of date
காலி செய் *vt* vacate
காலிப் பணியிடம் *n* vacancy
காலியான *adj* empty
காலுறை *n* sock
காலை *n* morning
காலை உணவில் ஒரு வகை *n* muesli
காலை உணவு *n* breakfast
காலை நேர நோய் *n* morning sickness
காலை நேரம் *n* morning
காவராட்டி *n* Kavaratti
காவல் அதிகாரி *n* police officer
காவல் உதவி ஆய்வாளர் *n* sergeant
காவல் செய் *vt* guard
காவல் நிலையம் *n* police station
காவல்காரர் *n* policeman
காவல்துறை அதிகாரி *n* policeman
காவலர் *n* police
காவலாளி *n* guard, security guard
காவற் பணி பொறுப்பாளர் *n* caretaker
காவியம் *n* epic
காழ்ப்பு *n* grudge
காளான் *n* mushroom
காளை *n* bull
காற்புள்ளி *n* comma
காற்றழுத்த துரப்பணம் *n* pneumatic drill
காற்றாலை *n* windmill
காற்று *n* air
காற்றுத்தடுப்பி *n* windscreen
காற்றுப்புக முடியாத *adj* airtight
காற்றுப்புகா *adj* airtight
காற்றுப்பை *n* airbag
காற்றோட்டம் *n* ventilation
கான்கிரீட் *n* concrete
கானரீஸ் - தீவுக் கூட்டம் *npl* Canaries
கானா (ஓர் இடம்) *n* Ghana
கானாங்கெளுத்தி மீன் *n* mackerel
கானாவைச் சேர்ந்தவர் *adj* Ghanaian
கானியன் *n* Ghanaian
காஷ்மீர் *n* Kashmir
கிச்சு கிச்சு மூட்டு *vt* tickle
கிசுகிசு *v* whisper
கிசுகிசுப்பு *n* whisper
கிட்டத்தட்ட *adv* almost
கிட்டத்தில் *adj* nearby
கிட்டப் பார்வையுள்ள *adj* short-sighted
கிட்டப்பார்வை *adj* near-sighted
கிட்டிப்புள் *n* Indian game
கிடங்கு *n* warehouse
கிடைக்க கூடிய *adj* available

கிடைக்கும் தன்மை *n* availability
கிண்டல் *n* making fun
கிண்டு *v* stir
கிண்ணம் *n* cup
கிணறு *n* well
கித்தான் *n* canvas
கிபி *abbr* AD
கிமீ/மணி நேரம் *abbr* km/h
கியர் தண்டு *n* gear lever
கியூபா - ஒரு நாடு *n* Cuba
கியூபா நாட்டின் *adj* Cuban
கியூபா வாசி *n* Cuban
கிரகம் *n* planet
கிராக்கி *n* demand
கிராம் *n* gram
கிராம்பு *n* clove
கிராம நிர்வாக அதிகாரி *n* village administrative officer
கிராம வெளியிடங்களில் நடத்தல் *n* hike
கிராமப்புறம் *n* country, countryside
கிராமம் *n* village
கிராமிய *adj* rural
கிராமிய இசை *n* folk music
கிரிக்கெட் விளையாட்டு *n* cricket
கிரியாஊக்கி *n* catalytic converter
கிரீக் நாட்டின் *adj* Greek
கிரீக் நாட்டு மொழி *n* Greek
கிரீச் சத்தமிடு *vi* squeak
கிரீமிருக்கும் பெரிய கேக் *n* gateau
கிரீன் கட்சியின் *n* green
கிரீன்லாண்ட் - ஒரு தீவு *n* Greenland
கிரீஸ் - ஒரு நாடு *n* Greece
கிரீஸ் நாட்டவர் *n* Greek
கிருமி *n* germ
கிருஷ்ண ஜெயந்தி *n* celebration to mark the birth of Hindu god Lord Krishna
கில்லி *n* Indian game
கிலோ - எடை அளவு *n* kilo
கிலோ மீட்டர் - தூர அளவு *n* kilometre
கிழக்காசிய *n* Far East
கிழக்கில் *adv* east
கிழக்கு *n* east
கிழக்கு நோக்கி *adj* eastbound
கிழக்குப்பக்க *adj* east
கிழங்கு *n* bulb
கிழி *vt* tear
கிழிசல் *n* tear
கிழிசலான *adj* worn
கிழித்து விடு *v* tear up
கிழித்தெடு *v* rip
கிழிந்த *adj* worn
கிள்ளு *vt* snip
கிளம்பு *v* set out
கிளாரினெட் - இசைக் கருவி *n* clarinet
கிளி *n* parrot
கிளுவை *n* madras balsam tree
கிளை *n* branch
கிளைக்கோசு *npl* Brussels sprouts
கிறிஸ்து *n* Christ
கிறிஸ்து மதத்தவர் *n* Christian

கிறிஸ்து மதம் *n* Christianity
கிறிஸ்துமஸ் *n* Christmas
கிறிஸ்துமஸ் அட்டை *n* Christmas card
கிறிஸ்துமஸ் அலங்காரங்களில் பயன்படுத்தப்படும் ஒருவகைப் புல்லுருவி *n* mistletoe
கிறிஸ்துமஸ் தினத்திற்கு முந்தைய நாள் *n* Christmas Eve
கிறிஸ்துமஸ் மரம் *n* Christmas tree
கிறுக்கு *v* scribble
கிறுகிறுப்பு *n* vertigo
கினிப்பன்றி *n* guinea pig
கீச்சிடு *v* twitter
கீடம் *n* maggot
கீரை *n* lettuce
கீரைச் செடி வகை *n* cress
கீவிப்பறவை *n* kiwi
கீழ் *adj* lower
கீழ் கால் *n* shin
கீழ் தளத்திலிருக்கும் *adj* downstairs
கீழ் தளத்திற்கு *adv* downstairs
கீழ் நோக்கி (திசையில்) *adv* down
கீழ்த்தரமான *adj* vulgar
கீழ்தாடை *n* chin
கீழ்நிலைக்கு ஒதுக்கு *vt* relegate
கீழ்படிதலுள்ள *adj* obedient
கீழ்படிய மறுக்கின்ற *adj* disobedient
கீழ்படியாத *adj* rebellious
கீழ்படியாமல் மறு *v* disobey
கீழிறங்கு *v* descend
கீழே *prep* under, below
கீழே கொட்டு *vt* dump
கீழே வா *v* come down
கீழே விழு *v* fall down
கீழை நாடுகள் *n* Orient
கீழை நாடுகளுக்குரிய *adj* oriental
கீற்று *n* plaited coconut leaves
கீறல் *n* crack
கீறு *vt* scratch
கு (இடத்திற்கு) *prep* unto
குக்கிராமம் *n* small village
குகை *n* cave
குங்கிலியம் *n* resin
குங்குமப் பூ *n* saffron
குச்சி மிட்டாய் *n* lollipop
குச்சி; கம்பு *n* stick
குஞ்சு *n* young
குட்டி *n* cub
குட்டிக்கரணம் *n* somersault
குட்டை *n* puddle
குட்டையான *adj* short
குடட மூடி *n* hubcap
குடமிளகாய் *n* capsicum
குடல் சம்பந்தப்பட்ட *adj* coeliac
குடல்நாளம் *n* gut
குடல்வால் அழற்சி *n* appendicitis
குடலிறக்கம் *n* hernia
குடி *v* drink
குடி நீர் *n* drinking water
குடி புகுதல் *n* immigration

க

குடி பெயர்தல் *n* migration

குடிக்க உபயோகிக்கும் கண்ணாடிக் கோப்பை *n* carafe

குடிகாரன் *n* drunk

குடிசை *n* hut

குடிசைத் தொழில் *n* cottage industry

குடித்தல் *n* drink

குடிப்பழக்கம் உள்ளவர் *n* alcoholic

குடிபெயர்ந்தோர் *n* migrant

குடிபோதையுடன் *adj* drunk

குடிமகன் *n* citizen

குடிமுறை உரிமைகள் *npl* civil rights

குடியரசு *n* republic

குடியரசுத் தலைவர் *n* president

குடியிருப்பவர் *n* resident

குடியிருப்பு *n* occupation

குடியிருப்புப் பகுதி *adj* residential

குடியின் பின் விளைவுகள் *n* hangover

குடியுரிமை *n* citizenship, nationality

குடியேறு *vi* emigrate

குடும்ப ஓய்வூதியம் *n* family pension

குடும்ப கட்டுப்பாடு *n* family planning

குடும்ப வாழ்க்கை *n* family life

குடும்பத் தலைவர் *n* male head of the family

குடும்பப் பெயர் *n* surname

குடும்பம் *n* family

குடுமி *n* tuft

குடுவை *n* flask

குடை *n* umbrella

குடை இராட்டினம் *n* merry-go-round

குடைக்காளான் *n* toadstool

குண்டர் *n* thug

குண்டன் *n* stout man

குண்டு *n* bullet

குண்டு எறிதல் *n* shot put

குண்டூசி *n* pin

குணப்படுத்து *vt* cure

குணம் அடை *vi* recover

குணம் கொண்டிரு *vt* take after

குணமடை *vi* heal

குணமடைதல் *n* recovery

குணாதிசயம் *n* character

குத்தகை *n* lease

குத்தகைக்காரர் *n* tenant

குத்தல் *n* sarcasm

குத்து *vt* poke

குத்துவாள் *n* dagger

குத்துவிளக்கு *n* oil-lamp

குதி *v* jump

குதிகால் *n* heel

குதிகால் உயர்த்தப்பட்ட *adj* high-heeled

குதிரை *n* horse

குதிரை ஏற்றம் *n* horse riding

குதிரை சாகசப் பந்தயம் *n* show jumping

குதிரை லாடம் *n* horseshoe

குதிரை வண்டி *n* horse carriage

குதிரைக்குட்டி *n* colt, foal
குதிரைச் சவாரி *n* riding
குதிரைப் பந்தயம் *n* horse racing
குதிரைப் பந்தைய மைதானம் *n* racecourse
குதிரைவால் சடை *n* ponytail
குப்பை *n* litter, rubbish
குப்பைக் கூளம் *n* rubbish dump
குப்பைத் தொட்டி *n* dump
கும்பராசி *n* Aquarius
கும்பல் *n* gang
கும்பலாக *adj* crowded
கும்பிடு *v* pray
கும்மி *n* girls' dance
குமாரி *n* Miss
குமிழ் *n* stud
குமிழ்களிருக்கும் *adj* fizzy
குமிழி *n* bubble
குயவர் *n* potter
குயன்னா - ஒரு நாடு *n* Guinea
குயில் *n* cuckoo
குரங்கு *n* monkey
குரல் *n* voice
குரல்வளை *n* larynx
குரல்வளை அழற்சி *n* laryngitis
குரலஞ்சல்; குரல் மடல் *n* voicemail
குரான்-இஸ்லாமியர் திருமறை *n* Koran
குரு *n* (பள்ளி) teacher; (ஆலோசனை) mentor; (மதம்) priest

குரு ஹர்கோவிந் ஜெயந்தி *n* Guru Hargovind's birth anniversary
குருகுல மாணவன் *n* au pair
குருதி *n* blood
குருநானக் ஜெயந்தி *n* Guru Nanak's birth anniversary
குருவி *n* sparrow
குரூரமான *adj* fierce, vicious
குரோமிய (உலோகப்) பூச்சு *n* chrome
குரோவேஷிய நாட்டினர் *adj* Croatian
குரோவேஷியா - ஒரு நாடு *n* Croatia
குரோவேஷியாவாசி *n* Croatian
குறட்டை விடு *vi* snore
குல்லா *n* cap
குலாப் ஜாமுன் *n* Indian sweet
குலுக்கு *vt* shake
குலுக்குச் சீட்டு *n* raffle
குலை *vi* shatter ▷ *n* bunch
குவளை *n* mug
குவிந்த காய் காய்க்கும் ஒரு மரவகை *n* conifer
குவிமையம் *n* focus
குவியல் *n* heap, pile
குவைத் நாட்டின் *adj* Kuwaiti
குவைத் நாட்டுக்காரர் *n* Kuwaiti
குவைத் நாடு *n* Kuwait
குழந்தை *n* child, kid

குழந்தை இடுப்பைச் சுற்றிக் கட்டும் ஈரம் உறிஞ்சிக் கொள்ளும் தடித்த துணி அல்லது காகிதம் *n* nappy
குழந்தை பராமரிப்பு *n* childcare
குழந்தைக் காப்பகம் *n* childminder
குழந்தைக்கான சிறு தொட்டில் *n* carrycot
குழந்தைகளுக்கான செயற்கை நீர்த்தேக்கம் *n* paddling pool
குழந்தைத்தனமான *adj* childish
குழந்தைப் பருவம் *n* childhood
குழப்பம் *n* confusion; (விவாதம்) row
குழப்பம் விளைவி *vt* confuse
குழப்பமான *adj* complicated, confused
குழப்பு *v* mess about
குழம்பிய *adj* puzzled
குழம்பு *n* broth; (இறைச்சி) gravy
குழம்பு (நீர்மம்) *n* slush
குழம்புகின்ற *adj* confusing
குழம்புப் பொடி *n* curry powder
குழாய் *n* pipe, tube
குழாய் அமைப்புப் பணி *n* plumbing
குழாய் வடிவ பொருள் *n* tube
குழாய் வரிசை *n* pipeline
குழாய் வழி வெளியேற்று *vt* pump
குழி *n* ditch
குழி வெட்டு *v* dig
குழி வெட்டும் கருவி *n* digger
குழிப்பேரிப் பழம் *n* peach
குழு *n* committee, group
குழைமம் *n* lotion
குள்ளநரி *n* fox
குள்ளன் *n* dwarf
குளம் *n* pool
குளவி *n* wasp
குளிகை *n* pill
குளியல் கூழ்பொருள் *n* shower gel
குளியல் தலைத்தொப்பி *n* shower cap
குளியல் பொருட்கள் *npl* toiletries
குளிர் *vi* become cold ▷ *n* coldness
குளிர் பதனம் *n* air conditioning
குளிர் பானம் *n* soft drink
குளிர் வெடிப்பு (புண்) *n* cold sore
குளிர்கால விளையாட்டுகள் *npl* winter sports
குளிர்காலம் *n* winter
குளிர்ச்சியான *adj* cold, cool
குளிர்சாதனப்பெட்டி *n* refrigerator
குளிரான *adj* cold
குளிரூட்டப்பட்ட *adj* air-conditioned
குளிரூட்டு *vt* freeze

குளுகுளு கண்ணாடி *npl* sunglasses
குளுகோஸ் சர்க்கரை *n* glucose
குளுவை *n* pellet
குளோரின் *n* chlorine
குற்றச்சாட்டு *n* accusation, allegation
குற்றத்தை ஒப்புக்கொள் *v* confess
குற்றத்தை ஒப்புக்கொள்ளுதல் *n* confession
குற்றப்பத்திரிக்கை *n* charge sheet
குற்றம் *n* crime, offence
குற்றம் கண்டுபிடி *vt* pick on
குற்றம் கூறப்பட்ட *adj* alleged
குற்றம் சாட்டப்பட்டவர் *n* accused
குற்றம் சாட்டு *vt* accuse
குற்றம் செய்த *adj* criminal, guilty
குற்றம் புரிவதில் உடந்தையாக இருப்பவர் *n* accomplice
குற்றமுள்ள *adj* guilty
குற்றவாளி *vt* convict
குற்றவியல் *n* criminology
குற்றவியல் நடுவர் *n* magistrate
குறடு *npl* pliers
குறி *n* sign
குறி செய் *vt* tick
குறிக்கோள் *n* aim
குறிக்கோள் பயணம் *n* expedition
குறித்த *prep* regarding
குறித்த காலத்திற்கு முந்திய *adj* premature
குறித்து *prep* regarding, about
குறித்துக் காட்டு *vt* stand for
குறித்துக் கொடு *vt* prescribe
குறித்துக் கொள் *vt* note down
குறிப்பாக *adv* particularly
குறிப்பாகப் பார் *vt* pick out
குறிப்பிட்ட *adj* particular
குறிப்பிட்ட *adj* specific
குறிப்பிட்ட எல்லைக்குள் நடப்பதைப் படம்பிடித்துக் காட்டும் டெலிவிஷன் *n* CCTV
குறிப்பிட்ட நேரத்திற்கு முன்னர்; சீக்கிரம் *adj* early
குறிப்பிட்ட பயன்பாட்டு நிலம் *n* reserve
குறிப்பிடு *vt* mention
குறிப்பிடும்படியாக *adv* remarkably
குறிப்பு *n* mark, remark
குறிப்பு *n* hint
குறிப்பு காட்டு *vi* hint ▷ *v* signal
குறிப்புச் சொல் *n* cue
குறிப்புத்தாள் *n* notepaper
குறிப்புதவி *n* reference
குறிப்புதவி எண் *n* reference number
குறிப்பெடு *v* scribble
குறிப்பெடுத்துக் கொள் *vt* jot down
குறிப்பெழுதுபவர் *n* jotter
குறிப்பேடு *n* notebook

க

குறியீடு *n* symbol
குறுக்கிடு *v* interrupt
குறுக்கீடு *n* interruption
குறுக்கு வழி *n* shortcut
குறுக்கு விசாரணை *n* cross-examination
குறுக்குத்தனமான *adj* eccentric
குறுக்குப் பாதை *n* shortcut
குறுக்கெழுத்துப் போட்டி *n* crossword
குறுக்கே *prep* across
குறுகலான *adj* narrow
குறுகிய தூரத்திற்கு விரைவாக ஓட்டு *vi* sprint
குறுகிய மனமுடைய *adj* narrow-minded
குறுந்தகட்டில் பதிவு செய்யும் கருவி *n* CD burner
குறுந்தகட்டை செயலாற்ற வைக்கும் கருவி *n* CD player
குறுந்தகடு *n* CD
குறுநாய் வகை *n* Pekinese
குறும்புத்தனம் *n* mischief
குறும்புத்தனமான *adj* mischievous
குறுவிரையோட்டம் *n* sprint
குறை *v* come down
குறை எண் *n* minus number
குறை கூறு *vt* find fault with
குறைக்கச் செய் *v* go down
குறைத்தல் *n* cutback
குறைத்து மதிப்பிடு *vt* underestimate
குறைந்த *adj* low
குறைந்த அளவு *n* minimum

குறைந்த ஊதியத்தில் *adj* underpaid
குறைந்த கால *adj* short
குறைந்த பட்சம் *adv* at least
குறைந்தபட்ச *adj* minimum
குறைப்பு *n* reduction
குறைபாடு *n* shortcoming
குறைய *prep* minus
குறையுடைய *adj* faulty
குறைவாக்கு *vt* reduce
குறைவாக *adv* less
குறைவான *pron* less ▷ *adj* low
குறைவு *n* decrease
குறைவுறு *v* drop
குன்றின் உச்சிக்கு *adv* uphill
குன்றின் மேல் நடத்தல் *n* hill-walking
குன்று *n* hill
குனிந்து பார் *vi* crouch down
குஜராத் *n* Gujarat
குஜராத்தி *n* Gujarati
கூச்சல் *n* shout
கூச்சலிடு *v* shout
கூட்டணி *n* alliance
கூட்டத் தலைவன் *n* God
கூட்டம் *n* assembly
கூட்டம் *n* flock
கூட்டல் *prep* plus
கூட்டாக *adj* collective
கூட்டாளி *n* ally, associate; partner
கூட்டு *n* (உணவு) side dish; (பங்கு) partnership
கூட்டு *v* add (up), sum up; (சுத்தம்) sweep

கூட்டு சேர் *v* combine, merge
கூட்டுக் கலவை *n* composition
கூட்டுக் குடும்பம் *n* joint family
கூட்டுச்சொல் *n* compound word
கூட்டுப்பொருள் *n* additive
கூட *conj* and ▷ *adv* (துணை) along; (இன்னும்) even; (அதனுடன்) too
கூடப்பிறந்தவர்கள் *npl* siblings
கூடம் *n* hall
கூடாரச் சீலை *n* tarpaulin
கூடாரம் *n* tent
கூடிப் பழகும் இயல்புடைய *adj* sociable
கூடு *v* gather ▷ *n* nest
கூடுதல் *prep* plus ▷ *pron* more
கூடுதலாக *adj* further
கூடுதலான *adj* additional
கூடும் *v* may, might
கூண்டு *n* cage
கூதிர்ப் பருவம் *n* autumn
கூந்தல் ஊசி *n* hairpin
கூப்பாடு *n* racket
கூப்பிடு *vt* call
கூபகம் *n* pelvis
கூம்பு *n* cone
கூர்ந்து கவனி *vi* look at
கூர்ந்து கவனித்துச் செயல்படுகிற *adj* observant
கூர்ந்து கவனிப்பவர் *n* observer
கூர்மதியுடைய *adj* ingenious
கூர்மையான பொருளினால் குத்து *vt* prick
கூர்வலி *adj* sharp
கூரறிவுள்ள *adj* cute
கூரான *adj* sharp
கூரை *n* (உள்பகுதி) ceiling; (வெளிப்பகுதி) roof
கூரை ஓடு *n* tile
கூரை வீடு *n* thatched house
கூரைத் திறப்பு *n* sunroof
கூரைவேய்ந்த *adj* thatched
கூலம் *n* grain
கூவு *v* crow
கூழ் *n* gel
கூழாங்கல் *n* pebble
கூழைக்கடா - பறவை *n* pelican
கூளம் *n* bits of straw
கூறு *n* element, aspect ▷ *vt* tell
கூனி இறால் *n* shrimp
கூனைப்பூ *n* artichoke
கூஜா *n* jug
கெஞ்சு *v* plead
கெட்ட *adj* bad
கெட்ட எண்ணம் கொண்ட *adj* wicked
கெட்ட பழக்கத்திற்கு அடிமை *n* addict
கெட்ட பழக்கத்திற்கு அடிமையான *adj* addicted
கெட்ட வாசனை *adj* smelly
கெட்டி *n* smart person
கெட்டியாக *adv* tightly

க

கெட்டியாகப் பிடித்துள்ள *adj*
 tight
கெட்டியான *adj* tight
கெடு நோக்குடைய *adj*
 sinister
கெடு முடிந்த *adj* overdue
கெடுக்காலம் *n* deadline
கெண்டி *n* can
கெண்டைக்கால் *n* calf
கெபாப் *n* kebab
கெளுத்தி *n* catfish
கென்யா நாட்டின் *adj* Kenyan
கென்யா நாடு *n* Kenya
கென்யாவாசி *n* Kenyan
கேக்கின் மீது பூசும் ஒரு
 வகை சர்க்கரைப் பொடியை
 உருவாக்குவதற்கான
 வெள்ளைநிற சர்க்கரை *n*
 icing sugar
கேங்டாக் *n* Gangtok
கேட்கும் திறன் *n* audition
கேட்டல் *n* hearing
கேட்டு இரு *vi* listen
கேட்டுப் பெறாத
 விளம்பரங்கள், பிரசுரங்கள்
 n junk mail
கேட்டுப்பார் *vt* ask for
கேட்பவர் *n* listener
கேடயம் *n* shield
கேடி *n* criminal
கேடு விளைவிக்கும் *adj* evil
கேணி *n* well
கேப்பை *n* ragi
கேமரூன் - ஒரு நாடு *n*
 Cameroon
கேரளா *n* Kerala

கேலி செய் *vt* mock
கேலிச்சித்திரம் *n* cartoon
கேள் *vt* ask
கேள்வி *n* question, query
கேள்வி கேள் *vt* query
கேள்விப்பட்டியல் *n*
 questionnaire
கேளிக்கை *n* entertainment;
 (திருவிழா) carnival
கேளிக்கை வியாபாரம் *n*
 show business
கேளிக்கை விருந்து *n* funfair
கேளிக்கைக் கூடம் *n*
 amusement arcade
கை *n* hand
கை அசை *v* wave
கை அசைப்பு *n* wave
கை எழுத்து *n* handwriting
கை பனியன் *n* tee-shirt
கை வளை *n* bracelet
கை வளையல் *n* bangle
கை விடு *vt* let down
கைக்கடக்கமான *adj* handy
கைக்குட்டை *n* handkerchief
கைகடிகாரப் பட்டி *n* watch
 strap
கைகலப்பு *n* hand-to-hand
 fight
கைகலப்பு செய் *vi* clash
கைகள் தொடாமல் *adj*
 hands-free
கைகள் தொடாமல்
 உபயோகிக்கும் சாதனம் *n*
 hands-free kit
கைகளால் தட்டி ஆராவாரம்
 செய் *v* thump

கைகளினால் குத்து *vt* punch

கைச் சமையல் *n* self-catering

கைச் சுமை *n* hand luggage

கைச்செலவுப் பணம் *n* pocket money

கைத் துண்டு *n* napkin

கைத்தறி *n* handloom

கைத்துப்பாக்கி *n* pistol, revolver

கைதட்டல் *n* applause

கைதட்டு *v* clap

கைதி *n* prisoner

கைது *n* arrest

கைது செய் *vt* arrest

கைப் பந்து விளையாட்டு *n* handball

கைப் பெட்டி *n* briefcase

கைப் பை *n* handbag

கைப் பொருட்கள் வைக்குமிடம் *n* glove compartment

கைப்படுக்கை *n* stretcher

கைப்பந்து *n* volleyball

கைப்பற்று *vt* capture

கைப்பிடி *n* handle

கைப்பிடி நாற்காலி *n* armchair

கைப்பிடிக் கம்புகள் *npl* handlebars

கைப்பிடிக் குமிழ் *n* knob

கைப்பிடியுள்ள பை *n* carrier bag

கைப்பெட்டி *n* kit

கைப்பேசி *n* mobile phone

கைப்பேசி எண் *n* mobile number

கைபர் கணவாய் *n* Khyber Pass

கைபேசி *n* mobile phone

கையகப்படுத்து *n* take-over

கையடக்கமான *adj* portable

கையால் செய்யப்பட்ட *adj* handmade

கையால் நிறுத்தும் கருவி *n* handbrake

கையாளக்கூடிய *adj* manageable

கையுறை *n* glove, mitten

கையெழுத்து *v* sign

கையெழுத்து (சேகரித்தல்) *n* autograph

கையெழுத்துப் பிரதி *n* manuscript

கையேடு *n* manual, pamphlet

கைரேகை *n* lines on the arm

கைவண்டி *n* handcart

கைவிடு *vt* abandon

கைவிரல் நக ஒப்பனை *n* manicure

கைவிரல் நகங்களை ஒப்பனைச் செய் *vt* manicure

கைவிலங்கு *n* handcuffs

கைவிலங்குகள் *npl* handcuffs

கைவிளக்கு *n* torch

கைவினைஞர் *n* craftsman

கொக்கரி *v* cackle, cluck

கொக்கி *n* clasp, hook

கொக்கிப் பின்னல் *v* crochet

கொக்கு *n* egret

கொக்கோ *n* cocoa

கொச்சை வழக்கு *n* slang

க

கொச்சையான *adj* vulgar
கொசு *n* mosquito
கொஞ்சம் *det* any; some ▷ *adv* rather
கொஞ்சம் கூட *adv* remotely
கொஞ்சம்கூட *adv* any more
கொஞ்சமாக *adv* slightly
கொட்டகை *n* shed
கொட்டாவி விடு *vi* yawn
கொட்டு *v* sting
கொடி *n* (தாவரம்) creeper; (துணி) flag
கொடி தினம் *n* flag day
கொடிக்கம்பம் *n* mast
கொடிய *adj* malignant
கொடு *vt* give
கொடுக்கு *n* sting
கொடுமை *n* cruelty
கொடுமைப்படுத்து *vt* bully, torture
கொடுமையான *adj* terrible
கொடூரமாக *adv* terribly
கொடூரமான *adj* arrogant
கொண்டாட்டம் *n* celebration, party
கொண்டாடு *v* celebrate
கொண்டிரு *v* have
கொண்டு *prep* from
கொண்டு வா *vt* bring, get
கொண்டை *n* bun
கொண்டை ஊசி *n* hairgrip
கொத்தமல்லி *n* coriander
கொத்தனார் *n* mason, bricklayer
கொத்து *n* bunch
கொத்துக்கறி *n* mince
கொத்துக்கறிப் பண்டம் *n* salami
கொதி *n* boil
கொந்தர் *n* hacker
கொந்தளிப்பு *n* turbulence
கொம்பு *n* horn
கொம்புச் சுறா மீன் *n* swordfish
கொய்து எடு *vt* pick
கொய்யா *n* guava fruit or tree
கொய்யா மரம் *n* guava tree
கொரியன் மொழி *n* Korean
கொரியா நாட்டின் *adj* Korean
கொரியா நாடு *n* Korea
கொரியா வாசி *n* Korean
கொரில்லாக் குரங்கு *n* gorilla
கொல் *v* kill
கொலம்பியா - ஒரு நாடு *n* Colombia
கொலம்பியா வாசி *n* Colombian
கொலம்பியாவின் *adj* Colombian
கொலுசு *n* woman's ankle chain with tiny bells
கொலை *n* murder
கொலை செய் *vt* murder
கொலையாளி *n* killer, murderer
கொழுக்கட்டை *n* dumpling
கொழுந்தன் *n* brother-in-law
கொழுந்தனார் *n* brother-in-law
கொழுந்தி *n* sister-in-law
கொழுந்தியாள் *n* sister-in-law
கொழுப்பு *n* fat
கொழுப்பு குறைந்த *adj* low-fat

கொழுப்பு குறைந்த இறைச்சி *n* steak

கொழுப்பு நீக்கப்பட்ட தயிர் *n* yoghurt

கொழுப்பு நீக்கப்பட்ட பால் *n* skimmed milk

கொள்கலம் *n* container

கொள்கை *n* ideology, principle

கொள்ளுத் தாத்தா *n* great-grandfather

கொள்ளுப் பாட்டி *n* great-grandmother

கொள்ளுப்பேத்தி *n* great granddaughter

கொள்ளுப்பேரன் *n* great grandson

கொள்ளை *n* robbery

கொள்ளை நோய் *n* epidemic

கொள்ளைக் கூட்டத்தான் *n* gangster

கொள்ளைக்காரன் *n* robber

கொள்ளையடி *vt* rob

கொறடா *n* political party's whip

கொறடு *n* pliers

கொறித்துத்தின்னும் பிராணி *n* rodent

கோக் - ஒரு பானம் *n* Coke®

கோகிமா *n* Kohima

கோசுக்கிழங்கு *n* turnip

கோட்டுச் சித்திரம் *n* sketch

கோட்டுச்சித்திரம் வரை *v* sketch

கோட்டை *n* fort, castle

கோட்பாடு *n* theory

கோடாலி *n* axe

கோடி *n* crore

கோடு *n* line, stripe

கோடுகளிருக்கும் *adj* stripy

கோடுபோட்ட *adj* striped

கோடை *n* summer

கோடை விடுமுறை *npl* summer holidays

கோடைக்காலம் *n* summertime

கோணம் *n* angle

கோணி *n* gunny bag

கோணி ஊசி *n* long, thick needle for sewing gunny bags

கோணிப் பை *n* sack

கோத்தனார் *n* mason

கோதுமை *n* wheat

கோதுமை ஒவ்வாமை *n* wheat intolerance

கோப்பில் வை *vt* file

கோப்பு *n* file

கோப ஆர்ப்பாட்டம் *n* tantrum

கோபம் *n* anger, temper

கோபமான *adj* cross, mad

கோபுரம் *n* steeple, tower

கோமாளி *n* clown

கோயில் *n* temple

கோரமான *adj* horrendous

கோரிக்கை *n* demand

கோரிக்கைப் படிவம் *n* claim form

கோரைப்புல் *n* reed

கோல்ஃப் - ஒரு விளையாட்டு *n* golf

கோல்ஃப் கழகம் *n* golf club

க

கோல்ஃப் திடல் *n* golf course
கோல்ஃப் பந்து மட்டை *n* golf club
கோல்கத்தா *n* Kolkata
கோலம் *n* decorative design drawn on floor
கோலம் *n* appearance
கோவா *n* Goa
கோவேறு கழுதை *n* mule
கோழி (ஒரு வகையான) *n* grouse
கோழிக்கறி *n* chicken
கோழை *n* coward
கோழையாக *adj* cowardly
கோழையான *adj* shy
கோள் *n* planet
கோள வெதும்பல் *n* global warming
கோளாறு *n* fault
கோஸ்டா ரிக - ஒரு நாடு *n* Costa Rica
கௌதாரி *n* partridge
கௌரவ *adj* honorary
கௌரவம் *n* prestige

ச

சக்கர நாற்காலி *n* wheelchair
சக்கரம் *n* wheel
சக்கரவர்த்தி *n* emperor
சக்தி *n* energy
சக்ரவர்த்தி *n* emperor
சகதி *n* mud
சகபயணி *n* travelling companion
சகாரா பாலைவனம் *n* Sahara
சகி *n* bear
சகித்துக் கொள்ளும் *adj* tolerant
சகிப்புத்தன்மை *n* tolerance
சகுனம் *n* omen
சகோதரர் *n* brother
சகோதரன் *n* brother
சகோதரி *n* sister
சங்கடப்படுத்தும் *adj* embarrassing
சங்கம் *n* association, union
சங்கிலி *n* chain
சங்கீதம் *n* music
சங்கு *n* conch; (அறிவிப்பு) siren
சச்சரவு *vi* quarrel
சட்ட நடவடிக்கை எடு *v* prosecute
சட்ட விரோத *adj* illegal
சட்டக் கல்லூரி *n* law school
சட்டசபை *n* legislative
சட்டபூர்வ நடவடிக்கைகள் *npl* proceedings
சட்டம் *n* legislation; (மரம்) piece of wood cut to size
சட்டரீதியான *adj* legal
சட்டி *n* small pot
சட்டீஸ்கர் *n* Chhattisgarh
சட்டை *n* shirt
சட்டைக்கை இல்லாத *adj* sleeveless
சட்டைப்பை *n* pocket

சட்டையின் கழுத்துப் பட்டை *n* collar
சட்டையின் கைப்பகுதி *n* sleeve
சடங்கு *n* (சமயம்) ritual; (முறை) formality
சடுகுடு *n* kabaddi
சடை *n* pigtail, plait
சண்டாளன் *n* cruel person
சண்டிகார் *n* Chandigarh
சண்டியர் *n* rowdy
சண்டைக் கோழி *n* fighting cock
சண்டையிடு *v* fight
சணல் *n* jute cord
சத்தம் *n* noise
சத்தமாக *adv* loudly, aloud
சத்தமாகப் பேசு *vi* speak up
சத்தமில்லாமல் *adv* quietly
சத்தியம் *n* oath
சத்திர மண்டலம் *n* moon and the space around it
சத்திரம் *n* inn
சத்து மருந்து *n* tonic
சத்துணவு *n* nutritious meal
சத்துரு *n* enemy
சத்துள்ள *adj* healthy
சதம் *n* century
சதா *adv* continually
சதி *n* plot
சதித்திட்டம் *n* conspiracy, plot
சதுப்பு நிலம் *n* swamp
சதுர (வடிவ) *adj* square
சதுரங்கம் *n* chess
சதுரம் *n* square
சதை *n* flesh
சந்தர்ப்பவசத்தால் *adv* by force of circumstances
சந்தனமரம் *n* sandalwood tree
சந்தா *n* subscription
சந்தி *v* meet ▷ *n* crossroads
சந்தித்துக் கொள் *vi* meet up
சந்திப்பு *n* junction, meeting
சந்திர காந்தம் *n* moonstone
சந்திரன் *n* moon
சந்து *n* lane, walkway
சந்தேகத்திற்கிடமில்லாமல் *adv* undoubtedly
சந்தேகத்திற்குரிய நபர் *n* suspect
சந்தேகப்படு *vt* doubt, suspect
சந்தேகம் *n* doubt
சந்தை *n* market
சந்தை நிலவரம் அனுமானம் *n* market research
சந்தைக்கூடம் *n* marketplace
சந்நியாசினி *n* nun
சப்தம் *n* sound
சப்பாணி *n* cripple
சபலத்தைத் தூண்டும் *adj* tempting
சபலம் *n* temptation
சபாஷ் *excl* well done!
சம்பந்தம் *n* alliance
சம்பந்தமாக *prep* regarding
சம்பளப் பணம் *n* salary
சம்பளம் கிடைக்கும் வேலை *n* employment
சம்பாத்தியம் *n* income
சம்பாதி *vt* earn
சம்மட்டி *n* hammer

ச

சம அமைப்போடுள்ள *adj* symmetrical

சம உரிமை *n* equality

சம காலத்தவர் *adj* contemporary

சமச்சீரான *adj* symmetrical

சமத்துவம் *n* equality

சமதர்ம கொள்கைவாதி *n* socialist

சமதர்மம் *n* equal justice

சமதர்மவாதி *adj* socialist

சமநிலம் *n* plain

சமநிலை அடை *vi* draw

சமப்படுத்து *vt* equalize

சமமாக *adv* fifty-fifty

சமமான *adj* equal

சமயத்தில் *adv* at times

சமயம் *n* religion

சமரசம் *n* compromise

சமரசம் செய் *vi* compromise

சமரசமாக இரு *v* get on

சமவாய்ப்புள்ள *adj* random

சமவெளி *n* plain

சமன்பாடு *n* equation

சமஸ்கிருதம் *n* Sanskrit

சமாதானம் *n* peace

சமாதி *n* grave, tomb

சமாளி *v* manage

சமிஞ்ஞை *n* sign

சமீபத்தில் *adv* lately

சமீபத்தில் தோன்றிய மொழிகள் *npl* modern languages

சமுத்திரம் *n* ocean

சமுதாய ஒழுக்கமுறை *npl* manners

சமூக *adj* social

சமூக நல ஊழியர் *n* social worker

சமூகச்சேவை *npl* social services

சமூகப்பாதுகாப்பு *n* social security

சமூகம் *n* community, society

சமூகவியல் *n* sociology

சமைக்கப்பட்ட *adj* ready-cooked

சமைப்பதற்குப் பயன்படும் பொருட்கள் *n* ingredient

சமைப்பது *n* cooking

சமையல் *n* cookery

சமையல் செய் *v* cook

சமையல் புத்தகம் *n* cookery book

சமையல் மசாலாப் பொருள் *n* oregano

சமையல் மனப்பூண்டு செடிவகை *n* marjoram

சமையல்காரர் *n* cook

சமையல்காரன் *n* chef

சமையலறை *n* kitchen

சமையலில் உபயோகிக்கும் நீண்ட ஊசி *n* skewer

சர்க்கரை *n* sugar

சர்க்கரை இல்லாத *adj* sugar-free

சர்க்கார் *n* government

சர்க்கரை பதாமி *n* apricot

சர்க்கஸ் *n* circus

சர்வாதிகாரி *n* dictator

சரக்கு *n* cargo

சரக்கு இருப்பு *n* inventory

சரக்கு ஊர்தி *n* freight
சரணாகதி அடை *vi* surrender
சரம் *n* string
சரளமான *adj* fluent
சரளை *n* gravel
சரளைக் கல் *n* gravel
சராசரி *n* average
சராசரியாக *adj* average
சரி *excl* OK!
சரி செய் *vt* rectify
சரி செய்தல் *n* adjustment
சரி நுட்பமாக *adv* precisely
சரி பார்த்தல் *n* check
சரிகை *n* lace
சரிந்து விழு *v* slide
சரிபாதியாக *adj* fifty-fifty
சரிபார் *v* check
சரியல்ல *adj* wrong
சரியற்ற *adj* wrong
சரியாக *adv* accurately, correctly
சரியாகப் பொருத்தப்படாத *adj* loose
சரியான *adj* correct, right
சரியான நேரத்தில் *adj* on time
சரியில்லாத *adj* incorrect
சரிவான *adj* sloppy
சரிவு *n* slope
சருக்கு விளையாட்டு *n* tobogganing
சருமப் படை நோய் *n* eczema
சருமம் *n* skin
சல்லடை *n* sieve
சல்லி *n* coin of the lowest value
சல்வார் கமீஜ் *n* Indian ladies' outfit
சலங்கை *n* strip of small metal bells
சலவை *n* laundry, washing
சலவை உப்பு *n* soda
சலவை சாதனம் *n* washing machine
சலவைத் தூள் *n* detergent, washing powder
சலவைப் பெட்டி *n* iron
சலனம் *n* agitation, arousal
சலிப்படைந்த *adj* frustrated
சலிப்பூட்டுகிற *adj* monotonous
சலுகை *n* concession, offer
சலுகை அட்டை *n* concession coupon
சலுகை காலத்தில் *adv* off-peak
சலுகை விலை *n* discount
சலூன் *n* hairdressing salon
சவகிடங்கு *n* mortuary
சவப்பெட்டி *n* coffin
சவம் *n* dead body
சவர அலகு *n* razor blade
சவரக் கத்தி *n* razor
சவரம் *n* shave
சவரன் *n* measure of gold equal to eight grams
சவாரி *n* ride
சவாரி செய் *v* ride
சவாரியாளர் *n* rider
சவால் *n* challenge

ச

சவால் விடு *vt* challenge
சவுக்கு *n* casuarina
சவுதி அரேபிய நாட்டுக்காரர் *n* Saudi Arabian
சவுதி அரேபியா நாட்டு *adj* Saudi, Saudi Arabian
சவுதி அரேபியா நாடு *n* Saudi Arabia
சலசல *n* chatter
சளி *n* snot
சளிக்காய்ச்சல் *n* hay fever
சறுக்கு *vi* skid
சறுக்கு மரம் (விளையாட்டு) *n* slide
சறுக்கு விமானம் *n* glider
சறுக்கு விளையாட்டு *n* skiing
சறுக்கு விளையாட்டு வீரர் *n* skier
சறுக்குப் பலகை *n* skateboard
சறுக்குப் பலகை விளையாட்டு *n* skateboarding
சன்மானம் *n* prize
சன்னமான *adj* thin
சன்னிதி *n* chamber where a deity is housed
சனி *n* Saturn
சனி மூலை *n* north east quarter
சனிக்கிழமை *n* Saturday
சா *v* die, pass away
சாக்கடை *n* sewer
சாக்காடு *n* death
சாக்கு *n* sack, gunny bag
சாக்கு *n* pretext
சாக்குப்போக்கு *npl* excuses

சாக்லேட் *n* chocolate
சாகுபடி *n* cultivation
சாட் - ஒரு நாடு *n* Chad
சாட்சி *n* witness
சாட்சியம் *n* proof
சாட்டை *n* whip
சாடு *vt* criticize vehemently
சாணம் *n* cow dung
சாணைபிடி *n* sharpen (a knife)
சாத்தான் *n* Satan, Devil
சாத்தியம் *n* possibility
சாத்தியமான *adj* possible
சாத்தியமில்லாத *adj* impossible
சாத்தியமுள்ள *adj* potential
சாத்துக்குடி *n* sweet lime
சாதம் *n* cooked rice
சாதனை *n* achievement
சாதாரண *adj* ordinary
சாதாரண குடிமகன் *n* civilian
சாதாரணமான *adj* ordinary
சாதி *v* achieve
சாதுரியம் *n* shrewdness
சாதுரியமான *adj* clever
சாதுவான *adj* gentle
சாந்தம் *n* calmness
சாந்து *n* mortar
சாந்துச்சட்டி *n* iron bowl for carrying cement, mortar, etc.
சாப்பிடு *v* eat
சாபம் *n* curse
சாம்பல் நிற *adj* grey
சாம்பல் புதன்கிழமை *n* Ash Wednesday
சாமந்திப்பூ *n* chrysanthemum
சாமம் *n* midnight

சாமர்த்தியம் *n* skill
சாமர்த்தியமான *adj* smart
சாமி *n* god
சாமியாடி *n* ascetic
சாய்சதுரம் *n* diamond
சாய்தளம் *n* ramp
சாய்ந்தாடு *n* seesaw
சாய்வான *adj* diagonal
சாய்வு நாற்காலி *n* easy chair
சாய்வுக் கட்டில் *n* couch
சாய்வுப் பலகை *n* settee
சாயங்காலம் *n* evening
சாயப்பட்டறை *n* dye factory
சாயம் *n* dye
சாயல் *n* (தடம்) trace; (உருவம்)
  resemblance
சாயவரி துணிவகை *n* denim
சாயவரி துணிவகை
  ஆடைகள் *npl* denims
சாயும் வசதியுள்ள *adj*
  reclining
சார் பதிவாளர் *n* registrar
சார்ந்தளவில் *adv* relatively
சார்ந்திரு *vi* belong, depend
சார்பாக *adv* on behalf of
சார்பாகப் பேசுபவர் *n*
  spokesperson
சார்பு நீதிபதி *n* sub-judge
சார்புடைய *prep* concerning
சாரங்கி *n* stringed instrument
  like a violin
சாரணர் *n* boy scout
சாரதி *n* driver of a king's
  chariot
சாரம் *n* scaffolding
சாரம் *n* essence

சாரம் கட்டுதல் *n* scaffolding
சாரல் *n* light drizzle
சாராயக்கடை *n* tavern
சாராயம் *n* alcohol
சாராயம் அளவு குறைவான
  adj low-alcohol
சாராயம் வடிக்கும் ஆலை *n*
  brewery
சாராயவகை சார்ந்த *adj*
  alcoholic
சாராயவகை சாராத *adj*
  alcohol-free
சாரீரம் *n* voice
சால்வை *n* shawl
சாலை *n* road
சாலை அடைப்பு *n* roadblock
சாலை ஓரத்திலிருக்கும் பகுதி
  n hard shoulder
சாலை குறுக்கு ஓட்டம் *n*
  cross-country
சாலை சந்திப்பு *n* crossroads
சாலை பராமரிப்புகள் *npl*
  roadworks
சாலை வரைபடம் *n* street
  map
சாலை வழிகாட்டி *n* road map
சாலை விபத்து *n* pile-up
சாலைக் குறியீடு *n* road sign
சாலைக்குழி *n* pothole
சாலைப் பயணத்
  தகுதியுடைமை *n* MOT
சாலையோரக் கல்வரிசை
  n kerb
சாவகாசம் *n* slow pace
சாவி *n* key
சாவிவளையம் *n* key ring

சாளரக் கண்ணாடி *n* window pane

சாளரம் *n* window

சாளை *n* sardine

சான்றிதழ் *n* certificate, diploma

சான்றுச்சீட்டு *n* voucher

சிக்கல் *n* complex, problem

சிக்கலான *adj* complex

சிக்கலான கலப்பு *n* complication

சிக்கலான நடைவழி *n* maze

சிக்கனப் பிரிவு *n* economy class

சிக்கனமாயிரு *vi* economize

சிக்கனமான *adj* economical, thrifty

சிக்கிம் *n* Sikkim

சிகப்பு வண்ண *adj* red

சிகரெட் *n* cigarette

சிகரெட் தீமூட்டி *n* cigarette lighter

சிகை அலங்காரம் *n* hairstyle

சிகை அலங்காரம் செய்பவர் *n* hairdresser

சிகை ஒப்பனைக் கடை *n* hairdresser

சிங்க இறால் *n* lobster

சிங்கம் *n* lion

சிட்டுக்குருவி *n* sparrow

சிடுசிடுப்பான *adj* grumpy, moody

சித்தப்பா *n* uncle

சித்தம் கலங்கியவர் *n* lunatic

சித்தி *n* aunt

சித்திரத் தையல் செய் *vt* embroider

சித்திரத் தையல் வேலை *n* embroidery

சித்திரப்பட கதைப் பகுதி *n* comic strip

சித்திரப்பட கதைப் புத்தகம் *n* comic book

சித்திரப்படம் *n* cartoon

சித்திரவதை *n* torture

சிதற அடி *v* smash

சிதறச் செய் *v* spray

சிதறல் *n* spray

சிதறு *v* spill

சிதார் *n* sitar

சிதைவு ஏற்படுத்து *vt* ruin

சிந்தச் செய் *v* spill

சிந்து பாட்டு *n* carol

சிநேகமற்ற *adj* unfriendly

சிப் *n* chip

சிப்பம் *n* parcel

சிப்பமிடு *vt* pack

சிப்பி *n* oyster

சிபாரிசு *n* recommendation

சிபாரிசு செய் *vt* recommend

சிம்ம ராசி *n* Leo

சிம்லா *n* Shimla

சிமெண்ட் *n* cement

சிரமம் *n* difficulty, strain

சிராய்ப்பு *n* bruise

சிரி *vi* laugh

சிரிப்பு *n* grin, laugh

சிரிப்பு மூட்டு *vi* joke

சிரிப்புமூட்டும் *adj* hilarious

சிரியா நாட்டு *adj* Syrian

சிரியா நாட்டுக்காரர் *n* Syrian

சிரியா நாடு *n* Syria
சிரை *n* vein
சில்லறை வியாபாரம் *n* retail
சில்லறை வியாபாரி *n* retailer
சில்லறை விலை *n* retail price
சில்லறை விற்பனை செய்
  vi retail
சில்லு *n* chip
சில்வாசா *n* Silvassa
சில *adj* fewer
சில சமயங்களில் *adv*
  sometimes
சில நிறங்களைக் காண
  இயலாத *adj* colour-blind
சில நேரங்களில் *adv*
  sometimes
சிலந்தி *n* spider
சிலந்திவலை *n* web
சிலர் *pron* few
சிலி - ஒரு நாடு *n* Chile
சிலி நாட்டுக்காரர் *n* Chilean
சிலி நாட்டைச் சார்ந்த *adj*
  Chilean
சிலுவை *n* cross
சிலை *n* statue; (தெய்வம்)
  idol
சிலையில் அறையப்பட்ட
  இயேசுநாதரின் உருவம் *n*
  crucifix
சிவப்பு *adj* red
சிவப்பு குடைமிளகாய் *n*
  paprika
சிவப்பு பொடி *n* red powder
சிவரிக்கீரை *n* celery
சிற்பம் *n* sculpture
சிற்பி *n* sculptor

சிற்றம்பு விளையாட்டு *npl*
  darts
சிற்றம்மை *n* chickenpox
சிற்றறிக்கை *n* memo
சிற்றுண்டி *n* tea
சிற்றுண்டி நிலையம் *n* snack
  bar
சிற்றுண்டிகள் *npl*
  refreshments
சிற்றுண்டிச்சாலை *n* cafeteria,
  café
சிற்றுந்து *n* minibus
சிற்றுந்து காப்பீடு *n* car
  insurance
சிற்றுந்து நிறுத்துமிடம் *n* car
  park
சிற்றுந்து பணிமணை *n* car
  wash
சிற்றுந்து வாடகைக்கு
  வழங்குதல் *n* car rental
சிற்றுந்துச் சாவிகள் *npl* car
  keys
சிற்றுந்தைச் செலுத்துபவர் *n*
  motorist
சிற்றேடு *n* brochure
சிறகு அசை *v* flap
சிறப்பம்சம் *n* feature
சிறப்பான *adj* great
சிறப்பித்துக் கூறு *vt* highlight
சிறப்பியல்பு *n* characteristic
சிறப்பு *n* fairness
சிறப்பு வாய்ந்த *adv* ideally
சிறப்புக் குறிப்பு *n* highlight
சிறப்புச் சலுகை *n* special offer
சிறப்புரிமை *n* privilege
சிறிதளவு *det* some

சிறிதாக்கு *vt* reduce

சிறிதுநேரம் தூங்கு *vi* doze off

சிறிய *adj* minor, small

சிறிய அதிரல் கடிகாரம் *n* alarm clock

சிறிய ஆரஞ்சுப் பழம் *n* tangerine

சிறிய கஞ்சிரா *n* small tambourine

சிறிய கல் *n* stone

சிறிய கைக்குட்டை *n* hanky

சிறிய தவறு *n* slip-up

சிறிய படகு *n* canoe

சிறிய பொதி *n* package

சிறிய மேசை *n* coffee table

சிறிய விடுமுறை *n* half-term

சிறிய வீடியோ கேமரா *n* camcorder

சிறியதாக்கு *v* diminish

சிறு உலா *n* stroll

சிறு அலுவலக வீடு *n* studio flat

சிறு அறை *n* cabin

சிறு அன்பளிப்பு *n* tip

சிறு அன்பளிப்பு கொடு *vt* tip

சிறு கரண்டி *n* dessert spoon

சிறு காகிதம் *n* scrap paper

சிறு கால்சட்டை *npl* pants

சிறு குதிரை *n* pony

சிறு குறிப்பேடு *n* notepad

சிறு கைப்பை *n* sponge bag

சிறு தீனி *n* snack

சிறு துண்டம் *n* scale

சிறு துணுக்கு *n* crumb

சிறு நிலம் *n* plot

சிறு பீரங்கி *n* mortar

சிறு பெட்டி *n* suitcase

சிறு பை *n* sachet

சிறு மடிப்புக் கத்தி *n* penknife

சிறு முரசு *n* small drum

சிறு விளம்பரம் *npl* small ads

சிறு வெடிப்பு *n* crack

சிறுகதை *n* short story

சிறுகல் *n* rock

சிறுத்தை *n* leopard, panther

சிறுதாவல் செய் *vi* skip

சிறுதூக்கம் *n* nap, snooze

சிறுநீர்ப்பை நோய்த்தொற்று *n* cystitis

சிறுநீர் *n* urine

சிறுநீரகம் *n* kidney

சிறுபான்மையோர் *n* minority

சிறுமி *n* girl

சிறுவாடு *n* piggybank

சிறை அதிகாரி *n* prison officer

சிறை வைப்பு *n* detention

சிறைச்சாலை *n* prison

சிறைவாசம் *n* imprisonment

சின்னஞ்சிறிய *adj* tiny

சின்னம் *n* symbol

சினப்படுத்தும் *adj* edgy

சினப்பு *n* rash

சினமூட்டும் *adj* infuriating

சினிமா *n* cinema

சீக்கிய திருவிழா *n* Sikh celebration

சீக்கிய மதம் சார்ந்த *adj* Sikh

சீக்கியர் *n* Sikh

சீக்கிரம் *adv* soon

சீக்கு *n* disease

சீட்டாட்டம் *n* game of cards

சீட்டி *n* whistle
சீட்டி அடி *v* whistle
சீட்டுக் குலுக்கு *vi* draw lots
சீட்டுக்கட்டில் உயர்வகை அட்டை *n* ace
சீட்டுக்கட்டு *n* card
சீட்டுவிளையாட்டு *n* poker
சீண்டு *vt* tease
சீத்தாப்பழம் *n* custard apple
சீதனம் *n* dowry
சீதோஷ்ண நிலை *n* climate
சீப்பு *n* comb
சீமந்தம் *n* purifying ceremony in first pregnancy
சீமாட்டி *n* lady, madam
சீமான் *n* man of wealth and social status
சீயக்காய் *n* soap-nut powder used to wash hair
சீர் *n* uniformity; (திருமணம்) dowry; (இசை) rhythm
சீர் செய் *vt* renovate
சீர்குலை *vi* be affected
சீர்குலையச் செய் *v* mess up
சீர்குலைவு *n* mess
சீர்திருத்தம் *n* reform
சீர்திருத்து *v* reform
சீர்படுத்து *vt* format
சீரகம் *n* cumin
சீரமைந்த சமையலறை *n* fitted kitchen
சீரமைப்புச் செய் *v* redecorate
சீரழி *vt* spoil
சீராக்கு *v* regulate
சீராட்டு *vt* tend lovingly
சீரான *adj* level, even
சீருடை *n* uniform
சீவம் *vt* grate
சீலை *n* saree
சீவல் *npl* chips
சீழ் *n* pus
சீழ்க்கை எழுப்பு *v* whistle
சீழ்கட்டி *n* abscess
சீற்றம் காட்டு *vt* resent
சீன மொழி *n* Chinese
சுக்கான் *n* steering
சுக்கிரம் *n* Venus
சுக்கு *n* dried ginger
சுகப்பிரசவம் *n* normal delivery
சுகம் *n* good health
சுகமான *adj* better
சுகாதாரம் *n* hygiene
சுங்க அதிகாரி *n* customs officer
சுங்கக் கட்டணம் *n* toll
சுங்கம் *npl* customs
சுட்ட இறைச்சி துண்டுகள் *n* kebab
சுட்டியான *adj* naughty
சுட்டி *n* smart boy or girl
சுட்டிக்காட்டு *vt* indicate
சுட்டிக்காட்டு *vt* point out
சுட்டிக்காட்டும் கருவி *n* indicator
சுட்டுக் கொல் *vt* shoot
சுட்டுக்கொள் *vt* burn
சுட்டுப்பெயர் *n* pronoun
சுட்டுவிரல் *n* index finger
சுட்டெலி *n* mouse
சுடச் செய் *vt* heat
சுடர் *vi* glow ▷ *n* flame

சுடரொளி *n* flame

சுடான *adj* hot

சுடு *v* (வெப்பம்) heat up;
(துப்பாக்கி) shoot ▷ *adj* hot

சுடுகாடு *n* crematorium,
cremation ground

சுடுதண்ணீர் *n* hot water

சுடுதுப்பாக்கி *n* shotgun

சுடுநீர் குப்பி *n* hot-water
bottle

சுண்டல் *n* boiled and spiced
pulses served as snacks

சுண்டு எறி *vt* toss

சுண்டெலி *n* mouse

சுண்ணசத்து *n* calcium

சுண்ணாம்பு *n* lime

சுண்ணாம்பு அடி *v* whitewash

சுண்ணாம்புக் கற்பாறை *n*
limestone

சுணக்கம் *n* delay

சுத்தகரிப்பு ஆலை *n* refinery

சுத்தப்படுத்து *vt* clear, tidy

சுத்தம் செய் *vt* clean

சுத்தம் செய்தல் *n* cleaning,
washing-up

சுத்தம் செய்பவர் *n* cleaner

சுத்தம் செய்பவள் *n* cleaning
lady

சுத்தமான *adj* clean, fresh

சுத்தி *n* hammer

சுத்தியல் *n* hammer

சுதந்திரம் *n* freedom,
independence

சுதந்திரமான *adj* free,
independent

சுபம் *n* auspicious

சும்மாடு *n* cloth pad cushion
for the head

சுமங்கலி *n* married woman

சுமார் *n* average

சுமாராய் *adv* so-so

சுமாராக *adv* about

சுமை *n* burden

சுமை தூக்குபவர் *n* porter

சுய உணர்வு நிலை *n*
consciousness

சுய உணர்வு நிலை கொண்ட
adj conscious

சுய தொழில் செய்கின்ற *adj*
self-employed

சுயசரிதம் *n* autobiography

சுயநல *adj* selfish

சுயநலத்துக்கு பயன்படுத்து
vt exploit

சுயநலம் *n* selfishness

சுயநிதி *n* self-financing

சுயம் *n* individuality

சுயமாக *adv* automatically

சுயரூபம் *npl* true colours

சுயவிருப்பமாக *adj* voluntary

சுயவிரும்பம் அளி *v*
volunteer

சுயவிவரம் *n* curriculum vitae

சுயேச்சை *n* independence

சுரக்கப் பாதை நிலையம் *n*
underground

சுரங்க இரயில் நிலையம் *n*
underground station

சுரங்கத் தொழில் *n* mining

சுரங்கத் தொழிலாளி *n* miner

சுரங்கப் பாதை *n* subway

சுரங்கம் *n* mine

சுரண்டல் *n* exploitation
சுரண்டுதல் *n* exploitation
சுரப்பி *n* gland
சுருக்க விபரம் *n* outline
சுருக்கப் பட்டியல் *n* shortlist
சுருக்கம் *n* abbreviation, summary
சுருக்கமாகக் கூறு *vt* summarize
சுருக்கமாகத் தெரிவித்தல் *n* briefing
சுருக்கமான *adj* brief, concise
சுருக்காக *adv* quickly
சுருக்குக் கையெழுத்து *vt* initial
சுருக்கெழுத்து *n* shorthand
சுருங்கிய *adj* shrunken
சுருங்கு *v* shrink
சுருட்டு *n* cigar
சுருணை *n* roll
சுருதி *n* pitch
சுருள் *n* (காகிதம்) roll; (நூல்) reel
சுருள்வில் *n* spring
சுருளாய் சுற்று *vi* wind
சுருளான *adj* curly
சுருளி *n* curler
சுருளுதல் *n* curl
சுரூபம் *n* statue
சுரைக்காய் *n* bottle gourd
சுரைக்குடுவை *n* gourd
சுலபம் *n* ease
சுலபமான *adj* easy
சுலபமில்லாத *adj* hard
சுவடி *n* palm leaf manuscript
சுவர் *n* wall
சுவர் ஒப்பனைத்தாள் *n* wallpaper
சுவர் விளம்பரம் *npl* graffiti
சுவர்க் கடிகாரம் *n* wall clock
சுவர்களில் பூசப்படும் சுண்ணச் சாந்துக் கலவை *n* plaster
சுவர்ப்படம் *n* chart
சுவரொட்டி *n* poster
சுவனம் *n* heaven
சுவாசத்தை உள்ளிழு *v* breathe in
சுவாசத்தை வெளியில்விடு *v* breathe out
சுவாசி *v* breathe
சுவாசித்தல் *n* breathing
சுவாரசியம் ஏற்படுத்தும் *adj* interesting
சுவீகாரம் *n* adoption of a child
சுவை *n* taste
சுவைச்சாறு *n* sauce
சுவைத்துப் பார் *vi* taste
சுவைமணம் *n* vanilla
சுவைமிக்க *adj* delicious
சுவையற்ற *adj* tasteless
சுவையான *adj* tasty
சுழல் *v* turn
சுழல் நடன இசை *n* waltz
சுழல் நடனமாடு *vi* waltz
சுழற்சி *n* cycle
சுழற்று *v* dial
சுழி *n* whirlpool
சுள்ளி *n* dry twig
சுளகு *n* narrow-mouthed winnowing pan
சுளுக்கிக்கொள் *vt* sprain

ச

சுளுக்கு *n* sprain
சுற்றப்பட்டிருக்கும் காகிதத்தைப் பிரித்தெடு *vt* unwrap
சுற்றம் *n* relation
சுற்றறிக்கை *n* circular
சுற்றனுப்புதல் *n* circulation
சுற்றி *v* go round
சுற்றி வளைத்துப் பிடி *vt* round up
சுற்றி வா *v* come round
சுற்றி வை *v* wrap up
சுற்றித் திரிபவர் *n* rambler
சுற்றியிருக்கும் *prep* around
சுற்றிலும் *adv* around
சுற்றிலும் பார் *v* look round
சுற்று *n* circuit, round ▷ *vt* wrap
சுற்று வழி *n* detour
சுற்று வளைவு *n* roundabout
சுற்றுச்சுவர் *n* compound wall
சுற்றுச்சூழலில் கரியமில வாயு *n* carbon footprint
சுற்றுச்சூழலுக்கான *adj* environmental
சுற்றுச்சூழலுக்கு இணக்கமான *adj* environmentally friendly
சுற்றுப் பயண வளர்ச்சித் திட்டம் *n* tourism
சுற்றுப் பயணஞ்செய் *v* tour
சுற்றுப்பயணம் *n* tour
சுற்றுப்பாதை *n* orbit
சுற்றுப்புறங்கள் *npl* surroundings
சுற்றுப்புறத் தூய்மைக் கேடு *n* pollution
சுற்றும் காகிதம் *n* wrapping paper
சுற்றும் முற்றும் பார் *v* turn around
சுற்றுலா *n* round trip, tour
சுற்றுலா வழிகாட்டி *n* tour guide
சுற்றுலாப் பயண அலுவலகம் *n* tourist office
சுற்றுலாப் பயணி *n* tourist
சுற்றுவட்டச் சாலை *n* ring road
சுறா *n* shark
சுறாமீன் *n* shark
சுறுக்கெழுத்து *n* shorthand
சுறுசுறுப்பாக *adv* actively
சுறுசுறுப்பான *adj* active, energetic
சுறுசுறுப்பான பருவ காலம் *n* high season
சுறுசுறுப்புள்ள *adj* active
சுனாமி *n* tsunami
சுனை *n* mountain spring
சூட்டடுப்பு *n* cooker
சூடான் நாட்டவர் *npl* Sudanese
சூடான் நாட்டு *adj* Sudanese
சூடான் நாடு *n* Sudan
சூடு *n* heat
சூடு படுத்து *v* warm up
சூடுபடுத்தப்பட்டு பாக்டீரியா போன்ற நுண்ண்ணுக்கள் சுத்தம் செய்யப்பட்ட *adj* pasteurized

சூடுபடுத்து *v* heat up
சூடுபடுத்துதல் *n* heating
சூடுபடுத்தும் கருவி *n* heater
சூடை மீன் *n* sardine
சூத்திரம் *n* formula
சூதாட்டக் கிடங்கு *n* casino
சூதாட்டம் *n* gambling
சூதாடி *n* gambler
சூதாடு *v* gamble
சூதாடுபவர் *n* gambler
சூப்பு *v* suck
சூரன் *n* genius
சூரிய *adj* solar
சூரிய ஒளி *n* sunlight
சூரிய ஒளியில் படுத்திரு *vi* sunbathe
சூரிய காந்திப்பூ *n* sunflower
சூரிய சக்தி *n* solar power
சூரிய படுக்கை *n* sunbed
சூரிய மண்டலம் *n* solar system
சூரியஒளி தடுப்பி *n* suncream, sunscreen
சூரியக் குடும்பம *n* solar system
சூரியகாந்தி *n* sunflower
சூரியவெளிச்சம் *n* sunshine
சூரியன் *n* sun
சூரியோதயம் *n* sunrise
சூரை மீன் *n* tuna
சூழ்ச்சி *vt* trick
சூழ்ச்சித்திறத்துடன் கையாளு *vt* manipulate
சூழ்ச்சிப் பிடி *n* clutch
சூழ்ந்திருக்கும் மணம் *n* aroma
சூழ்ந்து கொள் *vt* surround
சூழ்நிலைகள் *npl* circumstances
சூழல் *n* environment
சூழலுடன் இணைந்த *adj* ecofriendly
சூளுரை *v* vow
சூளை *n* kiln
சூறாவளி *n* hurricane, tornado
சூறையாடு *vt* raid
சூனியக்காரி *n* witch
செக் - ஒரு மொழி *n* Czech
செக்ஸ்லோவாக்கியா - ஒரு நாடு *n* Czech Republic
செகஸ்லோவாக்கியா வாசி *n* Czech
செகஸ்லோவாக்கியாவைச் சார்ந்த *adj* Czech
செங்கடல் *n* Red Sea
செங்கல் *n* brick
செங்குத்தான *adj* vertical
செங்கோணம் *n* right angle
செங்கோல் *n* just rule or administration
செசின்யா - ஒரு நாடு *n* Chechnya
செஞ்சிலுவைச்சங்கம் *n* Red Cross
செடி *vt* plant
செடிகொடி உயிரின ஆராய்ச்சியாளர் *n* naturalist
செண்டிகிரேடு வெப்ப அளவு *n* degree centigrade
செதில் *n* fish scale

செதுக்கு *v* carve
செந் தேவகாரு *n* mahogany
செந்தலையர் *n* redhead
செந்தூக்காக *adv* straight upward
செந்தொட்டு - செடி *n* nettle
செந்நாகம் *n* red cobra
செந்நீலம் *n* violet
செப்டம்பர் மாதம் *n* September
செப்படி வித்தைக்காரர் *n* juggler
செப்பிடு வித்தை காட்டுபவர் *n* conjurer
செப்புமாரி *n* pickpocket
செம்பருத்தி *n* shoe flower
செம்பழுப்பு நிறக் கொட்டை *n* hazelnut
செம்பு *n* copper
செம்புள்ளி நச்சுக்காய்ச்சல் *n* scarlet fever
செம்புற்றுப்பழம் *n* strawberry
செம்மயிர் உடைய *adj* red-haired
செம்மறிஆடு *n* sheep
செம்மையாக *adv* severely
செம்மொழி *n* classical language
செய் *vt* do, make ▷ *vi* operate
செய்கூலி *n* commission
செய்த செலவினை ஈடுசெய் *vt* reimburse
செய்த தவறுக்கு வருந்துதல் *n* remorse
செய்தி *n* matter, message
செய்தி அலுவலகம் *n* information office
செய்தி அறிக்கை *n* report
செய்தி இதழ் *n* magazine
செய்தி நிறுவனம் *n* news agency
செய்தி வாசகம் *n* text message
செய்திக் குறிப்பு *n* press release
செய்திக் குறிப்பு நூல் *n* directory
செய்திகள் வாசிப்பவர் *n* newsreader
செய்தித் தொடர்பு *n* press conference
செய்தித் தொடர்பு தொழில் நுட்பம் என்பதின் சுருக்கம் *n* IT
செய்தித்தாள் *n* newspaper
செய்தித்தாள் வினியோகித்தல் *n* paper round
செய்தியாளர்கள் *n* press
செய்து காட்டு *vt* show
செய்து முடி *v* perform
செய்பொருள் *n* product
செய்யத்தக்க *adj* advisable, feasible
செய்யப்பட்ட *adj* done
செய்யவை *vt* make
செய்வினை *n* (இலக்கணம்) verb in the active voice; (மாந்திரீகம்) black magic
செயப்படுபொருள் *n* direct object
செயப்பாட்டுவினை *n* verb in the passive voice
செயல் *n* action
செயல் ஆற்றல் *n* capacity

செயல் நிறைவேற்றுபவர் *n* executive
செயல்திட்டம் *n* action programme
செயல்படுத்து *vt* execute
செயல்பாட்டில் *adv* on
செயல்பாடு *n* activity
செயல்முறை விளக்கம் *n* demonstration
செயல்முறையில் *adv* practically
செயல்வீரன் *n* man of action
செயலற்ற *adj* passive
செயலாளர் *n* secretary
செயலாற்று *vi* act
செயலிழந்த *adj* paralysed
செயலூக்கத்துடன் *adv* effectively
செயலூக்கமுடைய *adj* effective
செயற்குழு *n* executive committee
செயற்கை *n* artificiality
செயற்கை கோள் *n* satellite
செயற்கை வெண்ணெய் *n* margarine
செயற்கைப்பல் தொகுதி *npl* dentures
செயற்கையாக ஒன்றைப்போலவே செய் *vt* clone
செயற்கையான *adj* artificial, man-made
செர்பிய நாட்டு *adj* Serbian
செர்பிய நாட்டுக்காரர் *n* Serbian
செர்பிய மொழி *n* Serbian
செர்பியா *n* Serbia
செர்போ மொழி *n* Croatian
செரி *vi* get digested
செரிமானம் *n* digestion
செரிமானம் செய் *vt* digest
செருகி வை *v* stick out
செருகு *vt* insert
செருப்பு *n* sandal
செருமு *vi* clear one's throat
செல்சியஸ் வெப்ப அளவு *n* degree Celsius
செல்லப்பிராணி *n* pet animal
செல்லம் *n* darling
செல்லும் திசை *n* course
செல்லும் வழி நடை *n* passage
செல்வந்த *adj* wealthy
செல்வம் *n* wealth
செல்வம் படைத்த *adj* rich
செல்வமுள்ள *adj* rich
செல்வன் *n* form of address for an unmarried young man
செல்வாக்கற்ற *adj* unpopular
செல்வாக்கு *n* influence
செல்வி *n* Ms
செலவழி *vt* spend
செலவாளி *n* spendthrift
செலவிடு *vt* spend
செலவு *n* debit, expenditure
செலவுகள் *npl* expenses
செலாவணி விகிதம் *n* exchange rate
செலுத்த வேண்டிய *adj* payable

செலுத்த வேண்டிய பணம் *n* payment

செவ்வந்திப்பூ *n* chrysanthemum

செவ்வனே *adv* in an excellent manner

செவ்வாய்க்கிழமை *n* Tuesday

செவ்வியல் *n* classicalism

செவ்விலக்கியம் *n* classical literature

செவிடான *adj* deaf

செவிப்பறை *n* eardrum

செவிபேசிகள் *npl* earphones

செவிலி *n* female nurse

செவிலித் தாய் *n* nanny

செவுள் *n* gills of a fish

செழித்து வளர்ந்த *adj* lush

செழிப்பான *adj* fruitful; (நிலம்) fertile

செழிப்பு *n* prosperity

செறிவு *n* thickness

செறிவு குன்றிய *adj* dilute

சென்ட் - ஒரு நாணயம் *n* cent

சென்டிமீட்டர் *n* centimetre

சென்ற *adv* previous

சென்று அடை *vt* reach

சென்று பார் *vt* see

சென்னை *n* Chennai

சென்னை வாசி *n* person from Madras (Chennai)

செனகல் நாடு *n* Senegal

சேகரம் *n* collection

சேகரி *vt* collect

சேகரிப்பு *n* collection

சேட்டை *n* prank

சேணப் பை *n* saddlebag

சேணம் *n* saddle

சேதப்படுத்து *vt* damage, wreck

சேதம் *n* loss

சேதாரம் *n* damage

சேப்பங்கிழங்கு *n* alocasia

சேமித்து வை *vt* stock

சேமித்து வை *vt* store

சேமித்துவை *vt* save

சேமிப்பிடம் *n* storage

சேமிப்புகள் *npl* savings

சேர் *vt* fix; (எண்) add

சேர்த்து *prep* including

சேர்த்து தையல் போடு *vt* sew up

சேர்த்துக் கொள் *vt* rope in

சேர்த்துக் கொள்ளல் *n* admission

சேர்ந்திரு *v* get together

சேர்ந்து *adv* together

சேர்ந்து செய் *vi* collaborate

சேர்ந்துகொள் *v* join

சேர்மம் *n* chemical compound

சேரி *n* slum

சேலாப்பழம் *n* cherry

சேலை *n* sari

சேவகம் *n* working as a servant

சேவகன் *n* servant of a king or a rich man

சேவல் *n* cock

சேவை *n* service

சேவையைத் தொடங்கு *v* open

சேறு *n* mud; (சதுப்பு நிலம்) marsh

சேறுபடிந்த *adj* muddy

சேறுமிடம் *n* destination

சேனைக்கிழங்கு *n* yam

சைகை *n* gesture
சைகை மொழி *n* sign language
சைகைக்குறிப்பு *n* signal
சைகைகாட்டு *v* signal
சைப்ரஸ் - ஒரு தீவு *n* Cyprus
சைப்ரஸ் நாட்டு *adj* Cypriot
சைப்ரஸ் வாசி *n* Cypriot
சைவ உணவி *adj* vegetarian
சைவ உணவு *n* vegetarian
சைவம் *n* vegetarianism
சைவன் *n* vegetarian
சைனா - ஒரு நாடு *n* China
சைனா நாட்டின் *adj* Chinese
சைனாக்காரர் *n* Chinese
சொக்கத்தங்கம் *n* pure gold
சொக்கன் *n* scarecrow
சொக்காய் *n* shirt
சொகுசான *adj* cosy
சொகுசு *n* luxury
சொட்டசொட்ட *adv* wetly
சொட்டு *n* drop ▷ *v* drop
சொட்டு மருந்து *n* drops of
  medicine
சொடுக்கி *n* mouse
சொடுக்கு *v* click
சொடுக்கு அடி *vt* smack
சொத்து *n* asset, property
சொத்துசுகம் *n* wealth and
  comfort
சொதப்பல் *n* something that is
  mucked up
சொதப்பு *v* muck up
சொந்த *adj* personal, own
சொந்த விபரங்கள் அடங்கிய
  கைக்குறிப்பு புத்தகம் *n*
  personal organizer

சொந்தமாக்கிக் கொள் *vt*
  possess
சொப்பனம் *n* dream
சொர்க்கம் *n* heaven
சொர்கம் *n* heaven, paradise
சொர்ணம் *n* gold
சொல் *vt* say, tell
சொல்லகராதி *n* vocabulary
சொல்லிக் கொடு *vt* teach
சொல்லிடை இணைப்புக்
  குறி *n* hyphen
சொல்வதை எழுதுதல் *n*
  dictation
சொல்வழக்கு *n* saying
சொல்வன்மையுள்ள *adv*
  eloquently
சொற்பம் *n* trifle
சொற்றொடர் *n* phrase
சொறி *n* itch ▷ *v* scratch
சொறுகி வை *v* stick out
சோகமான *adj* sad
சோதனை *n* check-up, test
சோதனை உயிர் *n* guinea
  pig
சோதனை செய் *vt* examine
சோதனைக் காலம் *n* trial
  period
சோதனைக்குழாய் *n* test tube
சோதி *vt* test
சோதித்துப் பார் *vt* inspect,
  try
சோதிப்பவர் *n* examiner
சோப்பு *n* soap
சோப்பு, சீப்பு வைத்துக்
  கொள்ளும் சிறு பை *n* toilet
  bag

சோப்புத் தூள் *n* soap powder
சோப்புப்பெட்டி *n* soap dish
சோம்பலான *adj* idle, lazy
சோம்பு *n* aniseed
சோமாலி மொழி *n* Somali
சோமாலிய நாட்டு *adj* Somali
சோமாலியர் *n* Somali
சோயா மொச்சை *n* soya
சோயா மொச்சைக்குழம்பு *n* soy sauce
சோர்வாக *adj* depressed
சோர்வு ஏற்படுத்தும் *adj* depressing
சோர்வு ஏற்படுத்துவதாக *adj* dismal
சோளக்கொல்லை பொம்மை *n* scarecrow
சோளப்பொரி *npl* cornflakes
சோளப்பொறி *n* popcorn
சோளமாவு *n* cornflour
சோறு *n* rice
சோம்பேறித்தனமாக *adv* lazily

ஞ

ஞாபகப்படுத்து *vt* remind
ஞாபகம் *n* memory
ஞாயமில்லாத *adj* unreasonable
ஞாயிறுக் கிழமை *n* Sunday
ஞானப்பல் *n* wisdom tooth

ட

டச்சு மொழி *n* Dutch
டச்சுக்காரர் *n* Dutchman
டச்சுப் பெண்மணி *n* Dutchwoman
டப்பா *n* canister
டன் *n* ton
டஜன் -பன்னிரண்டின் தொகுதி *num* dozen
டாமன் *n* Daman
டால்ஃபின் *n* dolphin
டானிஷ் மொழி *n* Danish
டி.வி.டி. *n* DVD
டி.வி.டி. செயல்படுத்தும் கருவி *n* DVD player
டி.வி.டி. தகடு எழுதும் கருவி *n* DVD burner
டிசம்பர் *n* December
டின்னில் அடைக்கப்பட்ட *adj* tinned
டிஸ்கெட்டே - கணினி தரவுகளை சேமிப்பதற்காக உபயோகிக்கப்படுகிற சிறிய காந்த வட்டு *n* diskette
டெல்லி *n* Delhi
டெல்லியைச் சார்ந்தவர் *npl* people from Delhi
டென்மார்க் - ஒரு நாடு *n* Denmark
டென்மார்க் நாட்டின் *adj* Danish

டென்மார்க் வாசி *n* Dane
டேராடூன் *n* Dehradun
டைனோசார் *n* dinosaur
டொமினிக்க குடியரசு *n*
  Dominican Republic
டொமினோ விளையாட்டு
  துண்டுகள் *npl* dominoes

த

தக்காளி *n* tomato
தக்காளி கூழ் *n* tomato sauce
தக்கை *n* cork
தக்கை திருகி *n* corkscrew
தகடு *n* disc
தகமை *n* qualification
தகர் *n* demolish
தகர்வொலி *n* crash
தகரக்குப்பி *n* tin
தகரம் *n* tin
தகராறு *n* dispute
தகவல் அறிவிக்கிற *adj*
  informative
தகவல் தொகுப்பு *n* record
தகனம் *n* cremation
தகிடுதத்தம் *n* manipulation
தகுதி பெறு *v* qualify
தகுதி வாய்ந்த *adj* fit
தகுதிச் சான்றுகள் *npl*
  credentials
தகுதிபெற்ற *adj* qualified

தகுதியற்றதெனத் தள்ளு *vt*
  rule out
தகுதியான *adj* qualified;
  (இயல்பு) capable
தகுதியில்லாத *adj*
  incompetent
தகுதியில்லை என்று அறிவி
  vt disqualify
தகுதிவாய்ந்த *adj* competent
தகுபின்னம் *n* proper fraction
தங்க மீன் *n* goldfish
தங்க முலாம் பூசிய *adj*
  gold-plated
தங்கப் பழுப்பு நிற *adj* auburn
தங்கம் *n* gold
தங்கமயமான *adj* golden
தங்கல் திடல் *n* campsite
தங்கியிரு *vi* stay
தங்கியிருப்பவர் *n* lodger
தங்கு *n* stay ▷ *vt* occupy
தங்குமிடம் *n* dormitory
தங்கை *n* younger sister
தங்கை; அக்கா;
  கூடப்பிறந்தவள் *n* sister
தச்சர் *n* carpenter
தச்சு வேலை *n* carpentry
தசரா *n* Indian festival
தசை *n* muscle
தசை சார்ந்த *adj* muscular
தசை நாண் *n* tendon
தட்டச்சு இயந்திரம் *n*
  typewriter
தட்டச்சு செய் *v* type
தட்டச்சு செய்பவர் *n* typist
தட்டப்படும் சத்தம் *n* knock
தட்டம்மை *npl* measles

தட்டாம் பூச்சி *n* dragonfly

தட்டிப்போ *v* miscarry

தட்டிவை *v* keep a person in his place

தட்டு *n* plate

தட்டு *vi* knock

தட்டுத்தடுமாறு *v* struggle to do something

தட்டுப்பாடு *n* shortage

தட்டுவதால் ஒலியெழுப்பும் முரசு பொன்ற இசைக்கருவி *n* percussion

தட்டை *n* flatness

தட்டையான *adj* flat

தட்டையான திரை *adj* flat-screen

தட்ப வெட்ப நிலை மாற்றம் *n* climate change

தட்பவெப்பம் *n* climate

தடகள விளையாட்டு வீரர் *n* athlete

தடகள விளையாட்டுக்கள் *npl* athletics

தடம் *n* footprint, track

தடம்பற்றிச் செல் *vt* retrace

தடய அறிவியல் *n* forensic science

தடாகம் *n* pond

தடித்த *adj* thick

தடித்த எழுத்து *n* bold letter

தடிமன் *n* thickness; (நோய்) cold

தடிமனான கம்பி *n* cable

தடியடி *n* baton charge, lathi charge

தடியன் *n* stocky man

தடுக்கு *v* stumble

தடுப்பாட்டம் *n* defensive play

தடுப்பு *n* prevention

தடுப்பு ஊசி *n* vaccination

தடுப்பு மருந்து *n* vaccine

தடுப்பூசி *n* vaccination

தடுப்பூசி போடு *vt* vaccinate

தடுமாற்றம் *n* staggering

தடுமாற்றமடைந்துள்ள *adj* shaken

தடுமாற்றமளிக்கும் *adj* puzzling

தடுமாறு *vi* stumble, trip

தடுமாறு *vi* sway ▷ *n* (நடை) stagger

தடை *n* (சட்டம்) ban; obstacle

தடை காப்பு *n* curb

தடை செய் *vt* prevent

தடை விதி *vt* prohibit

தடை விதிக்கப்பட்ட *adj* prohibited

தடை, இடர் *n* hurdle

தடைகளற்ற *adj* clear

தடைசெய்யப்பட்ட *adj* forbidden

தடைபடுத்து *vt* obstruct

தடையின்றி கணக்கில் பற்று வைத்தல் *n* direct debit

தடையுணர்ச்சி *n* inhibition

தடையுரிமை *n* veto

தண்டம் *n* waste

தண்டல் *n* revenue collection

தண்டல் செய்தல் *n* press-up

தண்டவாளம் *n* rails

தண்டனை *n* punishment

தண்டனை அளி *vt* punish

தண்டனைக் காலத்தில் நன்னடத்தை வெளியேற்றம் *n* parole
தண்டனைத் தொகை *n* fine
தண்டால் எடு *n* push-up
தண்டி *vt* penalize
தண்டு *n* rod; (மலர்) stalk
தண்டு வடம் *n* spinal card
தண்டுவட மரப்பு நோய் *n* multiple sclerosis
தண்டுவட மரப்பு நோயின் சுருக்கம் *n* multiple sclerosis
தண்டூன்றித் தாண்டுதல் *n* pole vault
தண்ணீர் *n* water
தண்ணீர் குழாய் *n* tap
தண்ணீர்க் குழாய் சீர் செய்பவர் *n* plumber
தண்ணீர்விட்டான் கொடி *n* asparagus
தணிக்கை *n* audit
தணிக்கை செய் *vt* audit
தணிக்கையாளர் *n* auditor
தத்துப்பிள்ளை *n* foster child
தத்துவம் *n* philosophy; (கோட்பாடு) theory
தத்தெடு *vt* adopt, foster
தத்தெடுக்கப்பட்ட *adj* adopted
தத்தெடுப்பு *n* adoption
தந்தம் *n* ivory
தந்தி *n* telegram
தந்திரம் *n* (வித்தை) trick; (குணம்) cunning
தந்திரமான *adj* shifty
தந்தை *n* dad, father
தந்தைமை விடுமுறை *n* paternity leave
தப்படி *n* pace
தப்பித்தல் *n* escape
தப்பியோடு *v* flee
தப்பிவிடு *vi* escape
தப்புக் கணக்கு *n* miscalculation
தப்புத்தண்டா *n* wrong behaviour
தபால் *n* mail
தபால் அனுப்பு *vt* post
தபால் எழுது *vt* mail
தபால்காரர் *n* postman
தபால்தலை *n* stamp
தபால்பெட்டி *n* letterbox, postbox
தம்பட்டம் *n* large, round tom-tom
தம்பதி *n* married couple
தம்பி *n* younger brother
தம்மைப்பற்றியவரை *adv* personally
தமனி *n* artery
தமிழ் *n* Tamil
தமிழ் நாடு *n* Tamil Nadu
தமிழாக்கம் *n* Tamil translation
தயக்கத்துடன் *adj* reluctant
தயக்கம் *n* hesitation
தயங்கு *vi* hesitate
தயவு செய்து *excl* please!
தயவு தாட்சணியம் இல்லாத *adj* ruthless
தயார்செய் *vt* make
தயாராக *adj* prepared
தயாரான *adj* ready

தயாரிப்பாளர் *n* producer
தயாளம் *n* generosity
தயிர் *n* curd
தர்க்கத்திற்குரிய *adj* controversial
தர்கரீதியான *adj* logical
தர்ப்பூசணி *n* watermelon
தர்ப்பூசணிப் பழம் *n* watermelon
தர்ம சங்கடமான *adj* awkward
தர்மகர்த்தா *n* trustee of a temple
தர்மசங்கடம் *n* dilemma
தர்மப் பிரபு *n* philanthropist
தரக் கட்டுப்பாடு *n* quality control
தரக் குறைவான *adj* inferior
தரகர் *n* broker
தரணி *n* world
தரப்பு *n* side, party
தரம் *n* grade, quality
தரமற்றது *n* inferior
தரமிடு *vt* mark
தரவரிசைப்படுத்து *v* rank
தரவுகள் *npl* data
தரவுத் தளம் *n* database
தராசு *npl* scales
தரிசு நிலம் *n* barren land
தரிப்புக்குறி *n* punctuation mark
தருமம் *n* charity
தருவி *v* get
தரை *n* floor, ground
தரை தளம் *n* ground floor
தரைக் கம்பளம் *n* rug
தரைப்படை *n* army
தரையில் மண்டியிடு *vi* kneel down
தரையிறங்கு *v* land
தலை *n* head
தலை சுற்றுகிற *adj* dizzy
தலை பெரிதாக இருக்கும் குத்தூசி *n* thumbtack
தலை முக்கடு *n* hood
தலை வாரிக் கொள் *vt* comb
தலைக் கவசம் *n* helmet
தலைக்கனம் பிடித்த *adj* stuck-up
தலைக்குனிவு *n* humiliation
தலைகீழ் *n* being the reverse of something
தலைகீழ் பாய்வு *n* dive
தலைகீழாக *adv* upside down
தலைகுனி *vi* be humiliated or disgraced
தலைச்சன் *n* first- born
தலைச்சுற்றல் *n* vertigo, giddiness
தலைசிறந்த *adj* outstanding
தலைசிறந்த படைப்பு *n* masterpiece
தலைத் துணி *n* headscarf
தலைத்துண்டு *n* scarf
தலைதீபாவளி *n* first Diwali festival celebrated by the newly married
தலைதெறிக்க *adv* post-haste
தலைநகரம் *n* capital
தலைநிமிர் *vi* be proud
தலைப்பு *n* title, topic
தலைப்புச் செய்தி *n* headline
தலைமகள் *n* heroine

தலைமகன் *n* hero

தலைமட்ட மேல் ஒளிக்கதிர் கருவி *n* overhead projector

தலைமுடியில் உண்டாக்கப்படும் செயற்கை அலை நெளிவு *n* perm

தலைமுறை *n* generation

தலைமை *n* chief, head

தலைமை அலுவலகம் *n* head office

தலைமை ஆசிரியர் *n* head teacher, principal

தலைமை செயற்குழு அதிகாரி *n* CEO

தலைமைச் செயலகம் *npl* headquarters

தலைமையாசிரியர் *n* headmaster

தலையங்கம் *n* editorial

தலையணை *n* pillow

தலையணை உறை *n* pillowcase

தலையாட்டி ஆமோதி *vi* nod

தலையாட்டு *vi* nod approval

தலையாய *adj* major

தலையெழுத்து *n* fate

தலைவணங்கு *v* accept with good grace

தலைவர் *n* leader

தலைவலி *n* headache

தலைவன் *n* captain, master

தலைவாசல் *n* front entrance

தவணை *n* instalment, term

தவம் *n* penance

தவழ்ந்து செல் *vi* crawl

தவளை *n* frog

தவளைக்குஞ்சு *n* tadpole

தவறவிடு *v* miss

தவறாக *adv* baldly

தவறாக மதிப்பிடு *vt* misjudge

தவறாகச் செய் *v* slip up

தவறாமல் *adv* without fail

தவறான *adj* wrong

தவறான தொலைபேசி எண் *n* wrong number

தவறான பொருள் கொள் *v* misunderstand

தவறிழை *vt* mistake

தவறு *n* error, mistake

தவறுக்கிடமில்லாமல் *adv* clearly

தவறுக்கு வருத்தம் தெரிவித்தல் *n* apology

தவறுதலாக *adv* accidentally, mistakenly

தவிடு *n* bran

தவிர் *vt* avoid, ignore

தவிர்க்க முடியாத *adj* inevitable, unavoidable

தவிர்க்க முடியாதபடி *adv* necessarily

தவிர்க்கமுடியாத *adj* indispensable

தவிர்த்திரு *v* keep out

தவிர்த்து *prep* excluding

தவிர *prep* apart from, except ▷ *adv* except

தவிரவும் *adv* moreover

தழுவு *vt* cuddle

தழையுரம் *n* green manure

தள்ளாடு *vi* stagger, sway

தள்ளி இரு *vi* keep

த

தள்ளிப்பூச்சி *n* stick insect
தள்ளிப்போடு *vt* postpone
தள்ளு *v* push
தள்ளு *vt* reject
தள்ளு நாற்காலி *n* pushchair
தள்ளுபடி *n* rebate
தள்ளுவண்டி *n* wheelbarrow;
(வணிக வளாகம்) shopping
trolley
தள மேடை *n* deck
தளதளப்பான *adj* plump
தளபதி *n* general
தளம் *n* plane
தளர் விரைநடை *vi* canter
தளர்ச்சி *n* weakness
தளர்ச்சியான *adj* lax, loose
தளர்ந்த *adj* slack
தளர்வாக *adj* relaxed
தளவாடத் தளம் *n* rig
தற்கட்டுப்பாடு *n* self-control
தற்காப்பு *n* self-defence
தற்காப்புக்கலை *n* martial art
தற்காலிக ஆசிரியர் *n* supply
teacher
தற்காலிக முகவரி *n*
temporary address
தற்காலிகப் பணியாளர் *n*
temp
தற்காலிகம் *n* temporary
nature
தற்காலிகமாக *adv*
momentarily
தற்காலிகமாக நிறுத்தி வை *vt*
suspend
தற்காலிகமாக பணிபுரிகின்ற
adj acting

தற்காலிகமான *adj* temporary
தற்குறி *n* illiterate person
தற்கொலை *n* suicide
தற்கொலை வெடியினர் *n*
suicide bomber
தற்சமயத்தில் *adv* presently
தற்சமயம் *adv* at present
தற்செயல் இணைவு *n*
coincidence
தற்செயலாக *n* accident
தற்செயலாய் நிகழ்கிற *adj*
occasional
தற்செயலான *adj* casual,
unintentional
தற்போது *adv* currently
தற்போதைக்கு *adv* for the
time being
தற்போதைய *adj* current
தறி *n* loom
தறிகெட்டு *adv* uncontrollably
தன் சமையல் *n* self-catering
தன்கையுதவி *adj* self-service
தன்நம்பிக்கை *n* confidence
தன்போக்கில் உதைத்தல் *n*
free kick
தன்முனைப்புடன் *adj*
self-centred
தன்விருப்புரிமை *n* discretion
தன்வினை *n* verb denoting
the direct action of the doer
தன்னந்தனியாக *adv* all alone
தன்னல *adj* selfish
தன்னலமான *adj* selfish
தன்னார்வாளர் *n* volunteer
தன்னிச்சையாக *adv*
voluntarily

தன்னிச்சையான *adj*
spontaneous

தன்னியல் நிகழ்வு *n* reflex

தன்னியல்பான *adj*
spontaneous

தன்னிலை உணர்ந்த *adj*
self-conscious

தன்னிறைவான *adj*
self-contained

தன்னுடைய *adj* own

தன்னை வேறொருவராக
காட்டிக்கொள்வது *n*
identity theft

தன்னைப் பார்த்துக்
கொள்ளுதல் *n* look

தன்னையறிந்த *adj*
self-assured

தன்னொழுக்கம் *n*
self-discipline

தனக்குள்ளாக *adv*
inwardly

தனக்கென்று *adj* own

தனி *n* solo

தனி இசை *n* concerto

தனி உதவியாளர் *n*
personal assistant, PA

தனி முதலான *adj* original

தனிச்சிறப்பு *n* distinction

தனிச்சிறப்புடைய *adj*
remarkable

தனித்த *adj* distinctive

தனித்தமிழ் *n* language of
Tamil free of borrowings

தனித்தன்மை வாய்ந்த *adj*
unique

தனித்தனியாக *adv* apart

தனித்தியங்கும் *adj*
autonomous

தனித்தியங்கும் சுதந்திரம் *n*
autonomy

தனித்திருக்கும் வீடு *n*
detached house

தனித்து நில் *v* stand out

தனித்துப் பின்தங்கிவிட்ட *adj*
stranded

தனித்துவ *adj* unique

தனித்துறையில்
வல்லுநராயிரு *vi*
specialize

தனித்தேர்வர் *n* private
candidate

தனிநடிப்பு *n* solo acting

தனிநபர் *adj* individual

தனிப்பட்ட *adj* personal

தனிப்பட்ட முறையில் *adv*
specifically

தனிப்பட *adv* personally

தனிப்படுத்து *v* separate

தனிப்பற்றுக்குரியது *n*
favourite

தனிப்பாடகர் *n* soloist

தனிப்பொருள்களின்
இணைப்பு *n* combination

தனிமனிதன் *n* lone person

தனிமுறைச் சிறப்புத் தொழில்
n speciality

தனிமை *n* loneliness,
separation

தனிமை அச்சத்துடன் *adj*
claustrophobic

தனிமை உணர்வுடன் *adj*
lonesome

தனிமைப்படுத்தப்பட்ட *adj* isolated

தனிமைப்படுத்து *vt* isolate

தனியாக *adj* lonely

தனியாக *adv* apart, separately

தனியார் *adj* private

தனியார் சொத்து *n* private property

தனியார்மயமாக்கு *vt* privatize

தனியான *adj* alone, separate

தனியுடைமை *n* right to hold private property

தனியுரிமை *n* monopoly

தனியே *adv* all alone

தனிவிருப்பத்திற்குரிய *adj* favourite

தனுர்ராசி *n* Sagittarius

தஜிகிஸ்தான் நாடு *n* Tajikistan

தாக்கம் *n* impact

தாக்கிச் சாய்த்துவிடு *vt* knock down

தாக்கு *v* attack

தாக்குதல் *n* attack

தாக்குப்பிடி *v* last

தாகம் *n* thirst

தாகமாயுள்ள *adj* thirsty

தாகமான *adj* thirsty

தாங்க முடியாத *adj* unbearable

தாங்கு *vt* hold

தாங்கு கட்டை *n* leg

தாட்பூட்பழம் *n* passion fruit

தாடி *n* beard

தாடை *n* jaw

தாடையெலும்பு *n* cheekbone

தாண்டி குதி *vi* leap

தாத்தா *n* granddad, grandfather

தாத்தா பாட்டி *npl* grandparents

தாதா *n* gangster

தாது *n* mineral

தாம்பாளம் *n* tray

தாம்பூலம் *n* betel leaves and areca nuts

தாமதப் படுத்து *v* hold up

தாமதப் படுத்துதல் *n* suspension

தாமதப்படுத்து *vt* delay

தாமதம் *n* delay

தாமதமாக *adv* late

தாமதமான *adj* delayed, late

தாமதி *vi* wait

தாமரைப் பூ *n* lotus

தாமிரம் *n* copper

தாய் *n* mum, mother

தாய் மாமன் *n* uncle

தாய்நாடு *n* homeland

தாய்ப்பால் கொடு *v* breast-feed

தாய்மை *n* pregnancy

தாய்மொழி *n* mother tongue

தாய்லாந்து நாட்டு *adj* Thai

தாய்லாந்து நாட்டுக்காரர் *n* Thai

தாய்லாந்து நாடு *n* Thailand

தாய்லாந்து மொழி *n* Thai

தாய்வழி சார்ந்த *adj* maternal

தாயக்கட்டை *n* dice

தார்ப்பாய் *n* tarpaulin

தாராளம் *n* lavishness

தாராளமாக *adj* generous
▷ *adv* generously
தாலாட்டு *n* lullaby
தாலி *n* gold wedding chain
தாலிப்பூஜை *n* one day festival when married women pray for husband's long life
தாவர உணவு *n* vegetarian food
தாவர வகையில் ஒன்று *n* raspberry
தாவரத் தண்டு மச்சை *n* marrow
தாவரம் *n* plant
தாவரவளம் *npl* flora
தாவு *vt* leap
தாழ் *vt* lower
தாழ்ப்பாள் *n* latch
தாழ்வாக *adv* low
தாழ்வாரம் *n* hallway
தாழி *n* large pot
தாள் *n* sheet
தாள் இருத்தி *n* paperweight
தாளம் *n* rhythm
தாளம்மை *n* mumps
தாளாளர் *n* secretary (minister)
தாறுமாறான *adj* chaotic
தான்சானிய நாட்டு *adj* Tanzanian
தான்சானியா நாட்டுக்காரர் *n* Tanzanian
தான்சானியா நாடு *n* Tanzania
தானம் *n* charity
தானம் செய் *vt* donate
தானம் செய்தவர் *n* donor
தானிய உணவு *n* cereal
தானியங்கி இயல்புடன் *adj* automatic
தானியங்கு மிதிவண்டி *n* moped
தானியப் பயிர் *n* cereal
தானியம் *n* grain, cereals
தானே இயங்ககூடியதாக *adv* automatically
தானே எடுத்துச் சாப்பிடும் முறை *n* buffet
தாஜ்மகால் *n* Taj Mahal
திக்கிப்பேசு *v* stammer
திக்கு *v* stammer
திக்குவாய் *n* stammerer
திகில் *n* fright
திகில் உண்டாக்ககூடிய *adj* frightening
திகில் உண்டாக்கு *vt* frighten
திகில் படம் *n* horror film
திகிலுறு *vi* shudder
திகிலூட்டு *vt* terrify
திகிலூட்டுகிற *adj* terrific
திகிலூட்டும் *adj* horrifying, scary
திகைப்பு *n* surprise
திங்கட் கிழமை *n* Monday
திசு *n* tissue
திசை *n* direction
திசை காட்டும் குறி *n* arrow
திசை மாற்றி *n* steering
திசை மாற்றி சக்கரம் *n* steering wheel
திசை மாற்றிச் செல் *v* turn off
திசையறி கருவி *n* compass
திட்டப்படம் *n* layout

திட்டப்பணி *n* project

திட்டம் *n* plan, programme

திட்டமிட்ட சுற்றுலா *n* guided tour

திட்டமிடப்பட்ட ரகசிய சந்திப்பு *n* rendezvous

திட்டமிடப்படாத *adj* casual

திட்டமிடு *vt* devise

திட்டமிடுதல் *n* planning

திட்டு *vt* scold ▷ *n* scolding

திடமான *adj* solid, stable

திடமில்லாமை *n* instability

திடல் *n* open space

திடீர் *adj* abrupt, sudden

திடீர் எழுச்சி *n* surge

திடீர் நிகழ்வு *n* outbreak

திடீர் வெளிச்சத்தை ஏற்படுத்து *v* flash

திடீர்த்தாக்குதல் *n* raid

திடீரென்று *adv* suddenly

திடீரென *adv* abruptly

திடீரென அறு *v* snap

திடுக்கிட வை *vt* startle

திடுக்கிடு *vi* be alarmed

திடுக்கிடும் *adj* shocking

திண்டாட்டம் *npl* straits

திண்டாடு *vt* struggle

திண்ணை *n* porch

திணி *vt* stuff

திணிப்பு *n* imposition

தித்திப்பு *n* sweetness

திபெத் *n* Tibet

திபெத் பகுதியிலிருப்பவர் *n* Tibetan

திபெத் பகுதியின் *adj* Tibetan

திபெத் மொழி *n* Tibetan

திமிங்கிலம் *n* whale

தியாகம் செய்தல் *n* sacrifice

தியானம் *n* meditation

திரண்ட *adj* vast

திரவ மாற்றி *n* liquidizer

திரவத்தின் துளி *n* drop

திரவம் *n* liquid

திரவியம் *n* wealth

திரள் *n* heap

திராச்சைப்பழம் *npl* grapes

திராட்சை *n* grape

திராட்சை மதுவகை *n* champagne

திராட்சை ரசப் பட்டியல் *n* wine list

திராட்சை ரசம் *n* wine

திராட்சைத் தேறல் *n* port

திராட்சைத் தோட்டம் *n* vineyard

திராணி *n* strength

திராவகம் *n* acid

திராவிடம் *n* land where Tamil, Telugu, Malayalam, Kannada are spoken

திரிதடையம் *n* transistor

திரிபுரா *n* Tripura

திரு *n* Mr

திருக்காப்பு *n* door of a temple

திருக்குடும்பம் *n* holy family

திருகாணி *n* screw

திருகாணியைக் கழற்றித் தளர்த்து *v* unscrew

திருகு *vt* twist

திருட்டு *n* burglary, theft

திருட்டு எச்சரிக்கை மணி *n* burglar alarm

திருடன் *n* burglar, thief

திருடு *vt* rob

திருத்தம் *n* correction

திருத்தி அமைத்தல் *n* modification

திருத்திக் கொள் *vt* revise

திருத்தியமை *v* adjust

திருத்தியமைக்கத்தக்க *adj* adjustable

திருத்து *vt* correct, modify

திருநங்கை *n* transsexual

திருநாள் *n* day of celebration

திருப்தி *n* satisfaction

திருப்திகரமான *adj* satisfactory

திருப்தியற்ற *adj* unsatisfactory

திருப்தியாக *adj* pleased

திருப்தியான *adj* satisfied

திருப்தியில்லாத *adj* (சூழ்நிலை) unsatisfactory; (நபர்) dissatisfied

திருப்பம் *n* turn

திருப்பி அனுப்பு *vt* send back

திருப்பி எடுத்துக் கொள் *vt* take back

திருப்பிக் கொடு *vt* give back, pay back

திருப்பிச் செய் *vt* repeat

திருப்பிச் செலுத்துதல் *n* repayment

திருப்பித் திருப்பி *adv* repeatedly

திருப்பு முனை *n* turning point

திருப்புளி *n* screwdriver

திரும்ப கூப்பிடு *vt* call back

திரும்ப நிகழ்கின்ற *adj* recurring

திரும்ப பெற்றுக்கொள் *vt* withdraw

திரும்ப பெற்றுக்கொள்ளுதல் *n* withdrawal

திரும்பச் செய் *vt* redo

திரும்பத் திரும்ப நேரக்கூடிய *adj* repetitive

திரும்பப் பெறு *v* get back

திரும்பி *adv* back

திரும்பி வா *vi* come back

திரும்பி விடுதல் *n* return

திரும்பு *vi* return

திருமகள் *n* goddess of wealth

திருமண ஆண்டு நிறைவுவிழா *n* wedding anniversary

திருமண இரவு *n* wedding night

திருமண உடை *n* wedding dress

திருமண நிலை *n* marital status

திருமண மோதிரம் *n* wedding ring

திருமணச் சான்றிதழ் *n* marriage certificate

திருமணத்திற்கு முன் அவள் பெற்றோர் சூட்டிய பெண்ணின் பெயர் *n* maiden name

திருமணம் *n* marriage, wedding

திருமணம்
நிச்சியக்கப்பட்டவள் *n*
fiancée

திருமணம்
நிச்சியக்கப்பட்டவன் *n*
fiancé

திருமணமான தகுதி *n* marital
status

திருமதி *n* Mrs

திருமனை *n* chapel

திருவலகு *n* coconut scraper

திருவனந்தபுரம் *n*
Thiruvananthapuram,
Trivandrum

திருவாளர் *n* mister

திருவிழா *n* festival in a temple

திருவோடு *n* dried shell of a
fruit used as a begging bowl

திரை *n* screen

திரை நட்சத்திரம் *n* film star

திரை நாடகம் *n* soap opera

திரைக்கதை *n* screenplay

திரைச்சீலை *n* curtain

திரைப்பட நடிகர் *n* film star

திரைப்படச் சுருள் *n* reel

திரைப்படப் பாடல்கள் *npl*
film songs

திரைப்படம் *n* film, movie

திரையரங்கம் *n* cinema

திரையிடு *vt* screen

தில்லுமுல்லு *n* dishonest
practice

திலகம் *n* ornamental mark on
the forehead of women

திவசம் *n* memorial service

திற *v* open

திறந்த *adj* open

திறந்த சந்தை *n* open
market

திறந்த மனம் *n* open mind

திறந்த வெளிப்
பல்கலைக்கழகம் *n* open
university

திறம் *n* high quality

திறமை *n* ability, talent

திறமையற்ற *adj* inefficient

திறமையாக *adv* efficiently

திறமையாகப் பெறு *v* Google

திறமையான *adj* able, skilled

திறமையில்லாத *adj* unskilled

திறமையுள்ள *adj* able

திறமைவாய்ந்த *adj* capable,
gifted

திறனாய்வு *n* evaluation

தின்பண்டம் *n* snack

தினக்கூலி *npl* daily wages

தினசரி *adv* daily ▷ *n*
newspaper

தினசரி *adv* every day

தினப்படி *n* daily allowance

திஸ்பூர் *n* Dispur

தீ *n* fire

தீ அணைப்பு நிலையம் *n* fire
brigade

தீ எச்சரிக்கை *n* fire alarm

தீ மூட்டி *n* lighter

தீ மூட்டும் இடம் *n* fireplace

தீக்காயம் *n* burn

தீக்காயமடைந்த *adj* inflamed

தீக்குச்சி *n* match

தீகாப்புத் தப்பு வழி *n* fire
escape

தீங்கில்லாத *adj* harmless
தீங்கு விளைவி *vt* harm
தீங்கு விளைவிக்க கூடிய *adj* harmful
தீங்கு விளைவிக்கும் *adj* harmful
தீச்சட்டி *n* pot of burning coals
தீப்பொறி *n* spark
தீப்பொறிச் செருகி *n* spark plug
தீபகற்பம் *n* peninsula
தீபாவளி பண்டிகை *n* celebration on last day of Diwali festival
தீய நோக்குடனான வீண்பேச்சு *adj* malicious
தீயணைக்கும் கருவி *n* fire extinguisher
தீயணைப்பான் *n* extinguisher
தீயணைப்பு *n* firefighting
தீயணைப்பு வீரர் *n* fireman
தீயப்பழக்கம் *n* vice
தீர்க்கதரிசி *n* prophet
தீர்க்கம் *n* clarity
தீர்க்கரேகை *n* longitude
தீர்க்காயுசு *n* long life
தீர்த்துக்கொள் *vt* settle
தீர்ந்துபோய் இரு *v* run out
தீர்ப்பாணை *n* decree
தீர்ப்பாயம் *n* tribunal
தீர்ப்பு *n* (தலைவர்) decree; (நீதிமன்றம்) sentence, verdict
தீர்ப்பு அளி *vt* sentence
தீர்ப்புநாள் *n* judgement day
தீர்மானத்துடன் *adj* determined
தீர்மானம் *n* resolution
தீர்வு *n* remedy
தீர்வையில்லாத பொருள் *n* duty-free
தீவனம் *n* animal feed
தீவிர *adj* serious
தீவிர ஈடுபாட்டுடன் *adj* aggressive
தீவிர பராமரிப்புப் பிரிவு *n* intensive care unit
தீவிரமாக *adv* deeply, seriously
தீவிரவாதத் தாக்குதல் *n* terrorist attack
தீவிரவாதம் *n* extremism, terrorism
தீவிரவாதி *n* extremist, terrorist
தீவு *n* island
தீவுக் கூட்டம் *npl* Faroe Islands
தீவுகள் அடங்கிய நாடு *n* Fiji
துக்கடா *n* small piece
துக்கம் *n* mourning
துக்கமான *adj* miserable
துச்சம் *n* triviality
துட்டி *n* death
துடிதுடிப்பு *n* enthusiasm
துடிப்பு *vi* throb ▷ *n* anxiety
துடுப்பு *n* oar, paddle
துடுப்புக்களால் படகினைச் செழுத்து *vt* paddle
துடுப்புப் படகு *n* rowing boat
துடுப்புப் போடு *v* row
துடை *vt* wipe
துடைத்து விடு *vt* wipe up

துடைப்பம் *n* broom
துடைப்பான் *n* sponge
துண்டாக்கு *v* cut
துண்டாக வெட்டு *vt* slice
துண்டு *n* (துணி) towel
துண்டு காகிதம் *n* slip
துண்டு துண்டாகக் கிழி *v* rip up
துண்டுதுண்டாக வெட்டு *v* cut up
துண்டுப் பத்திரம் *n* flyer
துண்டுப்பிரசுரம் *n* leaflet
துணி *n* cloth, fabric, material
துணி உலர்த்தும் கயிறு *n* washing line
துணி உறை *n* fitted sheet
துணி துவைத்து காயப்போடுமிடம் *n* Launderette®
துணிகர *adj* adventurous
துணிகரச் செயல் *n* adventure
துணிச்சல் *n* boldness
துணிந்த *adj* daring
துணிமணி *npl* clothes
துணிவு கொள் *vt* dare
துணுக்கு *n* small piece
துணை *n* mate
துணை இயக்குநர் *n* assistant director
துணை உதவி அளி *vt* subsidize
துணை உபகரணம் *n* accessory
துணை நிறுவனம் *n* subsidiary
துணை வீதி *n* side street
துணைஉரை *adj* subtitled
துணைஉரைகள் *npl* subtitles
துணைக்கண்டம் *n* subcontinent
துணைநிலை படை அதிகாரி *n* lieutenant
துணையாகச் செல் *vt* escort
துத்தநாகம் *n* zinc
துப்பட்டா *n* shawl
துப்பட்டி *n* blanket
துப்பறிவாளர் *n* detective
துப்பாக்கி *n* gun, rifle
துப்பாக்கி சுடுதல் *n* shooting
துப்பு *n* clue
துப்புரவாளர் *n* sweeper
துப்புரவான *adj* tidy
துப்புரவு *n* cleanliness
தும்பன் *n* bad person
தும்பிக்கை *n* trunk
தும்மல் *n* hay fever
தும்மு *vi* sneeze
துயரம் *n* grief
துயில் *n* sleep
துயிலிடம் *n* bunk
துர்கா பூஜை *n* festival to honour the Hindu goddess Durga
துர்நாற்றம் *n* odour, stink
துர்நாற்றம் வீசு *vi* stink
துரத்திச் செல் *vt* chase
துரத்துதல் *n* chase
துரதிர்ஷ்டவசமாக *adv* unfortunately
துரதிருஷ்டம் *n* misfortune
துரம்போன் இசைக்கருவி *n* trombone
துரித *adv* fast

துரிதகதி இசை n techno
துரிதப்படுத்து v accelerate
துரிதப்படுத்துதல் n acceleration
துரிதமான adj hurried, rapid
துரு n rust
துருக்கி நாட்டு adj Turkish
துருக்கி நாட்டுக்காரர் n Turk
துருக்கி நாடு n Turkey
துருக்கி மொழி n Turkish
துருதுருப்பு n briskness
துருப்பிடித்த adj rusty
துருப்புச்சீட்டு n trump card
துருவ adj polar
துருவக்கரடி n polar bear
துருவம் n pole
துருவியறி vi pry
துல்லியம் n accuracy
துல்லியமற்ற adj inaccurate
துல்லியமாக adv accurately
துல்லியமான adj accurate, exact
துலாம் n Libra
துவக்கம் n outset
துவரம் பருப்பு npl lentils
துவை vt wash
துவையல் n chutney
துழாவு vi grope
துள்ளாறு npl rapids
துள்ளு கம்பிகள் npl jump leads
துள்ளு நடை vi trot
துள்ளுந்து n motorbike
துளை n hole
துளை ஏற்படுத்துதல் n punch
துளை செய் vt pierce
துளையிடு v drill
துளையிடும் கருவி n drill
துளையுள்ள adj pierced
துளைவிளிம்பு n slot
துளைவிளிம்பு இயந்திரம் n slot machine
துற v give up
துறவி n saint
துருவுறா எஃகு n stainless steel
துறை n department
துறை n sector
துறைமுகம் n harbour
துன்பப்படு v suffer
துன்பம் n misery
துனிசிய நாட்டு adj Tunisian
துனிசிய நாட்டுக்காரர் n Tunisian
துனிசியா நாடு n Tunisia
தூக்க மாத்திரை n sleeping pill
தூக்கக் கலக்கத்துடன் adj sleepy
தூக்கத்தில் நட vi sleepwalk
தூக்கம் n sleep
தூக்கமின்மை n insomnia
தூக்கி adv towards a higher position
தூக்கிப்போடு vt toss
தூக்கு vt lift
தூக்குக்கயிறு n hangman's noose
தூக்குத் தண்டனை n sentence of death by hanging
தூங்கு vi sleep, snooze

தூங்கு மஞ்சம் *n* hammock
தூங்கு வசதி பெட்டி *n* sleeping car
தூங்கும் பை *n* sleeping bag
தூசி *n* dust
தூசி நீக்கு *v* dust
தூசு நீக்கு *v* hoover
தூசுறிஞ்சி *n* vacuum cleaner
தூண் *n* column, pillar
தூண்டில் குச்சி *n* fishing rod
தூண்டில் போட்டு மீன் பிடிப்பவர் *n* angling
தூண்டிலாளர் *n* angler
தூண்டு *adj* prompt
தூதர் *n* diplomat
தூதரகம் *n* embassy
தூதுவர் *n* ambassador
தூதுவன் *n* messenger
தூபக்கால் *n* incense bowl
தூபி *n* spire
தூய்மை செய்யும் பொருள் *n* cleanser
தூய்மைப்படுத்து *vt* sterilize
தூய்மையாக்கும் திரவம் *n* cleansing lotion
தூய்மையாக *adv* cleanly
தூய்மையான *adj* pure
தூய ஆவி *n* holy spirit
தூர அளவு *n* longitude
தூரத்தில் *adj* distant
தூரப்பார்வை *n* long sight
தூரம் *n* distance
தூரிகை *n* brush
தூவல் *n* sprinkler
தூளகிளப்பு *vt* perform extremely well
தூற்று *vt* slander
தூறல் *n* drizzle
தெப்பம் *n* raft
தெம்பு *n* physical strength
தெய்வபக்தியுள்ள *adj* pious
தெய்வம் *n* god
தெரிந்திரு *vt* know
தெரிந்திருக்கும் *adj* known
தெரிந்திருத்தல் *adj* aware
தெரிந்து கொள் *v* find out
தெரியப்படுத்து *vt* notify
தெரியாத்தனமாக *adv* inadvertently
தெரியாத *adj* ignorant, unknown
தெரிவி *vt* inform
தெரிவித்தல் *n* expression
தெரு *n* street
தெருவிளக்கு *n* street light
தெலுங்கு *n* Telugu
தெள்ளத் தெளிந்த *adj* sheer
தெள்ளுப்பூச்சி *n* flea
தெளி *v* spray
தெளிப்பு *n* spray
தெளிவற்ற *adj* faint, illegible
தெளிவாக *adv* dead
தெளிவாக இருப்பது போல் *adj* apparent
தெளிவாகக் குறிப்பிடு *vt* specify
தெளிவான *adj* explicit, clear
தெளிவில்லாத *adj* unclear, vague
தெளிவுப்படுத்து *vt* demonstrate
தெற்கில் *adv* south

தெற்கு *n* south
தெறி *vi* splash
தெறிப்பு *n* crack
தென் *adj* southern
தென் அமெரிக்க கண்டத்தின் *adj* South American
தென் அமெரிக்க நபர் *n* South American
தென் ஆப்பிரிக்க கண்டம் *n* South America
தென் திசை நோக்கி *adj* southbound
தென் திசையில் *adj* south
தென் துருவப் பிரதேசம் *n* Antarctica
தென் துருவம் *n* Antarctic, South Pole
தென்கிழக்கு *n* southeast
தென்கொரியா நாடு *n* South Korea
தென்படு *vi* come into view
தென்மேற்கு *n* southwest
தென்றல் *n* breeze
தென்னாப்பிரிக்க நாட்டு *adj* South African
தென்னாப்பிரிக்க நாட்டுக்காரர் *n* South African
தென்னாப்பிரிக்கா நாடு *n* South Africa
தென்னு *vt* lift with a lever
தென்னை மரம் *n* coconut tree
தெனாவட்டு *n* arrogance
தேக்கம் *n* recession
தேக்கரண்டி *n* teaspoon
தேக்கு *vt* stop
தேக்கு மரம் *n* teak wood tree
தேகம் *n* body
தேங்காய் *n* coconut
தேங்காய் எண்ணெய் *n* coconut oil
தேங்காய்த் தண்ணீர் *n* water inside a ripe coconut
தேங்காய்த் தும்பு *n* coconut fibre
தேச பக்தி *n* nationalism
தேசத் துரோகி *n* traitor
தேசப்படம் *n* map
தேசபக்தர் *n* patriot
தேசபக்தி *n* patriotism
தேசம் *n* nation, country
தேசிக்காய் *n* lemon
தேசிய *adj* national
தேசிய கீதம் *n* national anthem
தேசிய பூங்கா *n* national park
தேசியம் *n* nationalism
தேசியமயமாக்கு *vt* nationalize
தேசியவாதி *n* nationalist
தேடி ஆராய்பவர் *n* explorer
தேடிச் செல் *vt* go after
தேடு *vi* hunt
தேடு பொறி *n* search engine
தேடுதல் *n* search
தேடுதல் வேட்டை *n* intensive search for a criminal
தேடும் குழு *n* search party
தேதி *n* date
தேம்பு *vi* sob
தேய் *vt* brush, rub
தேய்மானம் *n* wear and tear

த

தேயிலைப் பொட்டலம் *n* tea bag

தேர்தல் *n* election

தேர்ந்த *adv* pretty

தேர்ந்தெடு *v* choose

தேர்ந்தெடுக்கப்பட்ட *adj* chosen

தேர்வில் வெற்றிபெறு *v* pass

தேர்வு செய்தல் *n* selection

தேர்வு மேற்பார்வையாளர் *n* invigilator

தேர்வுரிமை *n* option

தேரை *n* toad

தேவ ஆவி *n* holy spirit

தேவ குமாரன் *n* son of a god

தேவ தூதர் *n* messenger of a god

தேவகன்னி *n* celestial damsel

தேவதாரு மரம் *n* pine

தேவதை *n* angel

தேவநாகிரி *n* Devanagari

தேவலை *adj* better

தேவாலயம் *n* church

தேவி *n* goddess

தேவை *n* necessity, need, requirement

தேவைக்கு அதிகமாக இரு *vi* spare

தேவைக்கு அதிகமான; மிகையான *adj* surplus

தேவைக்கு மேற்பட்ட *adj* redundant

தேவைப் பட்டியல் *n* order form

தேவைப் பொருள் *n* supply

தேவைப்பட்ட பொருட்கள் *npl* supplies

தேவைப்படு *vt* require

தேவையற்ற *adj* unnecessary

தேவையான *adj* necessary

தேவையின்மை *n* redundancy

தேள் *n* scorpion

தேற்றம் *n* certainty

தேற்று *vt* console

தேன் *n* honey

தேன் மெழுகு *n* beeswax

தேன்குழல் *n* spaghetti

தேன்சிட்டு *n* sunbird

தேன்நிலவு *n* honeymoon

தேனடை *n* layer in a honeycomb

தேனிலவு *n* honeymoon

தேனீர் *n* tea

தேனீர் தயாரிக்கப்படும் பாண்டம் *n* teapot

தேனீர்கோப்பை *n* teacup

தேனீர்நேரம் *n* teatime

தை *n* tenth Tamil month

தைப்பு கம்பி *n* staple

தையல் *n* stitch

தையல் எந்திரம் *n* sewing machine

தையல் போடு *vt* stitch

தையல் வேலை *n* sewing

தையல் வேலை செய் *v* sew

தையற்காரர் *n* tailor

தைரியம் *n* courage, nerve

தைரியம் மிக்க *adj* courageous

தைரியமாக *adj* brave

தைலமரம் *n* eucalyptus tree

தைவான் நாட்டு *adj*
Taiwanese

தைவான் நாட்டுக்காரர் *n*
Taiwanese

தைவான் நாடு *n* Taiwan

தொக்கு *n* dip

தொகுத்துக் கட்டு *vt* pack

தொகுதி *n* (கணிதம்) set;
(அரசியல்) constituency

தொகுப்பாளர் *n* compere

தொகுப்பு வீடு *n* residential
quarters

தொகை *n* sum, amount

தொகைக்காட்சி (சுருக்கம்)
n TV

தொகையளவு *n* volume

தொங்கச் செய் *vi* hang

தொங்கட்டான் *n* ornament
suspended from an ear stud

தொங்கல் *n* ornament
suspended from an ear stud

தொங்கவிடு *vt* hang

தொங்கியபடி மிதந்து ஊர்தல்
n hang-gliding

தொங்கு *n* fringe

தொங்கு பாலம் *n* suspension
bridge

தொங்கு பை *n* satchel

தொங்கும் நாற்காலி *n*
chairlift

தொட்டப்பா *n* godfather

தொட்டம்மா *n* godmother

தொட்டி *n* tank; (தீவனம்)
trough

தொட்டில் *n* cradle

தொட்டுணர் *vt* feel

தொடக்க நேரங்கள் *npl*
opening hours

தொடக்கப் பக்கம் *n* home
page

தொடக்கப்பள்ளி *n* primary
school

தொடக்கம் *n* kick-off

தொடக்கி *n* starter

தொடங்கி *prep* from

தொடங்கு *v* start

தொடர் *vt* continue ▷ *n* series

தொடர் நாயகன் *n* man of
the series

தொடர் போட்டி *n* relay

தொடர் வரிசை *n* series

தொடர்ச்சி *n* sequel

தொடர்ச்சியான *adj*
consecutive, continuous

தொடர்ந்து செய் *v* carry on,
go on

தொடர்ந்து செயலாற்று *v*
keep up

தொடர்ந்து நடத்து *vt* maintain

தொடர்ந்து நிகழ் *vi* continue

தொடர்பற்ற *adj* irrelevant

தொடர்பு *n* communication,
connection

தொடர்பு அற்றுப் போ *v* fall
out

தொடர்புகொள் *vt* contact
▷ *vi* communicate

தொடர்புடைய *adj* related

தொடர்புபடுத்து *vt* link

தொடர்வண்டி *n* train

தொடு *vt* touch

தொடுகறி *n* side dish

தொடுகோடு *n* touchline
தொடுப்பில்லா *adj* cordless
தொடுவானம் *n* horizon
தொடை *n* thigh
தொடை நடுங்கி *n* timid person
தொடை நடுங்கு *vt* feel overly timid
தொண்டர் *n* worker in a party
தொண்டு கிழம் *n* very old person
தொண்டு செய் *vt* serve
தொண்டு நிறுவனம் *n* voluntary agency
தொண்டை *n* throat
தொண்டை கிழிய *adv* at the top of one's voice
தொண்டைக்கட்டு *n* sore throat
தொண்டைக்குழி *n* hollow just below the Adam's apple
தொண்ணை *n* tart
தொண தொணப்பு *n* nagging
தொத்தல் *n* skinniness
தொத்திறைச்சி *n* sausage
தொத்துநோய் *n* epidemic
தொந்தரவு கொடு *vt* persecute
தொந்தரவு செய் *vt* pester
தொந்தி *n* paunch
தொப்பல் *n* soaking
தொப்பலாக நனை *vt* drench
தொப்பி *n* cap, hat
தொய்வான *adj* slack
தொரணம் *n* festoon of mango leaves, palm leaves etc.

தொல்பொருள் ஆராய்ச்சி *n* archaeology
தொல்பொருள் ஆராய்ச்சியாளர் *n* archaeologist
தொல்லை *n* inconvenience, nuisance, trouble
தொல்லை கொடுப்பவர் *n* troublemaker
தொல்லைகொடு *vt* disturb
தொலுண்ணி *n* obstinate person
தொலை தூர *adj* remote
தொலை தூரக் கட்டுப்பாடு *n* remote control
தொலை தூரத்தில் *adj* far
தொலைக்காட்சி *n* television
தொலைத்தொடர்பு *npl* telecommunications
தொலைநகல் *n* fax
தொலைநகல் அனுப்பு *vt* fax
தொலைநிலை இயக்கமானி *n* radar
தொலைநோக்கி *n* telescope
தொலைப்பேசி பெட்டி *n* call box
தொலைபேசி *n* phone
தொலைபேசி அழைப்பு *n* phone call
தொலைபேசி எண் *n* phone number
தொலைபேசி கட்டணச் சீட்டு *n* phone bill
தொலைபேசி புத்தகம் *n* phonebook

தொலைபேசி விவரத் திரட்டு *n* phone directory
தொலைபேசி விற்பனை *n* telesales
தொலைபேசியில் அழை *v* phone
தொலைபேசியில் கூப்பிடு *v* call
தொலைவு *adv* far
தொலைவு அளவுமானி *n* milometer
தொழில் *n* profession
தொழில் காய்ச்சல் *n* professional jealousy
தொழில் துறை *n* industry
தொழில் நுட்பவியல் சார்ந்த *adj* technological
தொழில் நெறிஞர் *n* professional
தொழில்நுட்ப *adj* technical
தொழில்நுட்ப வல்லுநர் *n* technician
தொழில்நுட்பம் *n* technology
தொழில்முறை சார்ந்த *adj* professional
தொழில்முறையில் *adv* professionally
தொழிலகம் *n* workshop
தொழிலாளர்கள் *n* workforce
தொழிலாளி *n* worker; (உடலுழைப்பு) labourer
தொழிற் பேட்டை *n* industrial estate
தொழிற்கல்வி *n* technical education
தொழிற்கூடம் *n* factory
தொழிற்சங்கம் *n* trade union
தொழிற்சங்கவாதி *n* trade unionist
தொழிற்சாலை *n* factory
தொழிற்துறை சார்ந்த *adj* industrial
தொழிற்புரட்சி *n* industrial revolution
தொழிற்பெயர் *n* verbal noun
தொழு *vt* worship
தொழுகை *n* Muslim prayer
தொழுகைக்கூடம் (யூதர்கள்) *n* synagogue
தொழுவம் *n* stable
தொளதொள *adj* loose
தொற்றிப்பரவும் *adj* contagious
தொற்று *n* infection
தொற்றுநோய் *n* quarantine
தொற்றும் தன்மையுள்ள *adj* infectious
தொன்மம் *n* myth
தொன்மை *n* remote past
தொன்னூறு *num* ninety
தோசை *n* Indian savoury pancake
தோசை திருப்பி *n* spatula
தோசைப் பணியாரம் *n* pancake
தோட்டக்காரன் *n* gardener
தோட்டப் பொருட்கள் கடை *n* garden centre
தோட்டம் *n* garden
தோட்டமிடுதல் *n* gardening
தோட்டா *n* bullet
தோடு *n* earring

தோணி *n* dinghy
தோணித்துறை *n* ferry
தோப்பு *n* grove
தோரண வளைவு *n* arch
தோராயம் *n* approximation
தோராயமாக *adv* approximately
தோராயமான *adj* approximate
தோல் *n* skin
தோல் ஆடை *n* cagoule
தோல் உடை *n* cagoule
தோல் சுருக்கம் *n* wrinkle
தோல் சுருங்கிய *adj* wrinkled
தோல் மரு *n* zit
தோல்வி *n* defeat, failure
தோல்வி அடை *v* lose
தோல்வி அடையச் செய் *vt* defeat
தோல்வி மனப்பான்மையர் *n* pessimist
தோலில் அரிப்புக்காணும் *adj* itchy
தோழன் *n* boyfriend
தோழி *n* girlfriend
தோள்களைத் தூக்கித் குலுக்கு *vi* shrug
தோள்பட்டை *n* shoulder
தோள்பட்டை எலும்பு *n* shoulder blade
தோற்கடிக்க முடியாத *adj* unbeatable
தோற்பரு *n* wart
தோற்ற மயக்கம் *n* illusion
தோற்றம் *n* (காட்சி) appearance; (பிறப்பு) origin
தோற்றவர் *n* loser

தோற்றுப் போ *v* fail
தோன்றச் செய் *vt* appear
தோன்று *v* look, seem; (காட்சி) show up

ந

நக்கல் *n* sarcasm
நக்கு *vt* lick
நக அரத் தூரிகை *n* nail file
நகந்துடைக்கும் தூரிகை *n* nailbrush
நகப்பூச்சு *n* nail polish
நகப்பூச்சு நீக்கி *n* nail polish remover
நகம் *n* nail
நகம் வெட்டி *npl* nail scissors
நகர் *vi* move
நகர்த்து *vt* move
நகர அமைப்பு *n* town planning
நகர மன்றம் *n* town hall
நகர மையம் *n* city centre
நகரம் *n* city, town
நகராண்மை கட்டிய கட்டடம் *n* council house
நகரும் மின் படிக்கட்டு *n* escalator
நகல் *n* copy
நகல் ஒட்டு *vt* paste
நகல் செய் *vt* copy

நகை *n* jewel
நகைக்கத்தக்க *adj* absurd
நகைச்சுவை *n* comedy, humour
நகைச்சுவை உணர்வு *n* sense of humour
நகைச்சுவை நடிகர் *n* comedian
நகைச்சுவையான *adj* funny, witty
நகைச்சுவையுடன் *adj* humorous
நகைச்சுவையுரை *n* wit
நகைத்திறம் *n* wit
நங்கூரத்தில் கட்டி நிறுத்து *v* moor
நங்கூரம் *n* anchor
நச்சரி *v* nag
நச்சரிக்கும் *adj* annoying
நச்சு எடுக்கப்பட்ட காப்பி *n* decaffeinated coffee
நச்சு சார்ந்த *adj* toxic
நச்சுக் காய்ச்சல் *n* typhoid
நச்சுக்காளான் *n* toadstool
நச்சுக்கொல்லி *n* disinfectant
நச்சுத்தடை மலக்குழி *n* septic tank
நசிவு *n* decadence
நட்சத்திரம் *n* star
நட்டுவாக்காலி *n* larger black scorpion
நட்பாக *adj* friendly
நட்பு *n* friendship
நட *vi* walk
நடக்கச் சாத்தியமில்லாத *adj* unlikely

நடத்திக் காட்டு *vt* handle
நடத்து *vi* operate ▷ *vt* conduct
நடத்துனர் *n* conductor
நடந்து கொண்டிருக்கும் *adj* topical
நடப்பு நிகழ்வுகள் *npl* current affairs
நடப்புக் கணக்கு *n* current account
நடமாட்டம் *n* movement
நடமாட்டமுள்ள *adj* busy
நடவடிக்கை *n* move, operation
நடனம் *n* dance
நடனமாடு *vi* dance
நடனமாடுதல் *n* dancing
நடனமாடுபவர் *n* dancer
நடி *vi* act
நடிகர் *n* actor
நடிகை *n* actress
நடிப்பு *n* acting
நடிப்பு விளையாட்டு *n* game
நடு இரவு *n* midnight
நடுக்கம் *vi* shudder
நடுங்கு *v* shake
நடுத்தர அளவில் *adj* medium-sized
நடுத்தர வயதான *adj* middle-aged
நடுத்தரமான *adj* medium
நடுநிலையான *adj* moderate
நடுநிலையுடன் *adj* neutral
நடுவர் *n* umpire
நடுவில் *prep* between
நடை *n* walk

நடை வழி *n* path

நடைக்குழந்தை *n* toddler

நடைக்கூடம் *n* corridor

நடைப் பயிற்சி *n* walking

நடைபாதை *n* footpath, pavement

நடைமுறை சாராத *adj* impractical

நடைமுறை நிலைமை *n* status quo

நடைமுறை மெய் தோற்றம் *n* virtual reality

நடைமுறைக்கு ஏற்ற *adj* practical

நடைமுறைக்குப் புறம்பான *adj* unrealistic

நண்டு *n* crab

நண்பன் *n* friend, pal

நத்தை *n* snail

நபர் *n* person

நம்ப முடியாத *adj* unbelievable

நம்பகமற்ற *adj* dubious

நம்பத்தக்க *adj* convincing

நம்பத்தகாத கதை *n* fairytale

நம்பத்தகுந்த *adj* credible, reliable

நம்பமுடியாத *adj* incredible, unreliable

நம்பிக்கை *n* confidence, faith

நம்பிக்கை இழந்து *adj* hopeless

நம்பிக்கை இழப்பு *n* despair

நம்பிக்கை ஏற்படுத்து *vt* convince

நம்பிக்கைக்குரிய *adj* faithful

நம்பிக்கைத் தளர்ந்த *adj* pessimistic

நம்பிக்கையற்ற *adj* sceptical

நம்பிக்கையற்ற நிலையில் உள்ள *adj* desperate

நம்பிக்கையாக *adv* faithfully

நம்பிக்கையான *adj* hopeful

நம்பிக்கையில்லாத *adj* unfaithful

நம்பிக்கையுடைய *adj* confident

நம்பிக்கையூட்டு *vt* reassure

நம்பிக்கையோடிருப்பவர் *n* optimist

நம்பிவிடும் *adj* trusting

நம்பு *v* hope

நம்பும் வகையில் *adv* hopefully

நம்முடையது *pron* ours

நம்மை *pron* us

நமைச்சல் படு *vi* itch

நயமான *adj* fine, good

நரகம் *n* hell

நரம்பு *n* nerve

நரி *n* fox, mink

நல்ல *adj* good

நல்ல சிவப்பு *adj* scarlet

நல்ல பாம்பு *n* cobra

நல்லது *n* right

நல்லமுறையில் நடந்துகொள் *vi* behave

நல்லவிதமாக *adv* all right, fortunately

நல்லவை *n* right

நல்லறிவுடைய *adj* sensible

நல்வரவு! *excl* welcome!

நலமான *adj* well
நலமில்லாத *adj* unwell
நலிவு *n* decadence
நவம்பர் மாதம் *n* November
நவீன *adj* modern, up-to-date
நவீன வசதிகள் *npl* mod cons
நவீனமயமாக்கு *vt* modernize
நவீனமான *adj* novel
நழுவு சாலை *n* slip road
நளினமான *adj* graceful,
elegant
நற்பலனளிக்கும் *adj*
rewarding
நற்பெயர் *n* reputation
நற்பெயருடைய *adj*
reputable
நறுக்கி *npl* clippers
நறுக்கு *vt* chip
நறுமண சுவையூட்டப்பெற்ற
adj spicy
நறுமண மலர்கள் கொண்ட
செடிவகை *n* lavender
நறுமணக் குளியல் *n*
aromatherapy
நறுமணக்கூட்டு *n* vinaigrette
நறுமணத்தூள் *n* talcum
powder
நறுமணப் பால் *n* milkshake
நறுமணம் *n* (திரவம்) scent;
(சுவை) flavour
நறுமணமூட்டும் பொருள் *n*
flavouring
நறுமண மலர் செடிவகை
n lilac
நன்கு அறிமுகமான *adj*
well-known

நன்கொடை ரசீது *n* gift
voucher
நன்மதிப்பு *n* good will
நன்றாக *adv* well
நன்றி *excl* thanks!
நன்றி கூறு *vt* thank
நன்றிகெட்ட *adj* ungrateful
நன்றியுள்ள *adj* grateful
நன்று *adj* all right
நன்னடத்தையுள்ள *adj*
well-behaved
நன்னம்பிக்கையுள்ள *adj*
optimistic
நன்னீர் மீன் *n* freshwater fish
நஷ்ட ஈடு *n* indemnity
நஷ்டம் *n* loss
நாக்கு *n* tongue
நாகரிகம் *n* civilization
நாகரிகமற்ற *adj* uncivilized
நாகரீகமற்ற *adj* unfashionable
நாகலாந்து *n* Nagaland
நாங்கள் *pron* we
நாங்களாகவே *pron* ourselves
நாங்களே *pron* ourselves
நாச வேலை *n* sabotage
நாசம் செய் *vt* sabotage
நாசமாக்கு *vt* spoil
நாசித்துளை *n* nostril
நாட்காட்டி *n* calendar
நாட்குறிப்பு *n* diary
நாட்டம் *n* pursuit
நாட்டின் எல்லை *n* territory
நாட்டுப்பற்றுமிக்க *adj*
patriotic
நாட்டுப்புற *adj* rural
நாட்டுப்புறக் கலை *n* folklore

நாட்டுபுற பாலாடை *n* cottage cheese
நாடக ஆசிரியர் *n* playwright
நாடக நடிகர் *n* cast
நாடக முதலாட்டம் *n* premiere
நாடகத் தன்மையான *adj* dramatic
நாடகம் *n* drama, play
நாடா *n* ribbon
நாடாளுமன்றம் *n* parliament
நாடி *n* pulse
நாடு *n* country, state
நாடு கடத்தல் *n* banishment
நாடு கடத்தும் தண்டனை *n* exile
நாடோடி *n* gypsy, tramp
நாடோடிப் பாடகன் *n* busker
நாண் ரொட்டி *n* nan bread
நாணப்பூச்சு *n* flush
நாணமுற்ற *adj* shy
நாணயம் *n* coin
நாணயம் - பைசா போன்ற ஒரு அளவு *n* penny
நாணயம் தயாரிக்கும் இடம் *n* mint
நாத்திகன் *n* atheist
நாதஸ்வரம் *n* clarinet
நாம் *pron* we
நாய் *n* dog
நாய் வகையின் ஒன்று *n* collie
நாய்க்குட்டி *n* puppy
நாய்க்கூண்டு *n* kennel
நார்த்துணி *n* linen
நார்வே நாட்டவர் *n* Norwegian
நார்வே நாட்டு *adj* Norwegian
நார்வே நாட்டு மொழி *n* Norwegian
நார்வே நாடு *n* Norway
நாரை *n* crane, heron
நால்வர் தொகுதி இசை *n* quartet
நாலா பக்கமும் செல் *v* spread out
நாவற்பழம் *n* jumboo fruit
நாள் *n* day
நாள் பட்ட *adj* chronic
நாள்தோறும் *adj* daily
நாள்பட்ட *adj* stale
நாளம் *n* vein
நாளிதழ் *n* paper
நாளுக்குரிய பயணச்சீட்டு *n* day return
நாளைக்கு *adv* tomorrow
நாற்காலி *n* chair
நாற்பது *num* forty
நாற்றம் *vi* smell
நாற்று *n* seedling
நான் *pron* I
நான்காவது *adj* fourth
நான்கு *num* four
நான்கு சக்கர ஓட்டம் *n* four-wheel drive
நிகர் *n* equivalent
நிகழ் *vi* happen, occur
நிகழ்காலம் *n* present
நிகழ்ச்சி *n* event, incident; (காதல், அரசியல்) affair

நிகழ்ச்சிகள் நிறைந்த *adj* eventful

நிகழ்ச்சிநிரல் *n* agenda

நிகழ்தகவு *n* probability

நிகழ்படம் *n* video

நிகழ்விடம் *n* venue

நிகழ்வு *n* instance, occurrence

நிகழக்கூடிய *adj* likely, probable

நிகழும் போது *prep* during

நிகாரகுவா நாட்டவர் *n* Nicaraguan

நிகாரகுவா நாட்டு *adj* Nicaraguan

நிகாரகுவா நாடு *n* Nicaragua

நிச்சயத் தன்மை *n* certainty

நிச்சயமற்ற *adj* unsure

நிச்சயமாக *adv* certainly

நிச்சயமான *adj* certain

நிச்சயமில்லாத *adj* doubtful

நிதானமான *adj* steady

நிதி ஆண்டு *n* fiscal year

நிதி சார்ந்த *adj* fiscal

நிதிஉதவி *n* finance

நிதிஉதவி செய் *vt* finance

நிதிகள் *npl* funds

நிபந்தனையற்ற *adj* unconditional

நிபந்தனையின் பேரில் *conj* provided

நிபுணர் *n* expert

நிபுணன் *vt* master

நிமிடம் *n* minute

நிமிளை *n* amber

நியமனம் *n* appointment

நியமி *vt* appoint, nominate

நியாயப்படுத்து *vt* justify

நியாயமான *adj* fair, reasonable

நியாயமான முறையில் *adv* reasonably

நியாயமில்லா *adj* unfair

நியூட் - விலங்கு *n* newt

நியூஜிலாந்து நாட்டவர் *n* New Zealander

நியூஜிலாந்து நாடு *n* New Zealand

நிர்பந்தம் *n* force

நிர்பந்தி *vt* force

நிர்மூலமாக்கு *vt* demolish

நிர்வாக *adj* administrative

நிர்வாக இயக்குனர் *n* managing director

நிர்வாகக் கட்டுப்பாடுகள் *n* bureaucracy

நிர்வாகம் *n* administration

நிர்வாணம் *n* nude

நிரந்தர *adj* permanent

நிரந்தர முகவரி *n* permanent address

நிரந்தரமாக *adv* permanently

நிரந்தரமான *adj* eternal

நிரப்பு *v* fill

நிரபராதி *n* innocent

நிரம்பிய *adj* full

நிரல் *n* program

நிரல் எழுது *vt* program

நிரலர் *n* programmer

நிராகரி *vt* reject

நிருபர் *n* correspondent

நிரூபி *v* prove

நில் *vi* stand

நில்லாமை *n* instability

நில உரிமையாளர் *n* landowner

நிலக்கரி *n* coal

நிலக்கரி சுரங்கம் *n* colliery

நிலச்சரிவு *n* landslide

நிலத்துக்குக் கீழே *adv* underground

நிலம்/வீடு வாங்க விற்க உதவும் முகவர் *n* estate agent

நிலவரைச் சிறை *n* dungeon

நிலவறை *n* cellar

நிலவியல் *n* geology

நிலுவையில் இருப்பவைகள் *npl* arrears

நிலை *n* stage

நிலைக்காட்டி *n* cursor

நிலைமாற்றம் *n* transition

நிலைமை *n* condition, situation

நிலைமைக்குத் தகுந்தபடி மாறு *vi* adapt

நிலையம் *n* institution

நிலையற்ற *adj* inconsistent, unstable

நிலையாணி *n* stud

நிலையாணை *n* standing order

நிலையான *adj* immovable

நிலையில் இரு *v* remain

நிவாரணம் *n* relief

நிழல் *n* shade, shadow

நிழற்சாலை *n* avenue

நிறம் *n* colour

நிறம்கொண்ட *adj* tinted

நிறமில்லாத *adj* colourless

நிறுத்தக் குறியீடு *n* punctuation

நிறுத்தம் *n* halt

நிறுத்தம் விளக்கொளி *n* brake light

நிறுத்தல் *n* stop

நிறுத்தி வைத்தல் *n* suspension

நிறுத்து *v* (வாகனம்) brake, stop; (இயந்திரம்) switch off

நிறுத்து கடிகாரம் *n* stopwatch

நிறுத்துக் கருவி *n* brake

நிறுத்துமிட கட்டண அனுமதிச் சீட்டு *n* parking ticket

நிறுத்துமிட கட்டணம் வசூலிக்கும் அளவுமானி *n* parking meter

நிறுத்துமிடம் *n* parking

நிறுவன வலைத்தளம் *n* intranet

நிறுவனக் கார் *n* company car

நிறுவனம் *n* company, firm, organization

நிறை *n* mass

நிறைவடையாத *adj* incomplete

நிறைவேற்றம் *n* execution

நிறைவேற்று *vt* fulfil

நின்றுவிடு *vi* stop

நினைத்திரு *vt* intend

நினைவக அட்டை *n* memory card

நினைவிற்குக் கொண்டுவா *vt* bring back

நினைவு *n* memory
நினைவு கூர் *v* remember
நினைவுச் சின்னம் *n* memorial, monument
நினைவுப் பொருள் *n* memento
நினைவுப்பரிசு *n* souvenir
நினைவூட்டல் *n* reminder
நினைவூட்டு *vt* remind
நீ *pron* you
நீக்கப்பட்ட *adj* relieved
நீக்கம் *n* cancellation
நீக்கிவிடத்தக்க *adj* removable
நீக்கு *vt* delete
நீங்கள் *pron* you
நீச்சல் *n* swimming
நீச்சல் உடை *n* swimsuit
நீச்சல் கால்சட்டை *npl* swimming trunks
நீச்சல் குளம் *n* swimming pool
நீச்சல்குளத்தில் அங்கிருந்து குதிப்பதற்கான மேடை *n* diving board
நீச்சலடிப்பவர் *n* swimmer
நீச்சலுடை *n* swimming costume
நீட்சியடையச் செய் *vi* stretch
நீட்டிப்பு செய்யும் கயிறு அல்லது கம்பி *n* extension cable
நீட்டு *vi* stretch
நீண்ட *adj* long
நீண்ட காலமாய் *adv* long ▷ *adj* long
நீண்ட நடைப் பயணம் *n* hiking
நீண்டப் பயணம் *n* tramp
நீண்டு மீளக்கூடிய *adj* stretchy
நீதி *n* justice
நீதிபதி *n* judge
நீதிமன்ற விசாரணை *n* trial
நீதிமன்றம் *n* court of justice
நீந்தல் காலணிகள் *npl* flippers
நீந்து *vi* swim
நீந்துபவர் *n* swimmer
நீர் *n* water
நீர் ஊற்று *n* fountain
நீர் ஊறிய *adj* soggy
நீர் சறுக்கு விளையாட்டு *n* water-skiing
நீர் நிரம்பியிருக்கச் செய் *vi* flood
நீர் பொழியலில் சேதமடையாத *adj* showerproof
நீர் வண்ணம் *n* watercolour
நீர் வீழ்ச்சி *n* waterfall
நீர்க்கச் செய் *v* dilute
நீர்க்கட்டி *n* cyst
நீர்க்கரை *n* shore
நீர்த் தொட்டி *n* sink
நீர்த்தூறல் *n* shower
நீர்த்தேக்கம் *n* reservoir
நீர்நாய் *n* otter
நீர்ப் பாய்ச்சு *vt* water
நீர்ப்பதம் நீக்கப்பட்ட *adj* dehydrated
நீர்புகா *adj* waterproof

ந

நீர்ம அளவு *n* pint
நீர்மூழ்கிக் கப்பல் *n* submarine
நீர்யானை *n* hippo
நீராவி *n* steam
நீராவிக் குளியல் *n* sauna
நீரிழிவு *n* diabetes
நீரிழிவு நோய் *n* diabetic
நீரிழிவு நோயுடைய *adj* diabetic
நீரிழிவுநோய் தடுப்பு மருந்து *n* insulin
நீருக்கடியில் நடமாடுதல் *n* diving
நீரோட்டம் *n* current
நீரோட்டம் போக்கில் போ *vi* flow
நீரோட்டம் போன்ற *vi* drift
நீலக்கல் *n* sapphire
நீலம் *n* sapphire
நீலோற்பலம் *n* hyacinth
நீள் சதுரம் *adj* oblong
நீள் மடக்கு நாற்காலி *n* deckchair
நீள்சதுர *adj* rectangular
நீள்சதுரம் *n* rectangle
நீள்வட்ட *adj* oval
நீள அளவு *n* length
நீளத் தாண்டுதல் *n* long jump
நீளம் *n* length
நீளம் குறைந்த சட்டைக் கை *adj* short-sleeved
நுகர் *v* sniff
நுகர்வோர் *n* consumer
நுட்பமான *adj* subtle
நுண் பெருக்கிக் கண்ணாடி *n* microscope

நுண்கதிர் அலை வெப்ப அடுப்பு *n* microwave
நுரையீரல் *n* lung
நுழை *v* (தங்கும் விடுதி) check in; enter; (கணினி) log in
நுழையுரிமை *n* visa
நுழைவாயில் *n* entrance
நுழைவு *n* entry
நுழைவு அனுமதி *n* admittance
நுழைவுக் கட்டணம் *n* entrance fee
நுழைவுரிமை ஆவணம் *n* passport
நுறைமம் *n* yeast
நூல் *n* thread
நூலகம் *n* library
நூலகர் *n* librarian
நூற்றாண்டு *n* centenary
நூறு *num* hundred
நெகிழ்வடையக்கூடிய *adj* touched
நெசவு *n* textile
நெசவுத் தொழில் *n* textile
நெஞ்செரிச்சல் *n* heartburn
நெட்டையான *adj* lanky
நெடுக்கம் *vi* range
நெடுகிலும் *prep* along
நெடுங்காம்புப்புனல் *n* thistle
நெடுஞ்சாலை *n* motorway
நெடுந்தொலை ஓட்டம் *n* marathon
நெத்திலி *n* herring
நெத்திலி மீன் *n* anchovy
நெத்திலி மீன் வகை *n* kipper

நெதர்லாந்து நாடு *npl* Netherlands
நெம்புகோல் *n* lever
நெய்பொருள் *n* textile
நெரிசலான *adj* packed
நெருக்கடி *n* crisis
நெருக்கடி உண்டாக்கு *vt* pressure
நெருக்கடி காலத்தில் தரை இறங்குதல் *n* emergency landing
நெருக்கடியான *adj* critical
நெருக்கமான *adj* intimate
நெருப்புக் கோழி *n* ostrich
நெல் *n* paddy
நெல்லிக்காய் *n* gooseberry
நெறி தவறி நட *vi* misbehave
நெறிமுறை *n* code
நெறிமுறை சார்ந்த *adj* ethical
நெறிமுறைகள் *npl* morals
நேச நாடு *n* ally
நேசம் *n* love
நேத்திரம் பழம் *n* banana
நேபாளம் நாடு *n* Nepal
நேபாளி *n* Nepali
நேர்காணல் *n* interview
நேர்கோணம் *n* right angle
நேர்த்தியாகச் செய் *vt* trim
நேர்த்தியான *adj* subtle; (சுத்தம்) neat
நேர்மறை *adj* positive
நேர்முக உதவியாளர் *n* personal assistant
நேர்மை *n* honesty
நேர்மையற்ற *adj* dishonest, insincere
நேர்மையாக *adv* honestly, sincerely
நேர்மையான *adj* honest
நேரடியாக *adv* directly
நேரடியான *adj* direct
நேரம் *n* time
நேரம் குறிக்கருவி *n* timer
நேரம் தவறாத *adj* punctual
நேரம் போக்குகிற *adj* entertaining
நேராக *adv* upright
நேராக நீச்சலடித்தல் *n* breaststroke
நேராக நோக்கி *prep* towards
நேராகச் செல் *adv* straight on
நேரான *adj* straight
நேருக்கு நேர் பேச்சு நிகழ்ச்சி *n* chat show
நேற்று *adv* yesterday
நைட்ரஜன் *n* nitrogen
நைஜர் நாடு *n* Niger
நைஜீரிய நாட்டவர் *n* Nigerian
நைஜீரிய நாட்டு *adj* Nigerian
நைஜீரியா நாடு *n* Nigeria
நொசிவிழை *n* nylon
நொடி *n* second
நொடி நேரப் பார்வை *n* glance
நொண்டியடி *vi* skip
நொண்டு *vi* hop, limp
நொதி *n* (சுரப்பி) hormone; (காடிச்சத்து) yeast
நொறுக்கு *v* smash
நொறுங்க வை *v* crack
நோக்கத்துடன் *adj* intentional
நோக்கம் *n* purpose

நோக்கி *prep* towards
நோக்கிப் பார் *vt* face
நோக்கு *n* view
நோட்டம்விடு *vi* gaze
நோய் *n* disease, illness
நோய் எதிர்ப்பு மண்டலம் *n* immune system
நோய் சான்றிதழ் *n* sick note
நோய் நீக்கும் மருந்து *n* cure
நோய் விடுப்பு *n* sick leave
நோய் விடுப்பு சம்பளம் *n* sick pay
நோய்க்கிருமி *n* virus
நோய்க்கிருமி நாசிணி *n* antibiotic
நோய்க்குறி *n* symptom
நோய்மை *n* sickness
நோய்வாய்பட்ட *adj* ill
நோயறிதல் *n* diagnosis
நோயாளி *n* patient
நோயாளி வண்டி *n* ambulance
நோயுற்று *adj* sick
நோவுறு *vi* ache

ப

பக்க விளைவு *n* side effect
பக்கச் சாய்வாக *adv* sideways
பக்கத்தில் *prep* beside ▷ *adj* offside
பக்கத்தில் உள்ள *adj* near
பக்கத்து *adj* adjacent
பக்கத்துவீட்டுகாரி *n* female neighbour
பக்கம் *n* page, side
பக்கம் சாய் *vi* lean
பக்கமாக *adv* near
பக்குவப்படாத *adj* immature
பக்குவப்படுத்தப்பட்ட இறைச்சித் துண்டு; கட்லட் *n* cutlet
பக்குவம் *n* tact
பக்குவமான *adj* tactful
பக்தி *n* devotion
பக்தி பாடல் *n* devotional song
பகட்டாக இரு *v* show off
பகட்டான *adj* luxurious
பகட்டில்லாத *adj* modest
பகட்டு *n* luxury
பகட்டுப் பேர்வழி *n* show-off
பகடி *adj* witty
பகடை *npl* dice
பகல் *n* day
பகல்வேளை *n* daytime
பகிர்ந்து கொடு *vt* distribute
பகிர்ந்து கொள் *vt* share
பகிர்வு *n* share
பகுத்தறிவான *adj* rational
பகுதி *n* part, portion
பகுதி உணவு *n* half board
பகுதி நேர *adj* part-time
பகுதி நேரத்திற்கு *adv* part-time
பகுதிக்கான தொடர்பு எண் *n* dialling code
பகுப்பாய்வு *n* analysis
பகுப்பாய்வு செய் *vt* analyse

பகைமை *n* hatred
பகையுணர்ச்சியூட்டு *vt* antagonize
பங்களாதேஷ் *n* Bangladesh
பங்களிப்பு *n* contribution
பங்களிப்புச் செய் *vi* contribute
பங்கு *n* portion; (முதலீடு) share; (நாடகம்) role
பங்கு பரிவர்த்தனை *n* stock exchange
பங்குச் சந்தை *n* stock market
பங்குத் தரகர் *n* stockbroker
பங்குதாரர் *n* shareholder
பங்கெடுத்துக் கொள் *vi* participate
பச்சடி *n* salad
பச்சை மிளகாய் *n* green chilli
பச்சை வண்ண *adj* green
பச்சைக் குத்திக் கொள்ளுதல் *n* tattoo
பச்சைக்காய்கறி கலவை *n* (green) salad
பச்சைப்பாம்பு *n* green snake
பசலைக்கீரை *n* spinach
பசி *n* hunger
பசி உணர்வு *n* appetite
பசிஃபிக் சமுத்திரம் *n* Pacific Ocean
பசியால் மெலிந்தவர் *adj* anorexic
பசியின்மை *n* anorexia
பசியுடன் *adj* hungry
பசு *n* cow
பசும் புல்தரை *n* meadow
பசுமை *n* vegetation
பசுவின் கன்று *n* calf
பசை *n* resin
பசைக்களிம்பு - உணவுவகை *n* pasta
பசைக்கூழ் *n* paste
பஞ்சம் *n* famine
பஞ்சாப் *n* Punjab
பஞ்சாப் மாநிலம் *n* Punjab State
பஞ்சாபி *n* Punjabi
பஞ்சு முளை *n* cotton bud
பஞ்சுமிட்டாய் *n* candyfloss
பட்டதாரி *n* graduate
பட்டப் பெயர் *n* surname
பட்டம் *n* honour ▷ (காகிதம்) kite
பட்டயம் *n* diploma
பட்டரை *n* anvil
பட்டாணி *npl* peas
பட்டாணி வகையைச் சார்ந்த பருப்பு *n* mangetout
பட்டியல் *n* (விலை) invoice; list
பட்டினி கிட *vi* starve
பட்டு *n* silk
பட்டை *n* bark
பட்டைக்கூம்பு *n* pyramid
பட்டைச் சீலை *n* sandpaper
படகுச் சவாரி *v* sail
படகுச் சவாரி - விளையாட்டு *n* canoeing
படகுப்போட்டி *n* rowing
படகோட்டி *n* (தோழில்) boat-man; (போட்டி) rower
படச் சட்டம் *n* picture frame
படம் *n* picture

படம் பிடிக்கும் வசதியுடைய கைபேசி *n* camera phone

படம் பிடிப்பவர் *n* cameraman

படி *v* read

படி அமைப்பிலான *adj* terraced

படிக்க வேலை செய்வதற்கான மேசை *n* desk

படிக்கட்டுகள் *npl* stairs

படிகட்டுகளின் இடைமேடை *n* landing

படித்துக்காட்டு *v* read out

படிப்படியாக *adj* gradual

படிப்படியான *adv* gradually

படிப்பவர் *n* reader

படிப்புதவித்தொகை *n* scholarship

படியெடுத்தல் *n* reproduction

படிவ வடிவம் *n* format

படு *vi* lie

படுக்கும் இருக்கை *n* couchette

படுக்கையிலிருக்கும் நோயாளி *n* invalid

படுக்கைவாட்டத்தில் *adj* horizontal

படுகொலை *n* massacre

படை எடு *v* invade

படைக்கருவிகள் கொண்ட *adj* armed

படைக்கும் திறனுள்ள *adj* creative

படைத்துறை அலுவலர் *n* corporal

படைத்துறை சாராத *adj* civilian

படைப் பயிற்சி மாணவர் *n* cadet

படைப்பகுதி முதல்வன் *n* colonel

படைப்பு *n* creation

படைவகுப்பு அணி *n* regiment

படைவீரர் *n* soldier

பண்டிதர் *n* learned person

பண்டைய *adj* primitive

பண்ணை *n* farm

பண்ணைத் தோட்டம் *n* estate

பண்ணைவீடு *n* farmhouse

பண்படுத்துப் பொருள் *n* conditioner

பண்பற்ற முறையில் *adj* crude

பண்பற்ற முறையில் சிரி *vi* giggle

பண்பாட்டு *adj* cultural

பண்பாடு *n* culture

பண்பார்ந்த *adj* decent

பண்பு *n* character

பண்புள்ளவர் *n* gentleman

பண்போடு *adv* decently

பண வீக்கம் *n* inflation

பணத் தட்டுப்பாட்டுடன் *adj* hard up

பணப்பை *n* purse, wallet

பணம் *n* money

பணம் கொடுக்கப்படாத *adj* unpaid

பணம் சார்ந்த *adj* financial, monetary

பணம் செலுத்து *v* pay

பணம் செலுத்துமிடம் *n* check-out

பணம் சேமி *v* save up

பணம் திருப்பிக் கொடு *vt* refund

பணம் திருப்பிக் கொடுத்தல் *n* refund

பணம் பறிக்கிற *adj* extortionate

பணம் பொருள் ஆதரவு *n* sponsorship

பணம் வாங்கும் மற்றும் கொடுக்கும் இடம் *n* counter

பணம்படைத்த *adj* wealthy

பணமில்லாமல் *adj* broke

பணயம் *n* ransom

பணி உரிமம் *n* work permit

பணி ஓய்வு *n* retirement

பணி நிலையம் *n* service station

பணி நேரங்கள் *npl* office hours

பணிக்கட்டணம் *n* service charge

பணிசெய்ய அமர்த்து *vt* employ

பணிந்து நட *v* obey

பணிநாள் *n* weekday

பணிப்பெண் *n* maid

பணிபயில்பவர் *n* apprentice

பணியாள் *n* employee, workman

பணியாளர் ஓய்வறை *n* staffroom

பணியாளர் குழு *n* crew

பணியாளர்கள் *npl* staff

பணியாற்று *vt* serve

பணியிடம் *n* workplace, workspace

பணியிலிருந்து ஓய்வு பெறு *vi* retire

பணிவான *adj* obedient, polite

பணிவு *n* politeness

பணிவுடன் *adv* politely

பத்தடுக்கு வரிசையான *adj* decimal

பத்தாண்டுக் காலம் *n* decade

பத்தாவது *adj* tenth

பத்தி *n* paragraph

பத்திரமாக வை *vt* store

பத்திரமான *adj* secure

பத்திரிக்கைக் கடைக்காரர் *n* newsagent

பத்திரிக்கையாளர் *n* journalist

பத்தில் ஒரு பாகம் *n* tenth

பத்து *num* ten

பத்து இலட்சம் *num* million

பத்தொன்பதாவது *adj* nineteenth

பத்தொன்பது *num* nineteen

பதக்கம் *n* locket, medal, pendant

பதப்படுத்தப்பட்ட தோல் *n* suede

பதப்படுத்துதல் *n* seasoning

பதம் செய்யப்பட்ட சடலம் *n* mummy

பதம் செய்யப்பட்ட தோல் *n* leather

பதவி *n* rank

பதவி உயர்வு *n* promotion

பதவிப் பொறுப்பு *n* post

பதற்றம் *n* anxiety

பதற்றமான *adj* uptight, nervous
பதனப் பெட்டி *n* fridge
பதிநான்காவது *adj* fourteenth
பதிநான்கு *num* fourteen
பதிப்பாசிரியர் *n* editor
பதிப்பு *n* copy, edition, version
பதிப்புரிமை *n* copyright
பதில் *n* answer, reply, response
பதில் அளி *v* answer
பதில் ஏற்பாடு செய் *v* substitute
பதில் கொடு *vi* respond
பதில் சொல்லும் கருவி *n* answering machine
பதிலாக *prep* for
பதிலைப் பதிவு செய்யும் தொலைபேசி *n* answerphone
பதிவர் *n* recorder
பதிவிறக்கம் செய் *vt* download
பதிவு அஞ்சல் *n* recorded delivery
பதிவு அலுவலகம் *n* registry office
பதிவு செய் *vt* record
பதிவு செய்து கொள் *vi* register
பதிவு செய்பவர் *n* recorder
பதிவு செய்யப்பட்ட *adj* registered
பதிவுசெய் *vt* record
பதிவுசெய்தல் *n* registration
பதிவேடு *n* register
பதின்ம வயதினர் *n* teenager
பதின்ம வயது *npl* teens
பதின்மூன்றாவது *adj* thirteenth
பதின்மூன்று *num* thirteen
பதினாறாவது *adj* sixteenth
பதினாறு *num* sixteen
பதினெட்டாவது *adj* eighteenth
பதினெட்டு *num* eighteen
பதினேழாவது *adj* seventeenth
பதினேழு *num* seventeen
பதினைந்தாவது *adj* fifteenth
பதினைந்து *num* fifteen
பதினொன்றாவது *adj* eleventh
பதினொன்று *num* eleven
பதுக்கி வை *v* stock up
பந்தடிக்கும்மட்டை *n* racquet
பந்தம் *n* torch
பந்தய வாகனம் *n* racing car
பந்தய விளையாட்டு *n* tournament
பந்தய வீரர் *n* racer
பந்தயக் குதிரை *n* racehorse
பந்தயத் தடம் *n* racetrack
பந்தயத்தில் இரண்டாவது வந்தவர் *n* runner-up
பந்தயம் *n* race
பயங்கரக் கனவு *n* nightmare
பயங்கரமாக *adv* awfully
பயங்கரமான *adj* terrible
பயங்கொள்ளியான *adj* frightened
பயண இசைவுச்சீட்டு *n* passport

பயண ஏற்பாடுகளைச் செய்யும் கடை *n* travel agent
பயண சுமை *n* luggage
பயண மீள்வுச் சீட்டு *n* return
பயண வண்டி *n* caravan
பயண விவர அட்டவணை *n* itinerary
பயணக் காப்பீடு *n* travel insurance
பயணதூர வீதம் *n* mileage
பயணப் பெட்டி மேசை *n* luggage rack
பயணம் *n* journey
பயணம் செய் *vt* take
பயணர் *n* passenger, traveller
பயணர் காசோலை *n* traveller's cheque
பயணி *n* passenger, traveller
பயணியர் கையேடு *n* guidebook
பயந்து *adj* scared
பயப்படு *vt* fear
பயம் *n* fear, scare
பயம் கொண்ட *adj* terrified
பயம் கொள்ளும் *adj* terrified
பயமுள்ள *adj* fearful
பயமுறுத்து *vt* intimidate
பயமேற்படுத்தும் *adj* dreadful
பயன்படுத்திய *adj* secondhand
பயனற்ற *adj* wasteful; (கைவிடப்பட்ட) obsolete
பயனற்ற பொருள் *n* refuse
பயனில்லாத *adj* useless, worthless
பயனில்லாதவை *n* waffle
பயனுள்ள *adj* useful
பயிர் *n* crop
பயிர் செய் *vt* grow
பயிர் மற்றும் புல் வெட்டும் இயந்திரம் *n* mower
பயிர்ச்செடிவகை *n* rape
பயில் *v* study
பயிற்சி *n* exercise, training
பயிற்சி அளி *vt* train
பயிற்சி அளிப்பவர் *n* instructor, trainer
பயிற்சி ஓட்டுனர் *n* learner driver
பயிற்சி செய் *vt* practise
பயிற்சி பெற்ற *adj* trained
பயிற்சி பெறுபவர் *n* trainee
பயிற்சி வகுப்பு *n* training course, tutorial
பயிற்சியளிப்பவர் *n* coach
பயிற்றுக் கட்டணம் *npl* tuition fees
பரங்கிக்காய் *n* sweet gourd
பரண் *n* loft
பரந்த *adj* broad
பரந்த மனப்பான்மையுடைய *adj* broad-minded
பரந்த மனப்பான்மையுள்ள *adj* generous
பரந்தகன்ற *adj* extensive
பரந்தகன்று *adv* extensively
பரந்து விரிந்த *adj* gigantic
பரப்பப்பட்ட கம்பளம் *n* fitted carpet
பரப்பி வை *vt* lay
பரப்பு *vi* spread
பரப்பு மேசை *n* stall

ப

பரபரப்பான *adj* sensational

பரபரப்பூட்டுகிற *adj* exciting

பரம்பரை உடைமை *n* inheritance

பரம்பரையான *adj* hereditary

பரவச்செய் *vt* spread

பரவசம் *n* ecstasy

பரவுதல் *n* spread

பரவும் இயல்புடைய *adj* catching

பராகுவே நாட்டு *adj* Paraguayan

பராகுவே நாட்டுக்காரர் *n* Paraguayan

பராகுவே நாடு *n* Paraguay

பரஸ்பர *adj* mutual

பராமரிப்பு *n* maintenance

பராமரிப்பு செய் *vt* service

பரிகாரம் *n* remedy

பரிச மோதிரம் *n* engagement ring

பரிசளிப்பு *n* prize-giving

பரிசீலனை *n* review

பரிசு *n* prize, award

பரிசுச் சீட்டு *n* lottery

பரிசுப் பொருள் *n* gift

பரிசுபெற்றவர் *n* prizewinner

பரிசோதகர் *n* inspector

பரிசோதனை *n* experiment

பரிட்சை *n* exam, examination, test

பரிணாம வளர்ச்சி *n* evolution

பரிதாபம் *n* pity

பரிதாபமான *adj* sickening

பரிதாபமிக்க *adj* pathetic

பரிந்துரை *n* recommendation ▷ *vt* recommend

பரிமாணம் *n* dimension

பரிமாறுபவர் *n* server

பரிவர்த்தனை *n* transaction

பரிவு *n* sympathy

பரிவு காட்டு *vi* sympathize

பரிவுடன் *adj* sympathetic

பரிவுள்ள *adj* sympathetic

பரு *n* acne, pimple

பருத்தி துணி *n* cotton

பருந்து *n* (பிணம் தின்னும்) vulture; eagle

பருப்பு *n* lentil dish, dhal

பருப்பு *n* nut

பருப்பு ஒவ்வாமை *n* nut allergy

பருப்பு வகைகள் *npl* pulses

பருமனாக *adj* fatty

பருமனான *adj* obese

பருவத்துக்குரிய *adj* seasonal

பருவம் *n* season

பருவமல்லாத *adj* off-season

பருவமற்ற காலம் *n* low season

பல் *n* tooth

பல் சிகிச்சை மருத்துவர் *n* dentist's surgery

பல் பொருட்கள் *n* stuff

பல் மருத்துவர் *n* dentist

பல்கலைக் கழகம் *n* university

பல்கேரிய நாட்டின் *adj* (நாடு) Bulgarian

பல்கேரிய மொழி *n* (மொழி) Bulgarian

பல்கேரியக்காரர் *n* (நபர்) Bulgarian
பல்கேரியா - ஒரு நாடு *n* Bulgaria
பல்துலக்கி *n* toothbrush
பல்தூரி *n* toothbrush
பல்தெரியச் சிரி *vi* grin
பல்ப் விளக்கு *n* light bulb
பல்பொருள் அங்காடி *n* department store
பல்லி *n* lizard
பல்லிணை *n* gear
பல்லிணைப் பெட்டி *n* gearbox
பல்வகை பானங்களின் கலவை *n* cocktail
பல்வகையான *n* host
பல்வலி *n* toothache
பல்வேறாக *adj* varied
பல *det* many, several
பல உபயோக தொலை பேசி *n* smart phone
பல திறனுள்ள *adj* versatile
பல வணிக நோக்கு பூங்கா *n* theme park
பலகணிப்பீடம் *n* window seat
பலகைக்கல் *n* slate
பலசரக்கு *npl* groceries
பலசரக்கு வியாபாரம் *n* grocer
பலசரக்கு வியாபாரி *n* grocer
பலத்த காற்று *n* gale
பலத்துடன் *adv* strongly
பலத்தை உபயோகித்து உள்ளே புகுதல் *n* break-in
பலப்படுத்து *vt* strengthen
பலம் *n* power, strength
பலம்பொருந்திய *adj* strong
பலமாகக் காற்றடிக்கக்கூடிய *adj* windy
பலமான *adj* intense, strong
பலமுள்ள *adj* intense
பலர் *pron* several
பலவகை *n* variety
பலவகைப்பட்ட *adj* miscellaneous, various
பலவண்ணக் கட்டக்கோடிட்ட ஸ்காத்லாந்து ஆடை/துணி *adj* tartan
பலவற்றின் இடையில் *prep* among
பலவீனம் *n* weakness
பலவீனமான *adj* frail, weak
பலா மரம் *n* jack tree
பலி *n* (அர்ப்பணிப்பு) oblation; (நபர்) victim
பலிபீடம் *n* altar
பலியிடுதல் *n* sacrifice
பளுதூக்கும் பயில்வான் *n* weightlifter
பளுதூக்கும் விளையாட்டு *n* weightlifting
பவளம் *n* coral
பழக் கலவை *n* fruit salad
பழக்கப்பட்ட *adj* familiar
பழக்கப்படுத்தப்பட்ட *adj* tame
பழக்கம் *n* habit
பழக்கமில்லாத *adj* unfamiliar
பழக்கவழக்கமாக *adv* habitually
பழங்கால *adj* old-fashioned

பழங்கால பொருட்கள் கடை *n* antique shop

பழங்கால பொருள் *n* antique

பழங்குடியினர் *n* tribe

பழச்சாறு *n* fruit juice, juice

பழத்தோட்டம் *n* orchard

பழப்பாகு *n* marmalade

பழம் *n* fruit

பழமையான *adj* ancient

பழமைவாத *adj* conservative

பழமொழி *n* saying, proverb

பழவகைகளின் ஒன்று *n* nectarine

பழுத்த *adj* ripe

பழுது *n* repair

பழுது சரி செய் *vt* repair

பழுது சரி செய்பெட்டி *n* repair kit

பழுது சீர்செய் வாகனம் *n* breakdown van

பழுது பட்டிருக்கிற *adj* broken down

பழுது படு *v* break down

பழுது பார் *vt* mend

பழுதுபட்ட வாகனங்களை எடுத்துச் செல்லும் வண்டி *n* breakdown truck

பழுப்பு நிறம் *adj* brown

பழுப்பு ரொட்டி *n* brown bread

பழுப்புச்சிவப்பு நிற *adj* maroon

பழைமை வாய்ந்த *adj* ancient

பழைய *adj* old

பழைய கணவன் *n* ex-husband

பழைய நிலைக்குத் திரும்பு *vi* recover

பழைய நிலையடை *n* relapse

பழைய பொருட்கள் சந்தை *n* flea market

பழையநிலைக்குத் திருப்பு; மீட்டெடு *vt* restore

பள்ளத்தாக்கு *n* ravine, valley

பள்ளம் *n* ditch

பள்ளம்; அகழி *n* trench

பள்ளி ஆசிரியர் *n* schoolteacher

பள்ளி இடைவெளி நேரம் *n* playtime

பள்ளி சீருடை *n* school uniform

பள்ளி; பள்ளிக்கூடம் *n* school

பள்ளிக்கு மட்டம் போடு *v* play truant

பள்ளிக்கூடப் புத்தகம் *n* schoolbook

பள்ளிப் பை *n* schoolbag

பளபளப்பான *adj* bright, shiny

பளிங்கு *n* crystal

பளிங்குக்கல் *n* marble

பளீர் வெளிச்சம் *n* flash

பற்கள் இடுக்கில் சுத்தம் செய்ய பயன்படும் ஒரு வகை இழை *n* dental floss

பற்கள் சம்பந்தப்பட்ட *adj* dental

பற்பசை *n* toothpaste

பற்பல *adj* several

பற்றாக்குறை *n* deficit, shortage

பற்றாக்குறையான *adj* insufficient
பற்றி *prep* of
பற்றிக்கொள் *vt* grasp
பற்று வை *vt* debit
பற்றுகை *n* seizure
பற்றுச்சீட்டு *n* receipt
பற; பறக்கச் செய் *vi* fly
பறந்து போ *vi* fly away
பறவை இனம் *n* penguin
பறி; கைப்பற்று *vt* seize
பறிமுதல் செய் *vt* confiscate
பன்மை *n* plural
பன்மொழி வல்லுனர் *n* linguist
பன்றி *n* pig
பன்னாட்டு *adj* international, multinational
பன்னாட்டு நிறுவனம் *n* multinational
பன்னிரண்டு *num* twelve
பன்னிரெண்டாவது *adj* twelfth
பன்னீர் *n* rose water
பனாமா நாடு *n* Panama
பனி சறுக்கு காலணி *npl* skates
பனி பெய்தல் *vi* snow
பனிக்கட்டி *n* ice
பனிக்கட்டிகள் பெட்டி *n* icebox
பனிச்சரிவு *n* avalanche
பனிச்சறுக்காட்டக் களம் *n* rink
பனிச்சறுக்கு மைதானம் *n* skating rink
பனிச்சறுக்கு விளையாட்டு *n* ice-skating, skating
பனிச்சிதறல் *n* snowflake
பனிநிறைந்த *adj* icy
பனிப்பந்து *n* snowball
பனிப்புயல் *n* snowstorm
பனிமனிதன் *n* snowman
பனிமீது சறுக்கிச் செல் *vi* skate
பனிமூட்ட விளக்கு *n* fog light
பனிமூட்டத்துடன் *adj* foggy
பனிமூட்டம் *n* fog
பனியன் *n* T-shirt
பனியாறு *n* glacier
பனை *n* palm
பாக்கிஸ்தான் நாட்டு *adj* (நாடு) Pakistani
பாக்கிஸ்தான் நாட்டுக்காரர் *n* (நபர்) Pakistani
பாகங்களாகப் பிரி *vt* divide
பாகம் *n* aspect
பாகற்காய் *n* bitter gourd
பாகிஸ்தான் *n* Pakistan
பாகிஸ்தான் நாடு *n* Pakistan
பாகு *n* treacle
பாங்கு *n* pattern
பாசம் *n* affection
பாசாங்கு எச்சரிக்கை *n* false alarm
பாசாங்கு செய் *vt* pretend
பாசி *n* moss
பாசினிப்பு *n* parsnip
பாட்டாளி வர்க்கம் *adj* working-class
பாட்டி *n* grandmother, granny
பாட்டு *n* singing, song

ப

பாட்டு நடன நிகழ்ச்சி *n*
performance

பாட்னா *n* Patna

பாடகர் *n* singer

பாடகர் குழு *n* choir

பாடகி *n* singer

பாடத்திட்டம் *n* curriculum,
syllabus

பாடப்புத்தகம் *n* textbook

பாடம் கற்பி *vt* teach

பாடல் வரிகள் *npl* lyrics

பாடு *v* sing

பாடும் பாணி *n* singing

பாடும் வகைக் குருவி *n*
thrush

பாண்டா *n* panda

பாணி *n* manner, style

பாத்திரங்கள் துலக்கும்
மெஷின் *n* dishwasher

பாத்திரம் *n* role

பாத்திரம் உலர்த்தும் துணி *n*
tea towel

பாத்திரம் கவிழ்த்து வைக்கும்
துணி *n* dishcloth

பாத்திரம் கழுவும் பெண் *n*
woman who washes dishes

பாத்திரம் துடைக்கும் துணி *n*
dish towel

பாத்திரம் துலக்கும் திரவம் *n*
washing-up liquid

பாதகமான நிலை *n*
disadvantage

பாதங்கள் *npl* feet

பாதசாரி *n* pedestrian

பாதசாரி சந்திப்பு *n* pedestrian
crossing

பாதசாரிகள் ரோடு கடக்கும்
இடம் *n* zebra crossing

பாதசாரிகளுக்கான *adj*
pedestrianized

பாதம் *n* paw

பாதரசம் *n* mercury

பாதாம் பருப்பு *n* almond

பாதி *n* half

பாதி கொழுப்பு அகற்றிய
பால் *n* semi-skimmed milk

பாதி தூரம் *adv* halfway

பாதி விலைக்கு *adv* half-price

பாதி விலையிலான *adj*
half-price

பாதிக்கப்பட்டவர் *n* victim

பாதிப்பு ஏற்படுத்து *vt* affect

பாதியளவு *adj* half

பாதியான *adv* half

பாதுகாப்பற்ற *adj* insecure

பாதுகாப்பாளர் *n* defender

பாதுகாப்பான *adj* safe

பாதுகாப்பிடம் *n* conservatory

பாதுகாப்பு *n* security

பாதுகாப்பு செய் *vt* protect

பாதுகாப்புப் பட்டை *n* safety
belt

பாதுகாப்புப் பெட்டகம் *n* safe

பாதுகாப்புப் பொறுப்பு *n*
custody

பாதுகாப்புள்ள இடம் *n* shelter

பாதை *n* road

பாம்பாட்டி *n* snake-charmer

பாம்பு *n* snake

பாய் *n* mat

பாய்ச்சல் *n* gallop

பாய்ந்து ஓடு *vi* gallop

பாய்மரக் கப்பல் *n* sailing boat

பாய்மரக் கப்பல் விளையாட்டு *n* windsurfing

பார் *vi* look

பார்க்க முடிந்த *adj* visible

பார்சல் *n* parcel

பார்சி வருட பிறப்பு *n* Parsi New Year

பார்வை *n* sight

பார்வை நேரம் *npl* visiting hours

பார்வைக்குரிய *adj* visual

பார்வைத்தெளிவு *n* visibility

பார்வையாளர் *n* spectator, viewer

பார்வையாளர் இடம் *n* stand

பார்வையாளர்கள் *n* audience

பார வண்டி *n* truck

பார வண்டி *n* lorry

பார வண்டி ஓட்டுநர் *n* truck driver

பார வண்டி ஓட்டுனர் *n* lorry driver

பாரந்தூக்கி *n* crane

பாரபட்சம் சாராத *adj* impartial

பாரபட்சமான *adj* prejudiced

பாரம் *n* load

பாரம் ஏற்று *vt* load

பாரம்பரிய *adj* traditional

பாரம்பரியம் *n* heritage

பாராட்டு *vt* appreciate

பாராட்டு தெரிவி *vt* compliment

பாராட்டுக்கள் *excl* cheers!

பாராட்டுத் தெரிவிக்கின்ற *adj* complimentary

பாராட்டொலி *n* cheer

பால் *n* milk

பால் கற *vt* milk

பால் சாக்லெட் *n* milk chocolate

பால்காரர் *n* milkman

பால்பண்ணை *n* dairy

பாலம் *n* bridge

பாலாடைக்கட்டி *n* cheese

பாலஸ்தீன நாட்டு *adj* Palestinian

பாலஸ்தீன நாட்டுக்காரர் *n* Palestinian

பாலஸ்தீனம் நாடு *n* Palestine

பாலில் பொருட்கள் *npl* dairy products

பாலின வேறுபாடு *n* sexism

பாலினம் *n* gender

பாலூட்டி *n* mammal

பாலேடு *n* cream

பாலைவனச் சோலை *n* oasis

பாலைவனத்தீவு *n* desert island

பாலைவனம் *n* desert

பாவம் *n* sin

பாவாடை *n* skirt

பாழாக்கப்பட்ட *adj* devastated

பாழாக்கும் *adj* devastating

பாறபல்லை எடுத்தல் *vi* teethe

பாறை *n* rock

பானை *n* pot

பிகு திருவிழா *n* harvest festival of Assam

பிச்சைக்காரர் *n* beggar

பிசாசு *n* devil; (கட்டுக்கதை) vampire

பிசிறு *n* scrap

பிசின் *n* resin

பிசைந்த மாவு *n* dough

பிட்சு *n* monk

பிட்டங்கள் *npl* buttocks

பிட்டத்தில் அறை *vt* spank

பிட்டம் *n* bottom, bum

பிடி *vt* catch

பிடித்து வைத்துக்கொள்ளும் *adj* gripping

பிடித்துக் கொள் *n* clasp

பிடித்துக்கொண்டிரு *vi* hold on

பிடித்துக்கொள் *vt* grab

பிடிப்பதற்கான இடம் *n* handle

பிடிப்பி *n* clip

பிடிப்பு *n* seizure

பிடில் *n* violin

பிடில் வாசிப்பவர் *n* violinist

பிடிவாதம் பிடிப்பவர் *n* obstinate person

பிடிவாதமான *adj* obstinate, stubborn

பிடுங்கு *vt* wrench ▷ *v* snatch

பிணக்கம் கொண்ட *adj* sulky

பிணக்கு *n* misunderstanding

பிணம் *n* corpse

பிணைக் கைதி *n* hostage

பிணைப்பணம் *n* ransom

பிணையம் *n* mortgage

பித்தப்பை *n* gall bladder

பித்தப்பையிலிருக்கும் கற்கள் போன்றவை *n* gallstone

பித்தளை *n* brass

பித்தளையும் செம்பு இசைக் கருவி *n* brass band

பித்து *n* madness

பித்துப்பிடித்த *adj* crazy, insane

பிதற்று *v* rave

பிப்ரவரி மாதம் *n* February

பியானோ - இசைப்பெட்டி *n* piano

பியானோ கலைஞர் *n* pianist

பிரகாசமான *adj* bright, light

பிரகாசி *vi* shine

பிரச்சாரம் *n* campaign

பிரத்தியேகமாக *adv* specially

பிரதமர் *n* prime minister

பிரதான உணவு *n* main course

பிரதிநிதி *n* delegate

பிரதிநிதித்துவம் செய் *vt* represent

பிரதிநிதிப் பேச்சாளர் *n* spokesman

பிரதிப்பெயர்ச் சொல் *n* pronoun

பிரதிபலிக்கச் செய் *vt* reflect

பிரதிபலிப்பு *n* reflection

பிரதிவாதி *n* defendant

பிரதேச மொழி பேசுபவர் *n* native speaker

பிரபலம் *n* popularity

பிரபலமான *adj* popular

பிரபு *n* lord

பிரம்பு *n* splinter

பிரம்மாண்ட *adj* mammoth
பிரமிடு *n* pyramid
பிரமிப்பான *adj* stunned
பிரமிப்பூட்டும் *adj* stunning
பிரயாண ஏற்பாடுட்டு முகமை *n* travel agency
பிரயோசனமில்லாத *adj* worthless
பிராண்டி - மதுபானம் *n* brandy
பிராணவாயு *n* oxygen
பிராமின் *n* Brahmin
பிரார்த்தனை *n* pray
பிரி *v* unpack
பிரிட்டன் *n* Britain
பிரிட்டனைச் சார்ந்த *adj* British
பிரிட்டிஷ்காரர் *npl* British
பிரித்தறி *vt* distinguish
பிரித்து எடு *vt* take apart
பிரித்தெடு *vt* relieve ▷ *v* split up
பிரித்தெடுகருவிகள் *npl* tweezers
பிரித்தெடுத்தல்; நீக்கம் *n* removal
பிரிந்து போதல் *n* parting
பிரியமாக *adv* lovingly
பிரியமான *adj* affectionate
பிரியாணி *n* biryani
பிரியும்போது வாழ்த்து *excl* goodbye!
பிரிவு *n* division
பிரெஞ்சு அவரை *npl* French beans
பிரேசில் - ஒரு நாடு *n* Brazil

பிரேசில் நாட்டைச் சார்ந்த *adj* Brazilian
பிரேசில்காரர் *n* Brazilian
பிரேத மரண விசாரணை *n* inquest
பிலிப்பைன் நாட்டின் *adj* Filipino
பிலிப்பைன் நாட்டுக்காரர் *n* Filipino
பிழி *vt* squeeze
பிழிந்தெடு *vt* squash
பிழிந்தெடுக்கும் *adj* demanding
பிழைப்பு *n* living
பிளவு *n* break
பிளவு படுத்து *v* split
பிள *v* split
மூங்கில் சிம்பு *n* splint
மட்டை *n* splint
பிளாஸ்டிக் *n* plastic
பிளாஸ்டிக் பை *n* plastic bag
பிளிரு *v* trumpet
பிற்பகல் *n* afternoon
பிற்பகல் நேரம் *abbr* p.m.
பிற்பாடு *adv* afterwards
பிறகு *prep* after
பிறப்பிடம் *n* place of birth
பிறப்புக் கோளாறு நோய் *n* Down's syndrome
பிறர் இன்பங்களைச் சகிக்காதவர் *n* spoilsport
பிறர் போல நடி *vt* mimic
பிறிதோரிடத்தில் இருந்ததற்கான சாட்சி *n* alibi
பின் செல் *v* move back

பின் தங்கு *vi* lag behind
பின் தொடர்ந்து *prep* after
பின்கதவு இருக்கும் கார் *n* hatchback
பின்குறிப்பு *abbr* NB
பின்தொடர்ச்சி *n* sequel
பின்பக்கம் *n* back, reverse
எதிர் திசை *n* reverse
பின்பார்வைக் கண்ணாடி *n* rear-view mirror
பின்புற *adj* rear
பின்புறம் *n* rear
பின்னடைவு *n* setback
பின்னர் *conj* after
பின்னல் ஊசி *n* knitting needle
பின்னல் கம்பளி உடற்சட்டை *n* cardigan
பின்னல் மேலாடை *n* jumper
பின்னவர் *n* successor
அடுத்து வருபவர் *n* successor
பின்னால் திரும்பு *v* turn back
பின்னியிழை *v* knit
துன்னு *v* knit
பின்னுதல் *n* knitting
நெசவுத்தொழில் *n* knitting
பின்னூட்டம் *n* feedback
பின்னோக்கி *adv* backwards
பின்னோக்கிச் செல் *v* go back
பீகார் *n* Bihar
பீகாரி *n* person from Bihar
பீங்கான் *adj* ceramic
பீடிக்கடை *n* tobacconist
பீதி *n* alarm
பீதி (திகிலடைந்த நிலை) *n* panic

பீதியடை *v* panic
பீதியடைந்து *adj* scared
பீர்க்கங்காய் *n* angular gourd
பீரங்கி *n* cannon
பீரங்கிப்படை *n* artillery
புகலிடம் *n* asylum
புகலிடம் தேடுவோர் *n* asylum seeker
புகழ் *n* fame
புகழ் பெற்ற *adj* renowned
கீர்த்திமிக்க *adj* renowned
புகழ்ச்சி கூறு *vt* praise
புகழ்பெற்ற *adj* famous
புகழ்பெற்ற பிரமுகர் *n* celebrity
புகார் *n* complaint
புகு வழி *n* way in
நுழைவழி *n* way in
புகை *npl* fumes
புகை எச்சரிக்கை *n* smoke alarm
புகை ஏற்படுத்து *vi* smoke
புகைக்கச் செய் *vi* smoke
புகை போக்கி *n* chimney
புகைக்கரி *n* soot
புகைப்படக் கருவி *n* camera
புகைப்படக்கலை *n* photography
புகைப்படக்காரர் *n* photographer
புகைப்படம் *n* photograph
புகைப்படம் எடு *vt* photograph
புகைப்பிடித்தல் தடைசெய்யப்பட்ட *adj* non-smoking

புகைப்போக்கி *n* chimney

புகைபிடிக்காதவர் *n* non-smoker

புகைபிடித்தல் *n* smoking

புகைபிடிப்பவர் *n* smoker

புகையிலை *n* tobacco

புகையிலை நஞ்சு *n* nicotine

புகையூட்டிய *adj* smoked

புகைவண்டிப் பெட்டி *n* compartment

புடலங்காய் *n* snake gourd

புண் *n* sore

புண் போன்றவற்றை மூடுவதற்கான மருந்திட்ட துணி *n* plaster

புண்ணான *adj* sore

புண்ணியத்தலம் *n* shrine

புத்த துறவி *adj* Buddhist

புத்த பூர்ணிமா *n* Buddhist festival

புத்த மதத்தைச் சார்ந்தவர் *n* Buddhist

புத்த மதம் *n* Buddhism

புத்தகக்கடை *n* stationer

புத்தம் புதிய *adj* brand-new

நாள்படாத *adj* fresh

புத்தம்புதிய *adj* brand-new

புத்தர் *n* Buddha

புத்தாக்கப்பயிற்சி *n* refresher course

புத்தார்வக் கற்பனை தூண்டும் *adj* romantic

புத்தி பேதலித்த *adj* schizophrenic

புத்துணர்ச்சியூட்டிக் கொள் *v* freshen up

புத்துணர்ச்சியூட்டும் *adj* refreshing

புதர் *n* bush

புதர்செடி *n* shrub

புதர்வேலி *n* hedge

புதன் *n* mercury

புதன் கிழமை *n* Wednesday

புதிதாக *adv* afresh ▷ *adj* fresh

புதிதாக கண்டுபிடிப்பவர் *n* inventor

புதிதாகப் பிறந்த *adj* newborn

புதிய *adj* innovative, new

புதிய கண்டுபிடிப்பு *n* invention

புதியவர் *n* stranger

புதியன கண்டுபிடி *vt* invent

புதிரான *adj* mysterious

புதினம் *n* fiction, novel

புதினம் எழுதுபவர் *n* novelist

புதினாக்கீரை *n* mint

புது *adj* new

புது டெல்லி *n* New Delhi

புது வருடம் *n* New Year

புதுக்கருத்துரைத்தல் *n* proposal

புதுச்சேரி *n* Puducherry

புதுப் பாணி *n* fashion

புதுப்பி *vt* renew

புதுப்பி *vt* update

நிகழ்காலப் படுத்து *vt* update

புதுப்பிக்கத்தக்க *adj* renewable

புதுமையான *adj* revolutionary

புரட்சிகரமான *adj* revolutionary

புதுவரவு *n* newcomer

புதுவிதமான *adj* ingenious
புதை *vt* bury
புதைக்காடு *n* funeral parlour
புதையல் *n* treasure
புயல் *n* cyclone, storm
புயல் காற்றுடன் *adj* stormy
புரட்சி *n* revolution
புரதம் *n* protein
புராணம் *n* legend, mythology
புரிந்து கொள் *vt* understand
புரிந்து கொள்ள முடிந்த *adj*
 understandable
புரிந்து படிக்க இயலாமை *n*
 dyslexia
புரிந்துகொள்ளுதல் *adj*
 understanding
புரிந்துகொள்ளும் திறன் *n*
 comprehension
புருவம் *n* eyebrow
புரூன்சுப் பழம் *n* prune
புரோட்டா *n* Indian bread
புல்தரை *n* grass
புல்லரிசிக் கூலவகை *npl* oats
புல்லரிசிக்கூழ் *n* oatmeal
புல்லாங்குழல் *n* flute
புல்வெட்டு *v* mow
புல்வெட்டும் கருவி *n*
 lawnmower
புல்வெளி *n* lawn
புலப்படு *v* show up
புலவர் *n* poet
புலன் விசாரணை *n*
 investigation
புலனறவு சார்ந்த *adj* sensuous
புலி *n* tiger
வேங்கை *n* tiger

புவனேஸ்வர் *n* Bhubaneswar
புழு *n* worm
புழுக்கம் மிக்க *adj* sweltering
புள்ளி *n* dot, spot
புள்ளிகளுடைய *adj* spotty
புள்ளியியல் *npl* statistics
புள்ளிவிபரம் *npl* statistics
புளிப்பாக *adj* sour
புளிப்பு *adj* sour
புளிய மரம் *n* tamarind tree
புற்று நோய் *n* cancer, tumour
புறக்கணி *vt* neglect
புறக்கணிக்கப்பட்ட *adj*
 neglected
புறக்கணித்தல் *n* neglect
புறந்தள்ளு *vt* expel
புறநகர் *n* suburb
புறநகர் பகுதிகள் *npl* outskirts
புறநகர் பகுதி *n* precinct
புறப்பட்டுச் செல் *vi* depart
புறப்படு *v* leave
புறப்படுவதற்கு குழுமும் இடம்
 n departure lounge
புறப்பாடு *n* departure, takeoff
புறம்போகும் புகைகள் *npl*
 exhaust fumes
புறா *n* pigeon
புன்சிரிப்பு *n* smile
புன்னகை *n* smile
புன்செய் நிலம் *n* dry land
புன்னகை செய் *vi* smile
புனிதமான *adj* holy, sacred
புனிதர் *n* saint
புனைப் பெயர் *n* nickname
புனைப்பெயர் *n* pseudonym
புனைப்பெயருடைய *prep* alias

புஷ்பராகம் *n* topaz
பூ *n* flower
பூக்கடைக்காரர் *n* florist
பூக்கோசு *n* cauliflower
பூகம்பம் *n* earthquake
பூகோளம் *n* geography
பூங்கா *n* park
பூச்சாடி *n* vase
பூச்சி *n* insect, pest
பூச்சிக்கொல்லி *n* pesticide
பூசணிக்காய் *n* pumpkin
பூசல் *vi* squabble
பூசாரி *n* (Hindu) priest
சமயகுரு *n* (Hindu) priest
பூசு சோதனை *n* smear
பூஞ்சணம் *n* mould
பூஞ்சணம் பூத்த *adj* mouldy
பூட்டான் *n* Bhutan
பூட்டிவிடு *vt* lock
பூட்டு *n* lock, padlock
பூட்டு திறப்பவன் *n* locksmith
பூட்டைத் திற *vt* unlock
பூண்டு *n* (சமையல்) garlic; (தாவரம்) shrub
பூத்தொட்டி *n* plant pot
பூதக்கண்ணாடி *n* lens
பூதாகரமான *adj* giant
பூமத்திய ரேகை *n* equator
பூமி *n* earth
பூர்வீக *adj* native
பிறப்புரிமையான *adj* native
பூர்வீகம் *n* origin
பூரான் *n* centipede
பூவாளி *n* watering can
பூனை *n* cat
பூனைக்குட்டி *n* kitten
பூஜ்ஜியம் *n* zero
பெங்களூரு *n* Bangalore
பெட்டகம் *n* locker
பெட்டி *n* cabinet
உறை *n* packet
பெட்டிக்கடை *n* kiosk
பெட்டைக்கோழி *n* hen
பெட்ரோல் நிலையம் *n* petrol station
பெட்ரோல் *n* petrol
கல்நெய் *n* petrol
பெண் *n* female, woman
பெண் அஞ்சல்காரர் *n* postwoman
பெண் ஆடு *n* ewe
பெண்ணியம் பேசுபவர் *n* feminist
பெண் காவல்காரர் *n* policewoman
பெண் குதிரை *n* mare
பெண் சிங்கம் *n* lioness
பெண் நாய் *n* bitch
பெண் பிரதிநிதி *n* spokeswoman
பெண் புலி *n* tigress
பெண் மேலாளர் *n* manageress
பெண் வணிகர் *n* businesswoman
பெண் வாத்து *n* goose
பெண் வாரிசு *n* heiress
பெண் விற்பனையாளர் *n* saleswoman
பெண்கள் *n* ladies
பெண்கள் இடுப்பு உள்ளாடை *npl* knickers

பெண்கள் நிகழ்ச்சி *n* hen night

பெண்கள் விளையாட்டு *n* netball

பெண்ணிய *adj* female

பெண்மணி *n* lady; (பெருமாட்டி) madam

பெண்மை பிணியியல் மருத்துவர் *n* gynaecologist

பெண்மைக்குரிய *adj* feminine

பெண்வண்டு *n* ladybird

பெயர் *n* name

பெயர் உரிச்சொல் *n* adjective

பெயர்ச்சொல் *n* noun

பெயர்த்து நடுதல் *n* transplant

பெயர்ப்பொறி பலகை *n* plaque

பெயரின் முதல் எழுத்துக்கள் *npl* initials

கைவிடு *vt* quit

அடைவு *n* folder

அதிக உற்சாகமாக *adj* thrilled

அறிவுறுத்து *vt* suggest

இழுவை நகர்த்தி *n* sledge

இறை வணக்கம் *n* prayer

உயர் பதவியிலிருப்பவர் *n* superior

உயரே *prep* above

எப்பொழுதும் போல *adj* regular

கலைத்து விடு *vi* shuffle

கவசம் *n* armour

காற்றாடி விமானம் *n* helicopter

கிண்டலான *adj* sarcastic

குணப்படுத்த முடியாத அளவுக்கு *adv* terminally

குறைபாடு *n* flaw

கெட்டவன் *n* villain

கையாளு *vt* manage

கொண்டாட்டம் *n* joy

கௌரவமான *adj* prestigious

சம்பிரதாயம் *n* tradition

சலவைத் தொழிலாளி *n* washer man

சீரொளி *n* laser

சொற்பொழிவு *n* speech

டாய்லெட் காகிதம் *n* toilet paper

திட்டல் *n* swearword

திருத்துதல் *n* revision

திரும்பச் செய்தல் *n* repeat

திருமணம் செய்து கொள் *v* marry

தொகுதி *n* zone

தொப்பை *n* tummy

நகர்வு *n* shift

நம்பவைக்கும் *adj* persuasive

நல்வரவு கூறு *vt* welcome!

நறுமணப் பொருள் *n* spice

நிசப்தம் *n* silence

நிலை உலைவு *v* swerve

நினைப்பு *n* mind

படர்செடி இனம் *n* fern

பணியமர்த்தியவர் *n* employer

பதிலி *n* replacement

புதிர் *n* quiz

புதுப்பித்தல் செய் *v* revive

பெண்ணின் ஆடையணிந்து மகிழும் ஆண் *n* transvestite

பெயற்சி *n* shift

பெர்சிய நாட்டு *adj* Persian
பெரணி *n* fern
பெரிதாக்குதல் *n* enlargement
பெரிதாக *adv* largely
பெரிய *adj* large
பெரிய அம்மை *n* smallpox
பெரிய அளவிலான *adj* grand
பெரிய எழுத்து *n* capital
பெரிய கார் வாகனம் *n* saloon car
பெரிய கூடம் *n* saloon
பெரிய பதக்கம் *n* medallion
பெரிய வயலின் *n* cello
பெரிய வாகனம் *n* estate car
பெரிய வீடு *n* villa
பெரியப்பா *n* uncle (father's older brother)
பெரியம்மா *n* aunt (father's older brother's wife)
பெரு நாட்டு *adj* Peruvian
பெரு நாட்டுக்காரரர் *n* Peruvian
பெரு நாடு *n* Peru
பெருக்கம் *n* multiplication
பெருக்கு *v* multiply
பெருகு *n* varnish
பெருகு எண்ணெய் பூசு *vt* varnish
பெருங்காயம் *n* asafoetida
பெருங்கோபம் *n* rage
பெருச்சாளி *n* bandicoot
பெருஞ் சிறப்பு *n* glory
பெருஞ்செல்வம் *n* fortune
பெருஞ்செல்வர் *n* millionaire
பெருத்த *adj* mega
பெருந்துண்டு *n* chunk
பெருந்துன்பம் *n* tragedy
பெருநிலம் *n* mainland
பெரும் ஒலி எழுப்பி மூடு *v* slam
பெரும்பாலும் *adv* practically
பெரும்பான்மை *n* majority
பெருமகிழ்ச்சி *n* delight
பெருமளவு *adj* significant
பெருமாட்டி *n* lady, madam
பெருமிதம் *n* pride
பெருமூச்சு *n* sigh
பெருமூச்சு விடு *vi* sigh
பெருமையாக *adj* proud
பெருவாரியாக *adv* mostly
பெருவாரியான *pron* most
பெருவிரல் முட்டி *n* bunion
பெருவிருப்பம் காட்டும் *adj* ambitious
பெற்றிரு *vt* catch
பெற்றுக் கொள்பவர் *n* recipient
பெற்றுக்கொள் *vt* gain
பெற்றோர் *n* parent
பெற்றோரின் உடன் பிறந்தார் சேய் *n* cousin
பெறு *v* get
பெறுக்கு *vt* sweep
பெறுபவர் *n* receiver
பென்சில் - எழுதுகோல் *n* pencil
பென்சில் சீவி *n* pencil sharpener
பென்சில் பெட்டி *n* pencil case
பென்சில்லின் *n* penicillin
பேச்சாளர் *n* speaker
பேச்சிழந்த *adj* speechless

பேச்சு *n* (விவாதம்) talk;
(மேடை) speech

பேசாதே *v* shut up

பேசாமல் *adj* silent

பேசாமலிரு *v* shut up

பேசு *v* speak, talk to

பேட்டி எடு *vt* interview

பேட்டி எடுப்பவர் *n*
interviewer

பேத்தி *n* granddaughter

பேதி *n* diarrhoea

பேய் *n* ghost

பேய் நடமாட்டமிருக்கும் *adj*
haunted

பேரக்குழந்தை *n* grandchild

பேரங்காடி *n* hypermarket,
supermarket

பேரண்டம் *n* universe

பேரணி *n* rally

பேரம் பேசு *vi* haggle

பேரம் பேசுபவர் *n* negotiator

பேரரசு *n* empire, kingdom

பேரருவி *n* cataract

பேரழிவு *n* catastrophe,
disaster

பேரளவான *adj* massive

பேரன் *n* grandson

பேராசிரியர் *n* professor

பேராசையுள்ள *adj* greedy

பேராலயம் *n* cathedral

பேராவல் *n* ambition

பேரிப் பழம் *n* pear

பேரீச்சம் பழம் *n* date fruit

பேருந்து *n* bus

பேருந்து நடத்துனர் *n* bus
conductor

பேருந்து நிலையம் *n* bus
station

பேருந்து நிறுத்துமிடம் *n* bus
stop

பேருந்துச் சீட்டு *n* bus ticket

பேருவகை ஏற்படுத்தும் *adj*
glorious

பேரேடு *n* ledger book

பேரொலிக் கருவி *n* stereo

பேன் *n* louse

பேன்கள் *npl* lice

பேனா - எழுதுகோல் *n* pen

பேனா நண்பர் *n* penfriend

பை *n* bag

பைங்குடில் *n* greenhouse

பைத்திமான *adj* mad

பைத்தியக்காரத்தனமாக *adv*
madly

பைத்தியக்காரன் *n* madman

பைத்தியம் *n* insanity

பையன் *n* boy

பொங்கல் *n* Tamil harvest
festival

பொங்கியப்பம் *n* bun

பொங்குதல் *n* surge

பொட்டலம் *n* sachet

பொட்டு *n* small vermilion dot
on the forehead

பொடி *n* powder

பொடுகு *n* dandruff

பொத்தான் *n* button

பொதியின் மேலுறை *n*
packaging

பொது *adj* public

பொது அறிவிப்பு *n*
advertisement

பொது அறிவிப்புச் செய் *vt* page
பொது அறிவு *n* common sense, general knowledge
பொது உரிமை *n* communion
பொது தொலைபேசி *n* cardphone
பொது தொலைபேசி பெட்டி *n* phonebox
பொது மக்கள் தொடர்பு *npl* public relations
பொது மயக்க மருந்து *n* general anaesthetic
பொது மருத்துவர் *n* GP
பொது விடுமுறை *n* public holiday
பொதுச் சேர்மம் *n* pool
பொதுச் சொத்துக்கு சேதம் விளைவி *vt* vandalize
பொதுச்சாலை விதிகள் நூல் *n* Highway Code
பொதுத் தேர்தல் *n* general election
பொதுப் போக்குவரத்து *n* public transport
பொதுமக்கள் *n* public
பொதுமைப்படுத்து *v* generalize
பொதுவாக *adv* generally
பொதுவான *adj* common, general
பொதுவுடமைக் கொள்கைக்காரர் *n* communist
பொதுவுடைமைக் கொள்கை *n* communism
பொதுவுடைமைக் கொள்கை கொண்ட *adj* communist
பொம்மை *n* doll, toy
பொய் *n* lie
பொய் சாட்சி *n* perjury
பொய் தலைமுடி *n* toupee
பொய் முடி *n* wig
பொய்ச் சான்று *n* perjury
பொய்யன் *n* liar
பொய்யான *adj* mock
பொரித்தட்டு *n* frying pan
பொரியச் செய் *vt* fry
பொருட்கள் ஏற்றிச் செல்லும் கூடு வண்டி *n* van
பொருட்கள் பொதி *n* shipment
பொருட்கள் மூட்டை *n* shipment
பொருட்கள் வாகனம் *n* removal van
பொருட்களை வாங்குதல் *n* shopping
பொருட்காட்சி *n* fair
பொருட்காட்சித் திடல் *n* fairground
பொருட்படுத்து *vt* interpret
பொருத்தம் *n* fit, match
பொருத்தமற்ற *adj* unfit
பொருத்தமாக *v* fit in
பொருத்தமாகவுள்ள *adv* aptly
பொருத்தமான *adj* appropriate, suitable
பொருத்தமில்லாத *adj* unfit
பொருத்து *vt* fix
பொருந்தாத *adj* unsuitable
பொருந்து *v* fit

பொருள் *n* object, thing
பொருள் *n* subject
பொருள் *n* substance
பொருள் அளி *vt* stand for
பொருள் காப்பகத்தில் விடப்பட்ட சுமை *n* left luggage
பொருள் காப்பகம் *n* cloakroom, left-luggage office
பொருள் கொள் *vt* mean
பொருள் வரையறை செய் *vt* define
பொருள் வழங்கும் இயந்திரம் *n* vending machine
பொருள் விபரச் சீட்டு *n* label
பொருளற்ற *adj* senseless, meaningless
பொருளாதார *adj* economic
பொருளாதாரம் *npl* economics
பொருளாளர் *n* treasurer
பொருளியல் ஆய்வாளர் *n* economist
பொலிவில்லாத *adj* dull
பொலிவில்லாமல் *adj* gloomy
பொழுதுபோக்கு *n* hobby, pastime
பொறாமை *n* envy
பொறாமைப்படு *vt* envy
பொறாமையான *adj* jealous
பொறாமையுடைய *adj* envious
பொறி *n* trap
பொறிக்கப்பட்ட *adj* fried
பொறியாளர் *n* engineer
பொறியியல் *n* engineering
பொறுக்கி எடு *v* pick up

பொறுக்கு *n* pick
பொறுத்துக்கொள் *vt* excuse
பொறுத்துக்கொள்ள முடியாத *adj* intolerant
பொறுப்பாளர் *n* caretaker, steward
பொறுப்பு *n* responsibility
பொறுப்புடைய *adj* accountable
பொறுப்புணர்ச்சியற்ற *adj* irresponsible
பொறுப்புள்ள *adj* responsible
பொறுப்பேற்றுக் கொள் *v* take over
பொறுமை *n* patience
பொறுமை இழந்து *adj* fed up
பொறுமையான *adj* patient
பொறுமையில்லாமல் *adv* impatiently
பொறுமையின்மை *n* impatience
பொன்வண்டு *n* golden bee
பொன்னிறமான *adj* yellow
போ *vi* go
போக்கிரி *n* vandal
போக்கிரித்தனம் *n* vandalism
போக்கு *n* tendency, trend
போக்குக்குலைவு *v* swerve
போக்குவரத்து *n* traffic, transport
போக்குவரத்து காவலாள் *n* traffic warden
போக்குவரத்து நெரிசல் *n* traffic jam
போக்குவரத்து விளக்கு *npl* traffic lights

போட்டி *n* contest, match
போட்டி மனப்பான்மை *n* rivalry
போட்டியாளர் *n* competitor, contestant
போட்டியிடக்கூடிய *adj* competitive
போட்டியிடு *vi* compete
போட்டுப் பார் *vt* try on
போதனை *npl* instructions
போதாத *adj* inadequate
போதிய *pron* enough
போது *conj* as
போதுமான அளவு *det* enough
போப்பாண்டவர் *n* pope
போபால் *n* Bhopal
போய் வருக! *excl* bye!
போய் வருகிறேன்! *excl* bye-bye!
போய் விடு *v* get away
போய்விட்ட *adj* gone
போர் *n* war
போர் நிறுத்தம் *n* ceasefire
போர்ட் பிளேர் *n* Port Blair
போர்த்துகல் நாடு *n* Portugal
போர்வீரன் *n* soldier
போராட்டம் *n* fight, struggle
போராடு *v* fight
போல *conj* as ▷ *adv* as ... as
போலந்து நாட்டு *adj* Polish
போலந்து நாட்டுக்காரர் *n* Pole
போலந்து மொழி *n* Polish
போலி *n* dummy, fake
போலி ஒப்பமிடு *vt* forge
போலிக் கையெழுத்து *n* forgery
போலிப் பகட்டு *n* snob
போலியான *adj* fake
போலியான பொருள் *n* imitation
போலினேசியா நாட்டு *adj* Polynesian
போலீஸ்காரர் *n* cop
போற்று *vt* adore
போற்றுதலுள்ள *adv* admirably
பௌதிக சிகிச்சையர் *n* physiotherapist
பௌர்ணமி *n* full moon

ம

மக்கள் *npl* people
மக்கள் கருத்து *n* public opinion
மக்கள் தொகை *n* population
மக்கள் தொகைக் கணக்கெடுப்பு *n* census
மக்கள் வசிக்காத *adj* uninhabited
மக்கள்கூட்டம் *n* crowd
மக்களவை *n* Lower House
மக்களாட்சி *n* democracy
மக்களாட்சியைச் சார்ந்த *adj* democratic
மக்காச்சோளம் *n* corn, maize

மக்கிய *adj* stale
மகப்பேறு மருத்துவமனை *n* maternity hospital
மகப்பேறு விடுப்பு *n* maternity leave
மகப்பேறுக்கு முன் *adj* antenatal
மகரந்தம் *n* pollen
மகரம் *n* Capricorn
மகள் *n* daughter
மகன் *n* son
மகிழ்ச்சி *n* happiness, joy
மகிழ்ச்சி உணர்வு *n* thrill
மகிழ்ச்சி நிரம்பிய *adj* delightful
மகிழ்ச்சிக் கூச்சல் *excl* hooray!
மகிழ்ச்சியடைந்த *adj* delighted
மகிழ்ச்சியற்ற *adj* miserable
மகிழ்ச்சியாக *adv* gladly, happily
மகிழ்ச்சியான *adj* glad, happy
மகிழ்ச்சியில்லாத *adj* unhappy
மகிழ்ச்சியின்றி *adv* sadly
மகிழ்ச்சியுடன் போய் வா! *excl* cheerio!
மகிழ்ச்சியோடு கைதட்டு *v* applaud
மகிழ்வடையச் செய் *vt* amuse
மகிழ்வுடன் *adj* jolly
மகுடம் *n* crown
மங்கலான *adj* dim
மங்கு *v* fade
மங்கோலிய நாட்டு *adj* Mongolian
மங்கோலிய நாட்டுக்காரர் *n* Mongolian
மங்கோலியன் மொழி *n* Mongolian
மங்கோலியா நாடு *n* Mongolia
மச்சம் *n* mole
மசகு *n* grease
மசாலப் பொருட்களில் ஊறவைத்தல் *n* marinade
மசாலப் பொருள் *n* spice
மசாலா மூலிகை வகை *n* tarragon
மசாலாப் பொருட்களுடன் ஊறவை *v* marinade
மசூதி *n* mosque
மஞ்சட்காமாலை *n* jaundice
மஞ்சள் *n* turmeric
மஞ்சள் கரு *n* egg yolk
மஞ்சள் முள்ளங்கி *n* carrot
மஞ்சள் வண்ணம் *adj* yellow
மட்காப்பு *n* mudguard
மட்டும் *adj* only
மடக்குப் படுக்கை *n* camp bed
மடகாஸ்கர் நாடு *n* Madagascar
மடம் *n* monastery
மடி *vt* wrap, fold ▷ *n* (உடல் பாகம்) lap
மடிக்கக்கூடிய *adj* folding
மடிக்கணினி *n* laptop
மடித்து வை *v* wrap up
மடித்துக் கசக்கப்பட்ட *adj* creased
மடிப்பு *n* fold
மடிப்புகை *n* folder

மடிப்புத் தடம் *n* crease
மடிப்புப் பாவாடை *n* kilt
மண் *n* soil
மண் தள்ளும் பொறி *n* bulldozer
மண்டல *adj* regional
மண்டல நேரம் *n* time zone
மண்டலம் *n* zone
மண்டியிடு *vi* kneel
மண்டை ஓடு *n* skull
மண்ணெண்ணெய் *n* kerosene
மண்பாண்டத் தொழில் *n* pottery
மண்புழு *n* earth worm
மண்வெட்டி *n* spade
மணப்பெண் *n* bride
மணப்பெண் தோழி *n* bridesmaid
மணம் *vi* smell
மணமகன் *n* bridegroom, groom
மணமாகாத *adj* unmarried
மணமான *adj* married
மணல் *n* grit, sand
மணல் குன்று *n* sand dune
மணல்வீடு *n* sandcastle
மணற் கற்பாறை *n* sandstone
மணற் பள்ளம் *n* sandpit
மணிக்கட்டு *n* wrist
மணிப்பூர் *n* Manipur
மத்திய *adj* central
மத்திய அமெரிக்கா *n* Central America
மத்திய ஆப்ரிக்க குடியரசு *n* Central African Republic
மத்திய வர்க *adj* middle-class
மத்தியக் கிழக்கு *n* Middle East
மத்தியத் தரைப் பகுதி *n* Mediterranean
மத்தியத் தரைப் பகுதியின் *adj* Mediterranean
மத்தியபிரதேஷ் *n* Madhya Pradesh
மத்தியஸ்தம் *n* arbitration
மத்தியில் *prep* among
மத சம்பந்தமான *adj* religious
மதகுரு *n* parson
மதம் *n* religion
மதம் சார்ந்த *adj* religious
மதிக்கத்தக்க *adj* respectable
மதிநுட்பமிக்க *adj* sophisticated
மதிப்பீடு *n* (விலை) estimate; (கருத்து) standpoint
மதிப்பீடு செய் *vt* estimate, judge
மதிப்பு *vt* rate
மதிப்பு ஆக்க வரி (சுருக்கம்) *n* VAT
மதிப்புமிக்க *adj* prestigious
மதிப்புள்ள *adj* precious
மதிப்புள்ள பொருட்கள் *npl* valuables
மதிப்பைக் குறைத்தல் *n* devaluation
மதிய உணவு *n* lunch
மதிய உணவு இடைவேளை *n* lunch break
மதிய உணவு நேரம் *n* lunchtime
மதிய உணவுச் சிப்பம் *n* packed lunch

மதியம் *n* midday, noon

மது அருந்தாதவர் *adj* teetotal

மது கோப்பை *n* wineglass

மது பானம் *n* liqueur

மது போதையுடன் ஓட்டுதல் *n* drink-driving

மது மயக்கத்தில் *adj* tipsy

மந்தமான *adj* dull

மந்திரவாதி *n* magician, sorcerer

மந்தை *n* flock

மப்பு மந்தாரமான *adj* overcast

மயக்க மருந்து *n* anaesthetic, sedative

மயக்கம் *n* giddiness

மயக்கம் அடை *v* pass out

மயக்கமடை *vi* faint

மயக்குகிற *adj* charming, glamorous

மயிர்க்கற்றை *n* lock

மயிர்கூச்செரிதல் *npl* goose pimples

மயிர்த் தூரிகை *n* hairbrush

மயில் *n* peacock

மர *adj* wooden

மர வகைகளுள் ஒன்று *n* willow

மரக்கட்டை *n* wood

மரக்கட்டை மிதியடி *n* clog

மரக்கலம் *n* craft

மரகதம் *n* emerald

மரண தண்டனை *n* capital punishment

மரணம் *n* death

மரணமடை *vi* die

மரத்தாலான *adj* wooden

மரத்துண்டு *n* log

மரத்தூள் *n* sawdust

மரநாய் வகை வேட்டை மிருகம் *n* ferret

மரநாய்வகை விலங்கு *n* weasel

மரபணு *n* gene

மரபணு மாற்றப்பட்ட *adj* genetically-modified

மரபியல் *n* genetics

மரபு *n* tradition

மரபு சார்ந்த *adj* classical

மரபு மாற்றப்பட்ட *abbr* GM

மரபு வழியில் பிறந்த விலங்கு *adj* pedigree

மரபுரிமையாகப் பெறு *vt* inherit

மரம் *n* tree

மரமல்லிகை *n* Indian cork tree

மரவண்டி *n* sledge

மரவேலை *n* woodwork

மராத்தி *n* Marathi

மரியாதை செய் *vt* respect

மரியாதையற்ற *adj* rude

மரியாதையோடு *adv* decently

மரு *n* wart

மருத்துவ *adj* medical

மருத்துவ இல்லம் *n* nursing home

மருத்துவச் சான்றிதழ் *n* medical certificate

மருத்துவச்சி *n* midwife

மருத்துவப் பணியினைச் சார்ந்த பணியினர் *n* paramedic

மருத்துவம் *n* medical

மருத்துவம் *n* therapy

மருத்துவம் ஊடுகதிர் பிம்பம் பார்த்தல் *n* scan

மருத்துவமனை *n* hospital

மருத்துவமனைக் கூடம் *n* ward

மருத்துவர் *n* doctor

மருதாணி *n* henna

மருதாணி போடுதல் *n* painting henna designs on the body

மருந்தளவு *n* dose

மருந்து *n* drug, medicine

மருந்து கலப்போர் *n* pharmacist

மருந்து தயாரிப்பவர் *n* chemist

மருந்து விற்பவர் *n* chemist

மருந்துக் கடை *n* chemist, pharmacy

மருந்தூசி *n* syringe

மருமகள் *n* daughter-in-law

மருமகன் *n* son-in-law

மல்யுத்தவீரன் *n* wrestler

மல்லிகைப்பூ *n* jasmine

மலச்சிக்கல் *adj* constipated

மலட்டுத் தன்மையுடன் *adj* infertile

மலர்ச்சியுறு *vi* flower

மலர்மாலை *n* garland

மலாவி நாடு *n* Malawi

மலிவாக *adv* cheaply

மலிவான *adj* cheap

மலிவான மது பானம் *n* house wine

மலிவு மது *n* table wine

மலேசிய நாட்டு *adj* Malaysian

மலேசிய நாட்டுக்காரர் *n* Malaysian

மலேசியா நாடு *n* Malaysia

மலை *n* mountain

மலை துள்ளுந்து *n* mountain bike

மலைசூழ்ந்த *adj* mountainous

மலைத்து *adj* amazed

மலைத்தொடர் *n* range

மலைப்பாம்பு *n* boa

மலைப்பூட்டும் *adj* amazing

மலையாளம் *n* Malayalam

மலையூடு வழி *n* tunnel

மலையேற்றம் *n* mountaineering, rock climbing

மலையேறுபவர் *n* mountaineer

மவொரி இன *adj* Maori

மவொரி நாட்டுக்காரர் *n* Maori

மவொரி மொழி *n* Maori

மழலையர் கீதம் *n* nursery rhyme

மழலையர் பள்ளி *n* infant school, nursery (school), playgroup

மழிப்பு நுறை *n* shaving foam

மழிப்புப் பசை *n* shaving cream

மழுப்பலான *adj* shifty

மழை *n* rain, shower

மழை பெய் *vi* rain

மழைக் காடு *n* rainforest

மழைக் கால *adj* rainy

மழைக்காலம் *n* monsoon

மழைச் சட்டை *n* raincoat

மற்போர் விளையாட்டு *n* wrestling

மற்போர் வீரர் *n* wrestler

மற்ற *adj* other

மற்றபடி *adv* otherwise

மற்றும் *conj* and

மற்றொரு *det* another

மற்றொருவரைப் போன்று நடி *vt* imitate

மற *vt* forget

மறக்க முடியாத *adj* unforgettable

மறந்து போன *adj* forgotten

மறு ஒலிபரப்பு *n* replay

மறு பரிசீலனை செய் *v* reconsider

மறுஊட்டம்செய் *vt* recharge

மறுக்க முடியாத *adj* undeniable

மறுசந்திப்பு *n* reunion

மறுசீரமைப்புச் செய் *vt* reorganize

மறுசுழற்சி *n* recycling

மறுசுழற்சி செய் *vt* recycle

மறுத்தல் *n* contradiction

மறுத்துக் கூறு *vt* deny

மறுத்துச் சொல் *v* turn down

மறுதயாரிப்பு *n* remake

மறுப்பு *n* objection, refusal

மறுப்பு கூறு *v* refuse

மறுப்பு தெரிவி *vi* disagree

மறுபடியும் *adv* again

மறுபடியும் உருவாக்கு *vt* rebuild

மறுபடியும் விளையாடு *vt* replay

மறுபரிசீலனை *n* review

மறுமணம் செய்து கொள் *vi* remarry

மறை *n* nut ▷ *vt* hide

மறை திருகி *n* spanner

மறைத்து வை *vt* hide

மறைந்த *adj* late

மறைந்திருக்கும் *adj* hidden

மறைந்து கொள் *vi* hide

மறைந்து போ *vi* disappear

மறைந்து போதல் *n* disappearance

மறைமுக *adj* indirect

மறையச் செய் *v* go in

மன்ற உறுப்பினர் *n* councillor

மன்றம் *n* club

மன்னித்து விடு *vt* forgive

மன்னிப்பு *n* forgiveness

மன அழுத்தத்திற்கான மருந்து *n* antidepressant

மன இறுக்கத்தை உண்டாக்கும் *adj* stressful

மன உளைச்சலளிக்கும் *adj* stressed

மன உறுதி *n* morale

மன நிலை *n* mood

மன நிறைவு *n* satisfaction

மன நோய் மருத்துவர் *n* psychiatrist

மன நோய்வாய்ப்பட்ட *adj* psychiatric

மனஅழுத்தம் *n* depression

மனக்குழப்பமடைந்த *adj* embarrassed

மனக்குறை *n* grouse
மனசாட்சி *n* conscience
மனசாட்சிக்குக் கட்டுப்பட்ட *adj* conscientious
மனத்திண்மை *n* willpower
மனதார *adv* consciously
மனதில் பதிந்து நிற்கும் *adj* impressive
மனதில் பதிய வை *v* impress
மனதை உருக வைக்கும் *adj* touching
மனநிறைவடைந்த *adj* impressed
மனநிறைவுள்ள *adj* content
மனநிறைவோடு *adv* consciously
மனநோய் மருத்துவமனை *n* mental hospital
மனப்பாங்கு *n* attitude
மனப்பாடம் செய் *vt* memorize
மனப்போக்கு *n* mentality
மனம் *n* mind
மனம் சார்ந்த *adj* mental
மனமகிழ்ச்சியுடன் *adj* cheerful
மனவளப் பயிற்சி *n* yoga
மனவேதனைப்படுத்தும் *adj* moving
மனித *adj* human
மனித இனம் *n* mankind
மனித உரிமைகள் *npl* human rights
மனித வாழ்வியல் *n* anthropology
மனிதத்தன்மை *adj* humanitarian
மனிதர்கள் *n* human being
மனிதன் *n* man
மனைவி *n* wife
மனைவியை இழந்தவர் *n* widower
மனோபாவம் *n* personality
மஹாராஷ்டிரா *n* Maharashtra
மாங்காய் *n* mango
மாச்சத்து *n* starch
மாசுப்பட்ட *adj* polluted
மாசுப்படுத்து *n* smudge
மாசுபடுத்து *vt* pollute
மாட்சிமை *n* majesty
மாட்டி *n* socket
மாட்டிக்கொள் *adj* stuck
மாட்டுவண்டி *n* bullock cart
மாடத்தில் உள்ள அறை *n* attic
மாடம் *n* niche
மாடி *n* floor
மாடிப்படி *n* staircase
மாடு மேய்ப்பவன் *n* cowboy
மாணவ மாணவிகள் *npl* schoolchildren
மாணவர் *n* pupil
மாணவர் சலுகை *n* student discount
மாணவர் தலைவன் *n* prefect
மாணவர் விடுதி *n* hostel
மாணவன் *n* schoolboy, student
மாணவி *n* schoolgirl, student
மாணிக்கம் *n* carbuncle
மாத்திரம் *adv* merely
மாத்திரை *n* capsule, tablet
மாத விலக்கு *n* menstruation

மாதந்தோறும் *adj* monthly

மாதம் *n* month

மாதவிடாய் *n* menstruation

மாதவிடாய் உறிஞ்சி *n* sanitary towel

மாதவிடாய் நிறுத்தம் *n* menopause

மாதிரி *n* model, sample

மாதுளம்பழம் *n* pomegranate

மாதுளை *n* pomegranate

மாநகர் தந்தை *n* mayor

மாநகராட்சி *n* district council, corporation

மாநிலம் *n* state

மாப்பிசின் *n* gluten

மாபெரும் பிரிட்டன் *n* Great Britain

மாம்பழம் *n* mango

மாமரம் *n* mango tree

மாமனார் *n* father-in-law

மாமா *n* uncle (father's sister's husband)

மாமா, சித்தப்பா *n* uncle

மாமிச குழம்பு *n* gravy

மாமிசம் *n* flesh

மாமியார் *n* mother-in-law

மாய *adj* virtual

மாய பிம்பம் *n* virtual reality

மாயம் *n* spell

மாயவித்தை *n* magic

மாயவித்தைச் சார்ந்த *adj* magic

மார் கச்சை *n* bra

மார்க்சியம் *n* Marxism

மார்ச் மாதம் *n* March

மார்சளிக் காய்ச்சல் *n* pneumonia

மார்பகம் *n* breast

மார்பளவு உருவச்சிலை *n* bust

மார்பின் *n* morphine

மார்பு *n* chest

மாரடைப்பு *n* heart attack

மாரிடானியா நாடு *n* Mauritania

மால்டா ஒரு நாடு *n* Malta

மால்டா நாட்டு *adj* Maltese

மால்டா நாட்டுக்காரர் *n* Maltese

மால்டீஸ் ஒரு மொழி *n* Maltese

மால்டோவா நாட்டின் *adj* Moldovan

மால்டோவா நாட்டுக்காரர் *n* Moldovan

மால்டோவா நாடு *n* Moldova

மாலுமி *n* seaman, sailor

மாலை, சாயங்காலம் *n* evening

மாலைநேர வகுப்பு *n* evening class

மாலைப் பொழுது *n* evening

மாவட்டம் *n* district

மாவு *n* flour

மாவுச்சத்து *n* carbohydrate

மாவூற்ற சாராயம் *n* malt whisky

மாளிகை *n* bungalow

மாற்றத்தக்க *adj* changeable

மாற்றம் *n* change

மாற்றம் ஏற்படுத்து *v* turn out

மாற்றமில்லாத *adj* fixed
மாற்றாந்தகப்பன் *n* stepfather
மாற்றாந்தாய் *n* stepmother
மாற்றாந்தாய் மகள் *n* stepdaughter
மாற்றுரிமை மகன் *n* stepson
மாற்றி அமை *v* alter
மாற்றி வை *v* swap ▷ *vi* shuffle ▷ *vt* replace
மாற்றிக் கொடு *vt* replace
மாற்றிக் கொள்ளக் கூடிய *adj* convertible
மாற்றிக்கொள் *vt* exchange
மாற்றியமைத்தல் *n* revision
மாற்றியமைத்துக்கொள்ளும் காலவரை *n* flexitime
மாற்று *v* change, convert
மாற்று சக்கரம் *n* spare wheel
மாற்று வட்டகை *n* spare tyre
மாற்று விகிதம் *n* rate of exchange
மாற்று வைப்பு *n* replacement
மாற்றுப்பால் உடையணிந்து மகிழல் *n* transvestite
மாற்றுப்பொருள் *n* substitute
மாற்றுவகையில் *adv* alternatively
மாற்றுவழி *n* bypass
மாறாத *adj* unchanged
மாறு *vi* turn
மாறு நிலை *n* transition
மாறு வேடப்போட்டி *n* fancy dress
மாறுகிற *adj* variable
மாறுகின்ற *adj* variable
மாறுபட்ட *adj* alternate, opposing
மாறுபட்ட தன்மை *n* contrast
மாறுபடுத்து *vi* vary
மாறுவேடம் *vt* disguise
மான் *n* deer
மான் கறி *n* venison
மான்குட்டி *n* fawn
மானியம் *n* subsidy
மிக்க *adv* very
மிக்கத் தேர்ந்த *adj* veteran
மிக்கத் தேர்ந்தவர் *n* veteran
மிக *adv* very
மிக அதிகமான *adv* most
மிக இளைய *adj* younger
மிக நெருக்கமாக *adv* inseparably
மிக நெருக்கமான *adj* familiar
மிக பிரகாசமாக வெளிச்சம் ஏற்படுத்தும் விளக்கு *n* floodlight
மிக மிக இளைய *adj* youngest
மிக முக்கிய தீர்வுக்குரிய *adj* crucial
மிக மோசமான *adj* worst
மிக வலிமையான *adj* tremendous
மிகக் குறைவான *adj* least
மிகச் சிறந்த *adj* ideal, super
மிகச் சிறப்பாக *adj* fabulous
மிகச் சிறிதளவு *adj* slight
மிகச் சிறிய *adj* minute
மிகச் சிறியதாக்கு *vt* minimize
மிகச்சிறு அளவிலான *adj* miniature

மிகச்சிறு உருவம் *n*
miniature

மிகப் பரவலான *adj*
widespread

மிகப் பழங்கால *adj* primitive

மிகப் பெரிய *adj* enormous,
huge

மிகப் பெரிய வெற்றி *n*
triumph

மிகப் பெரியது *n* giant

மிகப்பெரிய *adj* great

மிகப்பெரிய விமானம் *n*
jumbo jet

மிகவும் *adv* so

மிகவும் அழகான *adj*
gorgeous

மிகவும் இரகசியம் *adj*
top-secret

மிகவும் உயரமான கட்டிடம்
n skyscraper

மிகவும் நன்றாய் *adj* fine

மிகு அதிர்வு ஒலி *n*
ultrasound

மிகு முயற்சி செய் *vt* strain

மிகுதியாக *adv* heavily

மிகுந்த ஆர்வத்துடன் *adv*
madly

மிகுநாளாண்டு *n* leap year

மிகுவருவாய் உடைய *adj*
lucrative

மிகை ஆர்வத்துடன் *adj*
obsessed

மிகை எடை *adj* overweight

மிகை மதிப்பீடு *vt*
overestimate

மிகைநேரம் *n* overtime

மிகைப்படக் கூறுதல் *n*
exaggeration

மிகைப்படுத்திக் கூறு *v*
exaggerate

மிகைப்பற்று *adj* overdrawn

மிகையாக *adv* extra

மிகையாக ஓய்வெடுத்தல்
n lie-in

மிகையாகப் பாராட்டப்பட்ட
adj flattered

மிகைவிருப்பு *n* obsession

மிசோரம் *n* Mizoram

மித *vi* float

மிதக்கச் செய் *vi* float

மிதக்கும் பனிக்கட்டி *n*
iceberg

மிதந்து ஊர்தல் *n* gliding

மிதந்து செல் *vi* float

மிதமான *adj* mild

மிதமிஞ்சிய *adj* excessive

மிதவை *n* buoy, float

மிதவையங்கி *n* life jacket

மிதி *vi* tread

மிதித்து நசுக்கு *v* run over

மிதிபடி *n* pedal

மிதியடி *n* sandal

மிதிவண்டி *n* cycle

மிதிவண்டி உபயோகித்தல் *n*
cycling

மிதிவண்டி செலுத்து *vi* cycle

மிதிவண்டிக்காரர் *n* cyclist

மிதிவண்டிச் சாலை *n* cycle
lane

மிதிவண்டிப் பாதை *n* cycle
path

மிதுனம் *n* Gemini

மியன்மார் *n* Myanmar

மியா என்று கத்து *vi* mew

மியான்மர் நாடு *n* Myanmar

மிரட்டிப் பணம் பரித்தல் *n* hold-up

மிரட்டு *vt* threaten

மிரட்டுகின்ற *adj* threatening

மிருதங்கம் *n* tabor

மிருதுவான பருத்தி *n* cotton wool

மில்லிமீட்டர் - ஒரு அளவு *n* millimetre

மிளகாய் *n* chilli

மிளகு *n* pepper

மிளகு பொடி செய்யும் சாதனம் *n* peppermill

மிளிர் *vi* shine

மின் அதிர்ச்சி *n* electric shock

மின் இணைப்பு மாற்றி *n* switch

மின் தூக்கி *n* ski lift

மின் தொடர்பை துண்டி *vt* unplug

மின்சார *adj* electric, electrical

மின்சாரப் பணியாளர் *n* electrician

மின்சாரப் போர்வை *n* electric blanket

மின்சாரம் *n* current, electricity

மின்தூக்கி *n* lift

மின்-வர்த்தகம் *n* e-commerce

மின்வெட்டு *n* power cut

மின்னஞ்சல் *n* email

மின்னஞ்சல் முகவரி *n* email address

மின்னஞ்சலில் அனுப்பு *v* email

மின்னணு *adj* nuclear

மின்னணு சார்ந்த *adj* electronic

மின்னணு புத்தகம் *n* e-book

மின்னணு பொருட்கள் *npl* electronics

மின்னல் *n* lightning

மின்னழுத்த அலகு *n* volt

மின்னழுத்த அளவு *n* voltage

மின்னாக்கி *n* generator

மின்னூட்டம் *n* charge

மின்னேற்றல் செய் *vt* charge

மின்னேற்றல் செய்யும் கருவி *n* charger

மீசை *n* moustache

மீசை *npl* whiskers

மீட்டுப் பெறு *vt* regain

மீட்டும் நிரப்பு *vt* refill

மீட்பு *n* rescue

மீண்டு எழாதபடி தாக்கு *vt* knock out

மீண்டும் உபயோகி *vt* reuse

மீண்டும் எரிபொருள் இடு *v* refuel

மீண்டும் சொல்லுங்கள்? *excl* pardon?

மீண்டும் தொடங்கு *v* resume

மீண்டும் பரிட்சைக்கு உட்கார் *v* resit

மீதமிருக்கும் *adj* remaining

மீதமிருப்பது *n* rest

மீதிச் சில்லரை *n* change

மீது *prep* against

மீந்திருக்கும் *adj* left

ம

மீந்திருப்பவைகள் *npl*
  leftovers, remains

மீள் *vt* get over

மீள் சுற்று *v* rewind

மீன் *n* fish

மீன் கொத்திப் பறவை *n*
  kingfisher

மீன் பிடி *vi* fish

மீன் பிடித்தல் *n* fishing

மீன் வகை *n* cod

மீன் வியாபாரி *n* fishmonger

மீன்பிடி கருவிகள் பெட்டி *n*
  fishing tackle

மீன்பிடி படகு *n* fishing boat

மீன்வகை *n* squid

மீன ராசி *n* Pisces

மீனவர் *n* fisherman

முக்காடு *n* veil

முக்கால் *n* three quarters

முக்கால் கிலோ *n* three
  quarters of a kilo

முக்கால் புள்ளி *n* colon

முக்காலி *n* stool

முக்கிய *adj* chief, main

முக்கிய கவனம் *v* focus

முக்கியத்துவம் *n* importance,
  significance; stress

முக்கியத்துவமாயிரு *v*
  matter

முக்கியப்படுத்திக் காட்டும்
  வண்ணம் பூசி *n* highlighter

முக்கியமற்ற *adj* unimportant

முக்கியமாக *adv* especially;
  mainly

முக்கியமான *adj* essential;
  important, special

முக்கோணம் *n* triangle

முக்ச்சவரம் செய்து
  கொண்டிராத *adj* unshaven

முக்தி *n* salvation

முக பராமரிப்பு *n* facial

முகச்சவர கருவி *n* shaver

முகச்சவரம் *v* shave

முகத்திரை *n* mask, veil

முகத்தின் *adj* facial

முகம் *n* face

முகம் கோணு *vi* frown

முகம் சிவக்கச் செய் *vi* flush

முகம் துடைக்கும் துணி *n*
  face cloth

முகம் பார்க்கும் கண்ணாடி
  n mirror

முகமண்டபம் *n* portico

முகமுடியணிந்த *adj* masked

முகமை *n* agency

முகர்ந்து பார் *vt* smell

முகவர் *n* agent

முகவரி *n* address

முகவரிப் புத்தகம் *n* address
  book

முகாம் *n* camp

முகாமிடு *vi* camp

முகாமில் தங்குபவர் *n* camper

முட்கரண்டி *n* fork

முட்டாள் *n* fool, idiot

முட்டாள்தனம் *n* nonsense

முட்டாள்தனமான *adj* daft,
  stupid

முட்டாள்தனமான ஈர்ப்புடன்
  adj soppy

முட்டாளாக்கு *vt* fool

முட்டி *n* fist

முட்டுக்கட்டை *n* crutch
முட்டுச் சந்து *n* dead end
முட்டுத் தாங்கி *n* bumper
முட்டை *n* egg
முட்டைக் கிண்ணம் *n* eggcup
முட்டைக் கொத்துக்கரி *npl* scrambled eggs
முட்டைக் கோசு *n* cabbage
முட்டைப் பால் இனிப்புக் குழம்பு *n* custard
முட்டைப்புழு *n* grub
முட்டையின் மஞ்சள் கரு *n* yolk
முட்டையும் பாலாடையும் சேர்ந்த ஒரு இனிப்பு *n* mousse
முட்டைவெண்கரு சர்க்கரைப் பண்டம் *n* meringue
முட்புதற்காடு *n* moor
முடி *vt* finish ▷ *n* hair
முடி உலர்த்தி *n* hairdryer
முடி திருத்துபவர் *n* stylist
முடி நிறைந்த *adj* hairy
முடிக்கழுவி *n* shampoo
முடிக்கான மருதாணி *n* henna for hair
முடிகளுக்கான தெளிப்பான் *n* hair spray
முடிச்சு *n* knot
முடிதிருத்தம் *n* haircut
முடிந்தது *adj* over
முடிபட்டி *n* hairband
முடியாட்சி *n* monarchy
முடியில் பூசிக்கொள்ளும் ஜெல் *n* hair gel
முடியை குறுகி வெட்டிக்கொள்ளுதல் *n* crew cut
முடிவடைந்த *adj* finished
முடிவாக *adv* decidedly
முடிவாக மூடிவிடு *v* shut down
முடிவான *adj* decisive, terminal
முடிவில் *adv* eventually, finally
முடிவில்லாத *adj* endless
முடிவின்மை *n* eternity
முடிவு *n* conclusion, end
முடிவு செய் *vt* conclude, finalize; decide
முடிவு செய்யப்படாத *adj* undecided
முடிவுக்கு வராத *adj* indecisive
முடிவுக்குக் கொண்டு வா *v* end
முடுக்கிவிடு *v* accelerate
முடுக்கிவிடும் கருவி *n* accelerator
முணுமுணுத்துப் பேசு *v* mutter
முத்தம் *n* kiss
முத்தமிடு *v* kiss
முத்திரை *n* seal
முத்திரையிடு *vt* stamp
முத்து *n* pearl
முதல் *adv* since
முதல் நிலையான *adv* primarily
முதல் வகுப்பு *adj* first-class
முதல்தரமான *adj* classic

ம

முதல்நிலை *n* classic

முதலமைச்சர் *n* chief minister

முதலாவதாக *adv* first

முதலாவது *adj* initial

முதலாளி *n* capitalist

முதலாளித்துவம் *n* capitalism

முதலியன *abbr* etc

முதலில் *adv* early

முதலீட்டாளர் *n* investor

முதலீடு *n* investment

முதலீடு செய் *v* invest

முதலுதவி *n* first aid

முதலுதவிப் பெட்டி *n* first-aid kit

முதலை *n* crocodile

முதலை வகை *n* alligator

முதற்பெயர் *n* first name

முதன்முதலில் *adv* initially

முதன்முறை *n* first

முதன்மை *adj* principal

முதன்மைச் சாலை *n* main road

முதன்மையான *adj* first, primary

முதியவர் *n* old man

முதிர் வயது கல்வி *n* adult education

முதிர்வடைந்த *adj* mature

முதுகலை *n* postgraduate

முதுகுத் தண்டு எலும்பு பிசகுதல் *n* slipped disc

முதுகுத்தண்டு *n* spine

முதுகுப்பை *n* rucksack

முதுகெலும்பு *n* spinal cord, back bone

முதுநிலை மாணவர் *n* mature student

முதுமைக்கான *adj* geriatric

முந்திய *adj* fluent

முந்திரி *n* cashew nut

முந்திரிப் பருப்பு *n* cashew

முந்தைய *n* eve

முப்பது *num* thirty

முப்பரிமாண *adj* three-dimensional

மும்பை *n* Mumbai

முயல் *n* hare, rabbit

முயற்சி *n* hare, rabbit

முயற்சி செய் *vt* attempt; pursue

முயற்சித்துப் பார் *v* try out

முயன்று வெற்றி பெறு *vt* achieve

முயன்று வெற்றியடை *vi* cope

முரசு அடிப்பவர் *n* drummer

முரசு -ஒரு இசைக் கருவி *n* drum

முரட்டுத் துணியால் செய்யப்பட்ட நிறைகொள் படுக்கைக்கட்டு *npl* dungarees

முரட்டுத்தனமாக *adv* roughly

முரட்டுத்தனமான *adj* rough

முரட்டுத்துணி *n* corduroy

முரட்டுப் பருத்தி ஆடை *n* sweatshirt

முரடான *adj* coarse

முரண்நகைச்சுவை *n* irony

முரண்படு *vt* contradict

முரண்பாடற்ற *adj* consistent

முரண்பாடான *n* contrary

முரண்பாடு *n* conflict
முருங்கைக்காய் *n* drumstick
முல்லா *n* mullah
முலாம்பழம் *n* melon
முழங்கால் *n* knee
முழங்காற்சில்லு *n* kneecap
முழங்கை *n* elbow
முழு *adj* entire
முழு உடை தரித்து *adj* dressed
முழு ஒற்றுமை *n* consensus
முழுங்கு *vt* swallow
முழுங்குதல் *n* swallow
முழுதும் *adv* altogether
முழுதுமாகிய *adj* thorough
முழுநேர *adj* full-time
முழுநேரத்திற்கும் *adv* full-time
முழுமை *n* whole
முழுமையாக்கவல்ல *adj* complementary
முழுமையாக *adv* entirely, absolutely
முழுமையான *adj* complete
முழுவதும் *adv* quite, completely
முழுவதும் *det* all
முழுவதும் நிரப்பு *v* fill up
முழுவதுமாக *adv* entirely, fully
முள் *n* thorn
முள்ளங்கி *n* radish
முள்ளம்பன்றி *n* hedgehog
முளைப் பயிர்கள் *npl* sprouts
முற்பகல் *abbr* a.m.
முற்புறம் *n* foreground
முற்போக்கான *adj* liberal
முற்றம் *n* courtyard, patio, yard
முற்றிலும் *adv* quite
முற்றிலும் நனைந்த *adj* soaked
முற்றிலுமாக *adv* thoroughly
முற்றுப்புள்ளி *n* full stop
முறம் *n* winnow
முறிந்துடைந்த துண்டுகள் *n* wreckage
முறிவு *n* breakdown; fracture
முறுக்கு *vt* twist
முறுகலான *adj* crisp
முறுமுறுப்பான தின்பண்டம் *n* wafer
முறை *n* way
முறைக்காய்ச்சல் *n* malaria
முறைகேடாக நடத்து *vt* ill-treat
முறைகேடான *adj* foul
முறைத்துப்பார் *vi* stare
முறைப்படியான *adj* formal
முறைப்பண்பு *n* formality
முறைமை இல்லாத *adj* spoilt
முறைமை; ஒழுங்கியம் *n* system
முறையான *adj* steady
முறையீடு *n* complaint
முறையீடு செய் *vi* complain
முறையே *adv* respectively
முன் *adv* ago
முன் கொணர் *v* bring forward
முன் செல் *vt* move forward
முன் விவரணம் *n* prospectus
முன்கோபியான *adj* touchy
முன்செலுத்தப்பட்ட *adj* prepaid

முன்சென்ற *adj* preceding
முன்சென்று பின் திரும்பு *n* U-turn
முன்நாள் *adj* former
முன்நிலைக்கு மாற்று *vt* reverse
முன்பணம் *n* advance
முன்பதிவு செய் *vt* reserve
முன்பின்னாக *adj* upside down
முன்புறம் *n* front
முன்புறமாக *adv* forward
முன்புறமாக வளை *v* lean forward
முன்புறமுள்ள *adj* front
முன்மாதிரி *n* draft
முன்மாதிரி நபர் *n* model
முன்மாதிரியாகக் கொள் *vt* model
முன்முக சாய்வு கோடு *n* forward slash
முன்மொழி *vt* put forward
முன்மொழிதல் *n* nomination
முன்னணிக் கதாபாத்திரம் *n* lead
முன்னணிப் பாடகர் *n* lead singer
முன்னதாக *adj* early
முன்னர் *adv* previously
முன்னவர் *n* predecessor
முன்னறி *vt* foresee
முன்னறி விளக்கு *n* pilot light
முன்னறிய முடிந்த *adj* predictable
முன்னறிவிப்பு *n* forecast
முன்னால் *prep* before
முன்னாலிருக்கும் *adv* ahead
முன்னாள் மனைவி *n* ex-wife
முன்னிலை *n* lead
முன்னுக்கு வரக்கூடிய *adj* promising
முன்னுணர்வு *n* premonition
முன்னும்பின்னும் ஆட்டு *v* rock
முன்னுரிமை *n* priority
முன்னுரை *vt* forward
முன்னெற்றி *n* forehead
முன்னேற்பாடு *n* precaution
முன்னேற்றம் *n* progress
முன்னேற முடியாமல் *adj* stuck
முன்னேறி *adv* along
முன்னேறு *vi* advance
முன்னோர் *n* ancestor
முனகல் *vi* moan
முனங்கு *n* hum
முனை *n* point, tip; tooth
முனைப்பு *n* initiative
முனைப்புக் குறைந்த *n* moderation
முனைப்புடன் *adj* intensive
முஸ்லிம் *adj* Muslim
மூக்கடைப்பு *n* catarrh
மூக்கில் இரத்தம் கசிவு *n* nosebleed
மூக்கு *n* nose
மூக்குக் கண்ணாடி *npl* spectacles
மூக்குக் கண்ணாடி விற்பவர் *n* optician
மூக்குத்தி *n* nose ring

மூக்கை நுழைக்கின்ற *adj* nosy
மூங்கில் மரம் *n* bamboo tree
மூச்சில் சாராய நெடி சோதிக்கும் கருவி *n* Breathalyser®
மூச்சிழுப்பு மருந்துக் குப்பி *n* inhaler
மூச்சு *n* breath
மூச்சு முட்டச் செய் *vt* wind
மூச்சுக் குழாய் அழற்சி *n* bronchitis
மூச்சுத் திணற வை *vi* suffocate
மூச்சுவிடும் குழாய் *n* snorkel
மூட்டு வாதம் *n* arthritis
மூட்டுப் பூச்சி *n* bug
மூட்டை *n* parcel
மூட்டை முடிச்சுகளின் அதிகப்படியான எடை *n* excess baggage
மூட நம்பிக்கையான *adj* superstitious
மூடப்பட்ட *adj* closed
மூடி *n* lid, top
மூடி ஒட்டு *vt* seal
மூடி திரப்பான் *n* tin opener
மூடியிருப்பதை திற *v* unpack
மூடு *vt* close
மூடுதல் *n* closure
மூடுதிரை *n* Venetian blind
மூடுபனி *n* mist
மூடுபனிநிறைந்த *adj* misty
மூடும் நேரம் *n* closing time
மூடுமிதியடி கயிறு *n* shoelace
மூத்த *adj* eldest, senior
மூத்த அறிவாளர் *n* veteran
மூத்த குடிமகன் *n* senior citizen
மூர்க்கமாக *adv* forcefully
மூர்க்கமான *adj* rude
மூலக்கூறு *n* molecule
மூலதனம் *n* capital
மூலநோய் *npl* piles
மூலப்பொருள் *n* material
மூலம் *npl* haemorrhoids
மூலிகைகள் *npl* herbs
மூலிகைத் தேனீர் *n* herbal tea
மூலை *n* corner
மூழ்கச் செய் *vt* dip
மூழ்கி நீச்சலடி *vi* dive
மூழ்கி நீச்சலடிப்பவர் *n* diver
மூழ்கிய கப்பல் *adj* shipwrecked
மூழ்கு *v* drown; sink
மூளை *n* brain
மூளை உறையழற்சி *n* meningitis
மூளையுள்ள *adj* brainy
மூன்றாமவர் இடர்க்காப்பீடு *n* third-party insurance
மூன்றாவதாக *adv* thirdly
மூன்றாவது *adj* third
மூன்றில் ஒரு பாகம் *n* third
மூன்று *num* three
மூன்று சக்கர வண்டி *n* tricycle
மூன்றுமடங்கு அதிகரி *v* treble

மூன்றுமுறை *adj* triple
மெக்கா *n* Mecca
மெக்ஸிகோ நாடு *n* Mexico
மெக்ஸிகோ நாட்டின் *adj* Mexican
மெக்ஸிகோ நாட்டுக்காரர் *n* Mexican
மெட்டி *n* toe ring
மெத்தை *n* (படுக்கை) mattress; (சோபா) cushion
மெத்தை அட்டை *n* pad
மெத்தை இருக்கை *n* sofa
மெத்தைப் படுக்கை *n* sofa bed
மெதுவாக *adj* slow
மெதுவாக நடந்து செல் *vi* creep
மெதுவாகப் போ *v* slow down
மெதுவான *adj* soft
மெய் எழுத்து ஒலி *n* consonant
மெய்க்காப்பு *n* armour
மெய்காப்பாளர் *n* lifeguard
மெய்நிகர் *adj* virtual
மெய்யாகவே *adv* really
மெய்யான *adj* real
மெய்யில்லாத *adj* unreal
மெய்யுணர்வு நீராட்டு *vt* baptise
மெருகு *n* enamel
மெருகூட்டடல் *n* polish
மெருகூட்டு *vt* polish
மெல்ல *adv* slowly
மெல்லற் பசை *n* bubble gum
மெல்லிய *adj* thin, fine
மெல்லிய மெத்தை *n* quilt
மெல்லு *v* chew
மெல்லும் பசை *n* chewing gum
மெழுகு *n* wax
மெழுகுக் கித்தான் *n* lino
மெழுகுவர்த்தி *n* candle
மெழுகுவர்த்தி பொருத்தி *n* candlestick
மென் தகடு *n* foil
மென்பட்டுத்துணி *n* velvet
மென்பொருள் *n* software
மென்மையாக *adv* gently
மென்மையாக கொதிக்க வை *v* simmer
மென்மையான *adj* delicate, soft
மென்மையான கம்பளி *n* cashmere
மே மாதம் *n* May
மேகம் *n* cloud
மேகமூட்டத்துடன் *adj* cloudy
மேகலாயா *n* Meghalaya
மேசை *n* table
மேசைக் கரண்டி *n* tablespoon
மேசைப் பணியாளர் *n* waiter
மேசைப் பணியாளர் *n* waitress
மேசைவிரிப்பு *n* tablecloth
மேடுபள்ளமான *adj* bumpy
மேடை *n* platform
மேதை *n* genius
மேம்படுத்து *v* improve
மேம்போக்கான *adj* easy-going

மேல் *prep* on, upon
மேல் கால்புள்ளி குறி *npl* inverted commas
மேல் தளத்தில் *adj* upper
மேல் தளம் *n* terrace
மேல்-கீழ் அசையும் வகைகள் *npl* flip-flops
மேல்சபை *n* Upper House
மேல்நிலைப் பள்ளி *n* secondary school
மேல்பற்று *n* overdraft
மேல்புறத்தில் *adv* upwards
மேல்மாடி *adv* upstairs
மேலங்கி *n* overcoat; pullover; tuxedo
மேலாக *adv* highly
மேலாடை *n* coat
மேலாடை வகை *n* pinafore
மேலாடைகள் *npl* overalls
மேலாண்மை *n* management
மேலாண்மை செய் *vt* manage
மேலாளர் *n* manager, superior
மேலான *adj* better, superior
மேலிருந்து நோக்கு *vt* overlook
மேலும் *conj* also
மேலெழும்பு *vi* hop
மேலே *prep* above, over, up
மேலே வா *v* come up
மேலோட்டமாகப் பார் *vi* browse, glance
மேலோட்டமான *adj* superficial
மேற் புகழ்ச்சி செய் *vt* flatter
மேற்கத்திய *adj* western
மேற்கிந்திய *adj* West Indian
மேற்கிந்தியர் *n* West Indian
மேற்கு திசை *n* west
மேற்கு நோக்கு *adj* westbound
மேற்கு வங்காளம் *n* West Bengal
மேற்குத் திசையில் *adj* west
மேற்குப் புறமாக *adv* west
மேற்கூரை இடைவெளி *n* headroom
மேற்கூறை மடக்குக் கார் *n* convertible
மேற்கோள் *n* quotation, quote
மேற்கோள் காட்டு *vt* quote
மேற்கோள் குறிகள் *npl* quotation marks
மேற்சட்டை *n* waistcoat
மேற்சென்று எட்டு *v* overtake
மேற்படிப்பு *n* further education, higher education
மேற்பரப்பு *n* surface
மேற்பார்வை *n* oversight
மேற்பார்வையாளர் *n* supervisor
மேற்பார்வையிடு *vt* supervise
மேற்பூச்சுமருந்து *n* ointment
மேனி நிறம் *n* complexion
மேஜைப் பந்தாட்டம் *n* table tennis
மேஷ ராசி *n* Aries
மை *n* ink
மை நிரப்பிய எழுதுகோல் *n* fountain pen

மைத்துனன் *n* brother-in-law

மைத்துனி *n* sister-in-law (wife's sister)

மைத்துனி, அண்ணி *n* sister-in-law (brother's wife)

மைதானக் கூடாரம் *n* pavilion

மைய வெப்பிதம் *n* central heating

மையப்பகுதி *n* core

மையம் *n* centre

மைல் *n* mile

மொட்டைத் தலையன் *n* skinhead

மொத்த வியாபார *adj* wholesale

மொத்த வியாபாரம் *n* wholesale

மொத்தத்தில் *adv* overall; totally

மொத்தம் *n* total

மொத்தமாக *adv* altogether

மொத்தமாக வாங்கிக்கொள்ளுதல் *n* buyout

மொத்து *n* whisk

மொரமொரப்பான *adj* crispy

மொரமொரப்பானது *n* cracker

மொராக்கோ நாட்டு *adj* Moroccan

மொராக்கோ நாட்டுக்காரர் *n* Moroccan

மொராக்கோ நாடு *n* Morocco

மொரீசியஸ் நாடு *n* Mauritius

மொழி *n* language

மொழி மாற்றம் செய்யப்பட்ட *adj* dubbed

மொழிபெயர்ப்பாளர் *n* interpreter, translator

மொழிபெயர்ப்பு *n* translation

மொழிபெயர்ப்பு செய் *vt* translate

மொழியியல் *adj* linguistic

மொனாகோ நாடு *n* Monaco

மொஸாம்பிக் நாடு *n* Mozambique

மொஹரம் *n* first month of Islamic calendar

மோசடி *n* scam

மோசமாக்கு *v* worsen

மோசமாக *adv* worse

மோசமான *adj* worse

மோட்டார் பந்தய வீரர் *n* racing driver

மோதச் செய் *vi* crash

மோதல் *n* collision, hit

மோதல் விபத்து *n* crash

மோதி நசுக்கு *vt* ram

மோதி விபத்து உண்டாக்கு *vt* crash

மோதிர விரல் *n* finger ring

மோதிரம் *n* ring

மோது *vt* bump into

மோதுதல் *n* bump

மோப்பம் பிடி *v* sniff

மோர் *n* buttermilk

மோர்ஸ் சங்கேதக் குறி *n* Morse code

மௌனம் *n* silence

ய

யதார்த்தமான *adj* realistic
யாத்ரீகர் *n* pilgrim
யார்? *pron* who
யாராக இருப்பினும் *pron* whoever
யாராவது *pron* anybody; somebody
யாருடைய *det* whose ▷ *pron* whose
யாரும் இல்லை *pron* no one
யாரேனும் *pron* anyone
யாரை *pron* whom
யாரோ ஒருவர் *pron* someone
யாழ் *n* harp
யானை *n* elephant
யானைப்பசி *n* bulimia
யுத்தம் *n* war
யுரேனியம் தனிமப் பொருள் *n* uranium
யூதர் திருவிழா *n* Passover
யூதர் மரபு சார்ந்து செய்யப்பட்ட கசாப்பு *adj* kosher
யூரோ- ஒரு நாணயம் *n* euro
யூனியன் பிரதேசம் *n* union territory
யோகா *n* yoga
யோசனை *n* idea, suggestion
யோசனை கூறு *vt* suggest
யோசி *vi* think

ர

ரகசியம் பேசு *v* whisper
ரசகுல்லா *n* Indian sweet
ரசம் *n* soup
ரசிகன் *n* fan
ரசீது *n* receipt
ரத்தினம் *n* gem
ரப்பர் *n* rubber
ரப்பர்குழாய் *n* hose
ரபி *n* rabbi
ரம்ஜான் பண்டிகை *n* Ramadan
ரமலான் *n* Muslim holiday to mark the end of Ramadan
ரயில் தொடரின் முன் பெட்டி *n* engine
ரயில் பெட்டி *n* carriage
ரஷ்ய நாட்டு *adj* Russian
ரஷ்ய நாட்டுக்காரர் *n* Russian
ரஷ்ய மொழி *n* Russian
ரஷ்யா *n* Russia
ராகம் *n* melodic mode
ராஞ்சி *n* Ranchi
ராபின் பறவை *n* robin
ராஜ் *n* Raj
ராஜ்பூர் *n* Raipur
ராஜதந்திரம் சார்ந்த *adj* diplomatic
ராஜஸ்தான் *n* Rajasthan
ராஜினாமா செய் *vi* resign
ரிக் ஷா *n* rickshaw
ரிசப ராசி (காளை) *n* Taurus

ரீங்காரமிடு *v* hum
ருமேனிய நாட்டு *adj* Romanian
ருமேனியநாட்டவர் *n* Romanian
ருமேனியமொழி *n* Romanian
ருமேனியா நாடு *n* Romania
ரூபாய் *n* rupee
ரொக்கப் பணம் *n* note
ரொக்கப் பேரேடு *n* cash register
ரொக்கம் *n* cash
ரொக்கம் வழங்குதல் *n* cash dispenser
ரொட்டி *n* (Indian) bread
ரொட்டி வாட்டும் கருவி *n* toaster
ரொட்டித் துண்டு *n* loaf
ரோசாப் பூ *n* rose
ரோந்து *n* patrol
ரோந்து வண்டி *n* patrol car
ரோமாபுரியின் *adj* Roman
ரோஜா பூ இனம் *n* hawthorn
ரோஜாப்பூ *n* rose

ல

லக்னோ *n* Lucknow
லக்ஸம்பர்க் நாடு *n* Luxembourg
லஞ்சம் *n* bribery
லஞ்சம் கொடு *vt* bribe
லண்டன் *n* London
லத்தீன் அமெரிக்க நாடுகளின் *adj* Latin American
லத்தீன் அமெரிக்கா ஒரு நாடு *n* Latin America
லத்தீன் மொழி *n* Latin
லாட்வியன் மொழி *n* Latvian
லாட்வியா நாட்டின் *adj* Latvian
லாட்வியா நாட்டுக்காரன் *n* Latvian
லாட்வியா நாடு *n* Latvia
லாபம் *n* profit
லாபம் அடைதல், *n* gain
லாவோஸ் நாடு *n* Laos
லஸ்ஸி *n* cold drink made with yogurt, water and sugar
லிட்டர் *n* litre
லிதுவானியாக்காரர் *n* Lithuanian
லிதுவேனியா நாட்டின் *adj* Lithuanian
லிதுவேனியா நாடு *n* Lithuania
லிதுவேனியா மொழி *n* Lithuanian
லிபியா ஒரு நாடு *n* Libya
லிபியா நாட்டின் *adj* Libyan
லிபியா வாசி *n* Libyan
லிபேரிய வாசி *n* Liberian
லெபனான் நாட்டு *adj* Lebanese
லெபனான் நாடு *n* Lebanon
லெபனான் வாசி *n* Lebanese

லைபீரிய நாட்டின் *adj* Liberian
லைபீரியா நாடு *n* Liberia

வ

வக்கீல் *n* solicitor
வகு *vt* divide
வகுப்பறை *n* classroom
வகுப்பறை உதவியாள் *n* classroom assistant
வகுப்பு *n* class
வகுப்புத் தோழன் *n* classmate
வகை *n* kind, type
வகைதுறையாக மேற்கொள் *vt* resort to
வகைப்படுத்து *vt* sort out
வகைப்பாடு *n* category
வங்காளம் *n* Bengal
வங்காளி *adj* Bengali ▷ *n* Bengali
வங்கிப் பணப் பொறுப்பாளர் *n* teller
வசதி படைத்த *adj* well-off
வசதிகள் *npl* amenities, facilities
வசதிகள் செய்யப்பட்ட *adj* equipped
வசதியான *adj* comfortable
வசந்தகால திருவிழா *n* Spring festival
வசப்படுத்தும் *adj* persuasive
வசமாக்கு *vt* influence
வசி *vi* live
வசிக்கும் அறை *n* living room
வசியம் *n* spell
வசூலிப்பவர் *n* collector
வசை மொழி *n* swearword
வசைபாடு *vt* scold
வஞ்சகம் *n* fraud
வஞ்சகமாக *adj* cunning
வஞ்சகமான *adj* sly, spiteful
வஞ்சப் புகழ்ச்சிசார்ந்த *adj* ironic
வஞ்சம் *n* revenge, spite
வஞ்சம் தீர்த்துக்கொள் *vt* spite
வஞ்சிர வகை *n* salmon
வட்டச் சில்லு *n* disk
வட்டம் *n* circle; round
வட்டமாக *prep* round
வட்டமான *adj* circular
வட்டார *adj* regional
வட்டாரப் பேச்சுமொழி *n* dialect
வட்டாரம் *n* region, area
வட்டி *n* interest
வட்டி விகிதம் *n* interest rate
வட்டு இயக்கி *n* disk drive
வட அமெரிக்க நாட்டவர் *n* North American
வட அமெரிக்க நாட்டு *adj* North American
வட அமெரிக்கா *n* North America
வட ஆப்பிரிக்கா *n* North Africa

வட ஆப்பிரிக்கா நாட்டவர் *n*
North African

வட ஆப்பிரிக்காவின் *adj*
North African

வட கடல் *n* North Sea

வட கிழக்கு *n* northeast

வட கொரியா *n* North Korea

வட துருவம் *n* North Pole

வட மேற்கு *n* northwest

வடக்கிலுள்ள *adj* northern

வடக்கு *adj* north

வடக்கு நோக்கி *adv* north

வடதிசை நோக்கிய *adj*
northbound

வடதுருவ வட்டம் *n* Arctic
Circle

வடதுருவக் கடல் *n* Arctic
Ocean

வடதுருவம் *n* Arctic

வடமிழுக்கும் போட்டி *n*
tug-of-war

வடி தட்டு *n* draining board

வடிகட்டி *n* (சமையலறை) sieve;
(இயந்திரம்) filter

வடிகட்டு *vt* filter

வடிகுழலி *n* funnel

வடிகுழாய் *n* drain

வடிகூடை *n* colander

வடிசாலை *n* distillery

வடிசாறு *n* gravy

வடிநீர் குழாய் *n* drainpipe

வடிநீர் துளை *n* plughole

வடிவம் *n* form, shape

வடிவமைப்பவர் *n* designer

வடிவமைப்பு *n* design

வடிவமைப்பு செய் *vt* design

வடிவமைப்பை சரிசெய்தல் *n*
makeover

வடு *n* (உடல்) scar; (உலோகம்)
dent

வடு ஏற்படுத்து *vt* dent

வண்டி *n* carriage, cart

வண்டி பழுதுபார்க்குமிடம் *n*
garage

வண்டிக் கொட்டகை *n*
garage

வண்டித் தொகுதி *n* fleet

வண்டிப் பெட்டி *n* coach

வண்டினப் பூச்சி *n* bumblebee

வண்ண மயமான *adj*
colourful

வண்ண மெழுகுக் குச்சி *n*
crayon

வண்ண வழவழப்புக் கல் *n*
mosaic

வண்ணக் காகிதத் துண்டுகள்
npl confetti

வண்ணக் குழம்பு *n* paint

வண்ணக்காண்ணாடி *n*
stained glass

வண்ணச்சித்திரம் வரை *v*
paint

வண்ணத் தூரிகை *n*
paintbrush

வண்ணத்துப்பூச்சி *n* butterfly

வண்ணப் பூச்சு *n* colouring

வண்ணம் நிறைந்த *adj*
colourful

வண்ணம் பெறச் செய் *vt* dye

வண்ணம்பூசு *v* paint

வணக்கம் தெரிவி *v* salute

வணக்கம்! *excl* hello!

வணங்கு *v* worship

வணிக முத்திரை *n* brand

வணிக முத்திரைப் பெயர் *n* brand name

வணிக வங்கி *n* merchant bank

வணிகம் *n* trade

வணிகர் *n* businessman

வதந்தி *n* rumour

வந்தனம் கூறும் சொல் *excl* hi!

வந்திராத *adj* absent

வந்து சேர் *vi* arrive; get

வந்து சேர்தல் *n* arrival

வம்பு அள *vi* gossip

வம்புப் பேச்சு *n* gossip

வயதான *adj* aged, elderly, old

வயதில் முதிர்ச்சி பெற்றவர் *n* grown-up

வயதில் முதிர்ச்சியடை *vi* grow up

வயதில் மூத்த *adj* elder

வயது *n* age

வயது குறைந்த *adj* underage

வயது வரம்பு *n* age limit

வயதுக்கு வந்தவர் *n* adult

வயதுக்கு வராதவர் *n* minor

வயல் *n* field

வயலின் *n* violin

வயிற்றுப் போக்கு *n* diarrhoea

வயிற்றுவலி *n* stomach-ache

வயிறு *n* stomach

வயோதிக *n* elderly

வர்ணனை *n* commentary

வர்த்தகர் *n* dealer

வர்தகச்சின்னம் *n* trademark

வரதட்சனை *n* dowry

வரம்பு *n* limit

வரலாற்றாசிரியர் *n* historian

வரலாற்று *adj* historical

வரலாற்றுக்கு முந்தைய *adj* prehistoric

வரலாறு *n* history

வரவிருக்கும் *adj* coming

வரவு செலவுத் திட்டம் *n* budget

வரவேற்பாளர் *n* receptionist

வரவேற்பு *n* reception; welcome; rave

வரவேற்பு அளி *vt* welcome

வரி *n* tax

வரி செலுத்துபவர் *n* taxpayer

வரிக்குதிரை *n* zebra

வரிசை *n* (மக்கள்) queue; row

வரிசை முறை *n* sequence

வரிசைப்படுத்து *vt* list

வரிசையில் இரு *vi* queue

வரிசையில் முதலாவதாக *adv* firstly

வரிசையில் முன் *vt* head

வரி-தீர்வையில்லாத *adj* duty-free

வரியிணை *n* tandem

வரிவிபர அறிக்கை *n* tax return

வருகின்ற *adj* ensuing

வருகை *n* attendance

வருகை புரி *v* turn up

வருகைப் பதிவு *n* roll call

வருகையாளர் *n* visitor

வருகையாளர் தகவல் மையம் *n* visitor centre

வ

வருடந்தோறும் *adv* yearly

வருடம் *n* year

வருடாந்திர *adj* yearly

வருத்தப்படு *vt* regret

வருத்தம் *n* regret ▷ *excl* sorry!

வருத்தம் கூறு *vi* apologize

வருத்தம் கொள் *vt* upset

வருத்தமடைந்து *adj* upset

வருத்தமான *adj* sorry

வருந்து *vt* regret

வருமான வரி *n* income tax

வருமானங்கள் *npl* earnings; proceeds

வருவாய் *n* income, revenue

வரை *prep* to ▷ *v* draw

வரைகலை *npl* graphics

வரைகோல் *n* ruler

வரைதல் ஊசி *n* drawing pin

வரைப்பட படியெடு தாள் *n* tracing paper

வரைப்பந்து *n* tennis

வரைப்பந்து தளம் *n* tennis court

வரைப்பந்து மட்டை *n* tennis racket

வரைப்பந்து விளையாட்டு வீரர் *n* tennis player

வரைபடம் *n* drawing; graph; map

வரையறை *n* definition

வரையில் *prep* till ▷ *conj* until

வல்லுநர் *n* specialist

வல்லூறு *n* vulture

வலஞ்சுழியான *adj* right-handed

வலது கைப்பக்கமாக ஓட்டுதல் *n* right-hand drive

வலது சாரி *adj* right-wing

வலதுகைப் பக்கமான *adj* right-hand

வலதுபக்கம் *adj* right

வலப்பக்கமாக *adv* clockwise

வலி *n* ache, pain

வலி நிவாரணி *n* painkiller

வலி நீக்கி *n* morphine

வலிமை *n* strength

வலிமையான *adj* powerful

வலியுடன் *adj* painful

வலியுறுத்து *vt* emphasize

வலுவற்ற *adj* weak

வலுவான *adj* intense

வலுவில்லாத *adj* lame

வலை *n* net

வலைக்குற்றம் *n* cybercrime

வலைத்தள உலாவி *n* browser

வலைத்தளத்தில் *adv* online

வலைத்தளத்தில் பலரும் ஒருவரோடொருவர் கருத்துப் பரிமாற்றம் செய்யும் இடம் *n* chatroom

வலைத்தளம் *n* website

வலைத்தளம் உபயோகிக்கும் இடம் *n* cybercafé

வலைப்படக்கருவி *n* webcam

வலைப்பின்னல் *n* network

வழக்கத்திற்கு மாறான *adj* abnormal; unconventional

வழக்கத்திற்கு மாறான அல்லது வெளிநாட்டு உணவுப் பொருட்களை விற்கிற கடை *n* delicatessen
வழக்கத்திற்குரிய *adj* ritual
வழக்கம் *n* custom, practice; routine
வழக்கமாக *adv* normally, usually; regularly
வழக்கமாக இருந்தது *v* used
வழக்கமான *adj* normal, usual
வழக்கமான ஆடை *n* shell suit
வழக்கமில்லாத *adj* unusual
வழக்கறிஞர் *n* lawyer
வழக்குத் தொடர்பவர் *n* complainant
வழக்குத் தொடு *v* sue
வழங்கு *vt* deliver
வழங்குதல் *n* delivery
வழங்குபவர் *n* distributor, supplier
வழங்கும் கருவி *n* dispenser
வழவழப்பான *adj* smooth
வழி *n* track, way
வழிகாட்டி *n* guide
வழிகாட்டி நாய் *n* guide dog
வழிகாட்டு *vt* direct
வழிகாட்டு நூல் *n* handbook
வழிச்சண்டை *n* road rage
வழித்தடம் *n* route
வழித்திட்டமிடல் *n* programming
வழித்துணையுடன் செல்லும் கூட்டம் *n* convoy
வழிப்பறி தாக்கு *vt* mug
வழிப்பறி தாக்குதல் *n* mugging
வழிப்பறி திருடன் *n* mugger
வழிபடு *v* pray
வழிமுறை *n* method
வழியச் செய் *v* drain
வழியனுப்பு *v* send off
வழியனுப்புதல் *excl* farewell!
வழியாக *prep* via
வழியுரிமை *n* right of way
வழிவகை *n* process
வழிவகை அறிவு *n* know-how
வழிவகைகள் *npl* means
வழுக்கி விழு *vi* slip
வழுக்கும் *adj* slippery
வழுக்கையான *adj* bald
வழுவழுப்பான *adj* smooth
வள்ளல்தன்மை *n* generosity
வளம் *n* resource
வளர் *vt* bring up
வளர் பிறை *n* new moon
வளர்ச்சி *n* growth
வளர்சிதை மாற்றம் *n* metabolism
வளர்ப்பு முறை *n* upbringing
வளர்ப்பு விலங்கு *n* pet
வளர்ப்புத் தாய் *n* stepmother
வளரும் நாடுகள் *n* developing country
வளாகங்கள் *npl* premises
வளாகம் *n* campus
வளித்திரை *n* windscreen
வளித்திரை துடைப்பி *n* windscreen wiper
வளிபோக்கிக்குழல் *n* exhaust
வளிமண்டலம் *n* atmosphere

வ

வளை குழாய் *n* hosepipe
வளைகுடா நாடுகள் *npl* Gulf States
வளைத்துப் பிடி *vt* crack down on
வளைந்துகொடுக்கும் *adj* flexible
வளையப் பொருத்தக் கோப்பு *n* ring binder
வளையாத *adj* inflexible
வளைவு *n* turning
வற்புறுத்து *v* insist
வற மிளகாய் *n* dry chilli
வறட்சி *n* drought
வறண்டி *n* rake
வறு *n* fry
வறுத்த *adj* roast
வறுத்த அரிசி *n* crisp rice
வன்காற்று *n* gust
வன்பொருள் *n* hardware
வன்மம் *adj* resentful
வன்முறை *n* violence
வன்முறையான *adj* violent
வனதெய்வம் *n* fairy
வனப்புடன் *adj* lovely
வனவிலங்கு *n* wildlife
வனவிலங்கு சரணாலயம் *n* safari
வா *vi* come
வாக்காளர்கள் *n* electorate
வாக்கியப் போதினி *n* phrasebook
வாக்கியம் *n* sentence
வாக்கு *n* vote
வாக்கு அளி *v* vote
வாக்குப்பதிவு *n* poll
வாக்குவாதம் *n* row
வாக்குவாதம் செய் *vi* row
வாக்குறுதி *n* promise
வாகனங்களில் பக்கங்களில் உள்ள விளக்குகள் *n* sidelight
வாகனங்களைத் தடுத்து நிறுத்து *v* pull up
வாகனப் படகு *n* car ferry
வாகனம் ஓட்டக் கற்றுக்கொடுப்பவர் *n* driving instructor
வாகனம் ஓட்டும் பாடம் *n* driving lesson
வாகனவரி *n* road tax
வாகனவழி *n* driveway
வாங்கு *vt* buy, purchase
வாங்குபவர் *n* buyer
வாசகம் எழுது *vt* text
வாசம் *n* smell
வாசற்கதவு *n* gate
வாசற்படி *n* doorstep
வாசனைத் திரவியம் *n* perfume
வாசனைநீர் குளியல் *n* bubble bath
வாசி *vt* play
வாசிப்பு *n* reading
வாட்டப்பட்ட உணவு *adj* grilled
வாட்டப்பட்ட ரொட்டி *n* toast
வாட்டமுட்டும் *adj* grim
வாடகை *n* hire, rent
வாடகை கிடைக்ககூடிய *n* rental

வாடகை வண்டி *n* cab, minicab
வாடகைக் கார் *n* car hire
வாடகைக்கார் ஓட்டுனர் *n* taxi driver
வாடகைக்கு அமர்த்து *vt* hire
வாடகைக்கு விடு *vt* rent
வாடிக்கையாளர் *n* client, customer
வாடு *vi* wilt
வாடகைக்கார் *n* taxi
வாடகைக்கு விடு *vt* lease
வாணலி *n* frying pan
வாணவெடிகள் *npl* fireworks
வாணிபம் *n* business
வாத்து *n* duck
வாத நோய் *n* rheumatism; stroke
வாந்தி எடு *v* throw up
வாய் *n* mouth
வாய் சார்ந்த *n* oral
வாய் பேசாத *adj* dumb
வாய்க்கழுவி *n* mouthwash
வாய்க்கால் *n* canal
வாய்ச்சண்டை *n* scrap
வாய்ப்பு *n* chance, opportunity
வாய்ப்புண் *n* sore mouth
வாய்வழியான *adj* oral
வாயசைவு படித்தல் *vi* lip-read
வாயாடக்கூடிய *adj* talkative
வாயிற்காப்போன் *n* doorman
வாயிற்படி *n* threshold
வாயு *n* gas
வாயு அடுப்பு *n* gas cooker
வார் *n* strap
வார்த்தை *n* word
வார்பூட்டு *n* buckle
வாரம் *n* week
வாரயிறுதி *n* weekend
வாரிசு *n* heir
வால் *n* tail
வால் நட்சத்திரம் *n* comet
வாலிபப் பருவம் *n* adolescence
வாலிபம் *n* youth
வாலிபர் சங்கம் *n* youth club
வாலிபன் *n* lad
வாலில்லா பெரிய குரங்கு *n* chimpanzee
வாலில்லாத பன்றி *n* guinea pig
வாழ்க்கை *n* life
வாழக்கைத் தரம் *n* lifestyle, standard of living
வாழ்க்கைத் தொழில் *n* career
வாழக்கைத் தொழில் சார்ந்த *adj* vocational
வாழ்க்கையில் நிலைபெறு *v* settle down
வாழ்த்து *n* greeting
வாழத்து அட்டை *n* card, greetings card
வாழ்த்து கூறு *vt* greet
வாழ்த்துக்கள் *npl* congratulations
வாழ்த்துத் தெரிவி *vt* congratulate
வாழ்த்துப் பாடல் *n* anthem
வாழ்பவர் *n* resident
வாழ்வதற்கான விலை *n* cost of living
வாழைப் பழம் *n* banana

வாள் *n* sword
வாளி *n* bucket, pail
வான் அஞ்சல் *n* airmail
வான் எல்லை *n* airspace
வான் பயணம் *n* flight
வான்குடை *n* parachute
வான்கோழி *n* turkey
வானம் *n* sky
வானவில் *n* rainbow
வானியல் *n* astronomy
வானிலை *n* weather
வானிலை ஆய்வுக்கூடம் *n* observatory
வானிலை முன்னறிவிப்பு *n* weather forecast
வானிலைத் திரிபு *n* spell
வானொலி *n* radio
வானொலி நிலையம் *n* radio station
விக்கல் *npl* hiccups
விகடகவி *n* jester
விகாரமான *adj* hideous
விகித சமம் *n* proportion
விகித சமமான *adj* proportional
விகிதத்தில் *adv* per cent
விகிதம் *n* percentage; ratio
விசரணை இடம் *n* inquiry desk
விசாரணை *n* enquiry, inquiry
விசாரணை அலுவலகம் *n* inquiries office
விசாரணை செய் *vt* interrogate
விசாரி *v* enquire, inquire
விசித்திரக் கவர்ச்சியுடைய *adj* quaint
விசித்திரமான *adj* odd, strange
விசிறிநாடா *n* fan belt
விசுவாசம் *n* loyalty
விசை *n* key
விசைப்பலகை *n* keyboard
விசையுந்து *n* motorcycle
விசையுந்து செலுத்துபவர் *n* motorcyclist
விஞ்ஞான ரீதியாக *adv* scientifically
விஞ்ஞானி *n* scientist
விட்டம் *n* diameter
விட்டில் *n* moth
விட்டு விடு *vt* exclude
விட்டுக் கொடு *vt* waive
விட்டுச் செல் *vt* leave
விடாப்பிடியாகச் செய் *vi* persevere
விடியற்காலை *n* dawn
விடு *vt* let
விடுதலை *n* liberation
விடுதலை செய் *vt* release
விடுதி *n* inn
விடுதிப் பணிப்பெண் *n* chambermaid
விடுமிகை *n* margin
விடுமுறை *n* holiday, leave
விடுவி *vt* free
விடுவித்தல் *n* release
விடை *n* result
விடை காண் *vt* solve
விண்கல் *n* meteorite
விண்கலம் *n* spacecraft

விண்ணப்ப படிவம் *n* application form

விண்ணப்பதாரர் *n* applicant

விண்ணப்பம் *n* application

விண்ணப்பி *v* apply

விண்வெளி *n* space

வித்தியாசமான *adj* alternative; different

வித்தியாசமானவர் *n* nutter

விதி *n* (சட்டம்) regulation; (ஊழ்வினை) destiny, fate

விதிமுறை *n* rule

விதிவிலக்கான *adj* exceptional

விதிவிலக்கு *n* exception

விதை *n* seed

விதைக் கொட்டை *n* pip

விந்து *n* sperm

விந்தை *n* stunt

விந்தை புரிபவர் *n* stuntman

விந்தையான *adj* wonderful

விநாயகர் சதுர்த்தி *n* Hindu festival honouring Ganesha the elephant God

விநோதமான *adj* odd

விபத்து *n* accident

விபத்து மற்றும் அவசரப்பிரிவு *n* accident and emergency

விபத்துக் காப்பீடு *n* accident insurance

விபத்துக்குள்ளானவர்கள் *n* casualty

விபரம் *n* account; detail

விபரமறிந்த *adj* knowledgeable

விபரமான *adj* detailed

விம்மல் *vi* sob

விமர்சகர் *n* critic

விமர்சனம் *n* criticism

விமர்சனம் செய் *vt* criticize

விமான ஓட்டி *n* pilot

விமான நிலையம் *n* airport

விமான நிறுவனம் *n* airline

விமானப் படை *n* air force

விமானப் பணிப்பெண் *n* air hostess

விமானப் பணியாளர்கள் *n* cabin crew

விமானப்படை *n* airforce

விமானப்பணியாளர் *n* flight attendant

விமானப்பயண அசௌகரியம் *adj* airsick

விமானம் *n* aircraft

விமானம் தறையிறங்குதல் *n* touchdown

வியக்க வை *vt* astonish

வியக்க வைக்கும் *adj* astonishing

வியக்க வைத்த *adj* astonished

வியட்நாம் நாட்டு *adj* Vietnamese

வியட்நாம் நாட்டுக்காரர் *n* Vietnamese

வியட்நாம் மொழி *n* Vietnamese

வியந்து பாராட்டல் *n* admiration

வியப்படைந்து *adj* surprised

வியப்படையச் செய் *vt* amaze

வ

வியப்பூட்டும் *adj* surprising
வியர்த்த *adj* sweaty
வியர்வை *n* perspiration, sweat
வியர்வை சிந்து *vi* sweat
வியர்வைத் தடுப்பி *n* antiperspirant
வியாபாரி *n* merchant, trader
வியாபார மையம் *n* town centre
வியாழக் கிழமை *n* Thursday
வியூக *adj* strategic
வியூகம் *n* strategy
விரயம் *n* waste
விரல் *n* finger
விரல் நகம் *n* fingernail
விரல் ரேகை *n* fingerprint
விரி *vt* spread
விரிகுடா *n* bay
விரித்துக் காட்டு *v* unroll
விரிப்பு *n* (படுக்கை) carpet; (தாள்) sheet
விரியன் *n* adder
விரிவான *adj* comprehensive
விரிவு *n* extension
விரிவுரை *n* lecture
விரிவுரை செய்பவர் *n* commentator
விரிவுரையாளர் *n* lecturer
விரிவுரையாற்று *vi* lecture
விருச்சிகம் *n* Scorpio
விருத்தி செய் *vt* develop
விருந்தளிப்பவர் *n* host
விருந்தாளி *n* guest
விருந்தினர் அறை *n* spare room
விருந்தினர் விடுதி *n* guesthouse
விருந்து *n* treat
விருந்தோம்பல் *n* hospitality
விருப்பத் தேர்வாக *adv* preferably
விருப்பத் தேர்வு *n* choice, preference
விருப்பத்திற்கு ஏற்ற *adj* customized
விருப்பத்துடன் *adv* willingly
விருப்பப்படு *vt* desire
விருப்பம் *n* desire
விருப்பம் போல் *det* any
விருப்பமில்லாமல் *adv* reluctantly
விருப்பமின்றி *adj* reluctant
விருப்புரிமை *adj* optional
விரும்பத்தகாத *adj* obnoxious
விரும்பித் தேர்ந்தெடு *vt* prefer
விரும்பு *vt* like; love; want
விரும்பும் *adj* willing
விரை *n* testicle
விரைந்து செய் *n* rush
விரைந்து செல் *vi* dash, rush
விரைவாக *abbr* asap
விரைவாகச் செல்லுதல் *n* speeding
விரைவான *adj* fast, quick
விரைவில் *adv* soon, shortly
விரைவில் முடி *v* hurry up
விரைவு வரம்பு *n* speed limit
விரைவுப்படகு *n* speedboat
விரைவுபடுத்து *v* speed up
வில்லை *n* fillet
வில்லைகளாக்கு *vt* fillet

விலக்கல் *n* taboo

விலக்காமல் இரு *vt* leave out

விலகிக் கொள் *vi* opt out

விலகிச் செல் *vi* go away

விலங்கியல் *n* zoology

விலங்கியல் பூங்கா *n* zoo

விலங்கு *n* animal

விலா *n* rib

விலாங்கு மீன் *n* eel fish

விலை *n* cost, price

விலை அதிகமான *adj* costly

விலை அதிகமில்லாத *adj* inexpensive

விலை ஆகு *vt* cost

விலை குறைவாக *adv* cheaply

விலை மதிக்கமுடியாத *adj* invaluable

விலை மதிப்புள்ள *adj* valuable

விலைச்சிட்டை *n* invoice

விலைச்சிட்டை அனுப்பு *vt* invoice

விலைப் பட்டியல் *n* price list

விவசாயம் *n* farming

விவசாயி *n* farmer

விவரத் தொகுப்பு *n* portfolio

விவரித்துச் சொல் *vt* describe

விவாகரத்து *n* divorce

விவாகரத்துப் பெற்ற *adj* divorced

விவாதம் *n* argument; debate; discussion

விவாதி *vi* argue

விவாதிக்கப்பட வேண்டிய விஷயம் *n* issue

விவேகம் *n* wisdom

விவேகமற்ற *adj* unwise

விவேகமுள்ள *adj* wise

விழா *n* ceremony, festival

விழித்திருத்தல் *adj* awake

விழித்தெழச் செய் *v* awake

விழிப்புடன் *adj* alert

விழு *vi* fall

விழுங்கு *vi* swallow

விளக்க வரைபடம் *n* diagram

விளக்கப்படம் *n* documentary

விளக்கம் *n* explanation

விளக்கம் கூறு *vt* explain

விளக்கமான *adj* vivid

விளக்கவுரை *n* description

விளக்கிச் சொல் *vt* clarify

விளக்கு *n* bulb; lamp, light

விளக்கு மங்குவி *n* lampshade

விளக்குக்கம்பம் *n* lamppost

விளக்குகள் *n* lighting

விளக்குமாறு *n* broom

விளம்பர ஆதரவு *n* sponsorship

விளம்பர இடைவேளை *n* commercial break

விளம்பர ஜன்னல் *n* shop window

விளம்பரம் *n* advertisement

விளம்பரம் செய் *v* advertise

விளிம்பு *n* edge, seam

விளையாட்டரங்கம் *n* stadium

விளையாட்டு *n* game; sport

விளையாட்டு உடை *n* sportswear

வ

விளையாட்டு மைதானம் *n* court
விளையாட்டு வீரர் *n* player, sportsman
விளையாட்டு வெளி *n* playing field
விளையாட்டுக் கருவி *n* games console
விளையாட்டுக் காலணிகள் *npl* trainers
விளையாட்டுக்கான பனித்தரை *n* ice rink
விளையாட்டுக்குணம் *n* fun
விளையாட்டுத் திடல் *n* playground
விளையாட்டுத்தனமான *adj* playful; sporty
விளையாடு *vi* play
விளைவாக்கு *vi* result
விளைவாக *adv* consequently
விளைவு *n* consequence, effect
விற்பவர் *n* salesperson
விற்பனை *n* marketing; sale
விற்பனை அளவு *n* turnover
விற்பனை உதவியாளர் *n* sales assistant
விற்பனை செய் *vt* sell
விற்பனை விலை *n* selling price
விற்பனைத் தொகை *npl* takings
விற்பனைப் பிரதிநிதி *n* sales rep
விற்பனையாளர் *n* salesman
விற்றாகிட்டது *adj* sold out
விற்றுப் பணமாக்கு *vt* sell off
விறைப்பான *adj* stiff
விண்வெளி வீரர் *n* astronaut
வினாக்குறி *n* question mark
வினாவு *vt* query
வினை மேற்கொள் *vt* deal with
வினைக்கணம் *n* conjugation
வினைச்சொல் *n* verb
வினையுரிச்சொல் *n* adverb
வினோதமான *adj* funny, weird
விஷ முறிவு *n* antidote
விஷத்தன்மையுள்ள *adj* poisonous
விஷம் *n* poison, venom
விஷம் கொடு *vt* poison
வீங்கிய *adj* swollen
வீச்சு *vi* range
வீசி எறி *vt* fling, throw
வீசியடிக்கும் காற்று *n* wind
வீட்டில் செய்த *adj* home-made
வீட்டு உறுப்பினர்கள் *n* household
வீட்டு ஏக்கம் *adj* homesick
வீட்டு முகவரி *n* home address
வீட்டுக்கு *adv* home
வீட்டுச் சொந்தக்காரர் *n* landlord
வீட்டுப்பாடம் *n* homework
வீட்டுவேலைகள் *n* housework
வீட்டை விட்டு வெளியில் *adv* out-of-doors

வீட்டைச் சுத்தம் செய்தல் *n* spring-cleaning

வீடற்ற *adj* homeless

வீடு *n* home, house

வீண் வம்பளக்கப் பேசு *vi* waffle

வீண்செலவிடு *vt* squander

வீணாக்கு *vt* waste

வீணான *adj* vain

வீதம் *prep* per ▷ *n* rate

வீரச் செய்கை *n* bravery

வீரத் தியாகி *n* martyr

வீராங்கனை *n* sportswoman

வீல் என்று அலறு *vi* scream

வீழ்ச்சி *n* fall

வெகுமானம் *n* reward

வெகுளி *adj* naive

வெகுளியான *adj* innocent

வெங்காய இனப் பூண்டு *n* leek

வெங்காய வகைப் பூண்டு *npl* chives

வெங்காயத் தாள் *n* spring onion

வெங்காயம் *n* onion

வெஞ்சினமான *adj* furious

வெட்கக்கேடாக *adj* ashamed

வெட்கம் *n* shame

வெட்கம் கொண்ட *adj* shy

வெட்டி எடு *vt* chop

வெட்டு *vt* cut

வெட்டு மரம் *n* timber

வெட்டுக்காயம் *n* cut

வெட்டுக்கிளி *n* grasshopper

வெட்டுகிளி பூச்சி வகை *n* cricket

வெட்டுதல் *n* cutting

வெடி விபத்து *n* explosion

வெடிக்கச் செய் *v* burst

வெடிகலம் *n* cartridge

வெடித்திருக்கிற *adj* cracked

வெடித்துச் சிதறு *vi* explode

வெடிப் பொருட்கள் *n* explosive

வெண்கட்டி *n* chalk

வெண்கலம் *n* bronze

வெண்டைக்காய் *n* lady's finger

வெண்ணீர் கொதிகலன் *n* kettle

வெண்ணெய் *n* (clarified) butter

வெண்தேக்கு மரம் *n* poplar

வெண்முடியுடைய *adj* grey-haired

வெண்மையன *adj* white

வெப்பநிலை *n* temperature

வெப்பநிலை நிலைப்படுத்தி *n* thermostat

வெப்பப் பிரதேச *adj* tropical

வெப்பம்வீசி *n* radiator

வெப்பமான *adj* warm

வெப்பமானி *n* thermometer

வெய்யிலடிக்கும் *adj* sunny

வெய்யிற்பட்ட மேனி நிறம் *n* tan

வெயில் வெம்மை தைலம் *n* suntan oil

வெயில் வெம்மை நோய் *n* sunstroke

வெயிலால் கருத்தல் *n* suntan

வெல் *vi* succeed

வெள்ளப் போக்கு *n* flooding

வெள்ளப்பாகு *n* jaggery

வெள்ளம் *n* flood

வெள்ளம் உண்டாக்கு *vt* flood

வெள்ளரிக்காய் *n* cucumber

வெள்ளாடு *n* goat

வெள்ளி *n* silver

வெள்ளிக்கிழமை *n* Friday

வெள்ளைக் கரு *n* egg white

வெள்ளைப் பலகை *n* whiteboard

வெளி *adj* external

வெளிக்காட்டாமலிரு *vt* hide

வெளிச்சம் *n* light

வெளிச்செல்லும் *adj* outgoing

வெளிநாட்டிற்கு *adv* abroad

வெளிப்பக்கம் குனி *v* lean out

வெளிப்படு *v* go off

வெளிப்படுத்து *vt* declare; reveal

வெளிப்படையாக *adv* openly, frankly

வெளிப்படையாக இல்லாத *adj* reserved

வெளிப்படையான *adj* glaring, obvious; outspoken

வெளிப்புற *adj* exterior

வெளிப்புறத்தில் *adv* outdoors

வெளிப்புறம் *n* outside

வெளியிடு *vt* issue; present; publish

வெளியிடுபவர் *n* publisher

வெளியில் *adj* outdoor

வெளியில் போ *v* go out

வெளியீடு *n* publication

வெளியே *adv* out

வெளியே அனுப்பு *v* send out

வெளியே வா *v* come out

வெளியேற்று *vt* deport, expel

வெளியேறு *v* check out

வெளியேறு வழி *n* way out

வெளிர் *adj* light

வெளிர்நீல *adj* turquoise

வெளிரிய *adj* light, pale

வெளிரிய மஞ்சள் நிறமான *adj* fair

வெளிவர வேண்டிய *adj* due

வெளிவாசல் *n* exit

வெளுத்த *adj* pale

வெற்றி *n* (தேர்வு) pass; (நிகழ்வு) success; (போட்டி) victory

வெற்றி எண்ணிக்கை *n* point

வெற்றி எண்ணிக்கை பெறு *v* score

வெற்றி கொள் *vt* conquer

வெற்றி பெற்றவர் *n* winner

வெற்றி பெறு *v* win

வெற்றி வீரர் *n* champion

வெற்றிக்கிண்ணம் *n* trophy

வெற்றிகரமான *adj* successful

வெற்றிகொள் *vt* overcome

வெற்றிடம் *v* vacuum ▷ *n* space

வெற்றிடமான *adj* void

வெற்றிப் புள்ளிகள் *n* score

வெற்றிபெறும் *adj* winning

வெற்றியில்லாத *adj* unsuccessful

வெற்றியுடன் *adv* successfully

வெறி *n* mania

வெறி விலங்குக்கடி *n* rabies

வெறிகொண்ட *adj* frantic
வெறித்துப் பார் *vi* glare
வெறியர் *n* fanatic
வெறு *vt* hate
வெறுக்கத்தக்க *adj* lousy
வெறுப்படைந்த *adj* disgusted
வெறுப்பு கொள் *vt* dislike
வெறுப்பூட்டுகிற *adj* repulsive
வெறுப்பைத் தூண்டுகிற *adj* disgusting
வெறும் *adv* very ▷ *adj* mere
வெறுமனே *adv* merely
வெறுமைப்படுத்து *vt* empty
வெறுமையான *adj* plain; (அறை) vacant
வெனிசுத்திரை *n* Venetian blind
வெனிசுவேலா நாட்டு *adj* Venezuelan
வெனிசுவேலா நாட்டுக்காரர் *n* Venezuelan
வேக அளவி *n* speedometer
வேக வைத்த *adj* poached
வேகக் கார் பந்தயம் *n* motor racing
வேகம் *n* pace, speed
வேகமாக *adv* quickly
வேகாத *adj* rare
வேட்டைக்காரர் *n* hunter
வேட்டைநாய் *n* terrier
வேட்டை யாடு *v* hunt
வேட்டையாடுதல் *n* hunting
வேட்பாளர் *n* candidate
வேடன் *n* hunter
வேடிக்கை *n* comic
வேடிக்கை செய் *vi* kid

வேடிக்கைக் காதல் *n* flirt
வேடிக்கைப் பார்ப்பவர் *n* onlooker
வேண்டாத பொருட்கள் *n* junk
வேண்டாம் *excl* no!
வேண்டாம் என்று ஒதுக்கு *vt* ditch
வேண்டியிரு *v* have to
வேண்டு *vt* request
வேண்டுகோள் *n* appeal; request
வேண்டுகோள் விடு *vi* appeal
வேண்டும் *v* ought
வேண்டும் *v* should
வேண்டுமென்றே *adv* deliberately
வேதனை *vi* groan
வேதியியல் *n* chemistry
வேதியியல் பொருள் *n* steroid
வேம்பு *n* neem
வேர் *n* root
வேர்க்கடலை *n* peanut
வேர்க்கடலை ஒவ்வாமை *n* peanut allergy
வேர்க்கடலை வெண்ணெய் *n* peanut butter
வேர்க்கோசு *n* parsley
வேல் *n* javelin
வேல்ஸ் பகுதியைச் சேர்ந்த *adj* Welsh
வேல்ஸ் மொழி *n* Welsh
வேலி *n* fence
வேலை *n* work
வேலை அனுபவம் *n* work experience

வ

வேலை செய் *vi* work

வேலை செய்ய நெடுந்தூரம் பயணம் செய் *vi* commute

வேலை செய்ய நெடுந்தூரம் பயணிப்பவர் *n* commuter

வேலை தவிர் *vi* skive

வேலை நிறுத்தம் *n* strike

வேலை நிறுத்தம் செய் *vi* strike

வேலை நிறுத்தம் செய்வோர் *n* striker

வேலை நீக்கம் *n* sack

வேலை; பணி *n* occupation

வேலைக்காரி *n* maid

வேலைத்திட்டம் *n* project

வேலையாக *adj* busy

வேலையாள் *n* servant

வேலையில்லாத் திண்டாட்டம் *n* unemployment

வேலையில்லாத *adj* unemployed

வேலையிலிருந்து விலக்கு *vt* sack

வேவு பார் *vi* spy

வேளாண் *adj* agricultural

வேளாண்மை *n* agriculture

வேறுபாடு *n* difference

வேறுபாடு கண்டறிதல் *n* discrimination

வேறுவழியில் செல்லுதல் *n* diversion

வேனற்கட்டி *n* rash

வேனிற் கட்டியுள்ள *adj* sunburnt

வை *vt* place, put

வை; பொருத்தி வை *vt* set

வைக்கோல் *n* hay, straw

வைக்கோல் போர் *n* haystack

வைத்த இடத்தை மற *vt* mislay

வைத்திரு *v* keep

வைத்துக் கொள் *vt* keep

வைப்புத் தொகை *n* deposit

வைரம் *n* diamond

ஜம்மு *n* Jammu

ஜலதோஷம் *n* cold

ஜன்னல் *n* window

ஜன்னல்படி *n* windowsill

ஜனாதிபதி *n* president

ஜாக்கிரதையான *adj* cautious

ஜாதகம் *n* horoscope

ஜாதிக்காய் *n* nutmeg

ஜாம் *n* jambul

ஜாம்பியா நாட்டு *adj* Zambian

ஜாம்பியா நாட்டுக்காரர் *n* Zambian

ஜாமீன் *n* bail

ஜார்கண்ட் *n* Jharkhand

ஜார்ஜிய நாட்டுக்காரர் *n* Georgian

ஜார்ஜிய நாட்டுக்கானா *adj* Georgian

ஜார்ஜியா - ஒரு நாடு *n* Georgia

ஜார்ஜியா - ஒரு மாகாணம் *n* Georgia

ஜிம்பாப்வே *n* Zimbabwe

ஜிம்பாப்வே நாட்டு *adj* Zimbabwean

ஜிம்பாப்வே நாட்டுக்காரர் *n* Zimbabwean

ஜிலேபி *n* Indian sweet

ஜின் - ஒரு போதையூட்டும் பானம் *n* gin
ஜூலை மாதம் *n* July
ஜூன் மாதம் *n* June
ஜெய்பூர் *n* Jaipur
ஜெர்பில் - வீட்டு வளர்ப்புப் பிராணி *n* gerbil
ஜெர்மனி - ஒரு நாடு *n* Germany
ஜெர்மனி நாட்டின் *adj* German
ஜெர்மனி நாட்டுக்காரர் *n* German
ஜெர்மானிய மொழி *n* German
ஜெரேனியம் *n* geranium
ஜொலிக்கும் தண்ணீர் *n* sparkling water
ஜோடி *n* pair
ஜோதிடம் *n* astrology
ஜோர்டான் நாட்டின் *adj* Jordanian
ஜோர்டான் நாட்டுக்காரர் *n* Jordanian
ஜோர்டான் நாடு *n* Jordan
ஸான் மெரினோ நாடு *n* San Marino
ஸோமாலிய நாடு *n* Somalia
ஷில்லாங் *n* Shillong
ஹங்கேரிய நாட்டின் *adj* Hungarian
ஹங்கேரிய நாட்டுக்காரர் *n* Hungarian
ஹரியானா *n* Haryana
ஹாக்கி விளையாட்டு *n* hockey
ஹார்மோன் *n* hormone
ஹிப்பி *n* hippy
ஹைட்ரஜன் வாயு *n* hydrogen
ஹைதராபாத் *n* Hyderabad
ஹோமியோபதி *n* homeopathy
ஹோமியோபதி முறையில் *adj* homeopathic
ஹோல்டால் *n* holdall
ஸ்காட்லாந்து நாடு *n* Scotland
ஸ்காட்லாந்து நாட்டு *adj* Scottish
ஸ்காட்லாந்து நாட்டுக்காரர் *n* Scot
ஸ்காட்லாந்துக்காரர் *n* Scotsman
ஸ்காட்லாந்துப் பெண்மணி *n* Scotswoman
ஸ்காண்டிநேவிய நாட்டு *adj* Scandinavian
ஸ்காண்டிநேவிய நாடு *n* Scandinavia
ஸ்கூட்டர் *n* scooter
ஸ்பானிஷ் மொழி *n* Spanish
ஸ்பெயின் நாடு *n* Spain
ஸ்பெயின் நாட்டு *adj* Spanish
ஸ்பெயின் நாட்டுக்காரர் *n* Spaniard
ஸ்ரீநகர் *n* Srinagar
ஸ்லொவாக் மொழி *n* Slovak
ஸ்லொவாக்கிய நாட்டு *adj* Slovak
ஸ்லொவாக்கிய நாட்டுக்காரர் *n* Slovak

ஸ்லொவாக்கிய நாடு *n*
Slovakia

ஸ்லொவெனிய நாட்டு *adj*
Slovenian

ஸ்லொவெனிய நாட்டுக்காரர்
n Slovenian

ஸ்லொவெனியா நாடு *n*
Slovenia

ஸ்லோவெனிய மொழி *n*
Slovenian

ஸ்விட்ஜர்லாந்து நாடு *n*
Switzerland

ஸ்விட்ஜர்லாந்து நாட்டு *adj*
Swiss

ஸ்விட்ஜர்லாந்து நாட்டுக்காரர்
npl Swiss

ஸ்வீடன் நாட்டு *adj* Swedish

ஸ்வீடன் நாட்டுக்காரர் *n*
Swede

ஸ்வீடன் நாடு *n* Sweden

ஸ்வீடிஷ் மொழி *n* Swedish

ஃப்ரான்ஸ் பெண்மணி *n*
Frenchwoman

ஃப்ரான்ஸ்காரர் *n*
Frenchman

ஃபாரன்ஹீட் வெப்ப அளவு
n degree Fahrenheit

ஃபிரான்ஸ் நாட்டின் *adj*
French

ஃபின்லாந்து நாட்டின் *adj*
Finnish

ஃபின்லாந்து மொழி *n*
Finnish

ஃபின்லாந்துக்காரர் *n* Finn

ENGLISH-TAMIL

ஆங்கிலம்-தமிழ்

a

a [eɪ] *det* ஒரு
abandon [ə'bændən] *vt* கைவிடு
abbreviation [əˌbriːvɪ'eɪʃən] *n* சுருக்கம்
abdomen ['æbdəmən] *n* *(formal)* அடிவயிறு
abduct [æb'dʌkt] *vt* கடத்திச் செல்
ability [ə'bɪlɪtɪ] *n* திறமை
able ['eɪbl] *adj* திறமையான
abnormal [æb'nɔːməl] *adj* *(formal)* வழக்கத்திற்கு மாறான
abolish [ə'bɒlɪʃ] *vt* ஒழி
abolition [ˌæbə'lɪʃən] *n* ஒழித்தல்
about [ə'baut] *adv* *(near to)* சுமாராக; ஏறக்குறைய ▷ *prep* *(to do with)* குறித்து
above [ə'bʌv] *prep* மேலே; உயரே
abroad [ə'brɔːd] *adv* வெளிநாட்டிற்கு
abrupt [ə'brʌpt] *adj* திடீர்
abruptly [ə'brʌptlɪ] *adv* திடீரென
abscess ['æbsɛs] *n* சீழ்கட்டி
absence ['æbsəns] *n* இல்லாமை
absent ['æbsənt] *adj* வந்திராத
absent-minded [ˌæbsən't'maɪndɪd] *adj* கவனக்குறைவான
absolutely [ˌæbsə'luːtlɪ] *adv* முழுமையாக
abstract ['æbstrækt] *adj* கருத்தியலான
absurd [əb'sɜːd] *adj* அர்த்தமில்லாத
Abu Dhabi ['æbuː 'dɑːbɪ] *n* அபு தாபி
academic [ˌækə'dɛmɪk] *adj* கல்வி சார்ந்த
academic year [ˌækə'dɛmɪk jɪə] *n* கல்வி வருடம்
academy [ə'kædəmɪ] *n* கல்விக் கழகம்
accelerate [æk'sɛləˌreɪt] *v* துரிதப்படுத்து, முடுக்கிவிடு
acceleration [ækˌsɛlə'reɪʃən] *n* துரிதப்படுத்துதல்
accelerator [æk'sɛləˌreɪtə] *n* முடுக்கிவிடும் கருவி
accept [ək'sɛpt] *v* ஒத்துக்கொள்
acceptable [ək'sɛptəbl] *adj* ஒத்துக்கொள்ளக்கூடிய
access ['æksɛs] *n* அணுகல் ▷ *vt* அணுகு
accessible [ək'sɛsəbl] *adj* அணுகக்கூடிய
accessory [ək'sɛsərɪ] *n* துணை உபகரணம்

accident ['æksɪdənt] *n* *(mishap)* விபத்து; *(something unplanned)* தற்செயலாக
accidental [ˌæksɪ'dɛntl] *adj* எதிர்பாராத
accidentally [ˌæksɪ'dɛntəlɪ] *adv* தவறுதலாக
accident and emergency ['æksɪdənt ənd ɪ'mɜːdʒnsɪ] *n* விபத்து மற்றும் அவசரப்பிரிவு
accident insurance ['æksɪdənt ɪn'ʃʊərəns] *n* விபத்துக் காப்பீடு
accommodate [ə'kɒməˌdeɪt] *vt* இடம் கொடு
accommodation [əˌkɒmə'deɪʃən] *n* இட வசதி
accompany [ə'kʌmpənɪ] *vt* *(formal)* உடன் செல்
accomplice [ə'kɒmplɪs] *n* குற்றம் புரிவதில் உடந்தையாக இருப்பவர்
accordingly [ə'kɔːdɪŋlɪ] *adv* ஏற்றவாறு
according to [ə'kɔːdɪŋ tə] *prep* *(as reported by)* இணங்க; *(based on)* அதன்படி
accordion [ə'kɔːdɪən] *n* அக்கார்டியன் இசைக்கருவி
account [ə'kaʊnt] *n* *(report)* விபரம்; *(at bank)* கணக்கு
accountable [ə'kaʊntəbl] *adj* பொறுப்புடைய
accountancy [ə'kaʊntənsɪ] *n* கணக்கியல்
accountant [ə'kaʊntənt] *n* கணக்காளர்
account for [ə'kaʊnt fɔː] *v* காரணங்கூறு
account number [ə'kaʊnt 'nʌmbə] *n* கணக்கு எண்
accuracy ['ækjʊrəsɪ] *n* துல்லியம்
accurate ['ækjərɪt] *adj* துல்லியமான
accurately ['ækjərɪtlɪ] *adv* துல்லியமாக
accusation [ˌækjʊ'zeɪʃən] *n* குற்றச்சாட்டு
accuse [ə'kjuːz] *vt* குற்றம் சாட்டு
accused [ə'kjuːzd] *n* குற்றம் சாட்டப்பட்டவர்
ace [eɪs] *n* சீட்டுக்கட்டில் உயர்வகை அட்டை
ache [eɪk] *n* வலி ▷ *vi* நோவுறு
achieve [ə'tʃiːv] *vt* முயன்று வெற்றி பெறு
achievement [ə'tʃiːvmənt] *n* சாதனை
acid ['æsɪd] *n* திராவகம், அமிலம்
acid rain ['æsɪd reɪn] *n* அமில மழை
acknowledgement [ək'nɒlɪdʒmənt] *n* ஒப்புக்கொள்ளல்

acne ['æknɪ] *n* பரு
acorn ['eɪkɔːn] *n* நீள் வடிவ வித்து
acoustic [ə'kuːstɪk] *adj* ஒலி இசைக் கருவி
acre ['eɪkə] *n* ஏக்கர்
acrobat ['ækrəˌbæt] *n* கழைக்கூத்தாடி
acronym ['ækrənɪm] *n* அஃகுப் பெயர், பல வார்த்தைகளின் முதல் எழுத்துக்கள் சேர்த்து உருவாக்கப்படுவது
across [ə'krɒs] *prep* குறுக்கே
act [ækt] *n* செயல் ▷ *vi (take action)* செயலாற்று; *(play a part)* நடி
acting ['æktɪŋ] *adj* தற்காலிகமாக பணிபுரிகின்ற ▷ *n* நடிப்பு
action ['ækʃən] *n* செயல்
active ['æktɪv] *adj* சுறுசுறுப்பான
activity [æk'tɪvɪtɪ] *n* செயல்பாடு
actor ['æktə] *n* நடிகர்
actress ['æktrɪs] *n* நடிகை
actual ['æktʃʊəl] *adj* உண்மையான
actually ['æktʃʊəlɪ] *adv* உண்மையாக
acupuncture ['ækjʊˌpʌŋktʃə] *n* ஊசி குத்தி செய்யப்படும் சிகிச்சை
AD [eɪ diː] *abbr* கிபி
ad [æd] *abbr (informal)* விளம்பரம்
adapt [ə'dæpt] *vi* நிலைமைக்குத் தகுந்தபடி மாறு
adaptor [ə'dæptə] *n* இணைக்கப்படுத்தும் கருவி
add [æd] *vt (put with)* சேர்; கூட்டுச் சேர்; *(numbers)* (ஒன்றுடன் ஒன்று) கூட்டு
addict ['ædɪkt] *n* கெட்ட பழக்கத்திற்கு அடிமை
addicted [ə'dɪktɪd] *adj* கெட்ட பழக்கத்திற்கு அடிமையான
additional [ə'dɪʃənl] *adj* கூடுதலான
additive ['ædɪtɪv] *n* கூட்டுப் பொருள்
address [ə'drɛs] *n (speech)* உரை; *(where you live)* முகவரி
address book [ə'drɛs bʊk] *n* முகவரிப் புத்தகம்
add up [æd ʌp] *v* கூட்டு
adjacent [ə'dʒeɪsnt] *adj* பக்கத்து
adjective ['ædʒɪktɪv] *n* பெயர் உரிச்சொல்
adjust [ə'dʒʌst] *v* திருத்தியமை
adjustable [ə'dʒʌstəbl] *adj* திருத்தியமைக்கத்தக்க
adjustment [ə'dʒʌstmənt] *n* சரி செய்தல்

administration [əd,mɪnɪ'streɪʃən] *n* நிர்வாகம்
administrative [əd'mɪnɪ,strətɪv] *adj* நிர்வாக
admiration [,ædmə'reɪʃən] *n* வியந்து பாராட்டல்
admire [əd'maɪə] *vt* பாராட்டு
admission [əd'mɪʃən] *n* சேர்த்துக் கொள்ளல்
admit [əd'mɪt] *vt (allow in)* அனுமதி வழங்கு ▷ *v (confess)* ஒப்புக்கொள்
admittance [əd'mɪtns] *n* நுழைவு அனுமதி
adolescence [,ædə'lɛsəns] *n* வாலிபப் பருவம்
adolescent [,ædə'lɛsnt] *n* வாலிபன்
adopt [ə'dɒpt] *vt* தத்தெடு
adopted [ə'dɒptɪd] *adj* தத்தெடுக்கப்பட்ட
adoption [ə'dɒpʃən] *n* தத்தெடுப்பு
adore [ə'dɔː] *vt* போற்று
Adriatic [,eɪdrɪ'ætɪk] *adj* அட்ரியாடிக் கடல் சார்ந்த
Adriatic Sea [,eɪdrɪ'ætɪk siː] *n* அட்ரியாடிக் கடல்
adult ['ædʌlt] *n* வயதுக்கு வந்தவர்
adult education ['ædʌlt ,ɛdjʊ'keɪʃən] *n* முதிர் வயது கல்வி
advance [əd'vɑːns] *n* முன்பணம் ▷ *vi* முன்னேறு
advanced [əd'vɑːnst] *adj* உயர்தர
advantage [əd'vɑːntɪdʒ] *n* அனுகூலம்
advent ['ædvɛnt] *n (formal)* தோற்றம்
adventure [əd'vɛntʃə] *n* துணிகரச் செயல்
adventurous [əd'vɛntʃərəs] *adj* துணிகர
adverb ['æd,vɜːb] *n* வினையுரிச்சொல்
adversary ['ædvəsərɪ] *n* எதிரி
advert ['ædvɜːt] *n* கவனச் செய்தி
advertise ['ædvə,taɪz] *v* விளம்பரம் செய்
advertisement [əd'vɜːtɪsmənt] *n (written)* பொது அறிவிப்பு, விளம்பரம்
advertising ['ædvə,taɪzɪŋ] *n* பிரச்சாரம்
advice [əd'vaɪs] *n* ஆலோசனை
advisable [əd'vaɪzəbl] *adj (formal)* செய்யத்தக்க
advise [əd'vaɪz] *vt* அறிவுரை
aerial ['ɛərɪəl] *n* அலைவாங்கி
aerobics [ɛə'rəʊbɪks] *npl* எரோபிக்ஸ், இரத்தத்தில் பிராணவாயுவை அதிகரிக்கச்செய்யும் உடற்பயிற்சி

aerosol ['ɛərə,sɒl] *n*
தூவானமாக தெளிக்க
காற்றடைக்கப்பட்டது

affair [ə'fɛə] *n* நிகழ்வு,
நிகழ்ச்சி

affect [ə'fɛkt] *vt* பாதிப்பு
ஏற்படுத்து

affectionate [ə'fɛkʃənɪt] *adj*
பிரியமான

afford [ə'fɔːd] *vt* ஏற்கும்
நிலையில் இரு

affordable [ə'fɔːdəbl] *adj*
ஏற்க முடிந்த

Afghan ['æfgæn] *adj*
ஆஃப்கானுக்கான ▷ *n*
ஆஃப்கான்

Afghanistan [æf'gænɪ,stɑːn]
n ஆஃப்கானிஸ்தான்

afraid [ə'freɪd] *adj*
அஞ்சிய

Africa ['æfrɪkə] *n*
ஆஃப்ரிக்கா

African ['æfrɪkən] *adj*
ஆஃப்ரிக்காவைச் சேர்ந்த
▷ *n* ஆஃப்ரிக்காவைச்
சேர்ந்தவர்

Afrikaans [,æfrɪ'kɑːns] *n*
ஆஃப்ரிக்கான்ஸ் மொழி

Afrikaner [æfrɪ'kɑːnə] *n*
ஆஃப்ரிக்காவில் வசிக்கும்
டச்சுக்காரர்

after ['ɑːftə] *conj (later than)*
பின்னர் ▷ *prep (later than)*
பிறகு; *(in pursuit of)* பின்
தொடர்ந்து

afternoon [,ɑːftə'nuːn] *n*
பிற்பகல்

afters ['ɑːftəz] *npl (informal)*
ஆஃப்டர்ஸ் - ஒரு இனிப்பு

aftershave ['ɑːftə,ʃeɪv] *n*
முகச் சவரத்திற்குப் பிறகு
பூசிக் கொள்ளும் நறுமணக்
குழைமம்

afterwards ['ɑːftəwədz] *adv*
பிற்பாடு

again [ə'gɛn] *adv* மறுபடியும்

against [ə'gɛnst] *prep*
(touching) மீது; *(in opposition
to)* எதிராக

age [eɪdʒ] *n* வயது

aged [eɪdʒd] *adj* வயதான

age limit [eɪdʒ 'lɪmɪt] *n*
வயது வரம்பு

agency ['eɪdʒənsɪ] *n* முகமை

agenda [ə'dʒɛndə] *n*
நிகழ்ச்சிநிரல்

agent ['eɪdʒənt] *n* முகவர்

aggressive [ə'grɛsɪv] *adj*
தீவிர ஈடுபாட்டுடன்

AGM [eɪ dʒiː ɛm] *abbr*
ஆண்டுப் பொதுக்கூட்டம்

ago [ə'gəʊ] *adv* (காலத்திற்கு)
முன்

agree [ə'griː] *v* ஒப்புக்கொள்

agreed [ə'griːd] *adj*
ஒப்புக்கொள்ளப்பட்ட

agreement [ə'griːmənt] *n*
ஒப்பந்தம்

agricultural ['ægrɪ,kʌltʃərəl]
adj வேளாண்

agriculture ['ægrɪˌkʌltʃə] *n* வேளாண்மை
ahead [ə'hɛd] *adv* முன்னாலிருக்கும்
aid [eɪd] *n* உதவி
AIDS [eɪdz] *n* எய்ட்ஸ் எனப்படும் பாலியல் நோய்
aim [eɪm] *n* குறிக்கோள் ▷ *v* இலக்கு வை
air [ɛə] *n* காற்று
airbag ['ɛəbæg] *n* காற்றுப்பை
air-conditioned [ˌɛəkən'dɪʃənd] *adj* குளிரூட்டப்பட்ட
air conditioning [ɛə kən'dɪʃənɪŋ] *n* குளிர் பதனம்
aircraft ['ɛəˌkrɑːft] *n* விமானம்
air force [ɛə fɔːs] *n* விமானப் படை
air hostess [ɛə 'həʊstɪs] *n* *(old-fashioned)* விமானப் பணிப்பெண்
airline ['ɛəˌlaɪn] *n* விமான நிறுவனம்
airmail ['ɛəˌmeɪl] *n* வான் அஞ்சல்
airport ['ɛəˌpɔːt] *n* விமான நிலையம்
airsick ['ɛəˌsɪk] *adj* விமானப்பயண அசௌகரியம்
airspace ['ɛəˌspeɪs] *n* வான் எல்லை
airtight ['ɛəˌtaɪt] *adj* காற்றுப்புகா
air traffic controller [ɛə'træfɪk kən'trəʊlə] *n* வான்வழிப் போக்குவரத்து கண்காணிப்பாளர்
aisle [aɪl] *n* இடைகழி, நடைவழி
alarm [ə'lɑːm] *n* பீதி
alarm clock [ə'lɑːm klɒk] *n* சிறிய அதிரல் கடிகாரம்
alarming [ə'lɑːmɪŋ] *adj* கவலை ஏற்படுத்தக்கூடிய
Albania [æl'beɪnɪə] *n* அல்பானியா
Albanian [æl'beɪnɪən] *adj* அல்பானியர் ▷ *n (person)* அல்பான் வாசி; *(language)* அல்பானியன் மொழி
album ['ælbəm] *n* ஆல்பம்
alcohol ['ælkəˌhɒl] *n* சாராயம்
alcohol-free ['ælkəˌhɒlfriː] *adj* சாராயவகை சாராத
alcoholic [ˌælkə'hɒlɪk] *adj* சாராயவகை சார்ந்த ▷ *n* குடிப்பழக்கம் உள்ளவர்
alert [ə'lɜːt] *adj* விழிப்புடன் ▷ *vt* கவனமாக இரு
Algeria [æl'dʒɪərɪə] *n* அல்ஜீரியா
Algerian [æl'dʒɪərɪən] *adj* அல்ஜீரிய ▷ *n* அல்ஜீரியாவைச் சார்ந்த

alias ['eɪlɪəs] *prep* புனைப்பெயருடைய
alibi ['ælɪ,baɪ] *n* பிறிதோரிடத்தில் இருந்ததற்கான சாட்சி
alien ['eɪljən] *n (formal)* அயலார்
alive [ə'laɪv] *adj* உயிருடன்
all [ɔːl] *det* முழுவதும்; எல்லாம் ▷ *pron* எல்லாமும்
Allah ['ælə] *n* அல்லா
allegation [,ælɪ'geɪʃən] *n* குற்றச்சாட்டு
alleged [ə'lɛdʒd] *adj (formal)* குற்றம் கூறப்பட்ட
allergic [ə'lɜːdʒɪk] *adj* ஒவ்வாமை ஏற்படுத்தும்
allergy ['ælədʒɪ] *n* ஒவ்வாமை
alley ['ælɪ] *n* சந்து
alliance [ə'laɪəns] *n* கூட்டணி
alligator ['ælɪ,geɪtə] *n* முதலை வகை
allow [ə'laʊ] *vt* அனுமதி அளி
all right [ɔːl raɪt] *adv (informal)* நல்லவிதமாக ▷ *adj (informal)* நன்று; நல்லதாக
ally ['ælaɪ] *n* கூட்டாளி
almond ['ɑːmənd] *n* பாதாம் பருப்பு
almost ['ɔːlməʊst] *adv* கிட்டத்தட்ட
alone [ə'ləʊn] *adj* தனியான
along [ə'lɒŋ] *prep* நெடுகிலும் ▷ *adv* (உன்னுடன்) எடுத்துச் செல்
aloud [ə'laʊd] *adv* சத்தமாக,
alphabet ['ælfə,bɛt] *n* எழுத்து
Alps [ælps] *npl* ஆல்ப்ஸ் - மலைத்தொடர்
already [ɔːl'rɛdɪ] *adv* ஏற்கனவே
also ['ɔːlsəʊ] *adv* மேலும்
altar ['ɔːltə] *n* பலிபீடம்
alter ['ɔːltə] *v* மாற்றி அமை
alternate [ɔːl'tɜːnɪt] *adj* மாறுபட்ட
alternative [ɔːl'tɜːnətɪv] *adj* வித்தியாசமான ▷ *n* இரண்டிலொன்று
alternatively [ɔːl'tɜːnətɪvlɪ] *adv* மாற்றுவகையில்
although [ɔːl'ðəʊ] *conj (in contrast)* இருந்தாலும்; *(even though)* இருப்பினும்;
altitude ['æltɪ,tjuːd] *n* உயரம்
altogether [,ɔːltə'gɛðə] *adv* மொத்தமாக
aluminium [,ælјʊ'mɪnɪəm] *n* அலுமினியம்
always ['ɔːlweɪz] *adv* எப்பொழுதும்
Alzheimer's disease ['ælts'haɪməz dɪ'ziːz] *n* அல்ஜிமர் நோய்

a.m. [eɪ ɛm] *abbr* முற்பகல்
amateur ['æmətə] *n* கற்றுத் தேறாத
amaze [ə'meɪz] *vt* வியப்படையச் செய்
amazed [ə'meɪzd] *adj* மலைத்து
amazing [ə'meɪzɪŋ] *adj* மலைப்பூட்டும்
ambassador [æm'bæsədə] *n* தூதுவர்
amber ['æmbə] *n* நிமிளை
ambition [æm'bɪʃən] *n* பேராவல்
ambitious [æm'bɪʃəs] *adj* பெருவிருப்பம் காட்டும்
ambulance ['æmbjʊləns] *n* நோயாளி வண்டி
amenities [ə'miːnɪtɪz] *npl* வசதிகள்
America [ə'mɛrɪkə] *n* அமெரிக்கா
American [ə'mɛrɪkən] *adj* அமெரிக்காவின் ▷ *n* அமெரிக்க வாசி
American football [ə'mɛrɪkən 'fʊtˌbɔːl] *n* அமெரிக்க கால்பந்தாட்டம்
among [ə'mʌŋ] *prep* *(surrounded by)* பலவற்றின் இடையில்; *(between)* இடையே;
amount [ə'maʊnt] *n* தொகை
amp [æmp] *n* ஆம்ப் - மின்சார அளவு
amplifier ['æmplɪˌfaɪə] *n* ஒலி பெருக்கி
amuse [ə'mjuːz] *vt* மகிழ்வடையச் செய்
amusement arcade [ə'mjuːzmənt ɑː'keɪd] *n* கேளிக்கைக் கூடம்
an [æn] *det* ஓர்
anaemic [ə'niːmɪk] *adj* இரத்தச் சோகை
anaesthetic [ˌænɪs'θɛtɪk] *n* மயக்க மருந்து
analyse ['ænəˌlaɪz] *vt* பகுப்பாய்வு செய்
analysis [ə'nælɪsɪs] *n* பகுப்பாய்வு
ancestor ['ænsɛstə] *n* முன்னோர்
anchor ['æŋkə] *n* நங்கூரம்
anchovy ['æntʃəvɪ] *n* நெத்திலி மீன்
ancient ['eɪnʃənt] *adj* பழைமை வாய்ந்த
and [ænd] *conj* மற்றும்
Andes ['ændiːz] *npl* ஆண்டஸ் - மலைத்தொடர்
Andorra [æn'dɔːrə] *n* அண்டோரா - ஒரு நாடு
angel ['eɪndʒəl] *n* தேவதை
anger ['æŋgə] *n* கோபம்
angina [æn'dʒaɪnə] *n* இதயவலியும் இடதுகை வலியும் சேர்ந்து (ஆஞ்சைனா)
angle ['æŋgl] *n* கோணம்

angler ['æŋglə] *n* தூண்டிலாளர்
angling ['æŋglɪŋ] *n* தூண்டில் போட்டு மீன் பிடிப்பவர்
Angola [æŋ'gəʊlə] *n* அங்கோலா - ஒரு நாடு
Angolan [æŋ'gəʊlən] *adj* அங்கோல நாட்டின் ▷ *n* அங்கோல வாசி
angry ['æŋgrɪ] *adj* கோபம்
animal ['ænɪməl] *n* விலங்கு
aniseed ['ænɪˌsiːd] *n* சோம்பு
ankle ['æŋkl] *n* கணுக்கால்
anniversary [ˌænɪ'vɜːsərɪ] *n* ஆண்டு நிறைவு விழா
announce [ə'naʊns] *vt* அறிவிப்புச் செய்
announcement [ə'naʊnsmənt] *n* அறிவிப்பு
annoy [ə'nɔɪ] *vt* எரிச்சலூட்டு
annoying [ə'nɔɪɪŋ] *adj* நச்சரிக்கும், எரிச்சலூட்டும்
annual ['ænjʊəl] *adj* ஆண்டுக்கான
annually ['ænjʊəlɪ] *adv* ஆண்டுதோறும்
anonymous [ə'nɒnɪməs] *adj* அடையாளமில்லாத
anorak ['ænəˌræk] *n* தலைமுடியுடனிருக்கும் காற்று மற்றும் நீர்புகா ஆடை
anorexia [ˌænə'rɛksɪə] *n* பசியின்மை
anorexic [ˌænə'rɛksɪk] *adj* பசியால் மெலிந்தவர்
another [ə'nʌðə] *det* மற்றொரு
answer ['ɑːnsə] *n* பதில் ▷ *v* பதில் அளி
answering machine ['ɑːnsərɪŋ mə'ʃiːn] *n* பதில் சொல்லும் கருவி
answerphone ['ɑːnsəfəʊn] *n* பதிலைப் பதிவு செய்யும் தொலைபேசி
ant [ænt] *n* எறும்பு
antagonize [æn'tægəˌnaɪz] *vt* பகையுணர்ச்சியூட்டு
Antarctic [ænt'ɑːktɪk] *n* தென் துருவம்
Antarctica [ænt'ɑːktɪkə] *n* தென் துருவப் பிரதேசம்
antelope ['æntɪˌləʊp] *n* ஆண்டிலோப்; ஒருவகை மானினம்
antenatal [ˌæntɪ'neɪtl] *adj* மகப்பேறுக்கு முன்
anthem ['ænθəm] *n* வாழ்த்துப் பாடல்
anthropology [ˌænθrə'pɒlədʒɪ] *n* மனித வாழ்வியல்
antibiotic [ˌæntɪbaɪ'ɒtɪk] *n* நோய்க்கிருமி நாசிணி
antibody ['æntɪˌbɒdɪ] *n* எதிர்ப்பொருள்
anticlockwise [ˌæntɪ'klɒkˌwaɪz] *adv* இடஞ்சுழியாக, பின்வரிசையாக

antidepressant [ˌæntɪdɪˈprɛsnt] *n* மன அழுத்தத்திற்கான மருந்து
antidote [ˈæntɪˌdəʊt] *n* விஷ முறிவு
antifreeze [ˈæntɪˌfriːz] *n* உறையும் தன்மை நீக்கி
antihistamine [ˌæntɪˈhɪstəˌmiːn] *n* ஒவ்வாமை நீக்க மருந்து, எதிர் விழுப்புப் பொருள்
antiperspirant [ˌæntɪˈpɜːspərənt] *n* வியர்வைத் தடுப்பி
antique [ænˈtiːk] *n* பழங்கால பொருள்
antique shop [ænˈtiːk ʃɒp] *n* பழங்கால பொருட்கள் கடை
antiseptic [ˌæntɪˈsɛptɪk] *n* நோய்க்கிருமி நாசினி
anxiety [æŋˈzaɪɪtɪ] *n* பதற்றம்
any [ˈɛnɪ] *det* *(some)* ஏதாவது; கொஞ்சம் ▷ *pron* எதையும் ▷ *det* *(whichever)* விருப்பம் போல்; எது வேண்டுமானாலும்
anybody [ˈɛnɪˌbɒdɪ] *pron* யாராவது
anyhow [ˈɛnɪˌhaʊ] *adv* எப்படியோ; ஒரு வகையில்
anymore [ˌɛnɪˈmɔː] *adv* கொஞ்சம்கூட
anyone [ˈɛnɪˌwʌn] *pron* யாருக்கும்; யாரேனும்
anything [ˈɛnɪˌθɪŋ] *pron* எதையும்; எதுவும்
anytime [ˈɛnɪˌtaɪm] *adv* எந்த நேரத்திலும்
anyway [ˈɛnɪˌweɪ] *adv* எப்படியாவது
anywhere [ˈɛnɪˌwɛə] *adv* எங்காவது; எங்குவேண்டுமானாலும்
apart [əˈpɑːt] *adv* *(distant)* தனித்தனியாக; இடைவெளிவிட்டு; *(to pieces)* தனியாக
apart from [əˈpɑːt frɒm] *prep* (அதைத்) தவிர
apartment [əˈpɑːtmənt] *n* அடுக்குமாடி வீடு
aperitif [æˌpɛrɪˈtiːf] *n* ஒருவகை பசிதூண்டும் பானம்
aperture [ˈæpətʃə] *n* *(formal)* இடைவெளி
apologize [əˈpɒləˌdʒaɪz] *vi* வருத்தம் கூறு
apology [əˈpɒlədʒɪ] *n* தவறுக்கு வருத்தம் தெரிவித்தல்
apostrophe [əˈpɒstrəfɪ] *n* ஒற்றை மேற்கோள் குறி
appalling [əˈpɔːlɪŋ] *adj* திகைப்பை ஏற்படுத்தும்
apparatus [ˌæpəˈreɪtəs] *n* உபகரணம்
apparent [əˈpærənt] *adj* தெளிவாக இருப்பது போல்

apparently [ə'pærəntlı] *adv* எதிர்பாராத விதமாக
appeal [ə'piːl] *n* வேண்டுகோள் ▷ *vi* வேண்டுகோள் விடு
appear [ə'pıə] *vt* தோன்றச் செய்
appearance [ə'pıərəns] *n* தோற்றம்
appendicitis [əˌpɛndı'saıtıs] *n* குடல்வால் அழற்சி
appetite ['æpıˌtaıt] *n* பசி உணர்வு
applaud [ə'plɔːd] *v* மகிழ்ச்சியோடு கைதட்டு
applause [ə'plɔːz] *n* கைதட்டல்
apple ['æpl] *n* ஆப்பிள் பழம்
apple pie ['æpl paı] *n* ஆப்பிள் பணியாரம்
appliance [ə'plaıəns] *n* *(formal)* கருவி; உபகரணம்
applicant ['æplıkənt] *n* விண்ணப்பதாரர்
application [ˌæplı'keıʃən] *n* விண்ணப்பம்
application form [ˌæplı'keıʃn fɔːm] *n* விண்ணப்ப படிவம்
apply [ə'plaı] *v* விண்ணப்பி
appoint [ə'pɔınt] *vt* நியமி
appointment [ə'pɔıntmənt] *n* நியமனம்
appreciate [ə'priːʃıˌeıt] *vt* பாராட்டு
apprehensive [ˌæprı'hɛnsıv] *adj* அச்சம் உண்டாக்குகிற
apprentice [ə'prɛntıs] *n* கற்றுக்குட்டி; பணிபயில்பவர்
approach [ə'prəʊtʃ] *v* அணுகு
appropriate [ə'prəʊprııt] *adj* பொருத்தமான
approval [ə'pruːvl] *n* ஒப்புதல்
approve [ə'pruːv] *vi* ஒப்புதல் அளி
approximate [ə'prɒksımıt] *adj* தோராயமான
approximately [ə'prɒksımıtlı] *adv* தோராயமாக
apricot ['eıprıˌkɒt] *n* சர்க்கரை பதாமி
April ['eıprəl] *n* ஏப்ரல் மாதம்
April Fools' Day ['eıprəl fuːlz deı] *n* ஏப்ரல் மாத முட்டாள்கள் தினம்
apron ['eıprən] *n* மேலாடை
aquarium [ɔ'kwɛəriəm] *n* நீர்வாழ் உயிரினங்களின் காட்சிசாலை
Aquarius [ə'kwɛərıəs] *n* கும்ப ராசி
Arab ['ærəb] *adj* அரபிய ▷ *n* அரேபியர்
Arabic ['ærəbık] *n* அரபு நாட்டுடையது ▷ *adj* அரபு நாட்டின்
arbitration [ˌɑːbı'treıʃən] *n* மத்தியஸ்தம்

arch [ɑːtʃ] n தோரண வளைவு

archaeologist [ˌɑːkɪˈɒlədʒɪst] n தொல்பொருள் ஆராய்ச்சியாளர்

archaeology [ˌɑːkɪˈɒlədʒɪ] n தொல்பொருள் ஆராய்ச்சி

architect [ˈɑːkɪˌtɛkt] n கட்டிடக் கலைஞர், ஒன்றைக் கட்டுமான உருவம் அளிப்பவர்

architecture [ˈɑːkɪˌtɛktʃə] n கட்டிடக் கலை

archive [ˈɑːkaɪv] n ஆவணக்கிடங்கு

Arctic [ˈɑːktɪk] n வடதுருவம்

Arctic Circle [ˈɑːktɪk ˈsɜːkl] n வடதுருவ வட்டம்

Arctic Ocean [ˈɑːktɪk ˈəʊʃən] n வடதுருவக் கடல்

area [ˈɛərɪə] n வட்டாரம்; பகுதி

Argentina [ˌɑːdʒənˈtiːnə] n அர்ஜென்டினா

Argentinian [ˌɑːdʒənˈtɪnɪən] adj அர்ஜென்டைனாவின் ▷ n அர்ஜென்டைனாக்காரன்

argue [ˈɑːgjuː] vi விவாதி

argument [ˈɑːgjʊmənt] n விவாதம்

Aries [ˈɛəriːz] n மேஷ ராசி

arm [ɑːm] n கரம்

armchair [ˈɑːmˌtʃɛə] n கைப்பிடி நாற்காலி

armed [ɑːmd] adj படைக்கருவிகள் கொண்ட

Armenia [ɑːˈmiːnɪə] n அர்மேனியா - ஒரு நாடு

Armenian [ɑːˈmiːnɪən] adj அர்மேனியாவின் ▷ n (person) அர்மேனியவாசி; (language) அர்மேனிய மொழி

armour [ˈɑːmə] n மெய்க்காப்பு; கவசம்

armpit [ˈɑːmˌpɪt] n அக்குள்

army [ˈɑːmɪ] n இராணுவம்

aroma [əˈrəʊmə] n சூழ்ந்திருக்கும் மணம்

aromatherapy [əˌrəʊməˈθɛrəpɪ] n நறுமணக் குளியல்

around [əˈraʊnd] adv சுற்றிலும் ▷ prep (surrounding) சுற்றியிருக்கும்; (all over) எங்கும்; (near to) ஏறக்குறைய; சுமாராக

arrange [əˈreɪndʒ] v (plan) ஏற்பாடு செய் ▷ vt (order) ஒழுங்குபடுத்து

arrangement [əˈreɪndʒmənt] n ஏற்பாடு செய்தல்

arrears [əˈrɪəz] npl நிலுவையில் இருப்பவைகள்

arrest [əˈrɛst] n கைது ▷ vt கைது செய்

arrival [əˈraɪvl] n வந்து சேர்தல்

arrive [əˈraɪv] vi வந்து சேர்

arrogant ['ærəgənt] *adj* கொடூரமான
arrow ['ærəʊ] *n (weapon)* அம்பு; *(sign)* திசை காட்டும் குறி
arson ['ɑːsn] *n* எரியூட்டல்
art [ɑːt] *n* கலை
artery ['ɑːtərɪ] *n* தமனி
art gallery [ɑːt 'gælərɪ] *n* கலைக்கூடம்
arthritis [ɑː'θraɪtɪs] *n* மூட்டு வாதம்/மூட்டு வீக்கம்
artichoke ['ɑːtɪˌtʃəʊk] *n* கூனைப்பூ
article ['ɑːtɪkl] *n* கட்டுரை
artificial [ˌɑːtɪ'fɪʃəl] *adj* செயற்கையான
artist ['ɑːtɪst] *n* ஓவியர்
artistic [ɑː'tɪstɪk] *adj* கலைநயத்துடன்
art school [ɑːt skuːl] *n* கலைப் பள்ளி
as [æz; əz] *conj* (நிகழும்) போது ▷ *prep* போல;
asap ['eɪsæp; eɪ ɜs eɪ piː] *abbr* விரைவாக
as ... as [æz; əz] *adv* (அது) போல
ashamed [ə'ʃeɪmd] *adj* வெட்கக்கேடாக
ashtray ['æʃˌtreɪ] *n* சாம்பல் கிண்ணம்
Ash Wednesday [æʃ 'wɛnzdɪ] *n* சாம்பல் புதன்கிழமை
Asia ['eɪʃə] *n* ஆசியா
Asian ['eɪʃən] *adj* ஆசியாவின் ▷ *n* ஆசியக்காரன்
aside [ə'saɪd] *adv* ஒரு பக்கமாக
ask [ɑːsk] *vt* கேள்
ask for [ɑːsk fɔː] *v (request)* கேட்டுப்பார்
asleep [ə'sliːp] *adj* உறக்கநிலையில்
asparagus [ə'spærəgəs] *n* தண்ணீர்விட்டான் கொடி
aspect ['æspɛkt] *n* கூறு; பாகம்
aspirin ['æsprɪn] *n* ஆஸ்பிரின் - வலி நிவாரணி
assembly [ə'sɛmblɪ] *n* கூட்டம்
asset ['æsɛt] *n* சொத்து
assignment [ə'saɪnmənt] *n* ஒப்படைப்பு; பணி
assistance [ə'sɪstəns] *n* உதவி
assistant [ə'sɪstənt] *n* உதவியாள்
associate [ə'səʊʃɪɪt] *adj* இணை ▷ [ə'səʊsɪeɪt] *n* கூட்டாளி
association [əˌsəʊsɪ'eɪʃən] *n* சங்கம்
assortment [ə'sɔːtmənt] *n* தொகுதி
assume [ə'sjuːm] *vt* ஊகம் செய்
assure [ə'ʃʊə] *vt* உறுதி அளி

asthma ['æsmə] *n* ஆஸ்துமா
- ஒரு நோய்

astonish [ə'stɒnɪʃ] *vt* வியக்க
வை

astonished [ə'stɒnɪʃt] *adj*
வியக்க வைத்த

astonishing [ə'stɒnɪʃɪŋ] *adj*
வியக்க வைக்கும்

astrology [ə'strɒlədʒɪ] *n*
ஜோதிடம்

astronaut ['æstrə,nɔːt] *n*
விண்வெளி வீரர்

astronomy [ə'strɒnəmɪ] *n*
வானியல்

asylum [ə'saɪləm] *n* புகலிடம்

asylum seeker [ə'saɪləm
'siːkə] *n* புகலிடம்
தேடுவோர்

at [æt] *prep* இல்

atheist ['eɪθɪ,ɪst] *n* கடவுள்
நம்பிக்கை இல்லாதவன்,
நாத்திகன்

athlete ['æθliːt] *n* தடகள
விளையாட்டு வீரர்

athletic [æθ'lɛtɪk] *adj*
கட்டுடல் கொண்ட

athletics [æθ'lɛtɪks] *npl*
தடகள விளையாட்டுக்கள்

Atlantic Ocean [ət'læntɪk
'əʊʃən] *n* அட்லாண்டிக் -
பெருங்கடல்

atlas ['ætləs] *n* உலக
வரைபடம்

at least [ət liːst] *adv* குறைந்த
பட்சம்

atmosphere ['ætməs,fɪə] *n*
வளிமண்டலம்

atom ['ætəm] *n* அணு

atom bomb ['ætəm bɒm] *n*
அணுகுண்டு

atomic [ə'tɒmɪk] *adj*
அணுசார்ந்த

attach [ə'tætʃ] *vt* இணை

attached [ə'tætʃt] *adj*
இணைக்கப்பட்ட

attachment [ə'tætʃmənt] *n*
இணைப்பு

attack [ə'tæk] *n* தாக்குதல்
▷ *v* தாக்கு

attempt [ə'tɛmpt] *n* முயற்சி
▷ *vt* முயற்சி செய்

attend [ə'tɛnd] *v* கலந்து
கொள்

attendance [ə'tɛndəns] *n*
வருகை

attention [ə'tɛnʃən] *n* கவனம்

attic ['ætɪk] *n* மாடத்தில்
உள்ள அறை

attitude ['ætɪ,tjuːd] *n*
மனப்பாங்கு

attract [ə'trækt] *vt*
கவர்ந்திழு

attraction [ə'trækʃən] *n*
கவர்ச்சி

attractive [ə'træktɪv] *adj*
கவர்ச்சியான

aubergine ['əʊbə,ʒiːn] *n*
கத்தரிக்காய்

auburn ['ɔːbən] *adj* தங்கப்
பழுப்பு நிற

auction ['ɔːkʃən] *n* ஏலம்

audience ['ɔːdɪəns] *n* பார்வையாளர்கள்

audit ['ɔːdɪt] *n* தணிக்கை ▷ *vt* தணிக்கை செய்

audition [ɔː'dɪʃən] *n* கேட்கும் திறன்

auditor ['ɔːdɪtə] *n* தணிக்கையாளர்

August ['ɔːgəst] *n* ஆகஸ்ட் - மாதம்

aunt [ɑːnt] *n* அத்தை; சித்தி; மாமி

auntie ['ɑːntɪ] *n (informal)* அத்தை; சித்தி; மாமி

au pair [əʊ 'pɛə] *n* குருகுல மாணவன்

austerity [ɒ'stɛrɪtɪ] *n* எளிமை

Australasia [ˌɒstrə'leɪzɪə] *n* ஆஸ்திரலேசியா; ஆஸதிரேலியா நியூசிலாந்து, மற்றும் தெற்கு பசுபிக் கடலில் உள்ள அண்டைத் தீவுகள்

Australia [ɒ'streɪlɪə] *n* ஆஸ்திரேலியா

Australian [ɒ'streɪlɪən] *adj* ஆஸ்திரேலியாவின் ▷ *n* ஆஸ்திரேலியன்

Austria ['ɒstrɪə] *n* ஆஸ்ட்ரியா

Austrian ['ɒstrɪən] *adj* ஆஸ்ட்ரியாவின் ▷ *n* ஆஸ்ட்ரிய வாசி

authentic [ɔː'θɛntɪk] *adj* அதிகாரப்பூர்வமான

author ['ɔːθə] *n* ஆசிரியர்

authorize ['ɔːθəˌraɪz] *vt* அதிகாரம் வழங்கு

autobiography [ˌɔːtəʊbaɪ'ɒgrəfɪ] *n* சுயசரிதம்

autograph ['ɔːtəˌgrɑːf] *n* கையெழுத்து (சேகரித்தல்)

automatic [ˌɔːtə'mætɪk] *adj* தானியங்கி இயல்புடன்

automatically [ˌɔːtə'mætɪklɪ] *adv* சுயமாக

autonomous [ɔː'tɒnəməs] *adj* தனித்தியங்கும்

autonomy [ɔː'tɒnəmɪ] *n* தனித்தியங்கும் சுதந்திரம்

autumn ['ɔːtəm] *n* கூதிர்ப் பருவம், இலையுதிர் காலம்

availability [ə'veɪləbɪlɪtɪ] *n* கிடைக்கும் தன்மை

available [ə'veɪləbl] *adj* கிடைக்க கூடிய

avalanche ['ævəˌlɑːntʃ] *n* பனிச்சரிவு

avenue ['ævɪˌnjuː] *n* நிழற்சாலை

average ['ævərɪdʒ] *adj* சராசரியாக ▷ *n* சராசரி

avocado [ˌævə'kɑːdəʊ] *n* (பழுத்த) வெண்ணைப் பழம்

avoid [ə'vɔɪd] *vt* தவிர்

awake [ə'weɪk] *adj* விழித்திருத்தல் ▷ *v (literary)* விழித்தெழச் செய்

award [ə'wɔːd] *n* பரிசு
aware [ə'wɛə] *adj* தெரிந்திருத்தல்
away [ə'weɪ] *adv (in distance)* அப்பால்; *(put)* இருக்க வேண்டிய இடத்தில்
away match [ə'weɪ mætʃ] *n* வெளிநாட்டில் போட்டி
awful ['ɔːfʊl] *adj* பயங்கரமான
awfully ['ɔːfəlɪ] *adv* அளவிடமுடியாத
awkward ['ɔːkwəd] *adj* தர்ம சங்கடமான
axe [æks] *n* கோடாலி
axle ['æksəl] *n* இருசு, அச்சாணி
Azerbaijan [ˌæzəbaɪ'dʒɑːn] *n* அஜர்பைஜான் - ஒரு நாடு
Azerbaijani [ˌæzəbaɪ'dʒɑːnɪ] *adj* அஜர்பைஜானியன் ▷ *n* அஜர்பைஜான் வாசி

b

BA [biː eɪ] *abbr* பி ஏ - இளநிலைப் பட்டப்படிப்பு
baby ['beɪbɪ] *n* குழந்தை
baby milk ['beɪbɪ mɪlk] *n* குழந்தைப் பால்
baby's bottle ['beɪbɪz bɒtl] *n* குழந்தைப் பால் புட்டி
babysit ['beɪbɪsɪt] *v* குழந்தையை கவனித்துக் கொள்
babysitter ['beɪbɪsɪtə] *n* குழந்தையைக் கவனிப்பவர்
babysitting ['beɪbɪsɪtɪŋ] *n* குழந்தையைக் கவனித்துக் கொள்தல்
baby wipe ['beɪbɪ waɪp] *n* குழந்தைத் துடைப்பான்
bachelor ['bætʃələ] *n* திருமணமாகாதவர்
back [bæk] *adj* பின் ▷ *adv* பின்னால் ▷ *n (part of body)* முதுகு ▷ *vi* பின்புறம் பார்த்திரு ▷ *n (rear)* பின்பக்கம்
backache ['bækˌeɪk] *n* முதுகு வலி
backbone ['bækˌbəʊn] *n* முதுகெலும்பு
backfire [ˌbæk'faɪə] *vi* தன்மீதே திரும்பு
background ['bækˌgraʊnd] *n* பின்னணி
backing ['bækɪŋ] *n* ஆதரவு
back out [bæk aʊt] *v* விலகிக் கொள்
backpack ['bækˌpæk] *n* தோளில் சுமக்கும் பை
backpacker ['bækˌpækə] *n* முதுகுப் பொதியுடன் பயணிப்பவர்

backpacking ['bæk,pækɪŋ] *n* முதுகுப் பொதியுடன் பயணித்தல்
back pain [bæk peɪn] *n* முதுகு வலி
backside [,bæk'saɪd] *n* *(informal)* முதுகுப் புறம்
backslash ['bæk,slæʃ] *n* பின்னடிப்பு
backstroke ['bæk,strəʊk] *n* பின்னோக்கி நீச்சலடித்தல்
back up [bæk ʌp] *v* ஆதாரம் காட்டு
backup ['bækʌp] *n* காப்புநகல்
backwards ['bækwədz] *adv* *(in direction)* பின்புறம்; *(back to front)* பின்னோக்கி
bacon ['beɪkən] *n* பன்றி இறைச்சி
bacteria [bæk'tɪərɪə] *npl* பாக்டீரியா
bad [bæd] *adj* *(unpleasant)* மோசமான; நல்லது அல்லாத; *(wicked)* கெட்ட; தாகாத
badge [bædʒ] *n* சின்னம்
badger ['bædʒə] *n* ஒரு பாலூட்டி விலங்கு
badly ['bædlɪ] *adv* தவறாக
badminton ['bædmɪntən] *n* பூப்பந்தாட்டம்; இறகுப் பந்தாட்டம்
bad-tempered [bæd'tɛmpəd] *adj* கெட்ட சுபாவமுள்ள
baffled ['bæfld] *adj* குழப்பமடைந்த
bag [bæg] *n* பை
baggage ['bægɪdʒ] *n* பயண மூட்டை
baggy ['bægɪ] *adj* தொள தொள ஆடை அணிந்த
bagpipes ['bæg,paɪps] *npl* காற்று இசைக் கருவி
Bahamas [bə'hɑːməz] *npl* பஹாமாஸ் - தீவுகள் கூட்டம்
Bahrain [bɑː'reɪn] *n* பஹ்ரெய்ன் - முடியரசு நாடு
bail [beɪl] *n* பிணையம்
bake [beɪk] *vi* வெப்பத்தில் வாட்டு
baked [beɪkt] *adj* வெப்பத்தில் வாட்டப்பட்ட
baked potato [beɪkt pə'teɪtəʊ] *n* சுட்ட உருளைக் கிழங்கு
baker ['beɪkə] *n* அடுமனைக்காரர்
bakery ['beɪkərɪ] *n* அடுமனை
baking ['beɪkɪŋ] *n* வெப்பத்தில் வாட்டி சமைப்பது
baking powder ['beɪkɪŋ 'paʊdə] *n* சமையல் சோடா
balance ['bæləns] *n* சமநிலை
balanced ['bælənst] *adj* சமன் செய்யப்பட்ட
balance sheet ['bæləns ʃiːt] *n* இருப்பு நிலைக் குறிப்பு

balcony ['bælkənɪ] *n* மேல் மாடம்
bald [bɔːld] *adj* வழுக்கை
Balkan ['bɔːlkən] *adj* பால்கன் பகுதியைச் சார்ந்த
ball [bɔːl] *n* *(for playing with)* பந்து; *(dance)* ஒருவகை நடனம்
ballerina [,bælə'riːnə] *n* பால்லெட் நடனப் பெண்
ballet ['bæleɪ] *n* பால்லெட் நடனம்
ballet dancer ['bæleɪ 'dɑːnsə] *n* தொழில் ரீதியில் பால்லெட் நடனமாடுபவர்
ballet shoes ['bæleɪ ʃuːz] *npl* பால்லெட் நடன காலணிகள்
balloon [bə'luːn] *n* பலூன்
ballpoint ['bɔːlpɔɪnt] *n* பந்துமுனை எழுதுகோல்
ballroom dancing ['bɔːlrʊm 'dɑːnsɪŋ] *n* பால் ரூம் நடனம்
bamboo [bæm'buː] *n* மூங்கில்
ban [bæn] *n* தடை செய் ▷ *vt* தடை
banana [bə'nɑːnə] *n* வாழைப் பழம்
band [bænd] *n* *(group of musicians)* இசைக்குழு; *(strip)* பட்டை
bandage ['bændɪdʒ] *n* புண் கட்டுத்துணி ▷ *vt* கட்டுப் போடு
bang [bæŋ] *n* அதிரடி சப்தம் ▷ *v* அதிரடி
Bangladesh [,bɑːŋglə'dɛʃ] *n* பங்களாதேஷ் - ஒரு நாடு
Bangladeshi [,bɑːŋglə'dɛʃɪ] *adj* பங்களாதேஷ் சார்ந்த ▷ *n* பங்களாதேஷ் வாசி
banister ['bænɪstə] *n* கைப்பிடிச்சுவர்
banjo ['bændʒəʊ] *n* பாஞ்ஜோ - இசைக் கருவி
bank [bæŋk] *n* *(beside river)* நதிக்கரை; *(for money)* வங்கி
bank account [bæŋk ə'kaʊnt] *n* வங்கிக் கணக்கு
bank balance [bæŋk 'bæləns] *n* வங்கி இருப்பு
bank charges [bæŋk 'tʃɑːdʒɪz] *npl* வங்கிக் கட்டணங்கள்
banker ['bæŋkə] *n* வங்கி அதிகாரி
bank holiday [bæŋk 'hɒlɪdeɪ] *n* வங்கி விடுமுறை
banknote ['bæŋk,nəʊt] *n* பணத் தாள்
bankrupt ['bæŋkrʌpt] *adj* திவாலான
bank statement [bæŋk 'steɪtmənt] *n* வங்கிக் கணக்குப் பட்டியல்
banned [bænd] *adj* தடை செய்யப்பட்ட

b

bar [biː eɪ] *n (metal or wooden)* கம்பிச் சட்டம் (மரம் அல்லது உலோகம்); *(pub)* மது அருந்துமிடம்
Barbados [bɑːˈbeɪdəʊs] *n* பார்படோஸ் - ஒரு தீவு
barbaric [bɑːˈbærɪk] *adj* காட்டுமிராண்டித் தனமான
barbecue [ˈbɑːbɪˌkjuː] *n* திறந்த வெளி சமையலுக்கான கம்பிவலை அடுப்பு
barbed wire [bɑːbd ˈwaɪə] *n* முள் கம்பி
barber [ˈbɑːbə] *n* நாவிதர்
bare [bɛə] *adj (naked)* (ஆடையின்றி) வெறுமையான ▷ *vt* வெளிப்படுத்து ▷ *adj (empty)* ஒன்றுமில்லாமல்
barefoot [ˈbɛəˌfʊt] *adj* வெறுங்காலுள்ள ▷ *adv* காலணியின்றி
barely [ˈbɛəlɪ] *adv* வெளிப்படையாக
bargain [ˈbɑːgɪn] *n* பேரம்
barge [bɑːdʒ] *n* பரிசல்
bark [bɑːk] *vi* குரை
barley [ˈbɑːlɪ] *n* ரவை (வாற்கோதுமை)
barn [bɑːn] *n* களஞ்சியம்
barrel [ˈbærəl] *n* பீப்பாய்
barrier [ˈbærɪə] *n* வேலி
base [beɪs] *n* அடிப்பகுதி
baseball [ˈbeɪsˌbɔːl] *n* தளக்கட்டு பந்தாட்டம்
baseball cap [ˈbeɪsˌbɔːl kæp] *n* தளக்கட்டு பந்தாட்டத் தொப்பி
based [beɪst] *adj* அடிப்படையிலான
basement [ˈbeɪsmənt] *n* அடித்தளம்
bash [bæʃ] *n (informal)* கொண்டாட்டம் ▷ *vt (informal)* பலத்த அடி கொடு
basic [ˈbeɪsɪk] *adj* அடிப்படையான
basically [ˈbeɪsɪklɪ] *adv* அடிப்படையில்
basics [ˈbeɪsɪks] *npl* அடிப்படைகள்
basil [ˈbæzl] *n* துளசி
basin [ˈbeɪsn] *n* தொட்டி
basis [ˈbeɪsɪs] *n* அடிப்படை
basket [ˈbɑːskɪt] *n* கூடை
basketball [ˈbɑːskɪtˌbɔːl] *n* கூடைப்பந்து விளையாட்டு
Basque [bæsk] *adj* பாஸ்கியூ நாட்டைச் சார்ந்த ▷ *n (person)* பாஸ்கியூ இனத்தவர்; *(language)* பாஸ்கியூ மொழி
bass [beɪs] *n* அடித்தொனி
bass drum [beɪs drʌm] *n* பெருமுரசு
bassoon [bəˈsuːn] *n* துளைக்கருவி வகை

bat [bæt] *n* *(for games)* பந்து அடிக்கும் மட்டை; *(animal)* வௌவால்
bath [bɑːθ] *n* நீர்த்தொட்டி
bathe [beɪð] *vi* *(formal)* குளி
bathing suit ['beɪðɪŋ suːt] *n* குளியல் உடை
bathrobe ['bɑːθˌrəʊb] *n* குளித்தபின் அணியும் உடல் சுற்றிய ஆடை
bathroom ['bɑːθˌruːm] *n* குளியலறை
baths [bɑːθz] *npl* நீச்சல் குளம்
bath towel [bɑːθ 'taʊəl] *n* (துடைத்துக்கொள்ளும்) துண்டு
bathtub ['bɑːθˌtʌb] *n* குளியல் தொட்டி
batter ['bætə] *n* (இட்லி தோசை க்கான) மாவு
battery ['bætərɪ] *n* மின்கலம்
battle ['bætl] *n* போர்
battleship ['bætlˌʃɪp] *n* போர்க்கப்பல்
bay [beɪ] *n* விரிகுடா
bay leaf [beɪ liːf] *n* பிரியாணி இலை
BC [biː siː] *abbr* கி.மு.
be [biː] *v* *(person, thing)* இரு (வினைச்சொல்); *(there)* இருக்கிறது (வினைச்சொல்)
beach [biːtʃ] *n* கடற்கரை
bead [biːd] *n* மணி
beak [biːk] *n* (பறவையின்) அலகு
beam [biːm] *n* ஒளிக்கதிர்
bean [biːn] *n* பருப்பு
beansprouts ['biːnspraʊts] *npl* முளைவிட்ட பருப்பு
bear [bɛə] *n* கரடி ▷ *vt* *(literary)* பொறுத்துக் கொள்
beard [bɪəd] *n* தாடி
bearded ['bɪədɪd] *adj* தாடி வளர்த்திருக்கும்
bear up [bɛə ʌp] *v* தாங்கிக் கொள்
beat [biːt] *n* தாளம் ▷ *vt* *(hit)* (சத்தம் உண்டாக்குவதற்கு) அடி; *(defeat)* தோல்வியுறச் செய்
beautiful ['bjuːtɪfʊl] *adj* அழகான
beautifully ['bjuːtɪflɪ] *adv* அழகாக
beauty ['bjuːtɪ] *n* அழகு
beauty salon ['bjuːtɪ 'sælɒn] *n* அழகு நிலையம்
beauty spot ['bjuːtɪ spɒt] *n* கண்கவர் இடம்
beaver ['biːvə] *n* நீர்நாய்
because [bɪ'kɒz] *conj* ஏனென்றால்
become [bɪ'kʌm] *v* ஆகு
bed [bɛd] *n* படுக்கை
bed and breakfast [bɛd ənd 'brɛkfəst] *n* படுக்கையும் காலை உணவும்

bedclothes ['bɛd,kləʊðz] *npl* படுக்கை விரிப்புகள்
bedding ['bɛdɪŋ] *n* படுக்கைப் பொருட்கள்
bed linen [bɛd 'lɪnɪn] *n* படுக்கை விரிப்பு
bedroom ['bɛd,ruːm] *n* படுக்கையறை
bedside lamp ['bɛd,saɪd læmp] *n* தலைமாட்டு விளக்கு
bedside table ['bɛd,saɪd 'teɪbl] *n* படுக்கையறை மேசை
bedsit ['bɛd,sɪt] *n* படுக்கை அறை
bedspread ['bɛd,sprɛd] *n* படுக்கை விரிப்பு
bedtime ['bɛd,taɪm] *n* உறங்கும் நேரம்
bee [biː] *n* தேனீ
beech [biːtʃ] *n* புங்க மரம்
beef [biːf] *n* மாட்டிறைச்சி
beefburger ['biːf,bɜːgə] *n* மாட்டிறைச்சியில் செய்யப்பட்ட பணியாரம்
beeper ['bliːpə] *n (informal)* அடையாள ஒலி எழுப்பும் கருவி
beer [bɪə] *n* பீர் - ஒரு மதுபானம்
beetle ['biːtl] *n* வண்டு
beetroot ['biːt,ruːt] *n* பீட்ரூட்
before [bɪ'fɔː] *adv* முன்பாக ▷ *conj* முன்பு ▷ *prep* (கால அளவில்) முன்னால்; முன்பாக
beforehand [bɪ'fɔː,hænd] *adv* முன்னதாகவே
beg [bɛg] *v* பிச்சை கேள்
beggar ['bɛgə] *n* பிச்சைக்காரன்
begin [bɪ'gɪn] *vt* தொடங்கு; ஆரம்பி
beginner [bɪ'gɪnə] *n* தொடக்க நிலையிலிருப்பவர்
beginning [bɪ'gɪnɪŋ] *n* ஆரம்பம்
behave [bɪ'heɪv] *vi (act)* நடந்துகொள் ▷ *vt (yourself)* நல்லமுறையில் நடந்துகொள்
behaviour [bɪ'heɪvjə] *n* நடத்தை
behind [bɪ'haɪnd] *adv* பின்புறமாக ▷ *n* பின்புறம் ▷ *prep* பின்பக்கம்; பின்புறம்
beige [beɪʒ] *adj* பழுப்பான
Beijing ['beɪ'dʒɪŋ] *n* பீஜிங் - ஒரு நகரம்
Belarus ['bɛlə,rʌs] *n* பெலாரஸ் - ஒரு நாடு
Belarussian [,bɛləʊ'rʌʃən] *adj* பெலாரஸ் சார்ந்த ▷ *n (person)* பெலாரஸ் வாசி; *(language)* பெலாரஸ்யன் - மொழி

Belgian ['bɛldʒən] *adj* பெல்ஜியத்தைச் சார்ந்த ▷ *n* பெல்ஜிய வாசி
Belgium ['bɛldʒəm] *n* பெல்ஜியம் - ஒரு நாடு
belief [bɪ'liːf] *n* நம்பிக்கை
believe [bɪ'liːv] *vt (formal)* நம்பு ▷ *vi* நம்பிக்கையோடிரு
bell [bɛl] *n* மணி
belly ['bɛlɪ] *n* வயிறு
belly button ['bɛlɪ 'bʌtn] *n (informal)* தொப்புள்
belong [bɪ'lɒŋ] *vi (should be)* இடம் சார்ந்திரு; *(be a member)* சார்ந்திரு
belongings [bɪ'lɒŋɪŋz] *npl* உடைமைப் பொருட்கள்
belong to *v* உடைமையாயிரு
below [bɪ'ləʊ] *adv* கீழாக ▷ *prep* அடியில்; கீழே
belt [bɛlt] *n* பெல்ட் (அரைக்கச்சை)
bench [bɛntʃ] *n* மரப் பெஞ்சு
bend [bɛnd] *n* வளைவு ▷ *vi* வளை
bend down [bɛnd daʊn] *v* குனி
bend over [bɛnd 'əʊvə] *v* குனிந்திரு
beneath [bɪ'niːθ] *prep* (அதற்கு) அடியில்
benefit ['bɛnɪfɪt] *n* பலன் ▷ *v* ஆதாயம் பெறு
bent [bɛnt] *adj (not straight)* கோணலான; *(dishonest)* வளைந்த
beret ['bɛreɪ] *n* வட்டவடிவ தொப்பி
berry ['bɛrɪ] *n* சிறு கனிகள்
berth [bɜːθ] *n* பலகைப் படுக்கை
beside [bɪ'saɪd] *prep* அருகில்
besides [bɪ'saɪdz] *adv* கூடுதலாக ▷ *prep* மேலும்
best [bɛst] *adj* சிறந்த ▷ *adv* சிறப்பான
best-before date [ˌbɛstbɪ'fɔː deɪt] *n* உணவு உபயோகிப்பதற்குக் கடைசி நாள்
best man [bɛst mæn] *n* மாப்பிள்ளைத் தோழன்
bestseller [ˌbɛst'sɛlə] *n* அதிகமாக விற்கபட்டவை
bet [bɛt] *n* பந்தயம் ▷ *v* பந்தயம் கட்டு
betray [bɪ'treɪ] *vt* நம்பிக்கைத் துரோகம் செய்
better ['bɛtə] *adj (more good)* மேன்மையான ▷ *adv* நன்றாக ▷ *adj (well again)* சுகமான
between [bɪ'twiːn] *prep* இடையில்
bewildered [bɪ'wɪldəd] *adj* மனங்குழம்பிய

beyond [bɪ'jɒnd] *prep* அப்பால்
biased ['baɪəst] *adj* பட்சம் சார்ந்து
bib [bɪb] *n* குழந்தை கழுத்தாடை
Bible ['baɪbl] *n* பைபிள்; விவிலிய நூல்
bicarbonate of soda [baɪ'kɑːbənət əv 'səʊdə] *n* சமையல் சோடா
bicycle ['baɪsɪkl] *n* மிதிவண்டி
bicycle pump ['baɪsɪkl pʌmp] *n* மிதிவண்டி காற்றடிக்கும் பம்பு
bid [bɪd] *n* விலை கூறு ▷ *v* ஏலத்தில் விலை கேள்
bifocals [baɪ'fəʊklz] *npl* இருபார்வைக் கண்ணாடி
big [bɪg] *adj* பெரிய
bigheaded ['bɪg,hɛdɪd] *adj* ஆணவமான
bike [baɪk] *n (informal)* இருசக்கர மோட்டார் வாகனம்
bikini [bɪ'kiːnɪ] *n* நீச்சலாடை
bilingual [baɪ'lɪŋgwəl] *adj* இரு மொழி சார்ந்த
bill [bɪl] *n (account)* கட்டணச் சீட்டு; *in (parliament)* மசோதா
billiards ['bɪljədz] *npl* பில்லியார்ட்ஸ் விளையாட்டு
billion ['bɪljən] *num* நூறு கோடி
bin [bɪn] *n* தொட்டி
bingo ['bɪŋgəʊ] *n* போட்டி விளையாட்டு
binoculars [bɪ'nɒkjʊləz] *npl* இருவிழிக்கருவி
biochemistry [,baɪəʊ'kɛmɪstrɪ] *n* உயிர் வேதியியல்
biodegradable [,baɪəʊdɪ'greɪdəbl] *adj* மக்கி அழியும்
biography [baɪ'ɒgrəfɪ] *n* வாழ்க்கை வரலாறு
biological [,baɪə'lɒdʒɪkl] *adj* உயிரியல் தொடர்பான
biology [baɪ'ɒlədʒɪ] *n* உயிரியல்
biometric [,baɪəʊ'mɛtrɪk] *adj* உயிரியல் முறைக்குரிய
birch [bɜːtʃ] *n* பிர்ச் மரம்
bird [bɜːd] *n* பறவை
bird flu [bɜːd fluː] *n* பறவைக் காய்ச்சல்
bird of prey [bɜːd əv preɪ] *n* வேட்டைப் பறவை
birdwatching ['bɜːd,wɒtʃɪŋ] *n* பறவை கவனித்தல்
Biro® ['baɪrəʊ] *n* முனையில் சிறிய உலோக பந்துடைய பேனா
birth [bɜːθ] *n* பிறப்பு
birth certificate [bɜːθ sə'tɪfɪkɪt] *n* பிறப்புச் சான்றிதழ்

birthday ['bɜːθˌdeɪ] *n* பிறந்த நாள்
birthplace ['bɜːθˌpleɪs] *n* *(written)* பிறந்த இடம்
biscuit ['bɪskɪt] *n* பிஸ்கட் (ஈரட்டி)
bit [bɪt] *n* துணுக்கு
bitch [bɪtʃ] *n* பெண் நாய்
bite [baɪt] *n* கடித்தல் ▷ *v* கடி
bitter ['bɪtə] *adj* கசப்பான
black [blæk] *adj* கருப்பு வண்ண
blackberry ['blækbərɪ] *n* மேற்கத்திய நாவல் பழம்
BlackBerry® ['blækbərɪ] *n* பிளாக்பெர்ரி - ஒரு செல்பேசி
blackbird ['blækˌbɜːd] *n* ஐரோப்பியப் பறவை
blackboard ['blækˌbɔːd] *n* கரும்பலகை
black coffee [blæk 'kɒfɪ] *n* பால் சேர்க்காத காஃபி
blackcurrant [ˌblæk'kʌrənt] *n* ஒரு பழவகை
black ice [blæk aɪs] *n* மெல்லிய உறைபனி
blackmail ['blækˌmeɪl] *n* மிரட்டிப் பணம் பறித்தல் ▷ *vt* அச்சுறுத்து
blackout ['blækaʊt] *n* இருட்டடிப்பு
bladder ['blædə] *n* சிறுநீர்ப் பை
blade [bleɪd] *n* மெல்லிய தகடு
blame [bleɪm] *vt* திட்டு ▷ *n* பழி
blank [blæŋk] *adj* வெற்றான ▷ *n* வெறுமை
blank cheque [blæŋk tʃek] *n* வெற்றுக் காசோலை
blanket ['blæŋkɪt] *n* போர்வை
blast [blɑːst] *n* வெடி
blatant ['bleɪtnt] *adj* அப்பட்டமான
blaze [bleɪz] *n* ஒளிவீச்சு
blazer ['bleɪzə] *n* மேல்சட்டை
bleach [bliːtʃ] *n* வெளிறச் செய்தல்
bleached [bliːtʃt] *adj* வெளிறிய
bleak [bliːk] *adj* மந்தமாக
bleed [bliːd] *vi* இரத்தக் கசிவு
blender ['blɛndə] *n* கலப்பான்
bless [blɛs] *vt* ஆசி கூறு
blind [blaɪnd] *adj* பார்வையற்ற
blindfold ['blaɪndˌfəʊld] *n* கண்களைக் கட்டுதல் ▷ *vt* கண்ணைக் கட்டு
blink [blɪŋk] *v* கண்மூடித் திற
bliss [blɪs] *n* பேரின்பம்
blister ['blɪstə] *n* கொப்புளம்

blizzard ['blɪzəd] *n*
பனிப்புயல்

block [blɒk] *n (rectangular
piece)* பாளம்; *(buildings)*
தொகுதி; *(obstruction)*
அடைப்பு ▷ *vt* தடை
ஏற்படுத்து

blockage ['blɒkɪdʒ] *n*
அடைப்பு

blocked [blɒkt] *adj*
அடைத்துக்கொண்ட

blog [blɒg] *v*
இணையதளத்தில் பதிவு
செய்

bloke [bləʊk] *n (informal)*
ஆள்; பேர்வழி

blonde [blɒnd] *adj* அழகி

blood [blʌd] *n* இரத்தம்

blood group [blʌd gruːp] *n*
இரத்த வகை

blood poisoning [blʌd
'pɔɪzənɪŋ] *n* இரத்தத்தில்
நச்சு கலந்திருத்தல்

blood pressure [blʌd 'prɛʃə]
n இரத்த அழுத்தம்

blood test [blʌd tɛst] *n*
இரத்தப் பரிசோதனை

blossom ['blɒsəm] *n* மலர்ச்சி
▷ *vi* மலரச் செய்

blouse [blaʊz] *n* ரவிக்கை

blow [bləʊ] *n* முகத்தில்
குத்தல் ▷ *vi (wind)* வீசு ▷ *vt
(person)* ஊது

blow-dry ['bləʊdraɪ] *n*
காற்றினால் உலர்த்து

blow up [bləʊ ʌp] *v* தகர்த்து
விடு

blue [bluː] *adj* நீல வண்ண

blueberry ['bluːbərɪ] *n* வட
அமெரிக்க கனிவகை

blues [bluːz] *npl* இசைக்குழு

bluff [blʌf] *n* ஏமாற்றுச்
செயல் ▷ *v* நடித்து ஏமாற்று

blunder ['blʌndə] *n* பெரும்
பிழை

blunt [blʌnt] *adj* உளம்
திறந்த

blush [blʌʃ] *vi* நாணமுறு

blusher ['blʌʃə] *n*
முகத்தில் சிவப்பழகு
செய்துகொள்ளும் பொருள்

board [bɔːd] *n (directors)*
குழு; வாரியம்; *(of wood or
plastic)* பலகை

boarder ['bɔːdə] *n* தங்கி
படிக்கும் மாணவன்

board game [bɔːd geɪm] *n*
அட்டை விளையாட்டு

boarding school ['bɔːdɪŋ
skuːl] *n* உணவு
வசதியுடனிருக்கும் பள்ளி

boast [bəʊst] *vi* பீற்றிக்
கொள்

boat [bəʊt] *n* படகு

body ['bɒdɪ] *n* உடல்

bodybuilding ['bɒdɪˌbɪldɪŋ]
n உடல் தோற்றம்
சீர்படுத்துதல்

bodyguard ['bɒdɪˌgɑːd] *n*
மெய்க்காப்பாளர்

bog [bɒg] *n* புதைமண்
boil [bɔɪl] *vt (food)* வேகவை ▷ *vi (water)* கொதிக்க வை
boiled [bɔɪld] *adj* வேக வைத்த
boiled egg [bɔɪld ɛg] *n* வெந்த முட்டை
boiler ['bɔɪlə] *n* கொதிகலன்
boiling ['bɔɪlɪŋ] *adj* கொதித்துக் கொண்டிருக்கும்
boil over [bɔɪl 'əʊvə] *v* பொங்கி வழி
Bolivia [bə'lɪvɪə] *n* பொலிவியா - ஒரு நாடு
Bolivian [bə'lɪvɪən] *adj* பொலிவியாவைச் சார்ந்த ▷ *n* பொலிவிய வாசி
bolt [bəʊlt] *n* தாழ்ப்பாள்
bomb [bɒm] *n* வெடிகுண்டு ▷ *vt* வெடிக்கச் செய்
bombing ['bɒmɪŋ] *n* வெடி குண்டால் தாக்குதல்
bond [bɒnd] *n* பிணைப்பு
bone [bəʊn] *n* எலும்பு
bone dry [bəʊn draɪ] *adj* வற்றிப் போன
bonfire ['bɒnˌfaɪə] *n* சொக்கப்பனை
bonnet ['bɒnɪt] *n (car)* மேல்மூடி
bonus ['bəʊnəs] *n* ஊக்கத் தொகை
book [bʊk] *n* புத்தகம் ▷ *vt* பதிவு செய்
bookcase ['bʊkˌkeɪs] *n* புத்தக அலமாரி
booking ['bʊkɪŋ] *n* அனுமதி பதிவு செய்தல்
booklet ['bʊklɪt] *n* சிற்றேடு
bookmark ['bʊkˌmɑːk] *n* அடையாள அட்டை
bookshelf ['bʊkˌʃɛlf] *n* புத்தக அலமாரி
bookshop ['bʊkˌʃɒp] *n* புத்தகக்கடை
boost [buːst] *vt* ஊட்டம் அளி
boot [buːt] *n* காலணி
booze [buːz] *n (informal)* சாராயம்
border ['bɔːdə] *n* எல்லை
bore [bɔː] *vt* சலிப்பூட்டு
bored [bɔːd] *adj* சலிப்படைந்த
boredom ['bɔːdəm] *n* சலிப்பு
boring ['bɔːrɪŋ] *adj* சலிப்பேற்படுத்தும்
born [bɔːn] *adj* பிறந்த
borrow ['bɒrəʊ] *vt* கடன் வாங்கு
Bosnia ['bɒznɪə] *n* பாஸ்னியா - ஒரு நிலப்பகுதி
Bosnia-Herzegovina [ˌbɒznɪəhɜːtsəgəʊ'viːnə] *n* பாஸ்னியா மற்றும் ஹெர்ஜெகொவினா - ஒரு நாடு
Bosnian ['bɒznɪən] *adj* பாஸ்னியாவைச் சார்ந்த ▷ *n (person)* பாஸ்னியா வாசி

boss [bɒs] *n* மேலாளர்
boss around [bɒs ə'raʊnd] *v* அதிகாரம் செலுத்து
bossy ['bɒsɪ] *adj* அதிகாரம் செய்யும்
both [bəʊθ] *det* இரண்டும் ▷ *pron* இருவரும்
bother ['bɒðə] *v* தொல்லை
Botswana [bʊ'tʃwɑːnə] *n* போட்ஸ்வானா - ஒரு நாடு
bottle ['bɒtl] *n* குப்பி
bottle bank ['bɒtl bæŋk] *n* குப்பி சேகரிப்பி
bottle-opener ['bɒtl'əʊpənə] *n* குப்பி திறப்பான்
bottom ['bɒtəm] *adj* அடியிலிருக்கிற ▷ *n (lowest part)* அடிப்புறம்; கீழே; *(part of body)* பிட்டம்
bounce [baʊns] *v* துள்ளு
boundary ['baʊndərɪ] *n* எல்லைக் கோடு
bouquet ['buːkeɪ] *n* மலர் கொத்து
bow [bəʊ] *n (weapon)* வில்; *(knot)* முடிச்சு ▷ [baʊ] *vi* தலைவணங்கு
bowels ['baʊəlz] *npl* குடல்
bowl [bəʊl] *n* கிண்ணம்
bowling ['bəʊlɪŋ] *n* பந்து வீசும் விளையாட்டு
bowling alley ['bəʊlɪŋ 'ælɪ] *n* பந்து வீசும் விளையாட்டுக் கூடம்
bow tie [bəʊ taɪ] *n* வில் வடிவக் கழுத்துப் பட்டி
box [bɒks] *n* பெட்டி
boxer ['bɒksə] *n* குத்துச் சண்டை வீரர்
boxer shorts ['bɒksə ʃɔːts] *npl* ஆண்கள் அணியும் உள்ளாடை
boxing ['bɒksɪŋ] *n* குத்துச் சண்டை விளையாட்டு
box office [bɒks 'ɒfɪs] *n* நிகழ்ச்சிக்காக டிக்கெட் கொடுக்குமிடம்
boy [bɔɪ] *n* பையன்
boyfriend ['bɔɪˌfrɛnd] *n* தோழன்
bra [brɑː] *n* மார் கச்சை
brace [breɪs] *n* அணைச்சட்டம்
bracelet ['breɪslɪt] *n* கை வளை
braces ['breɪsɪz] *npl* இறுக்கிகள்
brackets ['brækɪts] *npl* அடைப்புகள்
brain [breɪn] *n* மூளை
brainy ['breɪnɪ] *adj (informal)* மூளையுள்ள
brake [breɪk] *n* நிறுத்துக் கருவி ▷ *v* நிறுத்து
brake light [breɪk laɪt] *n* நிறுத்தம் விளக்கொளி
bran [bræn] *n* தவிடு
branch [brɑːntʃ] *n* கிளை

brand [brænd] *n* வணிக முத்திரை

brand name [brænd neɪm] *n* வணிக முத்திரைப் பெயர்

brand-new [brænd'njuː] *adj* புத்தம் புதிய

brandy ['brændɪ] *n* பிராண்டி - மதுபானம்

brass [brɑːs] *n* பித்தளை

brass band [brɑːs bænd] *n* பித்தளையும் செம்பும் கலந்து செய்யப்பட்ட இசைக் கருவி

brat [bræt] *n* (informal) அடக்கமில்லாத குழந்தை

brave [breɪv] *adj* தைரியமாக

bravery ['breɪvərɪ] *n* வீரச் செய்கை

Brazil [brə'zɪl] *n* பிரேசில் - ஒரு நாடு

Brazilian [brə'zɪljən] *adj* பிரேசில் நாட்டைச் சார்ந்த ▷ *n* பிரேசில்காரர்

bread [brɛd] *n* ரொட்டி

bread bin [brɛd bɪn] *n* ரொட்டிப் பெட்டி

breadcrumbs ['brɛd,krʌmz] *npl* ரொட்டித் துண்டுகள்

bread roll [brɛd rəʊl] *n* ரொட்டிச் சுருள்

break [breɪk] *n* பிளவு ▷ *v* (smash) உடை; (stop working) பழுது செய்

break down [breɪk daʊn] *v* பழுது படு

breakdown ['breɪkdaʊn] *n* முறிவு

breakdown truck ['breɪk,daʊn trʌk] *n* பழுதுபட்ட வாகனங்களை எடுத்துச் செல்லும் வண்டி

breakdown van ['breɪk,daʊn væn] *n* பழுதான வாகனங்களை சீர்செய்வதற்கு எடுத்துச் செல்லும் வாகனம்

breakfast ['brɛkfəst] *n* காலை உணவு

break in [breɪk ɪn] *v* அத்து மீறி நுழை

break-in ['breɪkɪn] *n* பலத்தை உபயோகித்து உள்ளே புகுதல்

break up [breɪk ʌp] *v* உடையச் செய்

breast [brɛst] *n* மார்பகம்

breast-feed ['brɛst,fiːd] *v* தாய்ப்பால் கொடு

breaststroke ['brɛst,strəʊk] *n* நேராக நீச்சலடித்தல்

breath [brɛθ] *n* மூச்சு

Breathalyser® ['brɛθə,laɪzə] *n* மூச்சில் சாராய நெடி சோதிக்கும் கருவி

breathe [briːð] *v* சுவாசி

breathe in [briːð ɪn] *v* சுவாசத்தை உள்ளிழு

breathe out [briːð aʊt] *v* சுவாசத்தை வெளியில்விடு

breathing ['bri:ðɪŋ] *n* சுவாசித்தல்
breed [bri:d] *n* இனம் ▷ *vt* இனப்பெருக்கு செய்
breeze [bri:z] *n* தென்றல்
brewery ['brʊərɪ] *n* சாராயம் வடிக்கும் ஆலை
bribe [braɪb] *vt* லஞ்சம் கொடு
bribery ['braɪbərɪ] *n* லஞ்சம்
brick [brɪk] *n* செங்கல்
bricklayer ['brɪk,leɪə] *n* கொத்தனார்
bride [braɪd] *n* மணப்பெண்
bridegroom ['braɪd,gru:m] *n* மணமகன்
bridesmaid ['braɪdz,meɪd] *n* மணப்பெண் தோழி
bridge [brɪdʒ] *n* பாலம்
brief [bri:f] *adj* சுருக்கமான
briefcase ['bri:f,keɪs] *n* கைப் பெட்டி
briefing ['bri:fɪŋ] *n* சுருக்கமாகத் தெரிவித்தல்
briefly ['bri:flɪ] *adv* சுருக்கமான
briefs [bri:fs] *npl* ஆண்கள் / பெண்கள் உள்ளாடைகள்
bright [braɪt] *adj (colour)* பளபளப்பான; *(shining)* ஒளிவீசும்
brilliant ['brɪljənt] *adj* அறிவார்ந்த
bring [brɪŋ] *vt* கொண்டு வா
bring back [brɪŋ bæk] *v* நினைவிற்குக் கொண்டுவா
bring forward [brɪŋ 'fɔ:wəd] *v* முன் கொணர்
bring up [brɪŋ ʌp] *v* வளர்
Britain ['brɪtn] *n* பிரிட்டன்
British ['brɪtɪʃ] *adj* பிரிட்டனைச் சார்ந்த ▷ *npl* பிரிட்டிஷ்காரர்
broad [brɔ:d] *adj* பரந்த
broadband ['brɔ:d,bænd] *n* அகண்ட அலைவரிசை
broad bean [brɔ:d bi:n] *n* அவரைக்காய்
broadcast ['brɔ:d,kɑ:st] *n* ஒலிபரப்பு ▷ *v* ஒலிபரப்பச் செய்
broad-minded [brɔ:d'maɪndɪd] *adj* பரந்த மனப்பான்மையுடைய
broccoli ['brɒkəlɪ] *n* ஒரு தாவர வகை
brochure ['brəʊʃjʊə] *n* சிற்றேடு
broke [brəʊk] *adj (informal)* பணமில்லாமல்
broken ['brəʊkən] *adj* உடைந்த
broken down ['brəʊkən daʊn] *adj* பழுது பட்டிருக்கிற
broker ['brəʊkə] *n* தரகர்
bronchitis [brɒŋ'kaɪtɪs] *n* மூச்சுக் குழாய் அழற்சி
bronze [brɒnz] *n* வெண்கலம்
brooch [brəʊtʃ] *n* உடைஊசி

broom [bruːm] *n* விளக்குமாறு
broth [brɒθ] *n* குழம்பு
brother ['brʌðə] *n* சகோதரன்
brother-in-law ['brʌðə ɪn lɔː] *n* மைத்துனன்
brown [braʊn] *adj* பழுப்பு நிறம்
brown bread [braʊn brɛd] *n* பழுப்பு ரொட்டி
brown rice [braʊn raɪs] *n* அரிசி
browse [braʊz] *vi* மேலோட்டமாகப் பார்
browser ['braʊzə] *n* (வலைத்தள) உலாவி
bruise [bruːz] *n* சிராய்ப்பு
brush [brʌʃ] *n* தூரிகை ▷ *vt* தேய்
Brussels sprouts ['brʌslz'spraʊts] *npl* கிளைக்கோசு
brutal ['bruːtl] *adj* கொடுரமான
bubble ['bʌbl] *n* குமிழி
bubble bath ['bʌbl bɑːθ] *n* வாசனைநீர் குளியல்
bubble gum ['bʌbl gʌm] *n* மெல்லற் பசை
bucket ['bʌkɪt] *n* வாளி
buckle ['bʌkl] *n* வார்பூட்டு
Buddha ['bʊdə] *n* புத்தர்
Buddhism ['bʊdɪzəm] *n* புத்த மதம்
Buddhist ['bʊdɪst] *adj* புத்த துறவி ▷ *n* புத்த மதத்தைச் சார்ந்தவர்
budgerigar ['bʌdʒərɪ,gɑː] *n* ஒரு (சிறப்புப்) பறவை
budget ['bʌdʒɪt] *n* வரவு செலவுத் திட்டம்
budgie ['bʌdʒɪ] *n* *(informal)* ஒரு (சிறப்புப்) பறவை
buffalo ['bʌfə,ləʊ] *n* எருமை
buffet ['bʊfeɪ] *n* தானே எடுத்துச் சாப்பிடும் முறை
buffet car ['bʊfeɪ kɑː] *n* உணவு வண்டி
bug [bʌg] *n* *(informal)* மூட்டுப் பூச்சி
bugged ['bʌgd] *adj* ஒட்டுக்கேட்கும் கருவி
buggy ['bʌgɪ] *n* ஓரிருக்கை வண்டி
build [bɪld] *vt* கட்டு
builder ['bɪldə] *n* கட்டிடம் கட்டுபவர்
building ['bɪldɪŋ] *n* கட்டிடம்
building site ['bɪldɪŋ saɪt] *n* கட்டப்படும் இடம்
bulb [bʌlb] *n* *(plant)* பூண்டு; *(electric)* விளக்கு
Bulgaria [bʌl'gɛərɪə] *n* பல்கேரியா - ஒரு நாடு
Bulgarian [bʌl'gɛərɪən] *adj* பல்கேரிய நாட்டின் ▷ *n* *(person)* பல்கேரியக்காரர்; *(language)* பல்கேரிய மொழி

bulimia [bjuː'lɪmɪə] *n* யானைப்பசி
bull [bʊl] *n* காளை
bulldozer ['bʊlˌdəʊzə] *n* மண் தள்ளும் பொறி
bullet ['bʊlɪt] *n* தோட்டா
bulletin board ['bʊlɪtɪn bɔːd] *n* அறிவிப்புப் பலகை
bully ['bʊlɪ] *n* அடாவடி செய்பவன் ▷ *vt* கொடுமைப்படுத்து
bum [bʌm] *n (informal)* பிட்டம்
bum bag [bʌm bæg] *n* இடுப்புப் பை
bumblebee ['bʌmblˌbiː] *n* வண்டினப் பூச்சி
bump [bʌmp] *n* மோதுதல்
bumper ['bʌmpə] *n* முட்டுத் தாங்கி
bump into [bʌmp 'ɪntuː; 'ɪntə; 'ɪntʊ] *v (informal)* மோது
bumpy ['bʌmpɪ] *adj* மேடுபள்ளமான
bun [bʌn] *n* பொங்கியப்பம்
bunch [bʌntʃ] *n (informal)* கொத்து
bungalow ['bʌŋgəˌləʊ] *n* மாளிகை
bungee jumping ['bʌndʒɪ 'dʒʌmpɪŋ] *n* உயரத்திலிருந்து குதிக்கும் விளையாட்டு
bunion ['bʌnjən] *n* பெருவிரல் முட்டி
bunk [bʌŋk] *n* துயிலிடம்
bunk beds [bʌŋk bɛdz] *npl* அடுக்குப் படுக்கை
buoy [bɔɪ] *n* மிதவை
burden ['bɜːdn] *n* சுமை
bureaucracy [bjʊə'rɒkrəsɪ] *n* நிர்வாகக் கட்டுப்பாடுகள்
bureau de change ['bjʊərəʊ də 'ʃɒnʒ] *n* அந்நியச் செலாவணி மாற்றுமிடம்
burger ['bɜːgə] *n* ஒரு வகை ரொட்டி
burglar ['bɜːglə] *n* திருடன்
burglar alarm ['bɜːglə ə'lɑːm] *n* திருட்டு எச்சரிக்கை மணி
burglary ['bɜːglərɪ] *n* திருட்டு
burgle ['bɜːgl] *vt* திருடு
Burmese [bɜː'miːz] *n (person)* பர்மாக்காரர்; *(language)* பர்மா நாட்டு மொழி
burn [bɜːn] *n* தீக்காயம் ▷ *vi (be on fire)* எரி ▷ *vt (damage with fire)* எரியூட்டு; *(yourself)* சுட்டுக்கொள்
burn down [bɜːn daʊn] *v* எரித்து சாம்பலாக்கு
burp [bɜːp] *n* ஏப்பம் ▷ *vi* ஏப்பம் விடு
burst [bɜːst] *v* வெடிக்கச் செய்
bury ['bɛrɪ] *vt* புதை
bus [bʌs] *n* பேருந்து
bus conductor [bʌs kən'dʌktə] *n* பேருந்து நடத்துனர்

b

bush [bʊʃ] *n (cluster of shrubs)* அடர்ந்த புதர்; *(shrub)* புதர் செடி
business ['bɪznɪs] *n* வாணிபம்
businessman ['bɪznɪsˌmæn] *n* வணிகர்
businesswoman ['bɪznɪsˌwʊmən] *n* பெண் வணிகர்
busker ['bʌskə] *n* நாடோடிப் பாடகன்
bus station [bʌs 'steɪʃn] *n* பேருந்து நிலையம்
bus stop [bʌs stɒp] *n* பேருந்து நிறுத்துமிடம்
bust [bʌst] *n* மார்பளவு உருவச்சிலை
bus ticket [bʌs 'tɪkɪt] *n* பேருந்துச் சீட்டு
busy ['bɪzɪ] *adj (person)* வேலையாக; ஓய்வில்லாமல்; *(place)* நடமாட்டமுள்ள
busy signal ['bɪzɪ 'sɪgnəl] *n* உபயோகத்திலிருக்கும் சமிஞ்சை
but [bʌt] *conj* ஆனால்
butcher ['bʊtʃə] *n (person)* கசாப்புக் கடைக்காரர்; ['bʊtʃəz] *n (shop)* இறைச்சிக் கடை
butter ['bʌtə] *n* வெண்ணெய்
buttercup ['bʌtəˌkʌp] *n* ஒரு மலர்த்தாவரம்
butterfly ['bʌtəˌflaɪ] *n* வண்ணத்துப்பூச்சி
buttocks ['bʌtəkz] *npl* பிட்டங்கள்
button ['bʌtn] *n* பொத்தான்
buy [baɪ] *vt* வாங்கு
buyer ['baɪə] *n* வாங்குபவர்
buyout ['baɪˌaʊt] *n* மொத்தமாக வாங்கிக்கொள்ளுதல்
by [baɪ] *prep* ஆல்
bye! [baɪ] *excl (informal)* போய் வருக!
bye-bye! [ˌbaɪ'baɪ] *excl (informal)* போய் வருகிறேன்!
bypass ['baɪˌpɑːs] *n* மாற்றுவழி

C

cab [kæb] *n* வாடகை வண்டி
cabbage ['kæbɪdʒ] *n* முட்டைக் கோசு
cabin ['kæbɪn] *n* சிறு அறை
cabin crew ['kæbɪn kruː] *n* விமானப் பணியாளர்கள்
cabinet ['kæbɪnɪt] *n* பெட்டி
cable ['keɪbl] *n* தடிமனான கம்பி
cable car ['keɪbl kɑː] *n* கம்பியில் பொருத்தப்பட்ட வாகனம்

cable television ['keɪbl 'tɛlɪˌvɪʒn] *n* கம்பி வடத் தொலைக்காட்சி
cactus ['kæktəs] *n* கள்ளிச் செடி
cadet [kə'dɛt] *n* படைப் பயிற்சி மாணவர்
café ['kæfeɪ] *n* சிற்றுண்டிச்சாலை
cafeteria [ˌkæfɪ'tɪərɪə] *n* சிற்றுண்டிச்சாலை
caffeine ['kæfiːn] *n* காஃபீன், காப்பி, தேநீரிலிருக்கும் மரவுப்பொருள்
cage [keɪdʒ] *n* கூண்டு
cagoule [kə'guːl] *n* தோல் ஆடை / தோல் உடை
cake [keɪk] *n* இனியப்பம்
calcium ['kælsɪəm] *n* சுண்ணசத்து
calculate ['kælkjʊˌleɪt] *vt* கணக்கிடு
calculation [ˌkælkjʊ'leɪʃən] *n* கணக்கீடு
calculator ['kælkjʊˌleɪtə] *n* கணக்குப்பொறி
calendar ['kælɪndə] *n* நாட்காட்டி
calf [kɑːf] *n (young cow)* கன்று; *(leg)* கெண்டைக்கால்
call [kɔːl] *n* அழைப்பு ▷ *vt (name)* கூப்பிடு ▷ *v (shout)* அறிவி; *(telephone)* தொலைபேசியில் கூப்பிடு
call back [kɔːl bæk] *v* திரும்ப கூப்பிடு
call box [kɔːl bɒks] *n* தொலைப்பேசி பெட்டி
call centre [kɔːl 'sɛntə] *n* அழைப்பகம்
call for [kɔːl fɔː] *v* கூப்பிடு
call off [kɔːl ɒf] *v* நிறுத்து
calm [kɑːm] *adj* அமைதியான
calm down [kɑːm daʊn] *v* அமைதிப்படுத்து
calorie ['kælərɪ] *n* உணவு சக்தி மதிப்பு
Cambodia [kæm'bəʊdɪə] *n* கம்போடியா - ஒரு நாடு
Cambodian [kæm'bəʊdɪən] *adj* கம்போடியாவைச் சார்ந்த ▷ *n (person)* கம்போடியா வாசி
camcorder ['kæmˌkɔːdə] *n* சிறிய வீடியோ கேமரா
camel ['kæməl] *n* ஒட்டகம்
camera ['kæmərə] *n* புகைப்படக் கருவி
cameraman ['kæmərəˌmæn] *n* படம் பிடிப்பவர்
camera phone ['kæmərəfəun] *n* படம் பிடிக்கும் வசதியுடைய கைபேசி
Cameroon [ˌkæmə'ruːn] *n* கேமரூன் - ஒரு நாடு
camp [kæmp] *n* முகாம் ▷ *vi* முகாமிடு

campaign [kæm'peɪn] *n* பிரச்சாரம்
camp bed [kæmp bɛd] *n* மடக்குப் படுக்கை
camper ['kæmpə] *n* முகாமில் தங்குபவர்
camping ['kæmpɪŋ] *n* ஊர் ஊராகப் போய் தங்கு
campsite ['kæmp,saɪt] *n* தங்கல் திடல்
campus ['kæmpəs] *n* வளாகம்
can [kæn] *v* இயல்வது (வினைச்சொல்) ▷ *n* கெண்டி; குவளை
Canada ['kænədə] *n* கனடா - ஒரு நாடு
Canadian [kə'neɪdɪən] *adj* கனடாவைச் சார்ந்த ▷ *n* கனடா வாசி
canal [kə'næl] *n* வாய்க்கால்
Canaries [kə'nɛəriːz] *npl* கானரீஸ் - தீவுக் கூட்டம்
canary [kə'nɛərɪ] *n* ஒரு வகைப் பறவை
cancel ['kænsl] *v* இரத்து செய்
cancellation [,kænsɪ'leɪʃən] *n* நீக்கம்
Cancer ['kænsə] *n* *(sign of zodiac)* கடகம்
cancer ['kænsə] *n* *(illness)* புற்று நோய்
candidate ['kændɪ,deɪt] *n* வேட்பாளர்
candle ['kændl] *n* மெழுகுவர்த்தி
candlestick ['kændl,stɪk] *n* மெழுகுவர்த்தி பொருத்தி
candyfloss ['kændɪ,flɒs] *n* பஞ்சுமிட்டாய்
canister ['kænɪstə] *n* டப்பா
canned [kænd] *adj* ஏற்கனவே பதிவு செய்யப்பட்ட
canoe [kə'nuː] *n* சிறிய படகு
canoeing [kə'nuːɪŋ] *n* படகுச் சவாரி - விளையாட்டு
can opener [kæn 'əʊpənə] *n* மூடி திறப்பான்
canteen [kæn'tiːn] *n* சிற்றுண்டிச்சாலை
canter ['kæntə] *vi* தளர் விரைநடை
canvas ['kænvəs] *n* கித்தான்
canvass ['kænvəs] *vi* ஆதரவு கேள்
cap [kæp] *n* தொப்பி
capable ['keɪpəbl] *adj* திறமைவாய்ந்த
capacity [kə'pæsɪtɪ] *n* செயல் ஆற்றல்
capital ['kæpɪtl] *n* *(money)* மூலதனம்; *(city)* தலைநகரம்; *(letter)* பெரிய எழுத்து
capitalism ['kæpɪtə,lɪzəm] *n* முதலாளித்துவம்
capital punishment ['kæpɪtl 'pʌnɪʃmənt] *n* மரண தண்டனை

Capricorn ['kæprɪˌkɔːn] *n* மகரம்

capsize [kæp'saɪz] *v* கவிழ்

capsule ['kæpsjuːl] *n* மாத்திரை

captain ['kæptɪn] *n* தலைவன்

caption ['kæpʃən] *n* தலைப்பு

capture ['kæptʃə] *vt* கைப்பற்று

car [kɑː] *n* சிற்றுந்து

carafe [kə'ræf] *n* குடிக்க உபயோகிக்கும் கண்ணாடிக் கோப்பை

caramel ['kærəməl] *n* ஒரு மிட்டாய்

carat ['kærət] *n* 0.2 கிராம் அளவு எடை. வைரம் போன்ற கற்களை எடை போடும் அளவு

caravan ['kærəˌvæn] *n* பயண வண்டி

carbohydrate [ˌkɑːbəʊ'haɪdreɪt] *n* மாவுச்சத்து

carbon ['kɑːbn] *n* (வேதியியல்) கரி; கார்பன்

carbon footprint ['kɑːbən 'fʊtˌprɪnt] *n* சுற்றுச்சூழலில் கரியமில வாயு

carburettor [ˌkɑːbjʊ'rɛtə] *n* எரிபொருள் கலப்பி

card [kɑːd] *n* (greetings card) வாழ்த்து அட்டை; (stiff paper) அட்டை; (playing card) சீட்டு(க்கட்டு)

cardboard ['kɑːdˌbɔːd] *n* அட்டை

cardigan ['kɑːdɪgən] *n* பின்னல் கம்பளி உடற்சட்டை

cardphone ['kɑːdfəʊn] *n* பொது தொலைபேசி

care [kɛə] *n* கவனிப்பு ▷ *vi* (be concerned) கவனி; (look after) அக்கறை கொள்

career [kə'rɪə] *n* வாழ்க்கைத் தொழில்

careful ['kɛəfʊl] *adj* கவனத்துடன்

carefully ['kɛəfʊlɪ] *adv* கவனமாக

careless ['kɛəlɪs] *adj* அசட்டையாக

caretaker ['kɛəˌteɪkə] *n* பொறுப்பாளர்

car ferry [kɑː 'fɛrɪ] *n* வாகனங்களை ஆற்றில் எடுத்துச் செல்லும் பெரிய படகு

cargo ['kɑːgəʊ] *n* சரக்கு

car hire [kɑː haɪə] *n* வாடகைக் கார்

Caribbean [ˌkærɪ'biːən] *adj* கரிபியக் கடல் பகுதியின் ▷ *n* கரிபியன் கடல்

caring ['kɛərɪŋ] *adj* அன்பு செலுத்தும்

car insurance [kɑː ɪn'ʃʊərəns] *n* சிற்றுந்து காப்பீடு

car keys [kaː kiːz] *npl* சிற்றுந்துச் சாவிகள்
carnation [kaːˈneɪʃən] *n* வெள்ளை, இளஞ்சிவப்பு, அல்லது சிவப்பு நிற பூக்களுடைய ஓர் தாவரம்
carnival [ˈkaːnɪvl] *n* கேளிக்கை
carol [ˈkærəl] *n* சிந்து பாட்டு
car park [kaː paːk] *n* சிற்றுந்து நிறுத்துமிடம்
carpenter [ˈkaːpɪntə] *n* தச்சர்
carpentry [ˈkaːpɪntrɪ] *n* தச்சு வேலை
carpet [ˈkaːpɪt] *n* கம்பளம்
car rental [kaː ˈrɛntl] *n* சிற்றுந்து வாடகைக்கு வழங்குதல்
carriage [ˈkærɪdʒ] *n* (ரயில்) பெட்டி
carrier bag [ˈkærɪə bæg] *n* கைப்பிடியுள்ள பை
carrot [ˈkærət] *n* மஞ்சள் முள்ளங்கி
carry [ˈkærɪ] *vt* எடுத்துச் செல்
carrycot [ˈkærɪˌkɒt] *n* குழந்தைக்கான சிறு தொட்டில்
carry on [ˈkærɪ ɒn] *v* தொடர்ந்து செய்
carry out [ˈkærɪ aʊt] *v* செய்து முடி
cart [kaːt] *n* வண்டி
carton [ˈkaːtn] *n* அட்டைப் பெட்டி
cartoon [kaːˈtuːn] *n (drawing)* கேலிச்சித்திரம்; *(film)* சித்திரப்படம்
cartridge [ˈkaːtrɪdʒ] *n* (குண்டு) பொதியுறை
carve [kaːv] *v* செதுக்கு
car wash [kaː wɒʃ] *n* சிற்றுந்து பணிமனை
case [keɪs] *n (situation)* நிகழ்ச்சி; *(container)* உறை
cash [kæʃ] *n* ரொக்கம்
cash dispenser [kæʃ dɪˈspɛnsə] *n* ரொக்கம் வழங்குதல்
cashew [ˈkæʃuː] *n* முந்திரிப் பருப்பு
cashier [kæˈʃɪə] *n* காசாளர்
cashmere [ˈkæʃmɪə] *n* மென்மையான கம்பளி
cash register [kæʃ ˈrɛdʒɪstə] *n* ரொக்கப் பேரேடு
casino [kəˈsiːnəʊ] *n* சூதாட்டக் கிடங்கு
casserole [ˈkæsəˌrəʊl] *n* உணவுப் பாத்திரம்
cassette [kæˈsɛt] *n* ஒலி நாடா
cast [kaːst] *n* (நாடக) நடிகர்
castle [ˈkaːsl] *n* கோட்டை
casual [ˈkæʒjʊəl] *adj* திட்டமிடப்படாத
casually [ˈkæʒjʊəlɪ] *adv* தற்செயலாக

casualty ['kæʒjʊəltɪ] *n* விபத்துக்குள்ளானவர்கள்
cat [kæt] *n* பூனை
catalogue ['kætəˌlɒg] *n* அட்டவணை
catalytic converter [ˌkætə'lɪtɪk kən'vɜːtə] *n* கிரியாஊக்கி
cataract ['kætəˌrækt] *n* *(waterfall)* பேரருவி; *(in eye)* கண்புரை
catarrh [kə'tɑː] *n* மூக்கடைப்பு
catastrophe [kə'tæstrəfɪ] *n* பேரழிவு
catch [kætʃ] *vt* *(capture)* பிடி; *ball* பிடி; *(bus, train)* பிடி; *(illness)* பெற்றிரு
catching ['kætʃɪŋ] *adj* பரவும் இயல்புடைய
catch up [kætʃ ʌp] *v* எட்டிப் பிடி
category ['kætɪgərɪ] *n* வகைப்பாடு
catering ['keɪtərɪŋ] *n* உணவளிப்பு
caterpillar ['kætəˌpɪlə] *n* கம்பளிப்புழு
cathedral [kə'θiːdrəl] *n* பேராலயம்
cattle ['kætl] *npl* கால்நடை
Caucasus ['kɔːkəsəs] *n* காக்கஸ் - ஒரு மலைத்தொடர்
cauliflower ['kɒlɪˌflaʊə] *n* பூக்கோசு
cause [kɔːz] *n* *(event)* காரணம்; *(aim)* நோக்கம் ▷ *vt* காரணமாகு
caution ['kɔːʃən] *n* எச்சரிக்கை
cautious ['kɔːʃəs] *adj* எச்சரிக்கையான
cautiously ['kɔːʃəslɪ] *adv* எச்சரிக்கையாக
cave [keɪv] *n* குகை
CCTV [siː siː tiː viː] *abbr* குறிப்பிட்ட எல்லைக்குள் நடப்பதைப் படம்பிடித்துக் காட்டும் டெலிவிஷன்
CD [siː diː] *n* குறுந்தகடு
CD burner [siː diː 'bɜːnə] *n* குறுந்தகட்டில் பதிவு செய்யும் கருவி
CD player [siː diː 'pleɪə] *n* குறுந்தகட்டை செயலாற்ற வைக்கும் கருவி
CD-ROM [siː diː 'rɒm] *n* கணினியில் குறுந்தகட்டைச் செயலாற்ற வைக்கும் பாகம்
ceasefire ['siːsˌfaɪə] *n* போர் நிறுத்தம்
ceiling ['siːlɪŋ] *n* கூரை
celebrate ['sɛlɪˌbreɪt] *v* கொண்டாடு
celebration ['sɛlɪˌbreɪʃən] *n* கொண்டாட்டம்
celebrity [sɪ'lɛbrɪtɪ] *n* புகழ்பெற்ற பிரமுகர்
celery ['sɛlərɪ] *n* சிவரிக்கீரை
cell [sɛl] *n* உயிரணு

C

cellar ['sɛlə] *n* நிலவறை
cello ['tʃɛləʊ] *n* பெரிய வயலின்
cement [sɪ'mɛnt] *n* சிமென்ட்
cemetery ['sɛmɪtrɪ] *n* இடுகாடு
census ['sɛnsəs] *n* மக்கள் தொகைக் கணக்கெடுப்பு
cent [sɛnt] *n* சென்ட் - ஒரு நாணயம்
centenary [sɛn'tiːnərɪ] *n* நூற்றாண்டு
centimetre ['sɛntɪˌmiːtə] *n* செண்டிமீட்டர்
central ['sɛntrəl] *adj* மத்திய
Central African Republic ['sɛntrəl 'æfrɪkən rɪ'pʌblɪk] *n* மத்திய ஆப்ரிக்க குடியரசு
Central America ['sɛntrəl ə'mɛrɪkə] *n* மத்திய அமெரிக்கா
central heating ['sɛntrəl 'hiːtɪŋ] *n* மைய வெப்பிதம்
centre ['sɛntə] *n* மையம்
century ['sɛntʃərɪ] *n* சதம்
CEO [siː iː əʊ] *abbr* தலைமை செயற்குழு அதிகாரி
ceramic [sɪ'ræmɪk] *adj* பீங்கான்
cereal ['sɪərɪəl] *n* *(breakfast food)* தானிய உணவு; *(plants)* தானியப் பயிர்
ceremony ['sɛrɪmənɪ] *n* விழா
certain ['sɜːtn] *adj* நிச்சயமாக
certainly ['sɜːtnlɪ] *adv* உண்மையிலேயே
certainty ['sɜːtntɪ] *n* நிச்சயத் தன்மை
certificate [sə'tɪfɪkɪt] *n* சான்றிதழ்
Chad [tʃæd] *n* சாட் - ஒரு நாடு
chain [tʃeɪn] *n* சங்கிலி
chair [tʃɛə] *n* *(seat)* நாற்காலி
chairlift ['tʃɛəˌlɪft] *n* தொங்கும் நாற்காலி
chairman ['tʃɛəmən] *n* தலைவர்
chalk [tʃɔːk] *n* வெண்கட்டி
challenge ['tʃælɪndʒ] *n* சவால் ▷ *vt* சவால் விடு
challenging ['tʃælɪndʒɪŋ] *adj* எதிர்ப்பு நிறைந்த
chambermaid ['tʃeɪmbəˌmeɪd] *n* விடுதிப் பணிப்பெண்
champagne [ʃæm'peɪn] *n* திராட்சை மதுவகை
champion ['tʃæmpɪən] *n* வெற்றி வீரர்
championship ['tʃæmpɪənˌʃɪp] *n* போட்டி
chance [tʃɑːns] *n* வாய்ப்பு
change [tʃeɪndʒ] *n* *(alteration)* மாற்றம் ▷ *vi* *(put on different clothes)* உடை மாற்று ▷ *v* *(become different)* மாற்று ▷ *n* *(money)* மீதிச் சில்லரை
changeable ['tʃeɪndʒəbl] *adj* மாற்றத்தக்க

C

changing room ['tʃeɪndʒɪŋ rʊm] *n* உடை மாற்றும் அறை
channel ['tʃænl] *n* அலைவரிசை
chaos ['keɪɒs] *n* குழப்பம்
chaotic ['keɪ'ɒtɪk] *adj* கலவரமான
chap [tʃæp] *n (informal)* ஆள்
chapel ['tʃæpl] *n* திருமனை
chapter ['tʃæptə] *n* அத்தியாயம்
character ['kærɪktə] *n (personality)* குணாதிசயம்; பண்பு; *(in story or film)* கதாபாத்திரம்
characteristic [ˌkærɪktə'rɪstɪk] *n* சிறப்பியல்பு
charcoal ['tʃɑːˌkəʊl] *n* அடுப்புக்கரி
charge [tʃɑːdʒ] *n (price)* கட்டணம்; *(crime)* குற்றச்சாட்டு; *(electrical)* மின்னூட்டம் ▷ *v (ask to pay)* கட்டணம் வசூல் செய் ▷ *vt (police)* குற்றம் சாட்டு; *(battery)* மின்னேற்றல் செய்
charger ['tʃɑːdʒə] *n* மின்னேற்றல் செய்யும் கருவி
charity ['tʃærɪtɪ] *n* தருமம்
charity shop ['tʃærɪtɪ ʃɒp] *n* கருணைநிதிக் கடை
charm [tʃɑːm] *n* அழகு
charming ['tʃɑːmɪŋ] *adj* மயக்குகிற
chart [tʃɑːt] *n* சுவர்ப்படம்
chase [tʃeɪs] *n* துரத்துதல் ▷ *vt* துரத்திச் செல்
chat [tʃæt] *n* இயல்பாக பேச்சு ▷ *vi* இயல்பாக பேசிக்கொண்டிரு
chatroom ['tʃætˌruːm] *n* வலைத்தளத்தில் பலரும் ஒருவரோடொருவர் கருத்துப் பரிமாற்றம் செய்யும் இடம்
chat show [tʃæt ʃəʊ] *n* நேருக்கு நேர் பேச்சு நிகழ்ச்சி
chauffeur ['ʃəʊfə] *n* ஒப்பந்த ஓட்டுநர்
chauvinist ['ʃəʊvɪˌnɪst] *n* ஆணாதிக்கம்
cheap [tʃiːp] *adj* மலிவான
cheat [tʃiːt] *n* ஏமாற்றுபவர் ▷ *vi* ஏமாற்று
Chechnya ['tʃɛtʃnjə] *n* செசின்யா - ஒரு நாடு
check [tʃɛk] *n* சரி பார்த்தல் ▷ *v* சரிபார்
checked [tʃɛkt] *adj* கட்டங்களிருக்கும்
check in [tʃɛk ɪn] *v* நுழை
check out [tʃɛk aʊt] *v* வெளியேறு
checkout ['tʃɛkaʊt] *n* பணம் செலுத்துமிடம்
check-up ['tʃɛkʌp] *n* சோதனை
cheek [tʃiːk] *n* கன்னம்

cheekbone ['tʃiːk,bəʊn] *n* தாடையெலும்பு
cheeky ['tʃiːkɪ] *adj* ஆணவத்துடன்
cheer [tʃɪə] *n* பாராட்டொலி ▷ *v* ஊக்கப்படுத்து
cheerful ['tʃɪəfʊl] *adj* மனமகிழ்ச்சியுடன்
cheerio! ['tʃɪərɪ'əʊ] *excl* *(informal)* மகிழ்ச்சியுடன் போய் வா!
cheers! [tʃɪəz] *excl* பாராட்டுக்கள்
cheese [tʃiːz] *n* பாலாடைக்கட்டி
chef [ʃɛf] *n* சமையல்காரன்
chemical ['kɛmɪkl] *n* இரசாயனம்
chemist ['kɛmɪst] *n (person)* மருந்து தயாரிப்பவர்; *(shop)* மருந்துக் கடை
chemistry ['kɛmɪstrɪ] *n* வேதியியல்
cheque [tʃɛk] *n* காசோலை
chequebook ['tʃɛk,bʊk] *n* காசோலைப் புத்தகம்
cherry ['tʃɛrɪ] *n* சேலாப்பழம்
chess [tʃɛs] *n* சதுரங்கம்
chest [tʃɛst] *n (part of body)* மார்பு; *(box)* கனமான பெட்டி
chestnut ['tʃɛs,nʌt] *n* ஒரு மரம்
chest of drawers [tʃɛst əv drɔːz] *n* அடுக்குப் பெட்டி
chew [tʃuː] *v* மெல்லு
chewing gum ['tʃuːɪŋ gʌm] *n* மெல்லும் பசை
chick [tʃɪk] *n* குஞ்சு
chicken ['tʃɪkɪn] *n (bird)* கோழிக்குஞ்சு; *(meat)* கோழிக்கறி
chickenpox ['tʃɪkɪn,pɒks] *n* சிற்றம்மை
chickpea ['tʃɪk,piː] *n* ஒரு வகைப் பயறு
chief [tʃiːf] *adj* முக்கிய ▷ *n* தலைமை
child [tʃaɪld] *n* குழந்தை
childcare ['tʃaɪld,kɛə] *n* குழந்தை பராமரிப்பு
childhood ['tʃaɪldhʊd] *n* குழந்தைப் பருவம்
childish ['tʃaɪldɪʃ] *adj* குழந்தைத்தனமான
childminder ['tʃaɪld,maɪndə] *n* குழந்தைக் காப்பகம்
Chile ['tʃɪlɪ] *n* சிலி - ஒரு நாடு
Chilean ['tʃɪlɪən] *adj* சிலி நாட்டைச் சார்ந்த ▷ *n* சிலி நாட்டுக்காரர்
chill [tʃɪl] *v* கடுங்குளிராக்கு
chilli ['tʃɪlɪ] *n* மிளகாய்
chilly ['tʃɪlɪ] *adj* கடுங்குளிரான
chimney ['tʃɪmnɪ] *n* புகை போக்கி
chimpanzee [,tʃɪmpæn'ziː] *n* வாலில்லா பெரிய குரங்கு

chin [tʃɪn] *n* கீழ்தாடை
China ['tʃaɪnə] *n* சைனா - ஒரு நாடு
china ['tʃaɪnə] *n* களிமண்
Chinese [tʃaɪ'niːz] *adj* சைனா நாட்டின் ▷ *n* *(person)* சைனாக்காரர்; *(language)* சீன மொழி
chip [tʃɪp] *n* *(small piece)* சில்லு; *(electronic)* சிப் ▷ *vt* நறுக்கு
chips [tʃɪps] *npl* *(potatoes)* சீவல்
chiropodist [kɪ'rɒpədɪst] *n* கால் மருத்துவ நிபுணர்
chisel ['tʃɪzl] *n* உளி
chives *npl* வெங்காய வகைப் பூண்டு
chlorine ['klɔːriːn] *n* குளோரின்
chocolate ['tʃɒkəlɪt] *n* சாக்லேட்
choice [tʃɔɪs] *n* விருப்பத் தேர்வு
choir [kwaɪə] *n* பாடகர் குழு
choke [tʃəʊk] *v* அடைத்துக் கொள்
cholesterol [kə'lɛstəˌrɒl] *n* இரத்தக் கொழுப்பு
choose [tʃuːz] *v* தேர்ந்தெடு
chop [tʃɒp] *n* இறைச்சித் துண்டு ▷ *vt* வெட்டி எடு
chopsticks ['tʃɒpstɪks] *npl* உணவை தட்டிலிருந்து எடுத்துச் சாப்பிட உபயோகிக்கும் இரண்டு குச்சிகள்
chosen ['tʃəʊzn] *adj* தேர்ந்தெடுக்கப்பட்ட
Christ [kraɪst] *n* கிறிஸ்து
Christian ['krɪstʃən] *adj* கிறிஸ்து மதத்தவர் ▷ *n* கிறிஸ்து மதத்தவர்
Christianity [ˌkrɪstɪ'ænɪtɪ] *n* கிறிஸ்து மதம்
Christmas ['krɪsməs] *n* கிறிஸ்துமஸ்
Christmas card ['krɪsməs kaːd] *n* கிறிஸ்துமஸ் அட்டை
Christmas Eve ['krɪsməs iːv] *n* கிறிஸ்துமஸ் தினத்திற்கு முந்தைய நாள்
Christmas tree ['krɪsməs triː] *n* கிறிஸ்துமஸ் மரம்
chrome [krəʊm] *n* குரோமிய (உலோகப்) பூச்சு
chronic ['krɒnɪk] *adj* நாள்பட்ட
chrysanthemum [krɪ'sænθəməm] *n* சாமந்திப்பூ
chubby ['tʃʌbɪ] *adj* பருமனான
chunk [tʃʌŋk] *n* பெருந்துண்டு
church [tʃɜːtʃ] *n* தேவாலயம்
cider ['saɪdə] *n* ஒரு மதுபானம்
cigar [sɪ'gaː] *n* சுருட்டு

cigarette [ˌsɪɡəˈrɛt] *n* சிகரெட்
cigarette lighter [ˌsɪɡəˈrɛt ˈlaɪtə] *n* சிகரெட் தீமூட்டி
cinema [ˈsɪnɪmə] *n* சினிமா
cinnamon [ˈsɪnəmən] *n* இலவங்கப்பட்டை
circle [ˈsɜːkl] *n* வட்டம்
circuit [ˈsɜːkɪt] *n* சுற்று
circular [ˈsɜːkjʊlə] *adj* வட்டமான
circulation [ˌsɜːkjʊˈleɪʃən] *n* சுற்றனுப்புதல்
circumstances [ˈsɜːkəmstənsɪz] *npl* சூழ்நிலைகள்
circus [ˈsɜːkəs] *n* சர்கஸ்
citizen [ˈsɪtɪzn] *n* குடிமகன்
citizenship [ˈsɪtɪzənˌʃɪp] *n* குடியுரிமை
city [ˈsɪtɪ] *n* நகரம்
city centre [ˈsɪtɪ ˈsɛntə] *n* நகர மையம்
civilian [sɪˈvɪljən] *adj* படைத்துறை சாராத ▷ *n* சாதாரண குடிமகன்
civilization [ˌsɪvɪlaɪˈzeɪʃən] *n* நாகரிகம்
civil rights [ˈsɪvl raɪts] *npl* குடிமுறை உரிமைகள்
civil servant [ˈsɪvl ˈsɜːvnt] *n* அரசுப் பணியாளர்
civil war [ˈsɪvl wɔː] *n* உள்நாட்டுக் கலகம்
claim [kleɪm] *n* உரிமைக் கோரிக்கை ▷ *vt* உரிமையுடன் கேள்
claim form [kleɪm fɔːm] *n* கோரிக்கைப் படிவம்
clap [klæp] *v* கைதட்டு
clarify [ˈklærɪˌfaɪ] *vt (formal)* விளக்கிச் சொல்
clarinet [ˌklærɪˈnɛt] *n* கிளாரினெட் - இசைக் கருவி
clash [klæʃ] *vi* கைகலப்பு செய்
clasp [klɑːsp] *n* பிடித்துக் கொள்
class [klɑːs] *n* வகுப்பு
classic [ˈklæsɪk] *adj* முதல்தரமான ▷ *n* முதல்நிலை
classical [ˈklæsɪkl] *adj* மரபு சார்ந்த
classmate [ˈklɑːsˌmeɪt] *n* வகுப்புத் தோழன்
classroom [ˈklɑːsˌruːm] *n* வகுப்பறை
classroom assistant [ˈklɑːsrʊm əˈsɪstənt] *n* வகுப்பறை உதவியாள்
clause [klɔːz] *n* உட்பிரிவு
claustrophobic [ˌklɔːstrəˈfəʊbɪk] *adj* தனிமை அச்சத்துடன்
claw [klɔː] *n* (விலங்குகள்) நகம்
clay [kleɪ] *n* களிமண்

clean [kliːn] *adj* சுத்தமான
▷ *vt* சுத்தம் செய்

cleaner ['kliːnə] *n* சுத்தம்
செய்பவர்

cleaning ['kliːnɪŋ] *n* சுத்தம்
செய்தல்

cleaning lady ['kliːnɪŋ 'leɪdɪ]
n சுத்தம் செய்பவள்

cleanser ['klɛnzə] *n* தூய்மை
செய்யும் பொருள்

cleansing lotion ['klɛnzɪŋ
'ləʊʃən] *n* தூய்மையாக்கும்
திரவம்

clear [klɪə] *adj (easily seen or
understood)* தெளிவான; *(see-
through)* கலங்கமில்லாத;
(unobstructed) தடைகளற்ற
▷ *vt* சுத்தப்படுத்து

clearly ['klɪəlɪ] *adv*
தவறுக்கிடமில்லாமல்

clear off [klɪə ɒf] *v (informal)*
இடத்தைக் காலி செய்

clear up [klɪə ʌp] *v* ஒழித்துக்
கொடு

clementine ['klɛmən,tiːn] *n*
ஒரு பழவகை

clever ['klɛvə] *adj*
சாதுரியமான

click [klɪk] *n* ஒரு சிறிய ஒலி
▷ *v* சொடுக்கு

client ['klaɪənt] *n*
வாடிக்கையாளர்

cliff [klɪf] *n* உச்சி

climate ['klaɪmɪt] *n*
சீதோஷ்ண நிலை

climate change ['klaɪmɪt
tʃeɪndʒ] *n* தட்ப வெட்ப
நிலை மாற்றம்

climb [klaɪm] *v* ஏறு

climber ['klaɪmə] *n* ஏறுபவர்

climbing ['klaɪmɪŋ] *n* ஏறுதல்

clinic ['klɪnɪk] *n*
மருத்துவமனை

clip [klɪp] *n* பிடிப்பி

clippers ['klɪpəz] *npl* நறுக்கி

cloakroom ['kləʊk,ruːm] *n*
பொருள் காப்பகம்

clock [klɒk] *n* கடிகாரம்

clockwise ['klɒk,waɪz] *adv*
வலப்பக்கமாக

clog [klɒg] *n* மரக்கட்டை
மிதியடி

clone [kləʊn] *n* ஒரே
அச்சு ▷ *vt* செயற்கையாக
ஒன்றைப்போலவே செய்

close [kləʊs] *adj*
அருகாமையில் ▷ *adv*
அருகில் ▷ [kləʊz] *vt* மூடு

close by [kləʊs baɪ] *adj*
அருகில்

closed [kləʊzd] *adj*
மூடப்பட்ட

closely [kləʊslɪ] *adv*
அருகில்

closing time ['kləʊzɪŋ taɪm] *n*
மூடும் நேரம்

closure ['kləʊʒə] *n* மூடுதல்

cloth [klɒθ] *n (material)*
துணி; *(for cleaning)* கந்தல்
துணி

clothes [kləʊðz] *npl* ஆடைகள்
clothes line [kləʊðz laɪn] *n* ஆடைகள் காயப்போடும் கயிர்
clothes peg [kləʊðz pɛg] *n* ஆடைகள் பிடி
clothing ['kləʊðɪŋ] *n* அணியும் ஆடை
cloud [klaʊd] *n* மேகம்
cloudy ['klaʊdɪ] *adj* மேகமூட்டத்துடன்
clove [kləʊv] *n* கிராம்பு
clown [klaʊn] *n* கோமாளி
club [klʌb] *n (organization)* மன்றம்; *(stick)* கம்பு
club together [klʌb tə'gɛðə] *v* ஒன்று சேர்ந்து பணம் கொடு
clue [kluː] *n* துப்பு
clumsy ['klʌmzɪ] *adj* அருவருப்பான
clutch [klʌtʃ] *n* சூழ்ச்சிப் பிடி
clutter ['klʌtə] *n* கம்பலை
coach [kəʊtʃ] *n (trainer)* பயிற்சியளிப்பவர்; *(bus)* வண்டிப் பெட்டி
coal [kəʊl] *n* நிலக்கரி
coarse [kɔːs] *adj* கரடுமுரடான
coast [kəʊst] *n* கடற்கரை
coastguard ['kəʊst,gɑːd] *n* கடற்கரைக் காவல்
coat [kəʊt] *n* மேலாடை
coathanger ['kəʊt,hæŋə] *n* உடை மாட்டி
cobweb ['kɒb,wɛb] *n* ஒட்டடை
cock [kɒk] *n* சேவல்
cockerel ['kɒkərəl] *n* இளஞ்சேவல்
cockpit ['kɒk,pɪt] *n* ஓட்டுனரின் இருக்கைப்பகுதி
cockroach ['kɒk,rəʊtʃ] *n* கரப்பான் பூச்சி
cocktail ['kɒk,teɪl] *n* பல்வகை பானங்களின் கலவை
cocoa ['kəʊkəʊ] *n* கொக்கோ
coconut ['kəʊkə,nʌt] *n* தேங்காய்
cod [kɒd] *n* மீன் வகை
code [kəʊd] *n* நெறிமுறை
coeliac ['siːlɪ,æk] *adj* குடல் சம்பந்தப்பட்ட
coffee ['kɒfɪ] *n* காப்பி - ஒரு பானம்
coffee bean ['kɒfɪ biːn] *n* காப்பிக் கொட்டை
coffeepot ['kɒfɪ,pɒt] *n* காப்பி பாத்திரம்
coffee table ['kɒfɪ 'teɪbl] *n* சிறிய மேசை
coffin ['kɒfɪn] *n* சவப்பெட்டி
coin [kɔɪn] *n* நாணயம்
coincide [,kəʊɪn'saɪd] *vi* ஒருங்கு நேரிடு
coincidence [kəʊ'ɪnsɪdəns] *n* தற்செயல் இணைவு

Coke® [kəʊk] *n* கோக் - ஒரு பானம்
colander ['kɒləndə] *n* வடிகூடை
cold [kəʊld] *adj (weather)* குளிர்ச்சியான ▷ *n* ஜலதோஷம்; சளி ▷ *adj (person)* குளிரான
cold sore [kəʊld sɔː] *n* குளிர் வெடிப்பு (புண்)
coleslaw ['kəʊl,slɔː] *n* கோசுக்கீரைக் கூட்டு
collaborate [kə'læbə,reɪt] *vi* சேர்ந்து செய்
collapse [kə'læps] *vi* இடிந்து விழு
collar ['kɒlə] *n (garment)* (சட்டையின்) கழுத்துப் பட்டை; *(pet)* கழுத்துப்பட்டை
collarbone ['kɒlə,bəʊn] *n* கழுத்துப் பட்டி எலும்பு
colleague ['kɒliːg] *n* உடன் பணியாற்றுபவர்
collect [kə'lɛkt] *vt (gather)* சேகரி; *(person)* அழைத்து வா
collection [kə'lɛkʃən] *n* சேகரிப்பு
collective [kə'lɛktɪv] *adj* கூட்டாக ▷ *n* ஒருமித்திருத்தல்
collector [kə'lɛktə] *n* வசூலிப்பவர்
college ['kɒlɪdʒ] *n* கல்லூரி
collide [kə'laɪd] *vi* மோது
collie ['kɒlɪ] *n* நாய் வகையின் ஒன்று
colliery ['kɒljərɪ] *n* நிலக்கரி சுரங்கம்
collision [kə'lɪʒən] *n* மோதல்
Colombia [kə'lɒmbɪə] *n* கொலம்பியா - ஒரு நாடு
Colombian [kə'lɒmbɪən] *adj* கொலம்பியாவின் ▷ *n* கொலம்பியா வாசி
colon ['kəʊlən] *n* முக்கால் புள்ளி
colonel ['kɜːnl] *n* படைப்பகுதி முதல்வன்
colour ['kʌlə] *n* நிறம்
colour-blind ['kʌlə'blaɪnd] *adj* சில நிறங்களைக் காண இயலாத
colourful ['kʌləfʊl] *adj* வண்ண மயமான
colouring ['kʌlərɪŋ] *n* வண்ணப் பூச்சு
column ['kɒləm] *n* தூண்
coma ['kəʊmə] *n* உணர்விழந்த முழு மயக்க நிலை
comb [kəʊm] *n* சீப்பு ▷ *vt* தலை வாரிக் கொள்
combination [,kɒmbɪ'neɪʃən] *n* தனிப்பொருள்களின் இணைப்பு
combine [kəm'baɪn] *v* கூட்டு சேர்
come [kʌm] *vi* வா

come back [kʌm bæk] *v* திரும்பி வா
comedian [kə'miːdɪən] *n* நகைச்சுவை நடிகர்
come down [kʌm daʊn] *v* கீழே வா
comedy ['kɒmɪdɪ] *n* நகைச்சுவை
come from [kʌm frəm] *v* இடத்திலிருந்து வா
come in [kʌm ɪn] *v* பெறு
come out [kʌm aʊt] *v* வெளியே வா
come round [kʌm raʊnd] *v* சுற்றி வா
comet ['kɒmɪt] *n* வால் நட்சத்திரம்
come up [kʌm ʌp] *v* மேலே வா
comfortable ['kʌmftəbl] *adj* வசதியான
comic ['kɒmɪk] *n* வேடிக்கை
comic book ['kɒmɪk bʊk] *n* சித்திரப்பட கதைப் புத்தகம்
comic strip ['kɒmɪk strɪp] *n* சித்திரப்பட கதைப் பகுதி
coming ['kʌmɪŋ] *adj* வரவிருக்கும்
comma ['kɒmə] *n* காற்புள்ளி
command [kə'mɑːnd] *n* *(written)* கட்டளை
comment ['kɒmɛnt] *n* கருத்துரை ▷ *v* கருத்துரை கூறு
commentary ['kɒməntərɪ] *n* வர்ணனை
commentator ['kɒmən,teɪtə] *n* விரிவுரை செய்பவர்
commercial [kə'mɜːʃəl] *n* வாணிபம்
commercial break [kə'mɜːʃəl breɪk] *n* விளம்பர இடைவேளை
commission [kə'mɪʃən] *n* செய்கூலி
commit [kə'mɪt] *vt* இசைவு உறுதியளி
committee [kə'mɪtɪ] *n* குழு
common ['kɒmən] *adj* பொதுவான
common sense ['kɒmən sɛns] *n* பொது அறிவு
communicate [kə'mjuːnɪ,keɪt] *vi* தொடர்புகொள்
communication [kə,mjuːnɪ'keɪʃən] *n* தொடர்பு
communion [kə'mjuːnjən] *n* பொது உரிமை
communism ['kɒmjʊ,nɪzəm] *n* பொதுவுடைமைக் கொள்கை
communist ['kɒmjʊnɪst] *adj* பொதுவுடைமைக் கொள்கை கொண்ட ▷ *n* பொதுவுடமைக் கொள்கைக்காரர்
community [kə'mjuːnɪtɪ] *n* சமூகம்

commute [kə'mjuːt] *vi*
வேலை செய்ய நெடுந்தூரம்
பயணம் செய்

commuter [kə'mjuːtə] *n*
வேலை செய்ய நெடுந்தூரம்
பயணிப்பவர்

compact [ˌkəm'pækt] *adj*
கச்சிதமான

compact disc ['kɒmpækt dɪsk]
n குறுந்தகடு

companion [kəm'pænjən] *n*
உடனிருப்பவன்

company ['kʌmpənɪ] *n*
நிறுவனம்

company car ['kʌmpənɪ kɑː]
n நிறுவனக் கார்

comparable ['kɒmpərəbl] *adj*
ஒப்பிடக்கூடிய

comparatively [kəm'pærətɪvlɪ]
adv ஒப்பிடும்போது

compare [kəm'pɛə] *vt* ஒப்பீடு
செய்

comparison [kəm'pærɪsn] *n*
ஒப்பு நோக்கு

compartment [kəm'pɑːtmənt]
n புகைவண்டிப் பெட்டி

compass ['kʌmpəs] *n*
திசையறி கருவி

compatible [kəm'pætəbl] *adj*
ஒத்தியல்பு கொண்ட

compensate ['kɒmpɛnˌseɪt] *vt*
இழப்பீடு அளி

compensation
[ˌkɒmpɛn'seɪʃən] *n*
இழப்பீடு

compere ['kɒmpɛə] *n*
தொகுப்பாளர்

compete [kəm'piːt] *vi*
போட்டியிடு

competent ['kɒmpɪtənt]
adj தகுதிவாய்ந்த

competition [ˌkɒmpɪ'tɪʃən] *n*
போட்டி

competitive [kəm'pɛtɪtɪv] *adj*
போட்டியிடக்கூடிய

competitor [kəm'pɛtɪtə] *n*
போட்டியாளர்

complain [kəm'pleɪn] *v*
முறையீடு செய்

complaint [kəm'pleɪnt] *n*
முறையீடு

complementary
[ˌkɒmplɪ'mɛntərɪ] *adj (formal)*
முழுமையாக்கவல்ல

complete [kəm'pliːt] *adj*
முழுமையான

completely [kəm'pliːtlɪ] *adv*
முழுவதும்

complex ['kɒmplɛks] *adj*
சிக்கலான ▷ *n* சிக்கல்

complexion [kəm'plɛkʃən] *n*
மேனி நிறம்

complicated ['kɒmplɪˌkeɪtɪd]
adj குழப்பமான

complication
[ˌkɒmplɪ'keɪʃən] *n*
சிக்கலான கலப்பு

compliment ['kɒmplɪˌmɛnt]
n பாராட்டு ▷ ['kɒmplɪmənt]
vt பாராட்டு தெரிவி

complimentary
[ˌkɒmplɪˈmɛntərɪ] *adj*
பாராட்டுத் தெரிவிக்கின்ற

component [kəmˈpəʊnənt] *n*
ஆக்கக்கூறு

composer [kəmˈpəʊzə] *n*
இசை அமைப்பவர்

composition [ˌkɒmpəˈzɪʃən] *n*
கூட்டுக் கலவை

comprehension
[ˌkɒmprɪˈhɛnʃən] *n (formal)*
புரிந்துகொள்ளும் திறன்

comprehensive
[ˌkɒmprɪˈhɛnsɪv] *adj*
விரிவான

compromise [ˈkɒmprəˌmaɪz]
n சமரசம் ▷ *vi* சமரசம் செய்

compulsory [kəmˈpʌlsərɪ] *adj*
கட்டாயமான

computer [kəmˈpjuːtə] *n*
கணினி

computer game [kəmˈpjuːtə
geɪm] *n* கணினி
விளையாட்டு

computer science [kəmˈpjuːtə
ˈsaɪəns] *n* கணினி
அறிவியல்

computing [kəmˈpjuːtɪŋ] *n*
கணக்கிடுதல் செய்

concentrate [ˈkɒnsənˌtreɪt] *vi*
கவனம் செலுத்து

concentration
[ˌkɒnsənˈtreɪʃən] *n* கவனம்

concern [kənˈsɜːn] *n*
அக்கறை

concerned [kənˈsɜːnd] *adj*
அக்கறையுள்ள

concerning [kənˈsɜːnɪŋ] *prep*
(formal) சார்புடைய

concert [ˈkɒnsət] *n* இசை
அரங்கு நிகழ்ச்சி

concerto [kənˈtʃɛətəʊ] *n* தனி
இசை (இசைக்கருவி)

concession [kənˈsɛʃən] *n*
சலுகை

concise [kənˈsaɪs] *adj*
சுருக்கமான

conclude [kənˈkluːd] *vt*
முடிவு செய்

conclusion [kənˈkluːʒən] *n*
முடிவு

concrete [ˈkɒnkriːt] *n*
கான்கிரீட்

concussion [kənˈkʌʃən] *n*
அதிர்ச்சி

condemn [kənˈdɛm] *vt*
எதிர்ப்பு கூறு

condensation
[ˌkɒndɛnˈseɪʃən] *n*
உறைவித்தல்

condition [kənˈdɪʃən] *n*
நிலைமை

conditional [kənˈdɪʃənl] *adj*
கட்டுப்பாட்டிற்கு உட்பட்ட

conditioner [kənˈdɪʃənə] *n*
பண்படுத்துப் பொருள்

condom [ˈkɒndɒm] *n*
ஆணுறை

conduct [kənˈdʌkt] *vt*
நடத்து

conductor [kən'dʌktə] *n* நடத்துனர்
cone [kəʊn] *n* கூம்பு
conference ['kɒnfərəns] *n* கருத்தரங்கம்
confess [kən'fɛs] *v* குற்றத்தை ஒப்புக்கொள்
confession [kən'fɛʃən] *n* குற்றத்தை ஒப்புக்கொள்ளுதல்
confetti [kən'fɛtɪ] *npl* வண்ணக் காகிதத் துண்டுகள்
confidence ['kɒnfɪdəns] *n* *(mainly trust)* நம்பிக்கை; *(self-assurance)* தன்நம்பிக்கை; *(secret)* இரகசியம்
confident ['kɒnfɪdənt] *adj* நம்பிக்கையுடைய
confidential [ˌkɒnfɪ'dɛnʃəl] *adj* இரகசியமான
confirm [kən'fɜːm] *vt* உறுதிசெய்
confirmation [ˌkɒnfə'meɪʃən] *n* உறுதிப்பாடு
confiscate ['kɒnfɪˌskeɪt] *vt* பறிமுதல் செய்
conflict ['kɒnflɪkt] *n* முரண்பாடு
confuse [kən'fjuːz] *vt* குழப்பம் விளைவி
confused [kən'fjuːzd] *adj* குழப்பமான
confusing [kən'fjuːzɪŋ] *adj* குழம்புகின்ற
confusion [kən'fjuːʒən] *n* குழப்பம்
congestion [kən'dʒɛstʃən] *n* நெருக்கடி
Congo ['kɒŋgəʊ] *n* காங்கோ - ஒரு நாடு
congratulate [kən'grætjʊˌleɪt] *vt* வாழ்த்துத் தெரிவி
congratulations [kənˌgrætjʊ'leɪʃənz] *npl* வாழ்த்துக்கள்
conifer ['kəʊnɪfə] *n* குவிந்த காய் காய்க்கும் ஒரு மரவகை
conjugation [ˌkɒndʒʊ'geɪʃən] *n* வினைக்கணம்
conjunction [kən'dʒʌŋkʃən] *n* *(formal)* இணைப்பு
conjurer ['kʌndʒərə] *n* செப்பிடு வித்தை காட்டுபவர்
connection [kə'nɛkʃən] *n* தொடர்பு
conquer ['kɒŋkə] *vt* வெற்றி கொள்
conscience ['kɒnʃəns] *n* மனசாட்சி
conscientious [ˌkɒnʃɪ'ɛnʃəs] *adj* மனசாட்சிக்குக் கட்டுப்பட்ட
conscious ['kɒnʃəs] *adj* சுய உணர்வு நிலை கொண்ட
consciousness ['kɒnʃəsnɪs] *n* சுய உணர்வு நிலை

consecutive [kən'sɛkjʊtɪv] *adj* தொடர்ச்சியான
consensus [kən'sɛnsəs] *n* முழு ஒற்றுமை
consequence ['kɒnsɪkwəns] *n* விளைவு
consequently ['kɒnsɪkwəntlɪ] *adv (formal)* விளைவாக
conservation [ˌkɒnsə'veɪʃən] *n* பாதுகாப்பு
conservative [kən'sɜːvətɪv] *adj* பழமைவாத
conservatory [kən'sɜːvətrɪ] *n* பாதுகாப்பிடம்
consider [kən'sɪdə] *vt* கருது
considerate [kən'sɪdərɪt] *adj* விட்டுக்கொடுக்கும் மனப்பான்மையுள்ள
considering [kən'sɪdərɪŋ] *prep* கவனிக்கும்போது
consistent [kən'sɪstənt] *adj* முரண்பாடற்ற
consist of [kən'sɪst ɒv; əv] *v* உளதாக இரு
consonant ['kɒnsənənt] *n* மெய் எழுத்து ஒலி
conspiracy [kən'spɪrəsɪ] *n* சதித் திட்டம்
constant ['kɒnstənt] *adj* மாறாத
constantly ['kɒnstəntlɪ] *adv* எப்போதும்
constipated ['kɒnstɪˌpeɪtɪd] *adj* மலச்சிக்கல்
constituency [kən'stɪtjʊənsɪ] *n* தொகுதி
constitution [ˌkɒnstɪ'tjuːʃən] *n* அரசியல் அமைப்பு
construct [kən'strʌkt] *vt* கட்டமை
construction [kən'strʌkʃən] *n* கட்டுமானம்
constructive [kən'strʌktɪv] *adj* ஆக்கப்பூர்வமான
consul ['kɒnsl] *n* அயல் நாட்டுத் தூதுவர்
consulate ['kɒnsjʊlɪt] *n* தூதரகம்
consult [kən'sʌlt] *v* கலந்தாலோசி
consultant [kən'sʌltnt] *n* ஆலோசகர்
consumer [kən'sjuːmə] *n* நுகர்வோர்
contact ['kɒntækt] *n* தொடர்பு ▷ *vt* தொடர்பு கொள்
contact lenses ['kɒntækt 'lɛnzɪz] *npl* கண் விழியோடு ஒட்டியிருக்கும் வில்லை
contagious [kən'teɪdʒəs] *adj* தொற்றிப்பரவும்
contain [kən'teɪn] *vt* உட்கொண்டிரு
container [kən'teɪnə] *n* கொள்கலம்
contemporary [kən'tɛmprərɪ] *adj* சம காலத்தவர்

contempt [kən'tɛmpt] n
அவமதிப்பு

content ['kɒntɛnt] n
உள்ளடக்கம் ▷ [kən'tent]
adj மனநிறைவுள்ள

contents ['kɒntɛnts] npl
உள்ளிருக்கும் பொருட்கள்

contest ['kɒntɛst] n போட்டி

contestant [kən'tɛstənt] n
போட்டியாளர்

context ['kɒntɛkst] n சூழல்

continent ['kɒntɪnənt] n
கண்டம்

continual [kən'tɪnjʊəl] adj
இடைவிடாத

continually [kən'tɪnjʊəlɪ] adv
இடைவிடாமல்

continue [kən'tɪnjuː] vt
தொடர் ▷ vi தொடர்ந்து
நிகழ்

continuous [kən'tɪnjʊəs] adj
தொடர்ச்சியான

contraception
[ˌkɒntrə'sɛpʃən] n
கருத்தடை முறை

contraceptive [ˌkɒntrə'sɛptɪv]
n கருத்தடை சாதனம்

contract ['kɒntrækt] n
ஒப்பந்தம்

contractor ['kɒntræktə] n
ஒப்பந்தக்காரர்

contradict [ˌkɒntrə'dɪkt] vt
முரண்படு

contradiction [ˌkɒntrə'dɪkʃən]
n மறுத்தல்

contrary ['kɒntrərɪ] n
முரண்பாடான

contrast ['kɒntrɑːst] n
மாறுபட்ட தன்மை

contribute [kən'trɪbjuːt] vi
பங்களிப்புச் செய்

contribution [ˌkɒntrɪ'bjuːʃən]
n பங்களிப்பு

control [kən'trəʊl]
n கட்டுப்பாடு ▷ vt
கட்டுப்படுத்து

controversial [ˌkɒntrə'vɜːʃəl]
adj தர்க்கத்திற்குரிய

convenient [kən'viːnɪənt] adj
வசதியாக

conventional [kən'vɛnʃənl]
adj வழக்கமான

conversation [ˌkɒnvə'seɪʃən]
n உரையாடல்

convert [kən'vɜːt] v
மாற்று

convertible [kən'vɜːtəbl]
adj மாற்றிக் கொள்ளக்
கூடிய ▷ n மேற்கூறை
மடக்கிக் கொள்ளக் கூடிய
கார்

conveyor belt [kən'veɪə
bɛlt] n எடுத்துச் செல்லும்
பட்டை

convict [kən'vɪkt] vt
குற்றவாளி

convince [kən'vɪns] vt
நம்பிக்கை ஏற்படுத்து

convincing [kən'vɪnsɪŋ] adj
நம்பத்தக்க

convoy ['kɒnvɔɪ] *n*
வழித்துணையுடன் செல்லும்
கூட்டம்

cook [kʊk] *n* சமையல்காரர்
▷ *v* சமையல் செய்

cookbook ['kʊk,bʊk] *n*
உணவு சமைக்க உதவும்
புத்தகம்

cooker ['kʊkə] *n* சூட்டடுப்பு

cookery ['kʊkərɪ] *n*
சமையல்

cookery book ['kʊkərɪ bʊk] *n*
சமையல் புத்தகம்

cooking ['kʊkɪŋ] *n* சமைப்பது

cool [kuːl] *adj* (slightly cold)
குளிர்ச்சியான; (informal)
(stylish) அமைதியான

cooperation [kəʊ,ɒpə'reɪʃən]
n ஒத்துழைப்பு

cop [kɒp] *n* (informal)
போலீஸ்காரர்

cope [kəʊp] *vi* முயன்று
வெற்றியடை

copper ['kɒpə] *n* செம்பு;
தாமிரம்

copy ['kɒpɪ] *n* (duplicate)
நகல்; (publication) பதிப்பு
▷ *vt* நகல் செய்

copyright ['kɒpɪ,raɪt] *n*
பதிப்புரிமை

coral ['kɒrəl] *n* பவளம்

cordless ['kɔːdlɪs] *adj*
தொடுப்பில்லா

corduroy ['kɔːdə,rɔɪ] *n*
முரட்டுத்துணி

core [kɔː] *n* மையப்பகுதி

coriander [,kɒrɪ'ændə] *n*
கொத்தமல்லி

cork [kɔːk] *n* தக்கை

corkscrew ['kɔːk,skruː] *n*
தக்கை திருகி

corn [kɔːn] *n* மக்காச்சோளம்

corner ['kɔːnə] *n* மூலை

cornet ['kɔːnɪt] *n* எக்காளம் -
இசைக்கருவி

cornflakes ['kɔːn,fleɪks] *npl*
சோளப்பொரி

cornflour ['kɔːn,flaʊə] *n*
சோளமாவு

corporal ['kɔːpərəl] *n*
படைத்துறை அலுவலர்

corporal punishment
['kɔːprəl 'pʌnɪʃmənt] *n*
உடல்சார்ந்த தண்டனை

corpse [kɔːps] *n* பிணம்

correct [kə'rɛkt] *adj* (formal)
சரியான ▷ *vt* திருத்து

correction [kə'rɛkʃən] *n*
திருத்தம்

correctly [kə'rɛktlɪ] *adv*
சரியாக

correspondence
[,kɒrɪ'spɒndəns] *n* கடிதத்
தொடர்பு

correspondent
[,kɒrɪ'spɒndənt] *n* நிருபர்

corridor ['kɒrɪ,dɔː] *n*
நடைக்கூடம்

corrupt [kə'rʌpt] *adj*
ஒழுக்கங்கெட்ட

corruption [kə'rʌpʃən] *n* ஊழல்

cosmetics [kɒz'mɛtɪks] *npl* ஒப்பனைப் பொருட்கள்

cosmetic surgery [kɒz'mɛtɪk 'sɜːdʒərɪ] *n* அழகுபடுத்திக் கொள்வதற்கான அறுவை சிகிச்சை

cost [kɒst] *n* விலை ▷ *vt* விலை ஆகு

Costa Rica ['kɒstə 'riːkə] *n* கோஸ்டா ரிக - ஒரு நாடு

cost of living [kɒst əv 'lɪvɪŋ] *n* வாழ்வதற்கான விலை

costume ['kɒstjuːm] *n* ஆடை

cosy ['kəʊzɪ] *adj* சொகுசான

cot [kɒt] *n* கட்டில்

cottage ['kɒtɪdʒ] *n* குடிசை

cottage cheese ['kɒtɪdʒ tʃiːz] *n* நாட்டுப்புற பாலாடை

cotton ['kɒtn] *n* *(cloth)* பருத்தி துணி; *(thread)* நூல்

cotton bud ['kɒtən bʌd] *n* பஞ்சு முளை

cotton wool ['kɒtən wʊl] *n* மிருதுவான பருத்தி

couch [kaʊtʃ] *n* சாய்வுக் கட்டில்

couchette [kuː'ʃɛt] *n* படுக்கும் இருக்கை

cough [kɒf] *n* இருமல் ▷ *vi* இருமு

cough mixture [kɒf 'mɪkstʃə] *n* இருமல் மருந்து

could [kʊd] *v* (செய்ய) முடிந்தது

council ['kaʊnsəl] *n* ஆட்சிக்குழு

council house ['kaʊnsəl haʊs] *n* நகராண்மை கட்டிய கட்டடம்

councillor ['kaʊnsələ] *n* மன்ற உறுப்பினர்

count [kaʊnt] *vi* *(say numbers in order)* எண்ணு ▷ *vt* *(add up)* கணக்கிடு

counter ['kaʊntə] *n* பணம் வாங்கும் மற்றும் கொடுக்கும் இடம்

count on [kaʊnt ɒn] *v* ஆதரவு நாடு

country ['kʌntrɪ] *n* *(nation)* நாடு; *(countryside)* கிராமப்புறம்

countryside ['kʌntrɪˌsaɪd] *n* கிராமப்புறம்

couple ['kʌpl] *n* தம்பதி ▷ *det* இரண்டு

courage ['kʌrɪdʒ] *n* தைரியம்

courageous [kə'reɪdʒəs] *adj* தைரியம் மிக்க

courgette [kʊə'ʒɛt] *n* ஒரு காய்கறி வகை

courier ['kʊərɪə] *n* கடிதங்களை எடுத்துச் செல்பவர்

course [kɔːs] *n* செல்லும் திசை

court [kɔːt] *n (law)* நீதிமன்றம்; *(tennis)* விளையாட்டு மைதானம்

courtyard ['kɔːtˌjɑːd] *n* முற்றம்

cousin ['kʌzn] *n* பெற்றோரின் உடன் பிறந்தார் சேய்

cover ['kʌvə] *n* உறை ▷ *vt* உறைபோடு

cover charge ['kʌvə tʃɑːdʒ] *n* உணவு செலவுக்கு அதிகமாக வசூலிக்கப்படும் கட்டணம்

cow [kaʊ] *n* பசு

coward ['kaʊəd] *n* கோழை

cowardly ['kaʊədlɪ] *adj* கோழையாக

cowboy ['kaʊˌbɔɪ] *n* மாடு மேய்ப்பவன்

crab [kræb] *n* நண்டு

crack [kræk] *n (gap)* சிறு வெடிப்பு; *(line)* கீறல் ▷ *v* நொறுங்க வை

crack down on [kræk daʊn ɒn] *v* வளைத்துப் பிடி

cracked [krækt] *adj* வெடித்திருக்கிற

cracker ['krækə] *n* மொரமொரப்பானது

cradle ['kreɪdl] *n* தொட்டில்

craft [krɑːft] *n* (மரக்)கலம்

craftsman ['krɑːftsmən] *n* கைவினைஞர்

cram [kræm] *v* அடைத்துக்கொள்

crammed [kræmd] *adj* அடைக்கப்பட்ட

cranberry ['krænbərɪ] *n* காடித்தன்மையுடைய சிறு கொட்டை வகை

crane [kreɪn] *n (bird)* நாரை; *(machine)* பாரந்தூக்கி

crash [kræʃ] *n (accident)* மோதல் விபத்து ▷ *vt* மோதி விபத்து உண்டாக்கு ▷ *vi* மோதச் செய் ▷ *n (noise)* தகர்வொலி

crawl [krɔːl] *vi* தவழ்ந்து செல், ஊர்ந்து செல்

crayfish ['kreɪˌfɪʃ] *n* இறால் மீன் வகை

crayon ['kreɪən] *n* வண்ண மெழுகுக் குச்சி

crazy ['kreɪzɪ] *adj (informal)* பித்துப்பிடித்த

cream [kriːm] *adj* கிரீம்; களிம்பு ▷ *n* பாலேடு

crease [kriːs] *n* மடிப்புத் தடம்

creased [kriːst] *adj* மடித்துக் கசக்கப்பட்ட

create [kriː'eɪt] *vt* உருவாக்கு

creation [kriː'eɪʃən] *n* படைப்பு

creative [kriː'eɪtɪv] *adj* படைக்கும் திறனுள்ள

creature ['kriːtʃə] *n* உயிரினம்

crèche [krɛʃ] *n* குழந்தைக் காப்பகம்

credentials [krɪ'dɛnʃəlz] *npl* தகுதிச் சான்றுகள்
credible ['krɛdɪbl] *adj* நம்பத்தகுந்த
credit ['krɛdɪt] *n* கடன்
credit card ['krɛdɪt kɑːd] *n* கடன் அட்டை
creep [kriːp] *vi (person)* மெதுவாக நடந்து செல்; *(animal)* ஊர்ந்து செல்
crematorium [ˌkrɛmə'tɔːrɪəm] *n* சுடுகாடு
cress [krɛs] *n* கீரைச் செடி வகை
crew [kruː] *n* பணியாளர் குழு
crew cut [kruː kʌt] *n* முடியை குறுகி வெட்டிக்கொள்ளுதல்
cricket ['krɪkɪt] *n (game)* கிரிக்கெட் விளையாட்டு; *(insect)* வெட்டுகிளி பூச்சி வகை
crime [kraɪm] *n* குற்றம்
criminal ['krɪmɪnl] *adj* குற்றம் செய்த ▷ *n* குற்றவாளி
crisis ['kraɪsɪs] *n* நெருக்கடி
crisp [krɪsp] *adj* முறுகலான
crisps [krɪsps] *npl* உருளைக்கிழங்கு சிற்றுண்டி
crispy ['krɪspɪ] *adj* மொரமொரப்பான
criterion [kraɪ'tɪərɪən] *n* அடிப்படை விதி
critic ['krɪtɪk] *n* விமர்சகர்
critical ['krɪtɪkl] *adj* நெருக்கடியான
criticism ['krɪtɪˌsɪzəm] *n* விமர்சனம்
criticize ['krɪtɪˌsaɪz] *vt* விமர்சனம் செய்
Croatia [krəʊ'eɪʃə] *n* குரோவேஷியா - ஒரு நாடு
Croatian [krəʊ'eɪʃən] *adj* குரோவேஷிய நாட்டினர் ▷ *n (person)* குரோவேஷியா வாசி; *(language)* செர்போ மொழி
crochet ['krəʊʃeɪ] *v* கொக்கிப் பின்னல்
crocodile ['krɒkəˌdaɪl] *n* முதலை
crocus ['krəʊkəs] *n* ஒரு பூ வகை
crook [krʊk] *n (informal)* ஏமாற்றுக்காரன்
crop [krɒp] *n* பயிர்
crore [krɔː] *n (ten million)* கோடி
cross [krɒs] *adj* கோபமான ▷ *n* சிலுவை ▷ *vt* கடந்து செல்
cross-country ['krɒs'kʌntrɪ] *n* சாலை குறுக்கு ஓட்டம்
crossing ['krɒsɪŋ] *n* கடல் பயணம்
cross out [krɒs aʊt] *v* (நீக்குவதற்கு) பெருக்கல் குறி இடு

crossroads ['krɒsˌrəʊdz] *n* சாலை சந்திப்பு
crossword ['krɒsˌwɜːd] *n* குறுக்கெழுத்துப் போட்டி
crouch down [kraʊtʃ daʊn] *v* குனிந்து பார்
crow [krəʊ] *n* காகம்
crowd [kraʊd] *n* மக்கள்கூட்டம்
crowded [kraʊdɪd] *adj* கும்பலாக
crown [kraʊn] *n* மகுடம்
crucial ['kruːʃəl] *adj* மிக முக்கிய தீர்வுக்குரிய
crucifix ['kruːsɪfɪks] *n* சிலையில் அறையப்பட்ட இயேசுநாதரின் உருவம்
crude [kruːd] *adj* பண்பற்ற முறையில்
cruel ['kruːəl] *adj* இரக்கமற்ற
cruelty ['kruːəltɪ] *n* கொடுமை
cruise [kruːz] *n* கடல் சுற்றுப் பயணம்
crumb [krʌm] *n* சிறு துணுக்கு
crush [krʌʃ] *vt* கசக்கு
crutch [krʌtʃ] *n* முட்டுக்கட்டை
cry [kraɪ] *n* அழுகை ▷ *vi* அழு
crystal ['krɪstl] *n* பளிங்கு
cub [kʌb] *n* குட்டி
Cuba ['kjuːbə] *n* கியூபா - ஒரு நாடு
Cuban ['kjuːbən] *adj* கியூபா நாட்டின் ▷ *n* கியூபா வாசி
cube [kjuːb] *n* கன சதுரம்
cubic ['kjuːbɪk] *adj* கன சதுர வடிவான
cuckoo ['kʊkuː] *n* குயில்
cucumber ['kjuːˌkʌmbə] *n* வெள்ளரிக்காய்
cuddle ['kʌdl] *n* அரவணைப்பு ▷ *vt* தழுவு
cue [kjuː] *n* குறிப்புச் சொல்
cufflinks ['kʌflɪŋks] *npl* முழுக்கைச் சட்டையின் மணிக்கட்டு மடிப்புப் பட்டை
culprit ['kʌlprɪt] *n* குற்றவாளி
cultural ['kʌltʃərəl] *adj* பண்பாட்டு
culture ['kʌltʃə] *n* பண்பாடு
cumin ['kʌmɪn] *n* சீரகம்
cunning ['kʌnɪŋ] *adj* வஞ்சகமாக
cup [kʌp] *n* கிண்ணம்
cupboard ['kʌbəd] *n* அலமாரி
curb [kɜːb] *n* தடை காப்பு
cure [kjʊə] *n* நோய் நீக்கும் மருந்து ▷ *vt* குணப்படுத்து
curfew ['kɜːfjuː] *n* ஊரடங்கு கட்டளை
curious ['kjʊərɪəs] *adj* ஆர்வமுள்ள
curl [kɜːl] *n* சுருளுதல்
curler ['kɜːlə] *n* சுருளி
curly ['kɜːlɪ] *adj* சுருளான

currant ['kʌrənt] *n* உலர்ந்த திராட்சை
currency ['kʌrənsɪ] *n* நாணயம்
current ['kʌrənt] *adj* தற்போதைய ▷ *n (flow)* நீரோட்டம்; *(electric)* மின்சாரம்
current account ['kʌrənt ə'kaʊnt] *n* நடப்புக் கணக்கு
current affairs ['kʌrənt ə'fɛəz] *npl* நடப்பு நிகழ்வுகள்
currently ['kʌrəntlɪ] *adv* தற்போது
curriculum [kə'rɪkjʊləm] *n* பாடத்திட்டம்
curriculum vitae [kə'rɪkjʊləm 'viːtaɪ] *n* சுயவிவரம்
curry ['kʌrɪ] *n* குழம்பு
curry powder ['kʌrɪ 'paʊdə] *n* குழம்புப் பொடி
curse [kɜːs] *n (written)* சாபம்
cursor ['kɜːsə] *n* நிலைக்காட்டி
curtain ['kɜːtn] *n* திரைச்சீலை
cushion ['kʊʃən] *n* மெத்தை
custard ['kʌstəd] *n* முட்டையும் பாலும் சேர்ந்த இனிப்புக் குழம்பு
custody ['kʌstədɪ] *n* பாதுகாப்புப் பொறுப்பு
custom ['kʌstəm] *n* வழக்கம்
customer ['kʌstəmə] *n* வாடிக்கையாளர்
customized ['kʌstəˌmaɪzd] *adj* விருப்பத்திற்கு ஏற்ற
customs ['kʌstəmz] *npl* சுங்கம்
customs officer ['kʌstəmz 'ɒfɪsə] *n* சுங்க அதிகாரி
cut [kʌt] *n* வெட்டுக்காயம் ▷ *v (chop or slice)* துண்டாக்கு ▷ *vt (yourself)* வெட்டு
cutback ['kʌtˌbæk] *n* குறைத்தல்
cut down [kʌt daʊn] *v* குறை
cute [kjuːt] *adj (informal)* கூரறிவுள்ள
cutlery ['kʌtlərɪ] *n* உணவருந்தும்போது பயன்படும் கரண்டி, கத்தி முதலியன
cutlet ['kʌtlɪt] *n* பக்குவப்படுத்தப்பட்ட இறைச்சித் துண்டு; கட்லட்
cut off [kʌt ɒf] *v* வெட்டி எடு
cutting ['kʌtɪŋ] *n* வெட்டுதல்
cut up [kʌt ʌp] *v* துண்டுதுண்டாக வெட்டு
CV [siː viː] *abbr* சிவி (சுயவிவர அறிக்கை சுருக்கம்)
cybercafé ['saɪbəˌkæfeɪ] *n* வலைத்தளம் உபயோகிக்கும் இடம்
cybercrime ['saɪbəˌkraɪm] *n* வலைக்குற்றம்

cycle ['saɪkl] *n (bicycle)* மிதிவண்டி; *(series of events)* சுழற்சி ▷ *vi* மிதிவண்டி செலுத்து
cycle lane ['saɪkl leɪn] *n* மிதிவண்டிச் சாலை
cycle path ['saɪkl pɑːθ] *n* மிதிவண்டிப் பாதை
cycling ['saɪklɪŋ] *n* மிதிவண்டி உபயோகித்தல்
cyclist ['saɪklɪst] *n* மிதிவண்டிக்காரர்
cyclone ['saɪkləʊn] *n* புயல்
cylinder ['sɪlɪndə] *n* உருளை
cymbals ['sɪmblz] *npl* ஒரு வகை இசைக்கருவி
Cypriot ['sɪprɪət] *adj* சைப்ரஸ் நாட்டு ▷ *n* சைப்ரஸ் வாசி
Cyprus ['saɪprəs] *n* சைப்ரஸ் - ஒரு தீவு
cyst [sɪst] *n* நீர்க்கட்டி
cystitis [sɪ'staɪtɪs] *n* சிறுந்நீர்ப்பை நோய்த்தொற்று
Czech [tʃɛk] *adj* செகஸ்லோவாக்கியாவைச் சார்ந்த ▷ *n (person)* செகஸ்லோவாக்கியா வாசி; *(language)* செக் - ஒரு மொழி
Czech Republic [tʃɛk rɪ'pʌblɪk] *n* செக்ஸ்லோவாக்கியா - ஒரு நாடு

d

dad [dæd] *n (informal)* தந்தை
daddy ['dædɪ] *n (informal)* அப்பா
daffodil ['dæfədɪl] *n* ஒரு பூ வகை
daft [dɑːft] *adj* முட்டாள்தனமான
daily ['deɪlɪ] *adj* ஒவ்வொரு நாளும் ▷ *adv* தினசரி
dairy ['dɛərɪ] *n* பால்பண்ணை
dairy produce ['dɛərɪ 'prɒdjuːs] *n* பாலில் செய்யப்பட்ட பொருள்
dairy products ['dɛərɪ 'prɒdʌkts] *npl* பாலில் செய்யப்பட்ட பொருட்கள்
daisy ['deɪzɪ] *n* ஒரு பூ வகை
dam [dæm] *n* அணைக்கட்டு
damage ['dæmɪdʒ] *n* சேதாரம் ▷ *vt* சேதப்படுத்து
damp [dæmp] *adj* ஈரமான
dance [dɑːns] *n* நடனம் ▷ *vi* நடனமாடு
dancer ['dɑːnsə] *n* நடனமாடுபவர்
dancing ['dɑːnsɪŋ] *n* நடனமாடுதல்

dandelion ['dændɪ,laɪən] *n* ஒரு காட்டுச் செடி
dandruff ['dændrəf] *n* பொடுகு
Dane [deɪn] *n* டென்மார்க் வாசி
danger ['deɪndʒə] *n* அபாயம்
dangerous ['deɪndʒərəs] *adj* அபாயகரமான
Danish ['deɪnɪʃ] *adj* டென்மார்க் நாட்டின் ▷ *n* *(language)* டானிஷ் மொழி
dare [dɛə] *vt* துணிவு கொள்
daring ['dɛərɪŋ] *adj* துணிந்த
dark [dɑːk] *adj* *(not light)* கருமையான ▷ *n* இருட்டு ▷ *adj* *(not pale)* அடர்நிற
darkness ['dɑːknɪs] *n* இருட்டடிப்பு
darling ['dɑːlɪŋ] *n* செல்லம்
dart [dɑːt] *n* அம்பு
darts [dɑːts] *npl* சிற்றம்பு விளையாட்டு
dash [dæʃ] *vi* விரைந்து செல்
dashboard ['dæʃ,bɔːd] *n* ஆயுதப்பக்கப் பெட்டி
data ['deɪtə] *npl* தரவுகள்
database ['deɪtə,beɪs] *n* தரவுத் தளம்
date [deɪt] *n* தேதி
daughter ['dɔːtə] *n* மகள்
daughter-in-law ['dɔːtə ɪn lɔː] *n* மருமகள்
dawn [dɔːn] *n* அதிகாலை
day [deɪ] *n* *(period of 24 hours)* நாள்; தினம்; *(daytime)* பகல்
day return [deɪ rɪ'tɜːn] *n* ஒரே நாளில் திரும்புவதற்கான பயணச்சீட்டு
daytime ['deɪ,taɪm] *n* பகல்வேளை
dead [dɛd] *adj* இறந்த ▷ *adv* தெளிவாக
dead end [dɛd ɛnd] *n* முட்டுச் சந்து
deadline ['dɛd,laɪn] *n* கெடுக்காலம்
deaf [dɛf] *adj* செவிடான
deafening ['dɛfnɪŋ] *adj* காதைக்கிழிக்கும்
deal [diːl] *n* ஒப்பந்தம் ▷ *v* வழங்கு;
dealer ['diːlə] *n* வர்த்தகர்
deal with [diːl wɪð] *v* வினை மேற்கொள்
dear [dɪə] *adj* *(friend)* அன்புக்குரிய; *(informal)* *(expensive)* விலை அதிகமான
death [dɛθ] *n* மரணம்
debate [dɪ'beɪt] *n* விவாதம் ▷ *vt* விவாதி
debit ['dɛbɪt] *n* செலவு ▷ *vt* பற்று வை
debit card ['dɛbɪt kɑːd] *n* கடன் அட்டை
debt [dɛt] *n* கடன்
decade ['dɛkeɪd] *n* பத்தாண்டுக் காலம்

d

decaffeinated coffee
[di:'kæfɪneɪtɪd 'kɒfɪ] *n* நச்சு
எடுக்கப்பட்ட காப்பி

decay [dɪ'keɪ] *vi* அழுகிக்
கெடு

deceive [dɪ'si:v] *vt* ஏமாற்று

December [dɪ'sɛmbə] *n*
டிசம்பர் - மாதத்தின் பெயர்

decent ['di:snt] *adj*
பண்பார்ந்த

decide [dɪ'saɪd] *vt* முடிவு
செய்

decimal ['dɛsɪməl] *adj*
பத்தடுக்கு வரிசையான

decision [dɪ'sɪʒən] *n* முடிவு

decisive [dɪ'saɪsɪv] *adj*
முடிவான

deck [dɛk] *n* தள மேடை

deckchair ['dɛk,tʃɛə] *n* நீள்
மடக்கு நாற்காலி

declare [dɪ'klɛə] *vt (written)*
வெளிப்படுத்து

decorate ['dɛkə,reɪt] *vt*
அழகுபடுத்து

decorator ['dɛkə,reɪtə] *n*
அழகுபடுத்துபவர்

decrease ['di:kri:s] *n* குறைவு
▷ [dɪ'kri:s] *v* குறை

dedicated ['dɛdɪ,keɪtɪd] *adj*
ஈடுபாடுள்ள

dedication [,dɛdɪ'keɪʃən] *n*
ஈடுபாடு

deduct [dɪ'dʌkt] *vt* கழித்தல்
செய்

deep [di:p] *adj* ஆழமான

deep-fry ['di:pfraɪ] *vt*
எண்ணெயில் பொறித்து
எடு

deeply ['di:plɪ] *adv* தீவிரமாக

deer [dɪə] *n* மான்

defeat [dɪ'fi:t] *n* தோல்வி
▷ *vt* தோல்வி அடையச்
செய்

defect ['di:fɛkt] *n* குறைபாடு

defence [dɪ'fɛns] *n*
பாதுகாப்பு

defend [dɪ'fɛnd] *vt* எதிர்த்து
நில்

defendant [dɪ'fɛndənt] *n*
பிரதிவாதி

defender [dɪ'fɛndə] *n*
பாதுகாப்பாளர்

deficit ['dɛfɪsɪt] *n*
பற்றாக்குறை

define [dɪ'faɪn] *vt* பொருள்
வரையறை செய்

definite ['dɛfɪnɪt] *adj*
உறுதியான

definitely ['dɛfɪnɪtlɪ] *adv*
உறுதியாக

definition [,dɛfɪ'nɪʃən] *n*
வரையறை

degree [dɪ'gri:] *n* அளவு

degree Celsius [dɪ'gri:
'sɛlsɪəs] *n* செல்சியஸ்
வெப்ப அளவு

degree centigrade
[dɪ'gri: 'sɛntɪ,greɪd] *n*
செண்டிகிரேடு வெப்ப
அளவு

degree Fahrenheit [dɪ'griː 'færən,haɪt] *n* ஃபாரன்ஹீட் வெப்ப அளவு
dehydrated [diːhaɪ'dreɪtɪd] *adj* நீர்ப்பதம் நீக்கப்பட்ட
delay [dɪ'leɪ] *n* தாமதம் ▷ *vt* தாமதப்படுத்து
delayed [dɪ'leɪd] *adj* தாமதமான
delegate ['dɛlɪgət] *n* பிரதிநிதி ▷ ['dɛlɪ,geɪt] *vt* அதிகாரமளித்து ஒப்படை
delete [dɪ'liːt] *vt* நீக்கு
deliberate [dɪ'lɪbərɪt] *adj* வேண்டுமென்றே செய்யப்பட்ட
deliberately [dɪ'lɪbərətlɪ] *adv* வேண்டுமென்றே
delicate ['dɛlɪkɪt] *adj* அழகும் மென்மையும் கலந்த
delicatessen [,dɛlɪkə'tɛsn] *n* வழக்கத்திற்கு மாறான அல்லது வெளிநாட்டு உணவுப் பொருட்களை விற்கிற கடை
delicious [dɪ'lɪʃəs] *adj* சுவைமிக்க
delight [dɪ'laɪt] *n* பெருமகிழ்ச்சி
delighted [dɪ'laɪtɪd] *adj* மகிழ்ச்சியடைந்த
delightful [dɪ'laɪtfʊl] *adj* மகிழ்ச்சி நிரம்பிய
deliver [dɪ'lɪvə] *vt* வழங்கு
delivery [dɪ'lɪvərɪ] *n* வழங்குதல்; கொடுத்தல்
demand [dɪ'mɑːnd] *n* கோரிக்கை ▷ *vt* உரிமையுடன் கேள்
demanding [dɪ'mɑːndɪŋ] *adj* பிழிந்தெடுக்கும்
demo ['dɛməʊ] *n (informal)* ஆர்ப்பாட்டம்
democracy [dɪ'mɒkrəsɪ] *n* மக்களாட்சி
democratic [,dɛmə'krætɪk] *adj* மக்களாட்சியைச் சார்ந்த
demolish [dɪ'mɒlɪʃ] *vt* நிர்மூலமாக்கு
demonstrate ['dɛmən,streɪt] *vt* தெளிவுப்படுத்து
demonstration [,dɛmən'streɪʃən] *n* செயல்முறை விளக்கம்
demonstrator ['dɛmən,streɪtə] *n* ஆர்பாட்டக்காரர்கள்
denim ['dɛnɪm] *n* சாயவரி துணிவகை
denims ['dɛnɪmz] *npl* சாயவரி துணிவகை ஆடைகள்
Denmark ['dɛnmɑːk] *n* டென்மார்க் - ஒரு நாடு
dense [dɛns] *adj* அடர்த்தியான
density ['dɛnsɪtɪ] *n* அடர்த்தி
dent [dɛnt] *n* வடு; பள்ளம் ▷ *vt* வடு ஏற்படுத்து

d

dental ['dɛntl] *adj* பற்கள் சம்பந்தப்பட்ட

dental floss ['dɛntl flɒs] *n* பற்கள் இடுக்கில் சுத்தம் செய்ய பயன்படும் ஒரு வகை இழை

dentist ['dɛntɪst] *n* பல் மருத்துவர்

dentures ['dɛntʃəz] *npl* செயற்கைப்பல் தொகுதி

deny [dɪ'naɪ] *vt* மறுத்துக் கூறு

deodorant [diː'əʊdərənt] *n* வியர்வை மணம் அகற்ற உபயோகப்படுத்தும் ஒரு பொருள்

depart [dɪ'pɑːt] *vi* புறப்பட்டுச் செல்

department [dɪ'pɑːtmənt] *n* பிரிவு

department store [dɪ'pɑːtmənt stɔː] *n* பல்பொருள் அங்காடி

departure [dɪ'pɑːtʃə] *n* புறப்பாடு

departure lounge [dɪ'pɑːtʃə laʊndʒ] *n* புறப்படுவதற்கு குழுமும் இடம்

depend [dɪ'pɛnd] *vi* சார்ந்திரு

deport [dɪ'pɔːt] *vt* வெளியேற்று

deposit [dɪ'pɒzɪt] *n* வைப்புத் தொகை

depressed [dɪ'prɛst] *adj* சோர்வாக

depressing [dɪ'prɛsɪŋ] *adj* சோர்வு ஏற்படுத்தும்

depression [dɪ'prɛʃən] *n* மன அழுத்தம்

depth [dɛpθ] *n* ஆழம்

deputy head ['dɛpjʊtɪ hɛd] *n* உப தலைமை

descend [dɪ'sɛnd] *v (formal)* கீழிறங்கு

describe [dɪ'skraɪb] *vt* விவரித்துச் சொல்

description [dɪ'skrɪpʃən] *n* விளக்கவுரை

desert ['dɛzət] *n* பாலைவனம்

desert island ['dɛzət 'aɪlənd] *n* பாலைவனத்தீவு

deserve [dɪ'zɜːv] *vt* இயல்பு உடையதாக இரு

design [dɪ'zaɪn] *n* வடிவமைப்பு ▷ *vt* வடிவமைப்பு செய்

designer [dɪ'zaɪnə] *n* வடிவமைப்பவர்

desire [dɪ'zaɪə] *n* விருப்பம் ▷ *vt* விருப்பப்படு

desk [dɛsk] *n* படிக்க வேலை செய்வதற்கான மேசை

despair [dɪ'spɛə] *n* நம்பிக்கை இழப்பு

desperate ['dɛspərɪt] *adj* நம்பிக்கையற்ற நிலையில் உள்ள

desperately ['dɛspərɪtlɪ] *adv* எதற்கும் துணிந்த
despise [dɪ'spaɪz] *vt* இகழ்ச்சி கூறு
despite [dɪ'spaɪt] *prep* அப்படி இருந்தும்
dessert [dɪ'zɜːt] *n* இனிப்பு வகை
dessert spoon [dɪ'zɜːt spuːn] *n* சிறு கரண்டி
destination [ˌdɛstɪ'neɪʃən] *n* சேருமிடம்
destiny ['dɛstɪnɪ] *n* விதி
destroy [dɪ'strɔɪ] *vt* அழி
destruction [dɪ'strʌkʃən] *n* அழிவு
detached house [dɪ'tætʃt haʊs] *n* தனித்திருக்கும் வீடு
detail ['diːteɪl] *n* விபரம்
detailed ['diːteɪld] *adj* விபரமான
detective [dɪ'tɛktɪv] *n* துப்பறிவாளர்
detention [dɪ'tɛnʃən] *n* சிறை வைப்பு
detergent [dɪ'tɜːdʒənt] *n* சலவைத் தூள்
deteriorate [dɪ'tɪərɪəˌreɪt] *vi* அழிவை நோக்கிச் செல்
determined [dɪ'tɜːmɪnd] *adj* தீர்மானத்துடன்
detour ['diːtʊə] *n* சுற்று வழி
devaluation [diːˌvæljuː'eɪʃən] *n* மதிப்பைக் குறைத்தல்
devastated ['dɛvəˌsteɪtɪd] *adj* பாழாக்கப்பட்ட
devastating ['dɛvəˌsteɪtɪŋ] *adj* பாழாக்கும்
develop [dɪ'vɛləp] *vt* விருத்தி செய் ▷ *vi* அதிகரி
developing country [dɪ'vɛləpɪŋ 'kʌntrɪ] *n* வளரும் நாடுகள்
development [dɪ'vɛləpmənt] *n* அபிவிருத்தி
device [dɪ'vaɪs] *n* கருவி
Devil ['dɛvl] *n* சாத்தான்
devise [dɪ'vaɪz] *vt* திட்டமிடு
devoted [dɪ'vəʊtɪd] *adj* ஈடுபாடுடைய
diabetes [ˌdaɪə'biːtɪs] *n* நீரிழிவு
diabetic [ˌdaɪə'bɛtɪk] *adj* நீரிழிவு நோயுடைய ▷ *n* நீரிழிவு நோய்
diagnosis [ˌdaɪəg'nəʊsɪs] *n* நோயறிதல்
diagonal [daɪ'æɡənl] *adj* சாய்வான
diagram ['daɪəˌɡræm] *n* விளக்க வரைபடம்
dial ['daɪəl] *v* சுழற்று
dialect ['daɪəˌlɛkt] *n* வட்டாரப் பேச்சுமொழி
dialling code ['daɪəlɪŋ kəʊd] *n* பகுதிக்கான தொடர்பு எண்

d

dialling tone ['daɪəlɪŋ təʊn] *n* தொலைபேசியில் எண்கள் பதிப்பதற்கு முன் கேட்கும் ஒலி
dialogue ['daɪəˌlɒg] *n* உரையாடல்
diameter [daɪ'æmɪtə] *n* விட்டம்
diamond ['daɪəmənd] *n* *(jewel)* வைரம்; *(shape)* சாய்சதுரம்
diarrhoea [ˌdaɪə'rɪə] *n* வயிற்றுப் போக்கு; பேதி
diary ['daɪərɪ] *n* நாட்குறிப்பு
dice [daɪs] *npl* பகடை
dictation [dɪk'teɪʃən] *n* சொல்வதை எழுதுதல்
dictator [dɪk'teɪtə] *n* சர்வாதிகாரி
dictionary ['dɪkʃənərɪ] *n* அகராதி
die [daɪ] *vi* மரணமடை
diet ['daɪət] *n* உணவு முறை ▷ *vi* உண்பதை முறைப்படுத்து
difference ['dɪfərəns] *n* வேறுபாடு
different ['dɪfərənt] *adj* வித்தியாசமான
difficult ['dɪfɪklt] *adj* கடினமான
difficulty ['dɪfɪkltɪ] *n* சிரமம்
dig [dɪg] *v* குழி வெட்டு
digest [dɪ'dʒɛst] *v* செரிமானம் செய்
digestion [dɪ'dʒɛstʃən] *n* செரிமானம்
digger ['dɪgə] *n* குழி வெட்டும் கருவி
digital ['dɪdʒɪtl] *adj* எண்ணியல்; எண்முறை
digital camera ['dɪdʒɪtl 'kæmərə] *n* எண்ணியல் முறையிலான புகைப்படக் கருவி
digital radio ['dɪdʒɪtl 'reɪdɪəʊ] *n* எண்ணியல் முறையிலான வானொலி
digital television ['dɪdʒɪtl ˌtɛlɪ'vɪʒn] *n* எண்ணியல் முறையிலான தொலைக்காட்சி
digital watch ['dɪdʒɪtl wɒtʃ] *n* எண்ணியல் முறையிலான கைக் கடிகாரம்
dignity ['dɪgnɪtɪ] *n* கண்ணியம்
dilemma [dɪ'lɛmə] *n* இரண்டக நிலை
dilute [daɪ'luːt] *v* நீர்க்கச் செய் ▷ [daɪ'luːtɪd] *adj* செறிவு குன்றிய
dim [dɪm] *adj* மங்கலான
dimension [dɪ'mɛnʃən] *n* பரிமாணம்
diminish [dɪ'mɪnɪʃ] *v* சிறியதாக்கு
din [dɪn] *n* இரைச்சல்
diner ['daɪnə] *n (US)* அனைத்து நாட்களிலும் திறந்திருக்கும் உணவுவிடுதி

dinghy ['dɪŋɪ] *n* தோணி
dining car ['daɪnɪŋ kɑː] *n* (இரயிலில்) உணவு வண்டி
dining room ['daɪnɪŋ rʊm] *n* உணவு அறை
dinner ['dɪnə] *n* இரவுச் சாப்பாடு
dinner jacket ['dɪnə 'dʒækɪt] *n* இரவு சாப்பாடு மேலாடை
dinner party ['dɪnə 'pɑːtɪ] *n* இரவு விருந்து
dinner time ['dɪnə taɪm] *n* இரவு சாப்பாடு நேரம்
dinosaur ['daɪnəˌsɔː] *n* டைனோசார்
dip [dɪp] *n* தொக்கு ▷ *vt* மூழ்கச் செய்
diploma [dɪ'pləʊmə] *n* பட்டயம்; சான்றிதழ்
diplomat ['dɪpləˌmæt] *n* தூதர்
diplomatic [ˌdɪplə'mætɪk] *adj* ராஜதந்திரம் சார்ந்த
dipstick ['dɪpˌstɪk] *n* ஆழமானி
direct [dɪ'rɛkt] *adj* நேரடியான ▷ *vt* வழிகாட்டு
direct debit [dɪ'rɛkt 'dɛbɪt] *n* தடையின்றி கணக்கில் பற்று வைத்தல்
dIrection [dɪ'rɛkʃən] *n (way)* திசை
directions [dɪ'rɛkʃənz] *npl (instructions)* கட்டளைக் குறிப்பு
directly [dɪ'rɛktlɪ] *adv* நேரடியாக
director [dɪ'rɛktə] *n* இயக்குநர்
directory [dɪ'rɛktərɪ] *n* செய்திக் குறிப்பு நூல்
directory enquiries [dɪ'rɛktərɪ ɪn'kwaɪərɪz] *npl* விவரத் தொகுதியில் வினவுதல்
dirt [dɜːt] *n* அழுக்கு
dirty ['dɜːtɪ] *adj* அழுக்கான
disability [ˌdɪsə'bɪlɪtɪ] *n* இயலாமை
disabled [dɪ'seɪbld] *adj* இயலாமையால் பாதிக்கப்பட்ட
disadvantage [ˌdɪsəd'vɑːntɪdʒ] *n* பாதகமான நிலை
disagree [ˌdɪsə'griː] *vi* மறுப்பு தெரிவி
disagreement [ˌdɪsə'griːmənt] *n* மறுப்பு
disappear [ˌdɪsə'pɪə] *vi* மறைந்து போ
disappearance [ˌdɪsə'pɪərəns] *n* மறைந்து போதல்
disappoint [ˌdɪsə'pɔɪnt] *vt* ஏமாறச் செய்
disappointed [ˌdɪsə'pɔɪntɪd] *adj* ஏமாற்றமடைந்த
disappointing [ˌdɪsə'pɔɪntɪŋ] *adj* ஏமாற்றம் விளைவிக்கும்

d

disappointment [ˌdɪsəˈpɔɪntmənt] *n* ஏமாற்றம்
disaster [dɪˈzɑːstə] *n* பேரழிவு
disastrous [dɪˈzɑːstrəs] *adj* அழிவுண்டாக்கும்
disc [dɪsk] *n* தகடு
discipline [ˈdɪsɪplɪn] *n* ஒழுங்குமுறை
disc jockey [dɪsk ˈdʒɒkɪ] *n* அறிமுக அறிவிப்பாளர்
disclose [dɪsˈkləʊz] *vt* வெளிப்படுத்து
disco [ˈdɪskəʊ] *n* ஒரு வகை இசை நடனம்
disconnect [ˌdɪskəˈnɛkt] *vt* துண்டித்து விடு
discount [ˈdɪskaʊnt] *n* தள்ளுபடி
discourage [dɪsˈkʌrɪdʒ] *vt* பின்வாங்கச் செய்
discover [dɪˈskʌvə] *vt* கண்டுபிடி
discretion [dɪˈskrɛʃən] *n* *(formal)* தன்விருப்புரிமை
discrimination [dɪˌskrɪmɪˈneɪʃən] *n* வேறுபாடு கண்டறிதல்
discuss [dɪˈskʌs] *vt* கலந்தாலோசி
discussion [dɪˈskʌʃən] *n* விவாதம்
disease [dɪˈziːz] *n* நோய்
disgraceful [dɪsˈgreɪsfʊl] *adj* அவமானம் விளைவிக்கிற
disguise *vt* மாறுவேடம்
disgusted [dɪsˈgʌstɪd] *adj* வெறுப்படைந்த
disgusting [dɪsˈgʌstɪŋ] *adj* வெறுப்பைத் தூண்டுகிற
dish [dɪʃ] *n* உண்கலம்
dishcloth [ˈdɪʃˌklɒθ] *n* பாத்திரம் கவிழ்த்து வைக்கும் துணி
dishonest [dɪsˈɒnɪst] *adj* நேர்மையற்ற
dish towel [dɪʃ ˈtaʊəl] *n* பாத்திரம் துடைக்கும் துணி
dishwasher [ˈdɪʃˌwɒʃə] *n* பாத்திரங்கள் துலக்கும் மெஷின்
disinfectant [ˌdɪsɪnˈfɛktənt] *n* நச்சுக்கொல்லி
disk [dɪsk] *n* வட்டச் சில்லு
disk drive [dɪsk draɪv] *n* வட்டு இயக்கி
diskette [dɪsˈkɛt] *n* டிஸ்கெட்டே - கணினி தரவுகளை சேமிப்பதற்காக உபயோகிக்கப்படுகிற சிறிய காந்த வட்டு
dislike [dɪsˈlaɪk] *vt* வெறுப்பு கொள்
dismal [ˈdɪzməl] *adj* சோர்வு ஏற்படுத்துவதாக
dismiss [dɪsˈmɪs] *vt* அகற்று
disobedient [ˌdɪsəˈbiːdɪənt] *adj* கீழ்படிய மறுக்கின்ற
disobey [ˌdɪsəˈbeɪ] *v* கீழ்படியாமல் மறு

dispenser [dɪ'spɛnsə] *n* வழங்கும் கருவி
display [dɪ'spleɪ] *n* காட்சி முறை; காண்பித்தல் ▷ *vt* காண்பி
disposable [dɪ'spəʊzəbl] *adj* உபயோகித்து தூக்கிப் போட்டுவிடக்கூடிய
disqualify [dɪs'kwɒlɪˌfaɪ] *vt* தகுதியில்லை என்று அறிவி
disrupt [dɪs'rʌpt] *vt* இடைஞ்சல் செய்
dissatisfied [dɪs'sætɪsˌfaɪd] *adj* திருப்தியில்லாத
dissolve [dɪ'zɒlv] *v* கரையச் செய்
distance ['dɪstəns] *n* தூரம்
distant ['dɪstənt] *adj* தூரத்தில்
distillery [dɪ'stɪlərɪ] *n* வடிசாலை
distinction [dɪ'stɪŋkʃən] *n* தனிச்சிறப்பு
distinctive [dɪ'stɪŋktɪv] *adj* தனித்த
distinguish [dɪ'stɪŋgwɪʃ] *v* பிரித்தறி
distract *vt* கவனத்தைத் திருப்பு
distribute [dɪ'strɪbjuːt] *vt* பகிர்ந்து கொடு
distributor [dɪ'strɪbjʊtə] *n* வழங்குபவர்
district ['dɪstrɪkt] *n* மாவட்டம்
disturb [dɪ'stɜːb] *vt* தொல்லைகொடு
ditch [dɪtʃ] *n* குழி; பள்ளம் ▷ *vt* வேண்டாம் என்று ஒதுக்கு
dive [daɪv] *n* தலைகீழ் பாய்வு ▷ *vi* மூழ்கி நீச்சலடி
diver ['daɪvə] *n* மூழ்கி நீச்சலடிப்பவர்
diversion [daɪ'vɜːʃən] *n* வேறுவழியில் செல்லுதல்
divide [dɪ'vaɪd] *vt (object)* பாகங்களாகப் பிரி; *(number)* வகு
diving ['daɪvɪŋ] *n* நீருக்கடியில் நடமாடுதல்
diving board ['daɪvɪŋ bɔːd] *n* நீச்சல்குளத்தில் அங்கிருந்து குதிப்பதற்கான மேடை
division [dɪ'vɪʒən] *n* பிரிவு
divorce [dɪ'vɔːs] *n* விவாகரத்து
divorced [dɪ'vɔːst] *adj* விவாகரத்துப் பெற்ற
DIY [diː aɪ waɪ] *abbr* நீங்களே-செய்து-பாருங்கள் என்பதன் சுருக்கம்
dizzy ['dɪzɪ] *adj* தலை சுற்றுகிற
DJ [diː dʒeɪ] *abbr* இசைத் தட்டுகளை ரேடியோவில் அறிமுகப்படுத்துபவர்
DNA [diː ɛn eɪ] *n* டி.என்.ஏ.
do [dʊ] *vt* செய்
dock [dɒk] *n* துறைமுகம்

doctor ['dɒktə] *n* மருத்துவர்
document ['dɒkjʊmənt] *n* ஆவணம்
documentary [ˌdɒkjʊ'mɛntərɪ] *n* விளக்கப்படம்
documentation [ˌdɒkjʊmɛn'teɪʃən] *n* ஆவணப்படுத்துதல்
documents ['dɒkjʊmənts] *npl* ஆவணங்கள்
dodge [dɒdʒ] *vi* ஒளிந்து கொள்
dog [dɒg] *n* நாய்
dole [dəʊl] *n* தொழில் இல்லாதோர் அரசு உதவிப் பணம்
doll [dɒl] *n* பொம்மை
dollar ['dɒlə] *n* அமெரிக்க நாணயம்
dolphin ['dɒlfɪn] *n* டால்ஃபின்
domestic [də'mɛstɪk] *adj* உள்நாட்டு
Dominican Republic [də'mɪnɪkən rɪ'pʌblɪk] *n* டொமினிக்க குடியரசு - ஒரு நாடு
domino ['dɒmɪˌnəʊ] *n* ஒரு வகை விளையாட்டு
dominoes ['dɒmɪˌnəʊz] *npl* டொமினோ விளையாட்டு துண்டுகள்
donate [dəʊ'neɪt] *vt* தானம் செய்
done [dʌn] *adj* செய்யப்பட்ட
donkey ['dɒŋkɪ] *n* கழுதை
donor ['dəʊnə] *n* தானம் செய்தவர்
door [dɔː] *n* கதவு
doorbell ['dɔːˌbɛl] *n* அழைப்பு மணி
door handle [dɔː 'hændl] *n* கதவுக் கைப்பிடி
doorman ['dɔːˌmæn] *n* வாயிற்காப்போன்
doorstep ['dɔːˌstɛp] *n* வாசற்படி
dormitory ['dɔːmɪtərɪ] *n* தங்குமிடம்
dose [dəʊs] *n* மருந்தளவு
dot [dɒt] *n* புள்ளி
double ['dʌbl] *adj* இரட்டை ▷ *v* இருமடங்காக்கு
double bass ['dʌbl beɪs] *n* ஒரு வகை இசைக்கருவி
double glazing ['dʌbl 'gleɪzɪŋ] *n* இரட்டைக் கண்ணாடி
doubt [daʊt] *n* சந்தேகம் ▷ *vt* சந்தேகப்படு
doubtful ['daʊtfʊl] *adj* நிச்சயமில்லாத
dough [dəʊ] *n* பிசைந்த மாவு
doughnut ['dəʊnʌt] *n* இனிப்பு வகை
do up [dʊ ʌp] *v* செய்து முடி
dove [dʌv] *n* புறா
do without [dʊ wɪ'ðaʊt] *v* இல்லை என்றாலும் செய்

down [daʊn] *adv* கீழ் நோக்கி (திசையில்)
download ['daʊn,ləʊd] *vt* பதிவிறக்கம் செய்
downpour ['daʊn,pɔː] *n* கனத்த மழை
Down's syndrome [daʊnz 'sɪndrəʊm] *n* பிறப்புக் கோளாறு நோய்
downstairs ['daʊn'stɛəz] *adj* கீழ் தளத்திலிருக்கும் ▷ *adv* கீழ் தளத்திற்கு
doze [dəʊz] *vi* சிறிது நேரம் தூங்கு (பகலில்)
dozen ['dʌzn] *num* டஜன் -பன்னிரண்டின் தொகுதி
doze off [dəʊz ɒf] *v* சிறிதுநேரம் தூங்கு
drab [dræb] *adj* கவர்ச்சியற்ற
draft [drɑːft] *n* முன்மாதிரி
drag [dræg] *vt* இழுத்துச் செல்
dragon ['drægən] *n* பல்லி போல் தோற்றமளிக்கும் ஒரு பெரிய விலங்கு
dragonfly ['drægən,flaɪ] *n* தட்டாம் பூச்சி
drain [dreɪn] *n* வடிகுழாய் ▷ *v* வழியச் செய்
draining board ['dreɪnɪŋ bɔːd] *n* வடி தட்டு
drainpipe ['dreɪn,paɪp] *n* வடிநீர் குழாய்
drama ['drɑːmə] *n* நாடகம்
dramatic [drə'mætɪk] *adj* நாடகத் தன்மையான
drastic ['dræstɪk] *adj* கடுமையான
draught [drɑːft] *n* பஞ்சம்
draughts [drɑːfts] *npl* ஒரு வகை விளையாட்டு
draw [drɔː] *v (picture)* வரை ▷ *vi (in game)* சமநிலை அடை ▷ *v (move)* இழு
drawback ['drɔː,bæk] *n* குறை
drawer ['drɔːə] *n* இழுப்பறை
drawing ['drɔːɪŋ] *n* வரைபடம்
drawing pin ['drɔːɪŋ pɪn] *n* வரைதல் ஊசி
dreadful ['drɛdfʊl] *adj* பயமேற்படுத்தும்
dream [driːm] *n* கனவு ▷ *v* கனவு காண்
drench [drɛntʃ] *vt* தொப்பலாக நனை
dress [drɛs] *n* உடுப்பு; ஆடை ▷ *vi* ஆடை அணிந்துகொள்
dressed [drɛst] *adj* முழு உடை தரித்து
dresser ['drɛsə] *n* ஒப்பனைப் பெட்டி
dressing gown ['drɛsɪŋ gaʊn] *n* இரவு ஆடை அல்லது வீட்டு உடை மீது அணிந்து கொள்ளும் மேலாடை

dressing table ['drɛsɪŋ 'teɪbl] *n* ஒப்பனை மேசை

dress up [drɛs ʌp] *v* ஆடை அணிந்து கொள்

dried [draɪd] *adj* உலர்ந்த

drift [drɪft] *n* ஒன்றிலிருந்து விலகி இழுத்துச் செல்லப்படுதல், அல்லது நீரினாலோ அல்லது காற்றினாலோ அடித்துச் செல்லப்படுதல் ▷ *vi* நீரோட்டம் போன்ற

drill [drɪl] *n* துளையிடும் கருவி ▷ *v* துளையிடு

drink [drɪŋk] *n* குடித்தல் ▷ *v* குடி

drink-driving ['drɪŋk'draɪvɪŋ] *n* மது போதையுடன் ஓட்டுதல்

drinking water ['drɪŋkɪŋ 'wɔːtə] *n* குடி நீர்

drip [drɪp] *n* சொட்டு ▷ *vi* சொட்டு

drive [draɪv] *n* கார் பயணம் ▷ *v* (வாகனம்) ஓட்டு

driver ['draɪvə] *n* ஓட்டுநர்

driveway ['draɪv,weɪ] *n* வாகனவழி

driving instructor ['draɪvɪŋ ɪn'strʌktə] *n* வாகனம் ஓட்டக் கற்றுக்கொடுப்பவர்

driving lesson ['draɪvɪŋ 'lɛsn] *n* வாகனம் ஓட்டும் பாடம்

driving licence ['draɪvɪŋ 'laɪsəns] *n* ஓட்டுநர் உரிமம்

driving test ['draɪvɪŋ tɛst] *n* ஓட்டுநர் பரிட்சை

drizzle ['drɪzl] *n* தூறல்

drop [drɒp] *n* அளவில் குறைவு ▷ *v* குறைவுறு

drought [draʊt] *n* வறட்சி

drown [draʊn] *v* மூழ்கு

drowsy ['draʊzɪ] *adj* அரைத் தூக்க நிலையில்

drug [drʌg] *n* மருந்து

drum [drʌm] *n* முரசு -ஒரு இசைக் கருவி

drummer ['drʌmə] *n* முரசு அடிப்பவர்

drunk [drʌŋk] *adj* குடிபோதையுடன் ▷ *n* குடிகாரன்

dry [draɪ] *adj* உலர்ந்த ▷ *v* உலர்த்து

dry cleaner [draɪ 'kliːnə] *n* உலர் சலவையகம்

dry-cleaning ['draɪ'kliːnɪŋ] *n* உலர் சலவை

dryer ['draɪə] *n* உலர்த்துக் கருவி

dual carriageway ['djuːəl 'kærɪdʒ,weɪ] *n* இருபக்க வாகனச் சாலை

dubbed [dʌbt] *adj* மொழி மாற்றம் செய்யப்பட்ட

dubious ['djuːbɪəs] *adj* நம்பகமற்ற
duck [dʌk] *n* வாத்து
due [djuː] *adj* வெளிவர வேண்டிய
due to [djuː tʊ] *prep* காரணத்தால்
dull [dʌl] *adj* *(boring)* மந்தமான; *(colour)* பொலிவில்லாத
dumb [dʌm] *adj* வாய் பேசாத
dummy ['dʌmɪ] *n* போலி
dump [dʌmp] *n* குப்பைத் தொட்டி ▷ *vt* *(informal)* கீழே கொட்டு
dumpling ['dʌmplɪŋ] *n* கொழுக்கட்டை
dungarees [ˌdʌŋgə'riːz] *npl* முரட்டுத் துணியால் செய்யப்பட்ட நிறைகொள் படுக்கைக்கட்டு
dungeon ['dʌndʒən] *n* நிலவரைச் சிறை
duration [djʊ'reɪʃən] *n* கால வரையறை
during ['djʊərɪŋ] *prep* அதுபொழுது
dusk [dʌsk] *n* அந்திவேளை
dust [dʌst] *n* தூசி ▷ *v* தூசி நீக்கு
dustbin ['dʌstˌbɪn] *n* குப்பைத் தொட்டி
dustman ['dʌstmən] *n* குப்பை அகற்றுபவர்
dustpan ['dʌstˌpæn] *n* குப்பை சேகரிக்கும் அட்டை
dusty ['dʌstɪ] *adj* தூசு படிந்த
Dutch [dʌtʃ] *adj* டச்சு நாட்டைச் சேர்ந்த ▷ *n* டச்சு மொழி
Dutchman ['dʌtʃmən] *n* டச்சுக்காரர்
Dutchwoman ['dʌtʃwʊmən] *n* டச்சுப் பெண்மணி
duty ['djuːtɪ] *n* கடமை
duty-free ['djuːtɪˌfriː] *adj* வரி-தீர்வையில்லாத ▷ *n* தீர்வையில்லாத பொருள்
duvet ['duːveɪ] *n* இறகுகள் போன்றவைகளால் நிரப்பப்பட்ட மெத்தை
DVD [diː viː diː] *n* டி.வி.டி.
DVD burner [diːviːdiː 'bɜːnə] *n* டி.வி.டி. தகடு எழுதும் கருவி
DVD player [diːviːdiː 'pleɪə] *n* டி.வி.டி. செயல்படுத்தும் கருவி
dwarf [dwɔːf] *n* குள்ளன்
dye [daɪ] *n* சாயம் ▷ *vt* வண்ணம் பெறச் செய்
dynamic [daɪ'næmɪk] *adj* ஆற்றல் வாய்ந்த
dyslexia [dɪs'lɛksɪə] *n* புரிந்து படிக்க இயலாமை
dyslexic [dɪs'lɛksɪk] *adj* புரிந்து படிக்க இயலாத

e

each [iːtʃ] *det* ஒவ்வொன்றும் ▷ *pron* ஒவ்வொரு
eagle [ˈiːgl] *n* பருந்து
ear [ɪə] *n* காது
earache [ˈɪərˌeɪk] *n* காதுவலி
eardrum [ˈɪəˌdrʌm] *n* செவிப்பறை
earlier [ˈɜːlɪə] *adv* ஏற்கனவே
early [ˈɜːlɪ] *adj (ahead of time)* குறிப்பிட்ட நேரத்திற்கு முன்னர்; சீக்கிரம் ▷ *adv* முதலில் ▷ *adj (near the beginning)* முன்னதாக
earn [ɜːn] *vt* சம்பாதி
earnings [ˈɜːnɪŋz] *npl* வருமானங்கள்
earphones [ˈɪəˌfəʊnz] *npl* செவிபேசிகள்
earplugs [ˈɪəˌplʌgz] *npl* காது செருகிகள்
earring [ˈɪəˌrɪŋ] *n* காதணி
earth [ɜːθ] *n (planet)* பூமி; *(soil)* வயல்; நிலம்
earthquake [ˈɜːθˌkweɪk] *n* பூகம்பம்
easily [ˈiːzɪlɪ] *adv* எளிதாக
east [iːst] *adj* கிழக்குப்பக்க ▷ *adv* கிழக்கில் ▷ *n* கிழக்கு
eastbound [ˈiːstˌbaʊnd] *adj (formal)* கிழக்கு நோக்கி
Easter [ˈiːstə] *n* ஏசு உயிர்த்தெழு விழா
Easter egg [ˈiːstə ɛg] *n* ஈஸ்டர் முட்டை
eastern [ˈiːstən] *adj* கிழக்கு
easy [ˈiːzɪ] *adj* சுலபமான
easy chair [ˈiːzɪ tʃɛə] *n* சாய்வு நாற்காலி
easy-going [ˈiːzɪˈgəʊɪŋ] *adj* மேம்போக்கான
eat [iːt] *v* சாப்பிடு
e-book [ˈiːˌbʊk] *n* மின்னணு புத்தகம்
eccentric [ɪkˈsɛntrɪk] *adj* குறுக்குத்தனமான
echo [ˈɛkəʊ] *n* எதிரொலி
ecofriendly [ˈiːkəʊˌfrɛndlɪ] *adj* சூழலுடன் இணைந்த
ecological [ˌiːkəˈlɒdʒɪkl] *adj* உயிரின வாழ்க்கை சூழலுக்குரிய
ecology [ɪˈkɒlədʒɪ] *n* உயிரின வாழ்க்கைச் சூழல் பற்றிய படிப்பு
e-commerce [ˌiːˈkɒmɜːs] *n* மின்-வர்த்தகம்
economic [ˌiːkəˈnɒmɪk] *adj* பொருளாதார
economical [ˌiːkəˈnɒmɪkl] *adj* சிக்கனமான
economics [ˌiːkəˈnɒmɪks] *npl* பொருளாதாரம்

economist [ɪ'kɒnəmɪst] *n* பொருளியல் ஆய்வாளர்
economize [ɪ'kɒnəˌmaɪz] *vi* சிக்கனமாயிரு
economy [ɪ'kɒnəmɪ] *n* பொருளாதாரம்
economy class [ɪ'kɒnəmɪ klɑːs] *n* சிக்கனப் பிரிவு
ecstasy ['ɛkstəsɪ] *n* பரவசம்
Ecuador ['ɛkwəˌdɔː] *n* ஒரு நாடு
eczema ['ɛksɪmə] *n* (சரும) படை நோய்
edge [ɛdʒ] *n* விளிம்பு
edgy ['ɛdʒɪ] *adj (informal)* சினப்படுத்தும்
edible ['ɛdɪbl] *adj* உண்ணத்தக்க
edition [ɪ'dɪʃən] *n* பதிப்பு
editor ['ɛdɪtə] *n* பதிப்பாசிரியர்
educated ['ɛdjʊˌkeɪtɪd] *adj* கல்வியறிவு பெற்ற
education [ˌɛdjʊ'keɪʃən] *n* கல்வி
educational [ˌɛdjʊ'keɪʃənl] *adj* கல்வி தொடர்பான
eel [iːl] *n* விலாங்கு மீன்
effect [ɪ'fɛkt] *n* விளைவு
effective [ɪ'fɛktɪv] *adj* செயலூக்கமுடைய
effectively [ɪ'fɛktɪvlɪ] *adv* செயலூக்கத்துடன்
efficient [ɪ'fɪʃənt] *adj* திறமையான
efficiently [ɪ'fɪʃəntlɪ] *adv* திறமையாக
effort ['ɛfət] *n* முயற்சி
e.g. [iː dʒiː] *abbr* உதாரணம்
egg [ɛg] *n* முட்டை
eggcup ['ɛgˌkʌp] *n* முட்டைக் கிண்ணம்
egg white [ɛg waɪt] *n* வெள்ளைக் கரு
egg yolk [ɛg jəʊk] *n* மஞ்சள் கரு
Egypt ['iːdʒɪpt] *n* எகிப்து - ஒரு நாடு
Egyptian [ɪ'dʒɪpʃən] *adj* எகிப்து நாட்டின் ▷ *n* எகிப்து நாட்டுக்காரர்
eight [eɪt] *num* எட்டு
eighteen ['eɪ'tiːn] *num* பதினெட்டு
eighteenth ['eɪ'tiːnθ] *adj* பதினெட்டாவது
eighth [eɪtθ] *adj* எட்டாவது ▷ *n* எட்டு கூறில் ஒன்று
eighty ['eɪtɪ] *num* எண்பது
Eire ['ɛərə] *n* ஒரு தீவு
either ['aɪðə; 'iːðə] *adv* இது அல்லது அது ▷ *det (each)* இரண்டிலும் ▷ *pron* எதுவும் ▷ *det (one of two things)* இரண்டில் ஒன்று
either ... or ['aɪðə; 'iːðə ɔː] *conj* இதனால் அல்லது அதனால்
elastic [ɪ'læstɪk] *n* இழுபடும் இயல்பு

elastic band [ɪ'læstɪk bænd] *n* இழுக்கப்படும் பட்டி
Elastoplast® [ɪ'læstə,plɑːst] *n* மருந்துள்ள ஒட்டும் பட்டி
elbow ['ɛlbəʊ] *n* முழங்கை
elder ['ɛldə] *adj* வயதில் மூத்த
elderly ['ɛldəlɪ] *adj* வயதான
eldest ['ɛldɪst] *adj* மூத்த
elect [ɪ'lɛkt] *vt* தேர்ந்தெடு
election [ɪ'lɛkʃən] *n* தேர்தல்
electorate [ɪ'lɛktərɪt] *n* வாக்காளர் தொகுதி
electric [ɪ'lɛktrɪk] *adj* மின்சார
electrical [ɪ'lɛktrɪkl] *adj* மின்சார
electric blanket [ɪ'lɛktrɪk 'blæŋkɪt] *n* மின்சாரப் போர்வை
electrician [ɪlɛk'trɪʃən] *n* மின்சாரப் பணியாளர்
electricity [ɪlɛk'trɪsɪtɪ] *n* மின்சாரம்
electric shock [ɪ'lɛktrɪk ʃɒk] *n* மின் அதிர்ச்சி
electronic [ɪlɛk'trɒnɪk] *adj* மின்னணு சார்ந்த
electronics [ɪlɛk'trɒnɪks] *npl* மின்னணு பொருட்கள்
elegant ['ɛlɪgənt] *adj* நளினமான
element ['ɛlɪmənt] *n* கூறு
elephant ['ɛlɪfənt] *n* யானை
eleven [ɪ'lɛvn] *num* பதினொன்று
eleventh [ɪ'lɛvnθ] *adj* பதினொன்றாவது
eliminate [ɪ'lɪmɪ,neɪt] *vt* *(formal)* நீக்கு
elm [ɛlm] *n* ஒரு மர வகை
else [ɛls] *adv* இல்லையென்றால்
elsewhere [,ɛls'wɛə] *adv* எங்கெல்லாமோ
email ['iːmeɪl] *n* மின்னஞ்சல் ▷ *v* மின்னஞ்சலில் அனுப்பு
email address ['iːmeɪl ə'drɛs] *n* மின்னஞ்சல் முகவரி
embankment [ɪm'bæŋkmənt] *n* உயரமான சுவர் (கரை)
embarrassed [,ɪm'bærəst] *adj* மனக்குழப்பமடைந்த
embarrassing [ɪm'bærəsɪŋ] *adj* சங்கடப்படுத்தும்
embassy ['ɛmbəsɪ] *n* தூதரகம்
embroider [ɪm'brɔɪdə] *vt* சித்திரத் தையல் செய்
embroidery [ɪm'brɔɪdərɪ] *n* சித்திரத் தையல் வேலை
emergency [ɪ'mɜːdʒənsɪ] *n* அவசர நிலை
emergency exit [ɪ'mɜːdʒensɪ 'ɛksɪt] *n* அவசரக் காலத்தில் வெளியேறும் வழி

emergency landing [ɪ'mɜːdʒensɪ 'lændɪŋ] *n* நெருக்கடி காலத்தில் தரை இறங்குதல்
emigrate ['ɛmɪˌgreɪt] *vi* குடியேறு
emotion [ɪ'məʊʃən] *n* உணர்ச்சி வேகம்
emotional [ɪ'məʊʃənl] *adj* உணர்ச்சி வசப்பட்ட
emperor ['ɛmpərə] *n* சக்ரவர்த்தி
emphasize ['ɛmfəˌsaɪz] *vt* வலியுறுத்து
empire ['ɛmpaɪə] *n* பேரரசு
employ [ɪm'plɔɪ] *vt* பணிசெய்ய அமர்த்து
employee [ɛm'plɔɪiː] *n* பணியாள்
employer [ɪm'plɔɪə] *n* முதலாளி, பணியமர்த்தியவர்
employment [ɪm'plɔɪmənt] *n* சம்பளம் கிடைக்கும் வேலை
empty ['ɛmptɪ] *adj* காலியான ▷ *vt* வெறுமைப்படுத்து
enamel [ɪ'næməl] *n* மெருகு
encourage [ɪn'kʌrɪdʒ] *vt* ஊக்கப்படுத்து
encouragement [ɪn'kʌrɪdʒmənt] *n* ஊக்கம்
encouraging [ɪn'kʌrɪdʒɪŋ] *adj* உற்சாகமூட்டும்
encyclopaedia [ɛnˌsaɪkləʊ'piːdɪə] *n* கலைக்களஞ்சியம்
end [ɛnd] *n* முடிவு ▷ *v* முடிவுக்குக் கொண்டு வா
endanger [ɪn'deɪndʒə] *vt* அபாயத்திற்கு உள்ளாக்கு
ending ['ɛndɪŋ] *n* முடிவு
endless ['ɛndlɪs] *adj* முடிவில்லாத
enemy ['ɛnəmɪ] *n* எதிரி
energetic [ˌɛnə'dʒɛtɪk] *adj* சுறுசுறுப்பான
energy ['ɛnədʒɪ] *n (strength)* ஆற்றல்; *(power)* சக்தி
engaged [ɪn'geɪdʒd] *adj (formal)* ஈடுபட்டிருக்கும்
engaged tone [ɪn'geɪdʒd təʊn] *n* உபயோகத்திலிருக்கும் ஒலி
engagement [ɪn'geɪdʒmənt] *n* ஒப்பந்தம்
engagement ring [ɪn'geɪdʒmənt rɪŋ] *n* பரிச மோதிரம்
engine ['ɛndʒɪn] *n (machine)* இயந்திரப் பொறி; இன்ஜின்; *(train)* ரயில் தொடரின் முன் பெட்டி
engineer [ˌɛndʒɪ'nɪə] *n* பொறியாளர்
engineering [ˌɛndʒɪ'nɪərɪŋ] *n* பொறியியல்
England ['ɪŋglənd] *n* இங்கிலாந்து

e

English ['ɪŋglɪʃ] *adj* இங்கிலாந்து நாட்டின் ▷ *n* ஆங்கிலம்
Englishman ['ɪŋglɪʃmən] *n* இங்கிலாந்துகாரர்
Englishwoman ['ɪŋglɪʃˌwʊmən] *n* இங்கிலாந்துப் பெண்மணி
engrave [ɪn'greɪv] *vt* செதுக்கு
enjoy [ɪn'dʒɔɪ] *vt* அனுபவி
enjoyable [ɪn'dʒɔɪəbl] *adj* மகிழ்ச்சியான
enlargement [ɪn'lɑːdʒmənt] *n* பெரிதாக்குதல்
enormous [ɪ'nɔːməs] *adj* மிகப் பெரிய
enough [ɪ'nʌf] *det* போதுமான அளவு ▷ *pron* போதிய
enquire [ɪn'kwaɪə] *v (formal)* விசாரி
enquiry [ɪn'kwaɪərɪ] *n* விசாரணை
ensure [ɛn'ʃʊə] *vt (formal)* உறுதிப்படுத்து
enter ['ɛntə] *v (formal)* நுழை
entertain [ˌɛntə'teɪn] *v* உபசரி
entertainer [ˌɛntə'teɪnə] *n* உல்லாசப்படுத்துபவர்
entertaining [ˌɛntə'teɪnɪŋ] *adj* நேரம் போக்குகிற
enthusiasm [ɪn'θjuːzɪˌæzəm] *n* ஆர்வம்
enthusiastic [ɪnˌθjuːzɪ'æstɪk] *adj* ஆர்வம் மிகுந்த
entire [ɪn'taɪə] *adj* முழு
entirely [ɪn'taɪəlɪ] *adv* முழுவதுமாக
entrance ['ɛntrəns] *n* நுழைவாயில்
entrance fee ['ɛntrəns fiː] *n* நுழைவுக் கட்டணம்
entry ['ɛntrɪ] *n* நுழைவு
entry phone ['ɛntrɪ fəʊn] *n* அழைப்பு பேசி
envelope ['ɛnvəˌləʊp] *n* உறை
envious ['ɛnvɪəs] *adj* பொறாமையுடைய
environment [ɪn'vaɪrənmənt] *n* சூழல்
environmental [ɪnˌvaɪrən'mɛntəl] *adj* சுற்றுச்சூழலுக்கான
environmentally friendly [ɪnˌvaɪərən'mɛntəlɪ 'frɛndlɪ] *adj* சுற்றுச்சூழலுக்கு இணக்கமான
envy ['ɛnvɪ] *n* பொறாமை ▷ *vt* பொறாமைப்படு
epidemic [ˌɛpɪ'dɛmɪk] *n* கொள்ளை நோய்
episode ['ɛpɪˌsəʊd] *n* கதைப்பகுதி
equal ['iːkwəl] *adj* சமமான ▷ *vt* ஒன்றுக்கொன்று சமன் செய்

equality [ɪ'kwɒlɪtɪ] *n* சம உரிமை
equalize ['iːkwəˌlaɪz] *vt* சமப்படுத்து
equation [ɪ'kweɪʒən] *n* சமன்பாடு
equator [ɪ'kweɪtə] *n* பூமத்திய ரேகை
Equatorial Guinea [ˌɛkwə'tɔːrɪəl 'gɪnɪ] *n* ஒரு நாடு
equipment [ɪ'kwɪpmənt] *n* உபகரணம்
equipped [ɪ'kwɪpt] *adj* வசதிகள் செய்யப்பட்ட
equivalent [ɪ'kwɪvələnt] *n* நிகர்
erase [ɪ'reɪz] *vt* அழி
Eritrea [ˌɛrɪ'treɪə] *n* ஒரு நாடு
error ['ɛrə] *n* தவறு
escalator ['ɛskəˌleɪtə] *n* நகரும் மின் படிக்கட்டு
escape [ɪ'skeɪp] *n* தப்பித்தல் ▷ *vi* தப்பிவிடு
escort [ɪs'kɔːt] *vt* துணையாகச் செல்
especially [ɪ'spɛʃəlɪ] *adv* முக்கியமாக
espionage ['ɛspɪəˌnɑːʒ; ˌɛspɪə'nɑːʒ] *n (formal)* ஒற்றாடல்
essay ['ɛseɪ] *n* கட்டுரை
essential [ɪ'sɛnʃəl] *adj* அத்தியாவசியமான
estate [ɪ'steɪt] *n* பண்ணைத் தோட்டம்
estate agent [ɪ'steɪt 'eɪdʒənt] *n* நிலம்/வீடு வாங்க விற்க உதவும் முகவர்
estate car [ɪ'steɪt kɑː] *n* பெரிய வாகனம்
estimate ['ɛstɪˌmeɪt] *n* மதிப்பீடு ▷ ['ɛstɪmət] *vt* மதிப்பீடு செய்
Estonia [ɛ'stəʊnɪə] *n* ஒரு நாடு
Estonian [ɛ'stəʊnɪən] *adj* எஸ்டொனியா நாட்டுடைய ▷ *n (person)* எஸ்டோனியாக்காரர்; *(language)* எஸ்டொனியா நாட்டு மொழி
etc [ɪt'sɛtrə] *abbr* இத்யாதி; முதலியன
eternal [ɪ'tɜːnl] *adj* நிரந்தரமான
eternity [ɪ'tɜːnɪtɪ] *n* முடிவின்மை
ethical ['ɛθɪkl] *adj* நெறிமுறை சார்ந்த
Ethiopia [ˌiːθɪ'əʊpɪə] *n* ஒரு நாடு
Ethiopian [ˌiːθɪ'əʊpɪən] *adj* எத்தியோப்பிய நாட்டின் ▷ *n* எத்தியோப்பிய வாசி
ethnic ['ɛθnɪk] *adj* இனப்பிரிவு சார்ந்த
EU [iː juː] *abbr* ஐரோப்பிய ஒன்றியம் என்பதின் சுருக்கம்

euro ['jʊərəʊ] *n* யூரோ- ஒரு நாணயம்
Europe ['jʊərəp] *n* ஐரோப்பா
European [ˌjʊərə'pɪən] *adj* ஐரோப்பிய நாடுகளின் ▷ *n* ஐரோப்பியக்காரர்
European Union [ˌjʊərə'piːən 'juːnjən] *n* ஐரோப்பிய ஒன்றியம்
evacuate [ɪ'vækjʊˌeɪt] *v* வெளியேற்று
eve [iːv] *n* முந்தைய
even ['iːvn] *adj (flat and smooth)* சீரான ▷ *adv* (இவர்கள்) கூட ▷ *adj (number)* இரட்டைப்படை
evening ['iːvnɪŋ] *n* மாலைப் பொழுது
evening class ['iːvnɪŋ klɑːs] *n* மாலைநேர வகுப்பு
evening dress ['iːvnɪŋ drɛs] *n* மாலைநேர ஆடை
event [ɪ'vɛnt] *n* நிகழ்ச்சி
eventful [ɪ'vɛntfʊl] *adj* நிகழ்ச்சிகள் நிறைந்த
eventually [ɪ'vɛntʃʊəlɪ] *adv* முடிவில்
ever ['ɛvə] *adv* எப்பொழுதும்
every ['ɛvrɪ] *adj* ஒவ்வொரு
everybody ['ɛvrɪˌbɒdɪ] *pron* ஒவ்வொருவரும்
everyone ['ɛvrɪˌwʌn] *pron* ஒவ்வொரு நபரும்
everything ['ɛvrɪθɪŋ] *pron* ஒவ்வொன்றும்
everywhere ['ɛvrɪˌwɛə] *adv* எல்லா இடத்திலும்
evidence ['ɛvɪdəns] *n* ஆதாரம்
evil ['iːvl] *adj* கேடு விளைவிக்கும்
evolution [ˌiːvə'luːʃən] *n* பரிணாம வளர்ச்சி
ewe [juː] *n* பெண் ஆடு
exact [ɪg'zækt] *adj* துல்லியமான
exactly [ɪg'zæktlɪ] *adv* சரியாக
exaggerate [ɪg'zædʒəˌreɪt] *v* மிகைப்படுத்திக் கூறு
exaggeration [ɪg'zædʒəˌreɪʃən] *n* மிகைப்படக் கூறுதல்
exam [ɪg'zæm] *n* பரிட்சை
examination [ɪgˌzæmɪ'neɪʃən] *n (formal)* பரிட்சை
examine [ɪg'zæmɪn] *vt* சோதனை செய்
examiner [ɪg'zæmɪnə] *n* சோதிப்பவர்
example [ɪg'zɑːmpl] *n* உதாரணம்
excellent ['ɛksələnt] *adj* அருமையான
except [ɪk'sɛpt] *prep* தவிர
exception [ɪk'sɛpʃən] *n* விதிவிலக்கு
exceptional [ɪk'sɛpʃənl] *adj* விதிவிலக்கான

excess baggage ['ɛksɛs 'bægɪdʒ] *n* மூட்டை முடிச்சுகளின் அதிகப்படியான எடை
excessive [ɪk'sɛsɪv] *adj* மிதமிஞ்சிய
exchange [ɪks'tʃeɪndʒ] *vt* மாற்றிக்கொள்
exchange rate [ɪks'tʃeɪndʒ reɪt] *n* செலாவணி விகிதம்
excited [ɪk'saɪtɪd] *adj* ஆர்வம் தூண்டப்பெற்ற
exciting [ɪk'saɪtɪŋ] *adj* பரபரப்பூட்டுகிற
exclamation mark [ˌɛksklə'meɪʃən mɑːk] *n* ஆச்சரியக்குறி
exclude [ɪk'skluːd] *vt* விட்டு விடு
excluding [ɪk'skluːdɪŋ] *prep* தவிர்த்து; இல்லாமல்
exclusively [ɪk'skluːsɪvlɪ] *adv* பிரத்தியேகமான
excuse [ɪk'skjuːs] *n* மன்னிப்பு ▷ [ɪk'skjuːz] *vt* பொறுத்துக்கொள்
execute ['ɛksɪˌkjuːt] *vt* செயல்படுத்து
execution [ˌɛksɪ'kjuːʃən] *n* நிறைவேற்றம்
executive [ɪg'zɛkjʊtɪv] *n* செயல் நிறைவேற்றுபவர்
exercise ['ɛksəˌsaɪz] *n (formal, physical)* உடற்பயிற்சி; *(school work)* பயிற்சி
exhaust [ɪg'zɔːst] *n* வளிபோக்கிக்குழல்
exhausted [ɪg'zɔːstɪd] *adj* களைப்புற்ற; ஆற்றல் வற்றிய
exhaust fumes [ɪg'zɔːst fjuːmz] *npl* புறம்போகும் புகைகள்
exhibition [ˌɛksɪ'bɪʃən] *n* கண்காட்சி
ex-husband [ɛks'hʌzbənd] *n* பழைய கணவன்
exile ['ɛgzaɪl] *n* நாடு கடத்தும் தண்டனை
exist [ɪg'zɪst] *vi* உளதாயிரு
exit ['ɛgzɪt] *n* வெளிவாசல்
exotic [ɪg'zɒtɪk] *adj* ஆச்சரியம் ஏற்படுத்தும்
expect [ɪk'spɛkt] *vt* எதிர்பார்
expedition [ˌɛkspɪ'dɪʃən] *n* குறிக்கோள் பயணம்
expel [ɪk'spɛl] *vt* புறந்தள்ளு; வெளியேற்று
expenditure [ɪk'spɛndɪtʃə] *n (formal)* செலவு
expenses [ɪk'spɛnsɪz] *npl* செலவுகள்
expensive [ɪk'spɛnsɪv] *adj* விலை அதிகமான
experience [ɪk'spɪərɪəns] *n* அனுபவம்
experienced [ɪk'spɪərɪənst] *adj* அனுபவமுள்ள
experiment [ɪk'spɛrɪmənt] *n* பரிசோதனை

expert [ˈɛkspɜːt] *n* நிபுணர்
expire [ɪkˈspaɪə] *vi* காலவதி
expiry date [ɪkˈspaɪərɪ deɪt] *n* காலவதி தேதி
explain [ɪkˈspleɪn] *vt* விளக்கம் கூறு
explanation [ˌɛkspləˈneɪʃən] *n* விளக்கம்
explode [ɪkˈspləʊd] *vi* வெடித்துச் சிதறு
exploit [ɪkˈsplɔɪt] *vt* சுயநலத்துக்கு பயன்படுத்து
exploitation [ˌɛksplɔɪˈteɪʃən] *n* சுரண்டுதல்
explore [ɪkˈsplɔː] *v* ஆராய்ந்து பார்
explorer [ɪkˈsplɔːrə] *n* தேடி ஆராய்பவர்
explosion [ɪkˈspləʊʒən] *n* வெடி விபத்து
explosive [ɪkˈspləʊsɪv] *n* வெடிப் பொருட்கள்
export [ˈɛkspɔːt] *n* ஏற்றுமதி ▷ [ɪkˈspɔːt] *v* ஏற்றுமதி செய்
express [ɪkˈsprɛs] *vt* தெரிவி
expression [ɪkˈsprɛʃən] *n* தெரிவித்தல்
extension [ɪkˈstɛnʃən] *n* விரிவு
extension cable [ɪkˈstɛnʃən ˈkeɪbl] *n* நீட்டிப்பு செய்யும் கயிறு அல்லது கம்பி
extensive [ɪkˈstɛnsɪv] *adj* பரந்தகன்ற
extensively [ɪkˈstɛnsɪvlɪ] *adv* பரந்தகன்று
extent [ɪkˈstɛnt] *n* அளவு
exterior [ɪkˈstɪərɪə] *adj* வெளிப்புற
external [ɪkˈstɜːnl] *adj* வெளி
extinct [ɪkˈstɪŋkt] *adj* அழிந்து மறைந்த
extinguisher [ɪkˈstɪŋgwɪʃə] *n* தீயணைப்பான்
extortionate [ɪkˈstɔːʃənɪt] *adj* பணம் பறிக்கிற
extra [ˈɛkstrə] *adj* உபரியான ▷ *adv* மிகையாக
extraordinary [ɪkˈstrɔːdnrɪ] *adj* அசாதாரணமான
extravagant [ɪkˈstrævɪgənt] *adj* ஊதாரித்தனமான
extreme [ɪkˈstriːm] *adj* உச்ச அளவில்
extremely [ɪkˈstriːmlɪ] *adv* எல்லை கடந்து
extremism [ɪkˈstriːmɪzəm] *n* தீவிரவாதம்
extremist [ɪkˈstriːmɪst] *n* தீவிரவாதி
ex-wife [ɛksˈwaɪf] *n* முன்னாள் மனைவி
eye [aɪ] *n* கண்
eyebrow [ˈaɪˌbraʊ] *n* புருவம்
eye drops [aɪ drɒps] *npl* கண் சொட்டு மருந்து
eyelash [ˈaɪˌlæʃ] *n* கண்ணிமையின் முடிவரிசை
eyelid [ˈaɪˌlɪd] *n* கண்ணிமை

eyeliner ['aɪˌlaɪnə] *n* கண்ணிமையில் மைக்கோடு இட்டுக் கொள்வது
eye shadow [aɪ 'ʃædəʊ] *n* கண் ஒப்பனை
eyesight ['aɪˌsaɪt] *n* கண்பார்வை

f

fabric ['fæbrɪk] *n* துணி
fabulous ['fæbjʊləs] *adj* *(informal)* மிகச் சிறப்பாக
face [feɪs] *n* முகம் ▷ *vt* நோக்கிப் பார்
face cloth [feɪs klɒθ] *n* முகம் துடைக்கும் துணி
facial ['feɪʃəl] *adj* முகத்தின் ▷ *n* முக பராமரிப்பு
facilities [fə'sɪlɪtɪz] *npl* வசதிகள்
fact [fækt] *n* உண்மை
factory ['fæktərɪ] *n* தொழிற்சாலை
fade [feɪd] *v* மங்கு
fail [feɪl] *v* தோற்றுப் போ
failure ['feɪljə] *n* தோல்வி
faint [feɪnt] *adj* தெளிவற்ற ▷ *vi* மயக்கமடை
fair [fɛə] *adj (just)* நியாயமான; *(blond)* வெளிரிய மஞ்சள் நிறமான ▷ *n* பொருட்காட்சி
fairground ['fɛəˌgraʊnd] *n* பொருட்காட்சித் திடல்
fairly ['fɛəlɪ] *adv* அதிகம் குறிப்பிடும்படியான
fairness ['fɛənɪs] *n* சிறப்பு
fairy ['fɛərɪ] *n* வனதெய்வம்
fairy tale ['fɛərɪ teɪl] *n* நம்பத்தகாத கதை
faith [feɪθ] *n* நம்பிக்கை
faithful ['feɪθfʊl] *adj* நம்பிக்கைக்குரிய
faithfully ['feɪθfʊlɪ] *adv* நம்பிக்கையாக
fake [feɪk] *adj* போலியான ▷ *n* போலி
fall [fɔːl] *n* வீழ்ச்சி ▷ *vi* விழு
fall down [fɔːl daʊn] *v* கீழே விழு
fall for [fɔːl fɔː] *v* ஈர்க்கப்படு
fall out [fɔːl aʊt] *v* தொடர்பு அற்றுப் போ
false [fɔːls] *adj* தவறான
false alarm [fɔːls ə'lɑːm] *n* பாசாங்கு எச்சரிக்கை
fame [feɪm] *n* புகழ்
familiar [fə'mɪlɪə] *adj* பழக்கப்பட்ட
family ['fæmɪlɪ] *n* குடும்பம்
famine ['fæmɪn] *n* பஞ்சம்
famous ['feɪməs] *adj* புகழ்பெற்ற

fan [fæn] *n* ரசிகன்
fanatic [fə'nætɪk] *n* வெறியர்
fan belt [fæn bɛlt] *n* விசிறிநாடா
fancy ['fænsɪ] *vt (informal)* ஆர்வப்படு ▷ *adj* சிறப்பான
fancy dress ['fænsɪ drɛs] *n* மாறு வேடம் (போட்டி)
fantastic [fæn'tæstɪk] *adj (informal)* அருமையான
FAQ [ɛf eɪ kjuː] *abbr* அடிக்கடி கேட்கப்படும் கேள்விகள்
far [fɑː] *adj* தொலை தூரத்தில் ▷ *adv* தொலைவு
fare [fɛə] *n* கட்டணம்
Far East [fɑː iːst] *n* கிழக்காசிய
farewell! [fɛə'wel] *excl* வழியனுப்புதல்; பிரியாவிடை
farm [fɑːm] *n* பண்ணை
farmer ['fɑːmə] *n* விவசாயி
farmhouse ['fɑːm,haʊs] *n* பண்ணைவீடு
farming ['fɑːmɪŋ] *n* விவசாயம்
Faroe Islands ['fɛərəʊ 'aɪləndz] *npl* தீவுக் கூட்டம்
fascinating ['fæsɪ,neɪtɪŋ] *adj* ஆச்சரியமூட்டும்
fashion ['fæʃən] *n* புதுப் பாணி
fashionable ['fæʃənəbl] *adj* காலத்துக்கேற்ற
fast [fɑːst] *adj* விரைவான ▷ *adv* துரித
fat [fæt] *adj* பருமனாக ▷ *n* கொழுப்பு
fatal ['feɪtl] *adj* உயிருக்கு ஆபத்தான
fate [feɪt] *n* விதி
father ['fɑːðə] *n* தந்தை
father-in-law ['fɑːðə ɪn lɔː] *n* மாமனார்
fault [fɔːlt] *n* குற்றம்
faulty ['fɔːltɪ] *adj* குறையுடைய
fauna ['fɔːnə] *npl* ஓர் குறிப்பிட்ட பகுதியில் உள்ள விலங்கினங்கள்
favour ['feɪvə] *n* ஆதரவு
favourite ['feɪvərɪt] *adj* தனிவிருப்பத்திற்குரிய ▷ *n* தனிப்பற்றுக்குரியது
fax [fæks] *n* தொலைநகல் ▷ *vt* தொலைநகல் அனுப்பு
fear [fɪə] *n* பயம் ▷ *vt* பயப்படு
feasible ['fiːzəbl] *adj* செய்யத்தக்க
feather ['fɛðə] *n* இறகு
feature ['fiːtʃə] *n* சிறப்பம்சம்
February ['fɛbrʊərɪ] *n* பிப்ரவரி மாதம்
fed up [fɛd ʌp] *adj (informal)* பொறுமை இழந்து
fee [fiː] *n* கட்டணம்
feed [fiːd] *vt* உணவளி

feedback ['fiːd,bæk] *n* பின்னூட்டம்
feel [fiːl] *v (have a particular feeling)* உணர் ▷ *vt (touch)* தொட்டுணர்
feeling ['fiːlɪŋ] *n* உணர்வு
feet [fiːt] *npl* பாதங்கள்
felt [fɛlt] *n* அழுத்தக் கம்பளித் துணி
felt-tip ['fɛlt,tɪp] *n* ஒரு வகை எழுதுகோல்
female ['fiːmeɪl] *adj* பெண்ணினத்தைச் சேர்ந்த ▷ *n* பெண்
feminine ['fɛmɪnɪn] *adj* பெண்மைக்குரிய
feminist ['fɛmɪnɪst] *n* பெண் உரிமைகளுக்காகப் பரிந்து பேசுபவர்
fence [fɛns] *n* வேலி
fennel ['fɛnl] *n* ஒரு பூண்டு வகை
fern [fɜːn] *n* பெரணி; படர்செடி இனம்
ferret ['fɛrɪt] *n* மரநாய் வகை வேட்டை மிருகம்
ferry ['fɛrɪ] *n* தோணித்துறை
fertile ['fɜːtaɪl] *adj* செழிப்பான
fertilizer ['fɜːtɪ,laɪzə] *n* உரம்
festival ['fɛstɪvl] *n* விழா
fetch [fɛtʃ] *vt* கொண்டு வா
fever ['fiːvə] *n* காய்ச்சல்
few [fjuː] *det* சிறிதளவு ▷ *pron* சிலர்
fewer [fjuːə] *adj* சில
fiancé [fɪ'ɒnseɪ] *n* திருமணம் நிச்சியக்கப்பட்டவன்
fiancée [fɪ'ɒnseɪ] *n* திருமணம் நிச்சியக்கப்பட்டவள்
fibre ['faɪbə] *n* இழை
fibreglass ['faɪbə,glɑːs] *n* இழைக்கண்ணாடி
fiction ['fɪkʃən] *n* புதினம்
field [fiːld] *n* வயல்
fierce [fɪəs] *adj* குரூரமான
fifteen ['fɪf'tiːn] *num* பதினைந்து
fifteenth ['fɪf'tiːnθ] *adj* பதினைந்தாவது
fifth [fɪfθ] *adj* ஐந்தாவது
fifty ['fɪftɪ] *num* ஐம்பது
fifty-fifty ['fɪftɪ,fɪftɪ] *adj (informal)* சரிபாதியாக ▷ *adv (informal)* சமமாக
fig [fɪg] *n* அத்திப் பழம்
fight [faɪt] *n* போராட்டம் ▷ *v* சண்டையிடு; போராடு
fighting [faɪtɪŋ] *n* போர்
figure ['fɪgə] *n* எண்ணிக்கை
figure out ['fɪgə aʊt] *v (informal)* கண்டுபிடி
Fiji ['fiːdʒiː] *n* தீவுகள் அடங்கிய நாடு
file [faɪl] *n (for documents)* கோப்பு; *(tool)* அரம்; அரவெட்டு ▷ *vt (document)* கோப்பில் வை; *(object)* அராவு

Filipino [ˌfɪlɪ'piːnəʊ] *adj* பிலிப்பைன்ஸ் நாட்டின் ▷ *n* பிலிப்பைன்ஸ் நாட்டுக்காரர்
fill [fɪl] *v* நிரப்பு
fillet ['fɪlɪt] *n* வில்லை ▷ *vt* வில்லைகளாக்கு
fill in [fɪl ɪn] *v* எழுதி நிரப்பு
fill up [fɪl ʌp] *v* முழுவதும் நிரப்பு
film [fɪlm] *n* திரைப்படம்
film star [fɪlm stɑː] *n* திரை நட்சத்திரம்
filter ['fɪltə] *n* வடிகட்டி ▷ *vt* வடிகட்டு
filthy ['fɪlθɪ] *adj* அழுக்கடைந்த
final ['faɪnl] *adj* இறுதியான ▷ *n* இறுதி
finalize ['faɪnəˌlaɪz] *vt* முடிவு செய்
finally ['faɪnəlɪ] *adv* முடிவில்
finance [fɪ'næns] *n* நிதிஉதவி ▷ *vt* நிதிஉதவி செய்
financial [fɪ'nænʃəl] *adj* பணம் சார்ந்த
financial year [fɪ'nænʃəl jɪə] *n* நிதி ஆண்டு
find [faɪnd] *vt* கண்டுபிடி
find out [faɪnd aʊt] *v* தெரிந்து கொள்
fine [faɪn] *adj* *(sunny)* நயமான; *(well or happy)* மிகவும் நன்றாய் ▷ *n* தண்டனைத் தொகை ▷ *adj* *(thin)* மெல்லிய
finger ['fɪŋgə] *n* விரல்
fingernail ['fɪŋgəˌneɪl] *n* விரல் நகம்
fingerprint ['fɪŋgəˌprɪnt] *n* விரல் ரேகை
finish ['fɪnɪʃ] *n* இறுதி, முடிவு ▷ *vt* (செய்து) முடி
finished ['fɪnɪʃt] *adj* முடிவடைந்த
Finland ['fɪnlənd] *n* ஒரு நாடு
Finn [fɪn] *n* ஃபின்லாந்துக்காரர்
Finnish ['fɪnɪʃ] *adj* ஃபின்லாந்து நாட்டின் ▷ *n* ஃபின்லாந்து மொழி
fire [faɪə] *n* தீ
fire alarm [faɪə ə'lɑːm] *n* தீ எச்சரிக்கை
fire brigade ['faɪə brɪ'geɪd] *n* தீ அணைப்பு நிலையம்
fire escape ['faɪə ɪ'skeɪp] *n* தீக்காப்புத் தப்பு வழி
fire extinguisher ['faɪə ɪk'stɪŋgwɪʃə] *n* தீயணைக்கும் கருவி
fireman ['faɪəmən] *n* தீயணைப்பு வீரர்
fireplace ['faɪəˌpleɪs] *n* தீ மூட்டும் இடம்
firewall ['faɪəˌwɔːl] *n* கணினி அரண்
fireworks ['faɪəˌwɜːks] *npl* வாணவெடிகள்
firm [fɜːm] *adj* உறுதியான ▷ *n* நிறுவனம்

first [fɜːst] *adj* முதல்; முதன்மையான ▷ *adv* முதலாவதாக ▷ *n* முதன்முறை
first aid [fɜːst eɪd] *n* முதலுதவி
first-aid kit [ˌfɜːst'eɪd kɪt] *n* முதலுதவிப் பெட்டி
first-class ['fɜːst'klɑːs] *adj* முதல் வகுப்பு
firstly ['fɜːstlɪ] *adv* வரிசையில் முதலாவதாக
first name [fɜːst neɪm] *n* முதற்பெயர்
fir tree [fɜː triː] *n* ஒரு வகை மரம்
fiscal ['fɪskl] *adj* நிதி சார்ந்த
fiscal year ['fɪskl jɪə] *n* நிதி ஆண்டு
fish [fɪʃ] *n* மீன் ▷ *vi* மீன் பிடி
fisherman ['fɪʃəmən] *n* மீனவர்
fishing ['fɪʃɪŋ] *n* மீன் பிடித்தல்
fishing boat ['fɪʃɪŋ bəʊt] *n* மீன்பிடி படகு
fishing rod ['fɪʃɪŋ rɒd] *n* தூண்டில் குச்சி
fishing tackle ['fɪʃɪŋ 'tækl] *n* மீன்பிடி கருவிகள் பெட்டி
fishmonger ['fɪʃˌmʌŋgə] *n* மீன் வியாபாரி
fist [fɪst] *n* முட்டி
fit [fɪt] *adj* தகுதி வாய்ந்த ▷ *n* பொருத்தம் ▷ *v* பொருந்து
fit in [fɪt ɪn] *v* பொருத்தமாக
fitted carpet ['fɪtɪd 'kɑːpɪt] *n* பரப்பப்பட்ட கம்பளம்
fitted kitchen ['fɪtɪd 'kɪtʃɪn] *n* சீரமைந்த சமையலறை
fitted sheet ['fɪtɪd ʃiːt] *n* துணி உறை
fitting room ['fɪtɪŋ rʊm] *n* உடை போட்டுப்பார்க்கும் இடம்
five [faɪv] *num* ஐந்து
fix [fɪks] *vt* *(attach)* பொருத்து; *(mend)* சேர்; ஒட்டவை
fixed [fɪkst] *adj* மாற்றமில்லாத
fizzy ['fɪzɪ] *adj* குமிழ்களிருக்கும்
flabby ['flæbɪ] *adj* ஊளைச் சதை
flag [flæg] *n* கொடி
flame [fleɪm] *n* சுடரொளி
flamingo [flə'mɪŋgəʊ] *n* ஒரு பறவை
flammable ['flæməbl] *adj* எளிதில் தீ பற்றக்கூடிய
flan [flæn] *n* இனிப்பு வகையைச் சார்ந்தது
flannel ['flænl] *n* கம்பளம்
flap [flæp] *v* சிறகு அசை
flash [flæʃ] *n* பளீர் வெளிச்சம் ▷ *v* திடீர் வெளிச்சத்தை ஏற்படுத்து

f

flask [flɑːsk] *n* குடுவை

flat [flæt] *adj* தட்டையான
▷ *n* அடுக்குமாடி வீடு

flat-screen ['flæt‚skriːn] *adj*
தட்டையான திரை

flatter ['flætə] *vt* மேற்
புகழ்ச்சி செய்

flattered ['flætəd] *adj*
மிகையாகப் பாராட்டப்பட்ட

flavour ['fleɪvə] *n* நறுமணம்

flavouring ['fleɪvərɪŋ] *n*
நறுமணமூட்டும் பொருள்

flaw [flɔː] *n* வழு; குறைபாடு

flea [fliː] *n* தெள்ளுப்பூச்சி

flea market [fliː 'mɑːkɪt] *n*
பழைய பொருட்கள் சந்தை

flee [fliː] *v (written)* (தப்பி)
ஓடு

fleece [fliːs] *n* உரோமம்

fleet [fliːt] *n* வண்டித்
தொகுதி

flex [flɛks] *n* வளைவு

flexible ['flɛksɪbl] *adj*
வளைந்துகொடுக்கும்

flexitime ['flɛksɪ‚taɪm] *n*
மாற்றியமைத்துக்கொள்ளும்
காலவரை

flight [flaɪt] *n* வான் பயணம்

flight attendant
[flaɪt ə'tɛndənt] *n*
விமானப்பணியாளர்

fling [flɪŋ] *vt* வீசி எறி

flip-flops ['flɪp‚flɒpz]
npl மேல்-கீழ் அசையும்
வகைகள்

flippers ['flɪpəz] *npl*
நீந்துவதற்குப் பயன்படும்
காலணிகள்

flirt [flɜːt] *n* வேடிக்கைக்
காதல் (ஜொள் விடுவது)
▷ *vi* காதல் சரசமாடு

float [fləʊt] *n* மிதவை ▷ *vi*
(on water) மிதக்கச் செய்;
மித; *(in the air)* மிதந்து செல்

flock [flɒk] *n* கூட்டம்;
மந்தை

flood [flʌd] *n* வெள்ளம் ▷ *vt*
வெள்ளம் உண்டாக்கு ▷ *vi*
நீர் நிரம்பியிருக்கச் செய்

flooding ['flʌdɪŋ] *n*
வெள்ளப் போக்கு

floodlight ['flʌd‚laɪt] *n* மிக
பிரகாசமாக வெளிச்சம்
ஏற்படுத்தும் விளக்கு

floor [flɔː] *n (room)* தரை;
(storey) மாடி

flop [flɒp] *n* தோல்வி

floppy disk ['flɒpɪ
dɪsk] *n* கணினியில்
உபயோகப்படுத்தப்பட்ட ஒரு
பொருள்

flora ['flɔːrə] *npl (formal)*
தாவரவளம்

florist ['flɒrɪst] *n*
பூக்கடைக்காரர்

flour ['flaʊə] *n* மாவு

flow [fləʊ] *vi* நீரோட்டம்
போக்கில் போ

flower ['flaʊə] *n* பூ ▷ *vi*
மலர்ச்சியுறு

flu [fluː] *n* காய்ச்சல் வகை
fluent ['fluːənt] *adj* சரளமான
fluorescent [ˌflʊə'rɛsnt] *adj* ஒளிரும்
flush [flʌʃ] *n* நாணப்பூச்சு ▷ *vi* முகம் சிவத்தல்; முகத்தில் (கோப தாப) உணர்ச்சி காட்டு
flute [fluːt] *n* புல்லாங்குழல்
fly [flaɪ] *n* ஈ ▷ *vi* பற; பறக்கச் செய்
fly away [flaɪ ə'weɪ] *v* பறந்து போ
foal [fəʊl] *n* குதிரைக்குட்டி
focus ['fəʊkəs] *n* குவிமையம் ▷ *v* முக்கிய கவனம்
foetus ['fiːtəs] *n* கருமுட்டை
fog [fɒg] *n* பனிமூட்டம்
foggy ['fɒgɪ] *adj* பனிமூட்டத்துடன்
fog light [fɒg laɪt] *n* பனிமூட்ட விளக்கு
foil [fɔɪl] *n* மென் தகடு
fold [fəʊld] *n* மடிப்பு ▷ *vt* மடி
folder ['fəʊldə] *n* மடிப்புகை; அடைவு
folding ['fəʊldɪŋ] *adj* மடிக்கக்கூடிய
folklore ['fəʊkˌlɔː] *n* நாட்டுப்புறக் கலை
folk music [fəʊk 'mjuːzɪk] *n* கிராமிய இசை
follow ['fɒləʊ] *v* தொடர்
following ['fɒləʊɪŋ] *adj* தொடர்கிற
food [fuːd] *n* உணவு
food poisoning [fuːd 'pɔɪzənɪŋ] *n* உணவு நச்சாதல்
food processor [fuːd 'prəʊsɛsə] *n* உணவு தயாரிக்க உபயோகப்படும் கருவி
fool [fuːl] *n* முட்டாள் ▷ *vt* முட்டாளாக்கு
foot [fʊt] *n* கால்
football ['fʊtˌbɔːl] *n* *(game)* கால்பந்து விளையாட்டு; *(ball)* கால்பந்து
footballer ['fʊtˌbɔːlə] *n* கால் பந்து விளையாடுபவர்
football match ['fʊtˌbɔːl mætʃ] *n* கால் பந்து போட்டி
football player ['fʊtˌbɔːl 'pleɪə] *n* கால் பந்து விளையாட்டு வீரர்
footpath ['fʊtˌpɑːθ] *n* நடைபாதை
footprint ['fʊtˌprɪnt] *n* கால் தடம்
footstep ['fʊtˌstɛp] *n* காலடி
for [fɔː] *prep* *(intended for)* (அதற்)காக; *(denoting purpose)* (காரணத்திற்காக) ஆக; *(to help someone)* பதிலாய்
forbid [fə'bɪd] *vt* தடைபடுத்து

f

forbidden [fə'bɪdn] *adj* தடைசெய்யப்பட்ட
force [fɔːs] *n* நிர்பந்தம் ▷ *vt* நிர்பந்தி
forecast ['fɔːˌkɑːst] *n* முன்னறிவிப்பு
foreground ['fɔːˌgraʊnd] *n* முன்புறம்
forehead ['fɒrɪd] *n* முன்னெற்றி
foreign ['fɒrɪn] *adj* அயல் நாட்டு
foreigner ['fɒrɪnə] *n* அயல் நாட்டவர்
foresee [fɔː'siː] *vt* முன்னறி
forest ['fɒrɪst] *n* காடு
forever [fɔː'rɛvə] *adv* எப்பொழுதும்
forge [fɔːdʒ] *vt* போலி ஒப்பமிடு
forgery ['fɔːdʒərɪ] *n* ஏமாற்று வேலை
forget [fə'gɛt] *vt* மற
forgive [fə'gɪv] *vt* மன்னித்து விடு
forgotten [fə'gɒtn] *adj* மறந்து போன
fork [fɔːk] *n* முட்கரண்டி
form [fɔːm] *n* வடிவம்
formal ['fɔːməl] *adj* முறைப்படியான
formality [fɔː'mælɪtɪ] *n* சடங்கு, முறைப்பண்பு
format ['fɔːmæt] *n* படிவ வடிவம் ▷ *vt* சீர்படுத்து
former ['fɔːmə] *adj* முன்நாள்
formerly ['fɔːməlɪ] *adv* கடந்த காலத்தில்
formula ['fɔːmjʊlə] *n* சூத்திரம்
fort [fɔːt] *n* கோட்டை
fortnight ['fɔːtˌnaɪt] *n* இரண்டு வாரம்
fortunate ['fɔːtʃənɪt] *adj* அதிர்ஷ்டவசமான
fortunately ['fɔːtʃənɪtlɪ] *adv* நல்லவிதமாக
fortune ['fɔːtʃən] *n* பெருஞ்செல்வம்
forty ['fɔːtɪ] *num* நாற்பது
forward ['fɔːwəd] *adv* முன்புறமாக ▷ *vt* முன்னுரை
forward slash ['fɔːwəd slæʃ] *n* முன்முக சாய்வு கோடு
foster ['fɒstə] *vt* தத்தெடு
foster child ['fɒstə tʃaɪld] *n* தத்துப்பிள்ளை
foul [faʊl] *adj* முறைகேடான ▷ *n* இழிவாக்கு
foundations [faʊn'deɪʃənz] *npl* அஸ்திவாரங்கள்
fountain ['faʊntɪn] *n* நீர் ஊற்று
fountain pen ['faʊntɪn pɛn] *n* மை நிரப்பிய எழுதுகோல்
four [fɔː] *num* நான்கு
fourteen ['fɔː'tiːn] *num* பதிநான்கு

fourteenth ['fɔː'tiːnθ] *adj* பதிநான்காவது
fourth [fɔːθ] *adj* நான்காவது
four-wheel drive ['fɔːˌwiːl draɪv] *n* நான்கு சக்கர ஓட்டம்
fox [fɒks] *n* நரி
fracture ['fræktʃə] *n* முறிவு
fragile ['frædʒaɪl] *adj* எளிதில் உடையக்கூடிய
frail [freɪl] *adj* பலவீனமான
frame [freɪm] *n* சட்டம்
France [frɑːns] *n* ஒரு நாடு
frankly ['fræŋklɪ] *adv* வெளிப்படையாக
frantic ['fræntɪk] *adj* வெறிகொண்ட
fraud [frɔːd] *n* வஞ்சகம்
freckles ['frɛklz] *npl* உடற்புள்ளிகள்; தேமல்கள்
free [friː] *adj (at liberty)* சுதந்திரமான; *(at no cost)* இலவசமான ▷ *vt* விடுவி
freedom ['friːdəm] *n* சுதந்திரம்
free kick [friː kɪk] *n* தன்போக்கில் உதைத்தல்
freelance ['friːˌlɑːns] *adj* தன்னிச்சையான ▷ *adv* தன்னிச்சையாக
freeze [friːz] *vi (water)* உறைந்துவிடு; உறை ▷ *vt (food)* குளிரூட்டு
freezer ['friːzə] *n* உறைய செய்யும் இயந்திர சாதனம்
freezing ['friːzɪŋ] *adj* உறைய வைக்கிற
freight [freɪt] *n* சரக்கு ஊர்தி
French [frɛntʃ] *adj* ஃபிரான்ஸ் நாட்டின் ▷ *n* ஒரு மொழி
French beans [frɛntʃ biːnz] *npl* பிரெஞ்சு அவரை
French horn [frɛntʃ hɔːn] *n* ஒரு இசைக்கருவி
Frenchman ['frɛntʃmən] *n* ஃப்ரான்ஸ்காரர்
Frenchwoman ['frɛntʃwʊmən] *n* ஃப்ரான்ஸ் பெண்மணி
frequency ['friːkwənsɪ] *n* அடிக்கடி நிகழ்தல்
frequent ['friːkwənt] *adj* அடிக்கடி
fresh [frɛʃ] *adj (replacing something)* புதிதாக; *(food)* புத்தம் புதிய; நாள்படாத; *(water)* தூய்மையான; *(air)* சுத்தமான
freshen up ['frɛʃən ʌp] *v* புத்துணர்ச்சியூட்டிக் கொள்
freshwater fish ['frɛʃˌwɔːtə fɪʃ] *n* நன்னீர் மீன்
fret [frɛt] *vi* கவலைப்படு
Friday ['fraɪdɪ] *n* வெள்ளிக்கிழமை
fridge [frɪdʒ] *n* பதனப் பெட்டி
fried [fraɪd] *adj* பொறிக்கப்பட்ட

f

friend [frɛnd] *n* நண்பன்
friendly ['frɛndlı] *adj* நட்பாக
friendship ['frɛndʃıp] *n* நட்பு
fright [fraıt] *n* திகில்
frighten ['fraıtn] *vt* திகில் உண்டாக்கு
frightened ['fraıtənd] *adj* பயங்கொள்ளியான
frightening ['fraıtnıŋ] *adj* திகில் உண்டாக்ககூடிய
fringe [frındʒ] *n* தொங்கு
frog [frɒg] *n* தவளை
from [frɒm] *prep (given or sent by)* இருந்து; *(out of)* தொடங்கி; *(denoting ingredients)* கொண்டு
front [frʌnt] *adj* முன்புறமுள்ள ▷ *n* முன்புறம்
frontier ['frʌntıə] *n* எல்லை
frost [frɒst] *n* உறைபனி
frosty ['frɒstı] *adj* உறைபனிக் குளிர் நிறைந்த
frown [fraʊn] *vi* முகம் கோணு
frozen ['frəʊzn] *adj* உறைந்த
fruit [fruːt] *n* பழம்
fruit juice [fruːt dʒuːs] *n* பழச்சாறு
fruit salad [fruːt 'sæləd] *n* பழக் கலவை
frustrated [frʌ'streıtıd] *adj* சலிப்படைந்த
fry [fraı] *vt* பொரியச் செய்
frying pan ['fraııŋ pæn] *n* பொரித்தட்டு
fuel [fjʊəl] *n* எரிபொருள்
fulfil [fʊl'fıl] *vt* நிறைவேற்று
full [fʊl] *adj* நிரம்பிய
full moon [fʊl muːn] *n* பௌர்ணமி
full stop [fʊl stɒp] *n* முற்றுப்புள்ளி
full-time ['fʊl,taım] *adj* முழுநேர ▷ *adv* முழுநேரத்திற்கும்
fully ['fʊlı] *adv* முழுவதுமாக
fumes [fjuːmz] *npl* புகை
fun [fʌn] *adj* மகிழ்ச்சியான ▷ *n* விளையாட்டுக்குணம்
funds [fʌndz] *npl* நிதிகள்
funeral ['fjuːnərəl] *n* சவ சடங்கு
funeral parlour ['fjuːnərəl 'pɑːlə] *n* புதைக்காடு (இடுகாடு)
funfair ['fʌn,fɛə] *n* கேளிக்கை விருந்து
funnel ['fʌnl] *n* வடிகுழலி
funny ['fʌnı] *adj (amusing)* நகைச்சுவையான; *(strange)* வினோதமான
fur [fɜː] *n* (விலங்கின்) மென்முடி
fur coat [fɜː kəʊt] *n* விலங்கின் மென்முடி மேலங்கி
furious ['fjʊərıəs] *adj* வெஞ்சினமான

furnished ['fɜːnɪʃt] *adj* அறைக்கலன் வசதிகளுடன்
furniture ['fɜːnɪtʃə] *n* கட்டில், நாற்காலி, மேசை போன்ற அறைக்கலன்
further ['fɜːðə] *adj* கூடுதலாக ▷ *adv* அதிக அளவில்
further education ['fɜːðə ˌɛdʒʊ'keɪʃən] *n* மேற்படிப்பு
fuse [fjuːz] *n* உருகு கம்பி
fuse box [fjuːz bɒks] *n* உருக்கி இழைப் பெட்டி
fuss [fʌs] *n* அமளி
fussy ['fʌsɪ] *adj* ஆர்ப்பரிப்பு
future ['fjuːtʃə] *adj* எதிர்கால ▷ *n* எதிர்காலம்

g

Gabon [gə'bɒn] *n* காபன் - ஒரு நாடு
gain [geɪn] *n* லாபம் அடைதல், ▷ *vt* பெறு, பெற்றுக்கொள்
gale [geɪl] *n* பலத்த காற்று
gall bladder [gɔːl 'blædə] *n* பித்தப்பை
gallery ['gælərɪ] *n* கூடம்
gallop ['gæləp] *n* பாய்ச்சல் ▷ *vi* பாய்ந்து ஓடு
gallstone ['gɔːlˌstəʊn] *n* பித்தப்பையிலிருக்கும் கற்கள் போன்றவை
Gambia ['gæmbɪə] *n* காம்பியா ஒரு நாடு
gamble ['gæmbl] *v* சூதாடு
gambler ['gæmblə] *n* சூதாடுபவர்
gambling ['gæmblɪŋ] *n* சூதாட்டம்
game [geɪm] *n* *(with rules)* விளையாட்டு; *(imaginative)* நடிப்பு விளையாட்டு
games console [geɪmz 'kɒnsəʊl] *n* விளையாட்டுக் கருவி
gang [gæŋ] *n* கும்பல்
gangster ['gæŋstə] *n* கொள்ளைக் கூட்டத்தான்
gap [gæp] *n* இடைவெளி
garage ['gærɑːʒ] *n* *(shelter for car)* வண்டிக் கொட்டகை; *(for repairs)* வண்டி பழுதுபார்க்குமிடம்
garden ['gɑːdn] *n* தோட்டம்
garden centre ['gɑːdn 'sɛntə] *n* தோட்டப் பொருட்கள் கடை
gardener ['gɑːdnə] *n* தோட்டக்காரன்
gardening ['gɑːdnɪŋ] *n* தோட்டமிடுதல்
garlic ['gɑːlɪk] *n* பூண்டு

garment ['gɑːmənt] *n* ஆடை
gas [gæs] *n* வாயு
gas cooker [gæs 'kʊkə] *n* வாயு அடுப்பு
gasket ['gæskɪt] *n* இடையடை
gate [geɪt] *n* வாசற்கதவு
gateau ['gætəʊ] *n* கிரீமிருக்கும் பெரிய கேக்
gather ['gæðə] *v* ஒன்றுசேர்
gauge [geɪdʒ] *n* அளவுமானி ▷ *vt* அளவிடு
gaze [geɪz] *vi* நோட்டம்விடு
gear [gɪə] *n* *(in car or on bicycle)* கியர், பல்லிணை; *(clothes and equipment)* கருவி
gearbox ['gɪəbɒks] *n* கியர் பாக்ஸ்; பல்லிணைப் பெட்டி
gear lever [gɪə 'liːvə] *n* கியர் தண்டு
gel [dʒɛl] *n* கூழ்
gem [dʒɛm] *n* ரத்தினம்
Gemini ['dʒɛmɪˌnaɪ] *n* மிதுனம்
gender ['dʒɛndə] *n* பாலினம்
gene [dʒiːn] *n* மரபணு
general ['dʒɛnərəl] *adj* பொதுவான ▷ *n* தளபதி
general anaesthetic ['dʒɛnərəl ˌænɪs'θɛtɪk] *n* பொது மயக்க மருந்து
general election ['dʒɛnərəl ɪ'lɛkʃən] *n* பொதுத் தேர்தல்
generalize ['dʒɛnrəˌlaɪz] *v* பொதுமைப்படுத்து
general knowledge ['dʒɛnərəl 'nɒlɪdʒ] *n* பொது அறிவு
generally ['dʒɛnrəlɪ] *adv* பொதுவாக
generation [ˌdʒɛnə'reɪʃən] *n* தலைமுறை
generator ['dʒɛnəˌreɪtə] *n* மின்னாக்கி
generosity [ˌdʒɛnə'rɒsɪtɪ] *n* வள்ளல்தன்மை
generous ['dʒɛnərəs] *adj* தாராளமாக
genetic [dʒɪ'nɛtɪk] *adj* பாரம்பரிய
genetically-modified [dʒɪ'nɛtɪklɪ'mɒdɪˌfaɪd] *adj* மரபணு மாற்றப்பட்ட
genetics [dʒɪ'nɛtɪks] *n* மரபியல்
genius ['dʒiːnɪəs] *n* மேதை
gentle ['dʒɛntl] *adj* சாதுவான
gentleman ['dʒɛntlmən] *n* பண்புள்ளவர்
gently ['dʒɛntlɪ] *adv* மென்மையாக
gents [dʒɛnts] *n* ஆண்கள்
genuine ['dʒɛnjʊɪn] *adj* உண்மையான
geography [dʒɪ'ɒgrəfɪ] *n* பூகோளம்
geology [dʒɪ'ɒlədʒɪ] *n* நிலவியல்

Georgia ['dʒɔːdʒjə] *n (US state)* ஜார்ஜியா - ஒரு மாகாணம்; *(country)* ஜார்ஜியா - ஒரு நாடு
Georgian ['dʒɔːdʒjən] *adj (from Georgia)* ஜார்ஜிய நாட்டுக்கானா ▷ *n (person)* ஜார்ஜிய நாட்டுக்காரர்
geranium [dʒɪ'reɪnɪəm] *n* ஜெரேனியம்
gerbil ['dʒɜːbɪl] *n* ஜெர்பில் - வீட்டு வளர்ப்புப் பிராணி
geriatric [ˌdʒɛrɪ'ætrɪk] *adj* முதுமைக்கான
germ [dʒɜːm] *n* கிருமி
German ['dʒɜːmən] *adj* ஜெர்மனி நாட்டின் ▷ *n (person)* ஜெர்மனி நாட்டுக்காரர்; *(language)* ஜெர்மானிய மொழி
German measles ['dʒɜːmən 'miːzəlz] *n* ஜெர்மனி மணல்வாரி
Germany ['dʒɜːmənɪ] *n* ஜெர்மனி - ஒரு நாடு
gesture ['dʒɛstʃə] *n* சைகை
get [gɛt] *v (become)* பெறு; ஆகு ▷ *vi (arrive)* வந்து சேர் ▷ *vt (be given)* பெறு; *(fetch)* கொண்டு வா; கிடைக்கச் செய்
get away [gɛt ə'weɪ] *v* போய் விடு
get back [gɛt bæk] *v* திரும்பப் பெறு
get in [gɛt ɪn] *v* வந்து சேர்
get into [gɛt 'ɪntə] *v* ஈடுபடு
get off [gɛt ɒf] *v* தப்பிவிடு
get on [gɛt ɒn] *v* சமரசமாக இரு
get out [gɛt aʊt] *v* வெளியேறு
get over [gɛt 'əʊvə] *v* மீள்
get together [gɛt tə'gɛðə] *v* சேர்ந்திரு
get up [gɛt ʌp] *v* எழுந்திரு
Ghana ['gɑːnə] *n* கானா ஒரு நாடு
Ghanaian [gɑː'neɪən] *adj* கானாவைச் சேர்ந்தவர் ▷ *n* கானியன்
ghost [gəʊst] *n* பேய்
giant ['dʒaɪənt] *adj* பூதாகரமான ▷ *n* மிகப் பெரியது
gift [gɪft] *n* பரிசுப் பொருள்
gifted ['gɪftɪd] *adj* திறமைவாய்ந்த
gift voucher [gɪft 'vaʊtʃə] *n* நன்கொடை ரசீது
gigantic [dʒaɪ'gæntɪk] *adj* பரந்து விரிந்த
giggle ['gɪgl] *vi* பண்பற்ற முறையில் சிரி
gin [dʒɪn] *n* ஜின் - ஒரு போதையூட்டும் பானம்
ginger ['dʒɪndʒə] *adj* எழுச்சியூட்டும் மஞ்சள் நிற ▷ *n* இஞ்சி

g

giraffe [dʒɪ'rɑːf] *n* ஒட்டைச் சிவிங்கி
girl [gɜːl] *n* சிறுமி
girlfriend ['gɜːl,frɛnd] *n* தோழி
give [gɪv] *vt* கொடு
give back [gɪv bæk] *v* திருப்பிக் கொடு
give in [gɪv ɪn] *v* கைவிடு
give out [gɪv aʊt] *v* வழங்கு
give up [gɪv ʌp] *v* துற
glacier ['glæsɪə] *n* பனியாறு
glad [glæd] *adj* மகிழ்ச்சியான
glamorous ['glæmərəs] *adj* மயக்குகிற
glance [glɑːns] *n* நொடி நேரப் பார்வை ▷ *vi* மேலோட்டமாகப் பார்
gland [glænd] *n* சுரப்பி
glare [glɛə] *vi* வெறித்துப் பார்
glaring ['glɛərɪŋ] *adj* வெளிப்படையான
glass [glɑːs] *n (material)* கண்ணாடி; *(tumbler)* கண்ணாடிக்குவளை
glasses ['glɑːsɪz] *npl* மூக்குக் கண்ணாடி
glider ['glaɪdə] *n* சறுக்கு விமானம்
gliding ['glaɪdɪŋ] *n* மிதந்து ஊர்தல்
global ['gləʊbl] *adj* உலகளாவிய
globalization [,gləʊblaɪ'zeɪʃən] *n* உலகமயமாக்கல்
global warming ['gləʊbl 'wɔːmɪŋ] *n* கோளை வெதும்பல்
globe [gləʊb] *n* உலகம்
gloomy ['gluːmɪ] *adj* பொலிவில்லாமல்
glorious ['glɔːrɪəs] *adj* பேருவகை ஏற்படுத்தும்
glory ['glɔːrɪ] *n* பெருஞ் சிறப்பு
glove [glʌv] *n* கையுறை
glove compartment [glʌv kəm'pɑːtmənt] *n* கைப் பொருட்கள் வைக்குமிடம்
glucose ['gluːkəʊz] *n* குளூகோஸ் சர்க்கரை
glue [gluː] *n* ஒட்டும் பசை ▷ *vt* ஒட்டு
gluten ['gluːtn] *n* மாப்பிசின்
GM [dʒiː ɛm] *abbr* மரபு மாற்றப்பட்ட
go [gəʊ] *vi (move)* போ ▷ *v (denoting future action)* (நிகழப்)போ
go after [gəʊ 'ɑːftə] *v* தேடிச் செல்
go ahead [gəʊ ə'hɛd] *v* முன்னேறு
goal [gəʊl] *n* இலக்கு
goalkeeper ['gəʊl,kiːpə] *n* இலக்குக் காவலர்
goat [gəʊt] *n* வெள்ளாடு

go away [gəʊ ə'weɪ] *v* விலகிச் செல்

go back [gəʊ bæk] *v* பின்னோக்கிச் செல்

go by [gəʊ baɪ] *v* கடந்த பின்

God [gɒd] *n* கடவுள்

godfather ['gɒd,fɑːðə] *n* கூட்டத் தலைவன்

go down [gəʊ daʊn] *v* குறைக்கச் செய்

goggles ['gɒglz] *npl* கண்களுக்குப் பாதுகாப்புக் கண்ணாடி

go in [gəʊ ɪn] *v* மறையச் செய்

gold [gəʊld] *n* தங்கம்

golden ['gəʊldən] *adj* தங்கமயமான

goldfish ['gəʊld,fɪʃ] *n* தங்க மீன்

gold-plated ['gəʊld,pleɪtɪd] *adj* தங்க முலாம் பூசிய

golf [gɒlf] *n* கோல்ஃப் - ஒரு விளையாட்டு

golf club [gɒlf klʌb] *n (stick)* கோல்ஃப் பந்து மட்டை; *(organization)* கோல்ஃப் கழகம்

golf course [gɒlf kɔːs] *n* கோல்ஃப் திடல்

gone [gɒn] *adj* போய்விட்ட

good [gʊd] *adj (enjoyable)* நல்ல; நயமான; *(well-behaved)* நல்ல; *(talented)* ஆற்றலுள்ள

goodbye! ['gʊd'baɪ] *excl* பிரியும்போது வாழ்த்து

good-looking ['gʊd'lʊkɪŋ] *adj* அழகான

good-natured ['gʊd'neɪtʃəd] *adj* இனிமையாக நடந்துகொள்ளும்

goods [gʊdz] *npl* சரக்கு

go off [gəʊ ɒf] *v* வெளிப்படு

google ['guːgl] *v* திறமையாகப் பெறு

go on [gəʊ ɒn] *v* தொடர்ந்து செய்

goose [guːs] *n* பெண் வாத்து

gooseberry ['gʊzbərɪ] *n* நெல்லிக்காய்

goose pimples [guːs 'pɪmplz] *npl* மயிர்கூச்செரிதல்

go out [gəʊ aʊt] *v* வெளியில் போ

go past [gəʊ pɑːst] *v* கடந்து செல்

gorgeous ['gɔːdʒəs] *adj (informal)* மிகவும் அழகான

gorilla [gə'rɪlə] *n* கொரில்லாக் குரங்கு

go round [gəʊ raʊnd] *v* சுற்றி

gossip ['gɒsɪp] *n* வம்புப் பேச்சு ▷ *vi* வம்பு அள

go through [gəʊ θruː] *v* அதனூடாக

go up [gəʊ ʌp] *v* அதிகமாக்கு

government ['gʌvənmənt] *n* அரசாங்கம்

g

GP [dʒiː piː] *abbr* பொது மருத்துவர்
GPS [dʒiː piː ɛs] *abbr* ஜிபிஎஸ் - செயற்கைகோள் படி இட அடையாளம்
grab [græb] *vt* பிடித்துக்கொள்
graceful ['greɪsfʊl] *adj* நளினமாக
grade [greɪd] *n* தரம்
gradual ['grædjʊəl] *adj* படிப்படியாக
gradually ['grædjʊəlɪ] *adv* படிப்படியான
graduate ['grædjʊɪt] *n* இளம்கலைப் பட்டம்
graduation [ˌgrædjʊ'eɪʃən] *n* இளம்கலைப் பட்டம்
graffiti [græ'fiːtiː] *npl* சுவர் விளம்பரம்
grain [greɪn] *n (seed of cereal plant)* தானியம்; *(tiny piece)* கூலம்
gram [græm] *n* கிராம், 1000 கிராம் ஒரு கிலோ
grammar ['græmə] *n* இலக்கணம்
grammatical [grə'mætɪkl] *adj* இலக்கண நூல்
grand [grænd] *adj* பெரிய அளவிலான
grandchild ['græn,tʃaɪld] *n* பேரக்குழந்தை
granddad ['græn,dæd] *n (informal)* தாத்தா
granddaughter ['græn,dɔːtə] *n* பேத்தி
grandfather ['græn,fɑːðə] *n* தாத்தா
grandma ['græn,mɑː] *n (informal)* பாட்டி
grandmother ['græn,mʌðə] *n* பாட்டி
grandpa ['græn,pɑː] *n (informal)* தாத்தா
grandparents ['græn,pɛərəntz] *npl* தாத்தா பாட்டி
grandson ['grænsʌn] *n* பேரன்
granite ['grænɪt] *n* கிரானைட்; கருங்கல்
granny ['grænɪ] *n (informal)* பாட்டி
grant [grɑːnt] *n* அன்பளிப்பு
grape [greɪp] *n* திராட்சை
grapefruit ['greɪp,fruːt] *n* திராட்சைப்பழம்
graph [grɑːf] *n* வரைபடம்
graphics ['græfɪks] *npl* வரைகலை
grasp [grɑːsp] *vt* பற்றிக்கொள்
grass [grɑːs] *n (plant)* புல்தரை; *(informal, informer)* கதை விபரம்
grasshopper ['grɑːs,hɒpə] *n* வெட்டுக்கிளி

grate [greɪt] *vt* சீலம்
grateful ['greɪtfʊl] *adj* நன்றியுள்ள
grave [greɪv] *n* சமாதி
gravel ['grævl] *n* சரளைக் கல்
gravestone ['greɪvˌstəʊn] *n* கல்வெட்டு
graveyard ['greɪvˌjɑːd] *n* இடுகாடு
gravy ['greɪvɪ] *n* குழம்பு; வடிசாறு
grease [griːs] *n* மசகு
greasy ['griːzɪ] *adj* எண்ணெய் பசையுடன்
great [greɪt] *adj (very large)* மிகப்பெரிய; *(very important)* முக்கியமான; *(excellent)* சிறப்பான
Great Britain ['greɪt 'brɪtn] *n* மாபெரும் பிரிட்டன்
great-grandfather ['greɪt'grænˌfɑːðə] *n* கொள்ளுத் தாத்தா
great-grandmother ['greɪt'grænˌmʌðə] *n* கொள்ளுப் பாட்டி
Greece [griːs] *n* கிரீஸ் - ஒரு நாடு
greedy ['griːdɪ] *adj* பேராசையுள்ள
Greek [griːk] *adj* கிரீக் நாட்டின் ▷ *n (person)* கிரீஸ் நாட்டவர்; *(language)* கிரீக் நாட்டு மொழி
green [griːn] *adj (in colour)* பச்சை வண்ண; *(inexperienced)* இளமையான
Green [griːn] *n* கிரீன் கட்சியின்
greengrocer ['griːnˌgrəʊsə] *n* காய்கறிக்கடை
greenhouse ['griːnˌhaʊs] *n* பைங்குடில்
Greenland ['griːnlənd] *n* கிரீன்லாண்ட் - ஒரு தீவு
green salad [griːn 'sæləd] *n* பச்சைக்காய்கறி கலவை
greet [griːt] *vt* வாழ்த்து கூறு
greeting ['griːtɪŋ] *n* வாழ்த்து
greetings card ['griːtɪŋz kɑːd] *n* வாழ்த்து அட்டை
grey [greɪ] *adj* சாம்பல் நிற
grey-haired [ˌgreɪ'hɛəd] *adj* வெண்முடியுடைய
grid [grɪd] *n* கட்டம்
grief [griːf] *n* துயரம்
grill [grɪl] *n* கம்பிச்சட்டம் ▷ *vt* உணவு வாட்டு
grilled [grɪld] *adj* வாட்டப்பட்ட உணவு
grim [grɪm] *adj* வாட்டமூட்டும்
grin [grɪn] *n* சிரிப்பு ▷ *vi* பல்தெரியச் சிரி
grind [graɪnd] *vt* அரை
grip [grɪp] *vt* பிடித்துக் கொள்
gripping ['grɪpɪŋ] *adj* பிடித்து வைத்துக்கொள்ளும்
grit [grɪt] *n* மணல்

g

groan [grəʊn] *vi* வேதனை
grocer ['grəʊsə] *n (person)* பலசரக்கு வியாபாரி; ['grəʊsəz] *n (shop)* பலசரக்கு வியாபாரம்
groceries ['grəʊsərɪz] *npl* பலசரக்கு
groom [gruːm] *n* மணமகன்
grope [grəʊp] *vi* துழாவு
gross [grəʊs] *adj* ஒட்டு மொத்தமான
grossly ['grəʊslɪ] *adv* ஒட்டு மொத்த
ground [graʊnd] *n* தரை ▷ *vt* ஆதாரம் கொள்
ground floor [graʊnd flɔː] *n* தரை தளம்
group [gruːp] *n* குழு
grouse [graʊs] *n (complaint)* மனக்குறை; *(bird)* கோழி (ஒரு வகையான)
grow [grəʊ] *vt* பயிர் செய் ▷ *vi* வளர்
growl [graʊl] *vi* உறுமு
grown-up ['grəʊnʌp] *n* வயதில் முதிர்ச்சி பெற்றவர்
growth [grəʊθ] *n* வளர்ச்சி
grow up [grəʊ ʌp] *v* வயதில் முதிர்ச்சியடை
grub [grʌb] *n* முட்டைப்புழு
grudge [grʌdʒ] *n* காழ்ப்பு
gruesome ['gruːsəm] *adj* பயங்கரமான
grumpy ['grʌmpɪ] *adj* சிடுசிடுப்பான
guarantee [ˌgærən'tiː] *n* அச்சாரம் ▷ *vt* உத்தரவாதம் கொடு
guard [gɑːd] *n* காவலாளி ▷ *vt* காவல் செய்
Guatemala [ˌgwɑːtə'mɑːlə] *n* கவுதமேலா - ஒரு நாடு
guess [gɛs] *n* ஊகம் ▷ *v* அனுமானம் செய்
guest [gɛst] *n* விருந்தாளி
guesthouse ['gɛstˌhaʊs] *n* விருந்தினர் விடுதி
guide [gaɪd] *n* வழிகாட்டி
guidebook ['gaɪdˌbʊk] *n* பயணியர் கையேடு
guide dog [gaɪd dɒg] *n* வழிகாட்டி நாய்
guided tour ['gaɪdɪd tʊə] *n* திட்டமிட்ட சுற்றுலா
guilt [gɪlt] *n* குற்றம்
guilty ['gɪltɪ] *adj* குற்றம் செய்த
Guinea ['gɪnɪ] *n* கினியா - ஒரு நாடு
guinea pig ['gɪnɪ pɪg] *n (person)* கினியாப்பன்றி, சோதனை உயிர்; *(animal)* வாலில்லாத பன்றி
guitar [gɪ'tɑː] *n* இசைக்கருவி
Gulf States [gʌlf steɪts] *npl* வளைகுடா நாடுகள்
gum [gʌm] *n* இனிப்பு பசை
gun [gʌn] *n* துப்பாக்கி
gust [gʌst] *n* வன்காற்று

gut [gʌt] *n* குடல்நாளம்
guy [gaɪ] *n (informal)* ஆள்
Guyana [gaɪ'ænə] *n* கயனா - ஒரு நாடு
gym [dʒɪm] *n* உடற்பயிற்சி நிலையம்
gymnast ['dʒɪmnæst] *n* உடற்பயிற்சி நிபுணர்
gymnastics [dʒɪm'næstɪks] *npl* சீருடற்பயிற்சி
gynaecologist [ˌgaɪnɪ'kɒlədʒɪst] *n* பெண்மை பிணியியல் மருத்துவர்
gypsy ['dʒɪpsɪ] *n* நாடோடி

h

habit ['hæbɪt] *n* பழக்கம்
hack [hæk] *v* வெட்டு
hacker ['hækə] *n* கொந்தர்
haddock ['hædək] *n* ஒரு வகை கடல் மீன்
haemorrhoids ['hɛməˌrɔɪdz] *npl* மூலம்
haggle ['hægl] *vi* பேரம் பேசு
hail [heɪl] *n* ஆலங்கட்டி மழை ▷ *vt* கொண்டாடு
hair [hɛə] *n* முடி; மயிர்
hairband ['hɛəˌbænd] *n* முடிபட்டி
hairbrush ['hɛəˌbrʌʃ] *n* மயிர்த் தூரிகை
haircut ['hɛəˌkʌt] *n* முடிதிருத்தம்
hairdo ['hɛəˌduː] *n (informal)* சிகை அலங்காரம்
hairdresser ['hɛəˌdrɛsə] *n (person)* சிகை அலங்காரம் செய்பவர்; *(salon)* சிகை ஒப்பனைக் கடை
hairdryer ['hɛəˌdraɪə] *n* முடி உலர்த்தி
hair gel [hɛə dʒɛl] *n* முடியில் பூசிக்கொள்ளும் ஜெல்
hairgrip ['hɛəgrɪp] *n* கொண்டை ஊசி
hair spray ['hɛəspreɪ] *n* முடிகளுக்கான தெளிப்பான்
hairstyle ['hɛəstaɪl] *n* சிகை அலங்காரம்
hairy ['hɛərɪ] *adj* முடி நிறைந்த
Haiti ['heɪtɪ] *n* ஹைதி ஒரு நாடு
half [hɑːf] *adj* பாதியளவு ▷ *adv* பாதியான ▷ *n* பாதி
half board [hɑːf bɔːd] *n* பகுதி உணவு
half-hour ['hɑːfˌaʊə] *n* அரை மணி நேரம்
half-price ['hɑːfˌpraɪs] *adj* பாதி விலையிலான ▷ *adv* பாதி விலைக்கு

h

half-term ['hɑːfˌtɜːm] *n* சிறிய விடுமுறை
half-time ['hɑːfˌtaɪm] *n* விளையாட்டுப் போட்டியில் பகுதி நேர இடைவெளி
halfway [ˌhɑːf'weɪ] *adv* பாதி தூரம்
hall [hɔːl] *n* கூடம்
hallway ['hɔːlˌweɪ] *n* தாழ்வாரம்
halt [hɔːlt] *n* நிறுத்தம்
hamburger ['hæmˌbɜːɡə] *n* ஒரு வகை சிற்றுண்டி
hammer ['hæmə] *n* சுத்தியல் ; சம்மட்டி
hammock ['hæmək] *n* தூங்கு மஞ்சம்
hamster ['hæmstə] *n* ஒரு விலங்கு வகை
hand [hænd] *n* கை ▷ *vt* வழங்கு
handbag ['hændˌbæɡ] *n* கைப் பை
handball ['hændˌbɔːl] *n* கைப் பந்து விளையாட்டு
handbook ['hændˌbʊk] *n* வழிகாட்டு நூல்
handbrake ['hændˌbreɪk] *n* கையால் நிறுத்தும் கருவி
handcuffs ['hændˌkʌfs] *npl* கைவிலங்குகள்
handkerchief ['hæŋkətʃɪf] *n* கைக்குட்டை
handle ['hændl] *n (tool, bag)* பிடிப்பதற்கான இடம் ▷ *vt* நடத்திக் காட்டு ▷ *n (knob)* கைப்பிடி
handlebars ['hændlˌbɑːz] *npl* கைப்பிடிக் கம்புகள்
hand luggage [hænd 'lʌɡɪdʒ] *n* கைச் சுமை
handmade [ˌhænd'meɪd] *adj* கையால் செய்யப்பட்ட
hands-free ['hændzˌfriː] *adj* கைகள் தொடாமல்
hands-free kit [ˌhændz'friː kɪt] *n* கைகள் தொடாமல் உபயோகிக்கும் சாதனம்
handsome ['hændsəm] *adj* கம்பீரமான
handwriting ['hændˌraɪtɪŋ] *n* கை எழுத்து
handy ['hændɪ] *adj* கைக்கடக்கமான
hang [hæŋ] *vt (attach)* தொங்கவிடு ▷ *vi (be attached)* தொங்கச் செய்
hanger ['hæŋə] *n* உடை மாட்டி
hang-gliding ['hæŋ'ɡlaɪdɪŋ] *n* தொங்கியபடி மிதந்து ஊர்தல்
hang on [hæŋ ɒn] *v (informal)* காத்திரு
hangover ['hæŋˌəʊvə] *n* குடியின் பின் விளைவுகள்
hang up [hæŋ ʌp] *v* தொலைபேசி உரையாடலை முடித்துக் கொள்

hankie ['hæŋkɪ] *n (informal)*
சிறிய கைக்குட்டை

happen ['hæpn] *vi* நிகழ்

happily ['hæpɪlɪ] *adv*
மகிழ்ச்சியாக

happiness ['hæpɪnɪs] *n*
மகிழ்ச்சி

happy ['hæpɪ] *adj*
மகிழ்ச்சியான

harassment ['hærəsmənt] *n*
அலைக்கழித்தல்

harbour ['hɑːbə] *n*
துறைமுகம்

hard [hɑːd] *adj (difficult)*
சுலபமில்லாத; கடினமான;
(solid) கடினமான ▷ *adv*
கடினமாக

hardboard ['hɑːd,bɔːd] *n*
அட்டைப் பலகை

hard disk [hɑːd dɪsk] *n*
கணினியில் ஒரு பகுதி

hardly ['hɑːdlɪ] *adv (only just)* அரிதாக; *(almost never)*
(எப்பொழுதும்) இல்லை

hard shoulder [hɑːd 'ʃəʊldə]
n சாலை ஓரத்திலிருக்கும்
பகுதி

hard up [hɑːd ʌp]
adj (informal) பணத்
தட்டுப்பாட்டுடன்

hardware ['hɑːd,wɛə] *n*
வன்பொருள்

hare [hɛə] *n* முயல்

harm [hɑːm] *vt* தீங்கு
விளைவி

harmful ['hɑːmfʊl] *adj* தீங்கு
விளைவிக்கும்

harmless ['hɑːmlɪs] *adj*
தீங்கில்லாத

harp [hɑːp] *n* யாழ்

harsh [hɑːʃ] *adj* கடுமையான

harvest ['hɑːvɪst] *n*
அறுவடை ▷ *vt* கதிரறுப்பு;
அறுவடை செய்

hastily ['heɪstɪlɪ] *adv*
அவசர அவசரமாக

hat [hæt] *n* தொப்பி

hatchback ['hætʃ,bæk] *n*
பின்கதவு இருக்கும் கார்

hate [heɪt] *vt* வெறு

hatred ['heɪtrɪd] *n* பகைமை

haunted ['hɔːntɪd] *adj* பேய்
நடமாட்டமிருக்கும்

have [hæv] *v (denoting present perfect tense)* பெற்றிரு;
(experience) கொண்டிரு

have to [hæv tʊ] *v*
வேண்டியிரு

hawthorn ['hɔː,θɔːn] *n*
ரோஜா பூ இனம்

hay [heɪ] *n* வைக்கோல்

hay fever [heɪ 'fiːvə] *n*
தும்மல், சளிக்காய்ச்சல்

haystack ['heɪ,stæk] *n*
வைக்கோல் போர்

hazard warning lights
['hæzəd 'wɔːnɪŋ laɪts] *npl*
அபாய விளக்குகள்

hazelnut ['heɪzl,nʌt] *n*
செம்பழுப்பு நிறக் கொட்டை

h

he [hi:] *pron* அவன்; அவர்

head [hɛd] *n (leader)* தலைமை; *(part of the body)* தலை ▷ *vt* வரிசையில் முன்

headache ['hɛd,eɪk] *n* தலைவலி

headlight ['hɛd,laɪt] *n* (வண்டியின்) ஒளி பாய்ச்சும் முன்விளக்கு

headline ['hɛd,laɪn] *n* தலைப்புச் செய்தி

head office [hɛd 'ɒfɪs] *n* தலைமை அலுவலகம்

headphones ['hɛd,fəʊnz] *npl* குரல் வாங்கிகள்

headquarters [,hɛd'kwɔːtəz] *npl* தலைமைச் செயலகம்

headroom ['hɛd,rʊm] *n* மேற்கூரை அல்லது பாலத்திற்கு கீழேயுள்ள இடைவெளி

headscarf ['hɛd,skɑːf] *n* தலைத் துணி

headteacher ['hɛd,tiːtʃə] *n* தலைமை ஆசிரியர்

heal [hiːl] *vi* குணமடை

health [hɛlθ] *n* ஆரோக்கியம்

healthy ['hɛlθɪ] *adj (in good health)* ஆரோக்கியமான; *(health-giving)* சத்துள்ள

heap [hiːp] *n* குவியல்

hear [hɪə] *v* கேள்

hearing ['hɪərɪŋ] *n* கேட்டல்

hearing aid ['hɪərɪŋ eɪd] *n* காதுகேட்கும் கருவி

heart [hɑːt] *n* இதயம்

heart attack [hɑːt ə'tæk] *n* மாரடைப்பு

heartbroken ['hɑːt,brəʊkən] *adj* கடுந்துயரம் விளைவிக்கக்கூடிய

heartburn ['hɑːt,bɜːn] *n* நெஞ்செரிச்சல்

heat [hiːt] *n* சூடு ▷ *vt* சுடச் செய்

heater ['hiːtə] *n* சூடுபடுத்தும் கருவி

heather ['hɛðə] *n* ஒரு தாவர வகை

heating ['hiːtɪŋ] *n* சூடுபடுத்துதல்

heat up [hiːt ʌp] *v* சூடுபடுத்து

heaven ['hɛvn] *n* சொர்க்கம்

heavily ['hɛvɪlɪ] *adv* மிகுதியாக

heavy ['hɛvɪ] *adj* கனமான

hedge [hɛdʒ] *n* புதர்வேலி

hedgehog ['hɛdʒ,hɒg] *n* முள்ளம்பன்றி

heel [hiːl] *n* குதிகால்

height [haɪt] *n* உயரம்

heir [ɛə] *n* வாரிசு

heiress ['ɛərɪs] *n* பெண் வாரிசு

helicopter ['hɛlɪ,kɒptə] *n* விமான வகை; காற்றாடி விமானம்

hell [hɛl] *n* நரகம்
hello! [hʌ'ləʊ] *excl* வணக்கம்!
helmet ['hɛlmɪt] *n* தலைக் கவசம்
help! [help] *excl* காப்பாற்றுங்கள்!
help [help] *n* உதவி ▷ *v* உதவு
helpful ['hɛlpfʊl] *adj* உதவி செய்யக்கூடிய
helpline ['hɛlp,laɪn] *n* ஆலோசனை உதவி
hen [hɛn] *n* பெட்டைக்கோழி
hen night [hɛn naɪt] *n* பெண்கள் மட்டுமே கலந்து கொள்ளும் நிகழ்ச்சி
hepatitis [,hɛpə'taɪtɪs] *n* ஈரல் அழற்சி
her [hɜː] *det* அவளுடைய ▷ *pron* அவளை
herbal tea ['hɜːbl tiː] *n* மூலிகைத் தேனீர்
herbs [hɜːbz] *npl* மூலிகைகள்
here [hɪə] *adv* இங்கே
hereditary [hɪ'rɛdɪtərɪ] *adj* பரம்பரையான
heritage ['hɛrɪtɪdʒ] *n* பாரம்பரியம்
hernia ['hɜːnɪə] *n* குடலிறக்கம்
hero ['hɪərəʊ] *n* கதாநாயகன்
heroine ['hɛrəʊɪn] *n* கதாநாயகி
heron ['hɛrən] *n* நாரை
herring ['hɛrɪŋ] *n* நெத்திலி
hers [hɜːz] *pron* அவளுடையது
herself [hə'sɛlf] *pron* அவளையே
hesitate ['hɛzɪ,teɪt] *vi* தயங்கு
HGV [eɪtʃ dʒiː viː] *abbr* கனரக வண்டிகள்
hi! [haɪ] *excl* வந்தனம் கூறும் சொல்
hiccups ['hɪkʌps] *npl* விக்கல்
hidden ['hɪdn] *adj* மறைந்திருக்கும்
hide [haɪd] *vt (object)* மறை; மறைத்து வை ▷ *vi (conceal yourself)* மறைந்து கொள் ▷ *vt (feelings)* வெளிக்காட்டாமலிரு
hide-and-seek [,haɪdænd'siːk] *n* கண்ணாம்பூச்சி விளையாட்டு
hideous ['hɪdɪəs] *adj* விகாரமான
hifi ['haɪ'faɪ] *n* உயர்தொழில்நுட்ப இசை உபகரணம்
high [haɪ] *adj (tall)* உயரமான ▷ *adv* உயர்ந்த ▷ *adj (price)* அதிகமான; *(sound)* உரத்த
highchair ['haɪ,tʃɛə] *n* உயரமான நாற்காலி
higher education ['haɪə ,ɛdʒʊ'keɪʃən] *n* மேற்படிப்பு

h

high-heeled ['haɪˌhiːld] *adj* குதிகால் உயர்த்தப்பட்ட
high heels [haɪ hiːlz] *npl* உயர்ந்த குதிகால்கள்
high jump [haɪ dʒʌmp] *n* உயரத் தாண்டுதல்
highlight ['haɪˌlaɪt] *n* சிறப்புக் குறிப்பு ▷ *vt* சிறப்பித்துக் கூறு
highlighter ['haɪˌlaɪtə] *n* முக்கியப்படுத்திக் காட்டும் வண்ணம் பூசி
high-rise ['haɪˌraɪz] *n* உயரமான கட்டிடம்
high season [haɪ 'siːzn] *n* சுறுசுறுப்பான பருவ காலம்
Highway Code ['haɪˌweɪ kəʊd] *n* பொதுச்சாலை விதிகள் நூல்
hijack ['haɪˌdʒæk] *vt* கடத்து
hijacker ['haɪˌdʒækə] *n* கடத்துபவர்
hike [haɪk] *n* கிராம வெளியிடங்களில் நடத்தல்
hiking ['haɪkɪŋ] *n* நீண்ட நடைப் பயணம்
hilarious [hɪ'lɛərɪəs] *adj* சிரிப்புமூட்டும்
hill [hɪl] *n* குன்று
hill-walking ['hɪlˌwɔːkɪŋ] *n* குன்றின் மேல் நடத்தல்
him [hɪm] *pron* அவர்/அவன்
himself [hɪm'sɛlf] *pron* அவனை
Hindu ['hɪnduː] *adj* இந்து சமய ▷ *n* இந்து
Hinduism ['hɪndʊˌɪzəm] *n* இந்து மதம்
hinge [hɪndʒ] *n* கதவுக்கீல்
hint [hɪnt] *n* துப்பு; குறிப்பு ▷ *vi* குறிப்பு காட்டு
hip [hɪp] *n* இடுப்பு
hippie ['hɪpɪ] *n* ஹிப்பி
hippo ['hɪpəʊ] *n (informal)* நீர்யானை
hippopotamus [ˌhɪpə'pɒtəməs] *n* நீர்யானை
hire ['haɪə] *n* வாடகை ▷ *vt* வாடகைக்கு அமர்த்து
his [hɪz] *det* அவனுடைய ▷ *pron* அவனுடையது
historian [hɪ'stɔːrɪən] *n* வரலாற்றாசிரியர்
historical [hɪ'stɒrɪkl] *adj* வரலாற்று
history ['hɪstərɪ] *n* வரலாறு
hit [hɪt] *n* மோதல் ▷ *vt* அடி; தள்ளு
hitch [hɪtʃ] *n* தடை; சிக்கல்
hitchhike ['hɪtʃˌhaɪk] *vi* இடை வழி ஊர்தி இரவல் பயணம்
hitchhiker ['hɪtʃˌhaɪkə] *n* இரவல் வாகன உதவி பயணம் செய்பவர்
hitchhiking ['hɪtʃˌhaɪkɪŋ] *n* இடைவழியில் இரவல் வாகன உதவி கேட்டு பயணிப்பது

HIV-negative [eɪtʃ aɪ viː 'nɛgətɪv] *adj* எச்.ஐ.வி. - இல்லாத
HIV-positive [eɪtʃ aɪ viː 'pɒzɪtɪv] *adj* எச்.ஐ.வி. இருக்கும்
hobby ['hɒbɪ] *n* பொழுதுபோக்கு
hockey ['hɒkɪ] *n* ஹாக்கி விளையாட்டு
hold [həʊld] *vt* *(in hands or arms)* பிடித்துக் கொள்; *(accommodate)* தாங்கு ;வசதி ஏற்படுத்து
holdall ['həʊld,ɔːl] *n* ஹோல்டால்
hold on [həʊld ɒn] *v* பிடித்துக்கொண்டிரு
hold up [həʊld ʌp] *v* தாமதப் படுத்து
hold-up [həʊldʌp] *n* மிரட்டிப் பணம் பரித்தல்
hole [həʊl] *n* துளை
holiday ['hɒlɪ,deɪ] *n* விடுமுறை
Holland ['hɒlənd] *n* ஒரு நாடு
hollow ['hɒləʊ] *adj* துவாரமுள்ள, உள்ளீடற்ற
holly ['hɒlɪ] *n* ஒரு மர வகை
holy ['həʊlɪ] *adj* புனிதமான
home [həʊm] *adv* வீட்டுக்கு ▷ *n* வீடு
home address [həʊm ə'drɛs] *n* வீட்டு முகவரி
homeland ['həʊm,lænd] *n* *(written)* தாய்நாடு
homeless ['həʊmlɪs] *adj* வீடற்ற
home-made ['həʊm'meɪd] *adj* வீட்டில் செய்த
home match [həʊm mætʃ] *n* உள்ளூர் போட்டி
homeopathic [,həʊmɪəʊ'pæθɪk] *adj* ஹோமியோபதி முறையில்
homeopathy [,həʊmɪ'ɒpəθɪ] *n* ஹோமியோபதி
home page [həʊm peɪdʒ] *n* தொடக்கப் பக்கம்
homesick ['həʊm,sɪk] *adj* வீட்டு ஏக்கம்
homework ['həʊm,wɜːk] *n* வீட்டுப்பாடம்
Honduras [hɒn'djʊərəs] *n* ஒரு நாடு
honest ['ɒnɪst] *adj* நேர்மையான
honestly ['ɒnɪstlɪ] *adv* நேர்மையாக
honesty ['ɒnɪstɪ] *n* நேர்மை
honey ['hʌnɪ] *n* தேன்
honeymoon ['hʌnɪ,muːn] *n* தேன்நிலவு
honeysuckle ['hʌnɪ,sʌkl] *n* ஒரு பூ வகை
honour ['ɒnə] *n* பட்டம்
hood [hʊd] *n* தலை முக்காடு
hook [hʊk] *n* கொக்கி

hooray! [hʊ'reɪ] *excl* மகிழ்ச்சிக் கூச்சல்
Hoover® ['huːvə] *n* கம்பளியிருந்து தூசு நீக்கும் கருவி
hoover ['huːvə] *v* தூசு நீக்கு
hop [hɒp] *vi (person)* நொண்டு; *(mainly bird, animal)* மேலெழும்பு
hope [həʊp] *n* நம்பிக்கை ▷ *v* நம்பு
hopeful ['həʊpfʊl] *adj* நம்பிக்கையான
hopefully ['həʊpfʊlɪ] *adv* நம்பும் வகையில்
hopeless ['həʊplɪs] *adj* நம்பிக்கை இழந்து
horizon [hə'raɪzn] *n* தொடுவானம்
horizontal [ˌhɒrɪ'zɒntl] *adj* படுக்கைவாட்டத்தில்
hormone ['hɔːməʊn] *n* ஹார்மோன்; நொதி
horn [hɔːn] *n (car)* ஒலிஎழுப்பி; *(animal)* கொம்பு; *(musical instrument)* ஊதல் கருவி
horoscope ['hɒrəˌskəʊp] *n* ஜாதகம்
horrendous [hɒ'rɛndəs] *adj* கோரமான
horrible ['hɒrəbl] *adj (informal)* பயங்கரமான
horrifying ['hɒrɪˌfaɪɪŋ] *adj* திகிலூட்டும்
horror ['hɒrə] *n* திகில்
horror film ['hɒrə fɪlm] *n* திகில் படம்
horse [hɔːs] *n* குதிரை
horse racing [hɔːs 'reɪsɪŋ] *n* குதிரைப் பந்தயம்
horseradish ['hɔːsˌrædɪʃ] *n* காரமான கிழங்கு வகை
horse riding [hɔːs 'raɪdɪŋ] *n* குதிரை ஏற்றம்
horseshoe ['hɔːsˌʃuː] *n* குதிரை லாடம்
hose [həʊz] *n* ரப்பர்குழாய்
hosepipe ['həʊzˌpaɪp] *n* வளை குழாய்
hospital ['hɒspɪtl] *n* மருத்துவமனை
hospitality [ˌhɒspɪ'tælɪtɪ] *n* விருந்தோம்பல்
host [həʊst] *n (party)* விருந்தளிப்பவர்; *(large number)* பல்வகையான
hostage ['hɒstɪdʒ] *n* பிணைக் கைதி
hostel ['hɒstl] *n* மாணவர் விடுதி
hostile ['hɒstaɪl] *adj* எதிர்ப்புணர்ச்சியுள்ள
hot [hɒt] *adj* சூடான
hot dog [hɒt dɒg] *n* ஒரு சிற்றுண்டி
hotel [həʊ'tɛl] *n* உணவகம்
hot-water bottle [ˌhɒt'wɔːtə 'bɒtl] *n* சுடுநீர் குப்பி
hour [aʊə] *n* ஒரு மணி நேரம்

hourly ['aʊəlɪ] *adj* ஒவ்வொரு மணி நேர ▷ *adv* ஒவ்வொரு மணி நேரத்திற்கு

house [haʊs] *n* வீடு

household ['haʊs,həʊld] *n* வீட்டு உறுப்பினர்கள்

housewife ['haʊs,waɪf] *n* இல்லத்தரசி

house wine [haʊs waɪn] *n* மலிவான மது பானம்

housework ['haʊs,wɜːk] *n* வீட்டுவேலைகள்

hovercraft ['hɒvə,krɑːft] *n* கவிகை ஊர்தி

how [haʊ] *adv (in what way)* எப்படி; எவ்வாறு; *(asking about number or amount)* எவ்வளவு

however [haʊ'ɛvə] *adv* ஆயினும்

howl [haʊl] *vi* ஊளையிடு

HQ [eɪtʃ kjuː] *abbr* தலைமை அலுவலகம் (சுருக்கம்)

hubcap ['hʌb,kæp] *n* குட மூடி

hug [hʌg] *n* அணைத்தல் ▷ *vt* அணைத்துக் கொள்

huge [hjuːdʒ] *adj* மிகப் பெரிய

hull [hʌl] *n* கப்பல் வெளிச்சுவர்

hum [hʌm] *vi* ரீங்காரமிடு

human ['hjuːmən] *adj* மனித

human being ['hjuːmən 'biːɪŋ] *n* மனிதர்கள்

humanitarian [hjuː,mænɪ'tɛərɪən] *adj* மனிதத்தன்மை

human rights ['hjuːmən raɪts] *npl* மனித உரிமைகள்

humble ['hʌmbl] *adj* அடக்கமான

humid ['hjuːmɪd] *adj* ஈரமான

humidity [hjuː'mɪdɪtɪ] *n* ஈரத்தன்மை

humorous ['hjuːmərəs] *adj* நகைச்சுவையுடன்

humour ['hjuːmə] *n* நகைச்சுவை

hundred ['hʌndrəd] *num* நூறு

Hungarian [hʌŋ'gɛərɪən] *adj* ஹங்கேரிய நாட்டின் ▷ *n* ஹங்கேரிய நாட்டுக்காரர்

Hungary ['hʌŋgərɪ] *n* ஹங்கேரி ஒரு நாடு

hunger ['hʌŋgə] *n* பசி

hungry ['hʌŋgrɪ] *adj* பசியுடன்

hunt [hʌnt] *vi (search)* தேடு ▷ *v (animal)* வேட்டையாடு

hunter ['hʌntə] *n* வேட்டைக்காரர்

hunting ['hʌntɪŋ] *n* வேட்டையாடுதல்

hurdle ['hɜːdl] *n* தடை, இடர்

hurricane ['hʌrɪkn] *n* சூறாவளி

hurry ['hʌrɪ] *n* அவசரம் ▷ *vi* அவசரப்படுத்து

hurry up ['hʌrɪ ʌp] *v* விரைவில் முடி
hurt [hɜːt] *adj* காயமடைந்த ▷ *vt* காயப்படுத்து
husband ['hʌzbənd] *n* கணவன்
hut [hʌt] *n* குடிசை
hyacinth ['haɪəsɪnθ] *n* நீலோற்பவம்; கருங்குவளை
hydrogen ['haɪdrɪdʒən] *n* நீர்வாயு; ஹைட்ரஜன் வாயு
hygiene ['haɪdʒiːn] *n* சுகாதாரம்
hypermarket ['haɪpəˌmɑːkɪt] *n* பேரங்காடி
hyphen ['haɪfn] *n* சொல்லிடை இணைப்புக் குறி

i

I [aɪ] *pron* நான்
ice [aɪs] *n* பனிக்கட்டி
iceberg ['aɪsbɜːg] *n* மிதக்கும் பனிக்கட்டி
icebox ['aɪsˌbɒks] *n (old-fashioned)* பனிக்கட்டிகள் பெட்டி
ice cream ['aɪs 'kriːm] *n* ஐஸ் கிரீம்; பனிக்குழை
ice cube [aɪs kjuːb] *n* பனிக்கட்டி
ice hockey [aɪs 'hɒkɪ] *n* ஒரு விளையாட்டு
Iceland ['aɪslənd] *n* ஐஸ்லாந்து ஒரு தீவு நாடு
Icelandic [aɪs'lændɪk] *adj* ஐஸ்லாந்து நாட்டின் ▷ *n* ஐஸ்லாந்து மொழி
ice lolly [aɪs 'lɒlɪ] *n* ஒரு வகை இனிப்பு மிட்டாய்
ice rink [aɪs rɪŋk] *n* விளையாட்டுக்கான பனித்தரை
ice-skating ['aɪsˌskeɪtɪŋ] *n* பனிச்சறுக்கு விளையாட்டு
icing ['aɪsɪŋ] *n* ஒரு வகை சர்க்கரைப் பொடியை பூசுதல்
icing sugar ['aɪsɪŋ 'ʃʊgə] *n* கேக்கின் மீது பூசும் ஒரு வகை சர்க்கரைப் பொடியை உருவாக்குவதற்கான வெள்ளைநிற சர்க்கரை
icon ['aɪkɒn] *n* உருவகம்
icy ['aɪsɪ] *adj* பனிநிறைந்த
ID card [ˌaɪ'diː kɑːd] *abbr* அடையாள அட்டை
idea [aɪ'dɪə] *n* யோசனை
ideal [aɪ'dɪəl] *adj* மிகச் சிறந்த
ideally [aɪ'dɪəlɪ] *adv* சிறப்பு வாய்ந்த

identical [aɪ'dɛntɪkl] *adj* ஒரே மாதிரியான
identification [aɪˌdɛntɪfɪ'keɪʃən] *n* அடையாளம்
identify [aɪ'dɛntɪˌfaɪ] *vt* அடையாளம் காண்
identity [aɪ'dɛntɪtɪ] *n* அடையாளம்
identity card [aɪ'dɛntɪtɪ kɑːd] *n* அடையாள அட்டை
identity theft [aɪ'dɛntɪtɪ θɛft] *n* தன்னை வேறொருவராக காட்டிக்கொள்வது
ideology [ˌaɪdɪ'ɒlədʒɪ] *n* கொள்கை
idiot ['ɪdɪət] *n* முட்டாள்
idiotic [ˌɪdɪ'ɒtɪk] *adj* முட்டாள்தனமான
idle ['aɪdl] *adj* சோம்பலான
i.e. [aɪ iː] *abbr* அதாவது
if [ɪf] *conj* என்றால்
ignition [ɪg'nɪʃən] *n* எரி பற்றல்
ignorance ['ɪgnərəns] *n* அறியாமை
ignorant ['ɪgnərənt] *adj* தெரியாத
ignore [ɪg'nɔː] *vt* தவிர்
ill [ɪl] *adj* நோய்வாய்ப்பட்ட
illegal [ɪ'liːgl] *adj* சட்ட விரோத
illegible [ɪ'lɛdʒɪbl] *adj* தெளிவற்ற
illiterate [ɪ'lɪtərɪt] *adj* கல்வியறிவு அற்ற
illness ['ɪlnɪs] *n* நோய்
ill-treat [ɪl'triːt] *vt* முறைகேடாக நடத்து
illusion [ɪ'luːʒən] *n* தோற்ற மயக்கம்
illustration [ˌɪlə'streɪʃən] *n* எடுத்துக்காட்டு
image ['ɪmɪdʒ] *n* உருவம்
imaginary [ɪ'mædʒɪnərɪ] *adj* கற்பனையான
imagination [ɪˌmædʒɪ'neɪʃən] *n* கற்பனை
imagine [ɪ'mædʒɪn] *vt* கற்பனை செய்
imitate ['ɪmɪˌteɪt] *vt* மற்றொருவரைப் போன்று நடி
imitation [ˌɪmɪ'teɪʃən] *n* போலியான பொருள்
immature [ˌɪmə'tjʊə] *adj* பக்குவப்படாத
immediate [ɪ'miːdɪət] *adj* உடனடி
immediately [ɪ'miːdɪətlɪ] *adv* உடனடியாக
immigrant ['ɪmɪgrənt] *n* வெளிநாட்டிலிருந்து குடியேறியவர்
immigration [ˌɪmɪ'greɪʃən] *n* குடி புகுதல்
immoral [ɪ'mɒrəl] *adj* ஒழுக்கமற்ற

immune system [ɪ'mjuːn 'sɪstəm] *n* நோய் எதிர்ப்பு மண்டலம்
impact ['ɪmpækt] *n* தாக்கம்
impartial [ɪm'pɑːʃəl] *adj* பாரபட்சம் சாராத
impatience [ɪm'peɪʃəns] *n* பொறுமையின்மை
impatient [ɪm'peɪʃənt] *adj* அமைதியற்ற
impatiently [ɪm'peɪʃəntlɪ] *adv* பொறுமையில்லாமல்
impersonal [ɪm'pɜːsənl] *adj* உரிய மதிப்பு அளிக்காமல்
import ['ɪmpɔːt] *n* இறக்குமதி ▷ [ɪm'pɔːt] *vt* இறக்குமதி செய்
importance [ɪm'pɔːtns] *n* முக்கியத்துவம்
important [ɪm'pɔːtnt] *adj* *(matter)* முக்கியமான; *(person)* கவனிக்கப்படவேண்டிய
impossible [ɪm'pɒsəbl] *adj* சாத்தியமில்லாத
impractical [ɪm'præktɪkl] *adj* நடைமுறை சாராத
impress [ɪm'prɛs] *v* மனதில் பதிய வை
impressed [ɪm'prɛst] *adj* மனநிறைவடைந்த
impression [ɪm'prɛʃən] *n* அபிப்பிராயம்
impressive [ɪm'prɛsɪv] *adj* மனதில் பதிந்து நிற்கும்
improve [ɪm'pruːv] *v* மேம்படுத்து
improvement [ɪm'pruːvmənt] *n* அபிவிருத்தி
in [ɪn] *prep* *(denoting place)* உள்ளே; *(denoting time)* இல்
inaccurate [ɪn'ækjʊrɪt] *adj* துல்லியமற்ற
inadequate [ɪn'ædɪkwɪt] *adj* போதாத
inadvertently [ˌɪnəd'vɜːtntlɪ] *adv* தவறுதலாக
inbox ['ɪnbɒks] *n* அகப்பெட்டி
incentive [ɪn'sɛntɪv] *n* ஊக்கம்
inch [ɪntʃ] *n* அங்குலம்
incident ['ɪnsɪdənt] *n* *(formal)* நிகழ்ச்சி
include [ɪn'kluːd] *vt* உட்கொண்டிரு
included [ɪn'kluːdɪd] *adj* உள்ளடக்கப்பட்ட
including [ɪn'kluːdɪŋ] *prep* சேர்த்து
inclusive [ɪn'kluːsɪv] *adj* எல்லாம் சேர்ந்து
income ['ɪnkʌm] *n* வருவாய்
income tax ['ɪnkəm tæks] *n* வருமான வரி
incompetent [ɪn'kɒmpɪtənt] *adj* தகுதியில்லாத
incomplete [ˌɪnkəm'pliːt] *adj* நிறைவடையாத

inconsistent [ˌɪnkən'sɪstənt] *adj* நிலையற்ற
inconvenience [ˌɪnkən'viːnjəns] *n* தொல்லை
inconvenient [ˌɪnkən'viːnjənt] *adj* இக்கட்டான
incorrect [ˌɪnkə'rɛkt] *adj* சரியில்லாத
increase ['ɪnkriːs] *n* அதிகரிப்பு ▷ [ɪn'kriːs] *v* உயர்த்து
increasingly [ɪn'kriːsɪŋlɪ] *adv* அதிகப்படியாக
incredible [ɪn'krɛdəbl] *adj* நம்பமுடியாத
indecisive [ˌɪndɪ'saɪsɪv] *adj* முடிவுக்கு வராத
indeed [ɪn'diːd] *adv* உண்மையாகவே
independence [ˌɪndɪ'pɛndəns] *n* சுதந்திரம்
independent [ˌɪndɪ'pɛndənt] *adj* சுதந்திரமான
index ['ɪndɛks] *n (in book)* அகரவரிசை; *(numerical scale)* அளவு குறி
index finger ['ɪndɛks 'fɪŋgə] *n* சுட்டுவிரல்
India ['ɪndɪə] *n* இந்தியா - ஒரு நாடு
Indian ['ɪndɪən] *adj* இந்திய நாட்டின் ▷ *n* இந்தியர்
Indian Ocean ['ɪndɪən 'əʊʃən] *n* இந்தியப் பெருங்கடல்
indicate ['ɪndɪˌkeɪt] *vt* சுட்டிக்காட்டு
indicator ['ɪndɪˌkeɪtə] *n* சுட்டிக்காட்டும் கருவி
indigestion [ˌɪndɪ'dʒɛstʃən] *n* அஜீரணம்
indirect [ˌɪndɪ'rɛkt] *adj* மறைமுக
indispensable [ˌɪndɪ'spɛnsəbl] *adj* தவிர்க்கமுடியாத
individual [ˌɪndɪ'vɪdjʊəl] *adj* தனிநபர்
Indonesia [ˌɪndəʊ'niːzɪə] *n* இந்தோனேசியா நாடு
Indonesian [ˌɪndəʊ'niːzɪən] *adj* இந்தோனேசியா ▷ *n* இந்தோனேசியாக்காரர்
indoor ['ɪnˌdɔː] *adj* உள்ளரங்க
indoors [ˌɪn'dɔːz] *adv* உள்ளே
industrial [ɪn'dʌstrɪəl] *adj* தொழிற்துறை சார்ந்த
industrial estate [ɪn'dʌstrɪəl ɪ'steɪt] *n* தொழிற் பேட்டை
industry ['ɪndəstrɪ] *n* தொழில் துறை
inefficient [ˌɪnɪ'fɪʃənt] *adj* திறமையற்ற
inevitable [ɪn'ɛvɪtəbl] *adj* தவிர்க்க முடியாத
inexpensive [ˌɪnɪk'spɛnsɪv] *adj* விலை அதிகமில்லாத
inexperienced [ˌɪnɪk'spɪərɪənst] *adj* அனுபவமற்ற

infantry ['ɪnfəntrɪ] *n* காலாட் படை
infant school ['ɪnfənt skuːl] *n* மழலையர் பள்ளி
infection [ɪn'fɛkʃən] *n* தொற்று
infectious [ɪn'fɛkʃəs] *adj* தொற்றும் தன்மையுள்ள
inferior [ɪn'fɪərɪə] *adj* தரக் குறைவான ▷ *n* தரமற்றது
infertile [ɪn'fɜːtaɪl] *adj* மலட்டுத் தன்மையுடன்
infinitive [ɪn'fɪnɪtɪv] *n* எச்சம் (மொழியியல்)
infirmary [ɪn'fɜːmərɪ] *n* மருத்துவமனை
inflamed [ɪn'fleɪmd] *adj* தீக்காயமடைந்த
inflammation [ˌɪnflə'meɪʃən] *n (formal)* அழற்சி, வீக்கம்
inflatable [ɪn'fleɪtəbl] *adj* ஊதிப் பெரிதாக்கக் கூடிய
inflation [ɪn'fleɪʃən] *n* பண வீக்கம்
inflexible [ɪn'flɛksəbl] *adj* வளையாத
influence ['ɪnflʊəns] *n* செல்வாக்கு; தாக்கம் ▷ *vt* வசமாக்கு
influenza [ˌɪnflʊ'ɛnzə] *n (formal)* ஒரு வகைக் காய்ச்சல்
inform [ɪn'fɔːm] *vt* தெரிவி
informal [ɪn'fɔːməl] *adj* இயல்பான
information [ˌɪnfə'meɪʃən] *n* செய்தி
information office [ˌɪnfə'meɪʃən 'ɒfɪs] *n* செய்தி அலுவலகம்
informative [ɪn'fɔːmətɪv] *adj* தகவல் அறிவிக்கிற
infrastructure ['ɪnfrəˌstrʌktʃə] *n* உள்கட்டமைப்பு
infuriating [ɪn'fjʊərɪeɪtɪŋ] *adj* சினமூட்டும்
ingenious [ɪn'dʒiːnjəs] *adj* கூர்மதியுடைய; புதுவிதமான
ingredient [ɪn'griːdɪənt] *n* சமைப்பதற்குப் பயன்படும் பொருட்கள்
inhabitant [ɪn'hæbɪtənt] *n* உள்ளூர்வாசி
inhaler [ɪn'heɪlə] *n* மூச்சிழுப்பு மருந்துக் குப்பி
inherit [ɪn'hɛrɪt] *vt* மரபுரிமையாகப் பெறு
inheritance [ɪn'hɛrɪtəns] *n* பரம்பரை உடைமை
inhibition [ˌɪnɪ'bɪʃən] *n* தடையுணர்ச்சி
initial [ɪ'nɪʃəl] *adj* முதலாவது ▷ *vt* சுருக்குக் கையெழுத்து
initially [ɪ'nɪʃəlɪ] *adv* முதன்முதலில்
initials [ɪ'nɪʃəlz] *npl* பெயரின் முதல் எழுத்துக்கள்
initiative [ɪ'nɪʃɪətɪv] *n* முனைப்பு

inject [ɪn'dʒɛkt] *vt* ஊசிமருந்து செலுத்து
injection [ɪn'dʒɛkʃən] *n* ஊசிமருந்து
injure ['ɪndʒə] *vt* காயப்படுத்து
injured ['ɪndʒəd] *adj* காயம்பட்ட
injury ['ɪndʒərɪ] *n* காயம்
injury time ['ɪndʒərɪ taɪm] *n* காயம் ஏற்பட்ட நேரம்
injustice [ɪn'dʒʌstɪs] *n* அநீதி
ink [ɪŋk] *n* மை
in-laws ['ɪnlɔːz] *npl* கணவர் அல்லது மனைவியின் உறவினர்கள்
inmate ['ɪnˌmeɪt] *n* குடியிருப்பவர்
inn [ɪn] *n (old-fashioned)* விடுதி
inner ['ɪnə] *adj* உள்ளேயிருக்கும்
inner tube ['ɪnə tjuːb] *n* உள்ளிருக்கும் குழாய்
innocent ['ɪnəsənt] *adj* வெகுளியான
innovation [ˌɪnə'veɪʃən] *n* கண்டுபிடிப்பு
innovative ['ɪnəˌveɪtɪv] *adj* புதிய
inquest ['ɪnˌkwɛst] *n* பிரேத மரண விசாரணை
inquire [ɪn'kwaɪə] *v (formal)* விசாரி
inquiries office [ɪn'kwaɪərɪz-] *n* விசாரணை அலுவலகம்
inquiry [ɪn'kwaɪərɪ] *n* விசாரணை
inquiry desk [ɪn'kwaɪərɪ dɛsk] *n* விசாரணை இடம்
inquisitive [ɪn'kwɪzɪtɪv] *adj* இரகசிய செய்தியை தெரிந்து கொள்ள ஆர்வம் காட்டுகிற
insane [ɪn'seɪn] *adj* பித்துப் பிடித்த
inscription [ɪn'skrɪpʃən] *n* கல்வெட்டு
insect ['ɪnsɛkt] *n* பூச்சி
insecure [ˌɪnsɪ'kjʊə] *adj* பாதுகாப்பற்ற
insensitive [ɪn'sɛnsɪtɪv] *adj* உணர்வற்ற
inside ['ɪn'saɪd] *adv* உட்புறத்தில் ▷ *n* உள்ளே ▷ *prep* உள்பக்கத்தில்
insincere [ˌɪnsɪn'sɪə] *adj* நேர்மையற்ற
insist [ɪn'sɪst] *v* வற்புறுத்து
insomnia [ɪn'sɒmnɪə] *n* தூக்கமின்மை
inspect [ɪn'spɛkt] *vt* சோதித்துப் பார்
inspector [ɪn'spɛktə] *n* பரிசோதகர்
instability [ˌɪnstə'bɪlɪtɪ] *n* நில்லாமை; திடமில்லாமை
instalment [ɪn'stɔːlmənt] *n* தவணை

i

instance ['ɪnstəns] *n* நிகழ்வு

instant ['ɪnstənt] *adj* அந்த
கணத்தில்

instantly ['ɪnstəntlɪ] *adv*
உடனடியாக

instead [ɪn'stɛd] *adv*
ஒன்றுக்கு மாற்றாக

instead of [ɪn'stɛd ɒv; əv]
prep பதிலாக

instinct ['ɪnstɪŋkt] *n*
உள்ளுணர்வு

institute ['ɪnstɪˌtjuːt] *n*
அமைப்பு

institution [ˌɪnstɪ'tjuːʃən] *n*
நிலையம்

instruct [ɪn'strʌkt] *vt (formal)*
அறிவுரை கூறு

instructions [ɪn'strʌkʃənz]
npl அறிவுரைகள்

instructor [ɪn'strʌktə] *n*
பயிற்சி அளிப்பவர்

instrument ['ɪnstrəmənt] *n*
(tool) உபகரணம்; *(musical)*
இசைக்கருவி

insufficient [ˌɪnsə'fɪʃənt] *adj*
(formal) பற்றாக்குறையான

insulation [ˌɪnsjʊ'leɪʃən] *n*
இன்சுலின்

insulin ['ɪnsjʊlɪn] *n*
நீரிழிவுநோய் தடுப்பு மருந்து

insult ['ɪnsʌlt] *n*
அவமானம் ▷ [ɪn'sʌlt] *vt*
அவமானப்படுத்து

insurance ['θɜːd'pɑːtɪ
ɪn'ʃʊərəns; -'ʃɔː-] *n* காப்பீடு

insurance certificate
[ɪn'ʃʊərəns sə'tɪfɪkət] *n*
காப்பீடு சான்றிதழ்

insurance policy [ɪn'ʃʊərəns
'pɒlɪsɪ] *n* காப்பீடு
அத்தாட்சி பத்திரம்

insure [ɪn'ʃʊə] *v* காப்பு
செய்து கொள்

insured [ɪn'ʃʊəd] *adj* காப்பீடு
செய்யப்பட்டவர்

intact [ɪn'tækt] *adj*
கச்சிதமான

intellectual [ˌɪntɪ'lɛktʃʊəl]
adj அறிவாற்றலுள்ள ▷ *n*
அறிவுத்திறனுடைய

intelligence [ɪn'tɛlɪdʒəns] *n*
அறிவாற்றல்

intelligent [ɪn'tɛlɪdʒənt] *adj*
அறிவுள்ள

intend [ɪn'tɛnd] *v*
நினைத்திரு

intense [ɪn'tɛns] *adj* அதிக
பாதிப்புடன்

intensive [ɪn'tɛnsɪv] *adj*
முனைப்புடன்

intensive care unit [ɪn'tɛnsɪv
kɛə 'juːnɪt] *n* தீவிர
பராமரிப்புப் பிரிவு

intention [ɪn'tɛnʃən] *n*
எண்ணம்

intentional [ɪn'tɛnʃənl] *adj*
நோக்கத்துடன்

intercom ['ɪntəˌkɒm] *n*
உள்ளிட செய்தித்
தொடர்பு

interest ['ɪntrɪst] *n (curiosity)* ஆர்வம்; *(money)* வட்டி ▷ *vt* ஆர்வத்தைத் தூண்டு
interested ['ɪntrɪstɪd] *adj* ஆர்வம் உள்ள
interesting ['ɪntrɪstɪŋ] *adj* சுவாரசியம் ஏற்படுத்தும்
interest rate ['ɪntrəst reɪt] *n* வட்டி விகிதம்
interior [ɪn'tɪərɪə] *n* உட்பகுதி
interior designer [ɪn'tɪərɪə dɪ'zaɪnə] *n* உட்புற வடிவமைப்பாளர்
intermediate [ˌɪntə'miːdɪɪt] *adj* இடைநிலையான
internal [ɪn'tɜːnl] *adj* உள்ளான
international [ˌɪntə'næʃənl] *adj* பன்னாட்டு
Internet ['ɪntəˌnɛt] *n* இணையதளம்
Internet café ['ɪntəˌnɛt 'kæfeɪ] *n* இணையதளத்தை உபயோகிக்க கணினிகள் வாடகைக்குக் கிடைக்குமிடம்
Internet user ['ɪntəˌnɛt 'juːzə] *n* இணையதளத்தை உபயோகிப்பவர்
interpret [ɪn'tɜːprɪt] *vt* பொருட்படுத்து
interpreter [ɪn'tɜːprɪtə] *n* மொழிபெயர்ப்பாளர்
interrogate [ɪn'tɛrəˌgeɪt] *vt* விசாரணை செய்
interrupt [ˌɪntə'rʌpt] *v* குறுக்கிடு
interruption [ˌɪntə'rʌpʃən] *n* குறுக்கீடு
interval ['ɪntəvəl] *n* இடைவேளை
interview ['ɪntəˌvjuː] *n* நேர்காணல் ▷ *vt* பேட்டி எடு
interviewer ['ɪntəˌvjuːə] *n* பேட்டி எடுப்பவர்
intimate ['ɪntɪmɪt] *adj* நெருக்கமான
intimidate [ɪn'tɪmɪˌdeɪt] *vt* பயமுறுத்து
into ['ɪntuː] *prep (put)* உள்ளே; *(go)* உள்ளே
intolerant [ɪn'tɒlərənt] *adj* பொறுத்துக்கொள்ள முடியாத
intranet ['ɪntrəˌnɛt] *n* நிறுவனத்திற்குள்ளிருக்கும் வலைதளம்
introduce [ˌɪntrə'djuːs] *vt* அறிமுகப்படுத்து
introduction [ˌɪntrə'dʌkʃən] *n* அறிமுகம்
intruder [ɪn'truːdə] *n* அழையாது நுழைபவர்
intuition [ˌɪntjʊ'ɪʃən] *n* உள்ளுணர்வு
invade [ɪn'veɪd] *v* படை எடு; அத்துமீறி நுழை
invalid ['ɪnvəˌlɪd] *n* படுக்கையிலிருக்கும் நோயாளி

invent [ɪn'vɛnt] *vt* புதியன கண்டுபிடி
invention [ɪn'vɛnʃən] *n* புதிய கண்டுபிடிப்பு
inventor [ɪn'vɛntə] *n* புதிதாக கண்டுபிடிப்பவர்
inventory ['ɪnvəntərɪ] *n* சரக்கு இருப்பு
inverted commas [ɪn'vɜːtɪd 'kɒməz] *npl* மேல் கால்புள்ளி குறி
invest [ɪn'vɛst] *v* முதலீடு செய்
investigation [ɪnˌvɛstɪ'geɪʃən] *n* புலன் விசாரணை
investment [ɪn'vɛstmənt] *n* முதலீடு
investor [ɪn'vɛstə] *n* முதலீட்டாளர்
invigilator [ɪn'vɪdʒɪˌleɪtə] *n* தேர்வு மேற்பார்வையாளர்
invisible [ɪn'vɪzəbl] *adj* கண்ணுக்குத் தெரியாத
invitation [ˌɪnvɪ'teɪʃən] *n* அழைப்பு
invite [ɪn'vaɪt] *vt* அழை
invoice ['ɪnvɔɪs] *n* விலைச்சிட்டை ▷ *vt* விலைச்சிட்டை அனுப்பு
involve [ɪn'vɒlv] *vt* உட்படுத்து
iPod® ['aɪˌpɒd] *n* இசை கேட்கவைக்கும் கருவி
IQ [aɪ kjuː] *abbr* அறிவு அளவைக் குறிக்கும் சுருக்கம்
Iran [ɪ'rɑːn] *n* ஈரான் நாடு
Iranian [ɪ'reɪnɪən] *adj* இரான் நாட்டின் ▷ *n (person)* இரான் நாட்டுக்காரர்
Iraq [ɪ'rɑːk] *n* ஈராக்
Iraqi [ɪ'rɑːkɪ] *adj* ஈராக் நாட்டின் ▷ *n* ஈராக் நாட்டுக்காரர்
Ireland ['aɪələnd] *n* அயர்லாந்து நாடு
iris ['aɪrɪs] *n* கண்மணி
Irish ['aɪrɪʃ] *adj* அயர்லாந்து நாட்டின் ▷ *n* ஐரிஷ் மொழி
Irishman ['aɪrɪʃmən] *n* அயர்லாந்துக்காரர்
Irishwoman ['aɪrɪʃwʊmən] *n* அயர்லாந்து பெண்மணி
iron ['aɪən] *n (metal)* இரும்பு ▷ *v* சலவைப்பெட்டியால் தேய்க்கப்பட்ட ▷ *n (for pressing clothes)* சலவைப் பெட்டி
ironic [aɪ'rɒnɪk] *adj* வஞ்சப் புகழ்ச்சிசார்ந்த
ironing ['aɪənɪŋ] *n* சலவைப்பெட்டியால் தேய்க்கப்பட்டவை
ironing board ['aɪənɪŋ bɔːd] *n* சலவைப்பெட்டியால் தேய்ப்பதற்கான மேசை
ironmonger ['aɪənˌmʌŋgə] *n* இரும்புச்சரக்கு வணிகர்
irony ['aɪrənɪ] *n* முரண்நகைச்சுவை

irregular [ɪ'rɛgjʊlə] *adj* ஒழுங்கற்ற
irrelevant [ɪ'rɛləvənt] *adj* தொடர்பற்ற
irresponsible [ˌɪrɪ'spɒnsəbl] *adj* பொறுப்புணர்ச்சியற்ற
irritable ['ɪrɪtəbl] *adj* எளிதில் சினங்கொள்கிற
irritating ['ɪrɪˌteɪtɪŋ] *adj* எரிச்சற்படுத்தும்
Islam ['ɪzlɑːm] *n* இஸ்லாம் மதம்
Islamic [ɪz'lɑːmɪk] *adj* இஸ்லாமிய
island ['aɪlənd] *n* தீவு
isolated ['aɪsəˌleɪtɪd] *adj* தனிமைப்படுத்தப்பட்ட
ISP [aɪ ɛs piː] *abbr* ஒரு நிறுவனத்தைக் குறிக்கும் சுருக்கம்
Israel ['ɪzreɪəl] *n* இஸ்ரேல் நாடு
Israeli [ɪz'reɪlɪ] *adj* இஸ்ரேல் நாட்டின் ▷ *n* இஸ்ரேல் நாட்டுக்காரர்
issue ['ɪʃjuː] *n* விவாதிக்கப்பட வேண்டிய விஷயம் ▷ *vt* வெளியிடு
IT [aɪ tiː] *abbr* செய்தித் தொடர்பு தொழில் நுட்பம் என்பதின் சுருக்கம்
it [ɪt] *pron* அது
Italian [ɪ'tæljən] *adj* இத்தாலி நாட்டின் ▷ *n (person)* இத்தாலி நாட்டுக்காரர்; *(language)* இத்தாலியன் மொழி
Italy ['ɪtəlɪ] *n* இத்தாலி நாடு
itch [ɪtʃ] *vi* நமைச்சல் படு
itchy ['ɪtʃɪ] *adj (informal)* தோலில் அரிப்புக்காணும்
item ['aɪtəm] *n* உருப்படி
itinerary [aɪ'tɪnərərɪ] *n* பயண விவர அட்டவணை
its [ɪts] *det* அதன்
itself [ɪt'sɛlf] *pron* அதுவாக
ivory ['aɪvərɪ] *n* தந்தம்
ivy ['aɪvɪ] *n* ஒரு படர்கொடி வகை

j

jab [dʒæb] *n* (ஊசி) குத்துதல்
jack [dʒæk] *n* சுமை உயர்த்தி
jacket ['dʒækɪt] *n* மேல் சட்டை
jacket potato ['dʒækɪt pə'teɪtəʊ] *n* மேல்தோலுடன் வேகவைத்த உருளைக்கிழங்கு
jackpot ['dʒækˌpɒt] *n* நிறைபரிசு
jail [dʒeɪl] *n* சிறை ▷ *vt* சிறையில் அடை
jam [dʒæm] *n* பழக் களி

Jamaican [dʒə'meɪkən] *adj* ஜமைக்கா நாட்டின் ▷ *n* ஜமைக்கா நாட்டுக்காரர்
jam jar [dʒæm dʒɑː] *n* பழக் களி பாட்டில்
jammed [dʒæmd] *adj* நெரிசலான
janitor ['dʒænɪtə] *n* வாயிற்காவலர்
January ['dʒænjʊərɪ] *n* ஜனவரி மாதம்
Japan [dʒə'pæn] *n* ஜப்பான் நாடு
Japanese [ˌdʒæpə'niːz] *adj* ஜப்பான் நாட்டின் ▷ *n (people)* ஜப்பான்காரர்; *(language)* ஜப்பான் மொழி
jar [dʒɑː] *n* மூடியுள்ள குப்பி
jaundice ['dʒɔːndɪs] *n* மஞ்சள் காமாலை
javelin ['dʒævlɪn] *n* ஈட்டி
jaw [dʒɔː] *n* தாடை
jazz [dʒæz] *n* ஆரவார நடன இசை
jealous ['dʒɛləs] *adj* பொறாமை கொண்ட
jeans [dʒiːnz] *npl* வன் துணியாடை
Jehovah's Witness [dʒɪ'həʊvəz 'wɪtnəs] *n* யேகோவாவின் சாட்சிகள்
jelly ['dʒɛlɪ] *n* களி
jellyfish ['dʒɛlɪˌfɪʃ] *n* நுங்கு மீன்
jersey ['dʒɜːzɪ] *n (old-fashioned)* பின்னல் சட்டை
Jesus ['dʒiːzəs] *n* இயேசு
jet [dʒɛt] *n* ஆகாய விமானம்
jetlag ['dʒɛtlæg] *n* விமானப் பயண அசௌகரியம்
jetty ['dʒɛtɪ] *n* தோணித் துறை
Jew [dʒuː] *n* யூதர்
jewel ['dʒuːəl] *n (precious stone)* அணிகலன்கள்; *(item of jewellery)* நகை
jeweller ['dʒuːələ] *n (person)* பொற்கொல்லர்; ['dʒuːələz] *n (shop)* நகைக்கடை
jewellery ['dʒuːəlrɪ] *n* அணிகலன்கள்
Jewish ['dʒuːɪʃ] *adj* யூதர்களின்
jigsaw ['dʒɪgˌsɔː] *n* திகைப்பளிக்கும் புதிர்
job [dʒɒb] *n* வேலை; பணி
job centre [dʒɒb 'sɛntə] *n* வேலைவாய்ப்பு மன்றம்
jobless ['dʒɒblɪs] *adj* வேலையில்லாத
jockey ['dʒɒkɪ] *n* (பந்தயக்) குதிரை ஓட்டுபவர்
jog [dʒɒg] *vi* மெதுவாக ஓடு
jogging ['dʒɒgɪŋ] *n* சிறு ஓட்டம்
join [dʒɔɪn] *v (link)* ஒன்று சேர்த்துக்கொள்; *(become a member of)* சேர்; சேர்ந்துகொள்

joiner ['dʒɔɪnə] *n* ஜன்னல் கதவு போன்றவற்றை பிணைக்கும் தச்சர்
joint [dʒɔɪnt] *adj* இணைந்த ▷ *n (join)* இணைப்பு; *(meat)* பெரிய இறைச்சித் துண்டம்
joint account [dʒɔɪnt ə'kaʊnt] *n* இருவர் பெயரிலிருக்கும் கணக்கு
joke [dʒəʊk] *n* நகைச்சுவை ▷ *vi* சிரிப்பு மூட்டு
jolly ['dʒɒlɪ] *adj* மகிழ்வுடன்
Jordan ['dʒɔːdn] *n* ஜோர்டான் நாடு
Jordanian [dʒɔː'deɪnɪən] *adj* ஜோர்டான் நாட்டின் ▷ *n* ஜோர்டான் நாட்டுக்காரர்
jot down [dʒɒt daʊn] *v* குறிப்பெடுத்துக் கொள்
jotter ['dʒɒtə] *n* குறிப்பெழுதுபவர்
journalism ['dʒɜːnˌlɪzəm] *n* இதழியல்
journalist ['dʒɜːnlɪst] *n* பத்திரிகை எழுத்தாளர்
journey ['dʒɜːnɪ] *n* பயணம்
joy [dʒɔɪ] *n* மகிழ்ச்சி; கொண்டாட்டம்
joystick ['dʒɔɪˌstɪk] *n* நெம்புகோலிருக்கும் விளையாட்டுக் கருவி
judge [dʒʌdʒ] *n* நீதிபதி ▷ *vt* மதிப்பீடு செய்
judo ['dʒuːdəʊ] *n* ஒரு தற்காப்பு போர்முறை விளையாட்டு
jug [dʒʌg] *n* கைப்பிடியும் வழி குழலுமிருக்கும் நீர்க்கலன்; கூஜா
juggler ['dʒʌglə] *n* செப்படி வித்தைக்காரர்
juice [dʒuːs] *n* பழச்சாறு
July [dʒuː'laɪ] *n* ஜூலை மாதம்
jumbo jet ['dʒʌmbəʊ dʒɛt] *n* மிகப்பெரிய விமானம்
jump [dʒʌmp] *v* குதி
jumper ['dʒʌmpə] *n* பின்னல் மேலாடை
jump leads [dʒʌmp liːdz] *npl* துள்ளு கம்பிகள்
junction ['dʒʌŋkʃən] *n* சந்திப்பு
June [dʒuːn] *n* ஜூன் மாதம்
jungle ['dʒʌŋgl] *n* காடு
junior ['dʒuːnjə] *adj* இளநிலை; இளைய
junk [dʒʌŋk] *n* வேண்டாத பொருட்கள்
junk mail [dʒʌŋk meɪl] *n* கேட்டுப் பெறாத விளம்பரங்கள், பிரசுரங்கள்
jury ['dʒʊərɪ] *n* நடுவர்
just [dʒəst] *adv* சமீபத்தில்
justice ['dʒʌstɪs] *n* நீதி
justify ['dʒʌstɪˌfaɪ] *vt* நியாயப்படுத்து

k

kangaroo [ˌkæŋɡəˈruː] *n* கங்காரு
karaoke [ˌkɑːrəˈəʊkɪ] *n* வெற்றிசைப் பாடல்
karate [kəˈrɑːtɪ] *n* கராத்தே - ஒரு சண்டை விளையாட்டு
Kazakhstan [ˌkɑːzɑːkˈstæn] *n* கஸகஸ்தான் ஒரு நாடு
kebab [kəˈbæb] *n* சுட்ட இறைச்சி துண்டுகள்
keen [kiːn] *adj* ஆர்வம் மிகுந்த
keep [kiːp] *v (stay in a particular condition)* வைத்திரு ▷ *vi (stay in a particular position)* தள்ளி இரு ▷ *vt (continue)* தொடர்ந்து செய்; *(store)* வைத்துக் கொள்
keep-fit [ˈkiːpˌfɪt] *n* உடற்பயிற்சி செய்து சுறுசுறுப்பாக இருத்தல்
keep out [kiːp aʊt] *v* தவிர்த்திரு
keep up [kiːp ʌp] *v* தொடர்ந்து செயலாற்று
kennel [ˈkɛnl] *n* நாய்க்கூண்டு
Kenya [ˈkɛnjə] *n* கென்யா நாடு
Kenyan [ˈkɛnjən] *adj* கென்யா நாட்டின் ▷ *n* கென்யாவாசி
kerb [kɜːb] *n* சாலையோரக் கல்வரிசை
kerosene [ˈkɛrəˌsiːn] *n (US)* மண்ணெண்ணெய்
ketchup [ˈkɛtʃəp] *n* தக்காளி பழக் களி
kettle [ˈkɛtl] *n* வெண்ணீர் கொதிகலன்
key [kiː] *n (computer, instrument)* (கணினி) தட்டுவிசை; *(for lock)* சாவி
keyboard [ˈkiːˌbɔːd] *n* விசைப்பலகை
keyring [ˈkiːˌrɪŋ] *n* சாவிவளையம்
kick [kɪk] *n* உதைத்தல் ▷ *v* உதை
kick off [kɪk ɒf] *v* ஆரம்பம் செய்
kick-off [ˈkɪkɒf] *n* தொடக்கம்
kid [kɪd] *n (informal)* குழந்தை ▷ *vi (informal)* வேடிக்கை செய்
kidnap [ˈkɪdnæp] *vt* (ஆள்) கடத்து
kidney [ˈkɪdnɪ] *n* சிறுநீரகம்
kill [kɪl] *v* கொல்
killer [ˈkɪlə] *n* கொலையாளி
kilo [ˈkiːləʊ] *n* கிலோ - எடை அளவு
kilometre [kɪˈlɒmɪtə] *n* கிலோ மீட்டர் - தூர அளவு

kilt [kɪlt] *n* மடிப்புப் பாவாடை
kind [kaɪnd] *adj* அன்பான ▷ *n* வகை
kindly ['kaɪndlɪ] *adv* அன்புடன்
kindness ['kaɪndnɪs] *n* இரக்கம்
king [kɪŋ] *n* அரசன்
kingdom ['kɪŋdəm] *n* பேரரசு
kingfisher ['kɪŋ,fɪʃə] *n* மீன் கொத்திப் பறவை
kiosk ['kiːɒsk] *n* பெட்டிக்கடை
kipper ['kɪpə] *n* நெத்திலி மீன் வகை
kiss [kɪs] *n* முத்தம் ▷ *v* முத்தமிடு
kit [kɪt] *n* கைப்பெட்டி
kitchen ['kɪtʃɪn] *n* சமையலறை
kite [kaɪt] *n* பட்டம்
kitten ['kɪtn] *n* பூனைக்குட்டி
kiwi ['kiːwiː] *n* கீவிப்பறவை
km/h *abbr* கிமீ/மணி நேரம்
knee [niː] *n* முழங்கால்
kneecap ['niː,kæp] *n* முழங்காற்சில்லு
kneel [niːl] *vi* மண்டியிடு
kneel down [niːl daʊn] *v* தரையில் மண்டியிடு
knickers ['nɪkəz] *npl* பெண்கள் இடுப்பு உள்ளாடை
knife [naɪf] *n* கத்தி
knit [nɪt] *v* பின்னியிழை; துன்னு
knitting ['nɪtɪŋ] *n* பின்னுதல்; நெசவுத்தொழில்
knitting needle ['nɪtɪŋ 'niːdl] *n* பின்னல் ஊசி
knob [nɒb] *n* (கைப்பிடி) குமிழ்
knock [nɒk] *n* தட்டப்படும் சத்தம் ▷ *vi* தட்டு; தாக்கு
knock down [nɒk daʊn] *v* தாக்கிச் சாய்த்துவிடு
knock out [nɒk aʊt] *v* மீண்டு எழாதபடி தாக்கு
knot [nɒt] *n* முடிச்சு
know [nəʊ] *vt* *(fact)* தெரிந்திரு; *(person)* அறிமுகம் கொண்டிரு
know-all ['nəʊɔːl] *n* *(informal)* எல்லாம் தெரிந்தவர்
know-how ['nəʊ,haʊ] *n* *(informal)* வழிவகை அறிவு
knowledge ['nɒlɪdʒ] *n* அறிவு
knowledgeable ['nɒlɪdʒəbl] *adj* விபரமறிந்த
known [nəʊn] *adj* தெரிந்திருக்கும்
Koran [kɔː'rɑːn] *n* குரான்-இஸ்லாமியர் திருமறை
Korea [kə'riːə] *n* கொரியா நாடு
Korean [kə'riːən] *adj* கொரியா நாட்டின் ▷ *n* *(person)* கொரியா வாசி; *(language)* கொரியன் மொழி

k

kosher ['kəʊʃə] *adj* யூதர் மரபு சார்ந்து செய்யப்பட்ட கசாப்பு
Kosovo ['kɒsəvəʊ] *n* எல்லைச் சிக்கல் தீர்க்கப்படாத ஒரு இடம்
Kuwait [kʊ'weɪt] *n* குவைத் நாடு
Kuwaiti [kʊ'weɪtɪ] *adj* குவைத் நாட்டின் ▷ *n* குவைத் நாட்டுக்காரர்
Kyrgyzstan ['kɪəgɪz,stɑːn] *n* ஒரு நாடு

l

lab [læb] *n* ஆய்வுக்கூடம்
label ['leɪbl] *n* பொருள் விபரச் சீட்டு
laboratory [lə'bɒrətərɪ] *n* ஆய்வுக்கூடம்
labour ['leɪbə] *n* கடின உழைப்பு
labourer ['leɪbərə] *n* தொழிலாளி
lace [leɪs] *n (cloth)* சரிகை; *(shoelace)* காலணிக் கயிறு
lack [læk] *n* இல்லாத குறைபாடு
lacquer ['lækə] *n* (பித்தளை/மரத்தின் மேல்) பூசப்படும் மெருகு
lad [læd] *n (informal)* பையன்; வாலிபன்
ladder ['lædə] *n* ஏணி
ladies ['leɪdɪz] *n* பெண்கள்
ladle ['leɪdl] *n* அகப்பை
lady ['leɪdɪ] *n* பெண்மணி
ladybird ['leɪdɪ,bɜːd] *n* பெண்வண்டு
lag behind [læg bɪ'haɪnd] *vi* பின் தங்கு
lager ['lɑːgə] *n* ஒரு வகை மதுபானம்
lagoon [lə'guːn] *n* காயல்
laid-back ['leɪdbæk] *adj (informal)* அவசரமில்லாமல்; சோம்பேரித்தனத்துடன்
lake [leɪk] *n* ஏரி
lakh [lɑːk] *n (100,000)* இலட்சம்
lamb [læm] *n* ஆட்டுக்குட்டி
lame [leɪm] *adj* வலுவில்லாத
lamp [læmp] *n* விளக்கு
lamppost ['læmp,pəʊst] *n* விளக்குக்கம்பம்
lampshade ['læmp,ʃeɪd] *n* விளக்கு மங்குவி
land [lænd] *n* நிலம் ▷ *v* தரையிறங்கு
landing ['lændɪŋ] *n* படிகட்டுகளின் இடைமேடை

landlady ['lænd,leɪdɪ] *n* வீட்டுச் சொந்தக்கார பெண்மணி
landlord ['lænd,lɔːd] *n* வீட்டுச் சொந்தக்காரர்
landmark ['lænd,mɑːk] *n* அடையாளச் சின்னம்
landowner ['lænd,əʊnə] *n* நில உரிமையாளர்
landscape ['lænd,skeɪp] *n* இயற்கை நிலக்காட்சி
landslide ['lænd,slaɪd] *n* நிலச்சரிவு
lane [leɪn] *n* சந்து
language ['læŋgwɪdʒ] *n* மொழி
language laboratory ['læŋgwɪdʒ lə'bɒrətərɪ] *n* அயல்மொழி ஆய்வகம்
language school ['læŋgwɪdʒ skuːl] *n* அயல்நாட்டு மொழி பயிலும் பள்ளி
lanky ['læŋkɪ] *adj* நெட்டையான
Laos [laʊz] *n* லாவோஸ் நாடு
lap [læp] *n* மடி
laptop ['læp,tɒp] *n* மடிக்கணினி
larder ['lɑːdə] *n* உணவு அலமாரி
large [lɑːdʒ] *adj* பெரிய
largely ['lɑːdʒlɪ] *adv* பெரிதாக
laryngitis [,lærɪn'dʒaɪtɪs] *n* குரல்வளை அழற்சி
laser ['leɪzə] *n* லேசர்; சீரொளி
lass [læs] *n* சிறுமி
last [lɑːst] *adj (previous)* கடந்த ▷ *adv* கடைசியாக ▷ *v* தாக்குப்பிடி ▷ *adj (coming after all others)* கடைசி
lastly ['lɑːstlɪ] *adv* கடைசியாக
late [leɪt] *adj (after the proper time)* தாமதமான; *(dead)* மறைந்த ▷ *adv* தாமதமாக; *(near the end)* காலம் கடந்து வருகிற
lately ['leɪtlɪ] *adv* சமீபத்தில்
later ['leɪtə] *adv* பிறகு
Latin ['lætɪn] *n* லத்தீன் மொழி
Latin America ['lætɪn ə'mɛrɪkə] *n* லத்தீன் அமெரிக்கா ஒரு நாடு
Latin American ['lætɪn ə'mɛrɪkən] *adj* லத்தீன் அமெரிக்க நாடுகளின்
latitude ['lætɪ,tjuːd] *n* அட்சரேகை
Latvia ['lætvɪə] *n* லாட்வியா நாடு
Latvian ['lætvɪən] *adj* லாட்வியா நாட்டின் ▷ *n (person)* லாட்வியா நாட்டுக்காரன்; *(language)* லாட்வியன் மொழி
laugh [lɑːf] *n* சிரிப்பு ▷ *vi* சிரி

l

laughter ['lɑːftə] *n* சிரிப்பு
launch [lɔːntʃ] *vt* ஏவு
Launderette® [ˌlɔːndə'rɛt] *n* துணி துவைத்து காயப்போடுமிடம்
laundry ['lɔːndrɪ] *n* சலவை
lava ['lɑːvə] *n* எரிமலைக் குழம்பு
lavatory ['lævətərɪ] *n* கழிப்பிடம்
lavender ['lævəndə] *n* நறுமண மலர்கள் கொண்ட செடிவகை
law [lɔː] *n* சட்டம்
lawn [lɔːn] *n* புல்வெளி
lawnmower ['lɔːnˌməʊə] *n* புல்வெட்டும் கருவி
law school [lɔː skuːl] *n* சட்டக் கல்லூரி
lawyer ['lɔːjə] *n* வக்கீல்; வழக்கறிஞர்
laxative ['læksətɪv] *n* (பேதி) மருந்து
lay [leɪ] *vt* *(put down)* பரப்பி வை; *(egg)* இடு
layby ['leɪˌbaɪ] *n* கார்நிறுத்தும் சந்து
layer ['leɪə] *n* அடுக்கு
lay off [leɪ ɒf] *v* ஆட்குறைப்பு
layout ['leɪˌaʊt] *n* திட்டப்படம்
lazy ['leɪzɪ] *adj* சோம்பலான
lead [lɛd] *n* *(metal)* ஈயம்; [liːd] *n* *(in a play or film)* முன்னணிக் கதாபாத்திரம்; *(in a race or competition)* முன்னிலை ▷ *vt* அழைத்துச் செல்
leader ['liːdə] *n* தலைவர்
lead-free [ˌlɛd'friː] *adj* ஈயமில்லாத
lead singer [liːd 'sɪŋə] *n* முன்னணிப் பாடகர்
leaf [liːf] *n* இலை
leaflet ['liːflɪt] *n* துண்டுப்பிரசுரம்
league [liːg] *n* குழு
leak [liːk] *n* கசிவு ▷ *vi* கசியச் செய்
lean [liːn] *vi* பக்கம் சாய்
lean forward [liːn 'fɔːwəd] *v* முன்புறமாக வளை
lean on [liːn ɒn] *v* ஆதாரம் பற்றிக்கொள்
lean out [liːn aʊt] *v* வெளிப்பக்கம் குனி
leap [liːp] *vi* தாண்டி குதி
leap year [liːp jɪə] *n* மிகுநாளாண்டு
learn [lɜːn] *v* கற்றுக்கொள்
learner ['lɜːnə] *n* கற்றுக்கொள்பவர்
learner driver ['lɜːnə 'draɪvə] *n* பயிற்சி ஓட்டுனர்
lease [liːs] *n* குத்தகை ▷ *vt* வாடகைக்கு விடு
least [liːst] *adj* மிகக் குறைவான
leather ['lɛðə] *n* பதம் செய்யப்பட்ட தோல்

leave [liːv] *n* விடுமுறை ▷ *v* *(place)* புறப்படு ▷ *vt* *(let remain somewhere)* விட்டுச் செல்

leave out [liːv aʊt] *v* விலக்காமல் இரு

Lebanese [ˌlɛbəˈniːz] *adj* லெபனான் நாட்டு ▷ *n* லெபனான் வாசி

Lebanon [ˈlɛbənən] *n* லெபனான் நாடு

lecture [ˈlɛktʃə] *n* விரிவுரை ▷ *vi* விரிவுரையாற்று

lecturer [ˈlɛktʃərə] *n* விரிவுரையாளர்

leek [liːk] *n* வெங்காய இனப் பூண்டு

left [lɛft] *adj* மீந்திருக்கும் ▷ *adv* இடப்பக்கம் ▷ *n* இடப்புறம்

left-hand [ˌlɛftˈhænd] *adj* இடதுகை

left-hand drive [ˈlɛftˌhænd draɪv] *n* ஓட்டுனர் இடதுபக்கம் அமர்ந்து ஓட்டும் வசதி

left-handed [ˌlɛftˈhændɪd] *adj* இடதுகைப் பழக்கமுள்ள

left luggage [lɛft ˈlʌɡɪdʒ] *n* பொருள் காப்பகத்தில் விடப்பட்ட சுமை

left-luggage office [ˌlɛftˈlʌɡɪdʒ ˈɒfɪs] *n* பொருள் காப்பகம்

leftovers [ˈlɛftˌəʊvəz] *npl* மீந்திருப்பவைகள்

left-wing [ˈlɛftˌwɪŋ] *adj* இடது-சாரியைச் சார்ந்த

leg [lɛɡ] *n* *(person, animal)* கால்; *(table, chair)* தாங்கு கட்டை

legal [ˈliːɡl] *adj* சட்டரீதியான

legend [ˈlɛdʒənd] *n* புராணம்

leggings [ˈlɛɡɪŋz] *npl* முழங்கால் வரையில் அணியும் குப்பாயங்கள்

legible [ˈlɛdʒəbl] *adj* எளிதில் படிக்கக்கூடிய

legislation [ˌlɛdʒɪsˈleɪʃən] *n* *(formal)* சட்டங்கள்

leisure [ˈlɛʒə] *n* ஓய்வுநேரம்

leisure centre [ˈlɛʒə ˈsɛntə] *n* ஓய்வு வேளை மையம்

lemon [ˈlɛmən] *n* எலுமிச்சை

lemonade [ˌlɛməˈneɪd] *n* எலுமிச்சை பானம்

lend [lɛnd] *vt* கடன் வழங்கு

length [lɛŋkθ] *n* நீள அளவு; நீளம்

lens [lɛnz] *n* பூதக்கண்ணாடி

Lent [lɛnt] *n* ஈஸ்டருக்கு முந்தைய 40 நாள் தபசு காலம்

lentils [ˈlɛntɪlz] *npl* துவரம் பருப்பு

Leo [ˈliːəʊ] *n* சிம்ம ராசி

leopard [ˈlɛpəd] *n* சிறுத்தை

leotard [ˈlɪəˌtɑːd] *n* உடற்பயிற்சியின்போது அணியும் மேற்சட்டை

less [lɛs] *adv* குறைவாக ▷ *pron* குறைவான ▷ *adj* குறைவான
lesson ['lɛsn] *n* பாடம்
let [lɛt] *vt* விடு
let down [lɛt daʊn] *v* கை விடு
let in [lɛt ɪn] *v* உள்விடு
letter ['lɛtə] *n (alphabet)* எழுத்து; *(message)* கடிதம்
letterbox ['lɛtəˌbɒks] *n* தபால் பெட்டி
lettuce ['lɛtɪs] *n* கீரை
leukaemia [luː'kiːmɪə] *n* இரத்தப் புற்று நோய்
level ['lɛvl] *adj* ஒரே சீரான ▷ *n* அளவு
level crossing ['lɛvl 'krɒsɪŋ] *n* இருப்புப்பாதை சந்திக் கடவு
lever ['liːvə] *n* நெம்புகோல்
liar ['laɪə] *n* பொய்யன்
liberal ['lɪbərəl] *adj* முற்போக்கான
liberation [ˌlɪbə'reɪʃən] *n* விடுதலை
Liberia [laɪ'bɪərɪə] *n* லைபீரியா நாடு
Liberian [laɪ'bɪərɪən] *adj* லிபேரியா நாட்டைச் சேர்ந்த ▷ *n* லைபீரிய வாசி
Libra ['liːbrə] *n* துலாம்
librarian [laɪ'brɛərɪən] *n* நூலகர்
library ['laɪbrərɪ] *n* நூலகம்
Libya ['lɪbɪə] *n* லிபியா ஒரு நாடு
Libyan ['lɪbɪən] *adj* லிபியா நாட்டின் ▷ *n* லிபியா வாசி
lice [laɪs] *npl* பேன்கள்
licence ['laɪsəns] *n* உரிமம்
lick [lɪk] *vt* நக்கு
lid [lɪd] *n* மூடி
lie [laɪ] *n* பொய் ▷ *vi* படு
Liechtenstein ['lɪktənˌstaɪn] *n* ஒரு மலைத்தொடர்
lie-in ['laɪɪn] *n (informal)* மிகையாக ஓய்வெடுத்தல்
lieutenant [lɛf'tɛnənt] *n* துணைநிலை படை அதிகாரி
life [laɪf] *n* வாழ்க்கை
lifebelt ['laɪfˌbɛlt] *n* உயிர்காப்பு மிதவை
lifeboat ['laɪfˌbəʊt] *n* உயிர்காப்புப் படகு
lifeguard ['laɪfˌgɑːd] *n* மெய்காப்பாளர்
life jacket [laɪf 'dʒækɪt] *n* மிதவையங்கி
life-saving ['laɪfˌseɪvɪŋ] *adj* உயிர் காக்கும்
lifestyle ['laɪfˌstaɪl] *n* வாழ்க்கைத் தரம்
lift [lɪft] *n (in car)* இலவசப் பயணம்; *(in a tall building)* மின்தூக்கி ▷ *vt* தூக்கு
light [laɪt] *adj (weighing little)* இலேசான; *(bright)* பிரகாசமான ▷ *n (sun)* வெளிச்சம் ▷ *vt* எரியூட்டு ▷ *n (lamp)* விளக்கு ▷ *adj (pale)* வெளிரிய

light bulb [laɪt bʌlb] *n* பல்ப் விளக்கு
lighter ['laɪtə] *n* தீ மூட்டி
lighthouse ['laɪt,haʊs] *n* கலங்கரை விளக்கம்
lighting ['laɪtɪŋ] *n* விளக்குகள்
lightning ['laɪtnɪŋ] *n* மின்னல்
like [laɪk] *prep* (ஒன்றைப்) போல; ஒத்த ▷ *vt* *(enjoy)* விரும்பு ▷ *v* *(be)* போன்று
likely ['laɪklɪ] *adj* நிகழக்கூடிய
lilac ['laɪlək] *adj* இளஞ் சிவப்பான ▷ *n* நறுமண மலர் செடிவகை
lily ['lɪlɪ] *n* அல்லி மலர்
lily of the valley ['lɪlɪ əv ðə 'vælɪ] *n* பூ வகைகளில் ஒன்று
lime [laɪm] *n* *(fruit)* எலுமிச்சை; தேசிக்காய்; *(substance)* சுண்ணாம்பு
limestone ['laɪm,stəʊn] *n* சுண்ணாம்புக் கற்பாறை
limit ['lɪmɪt] *n* வரம்பு
limousine ['lɪmə,ziːn] *n* உல்லாச ஊர்தி
limp [lɪmp] *vi* நொண்டு
line [laɪn] *n* கோடு
linen ['lɪnɪn] *n* நார்த்துணி
liner ['laɪnə] *n* கப்பல்
linguist ['lɪŋgwɪst] *n* பன்மொழி வல்லுனர்
linguistic [lɪŋ'gwɪstɪk] *adj* மொழியியல்
lining ['laɪnɪŋ] *n* உள்பட்டை
link [lɪŋk] *n* தொடர்பு ▷ *vt* தொடர்புபடுத்து
lino ['laɪnəʊ] *n* மெழுகுக் கித்தான்
lion ['laɪən] *n* சிங்கம்
lioness ['laɪənɪs] *n* பெண் சிங்கம்
lip [lɪp] *n* உதடு
lip-read ['lɪp,riːd] *vi* வாயசைவு படித்தல்
lip salve [lɪp sælv] *n* உதட்டுப் பூச்சு
lipstick ['lɪp,stɪk] *n* உதட்டுச் சாயம்
liqueur [lɪ'kjʊə] *n* மது பானம்
liquid ['lɪkwɪd] *n* திரவம்
liquidizer ['lɪkwɪ,daɪzə] *n* உணவை திரவரூபத்திற்கு மாற்றும் கருவி
list [lɪst] *n* பட்டியல் ▷ *vt* வரிசைப்படுத்து
listen ['lɪsn] *vi* *(pay attention)* உற்றுக் கேள்; *(take heed)* கேட்டு இரு
listener ['lɪsnə] *n* கேட்பவர்
literally ['lɪtərəlɪ] *adv* உண்மையாகவே
literature ['lɪtərɪtʃə] *n* இலக்கியம்
Lithuania [,lɪθjʊ'eɪnɪə] *n* லிதுவேனியா நாடு

l

Lithuanian [ˌlɪθjʊ'eɪnɪən] *adj* லிதுவேனியா நாட்டின் ▷ *n* *(person)* லிதுவானியாக்காரர்; *(language)* லிதுவேனியா மொழி
litre ['liːtə] *n* லிட்டர்
litter ['lɪtə] *n* *(rubbish)* குப்பை; *(animals)* ஒரே நேரத்தில் பிறந்தவை
litter bin ['lɪtə bɪn] *n* குப்பைத் தொட்டி
little ['lɪtl] *adj* அளவில் சிறிய
live [laɪv] *adj* உயிருள்ள ▷ [lɪv] *vi* *(dwell)* வசி; *(be alive)* உயிருடன் இரு
lively ['laɪvlɪ] *adj* உயிர்துடிப்பான
live on [lɪv ɒn] *v* காலந் தள்ளு
liver ['lɪvə] *n* கல்லீரல்
living ['lɪvɪŋ] *n* பிழைப்பு
living room ['lɪvɪŋ rʊm] *n* வசிக்கும் அறை
lizard ['lɪzəd] *n* பல்லி
load [ləʊd] *n* பாரம் ▷ *vt* பாரம் ஏற்று
loaf [ləʊf] *n* ரொட்டித் துண்டு
loan [ləʊn] *n* கடன் ▷ *vt* கடன் கொடு
loathe [ləʊð] *vt* அருவருப்புடன் பார்
lobster ['lɒbstə] *n* சிங்க இறால்
local ['ləʊkl] *adj* உள்ளூர்; அப்பகுதி
local anaesthetic ['ləʊkl ˌænɪs'θɛtɪk] *n* அப்பகுதிக்கான மயக்க மருந்து
location [ləʊ'keɪʃən] *n* இருப்பிடம் / இடம்
lock [lɒk] *n* *(on door)* பூட்டு; *(hair)* குடுமி; மயிர்க்கற்றை ▷ *vt* பூட்டிவிடு
locker ['lɒkə] *n* பெட்டகம்
locket ['lɒkɪt] *n* பதக்கம்
lock out [lɒk aʊt] *v* கதவடைப்பு
locksmith ['lɒkˌsmɪθ] *n* பூட்டு திறப்பவன்
lodger ['lɒdʒə] *n* தங்கியிருப்பவர்
loft [lɒft] *n* பரண்
log [lɒg] *n* மரத்துண்டு
logical ['lɒdʒɪkl] *adj* தர்க்கரீதியான
log in [lɒg ɪn] *v* நுழை
logo ['ləʊgəʊ] *n* இலச்சினை; முத்திரை
log out [lɒg aʊt] *v* கணினியை உபயோகிப்பதிலிருந்து விலகு
lollipop ['lɒlɪˌpɒp] *n* குச்சி மிட்டாய்
lolly ['lɒlɪ] *n* குச்சி மிட்டாய்
London ['lʌndən] *n* லண்டன்

loneliness ['ləʊnlɪnɪs] n
தனிமை

lonely ['ləʊnlɪ] adj தனியாக

lonesome ['ləʊnsəm] adj
தனிமை உணர்வுடன்

long [lɒŋ] adj (in time) நீண்ட
காலமாய் ▷ adv அதிக
நேரம் ▷ v ஆசைப்படு
▷ adj (in distance) நீண்ட

longer ['lɒŋɡə] adv அதிக
நேரத்திற்கு

longitude ['lɒndʒɪˌtjuːd] n
தூர அளவு

long jump [lɒŋ dʒʌmp] n
நீளத் தாண்டுதல்

loo [luː] n (informal)
கழிப்பிடம்

look [lʊk] n தன்னைப்
பார்த்துக் கொள்ளுதல் ▷ vi
(regard) பார் ▷ v (appear)
தோன்று

look after [lʊk 'ɑːftə] v
கவனி

look at [lʊk æt] vi கூர்ந்து
கவனி

look for [lʊk fɔː] v எதிர்
நோக்கு

look round [lʊk raʊnd] v
சுற்றிலும் பார்

look up [lʊk ʌp] v தேடு

loose [luːs] adj (not fixed)
சரியாகப் பொருத்தப்படாத;
(baggy) தளர்ச்சியான

lorry ['lɒrɪ] n பார வண்டி;
லாரி

lorry driver ['lɒrɪ 'draɪvə] n
பார வண்டி ஓட்டுனர்

lose [luːz] v தோல்வி அடை
▷ vt (misplace) இழ

loser ['luːzə] n தோற்றவர்

loss [lɒs] n இழப்பு

lost [lɒst] adj காணாமல்
போன

lot [lɒt] n மிகுஅளவு; நிறைய

lotion ['ləʊʃən] n குழைமம்

lottery ['lɒtərɪ] n குலுக்குச்
சீட்டு; பரிசுச் சீட்டு

loud [laʊd] adj உரத்த

loudly ['laʊdlɪ] adv சத்தமாக

loudspeaker [ˌlaʊd'spiːkə]
n ஒலி பெருக்கி

lounge [laʊndʒ] n ஓய்விடம்

lousy ['laʊzɪ] adj (informal)
வெறுக்கத்தக்க

love [lʌv] n நேசம் ▷ vt (care
about) அன்பு செலுத்து;
(enjoy) விரும்பு

lovely ['lʌvlɪ] adj வனப்புடன்

low [ləʊ] adj (in height)
குட்டையான ▷ adv
தாழ்வாக ▷ adj (number)
குறைவான; குறைந்த

low-alcohol ['ləʊˌælkəhɒl] adj
சாராயம் அளவு குறைவான

lower ['ləʊə] adj கீழ் ▷ vt
தாழ்

low-fat ['ləʊˌfæt] adj
கொழுப்பு குறைந்த

low season [ləʊ 'siːzn] n
பருவமற்ற காலம்

loyalty ['lɔɪəltɪ] *n* விசுவாசம்
luck [lʌk] *n* அதிர்ஷ்டம்
luckily ['lʌkɪlɪ] *adv* அதிர்ஷ்டவசமாக
lucky ['lʌkɪ] *adj* அதிர்ஷ்டமுள்ள
lucrative ['luːkrətɪv] *adj* மிகுவருவாய் உடைய
luggage ['lʌgɪdʒ] *n* பயண சுமை
luggage rack ['lʌgɪdʒ ræk] *n* பயணப் பெட்டி மேசை
lukewarm [ˌluːk'wɔːm] *adj* இளவெப்பமான
lullaby ['lʌləˌbaɪ] *n* தாலாட்டு
lump [lʌmp] *n* கட்டி
lunatic ['luːnətɪk] *n* *(informal)* சித்தம் கலங்கியவர்
lunch [lʌntʃ] *n* மதிய உணவு
lunch break [lʌntʃ breɪk] *n* மதிய உணவு இடைவேளை
lunchtime ['lʌntʃˌtaɪm] *n* மதிய உணவு நேரம்
lung [lʌŋ] *n* நுரையீரல்
lush [lʌʃ] *adj* செழித்து வளர்ந்த
Luxembourg ['lʌksəmˌbɜːg] *n* லக்ஸம்பர்க் நாடு
luxurious [lʌg'zjʊərɪəs] *adj* பகட்டான
luxury ['lʌkʃərɪ] *n* பகட்டு; ஆடம்பரம்
lyrics ['lɪrɪks] *npl* பாடல் வரிகள்

m

mac [mæk] *n* மழைச் சட்டை
macaroni [ˌmækə'rəʊnɪ] *npl* பசை உணவு வகையில் ஒன்று
machine [mə'ʃiːn] *n* இயந்திரம்; மெஷின்
machine gun [mə'ʃiːn gʌn] *n* இயந்திரத் துப்பாக்கி
machinery [mə'ʃiːnərɪ] *n* இயந்திரப் பொருட்கள்
machine washable [mə'ʃiːn 'wɒʃəbl] *adj* இயந்திரத்தில் துவைக்கத்தக்க
mackerel ['mækrəl] *n* கானாங்கெளுத்தி மீன்
mad [mæd] *adj* *(mentally ill)* பைத்தியம்; *(informal, angry)* கோபமான
Madagascar [ˌmædə'gæskə] *n* மடகாஸ்கர் நாடு
madam ['mædəm] *n* சீமாட்டி
madly ['mædlɪ] *adv* மிகுந்த ஆர்வத்துடன்
madman ['mædmən] *n* பைத்தியக்காரன்
madness ['mædnɪs] *n* பித்து
magazine [ˌmægə'ziːn] *n* *(publication)* செய்தி இதழ்; *(gun)* அடுக்குப் பெட்டி

maggot ['mægət] *n* கீடம்

magic ['mædʒɪk] *adj*
மாயவித்தைச் சார்ந்த ▷ *n*
மாயவித்தை

magical ['mædʒɪkəl] *adj*
வியத்தகு விளைவுகளைத்
தோற்றுவிக்கும்

magician [mə'dʒɪʃən] *n*
மந்திரவாதி

magistrate ['mædʒɪˌstreɪt] *n*
குற்றவியல் நடுவர்

magnet ['mægnɪt] *n*
காந்தம்

magnetic [mæg'nɛtɪk] *adj*
காந்த ஆற்றலுடைய

magnificent [mæg'nɪfɪsnt] *adj*
உயர்வான

magnifying glass
['mægnɪfaɪɪŋ glɑːs] *n*
உருப்பெருக்குக் கண்ணாடி

magpie ['mægˌpaɪ] *n* ஒரு
புறாவகைப் பறவை

mahogany [mə'hɒgənɪ] *n*
செந்தேவதாரு

maid [meɪd] *n* பணிப்பெண்

maiden name ['meɪdn neɪm]
n திருமணத்திற்கு முன்
அவள் பெற்றோர் சூட்டிய
பெண்ணின் பெயர்

mail [meɪl] *n* தபால் ▷ *vt*
தபால் எழுது

mailing list ['meɪlɪŋ lɪst]
n அஞ்சலில் அனுப்பும்
பெயர்ப்பட்டியல்

main [meɪn] *adj* முக்கிய

main course [meɪn kɔːs] *n*
பிரதான உணவு

mainland ['meɪnlənd] *n*
பெருநிலம்

mainly ['meɪnlɪ] *adv*
அதிகளவில்

main road [meɪn rəʊd] *n*
முதன்மைச் சாலை

maintain [meɪn'teɪn] *vt*
தொடர்ந்து நடத்து

maintenance ['meɪntɪnəns] *n*
பராமரிப்பு

maize [meɪz] *n* மக்காச்சோளம்

majesty ['mædʒɪstɪ] *n*
மாட்சிமை

major ['meɪdʒə] *adj*
தலையாய

majority [mə'dʒɒrɪtɪ] *n*
பெரும்பான்மை

make [meɪk] *n* உருவாக்கம்
▷ *vt (carry out)* செய்;
(create) தயார்செய்; *(force)*
செய்யவை

makeover ['meɪkˌəʊvə] *n*
வடிவமைப்பை சரிசெய்தல்

maker ['meɪkə] *n*
உருவாக்குபவர்

make up [meɪk ʌp] *v* ஈடு
செய்

make-up ['meɪkʌp] *n*
ஒப்பனை

malaria [mə'lɛərɪə] *n*
(மலைக்) குளிர்காய்ச்சல்

Malawi [mə'lɑːwɪ] *n* மலாவி
நாடு

m

Malaysia [məˈleɪzɪə] *n* மலேசியா நாடு
Malaysian [məˈleɪzɪən] *adj* மலேசிய நாட்டு ▷ *n* மலேசிய நாட்டுக்காரர்
male [meɪl] *adj* ஆணின ▷ *n* ஆண்
malicious [məˈlɪʃəs] *adj* தீய நோக்குடனான வீண்பேச்சு
malignant [məˈlɪgnənt] *adj* கொடிய
malnutrition [ˌmælnjuːˈtrɪʃən] *n* ஊட்டச்சத்துக்குறை
Malta [ˈmɔːltə] *n* மால்டா ஒரு நாடு
Maltese [mɔːlˈtiːz] *adj* மால்டா நாட்டு ▷ *n (person)* மால்டா நாட்டுக்காரர்; *(language)* மால்டீஸ் ஒரு மொழி
malt whisky [mɔːlt ˈwɪskɪ] *n* மாவூற்ற சாராயம்; மது பானம்
mammal [ˈmæməl] *n* பாலூட்டி
mammoth [ˈmæməθ] *adj* பிரம்மாண்ட ▷ *n* மிகப் பெரிய
man [mæn] *n* மனிதன்
manage [ˈmænɪdʒ] *vt* மேலாண்மை செய்; கையாளு
manageable [ˈmænɪdʒəbl] *adj* கையாளக்கூடிய
management [ˈmænɪdʒmənt] *n* மேலாண்மை
manager [ˈmænɪdʒə] *n* மேலாளர்
manageress [ˌmænɪdʒəˈrɛs] *n* பெண் மேலாளர்
managing director [ˈmænɪdʒɪŋ dɪˈrɛktə] *n* நிர்வாக இயக்குனர்
mandarin [ˈmændərɪn] *n (person in influential job)* உயர்தரப் பணியில் ஈடுபட்டுள்ளவர்; *(fruit)* ஆரஞ்சுப் பழவகையில் ஒன்று
mangetout [ˌmɑ̃ʒˈtuː] *n* பட்டாணி வகையைச் சார்ந்த பருப்பு
mango [ˈmæŋgəʊ] *n* மாம்பழம்
mania [ˈmeɪnɪə] *n* வெறி
maniac [ˈmeɪnɪˌæk] *n* பைத்தியம்
manicure [ˈmænɪˌkjʊə] *n* கைவிரல் நக ஒப்பனை ▷ *vt* கைவிரல் நகங்களை ஒப்பனைச் செய்
manipulate [məˈnɪpjʊˌleɪt] *vt* சூழ்ச்சித்திறத்துடன் கையாளு
mankind [ˌmænˈkaɪnd] *n* மனித இனம்
man-made [ˈmænˌmeɪd] *adj* செயற்கையான
manner [ˈmænə] *n* பாணி
manners [ˈmænəz] *npl* சமுதாய ஒழுக்கமுறை

manpower ['mæn,paʊə] *n* ஆள்படை
mansion ['mænʃən] *n* மாளிகை
mantelpiece ['mæntl,piːs] *n* அடுப்பங்கரை தண்டயப் பலகை
manual ['mænjʊəl] *n* கையேடு
manufacture [,mænjʊ'fæktʃə] *vt* உற்பத்தி
manufacturer [,mænjʊ'fæktʃərə] *n* உற்பத்தியாளர்
manure [mə'njʊə] *n* உரம்
manuscript ['mænjʊ,skrɪpt] *n* கையெழுத்துப் பிரதி
many ['mɛnɪ] *det* பல ▷ *pron* அதிகமான
Maori ['maʊrɪ] *adj* மவொரி இன ▷ *n (person)* மவொரி நாட்டுக்காரர்; *(language)* மவொரி மொழி
map [mæp] *n* வரைபடம்
maple ['meɪpl] *n* ஒரு மர வகை
marathon ['mærəθən] *n* நெடுந்தொலை ஓட்டம்
marble ['mɑːbl] *n* பளிங்குக்கல்
march [mɑːtʃ] *n* அணிவகுப்பு ▷ *v* அணிவகுத்து நடை பயிலு
March [mɑːtʃ] *n* மார்ச் மாதம்
mare [mɛə] *n* பெண் குதிரை
margarine [,mɑːdʒə'riːn] *n* செயற்கை வெண்ணெய்
margin ['mɑːdʒɪn] *n* விடுமிகை
marigold ['mærɪ,gəʊld] *n* ஒரு பூவகை
marina [mə'riːnə] *n* கடற்கரை
marinade [,mærɪ'neɪd] *n* மசாலாப் பொருட்களில் ஊறவைத்தல் ▷ ['mærɪneɪd] *v* மசாலாப் பொருட்களுடன் ஊறவை
marital status ['mærɪtl 'steɪtəs] *n (formal)* திருமணமான தகுதி
maritime ['mærɪ,taɪm] *adj* கடல்சார்ந்த
marjoram ['mɑːdʒərəm] *n* சமையல் மனப்பூண்டு செடிவகை
mark [mɑːk] *n (dirty)* கறை; அடையாளம் ▷ *vt (write something on)* அடையாளம்; *(grade)* தரமிடு ▷ *n (written or drawn shape)* குறிப்பு
market ['mɑːkɪt] *n* சந்தை
marketing ['mɑːkɪtɪŋ] *n* விற்பனை
marketplace ['mɑːkɪt,pleɪs] *n* சந்தைகள்; சந்தைக்கூடம்
market research ['mɑːkɪt rɪ'sɜːtʃ] *n* சந்தை நிலவரம் அனுமானம்

m

marmalade [ˈmɑːməˌleɪd] *n* பழப்பாகு
maroon [məˈruːn] *adj* பழுப்புச்சிவப்பு நிற
marriage [ˈmærɪdʒ] *n* திருமணம்
marriage certificate [ˈmærɪdʒ səˈtɪfɪkət] *n* திருமணச் சான்றிதழ்
married [ˈmærɪd] *adj* மணமான
marrow [ˈmærəʊ] *n* தாவரத் தண்டு மச்சை
marry [ˈmærɪ] *v* மணஞ் செய்து கொள்
marsh [mɑːʃ] *n* சேறு
martyr [ˈmɑːtə] *n* வீரத் தியாகி
marvellous [ˈmɑːvləs] *adj* அற்புதமான
Marxism [ˈmɑːksɪzəm] *n* மார்க்சியம்
marzipan [ˈmɑːzɪˌpæn] *n* இனிப்புப் பாகு
mascara [mæˈskɑːrə] *n* கண்ணின் முடிவரிசை ஒப்பனை
masculine [ˈmæskjʊlɪn] *adj* ஆண்மை வாய்ந்த
mashed potatoes [mæʃt pəˈteɪtəʊz] *npl* உருளைக்கிழங்கு மசியல்
mask [mɑːsk] *n* முகத்திரை
masked [mɑːskt] *adj* முகமுடியணிந்த
mass [mæs] *n* நிறை
Mass [mæs] *n* இயேசுநாதரின் இறுதி விருந்துச் சடங்கு
massacre [ˈmæsəkə] *n* படுகொலை
massive [ˈmæsɪv] *adj* பேரளவான
mast [mɑːst] *n* கொடிக்கம்பம்
master [ˈmɑːstə] *n* தலைவன் ▷ *vt* நிபுணன்
masterpiece [ˈmɑːstəˌpiːs] *n* தலைசிறந்த படைப்பு
mat [mæt] *n* பாய்
match [mætʃ] *n* *(game)* போட்டி; *(good)* பொருத்தம் ▷ *v* ஒத்துப்போ ▷ *n* *(matchstick)* தீக்குச்சி
matching [ˈmætʃɪŋ] *adj* பொருத்தமான
mate [meɪt] *n* *(informal)* துணை
material [məˈtɪərɪəl] *n* *(what something is made of)* மூலப்பொருள்; *(cloth)* துணி
maternal [məˈtɜːnl] *adj* தாய்வழி சார்ந்த
maternity hospital [məˈtɜːnɪtɪ ˈhɒspɪtəl] *n* மகப்பேறு மருத்துவமனை
maternity leave [məˈtɜːnɪtɪ liːv] *n* மகப்பேறு விடுப்பு
mathematical [ˌmæθəˈmætɪkl] *adj* கணிதம் சார்ந்த; கணித

mathematics [ˌmæθəˈmætɪks] *npl* கணிதம்

maths [mæθs] *npl* கணிதம்

matter [ˈmætə] *n* செய்தி ▷ *v* முக்கியத்துவமாயிரு

mattress [ˈmætrɪs] *n* மெத்தை

mature [məˈtjʊə] *adj* முதிர்வடைந்த

mature student [məˈtjʊə ˈstjuːdnt] *n* முதுநிலை மாணவர்

Mauritania [ˌmɒrɪˈteɪnɪə] *n* மாரிடானியா நாடு

Mauritius [məˈrɪʃəs] *n* மொரீசியஸ் நாடு

mauve [məʊv] *adj* ஊதாநிற

maximum [ˈmæksɪməm] *adj* அதிகபட்ச ▷ *n* உச்சம்

May [meɪ] *n* மே மாதம்

may [meɪ] *v* *(possibly)* இயலும்; கூடும்; *(be allowed to)* அனுமதி கேட்க உபயோகப்படுத்தப்படும் சொல்

maybe [ˈmeɪˌbiː] *adv* இருக்கலாம்

mayonnaise [ˌmeɪəˈneɪz] *n* ஒரு வகை உணவுப் பண்டம்

mayor [mɛə] *n* நகரத் தந்தை

maze [meɪz] *n* சிக்கலான நடைவழி

me [miː] *pron* என்னை; என்னிடம்

meadow [ˈmɛdəʊ] *n* பசும் புல்தரை

meal [miːl] *n* உணவருந்துதல்

mealtime [ˈmiːlˌtaɪm] *n* உணவருந்தும் நேரம்

mean [miːn] *adj* கடுமையான ▷ *vt* *(signify)* பொருள் கொள்; *(be serious about)* உண்மையாகச் சொல்; *(intend)* கருது

meaning [ˈmiːnɪŋ] *n* அர்த்தம்

means [miːnz] *npl* வழிவகைகள்

meantime [ˈmiːnˌtaɪm] *adv* இடைப்பட்டக் காலத்தில்

meanwhile [ˈmiːnˌwaɪl] *adv* அதற்கிடையில்

measles [ˈmiːzəlz] *npl* தட்டம்மை

measure [ˈmɛʒə] *vt* அளவிடு

measurements [ˈmɛʒəmənts] *npl* அளவுகள்

meat [miːt] *n* இறைச்சி

meatball [ˈmiːtˌbɔːl] *n* அரைத்த இறைச்சி உருண்டை

Mecca [ˈmɛkə] *n* மெக்கா

mechanic [mɪˈkænɪk] *n* இயந்திர பழுதுபார்ப்பவர்

mechanical [mɪˈkænɪkl] *adj* இயந்திர சம்பந்தப்பட்ட

mechanism [ˈmɛkəˌnɪzəm] *n* இயந்திர நுட்பம்

medal [ˈmɛdl] *n* பதக்கம்

medallion [mɪˈdæljən] *n* பெரிய பதக்கம்

m

media ['miːdɪə] *npl* ஊடகம்
mediaeval [ˌmɛdɪ'iːvl] *adj* இடைக்கால
medical ['mɛdɪkl] *adj* மருத்துவ ▷ *n* மருத்துவம்
medical certificate ['mɛdɪkl sə'tɪfɪkət] *n* மருத்துவச் சான்றிதழ்
medicine ['mɛdɪsɪn] *n* மருந்து
meditation [ˌmɛdɪ'teɪʃən] *n* தியானம்
Mediterranean [ˌmɛdɪtə'reɪnɪən] *adj* மத்தியத் தரைப் பகுதியின் ▷ *n* மத்தியத் தரைப் பகுதி
medium ['miːdɪəm] *adj* நடுத்தரமான
medium-sized ['miːdɪəmˌsaɪzd] *adj* நடுத்தர அளவில்
meet [miːt] *vt* சந்தி ▷ *vi* சந்தி
meeting ['miːtɪŋ] *n* சந்திப்பு
meet up [miːt ʌp] *v* சந்தித்துக் கொள்
mega ['mɛgə] *adj (informal)* பெருத்த
melody ['mɛlədɪ] *n (formal)* இனிமை
melon ['mɛlən] *n* முலாம்பழம்
melt [mɛlt] *vt* உருக வை ▷ *vi* உருகு
member ['mɛmbə] *n* உறுப்பினர்
membership ['mɛmbəˌʃɪp] *n* உறுப்பினர் உரிமம்
membership card ['mɛmbəʃɪp kɑːd] *n* உறுப்பினர் உரிம அட்டை
memento [mɪ'mɛntəʊ] *n* நினைவுப் பொருள்
memo ['mɛməʊ] *n* சிற்றறிக்கை
memorial [mɪ'mɔːrɪəl] *n* நினைவுச் சின்னம்
memorize ['mɛməˌraɪz] *vt* மனப்பாடம் செய்
memory ['mɛmərɪ] *n (ability to remember)* ஞாபகம்; *(reminiscence)* நினைவு
memory card ['mɛmərɪ kɑːd] *n* நினைவக அட்டை
mend [mɛnd] *vt* பழுது பார்
meningitis [ˌmɛnɪn'dʒaɪtɪs] *n* மூளை உறையழற்சி
menopause ['mɛnəʊˌpɔːz] *n* மாதவிடாய் நிறுத்தம்
menstruation [ˌmɛnstrʊ'eɪʃən] *n* மாதவிடாய்; மாத விலக்கு
mental ['mɛntl] *adj* மனம் சார்ந்த
mental hospital ['mɛntl 'hɒspɪtl] *n* மனநோய் மருத்துவ மனை
mentality [mɛn'tælɪtɪ] *n* மனப்போக்கு
mention ['mɛnʃən] *vt* குறிப்பிடு

menu ['mɛnjuː] *n* உணவுப்
பட்டியல்

merchant bank ['mɜːtʃənt
bæŋk] *n* வணிக வங்கி

mercury ['mɜːkjʊrɪ] *n*
பாதரசம்

mercy ['mɜːsɪ] *n* கருணை

mere [mɪə] *adj* வெறும்

merge [mɜːdʒ] *v* கூட்டு சேர்

merger ['mɜːdʒə] *n* கூட்டு

meringue [mə'ræŋ] *n*
முட்டைவெண்கருவுடன்
சர்க்கரை சேர்த்த பண்டம்

mermaid ['mɜːˌmeɪd] *n*
கடற்கன்னி

merry ['mɛrɪ] *adj (old-
fashioned)* களிப்புமிக்க

merry-go-round
['mɛrɪgəʊ'raʊnd] *n* குடை
இராட்டினம்

mess [mɛs] *n* சீர்குலைவு

mess about [mɛs ə'baʊt] *v*
குழப்பு

message ['mɛsɪdʒ] *n* செய்தி

messenger ['mɛsɪndʒə] *n*
தூதுவன்

mess up [mɛs ʌp] *v (informal)*
சீர்குலையச் செய்

messy ['mɛsɪ] *adj*
ஒழுங்கில்லாத

metabolism [mɪ'tæbəˌlɪzəm]
n வளர்சிதை மாற்றம்

metal ['mɛtl] *n* உலோகம்

meteorite ['miːtɪəˌraɪt] *n*
விண்வீழ்கல்; விண்கல்

meter ['miːtə] *n* அளவுமானி

method ['mɛθəd] *n*
வழிமுறை

metre ['miːtə] *n* அளவு

metric ['mɛtrɪk] *adj* பதின்ம
அடுக்கு அளவுமுறை
சார்ந்த

Mexican ['mɛksɪkən] *adj*
மெக்ஸிகோ நாட்டின் ▷ *n*
மெக்ஸிகோ நாட்டுக்காரர்

Mexico ['mɛksɪˌkəʊ] *n*
மெக்ஸிகோ நாடு

microchip ['maɪkrəʊˌtʃɪp] *n*
கணினியில் மின்னணுக்கள்
பதிக்கப்பட்ட ஒரு சிறு
வில்லை

microphone ['maɪkrəˌfəʊn]
n ஒலிவாங்கி; ஒலிபெருக்கி

microscope ['maɪkrəˌskəʊp] *n*
நுண் பெருக்கிக் கண்ணாடி

microwave ['maɪkrəʊˌweɪv]
n நுண்கதிர் அலை வெப்ப
அடுப்பு

mid [mɪd] *adj* இடை(க்கால)

midday ['mɪd'deɪ] *n* மதியம்

middle ['mɪdl] *n*
இடைப்பகுதி

middle-aged ['mɪdlˌeɪdʒd] *adj*
நடுத்தர வயதான

Middle Ages ['mɪdl 'eɪdʒɪz]
npl இடைக்காலம்

middle-class ['mɪdlˌklɑːs] *adj*
மத்திய வர்க்க

Middle East ['mɪdl iːst] *n*
மத்தியக் கிழக்கு

m

midge [mɪdʒ] *n* கொசுவினப் பூச்சி
midnight ['mɪd,naɪt] *n* நடு இரவு
midwife ['mɪd,waɪf] *n* மருத்துவச்சி
might [maɪt] *v* இயலும்; கூடும்
migraine ['miːgreɪn] *n* ஒற்றைத் தலைவலி
migrant ['maɪgrənt] *n* குடிபெயர்ந்தோர்
migration [maɪ'greɪʃən] *n* குடி பெயர்தல்
mild [maɪld] *adj* மிதமான
mile [maɪl] *n* மைல்; தொலைவு அளவு
mileage ['maɪlɪdʒ] *n* பயணதூர வீதம்
mileometer [maɪ'lɒmɪtə] *n* தொலைவை கணக்கிடும் அளவுமானி
military ['mɪlɪtərɪ] *adj* இராணுவ
milk [mɪlk] *n* பால் ▷ *vt* பால் கற
milk chocolate [mɪlk 'tʃɒklət] *n* பால் சாக்லெட்;
milkshake ['mɪlk,ʃeɪk] *n* பருகுவதற்கான நறுமண மூட்டிக் குலுக்கப்பட்ட பால்
mill [mɪl] *n* ஆலை
millennium [mɪ'lɛnɪəm] *n* *(formal)* ஆயிரமாண்டுக் காலம்
millimetre ['mɪlɪ,miːtə] *n* மில்லிமீட்டர் - ஒரு அளவு
million ['mɪljən] *num* பத்து இலட்சம்
millionaire [,mɪljə'nɛə] *n* பெருஞ்செல்வர்
mimic ['mɪmɪk] *vt* பிறர் போல நடி
mince [mɪns] *n* கொத்துக்கறி
mind [maɪnd] *n* மனம்; நினைப்பு ▷ *vt* கவனி
mine [maɪn] *n* சுரங்கம் ▷ *pron* என்னுடையது
miner ['maɪnə] *n* சுரங்கத் தொழிலாளி
mineral ['mɪnərəl] *adj (of minerals)* கனிம ▷ *n* தாது; கனிமம்
mineral water ['mɪnrəl 'wɔːtə] *n* கனிமப் பொருள்கள் நிறைந்த நூல்
miniature ['mɪnɪtʃə] *adj* மிகச்சிறு அளவிலான ▷ *n* மிகச்சிறு உருவம்
minibus ['mɪnɪ,bʌs] *n* சிற்றுந்து
minicab ['mɪnɪ,kæb] *n* வாடகை வண்டி
minimal ['mɪnɪməl] *adj* குறைவான
minimize ['mɪnɪ,maɪz] *vt* மிகச் சிறியதாக்கு
minimum ['mɪnɪməm] *adj* குறைந்தபட்ச ▷ *n* குறைந்த அளவு

mining ['maɪnɪŋ] *n* சுரங்கத் தொழில்
minister ['mɪnɪstə] *n* *(government)* அமைச்சர்
ministry ['mɪnɪstrɪ] *n* *(government department)* அமைச்சகம்
mink [mɪŋk] *n* நரி
minor ['maɪnə] *adj* சிறிய ▷ *n* வயதுக்கு வராதவர்
minority [maɪ'nɒrɪtɪ] *n* சிறுபான்மையோர்
mint [mɪnt] *n* *(place where coins are made)* நாணயம் தயாரிக்கும் இடம்; *(herb)* புதினாக்கீரை
minus ['maɪnəs] *prep* கழித்தல்; கழி
minute [maɪ'njuːt] *adj* மிகச் சிறிய ▷ ['mɪnɪt] *n* நிமிடம்
miracle ['mɪrəkl] *n* அற்புதம்
mirror ['mɪrə] *n* முகம் பார்க்கும் கண்ணாடி
misbehave [ˌmɪsbɪ'heɪv] *vi* நெறி தவறி நட
miscarriage [mɪs'kærɪdʒ] *n* கருச்சிதைவு
miscellaneous [ˌmɪsə'leɪnɪəs] *adj* பலவகைப்பட்ட
mischief ['mɪstʃɪf] *n* குறும்புத்தனம்
mischievous ['mɪstʃɪvəs] *adj* குறும்புத்தனமான
miser ['maɪzə] *n* கருமி
miserable ['mɪzərəbl] *adj* மகிழ்ச்சியற்ற
misery ['mɪzərɪ] *n* துன்பம்
misfortune [mɪs'fɔːtʃən] *n* இடையூறு
mishap ['mɪshæp] *n* அசம்பாவிதம்
misjudge [ˌmɪs'dʒʌdʒ] *vt* தவறாக மதிப்பிடு
mislay [mɪs'leɪ] *vt* வைத்த இடத்தை மற
misleading [mɪs'liːdɪŋ] *adj* தவறான
misprint ['mɪsˌprɪnt] *n* அச்சுப்பிழை
miss [mɪs] *v* *(fail to catch or to hit)* தவறவிடு ▷ *vt* *(fail to notice)* தவற விடு; *(someone who is absent)* இழ
Miss [mɪs] *n* குமாரி
missile ['mɪsaɪl] *n* ஏவுகணை
missing ['mɪsɪŋ] *adj* காணாமல்போன
mist [mɪst] *n* மூடுபனி
mistake [mɪ'steɪk] *n* தவறு ▷ *vt* தவறிழை
mistaken [mɪ'steɪkən] *adj* தவறான
mistakenly [mɪ'steɪkənlɪ] *adv* தவறுதலாக
mistletoe ['mɪslˌtəʊ] *n* கிறிஸ்துமஸ் அலங்காரங்களில் பயன்படுத்தப்படும் ஒருவகைப் புல்லுருவி

m

misty ['mɪstɪ] *adj* மூடுபனிநிறைந்த
misunderstand [ˌmɪsʌndə'stænd] *v* தவறான பொருள் கொள்
misunderstanding [ˌmɪsʌndə'stændɪŋ] *n* பிணக்கு
mitten ['mɪtn] *n* கையுறை
mix [mɪks] *n* கரைசல் ▷ *v* கலக்கு
mixed [mɪkst] *adj* கலந்த
mixed salad [mɪkst 'sæləd] *n* கலக்கப்பட்ட காய்கறிகள்
mixer ['mɪksə] *n* கலப்பான்
mixture ['mɪkstʃə] *n* கலவை
mix up [mɪks ʌp] *v* ஒருவர் மற்றவரென்று குழப்பமடை
mix-up ['mɪksʌp] *n (informal)* ஒன்றை மற்றொன்றாக தவறுதலாக கருதி செய்யப்பட்ட செயல்
MMS [ɛm ɛm ɛs] *abbr* மல்டி மீடிய சர்விஸ் என்பதன் சுருக்கம்
moan [məʊn] *vi* (வேதனை) முனகல்
moat [məʊt] *n* அகழி
mobile ['məʊbaɪl] *n* நடமாட்டம்
mobile home ['məʊbaɪl həʊm] *n* இடம்விட்டு இடம்பெயரும் வீடு
mobile number ['məʊbaɪl 'nʌmbə] *n* கைப்பேசி எண்
mobile phone ['məʊbaɪl fəʊn] *n* கைப்பேசி
mock [mɒk] *adj* பொய்யான ▷ *vt* கேலி செய்
mod cons [mɒd kɒnz] *npl (informal)* நவீன வசதிகள்
model ['mɒdl] *adj* உதாரண ▷ *n (replica)* மாதிரி ▷ *vt* முன்மாதிரியாகக் கொள் ▷ *n (mannequin)* முன்மாதிரி (நபர்)
modem ['məʊdɛm] *n* தொலைபேசி இணைப்புடன் கணினியை இணைக்கும் கருவி
moderate ['mɒdərɪt] *adj* நடுநிலையான
moderation [ˌmɒdə'reɪʃən] *n* முனைப்புக் குறைந்த
modern ['mɒdən] *adj* நவீன
modernize ['mɒdəˌnaɪz] *vt* நவீனமயமாக்கு
modern languages ['mɒdən 'læŋgwɪdʒɪz] *npl* சமீபத்தில் தோன்றிய மொழிகள்
modest ['mɒdɪst] *adj* பகட்டில்லாத
modification [ˌmɒdɪfɪ'keɪʃən] *n* திருத்தி அமைத்தல்
modify ['mɒdɪˌfaɪ] *vt* திருத்து
module ['mɒdjuːl] *n* பகுதி
moist [mɔɪst] *adj* ஈரமான
moisture ['mɔɪstʃə] *n* ஈரப்பதம்
moisturizer ['mɔɪstʃəˌraɪzə] *n* ஈரப்பதம் ஏற்படுத்து.

Moldova [mɒl'dəʊvə] *n* மால்டோவா நாடு
Moldovan [mɒl'dəʊvən] *adj* மால்டோவா நாட்டின் ▷ *n* மால்டோவா நாட்டுக்காரர்
mole [məʊl] *n (animal)* அகழெலி (நிலத்தடியில் வாழும் பிராணி); *(person)* உளவாளி; *(dark spot)* மச்சம்
molecule ['mɒlɪˌkjuːl] *n* மூலக்கூறு
moment ['məʊmənt] *n* கணம்; நொடி
momentarily ['məʊməntərəlɪ] *adv (written)* தற்காலிகமாக
momentary ['məʊməntərɪ] *adj* அந்நேரத்தான
momentous [məʊ'mɛntəs] *adj* மறக்கமுடியாத
Monaco ['mɒnəˌkəʊ; mə'nɑːkəʊ] *n* மொனாகோ நாடு
monarch ['mɒnək] *n* அரசன்
monarchy ['mɒnəkɪ] *n* முடியாட்சி
monastery ['mɒnəstərɪ] *n* (துறவிகள்) மடம்
Monday ['mʌndɪ] *n* திங்கட் கிழமை
monetary ['mʌnɪtərɪ] *adj* பணம் சார்ந்த
money ['mʌnɪ] *n* பணம்
Mongolia [mɒŋ'gəʊlɪə] *n* மங்கோலியா நாடு
Mongolian [mɒŋ'gəʊlɪən] *adj* மங்கோலிய நாட்டு ▷ *n (person)* மங்கோலிய நாட்டுக்காரர்; *(language)* மங்கோலியன் மொழி
mongrel ['mʌŋgrəl] *n* கலப்பின நாய்
monitor ['mɒnɪtə] *n* அளவிடும் கருவி
monk [mʌŋk] *n* துறவி; பிட்சு
monkey ['mʌŋkɪ] *n* குரங்கு
monopoly [mə'nɒpəlɪ] *n* தனியுரிமை; வரல் அடைவு
monotonous [mə'nɒtənəs] *adj* சலிப்பூட்டுகிற; ஒரே மாதிரியான
monsoon [mɒn'suːn] *n* மழைக்காலம்
monster ['mɒnstə] *n* அரக்கர்
month [mʌnθ] *n* மாதம்
monthly ['mʌnθlɪ] *adj* மாதந்தோறும்
monument ['mɒnjʊmənt] *n* நினைவுச் சின்னம்
mood [muːd] *n* மன நிலை
moody ['muːdɪ] *adj* சிடுசிடுப்பான
moon [muːn] *n* சந்திரன்
moor [mʊə] *n* முட்புதற்காடு ▷ *v* நங்கூரத்தில் கட்டி நிறுத்து
mop [mɒp] *n* ஈரத்துடைப்பம்
moped ['məʊpɛd] *n* தானியங்கு மிதிவண்டி
mop up [mɒp ʌp] *v* துடைத்து விடு

m

moral ['mɒrəl] *adj* ஒழுக்கம்
சார்ந்த ▷ *n* மன உறுதி

morale [mɒ'rɑːl] *n*
நெறிமுறைகள்

more [mɔː] *det* (அதைவிட)
அதிகமான ▷ *adv*
அதிகமாக ▷ *pron* கூடுதல்

morgue [mɔːg] *n* சவக்
கிடங்கு

morning ['mɔːnɪŋ] *n* காலை
நேரம்

morning sickness ['mɔːnɪŋ
'sɪknəs] *n* காலை நேர நோய்

Moroccan [mə'rɒkən] *adj*
மொராக்கோ நாட்டு ▷ *n*
மொராக்கோ நாட்டுக்காரர்

Morocco [mə'rɒkəʊ] *n*
மொராக்கோ நாடு

morphine ['mɔːfiːn] *n*
மார்பின்; வலி நீக்கி

morse code [mɔːs kəʊd] *n*
மோர்ஸ் சங்கேதக் குறி

mortar ['mɔːtə] *n* (cannon)
சிறு பீரங்கி; (for building)
(கட்டுமானம்) சாந்து

mortgage ['mɔːgɪdʒ] *n*
பிணையம் ▷ *vt* ஈடு வை

mosaic [mə'zeɪɪk] *n* வண்ண
வழவழப்புக் கல்

Muslim ['mɒzləm]
adj இஸ்லாமிய ▷ *n*
இஸ்லாமியர்

mosque [mɒsk] *n* மசூதி

mosquito [mə'skiːtəʊ] *n*
கொசு

moss [mɒs] *n* பாசி

most [məʊst] *adj* மிகப்பல
▷ *adv* மிக அதிகமான
▷ *pron* பெருவாரியான

mostly ['məʊstlɪ] *adv*
பெருவாரியாக

MOT [ɛm əʊ tiː] *abbr* சாலைப்
பயணத் தகுதியுடைமை

motel [məʊ'tɛl] *n* உந்து
உலாவினர் உணவகம்

moth [mɒθ] *n* விட்டில்

mother ['mʌðə] *n* தாய்;
அம்மா

mother-in-law ['mʌðə ɪn lɔː]
n மாமியார்

mother tongue ['mʌðə tʌŋ] *n*
தாய்மொழி

motionless ['məʊʃənlɪs] *adj*
அசைவின்றி

motivated ['məʊtɪˌveɪtɪd] *adj*
ஊக்கப்படுத்தப்பட்ட

motivation [ˌməʊtɪ'veɪʃən] *n*
ஊக்கம்

motive ['məʊtɪv] *n* நோக்கம்

motor ['məʊtə] *n* இயந்திரம்

motorbike ['məʊtəˌbaɪk] *n*
துள்ளுந்து

motorboat ['məʊtəˌbəʊt] *n*
இயந்திரப் படகு

motorcycle ['məʊtəˌsaɪkl] *n*
விசையுந்து

motorcyclist ['məʊtəˌsaɪklɪst]
n விசையுந்து செலுத்துபவர்

motorist ['məʊtərɪst] *n*
சிற்றுந்தைச் செலுத்துபவர்

motor mechanic ['məʊtə məˈkænɪk] *n* இயந்திரம் பழுதுபார்ப்பவர்
motor racing ['məʊtə 'reɪsɪŋ] *n* வேகக் கார் பந்தயம்
motorway ['məʊtə,weɪ] *n* நெடுஞ்சாலை
mould [məʊld] *n (shape)* அச்சு; வார்ப்பு; *(substance)* பூஞ்சணம்
mouldy ['məʊldɪ] *adj* பூஞ்சணம் பூத்த
mount [maʊnt] *vt* ஏற்றம்
mountain ['maʊntɪn] *n* மலை
mountain bike ['maʊntɪn baɪk] *n* மலை துள்ளுந்து
mountaineer [,maʊntɪ'nɪə] *n* மலையேறுபவர்
mountaineering [,maʊntɪ'nɪərɪŋ] *n* மலையேற்றம்
mountainous ['maʊntɪnəs] *adj* மலைசூழ்ந்த
mount up [maʊnt ʌp] *v* அதிகமாகு
mourning ['mɔːnɪŋ] *n* துக்கம்
mouse [maʊs] *n (animal)* எலி; *(computer)* சுட்டெலி; சொடுக்கி
mouse mat [maus mæt] *n* கணினிச் சுட்டி அட்டை
mousse [muːs] *n* முட்டையும் பாலாடையும் சேர்ந்த ஒரு இனிப்பு
moustache [mə'stɑːʃ] *n* மீசை
mouth [maʊθ] *n* வாய்
mouth organ [maʊθ 'ɔːgən] *n* ஒரு இசைக் கருவி
mouthwash ['maʊθ,wɒʃ] *n* வாய்க்கழுவி
move [muːv] *n* நடவடிக்கை ▷ *vt (reposition)* நகர்த்து ▷ *vi (relocate)* இடம் பெயர்
move back [muːv bæk] *v* பின் செல்
move forward [muːv 'fɔːwəd] *v* முன் செல்
move in [muːv ɪn] *v* ஒரே பகுதியில் வாழு
movement ['muːvmənt] *n* நடமாட்டம்
movie ['muːvɪ] *n (informal)* திரைப்படம்
moving ['muːvɪŋ] *adj* மனவேதனைப்படுத்தும்
mow [məʊ] *v* புல்வெட்டு
mower ['məʊə] *n* பயிர் மற்றும் புல் வெட்டும் இயந்திரம்
Mozambique [,məʊzəm'biːk] *n* மொஸாம்பிக் நாடு
MP3 player [,ɛmpiː'θriː 'pleɪə] *n* இசை ஒலிக்கச் செய்யும் எம்பி 3 கருவி
MP4 player [,ɛmpiː'fɔː 'pleɪə] *n* இசை ஒலிக்கச் செய்யும் எம்பி 4 கருவி
mph [maɪlz pə aʊə] *abbr* ஊர்தி வேக அளவு சுருக்கம்

m

Mr ['mɪstə] *n* திரு
Mrs ['mɪsɪz] *n* திருமதி
MS [ɛm ɛs] *abbr* தண்டுவட மரப்பு நோயின் சுருக்கம்
Ms [mɪz] *n* செல்வி
much [mʌtʃ] *det* அதிகமான ▷ *adv* அதிகமாக ▷ *pron* அதிகளவு
mud [mʌd] *n* சகதி
muddle ['mʌdl] *n* குழப்பம்
muddy ['mʌdɪ] *adj* சேறுபடிந்த
mudguard ['mʌd,gɑːd] *n* மட்காப்பு
muesli ['mjuːzlɪ] *n* காலை உணவில் ஒரு வகை
muffler ['mʌflə] *n* *(old-fashioned)* கழுத்துப்போர்வை
mug [mʌg] *n* குவளை ▷ *vt* வழிப்பறி தாக்கு
mugger ['mʌgə] *n* வழிப்பறி திருடன்
mugging ['mʌgɪŋ] *n* வழிப்பறி தாக்குதல்
mule [mjuːl] *n* கோவேறு கழுதை
multinational [,mʌltɪ'næʃənl] *adj* பன்னாட்டு ▷ *n* பன்னாட்டு நிறுவனம்
multiple sclerosis [,mʌltɪpəl sklə'rəʊsɪs] *n* தண்டுவட மரப்பு நோய்
multiplication [,mʌltɪplɪ'keɪʃən] *n* பெருக்கம்
multiply ['mʌltɪ,plaɪ] *v* பெருக்கு
mum [mʌm] *n* *(informal)* தாய்
mummy ['mʌmɪ] *n* *(informal) (mother)* அம்மா; *(preserved dead body)* பதம் செய்யப்பட்ட சடலம்
mumps [mʌmps] *n* தாளம்மை
murder ['mɜːdə] *n* கொலை ▷ *vt* கொலை செய்
murderer ['mɜːdərə] *n* கொலையாளி
muscle ['mʌsl] *n* தசை
muscular ['mʌskjʊlə] *adj* தசை சார்ந்த
museum [mjuː'zɪəm] *n* அருங்காட்சியகம்
mushroom ['mʌʃruːm] *n* காளான்
music ['mjuːzɪk] *n* இசை
musical ['mjuːzɪkl] *adj* இசைச் சார்ந்த ▷ *n* இசை
musical instrument ['mjuːzɪkl 'ɪnstrəmənt] *n* இசைக்கருவி
musician [mjuː'zɪʃən] *n* இசைக் கலைஞர்
Muslim ['mʊzlɪm] *adj* இஸ்லாமிய ▷ *n* இஸ்லாமியர்
mussel ['mʌsl] *n* நத்தை
must [mʌst] *v* கட்டாயமாக வேண்டும்
mustard ['mʌstəd] *n* கடுகு
mutter ['mʌtə] *v* முணுமுணுத்துப் பேசு; மெல்லப் பேசு

mutton ['mʌtn] *n* ஆட்டிறைச்சி
mutual ['mjuːtʃʊəl] *adj* பரஸ்பர
my [maɪ] *det* என்னுடைய; என்
Myanmar ['maɪænmɑː] *n* மியான்மர் நாடு
myself [maɪ'sɛlf] *pron* என்னையே
mysterious [mɪ'stɪərɪəs] *adj* புதிரான
mystery ['mɪstərɪ] *n* புதிர்
myth [mɪθ] *n* தொன்மம்; கட்டுக்கதை
mythology [mɪ'θɒlədʒɪ] *n* புராணம்

n

naff [næf] *adj (informal)* கர்நாடகமான
nag [næg] *v* நச்சரி
nail [neɪl] *n (metal)* ஆணி; *(finger, toe)* நகம்
nailbrush ['neɪl,brʌʃ] *n* நகந்துடைக்கும் தூரிகை
nailfile ['neɪl,faɪl] *n* நக அரத் தூரிகை
nail polish [neɪl 'pɒlɪʃ] *n* நகப்பூச்சு
nail-polish remover ['neɪlpɒlɪʃ rɪ'muːvə] *n* நகப்பூச்சு நீக்கி
nail scissors [neɪl 'sɪzəz] *npl* நகம் வெட்டி
naive [naɪ'iːv] *adj* வெகுளி
naked ['neɪkɪd] *adj* ஆடையற்ற
name [neɪm] *n* பெயர்
nanny ['nænɪ] *n* செவிலித் தாய்
nap [næp] *n* சிறுதூக்கம்
napkin ['næpkɪn] *n* கைத் துண்டு
nappy ['næpɪ] *n* குழந்தை இடுப்பைச் சுற்றிக் கட்டும் ஈரம் உறிஞ்சிக் கொள்ளும் தடித்த துணி அல்லது காகிதம்
narrow ['nærəʊ] *adj* குறுகலான
narrow-minded ['nærəʊ'maɪndɪd] *adj* குறுகிய மனமுடைய
nasty ['nɑːstɪ] *adj* அருவருப்பான
nation ['neɪʃən] *n* தேசம்
national ['næʃənəl] *adj* தேசிய
national anthem ['næʃənl 'ænθəm] *n* தேசிய கீதம்
nationalism ['næʃənə,lɪzəm] *n* தேச பக்தி
nationalist ['næʃənəlɪst] *n* தேசியவாதி

nationality [ˌnæʃəˈnælɪtɪ] *n* குடியுரிமை
nationalize [ˈnæʃənəˌlaɪz] *vt* தேசியமயமாக்கு
national park [ˈnæʃənl pɑːk] *n* தேசிய பூங்கா
native [ˈneɪtɪv] *adj* பூர்வீக; பிறப்புரிமையான
native speaker [ˈneɪtɪv ˈspiːkə] *n* பிரதேச மொழி பேசுபவர்
NATO [ˈneɪtəʊ] *abbr* நார்த் அட்லாண்டிக் டிரீட்டி ஆர்கனைசேஷன் என்பதன் சுருக்கம்
natural [ˈnætʃrəl] *adj* இயற்கையான
natural gas [ˈnætʃrəl gæs] *n* இயற்கை எரிவாயு
naturalist [ˈnætʃrəlɪst] *n* செடிகொடி உயிரின ஆராய்ச்சியாளர்
naturally [ˈnætʃrəlɪ] *adv* இயல்பாக
natural resources [ˈnætʃrəl rɪˈzɔːsɪz] *npl* இயற்கை வளங்கள்
nature [ˈneɪtʃə] *n* இயற்கை
naughty [ˈnɔːtɪ] *adj* சுட்டி
nausea [ˈnɔːzɪə] *n* குமட்டல்
naval [ˈneɪvl] *adj* கடற்படைக்கான
navel [ˈneɪvl] *n* தொப்புள்
navy [ˈneɪvɪ] *n* கடற்படை ▷ [ˈneɪvɪˈbluː] *adj* அடர் நீல வண்ணம்
NB [ɛn biː] *abbr* பின்குறிப்பு (சுருக்கம்)
near [nɪə] *adj* பக்கத்தில் உள்ள ▷ *adv* பக்கமாக ▷ *prep* அருகில்
nearby [ˌnɪəˈbaɪ] *adj* கிட்டத்தில் ▷ [ˈnɪəbaɪ] *adv* அருகில்
nearly [ˈnɪəlɪ] *adv* ஏறத்தாழ
near-sighted [ˌnɪəˈsaɪtɪd] *adj* *(US)* கிட்டப்பார்வை
neat [niːt] *adj* நேர்த்தியான
neatly [ˈniːtlɪ] *adv* ஒழுங்காக
necessarily [ˈnɛsɪsərɪlɪ] *adv* தவிர்க்க முடியாதபடி
necessary [ˈnɛsɪsərɪ] *adj* அவசியமான; இன்றியமையாத
necessity [nɪˈsɛsɪtɪ] *n* தேவை
neck [nɛk] *n* கழுத்து
necklace [ˈnɛklɪs] *n* அட்டிகை
nectarine [ˈnɛktərɪn] *n* பழவகைகளின் ஒன்று
need [niːd] *n* தேவை ▷ *vt* தேவை
needle [ˈniːdl] *n* ஊசி
negative [ˈnɛgətɪv] *adj* எதிர்மறையான ▷ *n* எதிர்மறை
neglect [nɪˈglɛkt] *n* புறக்கணித்தல் ▷ *vt* புறக்கணி
neglected [nɪˈglɛktɪd] *adj* புறக்கணிக்கப்பட்ட

negotiate [nɪ'ɡəʊʃɪˌeɪt] *v* பேரம் பேசு
negotiations [nɪˌɡəʊʃɪ'eɪʃənz] *npl* ஒப்பந்தப் பேச்சுகள்
negotiator [nɪ'ɡəʊʃɪˌeɪtə] *n* பேரம் பேசுபவர்
neighbour ['neɪbə] *n* அண்டை வீட்டிலிருப்பவர்
neighbourhood ['neɪbəˌhʊd] *n* அக்கம் பக்கம்
neither ['naɪðə; 'niːðə] *conj* இரண்டுமற்ற ▷ *pron* இரண்டும் அற்றது ▷ *adj* இரண்டில் ஒன்றும் இல்லாத
neither ... nor ['naɪðə; 'niːðə nɔː; nə] *conj* அதுவும் அன்று இதுவும் அன்று
neon ['niːɒn] *n* ஒரு வகை வாயு
Nepal [nɪ'pɔːl] *n* நேபாளம் நாடு
nephew ['nɛvjuː] *n* மருமகன்
nerve [nɜːv] *n (in body)* நரம்பு; *(courage)* தைரியம்
nerve-racking ['nɜːv'rækɪŋ] *adj* இறுக்கமான
nervous ['nɜːvəs] *adj* பதற்றமான
nest [nɛst] *n* கூடு
net [nɛt] *n* வலை
netball ['nɛtˌbɔːl] *n* பெண்கள் விளையாட்டு
Netherlands ['nɛðələndz] *npl* நெதர்லாந்து நாடு
nettle ['nɛtl] *n* செந்தொட்டு - செடி
network ['nɛtˌwɜːk] *n* வலைப்பின்னல்
neurotic [njʊ'rɒtɪk] *adj* உளவழி நரம்பு நோயால் பாதிக்கப்பட்டவர்
neutral ['njuːtrəl] *adj* நடுநிலையுடன் ▷ *n* பல்சக்கரத்தில் தொடர்பில்லாத நிலை
never ['nɛvə] *adv* ஒருபோதும் இல்லை
nevertheless [ˌnɛvəðə'lɛs] *adv (formal)* என்றாலும்
new [njuː] *adj (that did not exist before)* புதிய; *(not used before)* புதிய; *(different)* புது
newborn ['njuːˌbɔːn] *adj* புதிதாகப் பிறந்த
newcomer ['njuːˌkʌmə] *n* புதுவரவு
news [njuːz] *npl* செய்தி
newsagent ['njuːzˌeɪdʒənt] *n* பத்திரிக்கைக் கடைக்காரர்
newspaper ['njuːzˌpeɪpə] *n* செய்தித்தாள்
newsreader ['njuːzˌriːdə] *n* செய்திகள் வாசிப்பவர்
newt [njuːt] *n* நியூட் - விலங்கு
New Year [njuː jɪə] *n* புது வருடம்
New Zealand [njuː 'ziːlənd] *n* நியூஜிலாந்து நாடு

New Zealander [njuː 'ziːləndə] *n* நியூஜிலாந்து நாட்டவர்

next [nɛkst] *adj* அடுத்த ▷ *adv* பிறகு

next of kin [nɛkst əv kɪn] *n* *(formal)* அடுத்த வாரிசு

next to [nɛkst tə] *prep* அடுத்து

Nicaragua [ˌnɪkə'rægjʊə] *n* நிகாரகுவா நாடு

Nicaraguan [ˌnɪkə'rægjʊən] *adj* நிகாரகுவா நாட்டு ▷ *n* நிகாரகுவா நாட்டவர்

nice [naɪs] *adj* இனிதான; இனிய

nickname ['nɪkˌneɪm] *n* புனைப் பெயர்

nicotine ['nɪkəˌtiːn] *n* புகையிலை நஞ்சு

niece [niːs] *n* மருமகள்

Niger [niː'ʒɛə] *n* நைஜர் நாடு

Nigeria [naɪ'dʒɪərɪə] *n* நைஜீரியா நாடு

Nigerian [naɪ'dʒɪərɪən] *adj* நைஜீரிய நாட்டு ▷ *n* நைஜீரிய நாட்டவர்

night [naɪt] *n* இரவு

nightclub ['naɪtˌklʌb] *n* இரவு கேளிக்கை விடுதி

nightdress ['naɪtˌdrɛs] *n* இரவு ஆடை

nightlife ['naɪtˌlaɪf] *n* இரவு கேளிக்கை வாழ்க்கை

nightmare ['naɪtˌmɛə] *n* பயங்கரக் கனவு

night school [naɪt skuːl] *n* இராப் பள்ளிக்கூடம்

night shift [naɪt ʃɪft] *n* இரவுப் பணி

nil [nɪl] *n* ஒன்றுமில்லை

nine [naɪn] *num* ஒன்பது

nineteen [ˌnaɪn'tiːn] *num* பத்தொன்பது

nineteenth [ˌnaɪn'tiːnθ] *adj* பத்தொன்பதாவது

ninety ['naɪntɪ] *num* தொன்னூறு

ninth [naɪnθ] *adj* ஒன்பதாவது ▷ *n* ஒன்பது பாகங்கள்

nitrogen ['naɪtrədʒən] *n* நைட்ரஜன்

no [nəʊ] *det* இல்லை ▷ *adv* கடக்காமல்; தாண்டாமல் ▷ *excl* இல்லை; வேண்டாம்

nobody ['nəʊbədɪ] *n* ஒருவரும்

nod [nɒd] *vi* தலையாட்டி ஆமோதி

noise [nɔɪz] *n* சத்தம்; இரைச்சல்

noisy ['nɔɪzɪ] *adj* இரைச்சலிடும்

nominate ['nɒmɪˌneɪt] *vt* நியமி

nomination [ˌnɒmɪ'neɪʃən] *n* முன்மொழிதல்

none [nʌn] *pron* எதுவும்

nonsense ['nɒnsəns] *n* முட்டாள்தனம்

non-smoker [nɒn'sməʊkə] *n* புகைபிடிக்காதவர்
non-smoking [nɒn'sməʊkɪŋ] *adj* புகைப்பிடித்தல் தடைசெய்யப்பட்ட
non-stop ['nɒn'stɒp] *adv* இடை நில்லாமல்
noodles ['nuːdlz] *npl* நூடுல்ஸ்
noon [nuːn] *n* மதியம்
no one ['nəʊwʌn] *pron* யாரும் இல்லை
nor [nɔː] *conj* அன்றியும்
normal ['nɔːml] *adj* வழக்கமான
normally ['nɔːməlɪ] *adv* வழக்கமாக
north [nɔːθ] *adj* வடக்கு ▷ *adv* வடக்கு நோக்கி ▷ *n* வடக்கு
North Africa [nɔːθ 'æfrɪkə] *n* வட ஆப்பிரிக்கா
North African [nɔːθ 'æfrɪkən] *adj* வட ஆப்பிரிக்காவின் ▷ *n* வட ஆப்பிரிக்கா நாட்டவர்
North America [nɔːθ ə'mɛrɪkə] *n* வட அமெரிக்கா
North American [nɔːθ ə'mɛrɪkən] *udj* வட அமெரிக்க நாட்டு ▷ *n* வட அமெரிக்க நாட்டவர்
northbound ['nɔːθ,baʊnd] *adj* வடதிசை நோக்கிய
northeast [,nɔːθ'iːst] *n* வட கிழக்கு
northern ['nɔːðən] *adj* வடக்கிலுள்ள
Northern Ireland ['nɔːðən 'aɪələnd] *n* ஆங்கிலப் பேரரசின் ஒரு பகுதி
North Korea [nɔːθ kə'rɪə] *n* வட கொரியா
North Pole [nɔːθ pəʊl] *n* வட துருவம்
North Sea [nɔːθ siː] *n* வட கடல்
northwest [,nɔːθ'wɛst] *n* வட மேற்கு
Norway ['nɔː,weɪ] *n* நார்வே நாடு
Norwegian [nɔː'wiːdʒən] *adj* நார்வே நாட்டு ▷ *n* *(person)* நார்வே நாட்டவர்; *(language)* நார்வே நாட்டு மொழி
nose [nəʊz] *n* மூக்கு
nosebleed ['nəʊz,bliːd] *n* மூக்கில் இரத்தக் கசிவு
nostril ['nɒstrɪl] *n* நாசித்துளை
nosy ['nəʊzɪ] *adj (informal)* மூக்கை நுழைக்கின்ற
not [nɒt] *adv* இல்லை
note [nəʊt] *n (musical)* ராகம்; *(banknote)* ரொக்கப் பணம்; *(message)* செய்தி
notebook ['nəʊt,bʊk] *n* குறிப்பேடு

n

note down [nəʊt daʊn] *v* குறித்துக் கொள்
notepad ['nəʊt,pæd] *n* சிறு குறிப்பேடு
notepaper ['nəʊt,peɪpə] *n* குறிப்புத்தாள்
nothing ['nʌθɪŋ] *n* ஒன்றுமில்லை
notice ['nəʊtɪs] *n (sign)* அறிவிப்பு; *(warning)* அறிவிப்பு ▷ *vt* கவனி
noticeable ['nəʊtɪsəbl] *adj* கவனிக்கப்படத்தக்க
notice board ['nəutɪsbɔːd] *n* அறிவிப்புப் பலகை
notify ['nəʊtɪ,faɪ] *vt (formal)* தெரியப்படுத்து
nought [nɔːt] *n* இன்மைக் குறி
noun [naʊn] *n* பெயர்ச்சொல்
novel ['nɒvl] *n* புதினம்
novelist ['nɒvəlɪst] *n* புதினம் எழுதுபவர்
November [nəʊ'vɛmbə] *n* நவம்பர் மாதம்
now [naʊ] *adv* இப்பொழுது
nowadays ['naʊə,deɪz] *adv* இப்பொழுதெல்லாம்
nowhere ['nəʊ,wɛə] *adv* எங்கேயும்
nuclear ['njuːklɪə] *adj* மின்னணு
nude [njuːd] *adj* ஆடையற்ற ▷ *n* நிர்வாணம்
nuisance ['njuːsəns] *n* தொல்லை
numb [nʌm] *adj* உணர்ச்சியற்று
number ['nʌmbə] *n* எண்
number plate ['nʌmbə pleɪt] *n* எண்பலகை
numerous ['njuːmərəs] *adj* எண்ணிற்ற
nun [nʌn] *n* சந்நியாசினி
nurse [nɜːs] *n* செவிலி
nursery ['nɜːsərɪ] *n* மழலையர் பள்ளி
nursery rhyme ['nɜːsərɪ raɪm] *n* மழலையர் கீதம்
nursery school ['nɜːsərɪ skuːl] *n* மழலையர் பள்ளி
nursing home ['nɜːsɪŋ həʊm] *n* மருத்துவ இல்லம்
nut [nʌt] *n (metal)* மறை; *(edible)* பருப்பு
nut allergy [nʌt 'ælədʒɪ] *n* பருப்பு ஒவ்வாமை
nutmeg ['nʌtmɛg] *n* ஜாதிக்காய்
nutrient ['njuːtrɪənt] *n* ஊட்டச்சத்து
nutrition [njuː'trɪʃən] *n* ஊட்டச்சத்துணவு
nutritious [njuː'trɪʃəs] *adj* ஊட்டமிக்க
nutter ['nʌtə] *n (informal)* வித்தியாசமானவர்
nylon ['naɪlɒn] *n* நொசிவிழை; நைலோன்

O

oak [əʊk] *n* கருவாலி மரம்
oar [ɔː] *n* துடுப்பு
oasis [əʊ'eɪsɪs] *n* பாலைவனச் சோலை
oath [əʊθ] *n* உறுதிமொழி
oatmeal ['əʊtˌmiːl] *n* புல்லரிசிக்கூழ்
oats [əʊts] *npl* புல்லரிசிக் கூலவகை
obedient [ə'biːdɪənt] *adj* பணிவான
obese [əʊ'biːs] *adj* பருமனான
obey [ə'beɪ] *v* பணிந்து நட
obituary [ə'bɪtjʊərɪ] *n* இறப்புச் செய்தி
object ['ɒbdʒɪkt] *n* பொருள்
objection [əb'dʒɛkʃən] *n* மறுப்பு
objective [əb'dʒɛktɪv] *n* நோக்கம்
oblong ['ɒbˌlɒŋ] *adj* நீள் சதுரம்
obnoxious [əb'nɒkʃəs] *adj* விரும்பத்தகாத
oboe ['əʊbəʊ] *n* மரத்தால் செய்யப்பட்ட குழாய் இசைக் கருவி - ஒபோ
observant [əb'zɜːvənt] *adj* கூர்ந்து கவனித்துச் செயல்படுகிற
observatory [əb'zɜːvətərɪ] *n* வானிலை ஆய்வுக்கூடம்
observe [əb'zɜːv] *vt* கூர்ந்து கவனி
observer [əb'zɜːvə] *n* கூர்ந்து கவனிப்பவர்
obsessed [əb'sɛst] *adj* மிகை ஆர்வத்துடன்
obsession [əb'sɛʃən] *n* மிகைவிருப்பு; மனத்தாங்கல்
obsolete ['ɒbsəˌliːt] *adj* பயனற்ற
obstacle ['ɒbstəkl] *n* தடை
obstinate ['ɒbstɪnɪt] *adj* பிடிவாதமான
obstruct [əb'strʌkt] *vt* தடைப்படுத்து
obtain [əb'teɪn] *vt (formal)* பெறு
obvious ['ɒbvɪəs] *adj* வெளிப்படையான
obviously ['ɒbvɪəslɪ] *adv* உண்மையில்
occasion [ə'keɪʒən] *n* நிகழ்ச்சி
occasional [ə'keɪʒənl] *adj* தற்செயலாய் நிகழ்கிற
occasionally [ə'keɪʒənəlɪ] *adv* எப்பொழுதாவது
occupation [ˌɒkjʊ'peɪʃən] *n (job)* வேலை; பணி; *(country)* குடியிருப்பு
occupy ['ɒkjʊˌpaɪ] *vt* தங்கு; உடமை கொள்
occur [ə'kɜː] *vi* நிகழ்

occurrence [əˈkʌrəns] *n*
(formal) நிகழ்வு

ocean [ˈəʊʃən] *n* சமுத்திரம்

Oceania [ˌəʊʃɪˈɑːnɪə] *n* ஒரு
தீவு

October [ɒkˈtəʊbə] *n*
அக்டோபர் மாதம்

octopus [ˈɒktəpəs]
n எண்காலி; கடல்
விலங்கினம்

odd [ɒd] *adj* (strange)
விசித்திரமான; (nonmatching)
பொருத்தமில்லாத; (number)
ஒற்றைப்படையான

odour [ˈəʊdə] *n* துர்நாற்றம்

of [ɒv] *prep* (belonging to)
உடைய; அதன்; அதில்;
(used to talk about amounts)
உடைய; (about) பற்றி

off [ɒf] *adv* அணைக்கப்பட்டு
▷ *prep* அப்பால்

offence [əˈfɛns] *n* குற்றம்

offend [əˈfɛnd] *vt* புண்படுத்து

offensive [əˈfɛnsɪv] *adj*
அவமதிப்பான

offer [ˈɒfə] *n* சலுகை ▷ *vt*
வழங்கு

office [ˈɒfɪs] *n* அலுவலகம்

office hours [ˈɒfɪs aʊəz] *npl*
பணி நேரங்கள்

officer [ˈɒfɪsə] *n* அதிகாரி

official [əˈfɪʃəl] *adj*
அதிகாரப்பூர்வமான

off-peak [ˈɒfˌpiːk] *adv*
சலுகை காலத்தில்

off-season [ˈɒfˌsiːzn] *adj*
பருவமல்லாத ▷ *adv*
பருவமல்லாத

offside [ˈɒfˈsaɪd] *adj* பக்கத்தில்

often [ˈɒfn] *adv* அடிக்கடி

oil [ɔɪl] *n* எண்ணெய் ▷ *vt*
எண்ணெய் இடு

oil refinery [ɔɪl rɪˈfaɪnərɪ]
n எண்ணெய் சுத்தகரிப்பு
நிலையம்

oil rig [ɔɪl rɪg] *n* எண்ணெய்
தோண்டும் தளவாட
அமைப்பு

oil slick [ɔɪl slɪk] *n*
எண்ணெய் சிதறல்

oil well [ɔɪl wɛl] *n*
எண்ணெய்க் கிணறு

ointment [ˈɔɪntmənt] *n*
மேற்பூச்சுமருந்து; களிம்பு

OK! [ˌəʊˈkeɪ] *excl* சரி

okay [ˌəʊˈkeɪ] *adj*
(informal) சரியாக ▷ *excl*
ஒப்புக்கொள்ளுதல்

old [əʊld] *adj* (aged) வயதான;
(made a long time ago) பழைய

old-age pensioner
[əʊldˈeɪdʒ ˈpɛnʃənə] *n*
உதவித்தொகை பெறும்
முதியவர்

old-fashioned [ˈəʊldˈfæʃənd]
adj பழங்கால

olive [ˈɒlɪv] *n* (fruit) ஆலிவ்
பழம்; (tree) ஆலிவ் மரம்

olive oil [ˈɒlɪv ɔɪl] *n* ஆலிவ்
எண்ணெய்

Oman [əʊ'mɑːn] *n* ஓமன் நாடு
omelette ['ɒmlɪt] *n* ஆம்லெட்
on [ɒn] *adv* செயல்பாட்டில் ▷ *prep* மேல்
on behalf of [ɒn bɪ'hɑːf ɒv; əv] *n* சார்பாக
once [wʌns] *adv* ஒரே முறை
one [wʌn] *num* ஒன்று ▷ *pron* ஒரு
one-off ['wʌnɒf] *n* ஒரு தடவை மட்டும்
one's [wʌnz] *det* (ஒருவருடைய) அவருடைய
oneself [wʌn'self] *pron* (ஒருவரே) அவரே
onion ['ʌnjən] *n* வெங்காயம்
online ['ɒn,laɪn] *adj* இணையதளத் தொடர்புடன் ▷ *adv* வலைத்தளத்தில்
onlooker ['ɒn,lʊkə] *n* வேடிக்கைப் பார்ப்பவர்
only ['əʊnlɪ] *adj (sole)* மட்டும் ▷ *adv* மட்டும் ▷ *adj (child)* ஒரே
on time [ɒn taɪm] *adj* சரியான நேரத்தில்
onto ['ɒntʊ] *prep (on top of)* அதற்குமேல்; *(bus, train, plane)* அதனுள்
open ['əʊpn] *adj* திறந்த ▷ *v (make or be no longer closed)* திற; *(shop, office)* சேவையைத் தொடங்கு
opening hours ['əʊpənɪŋ aʊəz] *npl* தொடக்க நேரங்கள்
opera ['ɒpərə] *n* இசை நாடகம்
operate ['ɒpə,reɪt] *v (business, organization)* இயக்கு ▷ *vi (surgeon)* செய்; நடத்து
operating theatre ['ɒpə,reɪtɪŋ 'θɪətə] *n* அறுவை சிகிச்சைக்கூடம்
operation [,ɒpə'reɪʃən] *n (organized activity)* நடவடிக்கை; *(surgical)* அறுவை சிகிச்சை
operator ['ɒpə,reɪtə] *n* இயக்குபவர்
opinion [ə'pɪnjən] *n* கருத்து
opinion poll [ə'pɪnjən pəʊl] *n* கருத்துக் கணிப்பு
opponent [ə'pəʊnənt] *n* எதிரி; எதிர் போட்டியாளர்
opportunity [,ɒpə'tjuːnɪtɪ] *n* வாய்ப்பு
oppose [ə'pəʊz] *vt* எதிர்த்துரை; தடை செய்
opposed [ə'pəʊzd] *adj* எதிரிடை
opposing [ə'pəʊzɪŋ] *adj* மாறுபட்ட
opposite ['ɒpəzɪt] *adj (far)* எதிர்மறையான ▷ *adv* எதிரில் ▷ *prep* எதிரில் ▷ *adj (completely different)* எதிர்புறத்தில்

O

opposition [ˌɒpəˈzɪʃən] *n* எதிர்ப்பு
optician [ɒpˈtɪʃən] *n* மூக்குக் கண்ணாடி விற்பவர்
optimism [ˈɒptɪˌmɪzəm] *n* எதிர்காலத்தில் நம்பிக்கை கொண்டிருத்தல்
optimist [ˈɒptɪˌmɪst] *n* நம்பிக்கையோடிருப்பவர்
optimistic [ɒptɪˈmɪstɪk] *adj* நன்னம்பிக்கையுள்ள
option [ˈɒpʃən] *n* தேர்வுரிமை
optional [ˈɒpʃənl] *adj* விருப்புரிமை
opt out [ɒpt aʊt] *v* விலகிக் கொள்
or [ɔː] *conj* அல்லது
oral [ˈɔːrəl] *adj* வாய்வழியான ▷ *n* வாய் சார்ந்த
orange [ˈɒrɪndʒ] *n (colour)* ஆரஞ்சு வண்ணம்; *(fruit)* ஆரஞ்சுப் பழம்
orange juice [ˈɒrɪndʒ dʒuːs] *n* ஆரஞ்சுப் பழரசம்
orchard [ˈɔːtʃəd] *n* பழத்தோட்டம்
orchestra [ˈɔːkɪstrə] *n* இசைக்குழு
orchid [ˈɔːkɪd] *n* அடர்நிற பூச்செடி
ordeal [ɔːˈdiːl] *n* கடும் சோதனை
order [ˈɔːdə] *n* கட்டளை ▷ *vt* கட்டளையிடு
order form [ˈɔːdə fɔːm] *n* கட்டளைப் படிவம்; தேவைப் பட்டியல்
ordinary [ˈɔːdnrɪ] *adj* சாதாரண
oregano [ˌɒrɪˈɡɑːnəʊ] *n* சமையல் மசாலாப் பொருள்
organ [ˈɔːɡən] *n (musical instrument)* ஒரு இசைக்கருவி; *(part of the body)* (உடல்) உறுப்பு
organic [ɔːˈɡænɪk] *adj* கரிம
organism [ˈɔːɡəˌnɪzəm] *n* உயிர்ப்பொருள்
organization [ˌɔːɡənaɪˈzeɪʃən] *n* நிறுவனம்
organize [ˈɔːɡəˌnaɪz] *vt* ஏற்பாடு செய்
Orient [ˈɔːrɪənt] *n (literary, old-fashioned)* கீழை நாடுகள்
oriental [ˌɔːrɪˈɛntl] *adj* கீழை நாடுகளுக்குரிய
origin [ˈɒrɪdʒɪn] *n* தோற்றம்; பூர்வீகம்
original [əˈrɪdʒɪnl] *adj* தனி முதலான
originally [əˈrɪdʒɪnəlɪ] *adv* ஆரம்பத்தில்; தொடக்கத்தில்
ornament [ˈɔːnəmənt] *n* ஆபரணம்
orphan [ˈɔːfən] *n* அனாதை
ostrich [ˈɒstrɪtʃ] *n* நெருப்புக் கோழி
other [ˈʌðə] *adj* மற்ற

otherwise ['ʌðə,waɪz] *adv* அதை விடுத்து ▷ *conj* இல்லையென்றால் ▷ *adv* *(in other circumstances)* இல்லாவிட்டால்

otter ['ɒtə] *n* நீர்நாய்

ought [ɔːt] *vt* வேண்டும்

ounce [aʊns] *n* அவுன்ஸ் - ஒரு அளவு

our [aʊə] *det* எங்களுடைய

ours [aʊəz] *pron* எங்களுடையது

ourselves [aʊə'sɛlvz] *pron* நாங்களே,எங்களையே; நாங்களாகவே

out [aʊt] *adj* அணைக்கப்பட்டு ▷ *adv* வெளியே ▷ *prep* (விட்டு) வெளியே

outbreak ['aʊt,breɪk] *n* திடீர் நிகழ்வு

outcome ['aʊt,kʌm] *n* முடிவு

outdoor ['aʊt'dɔː] *adj* வெளியில்

outdoors [,aʊt'dɔːz] *adv* வெளிப்புறத்தில்

outfit ['aʊt,fɪt] *n* ஆடை

outgoing ['aʊt,gəʊɪŋ] *adj* வெளிச்செல்லும்

outing ['aʊtɪŋ] *n* இன்பப்பயணம்

outline ['aʊt,laɪn] *n* சுருக்க விபரம்

outlook ['aʊt,lʊk] *n* உளப்பாங்கு

out of date [aʊt ɒv deɪt] *adj* காலாவதியான

out-of-doors ['aʊtɒv'dɔːz] *adv* வீட்டை விட்டு வெளியில்

outrageous [aʊt'reɪdʒəs] *adj* ஒழுக்கக்கேடான

outset ['aʊt,sɛt] *n* துவக்கம்

outside ['aʊt'saɪd] *adj* வெளியே ▷ *adv* வெளியில் ▷ *n* (அதன்) வெளிப்புறம் ▷ *prep* வெளிப்புறத்தில்

outsize ['aʊt,saɪz] *adj* அளவிற்கதிக

outskirts ['aʊt,skɜːts] *npl* புறநகர் பகுதிகள்

outspoken [,aʊt'spəʊkən] *adj* வெளிப்படையான

outstanding [,aʊt'stændɪŋ] *adj* தலைசிறந்த

oval ['əʊvl] *adj* நீள்வட்ட

ovary ['əʊvərɪ] *n* கருமுட்டைப்பை

oven ['ʌvn] *n* ஓவன் - அடுப்பு

oven glove ['ʌvən glʌv] *n* ஓவன் அடுப்பு கையுறை

ovenproof ['ʌvn,pruːf] *adj* ஓவன் அடுப்பு உபயோக

over ['əʊvə] *adj* முடிந்தது ▷ *prep* மேலே

overall [,əʊvər'ɔːl] *adv* மொத்தத்தில்

overalls ['əʊvərɔːlz] *npl* மேலாடைகள்

O

overcast ['əʊvə,kɑːst] *adj*
மப்பு மந்தாரமான

overcharge [,əʊvə'tʃɑːdʒ] *vt*
அதிக விலை கூறு

overcoat ['əʊvə,kəʊt] *n*
மேலங்கி

overcome [,əʊvə'kʌm] *vt*
வெற்றிகொள்

overdone [,əʊvə'dʌn]
adj அளவுமீறி பக்குவம்
செய்யப்பட்ட

overdraft ['əʊvə,drɑːft] *n*
மேல்பற்று

overdrawn [,əʊvə'drɔːn] *adj*
மிகைப்பற்று

overdue [,əʊvə'djuː] *adj*
கெடு முடிந்த

overestimate [,əʊvər'ɛstɪ,meɪt]
vt மிகை மதிப்பீடு

overhead projector ['əʊvə,hɛd
prə'dʒɛktə] *n* தலைமட்ட
மேல் ஒளிக்கதிர் கருவி

overheads ['əʊvə,hɛdz] *npl*
உபரி செலவினங்கள்

overlook [,əʊvə'lʊk] *vt*
மேலிருந்து நோக்கு

overrule [,əʊvə'ruːl] *vt*
ஒதுக்கித் தள்ளு

overseas [,əʊvə'siːz] *adv*
கடல்கடந்து

oversight ['əʊvə,saɪt] *n*
(overseeing) மேற்பார்வை;
(mistake) அஜாக்கிரதை

oversleep [,əʊvə'sliːp] *vi*
காலங் கடந்து தூங்கு

overtake [,əʊvə'teɪk] *v*
மேற்சென்று எட்டு

overtime ['əʊvə,taɪm] *n*
மிகைநேரம்

overweight [,əʊvə'weɪt] *adj*
மிகை எடை

owe [əʊ] *vt* கடன்பட்டிரு

owing to ['əʊɪŋ tuː] *prep*
காரணத்தால்

owl [aʊl] *n* ஆந்தை

own [əʊn] *adj* தனக்கென்று;
தன்னுடைய ▷ *vt*
உடைமையாகக் கொண்டிரு

owner ['əʊnə] *n* உரிமையாளர்

own up [əʊn ʌp] *v*
ஒத்துக்கொள்

oxygen ['ɒksɪdʒən] *n*
பிராணவாயு

oyster ['ɔɪstə] *n* சிப்பி

ozone ['əʊzəʊn] *n* உயிரகம்;
ஓசோன்

ozone layer ['əʊzəʊn 'leɪə] *n*
ஓசோனடுக்கு

p

PA [piː eɪ] *abbr*
பி.ஏ.- உதவியாளர்

pace [peɪs] *n* வேகம்

pacemaker ['peɪs,meɪkə] *n*
இதய முடுக்கி

Pacific Ocean [pə'sɪfɪk 'əʊʃən] *n* பசிஃபிக் சமுத்திரம்
pack [pæk] *n* கட்டு; சிப்பம் ▷ *vt* தொகுத்துக் கட்டு; சிப்பமிடு
package ['pækɪdʒ] *n* சிறிய பொதி
packaging ['pækɪdʒɪŋ] *n* பொதியின் மேலுறை; சிப்பத்தின் மேலுறை
packed [pækt] *adj* நெரிசலான
packed lunch [pækt lʌntʃ] *n* மதிய உணவுச் சிப்பம், மதிய உணவு டப்பா
packet ['pækɪt] *n* பெட்டி; உறை
pad [pæd] *n* மெத்தை அட்டை
paddle ['pædl] *n* துடுப்பு ▷ *vt* *(boat)* துடுப்புக்களால் படகினைச் செலுத்து ▷ *vi* *(wade)* ஆழமற்ற நீரில் நடந்து செல்
paddling pool ['pædəlɪŋ puːl] *n* குழந்தைகளுக்கான செயற்கை நீர்த்தேக்கம்
padlock ['pæd,lɒk] *n* பூட்டு
page [peɪdʒ] *n* பக்கம் ▷ *v* பொது அறிவிப்புச் செய்
pager ['peɪdʒə] *n* அகவி; செய்தி வாங்கி
paid [peɪd] *adj* ஊதியம் பெறும்
pail [peɪl] *n* *(old-fashioned)* வாளி
pain [peɪn] *n* வலி
painful ['peɪnfʊl] *adj* வலியுடன்
painkiller ['peɪn,kɪlə] *n* வலி நிவாரணி
paint [peɪnt] *n* வண்ணக் குழம்பு ▷ *v* *(wall, door)* வண்ணம்பூசு; *(make a picture of)* வண்ணச்சித்திரம் வரை
paintbrush ['peɪnt,brʌʃ] *n* வண்ணத் தூரிகை
painter ['peɪntə] *n* ஓவியர்
painting ['peɪntɪŋ] *n* ஓவியம்
pair [pɛə] *n* ஜோடி; இணை
Pakistan [,pɑːkɪ'stɑːn] *n* பாகிஸ்தான் நாடு
Pakistani [,pɑːkɪ'stɑːnɪ] *adj* பாகிஸ்தான் நாட்டு ▷ *n* பாகிஸ்தான் நாட்டுக்காரர்
pal [pæl] *n* *(informal, old-fashioned)* நண்பன்
palace ['pælɪs] *n* அரண்மனை
pale [peɪl] *adj* வெளிரிய
Palestine ['pælɪ,staɪn] *n* பாலஸ்தீனம் நாடு
Palestinian [,pælɪ'stɪnɪən] *adj* பாலஸ்தீன நாட்டு ▷ *n* பாலஸ்தீன நாட்டுக்காரர்
palm [pɑːm] *n* *(hand)* உள்ளங்கை; *(tree)* பனை
pamphlet ['pæmflɪt] *n* கையேடு
pan [pæn] *n* இருப்புச் சட்டி; பாத்திரம்

Panama [ˌpænəˈmɑː] *n*
பனாமா நாடு

pancake [ˈpænˌkeɪk] *n* தோசை
போன்ற பணியார வகை

panda [ˈpændə] *n* பாலூட்டி
விலங்கு வகையில்
ஒன்று(பாண்டா)

panic [ˈpænɪk] *n* பீதி
(திகிலடைந்த நிலை) ▷ *v*
பீதியடை; அச்சப் படு

panther [ˈpænθə] *n* சிறுத்தை

pantomime [ˈpæntəˌmaɪm] *n*
அபிநயக் காட்சி

pants [pænts] *npl* சிறு
கால்சட்டை

paper [ˈpeɪpə] *n (material)*
காகிதம்; *(newspaper)*
நாளிதழ்

paperback [ˈpeɪpəˌbæk] *n*
காகித உறையிடப்பட்ட
புத்தகம்

paperclip [ˈpeɪpəˌklɪp] *n*
காகிதப் பிடிப்பி

paper round [ˈpeɪpə
raʊnd] *n* செய்தித்தாள்
வினியோகித்தல்

paperweight [ˈpeɪpəˌweɪt] *n*
தாள் இருத்தி

paperwork [ˈpeɪpəˌwɜːk] *n*
(படித்து எழுதுவது போன்ற)
எழுத்துவேலை

paprika [ˈpæprɪkə] *n* சிவப்பு
குடைமிளகாய்

parachute [ˈpærəˌʃuːt] *n*
வான்குடை

parade [pəˈreɪd] *n*
அணிவகுப்பு

paradise [ˈpærəˌdaɪs] *n*
சொர்கம்

paraffin [ˈpærəfɪn] *n*
கன்மெழுகு

paragraph [ˈpærəˌgrɑːf] *n*
பத்தி

Paraguay [ˈpærəˌgwaɪ] *n*
பராகுவே நாடு

Paraguayan [ˌpærəˈgwaɪən]
adj பராகுவே நாட்டு ▷ *n*
பராகுவே நாட்டுக்காரர்

parallel [ˈpærəˌlɛl] *adj*
இணையான

paralysed [ˈpærəˌlaɪzd] *adj*
செயலிழந்த

paramedic [ˌpærəˈmedɪk] *n*
மருத்துவப் பணியினைச்
சார்ந்த பணியினர்

parcel [ˈpɑːsl] *n* சிப்பம்;
மூட்டை; பார்சல்

pardon [ˈpɑːdn] *excl* மீண்டும்
சொல்லுங்கள்? ▷ *n*
மன்னிப்பு

parent [ˈpɛərənt] *n*
பெற்றோர்

park [pɑːk] *n* பூங்கா ▷ *v*
காரை நிறுத்து

parking [ˈpɑːkɪŋ] *n*
நிறுத்துமிடம்

parking meter
[ˈpɑːkɪŋ ˈmiːtə] *n*
நிறுத்துமிட கட்டணம்
வசூலிக்கும் அளவுமானி

parking ticket ['pɑːkɪŋ 'tɪkɪt]
n நிறுத்துமிட கட்டண
அனுமதிச் சீட்டு

parliament ['pɑːləmənt] *n*
நாடாளுமன்றம்

parole [pə'rəʊl] *n*
தண்டனைக் காலத்தில்
நன்னடத்தை வெளியேற்றம்

parrot ['pærət] *n* கிளி

parsley ['pɑːslɪ] *n* வேர்க்கோசு

parsnip ['pɑːsnɪp] *n* பாசினிப்பு

part [pɑːt] *n* பகுதி

partial ['pɑːʃəl] *adj*
அரைகுறையான

participate [pɑː'tɪsɪˌpeɪt] *vi*
பங்கெடுத்துக் கொள்

particular [pə'tɪkjʊlə] *adj*
குறிப்பிட்ட

particularly [pə'tɪkjʊləlɪ] *adv*
குறிப்பாக

parting ['pɑːtɪŋ] *n* பிரிந்து
போதல்

partly ['pɑːtlɪ] *adv*
ஓரளவுக்கு

partner ['pɑːtnə] *n* கூட்டாளி

partridge ['pɑːtrɪdʒ] *n*
கௌதாரி

part-time ['pɑːtˌtaɪm] *adj*
பகுதி நேர ▷ *adv* பகுதி
நேரத்திற்கு

part with [pɑːt wɪð] *v* கொடு;
வழங்கு

party ['pɑːtɪ] *n (social event)*
கொண்டாட்டம்; *(group)*
கட்சி ▷ *vi* கொண்டாடு

pass [pɑːs] *n (document)*
அனுமதிச் சீட்டு; *(mountain)*
கணவாய்; *(in an examination
or test)* வெற்றி ▷ *vt (hand)*
அனுப்பிவை; *(go past)*
கடந்துசெல் ▷ *v (test)*
(சோதனை/போட்டியில்)
வெற்றி பெறு

passage ['pæsɪdʒ] *n (corridor)*
செல்லும் வழி நடை;
(excerpt) கட்டுரைப் பகுதி

passenger ['pæsɪndʒə] *n*
பயணர்; பயணி

passion fruit ['pæʃən fruːt] *n*
தாட்பூட்பழம்

passive ['pæsɪv] *adj*
செயலற்ற

pass out [pɑːs aʊt] *v* மயக்கம்
அடை

Passover ['pɑːsˌəʊvə] *n*
யூதர் திருவிழா

passport ['pɑːspɔːt] *n*
நுழைவுரிமை ஆவணம்

password ['pɑːsˌwɜːd] *n*
கடவுச்சொல்

past [pɑːst] *adj* கடந்த கால
▷ *n* கடந்த காலம் ▷ *prep
(after)* பிறகு; *(farther than)*
அப்பால்

pasta ['pæstə] *n*
பசைக்களிம்பு -
உணவுவகை

paste [peɪst] *n* பசைக்கூழ்
▷ *vt (glue)* ஒட்டு; *(on
computer)* நகல் ஒட்டு

pasteurized ['pæstəˌraɪzd] *adj* சூடுபடுத்தப்பட்டு பாக்டீரியா போன்ற நுண்ணணுக்கள் சுத்தம் செய்யப்பட்ட
pastime ['pɑːsˌtaɪm] *n* பொழுதுபோக்கு
pastry ['peɪstrɪ] *n* மா பலகாரம்
patch [pætʃ] *n* திட்டு; ஒட்டுப்போட்டது
patched [pætʃt] *adj* ஒட்டுப்போட்ட
paternity leave [pəˈtɜːnɪtɪ liːv] *n* தந்தைமை விடுமுறை
path [pɑːθ] *n* நடை வழி
pathetic [pəˈθɛtɪk] *adj* பரிதாபமிக்க
patience ['peɪʃəns] *n* பொறுமை
patient ['peɪʃənt] *adj* பொறுமையான ▷ *n* நோயாளி
patio ['pætɪˌəʊ] *n* முற்றம்
patriotic ['pætrɪˈɒtɪk] *adj* நாட்டுப்பற்றுமிக்க
patrol [pəˈtrəʊl] *n* ரோந்து
patrol car [pəˈtrəʊl kɑː] *n* ரோந்து வண்டி
pattern ['pætn] *n* பாங்கு
pause [pɔːz] *n* இடை நிறுத்தம்
pavement ['peɪvmənt] *n* நடைபாதை
pavilion [pəˈvɪljən] *n* மைதானக் கூடாரம்
paw [pɔː] *n* (விலங்கின்) பாதம்
pawnbroker ['pɔːnˌbrəʊkə] *n* அடகு பிடிப்பவர்
pay [peɪ] *n* ஊதியம்; சம்பளம் ▷ *v* பணம் செலுத்து
payable ['peɪəbl] *adj* செலுத்த வேண்டிய
pay back [peɪ bæk] *v* திருப்பிக் கொடு
payment ['peɪmənt] *n* செலுத்த வேண்டிய பணம்
payphone ['peɪˌfəʊn] *n* கட்டணத் தொலைபேசி
PC [piː siː] *n* கணினி என்பதன் சுருக்கம்
PDF [piː diː ɛf] *n* கணினியில் தோன்றும் ஆவண வடிவம்
peace [piːz] *n* சமாதானம்; அமைதி
peaceful ['piːsfʊl] *adj* அமைதி வாய்ந்த
peach [piːtʃ] *n* குழிப்பேரிப் பழம்
peacock ['piːˌkɒk] *n* மயில்
peak [piːk] *n* உச்சம்; உச்ச கட்டம்
peak hours [piːk aʊəz] *npl* உச்ச நேரம்
peanut ['piːˌnʌt] *n* வேர்க்கடலை
peanut allergy ['piːˌnʌt ˈælədʒɪ] *n* வேர்க்கடலை ஒவ்வாமை

peanut butter ['piːˌnʌt 'bʌtə] *n* வேர்க்கடலை வெண்ணெய்
pear [pɛə] *n* பேரிப் பழம்
pearl [pɜːl] *n* முத்து
peas [piːz] *npl* பட்டாணி
peat [piːt] *n* இலைமக்கு மண்; மரக்கரி
pebble ['pɛbl] *n* கூழாங்கல்
peculiar [pɪ'kjuːlɪə] *adj* விசித்திரமான
pedal ['pɛdl] *n* மிதிபடி; மிதி
pedestrian [pɪ'dɛstrɪən] *n* பாதசாரி
pedestrian crossing [pə'dɛstrɪən 'krɒsɪŋ] *n* பாதசாரி சந்திப்பு
pedestrianized [pɪ'dɛstrɪəˌnaɪzd] *adj* பாதசாரிகளுக்கு மட்டுமான
pedestrian precinct [pə'dɛstrɪən 'priːsɪŋkt] *n* வாகனங்கள் அனுமதிக்கப்படாத புறநகர்
pedigree ['pɛdɪˌgriː] *adj* மரபு வழியில் பிறந்த (விலங்கு)
peel [piːl] *n* உரி ▷ *vt* உரித்து எடு
peg [pɛg] *n* (மர) ஆணி; முளை
Pekinese [ˌpiːkə'niːz] *n* குறுநாய் வகை
pelican ['pɛlɪkən] *n* கூழைக்கடா - பறவை
pelican crossing ['pɛlɪkən 'krɒsɪŋ] *n* சுறுசுறுப்பான சாலையில் பாதசாரிகள் கடக்கும் இடம்
pellet ['pɛlɪt] *n* குளுவை (உருளை வடிவத்தில்)
pelvis ['pɛlvɪs] *n* கூபகம்; இடுப்பு
pen [pɛn] *n* பேனா - எழுதுகோல்
penalize ['piːnəˌlaɪz] *vt* தண்டி
penalty ['pɛnltɪ] *n* அபராதம்
pencil ['pɛnsəl] *n* பென்சில் - எழுதுகோல்
pencil case ['pɛnsəl keɪs] *n* பென்சில் பெட்டி
pencil sharpener ['pɛnsəl 'ʃɑːpənə] *n* பென்சில் சீவி
pendant ['pɛndənt] *n* பதக்கம்
penfriend ['pɛnˌfrɛnd] *n* பேனா நண்பர்
penguin ['pɛŋgwɪn] *n* பறவை இனம்
penicillin [ˌpɛnɪ'sɪlɪn] *n* பென்சில்லின்
peninsula [pɪ'nɪnsjʊlə] *n* தீபகற்பம்
penknife ['pɛnˌnaɪf] *n* சிறு மடிப்புக் கத்தி
penny ['pɛnɪ] *n* நாணயம் - பைசா போன்ற ஒரு அளவு
pension ['pɛnʃən] *n* ஓய்வூதியம்

pensioner ['pɛnʃənə] *n* ஓய்வூதியம் பெறுபவர்
pentathlon [pɛn'tæθlən] *n* ஐவகைப் போட்டி
penultimate [pɪ'nʌltɪmɪt] *adj (formal)* கடைசிக்கு முந்தைய
people ['piːpl] *npl* மக்கள்
pepper ['pɛpə] *n (spice)* மிளகு; *(vegetable)* விதையுள்ள பச்சை, சிகப்பு அல்லது மஞ்சள் காய்கறி
peppermill ['pɛpəˌmɪl] *n* மிளகு பொடி செய்யும் சாதனம்
peppermint ['pɛpəˌmɪnt] *n* வாயில் புத்துணர்ச்சியூட்டும் வாசனைப் பொருள்
per [pɜː] *prep* ஒவ்வொரு
per cent [pɜː sɛnt] *adv* வீதம்; விகிதத்தில்
percentage [pə'sɛntɪdʒ] *n* விகிதம்
percussion [pə'kʌʃən] *n* தட்டுவதால் ஒலியெழுப்பும் முரசு போன்ற இசைக்கருவி
perfect ['pɜːfɪkt] *adj* கச்சிதமான; மிகச் சரியான
perfection [pə'fɛkʃən] *n* கச்சிதம்
perfectly ['pɜːfɪktlɪ] *adv* கச்சிதமாக
perform [pə'fɔːm] *vt* செய், செய்து முடி
performance [pə'fɔːməns] *n* பாட்டு நடனம் போன்ற நிகழ்ச்சி
perfume ['pɜːfjuːm] *n* வாசனைத் திரவியம்
perhaps [pə'hæps] *adv* ஒருவேளை
period ['pɪərɪəd] *n* காலவரை
perjury ['pɜːdʒərɪ] *n* பொய் சாட்சி; பொய்ச் சான்று
perm [pɜːm] *n* தலைமுடியில் உண்டாக்கப்படும் செயற்கை அலை நெளிவு
permanent ['pɜːmənənt] *adj* நிரந்தர
permanently ['pɜːmənəntlɪ] *adv* நிரந்தரமாக
permission [pə'mɪʃən] *n* அனுமதி
permit ['pɜːmɪt] *n* அனுமதி; உரிமம்
persecute ['pɜːsɪˌkjuːt] *vt* தொந்தரவு கொடு
persevere [ˌpɜːsɪ'vɪə] *vi* விடாப்பிடியாகச் செய்
Persian ['pɜːʃən] *adj* பெர்சிய நாட்டு
persistent [pə'sɪstənt] *adj* பிடிவாதமான
person ['pɜːsn] *n* நபர்
personal ['pɜːsənəl] *adj* சொந்த
personal assistant ['pɜːsənəl ə'sɪstənt] *n* தனி உதவியாளர்; நேர்முக உதவியாளர்

personality [ˌpɜːsəˈnælɪtɪ] *n* மனோபாவம்
personally [ˈpɜːsənəlɪ] *adv* தம்மைப்பற்றியவரை; நேராக
personal organizer [ˈpɜːsənəl ˈɔːgənaɪzə] *n* சொந்த விபரங்கள் அடங்கிய கைக்குறிப்பு புத்தகம்
personal stereo [ˈpɜːsənəl ˈstɛrɪəʊ] *n* இசைத்தூண்டும் சிறு கருவி
personnel [ˌpɜːsəˈnɛl] *npl* அலுவலகப் பணியாளர்
perspective [pəˈspɛktɪv] *n* கண்ணோட்டம்
perspiration [ˌpɜːspəˈreɪʃən] *n (formal)* வியர்வை
persuade [pəˈsweɪd] *vt* ஏற்கச் செய்
persuasive [pəˈsweɪsɪv] *adj* வசப்படுத்தும்; நம்பவைக்கும்
Peru [pəˈruː] *n* பெரு நாடு
Peruvian [pəˈruːvɪən] *adj* பெரு நாட்டு ▷ *n* பெரு நாட்டுக்காரர்
pessimist [ˈpɛsɪˌmɪst] *n* தோல்வி மனப்பான்மையர்
pessimistic [ˈpɛsɪˌmɪstɪk] *adj* நம்பிக்கைத் தளர்ந்த
pest [pɛst] *n* பூச்சி
pester [ˈpɛstə] *vt* தொந்தரவு செய்
pesticide [ˈpɛstɪˌsaɪd] *n* பூச்சிக்கொல்லி
pet [pɛt] *n* வளர்ப்பு விலங்கு
petition [pɪˈtɪʃən] *n* விண்ணப்பம்; மனு
petrified [ˈpɛtrɪˌfaɪd] *adj* (பயத்தில்) செயலற்று
petrol [ˈpɛtrəl] *n* பெட்ரோல்; கல்நெய்
petrol station [ˈpɛtrəl ˈsteɪʃən] *n* பெட்ரோல் நிலையம்
petrol tank [ˈpɛtrəl tæŋk] *n* பெட்ரோல் கொள்கலன்
pewter [ˈpjuːtə] *n* பியூற்றர்
pharmacist [ˈfɑːməsɪst] *n* மருந்து கலப்போர்
pharmacy [ˈfɑːməsɪ] *n* மருந்துக் கடை
PhD [piː eɪtʃ diː] *n* முனைவர் பட்டம்
pheasant [ˈfɛznt] *n* ஒரு பறவை வகை
philosophy [fɪˈlɒsəfɪ] *n* தத்துவம்
phobia [ˈfəʊbɪə] *n* அதீத பயம்
phone [fəʊn] *n* தொலைபேசி ▷ *v* தொலைபேசியில் அழை
phone back [fəʊn bæk] *v* தொலைபேசியில் திரும்பக் கூப்பிடு
phone bill [fəʊn bɪl] *n* தொலைபேசி கட்டணச் சீட்டு
phonebook [ˈfəʊnˌbʊk] *n* தொலைபேசி புத்தகம்

phonebox ['fəʊn,bɒks] *n* பொது தொலைபேசி பெட்டி
phone call [fəʊn kɔːl] *n* தொலைபேசி அழைப்பு
phonecard ['fəʊn,kɑːd] *n* கட்டணத் தொலைபேசி அட்டை
phone number [fəʊn 'nʌmbə] *n* தொலைபேசி எண்
photo ['fəʊtəʊ] *n* புகைப்படம்
photo album ['fəʊtəʊ 'ælbəm] *n* புகைப்படத் தொகுப்பு
photocopier ['fəʊtəʊ,kɒpɪə] *n* ஒளிநகலி
photocopy ['fəʊtəʊ,kɒpɪ] *n* ஒளிநகல் ▷ *vt* ஒளிநகல் செய்
photograph ['fəʊtə,grɑːf] *n* புகைப்படம் ▷ *vt* புகைப்படம் எடு
photographer [fə'tɒgrəfə] *n* புகைப்படக்காரர்
photography [fə'tɒgrəfɪ] *n* புகைப்படக்கலை
phrase [freɪz] *n* சொற்றொடர்
phrasebook ['freɪz,bʊk] *n* வாக்கியப் போதினி
physical ['fɪzɪkl] *adj* உடல் சார்ந்த ▷ *n* உடற்பரிசோதனை
physicist ['fɪzɪsɪst] *n* இயற்பியல் வல்லுநர்
physics ['fɪzɪks] *n* இயற்பியல்
physiotherapist [,fɪzɪəʊ'θɛrəpɪst] *n* பௌதீக சிகிச்சையாளர்
physiotherapy [,fɪzɪəʊ'θɛrəpɪ] *n* உடலியக்க மருத்துவம்
pianist ['pɪənɪst] *n* பியானோ கலைஞர்
piano [pɪ'ænəʊ] *n* பியானோ - இசைப்பெட்டி
pick [pɪk] *n* பொறுக்கு ▷ *vt* *(choose)* தேர்ந்தெடு; *(pluck)* கொய்து எடு
pick on [pɪk ɒn] *v* *(informal)* குற்றம் கண்டுபிடி
pick out [pɪk aʊt] *v* குறிப்பாகப் பார்
pickpocket ['pɪk,pɒkɪt] *n* செப்புமாரி
pick up [pɪk ʌp] *v* பொறுக்கி எடு
picnic ['pɪknɪk] *n* உல்லாசப் பயணம்
picture ['pɪktʃə] *n* படம்
picture frame ['pɪktʃə freɪm] *n* படச் சட்டம்
picturesque [,pɪktʃə'rɛsk] *adj* கண்ணைக் கவரும்
pie [paɪ] *n* காய்கறி-இறைச்சி முதலியவை கரைத்த மாவில் வேகவைத்து செய்யப்படும் பண்ணியவகை
piece [piːz] *n* துண்டம்
pie chart [paɪ tʃɑːt] *n* வட்ட அட்டவணைப்படம்

pier [pɪə] n நெடுஞ்சுவர்

pierce [pɪəs] vt துளை செய்

pierced [pɪəst] adj
துளையுள்ள

piercing ['pɪəsɪŋ] n துளை

pig [pɪg] n பன்றி

pigeon ['pɪdʒɪn] n புறா

piggybank ['pɪgɪˌbæŋk] n
சிறுவாடு; உண்டியல்

pigtail ['pɪgˌteɪl] n சடை

pile [paɪl] n குவியல்

piles [paɪlz] npl மூலநோய்

pile-up ['paɪlʌp] n சாலை
விபத்து

pilgrim ['pɪlgrɪm] n யாத்ரீகர்

pilgrimage ['pɪlgrɪmɪdʒ] n
ஆன்மிகச் சுற்றுலா

pill [pɪl] n குளிகை;
மாத்திரை

pillar ['pɪlə] n தூண்

pillow ['pɪləʊ] n தலையணை

pillowcase ['pɪləʊˌkeɪs] n
தலையணை உறை

pilot ['paɪlət] n விமான
ஓட்டி

pilot light ['paɪlət laɪt] n
முன்னறி விளக்கு

pimple ['pɪmpl] n பரு

PIN [pɪn] n அடையாள
எண் குறி

pin [pɪn] n ஊசி

pinafore ['pɪnəˌfɔː] n
மேலாடை வகை

pinch [pɪntʃ] vt கிள்ளு

pine [paɪn] n தேவதாரு மரம்

pineapple ['paɪnˌæpl] n
அன்னாசிப் பழம்

pink [pɪŋk] adj இளஞ்சிவப்பு

pint [paɪnt] n நீர்ம அளவு

pip [pɪp] n விதைக்
கொட்டை

pipe [paɪp] n குழாய்

pipeline ['paɪpˌlaɪn] n குழாய்
வரிசை

pirate ['paɪrɪt] n
கடற்கொள்ளையர்

Pisces ['paɪsiːz] n மீன ராசி

pistol ['pɪstl] n
கைத்துப்பாக்கி

piston ['pɪstən] n
ஆடுதண்டு

pitch [pɪtʃ] n (sports ground)
ஆடுதளம்; (sound) சுருதி
▷ vt எறி

pity ['pɪtɪ] n இரக்கம்;
பரிதாபம் ▷ vt இரங்கு

pixel ['pɪksl] n குறிக்கப்பட்ட
புள்ளி

pizza ['piːtsə] n ஒரு வகை
சிற்றுண்டி

place [pleɪs] n (location)
இடம் ▷ vt வை ▷ n (proper
position) உரிய இடம்

placement ['pleɪsmənt] n
அமைவுறுதல்

place of birth [pleɪs ɒv; əv
bɜːθ] n பிறப்பிடம்

plain [pleɪn] adj
வெறுமையான; வெற்று ▷ n
சமநிலம்

p

plain chocolate [pleɪn 'tʃɒklət]
n வெறும் சாக்கலெட்

plait [plæt] *n* சடை

plan [plæn] *n* திட்டம் ▷ *v*
திட்டமிடு

plane [pleɪn] *n* (aeroplane)
ஆகாய விமானம்; (flat
surface) தளம்; (tool)
இழைப்புளி

planet ['plænɪt] *n* கிரகம்

planning ['plænɪŋ] *n*
திட்டமிடுதல்

plant [plɑːnt] *n* (factory)
தொழிற்சாலை; இயந்திரத்
தொகுதி; (something that
grows in the earth) தாவரம்
▷ *vt* செடி

plant pot [plɑːnt pɒt] *n*
பூத்தொட்டி

plaque [plæk] *n*
பெயர்ப்பொறி பலகை

plasma screen ['plæzmə
skriːn] *n* பிளாசுமா திரை

plasma TV ['plæzmə tiː viː] *n*
பிளாசுமா தொலைக்காட்சிப்
பெட்டி

plaster *n* சுவர்களில்
பூசப்படும் சுண்ணச் சாந்துக்
கலவை; ['plɑːstə] *n* (sticking
plaster) புண் போன்றவற்றை
மூடுவதற்கான மருந்திட்ட
துணி

plastic ['plæstɪk] *n* பிளாஸ்டிக்

plastic bag ['plæstɪk bæg] *n*
பிளாஸ்டிக் பை

plastic surgery ['plæstɪk
'sɜːdʒərɪ] *n* ஒட்டுறுப்பு
அறுவை மருத்துவம்

plate [pleɪt] *n* தட்டு

platform ['plætfɔːm] *n* மேடை

platinum ['plætɪnəm] *n*
பிளாட்டினம்

play [pleɪ] *n* நாடகம் ▷ *vi*
(children) விளையாடு ▷ *vt*
(musical instrument) வாசி

player ['pleɪə] *n* (of sport)
விளையாட்டு வீரர்;
(of musical instrument)
இசைக்கருவி மீட்டுநர்

playful ['pleɪfʊl] *adj*
விளையாட்டுத்தனமான

playground ['pleɪˌgraʊnd] *n*
விளையாட்டுத் திடல்

playgroup ['pleɪˌgruːp] *n*
மழலையர் பள்ளி

playing card ['pleɪɪŋ kɑːd] *n*
சீட்டுக்கட்டு

playing field ['pleɪɪŋ fiːld] *n*
விளையாட்டு வெளி

PlayStation® ['pleɪˌsteɪʃən]
n கணினி விளையாட்டுத்
தளம்

playtime ['pleɪˌtaɪm] *n* பள்ளி
இடைவெளி நேரம்

play truant [pleɪ 'trʊənt] *v*
பள்ளிக்கு மட்டம் போடு

playwright ['pleɪˌraɪt] *n*
நாடக ஆசிரியர்

pleasant ['plɛznt] *adj*
இனிமையான

please! [pliːz] excl தயவு செய்து

pleased [pliːzd] adj திருப்தியாக

pleasure ['plɛʒə] n இன்பம்

plenty ['plɛntɪ] n நிறைய

pliers ['plaɪəz] npl குறடு; இடுக்கி

plot [plɒt] n (piece of land) சிறு நிலம்; (plan) சதித்திட்டம்

plough [plaʊ] n உழுதல் ▷ vt உழவு செய்

plug [plʌg] n அடைப்பான்

plughole ['plʌg,həʊl] n வடிநீர் துளை

plug in [plʌg ɪn] v மின்சாரத் தொடர்பு கொடு

plum [plʌm] n ஆல்பக்கோடாப்பழம்

plumber ['plʌmə] n தண்ணீர்க் குழாய் சீர் செய்பவர்

plumbing ['plʌmɪŋ] n குழாய் அமைப்புப் பணி

plump [plʌmp] adj தளதளப்பான

plunge [plʌndʒ] vi மூழ்கு

plural ['plʊərəl] n பன்மை

plus [plʌs] prep கூட்டு

plywood ['plaɪ,wʊd] n ஒட்டுப்பலகை

p.m. [piː ɛm] abbr பிற்பகல் நேரம் (சுருக்கம்)

pneumatic drill [njʊ'mætɪk drɪl] n காற்றழுத்த துரப்பணம்

pneumonia [njuː'məʊnɪə] n மார்சளிக் காய்ச்சல்

poached [pəʊtʃt] adj (fish, animal, bird) உத்தரவின்றிப் பிடிக்கப்படும் விலங்கு; (eggs, fish) வேக வைத்த

pocket ['pɒkɪt] n சட்டைப்பை

pocket calculator ['pɒkɪt 'kælkjʊ,leɪtə] n சிறு கணக்குப்பொறி

pocket money ['pɒkɪt 'mʌnɪ] n கைச்செலவுப் பணம்

podcast ['pɒd,kɑːst] n கணினியில் பதிவிறக்கம் செய்யப்பட்ட ஒலித்தரவு

poem ['pəʊɪm] n கவிதை

poet ['pəʊɪt] n கவிஞர்; புலவர்

poetry ['pəʊɪtrɪ] n கவிதை

point [pɔɪnt] n (something stated) கருத்து ▷ vi சுட்டிக்காட்டு ▷ n (needle, pin, knife) முனை; (in a game or sport) வெற்றி எண்ணிக்கை

pointless ['pɔɪntlɪs] adj பயனற்ற

point out [pɔɪnt aʊt] v அச்சுப்படி

poison ['pɔɪzn] n விஷம் ▷ vt விஷம் கொடு

p

poisonous ['pɔɪzənəs] *adj* விஷத்தன்மையுள்ள
poke [pəʊk] *vt* குத்து
poker ['pəʊkə] *n* சீட்டுவிளையாட்டு
Poland ['pəʊlənd] *n* ஒரு நாடு
polar ['pəʊlə] *adj* துருவம்
polar bear ['pəʊlə bɛə] *n* துருவக் கரடி
Pole [pəʊl] *n* போலந்து நாட்டுக்காரர்
pole [pəʊl] *n* கம்பம்
pole vault [pəʊl vɔːlt] *n* தண்டூன்றித் தாண்டுதல்
police [pə'liːs] *n* காவலர்
policeman [pə'liːsmən] *n* காவல்காரர்
police officer [pə'liːs 'ɒfɪsə] *n* காவல் அதிகாரி
police station [pə'liːs 'steɪʃən] *n* காவல் நிலையம்
policewoman [pə'liːswʊmən] *n* பெண் காவல்காரர்
polio ['pəʊlɪəʊ] *n* இளம்பிள்ளைவாத நோய்; கார்மை
Polish ['pəʊlɪʃ] *adj* போலந்து நாட்டு ▷ *n* போலந்து மொழி
polish ['pɒlɪʃ] *n* மெருகூட்டல் ▷ ['pəʊlɪʃ] *vt* மெருகூட்டு
polite [pə'laɪt] *adj* பணிவான
politely [pə'laɪtlɪ] *adv* பணிவுடன்
politeness [pə'laɪtnɪs] *n* பணிவு
political [pə'lɪtɪkl] *adj* அரசியல்
politician [ˌpɒlɪ'tɪʃən] *n* அரசியல்வாதி
politics ['pɒlɪtɪks] *npl* அரசியல்
poll [pəʊl] *n* வாக்குப்பதிவு
pollen ['pɒlən] *n* மகரந்தம்
pollute [pə'luːt] *vt* மாசுபடுத்து
polluted [pə'luːtɪd] *adj* மாசுப்பட்ட
pollution [pə'luːʃən] *n* சுற்றுப்புறத் தூய்மைக் கேடு
polo-necked sweater ['pəʊləʊnɛkt 'swɛtə] *n* கழுத்து மூடிய கம்பளிச் சட்டை
polo shirt ['pəʊləʊ ʃɜːt] *n* சட்டை
Polynesia [ˌpɒlɪ'niːʒə] *n* ஒரு தீவுப் பகுதி
Polynesian [ˌpɒlɪ'niːʒən] *adj* போலினேசியா நாட்டு ▷ *n* *(person)* போலினேசியா நாட்டுக்காரர்; *(language)* போலினேசியா மொழி
polythene bag ['pɒlɪˌθiːn bæg] *n* மெல்லிய பிளாஸ்டிக் பை
pomegranate ['pɒmɪˌɡrænɪt] *n* மாதுளை
pond [pɒnd] *n* குட்டை
pony ['pəʊnɪ] *n* சிறு குதிரை

ponytail ['pəʊnɪˌteɪl] *n* குதிரைவால் சடை
pony trekking ['pəʊnɪ 'trɛkɪŋ] *n* வயல்களில் குதிரைச் சவாரி
poodle ['puːdl] *n* ஒரு நாய் வகை
pool [puːl] *n (resources)* பொதுச் சேர்மம்; *(water)* குளம்
poor [pʊə] *adj* ஏழ்மையான
poorly ['pʊəlɪ] *adj* ஏழையாக
popcorn ['pɒpˌkɔːn] *n* சோளப்பொறி
pope [pəʊp] *n* போப்பாண்டவர்
poplar ['pɒplə] *n* வெண்தேக்கு மரம்
poppy ['pɒpɪ] *n* கசகசாச் செடி
popular ['pɒpjʊlə] *adj* பிரபலமான
popularity ['pɒpjʊlærɪtɪ] *n* பிரபலம்
population [ˌpɒpjʊ'leɪʃən] *n* மக்கள் தொகை
pop-up ['pɒpʌp] *n* மேல் மீட்பு; துள்ளி விழு
porch [pɔːtʃ] *n* திண்ணை
porridge ['pɒrɪdʒ] *n* கஞ்சி; கூழ்
port [pɔːt] *n (drink)* திராட்சைத் தேறல்; *(for ships)* துறைமுகம்
portable ['pɔːtəbl] *adj* கையடக்கமான
porter ['pɔːtə] *n* சுமை தூக்குபவர்
portfolio [pɔːt'fəʊlɪəʊ] *n* விவரத் தொகுப்பு
portion ['pɔːʃən] *n* பகுதி; பங்கு
portrait ['pɔːtrɪt] *n* ஓவியம்
Portugal ['pɔːtjʊgl] *n* போர்த்துகல் நாடு
Portuguese [ˌpɔːtjʊ'giːz] *adj* போர்த்துகீஸ் நாட்டு ▷ *n (people)* போர்த்துகீஸ் நாட்டுக்காரர்; *(language)* போர்த்துகீஸ் மொழி
position [pə'zɪʃən] *n* இடம்; குறியிடம்
positive ['pɒzɪtɪv] *adj* நேர்மறை
possess [pə'zɛs] *vt* சொந்தமாக்கிக் கொள்
possession [pə'zɛʃən] *n (formal)* உடைமை
possibility [ˌpɒsɪ'bɪlɪtɪ] *n* இயலக்கூடியது; சாத்தியம்
possible ['pɒsɪbl] *adj* இயலும்; சாத்தியமான
possibly ['pɒsɪblɪ] *adv* ஒருவேளை; அதுபோல
post [pəʊst] *n (stake)* கம்பம்; *(position)* பதவிப் பொறுப்பு; *(mail)* அஞ்சல் ▷ *vt* தபால் அனுப்பு
postage ['pəʊstɪdʒ] *n* அஞ்சற் கட்டணம்

p

postal order ['pəʊstəl 'ɔːdə] *n* அஞ்சல் காசோலை
postbox ['pəʊstˌbɒks] *n* தபால்பெட்டி
postcard ['pəʊstˌkɑːd] *n* அஞ்சல் அட்டை
postcode ['pəʊstˌkəʊd] *n* அஞ்சல் இலக்கம்
poster ['pəʊstə] *n* சுவரொட்டி
postgraduate [pəʊst'grædjʊɪt] *n* முதுகலை
postman ['pəʊstmən] *n* தபால்காரர்
postmark ['pəʊstˌmɑːk] *n* அஞ்சல் குறி
post office [pəʊst 'ɒfɪs] *n* அஞ்சல் அலுவலகம்
postpone [pəʊst'pəʊn] *vt* தள்ளிப்போடு
postwoman ['pəʊstwʊmən] *n* பெண் அஞ்சல்காரரர்
pot [pɒt] *n* பானை
potato [pə'teɪtəʊ] *n* உருளைக்கிழங்கு
potato peeler [pə'teɪtəʊ 'piːlə] *n* உருளைக்கிழங்கு சீவி
potential [pə'tɛnʃəl] *adj* சாத்தியமுள்ள ▷ *n* ஆற்றல்
pothole ['pɒtˌhəʊl] *n* சாலைக்குழி
pot plant [pɒt plɑːnt] *n* பூத்தொட்டி
pottery ['pɒtərɪ] *n* மண்பாண்டத் தொழில்
potty ['pɒtɪ] *n* (குழந்தைகளுக்கான) சிறு மலங்கழி தொட்டி
pound [paʊnd] *n* நாணயம்
pound sterling [paʊnd 'stɜːlɪŋ] *n* நாணயம்
pour [pɔː] *vt* ஊற்று
poverty ['pɒvətɪ] *n* ஏழ்மை
powder ['paʊdə] *n* பொடி
power ['paʊə] *n* *(control)* அதிகாரம்; *(strength)* பலம்
power cut ['paʊə kʌt] *n* மின்வெட்டு
powerful ['paʊəfʊl] *adj* வலிமையான
practical ['præktɪkl] *adj* நடைமுறைக்கு ஏற்ற
practically ['præktɪkəlɪ] *adv* பெரும்பாலும்
practice ['præktɪs] *n* வழக்கம்
practise ['præktɪs] *vt* பயிற்சி செய்
praise [preɪz] *vt* புகழ்ச்சி கூறு
pram [præm] *n* (குழந்தை) கைவண்டி
prank [præŋk] *n* *(old-fashioned)* சேட்டை
prawn [prɔːn] *n* இறால்
pray [preɪ] *v* கும்பிடு; வழிபடு
prayer [prɛə] *n* வழிபாடு; இறை வணக்கம்
precaution [prɪ'kɔːʃən] *n* முன்னேற்பாடு; முன்னெச்சரிக்கை

preceding [prɪ'siːdɪŋ] *adj* முன்சென்ற; கடந்த
precinct ['priːsɪŋkt] *n* புறநகர்; சுற்றுப் பகுதி
precious ['prɛʃəs] *adj* மதிப்புள்ள
precise [prɪ'saɪs] *adj* துல்லியமாக
precisely [prɪ'saɪslɪ] *adv* சரி நுட்பமாக
predecessor ['priːdɪˌsɛsə] *n* முன்னவர்
predict [prɪ'dɪkt] *vt* ஊகம் கூறு
predictable [prɪ'dɪktəbl] *adj* முன்னறிய முடிந்த
prefect ['priːfɛkt] *n* (பள்ளி) வகுப்பு மாணவத் தலைவன்
prefer [prɪ'fɜː] *vt* விரும்பித் தேர்ந்தெடு
preferably ['prɛfərəblɪ] *adv* விருப்பத் தேர்வாக
preference ['prɛfərəns] *n* விருப்பத் தேர்வு
pregnancy ['prɛgnənsɪ] *n* கருத்தரிப்பு
pregnant ['prɛgnənt] *adj* கருத்தரித்துள்ள
prehistoric [ˌpriːhɪ'stɒrɪk] *adj* வரலாற்றுக்கு முந்தைய
prejudice ['prɛdʒʊdɪs] *n* ஓரவஞ்சனை
prejudiced ['prɛdʒʊdɪst] *adj* பாரபட்சமான
premature [ˌprɛmə'tjʊə] *adj* குறித்த காலத்திற்கு முந்திய
premiere ['prɛmɪˌɛə] *n* நாடக முதலாட்டம்
premises ['prɛmɪsɪz] *npl* வளாகங்கள்
premonition [ˌprɛmə'nɪʃən] *n* முன்னுணர்வு
preoccupied [priː'ɒkjʊˌpaɪd] *adj* ஆழ்ந்த சிந்தனையில் தன்னை மறந்த
prepaid [priː'peɪd] *adj* முன்செலுத்தப்பட்ட
preparation [ˌprɛpə'reɪʃən] *n* ஆயத்தம்
prepare [prɪ'pɛə] *vt* ஆயத்தம் செய்
prepared [prɪ'pɛəd] *adj* தயாராக
prescribe [prɪ'skraɪb] *vt* குறித்துக் கொடு
prescription [prɪ'skrɪpʃən] *n* எழுதிய குறிப்பு
presence ['prɛzəns] *n* இருத்தல்
present ['prɛzənt] *adj* அவ்விடத்திலுள்ள ▷ *n (gift)* அன்பளிப்பு; *(current time)* நிகழ்காலம் ▷ [prɪ'zɛnt] *vt* வெளியிடு
presentation [ˌprɛzən'teɪʃən] *n* வழங்குதல்
presenter [prɪ'zɛntə] *n* வழங்குபவர்

p

presently ['prɛzəntlı] *adv* தற்சமயத்தில்
preservative [prı'zɜːvətıv] *n* காப்புப் பொருள்
president ['prɛzıdənt] *n* தலைவர்; ஜனாதிபதி
press [prɛs] *n* செய்தியாளர்கள் ▷ *vt* அழுத்து
press conference [prɛs 'kɒnfrəns] *n* செய்தித் தொடர்பு
press-up ['prɛsʌp] *n* தண்டல் செய்தல்
pressure ['prɛʃə] *n* அழுத்தம் ▷ *vt* நெருக்கடி உண்டாக்கு
prestige [prɛ'stiːʒ] *n* கௌரவம்
prestigious [prɛ'stıdʒəs] *adj* மதிப்புமிக்க;கௌரவமான
presumably [prı'zjuːməblı] *adv* ஊகப்படி
presume [prı'zjuːm] *vt* ஊகம் செய்
pretend [prı'tɛnd] *vt* பாசாங்கு செய்
pretext ['priːtɛkst] *n* சாக்கு (பொய்க்காரணம்)
prettily ['prıtılı] *adv* அழகாக
pretty ['prıtı] *adj* அழகிய ▷ *adv* தேர்ந்த
prevent [prı'vɛnt] *vt* தடை செய்
prevention [prı'vɛnʃən] *n* தடுப்பு
previous ['priːvıəs] *adj* முந்தைய
previously ['priːvıəslı] *adv* முன்னர்
prey [preı] *n* இரை
price [praıs] *n* விலை
price list [praıs lıst] *n* விலைப் பட்டியல்
prick [prık] *vt* கூர்மையான பொருளினால் குத்து
pride [praıd] *n* பெரும்; பெருமிதம்
primarily ['praımərəlı] *adv* முதல் நிலையான
primary ['praımərı] *adj* *(formal)* ஆரம்ப; தொடக்க
primary school ['praımərı skuːl] *n* தொடக்கப்பள்ளி
prime minister [praım 'mınıstə] *n* பிரதமர்
primitive ['prımıtıv] *adj* பண்டைய; மிகப் பழங்கால
primrose ['prım,rəʊz] *n* ஒரு காட்டுப் பூச்செடி
prince [prıns] *n* இளவரசன்
princess [prın'sɛs] *n* இளவரசி
principal ['prınsıpl] *adj* முதன்மை ▷ *n* தலைமை ஆசிரியர்
principle ['prınsıpl] *n* கொள்கை
print [prınt] *n* அச்செழுத்து ▷ *v* *(with machine)* அச்சிடு; *(when writing)* அச்செழுத்து எழுது

printer ['prɪntə] *n (person)* அச்சிடுபவர்; *(machine)* அச்சு இயந்திரம்

printout ['prɪntaʊt] *n* அச்சுப்படி

priority [praɪ'ɒrɪtɪ] *n* முன்னுரிமை

prison ['prɪzn] *n* சிறைச்சாலை

prisoner ['prɪzənə] *n* கைதி

prison officer ['prɪzən 'ɒfɪsə] *n* சிறை அதிகாரி

privacy ['praɪvəsɪ] *n* அந்தரங்கம்

private ['praɪvɪt] *adj* தனியார்

private property ['praɪvət 'prɒpətɪ] *n* தனியார் சொத்து

privatize ['praɪvɪˌtaɪz] *vt* தனியார்மயமாக்கு

privilege ['prɪvɪlɪdʒ] *n* சிறப்புரிமை

prize [praɪz] *n* சன்மானம்; பரிசு

prize-giving ['praɪzˌgɪvɪŋ] *n* பரிசளிப்பு

prizewinner ['praɪzˌwɪnə] *n* பரிசுபெற்றவர்

probability [ˌprɒbə'bɪlɪtɪ] *n* நிகழ்தகவு

probable ['prɒbəbl] *adj* நிகழக்கூடிய

probably ['prɒbəblɪ] *adv* அனேகமாக

problem ['prɒbləm] *n* சிக்கல்; இக்கட்டு

proceedings [prə'siːdɪŋz] *npl (formal)* சட்டபூர்வ நடவடிக்கைகள்

proceeds ['prəʊsiːdz] *npl* வருமானங்கள்

process ['prəʊsɛs] *n* வழிவகை

procession [prə'sɛʃən] *n* ஊர்வலம்

produce [prə'djuːs] *vt* உற்பத்தி செய்

producer [prə'djuːsə] *n* தயாரிப்பாளர்

product ['prɒdʌkt] *n* செய்பொருள்

production [prə'dʌkʃən] *n* உற்பத்தி

productivity [ˌprɒdʌk'tɪvɪtɪ] *n* உற்பத்தித் திறன்

profession [prə'fɛʃən] *n* தொழில்

professional [prə'fɛʃənl] *adj* தொழில்முறை சார்ந்த ▷ *n* தொழில் நெறிஞர்

professionally [prə'fɛʃənəlɪ] *adv* தொழில்முறையில்

professor [prə'fɛsə] *n* பேராசிரியர்

profit ['prɒfɪt] *n* இலாபம்

profitable ['prɒfɪtəbl] *adj* இலாபகரமான

program ['prəʊgræm] *n* நிரல் ▷ *vt* நிரல் எழுது

P

programme ['prəʊɡræm] *n* திட்டம்
programmer ['prəʊɡræmə] *n* நிரலர்
programming ['prəʊɡræmɪŋ] *n* வழித்திட்டமிடல்
progress ['prəʊɡrɛs] *n* முன்னேற்றம்
prohibit [prə'hɪbɪt] *vt (formal)* தடை விதி
prohibited [prə'hɪbɪtɪd] *adj* தடை விதிக்கப்பட்ட
project ['prɒdʒɛkt] *n* திட்டப்பணி; வேலைத்திட்டம்
projector [prə'dʒɛktə] *n* ஒளிப்படக்காட்டி
promenade [,prɒmə'nɑːd] *n* உலாவீதி
promise ['prɒmɪs] *n* வாக்குறுதி ▷ *vt* உறுதியளி
promising ['prɒmɪsɪŋ] *adj* முன்னுக்கு வரக்கூடிய
promote [prə'məʊt] *vt* ஆதரவளி
promotion [prə'məʊʃən] *n* பதவி உயர்வு
prompt [prɒmpt] *adj* தூண்டு
promptly ['prɒmptlɪ] *adv* விரைவில்
pronoun ['prəʊ,naʊn] *n* சுட்டுப்பெயர்; பிரதிப்பெயர்ச் சொல்
pronounce [prə'naʊns] *vt* உச்சரி
pronunciation [prə,nʌnsɪ'eɪʃən] *n* உச்சரிப்பு
proof [pruːf] *n (evidence)* சாட்சியம்; ஆதாரம்; *(printed)* அச்சு மாதிரி
propaganda [,prɒpə'ɡændə] *n* பிரச்சாரம்
proper ['prɒpə] *adj* சரியான; ஒழுங்கான
properly ['prɒpəlɪ] *adv* சரியாக; ஒழுங்காக
property ['prɒpətɪ] *n (formal)* சொத்து
proportion [prə'pɔːʃən] *n (formal)* விகித சமம்
proportional [prə'pɔːʃənl] *adj (formal)* விகித சமமான
proposal [prə'pəʊzl] *n* புதுக்கருத்துரைத்தல்
propose [prə'pəʊz] *vt* எடுத்துரை
prosecute ['prɒsɪ,kjuːt] *v* சட்ட நடவடிக்கை எடு
prospect ['prɒspɛkt] *n* எதிர்பார்ப்பு
prospectus [prə'spɛktəs] *n* முன் விவரணம்
prosperity [prɒ'spɛrɪtɪ] *n* செழிப்பு
protect [prə'tɛkt] *vt* பாதுகாப்பு செய்
protection [prə'tɛkʃən] *n* பாதுகாப்பு
protein ['prəʊtiːn] *n* புரதம்

protest ['prəʊtɛst] *n* எதிர்ப்பு; கண்டனம் ▷ [prə'tɛst] *v* எதிர்ப்பு தெரிவி

proud [praʊd] *adj* பெருமையாக

prove [pruːv] *v* நிரூபி

proverb ['prɒvɜːb] *n* பழமொழி

provide [prə'vaɪd] *vt* வழங்கு

provided [prə'vaɪdɪd] *conj* நிபந்தனையின் பேரில்

provide for [prə'vaɪd fɔː; fə] *v* ஆதரவளி

provisional [prə'vɪʒənl] *adj* அப்போதைக்கான

proximity [prɒk'sɪmɪtɪ] *n* *(formal)* அருகாமை

prune [pruːn] *n* உலர்ந்த கொடி முந்திரிப் பழம்

pry [praɪ] *vi* துருவியறி

pseudonym ['sjuːdə,nɪm] *n* புனைப்பெயர்

psychiatric [,saɪkɪ'ætrɪk] *adj* மன நோய்வாய்ப்பட்ட

psychiatrist [saɪ'kaɪətrɪst] *n* மன நோய் மருத்துவர்

psychological [,saɪkə'lɒdʒɪkl] *adj* உளவியல்ரீதியான

psychologist [saɪ'kɒlədʒɪst] *n* உளவியல் மருத்துவர்

psychology [saɪ'kɒlədʒɪ] *n* உளவியல்

psychotherapy [,saɪkəʊ-'θɛrəpɪ] *n* உளவியல் ரீதியான சிகிச்சை

PTO [piː tiː əʊ] *abbr* அடுத்தப் பக்கம் பார் (சுருக்கம்)

public ['pʌblɪk] *adj* பொது ▷ *n* பொதுமக்கள்

publication [,pʌblɪ'keɪʃən] *n* வெளியீடு

public holiday ['pʌblɪk 'hɒlɪdeɪ] *n* பொது விடுமுறை

publicity [pʌ'blɪsɪtɪ] *n* விளம்பரம்

public opinion ['pʌblɪk ə'pɪnjən] *n* மக்கள் கருத்து

public relations ['pʌblɪk rɪ'leɪʃənz] *npl* பொது மக்கள் தொடர்பு

public school ['pʌblɪk skuːl] *n* அரசுப் பள்ளி (இந்தியாவில்)

public transport ['pʌblɪk 'træns,pɔːt] *n* பொதுப் போக்குவரத்து

publish ['pʌblɪʃ] *vt* வெளியிடு

publisher ['pʌblɪʃə] *n* வெளியிடுபவர்

pudding ['pʊdɪŋ] *n* இனிப்பு உணவு வகை

puddle ['pʌdl] *n* குட்டை

Puerto Rico ['pwɜːtəʊ 'riːkəʊ] *n* போர்ட்டோ ரிக்கோ ஒரு நாடு

puff pastry [pʌf 'peɪstrɪ] *n* இனிப்பு வகை

pull [pʊl] *vt* இழு

pull down [pʊl daʊn] *v* இடித்து தரைமட்டமாக்கு
pull out [pʊl aʊt] *v* வெளியேறு
pullover ['pʊlˌəʊvə] *n* மேலங்கி
pull up [pʊl ʌp] *v* வாகனங்களைத் தடுத்து நிறுத்து
pulse [pʌls] *n* நாடி
pulses ['pʌlsɪz] *npl* பருப்பு வகைகள்
pump [pʌmp] *n* ஏற்றி; எக்கி ▷ *vt* குழாய் வழி வெளியேற்று
pumpkin ['pʌmpkɪn] *n* பூசணி
pump up [pʌmp ʌp] *v* ஏற்று
punch [pʌntʃ] *n (blow)* துளை ஏற்படுத்துதல்; அமுக்கிக் குத்துதல்; *(drink)* மது ▷ *vt* கைகளினால் குத்து
punctual ['pʌŋktjʊəl] *adj* நேரம் தவறாத
punctuation [ˌpʌŋktjʊ'eɪʃən] *n* நிறுத்தக் குறியீடு
puncture ['pʌŋktʃə] *n* துளை
punish ['pʌnɪʃ] *vt* தண்டனை அளி
punishment ['pʌnɪʃmənt] *n* தண்டனை
punk [pʌŋk] *n* ஒரு இசை வகை
pupil ['pjuːpl] *n (schoolchild)* மாணவர்; *(eye)* கண்ணின் கருவிழி
puppet ['pʌpɪt] *n* பொம்மை
puppy ['pʌpɪ] *n* நாய்க்குட்டி
purchase ['pɜːtʃɪs] *vt (formal)* வாங்கு
pure [pjʊə] *adj* சுத்தமான
purple ['pɜːpl] *adj* ஊதா
purpose ['pɜːpəs] *n* நோக்கம்
purr [pɜː] *vi* உறுமல்
purse [pɜːs] *n* பணப்பை
pursue [pə'sjuː] *vt (formal)* முயற்சி செய்
pursuit [pə'sjuːt] *n* நாட்டம்
pus [pʌs] *n* சீழ்
push [pʊʃ] *v* தள்ளு
pushchair ['pʊʃˌtʃɛə] *n* தள்ளு நாற்காலி
push-up ['pʊʃʌp] *n (US)* தண்டால் எடு
put [pʊt] *vt* வை
put aside [pʊt ə'saɪd] *v* ஓரத்தில் வை
put away [pʊt ə'weɪ] *v* ஒதுக்கு
put back [pʊt bæk] *v* ஒத்திப் போடு
put forward [pʊt 'fɔːwəd] *v* முன்மொழி
put in [pʊt ɪn] *v* செய்
put off [pʊt ɒf] *v* தாமதப்படுத்து
put up [pʊt ʌp] *v* கட்டு; உண்டாக்கு
puzzle ['pʌzl] *n* புதிர்
puzzled ['pʌzld] *adj* குழம்பிய
puzzling ['pʌzlɪŋ] *adj* தடுமாற்றமளிக்கும்

pyjamas [pə'dʒɑːməz] *npl* உறங்குபோது இறுக்கமின்றி இருக்க அணியும் ஆடை
pylon ['paɪlən] *n* கோபுர வாசல்
pyramid ['pɪrəmɪd] *n* பட்டைக்கூம்பு; பிரமிடு

q

Qatar [kæ'tɑː] *n* கத்தார்
quail [kweɪl] *n* காடை
quaint [kweɪnt] *adj* விசித்திரக் கவர்ச்சியுடைய
qualification [ˌkwɒlɪfɪ'keɪʃən] *n* கல்வித் தகுதி
qualified ['kwɒlɪˌfaɪd] *adj* தகுதியான
qualify ['kwɒlɪˌfaɪ] *v* தகுதி பெறு
quality ['kwɒlɪtɪ] *n* தரம்
quantify ['kwɒntɪˌfaɪ] *v* அளவிடு
quantity ['kwɒntɪtɪ] *n* அளவு
quarantine ['kwɒrənˌtiːn] *n* தொற்றுநோய்
quarrel ['kwɒrəl] *n* சச்சரவு ▷ *vi* (வாய்ச்) சண்டையிடு
quarry ['kwɒrɪ] *n* கற் சுரங்கம்
quarter ['kwɔːtə] *n* கால் பாகம்
quarter final ['kwɔːtə 'faɪnl] *n* கால்பாக இறுதிப் போட்டி
quartet [kwɔː'tɛt] *n* நால்வர் தொகுதி இசை
quay [kiː] *n* ஓடத்துறை
queen [kwiːn] *n* அரசி
query ['kwɪərɪ] *n* கேள்வி; வினா ▷ *vt* கேள்வி கேள்; வினவு
question ['kwɛstʃən] *n* கேள்வி ▷ *vt* விசாரி
question mark ['kwɛstʃən mɑːk] *n* வினாக்குறி
questionnaire [ˌkwɛstʃə'nɛə] *n* கேள்விப்பட்டியல்
queue [kjuː] *n* வரிசை ▷ *vi* வரிசையில் இரு
quick [kwɪk] *adj* விரைவான
quickly ['kwɪklɪ] *adv* விரைவாக
quiet ['kwaɪət] *adj* அமைதியாக
quietly ['kwaɪətlɪ] *adv* சத்தமில்லாமல்; ஓசைப்படுத்தாமல்
quilt [kwɪlt] *n* மெல்லிய மெத்தை
quit [kwɪt] *vt (informal)* விலகு; கைவிடு
quite [kwaɪt] *adv* மிகவும்; முற்றிலும்

q

quiz [kwɪz] *n* வினாவிடை; புதிர்
quota ['kwəʊtə] *n* ஒதுக்கீடு; பங்கு அளவு
quotation [kwəʊ'teɪʃən] *n* மேற்கோள்
quotation marks [kwəʊ'teɪʃən mɑːks] *npl* மேற்கோள் குறிகள்
quote [kwəʊt] *n* மேற்கோள் ▷ *vt* மேற்கோள் காட்டு

r

rabbit ['ræbɪt] *n* முயல்
rabies ['reɪbiːz] *n* வெறி விலங்குக்கடி
race [reɪs] *n (speed contest)* பந்தயம்; *(group of human beings)* இனம் ▷ *v* போட்டியிடு
racecourse ['reɪs,kɔːs] *n* குதிரைப் பந்தைய மைதானம்
racehorse ['reɪs,hɔːs] *n* பந்தயக் குதிரை
racer ['reɪsə] *n* பந்தய வீரர்
racetrack ['reɪs,træk] *n (US)* பந்தயத் தடம்
racial ['reɪʃəl] *adj* (மனித) இன
racing car ['reɪsɪŋ kɑː] *n* பந்தய வாகனம்
racing driver ['reɪsɪŋ 'draɪvə] *n* மோட்டார் பந்தய வீரர்
racism ['reɪsɪzəm] *n* இனப் பாகுபாடு
racist ['reɪsɪst] *adj* இனவெறியுள்ள ▷ *n* இனவெறியர்
rack [ræk] *n* அடுக்கு
racket ['rækɪt] *n (noise)* கூப்பாடு; *(for tennis, squash, or badminton)* ஒரு விலங்கினம்
racoon [rə'kuːn] *n* பந்தடிக்கும்மட்டை
radar ['reɪdɑː] *n* தொலைநிலை இயக்கமானி; ரேடார்
radiation [,reɪdɪ'eɪʃən] *n* கதிர்வீச்சு
radiator ['reɪdɪ,eɪtə] *n* வெப்பம்வீசி
radio ['reɪdɪəʊ] *n* வானொலி
radioactive [,reɪdɪəʊ'æktɪv] *adj* கதிரியக்க
radio-controlled ['reɪdɪəʊ'kən'trəʊld] *adj* ரேடியோ கட்டுப்படுத்தி
radio station ['reɪdɪəʊ 'steɪʃən] *n* வானொலி நிலையம்
radish ['rædɪʃ] *n* முள்ளங்கி
raffle ['ræfl] *n* குலுக்குச் சீட்டு
raft [rɑːft] *n* தெப்பம்

rag [ræg] *n* கந்தல் துணி
rage [reɪdʒ] *n* பெருங்கோபம்
raid [reɪd] *n* திடீர்த்தாக்குதல் ▷ *vt* சூறையாடு
rail [reɪl] *n* தடுப்பு; கைப்பிடி
railcard ['reɪlˌkɑːd] *n* இரயில் அட்டை
railings ['reɪlɪŋz] *npl* கம்பிவேலிகள்
railway ['reɪlˌweɪ] *n* இரயில் பாதை
railway station ['reɪlweɪ 'steɪʃən] *n* இரயில் நிலையம்
rain [reɪn] *n* மழை ▷ *vi* மழை பெய்
rainbow ['reɪnˌbəʊ] *n* வானவில்
raincoat ['reɪnˌkəʊt] *n* மழைச் சட்டை
rainforest ['reɪnˌfɒrɪst] *n* மழைக் காடு
rainy ['reɪnɪ] *adj* மழைக் கால
raise [reɪz] *vt* உயர்த்து
raisin ['reɪzn] *n* உலர்ந்த திராட்சை
rake [reɪk] *n* வாருகோல்
rally ['rælɪ] *n* பேரணி
ram [ræm] *n* ஆட்டுக்கிடா ▷ *vt* மோதி நசுக்கு
Ramadan [ˌræmə'dɑːn] *n* ரம்ஜான் பண்டிகை
rambler ['ræmblə] *n* சுற்றித் திரிபவர்
ramp [ræmp] *n* சாய்தளம்
random ['rændəm] *adj* சமவாய்ப்புள்ள
range [reɪndʒ] *n (area covered)* எல்லை; *(mountains)* மலைத்தொடர் ▷ *vi* நெடுக்கம்; வீச்சு
rank [ræŋk] *n (status)* பதவி; *(row)* வரிசை ▷ *v* தரவரிசைப்படுத்து
ransom ['rænsəm] *n* பணயம்; பிணைப்பணம்
rape [reɪp] *n (sexual attack)* கற்பழிப்பு; *(US) (plant)* பயிர்ச்செடிவகை ▷ *vt* கற்பழி
rapids ['ræpɪdz] *npl* துள்ளாறு
rapist ['reɪpɪst] *n* கற்பழிப்புக்காரர்
rare [rɛə] *adj (uncommon)* அரிதான; *(lightly cooked)* வேகாத
rarely ['rɛəlɪ] *adv* அரிதாக
rash [ræʃ] *n* சினப்பு; வேனற்கட்டி
raspberry ['rɑːzbərɪ] *n* தாவர வகையில் ஒன்று
rat [ræt] *n* எலி
rate [reɪt] *n* வீதம் ▷ *vt* மதிப்பு
rate of exchange [reɪt ɒv; əv ɪks'tʃeɪndʒ] *n* மாற்று விகிதம்
rather ['rɑːðə] *adv* கொஞ்சம்

ratio ['reɪʃɪˌəʊ] *n* விகிதம்
rational ['ræʃənl] *adj* பகுத்தறிவான
rattle ['rætl] *n* இரைச்சல்
rattlesnake ['rætlˌsneɪk] *n* வீரியன் வகைப் பாம்பு
rave [reɪv] *n* வரவேற்பு ▷ *v* பிதற்று
raven ['reɪvn] *n* அண்டங்காக்கை
ravenous ['rævənəs] *adj* அகோரப் பசியுடன்
ravine [rə'viːn] *n* பள்ளத்தாக்கு
raw [rɔː] *adj* கச்சா
razor ['reɪzə] *n* சவரக் கத்தி
razor blade ['reɪzə bleɪd] *n* சவர அலகு
reach [riːtʃ] *vt (arrive at)* சென்று அடை ▷ *vi (stretch)* துழாவு
react [rɪ'ækt] *vi* எதிர்ச்செயல் எழுப்பு
reaction [rɪ'ækʃən] *n* எதிர்ச்செயல்
reactor [rɪ'æktə] *n* அணு உலை
read [riːd aʊt] *v* படி
reader ['riːdə] *n* படிப்பவர்
readily ['rɛdɪlɪ] *adv* ஆர்வத்துடன்
reading ['riːdɪŋ] *n* வாசிப்பு; படித்தல்
read out [riːd aʊt] *v* படித்துக்காட்டு
ready ['rɛdɪ] *adj* தயாரான
ready-cooked ['rɛdɪ'kʊkt] *adj* சமைக்கப்பட்ட
real ['rɪəl] *adj (factual)* மெய்யான; *(authentic)* உண்மையான
realistic [ˌrɪə'lɪstɪk] *adj* யதார்த்தமான
reality [rɪ'ælɪtɪ] *n* உண்மை
reality TV [riː'ælɪtɪ tiː'viː] *n* யதார்த்தநிலைத் தொலைக்காட்சி
realize ['rɪəˌlaɪz] *v* உணர்
really ['rɪəlɪ] *adv (spoken, sincerely)* உண்மையில்; *(actually)* மெய்யாகவே
rear [rɪə] *adj* பின்புற ▷ *n* பின்புறம்
rear-view mirror ['rɪəvjuː 'mɪrə] *n* பின்பார்வைக் கண்ணாடி
reason ['riːzn] *n* காரணம்
reasonable ['riːzənəbl] *adj* நியாயமான
reasonably ['riːzənəblɪ] *adv* நியாயமான முறையில்
reassure [ˌriːə'ʃʊə] *vt* நம்பிக்கையூட்டு
reassuring [ˌriːə'ʃʊəɪŋ] *adj* ஐயப்பாடு அகற்றுகின்ற
rebate ['riːbeɪt] *n* தள்ளுபடி
rebellious [rɪ'bɛljəs] *adj* கீழ்படியாத

rebuild [riː'bɪld] *vt* திருப்பிக்கட்டு; மறுபடியும் உருவாக்கு
receipt [rɪ'siːt] *n* ரசீது
receive [rɪ'siːv] *vt* பெறு
receiver [rɪ'siːvə] *n (telephone)* அலைபரப்புகளைப் பெறும் கருவி; *(person)* பெறுபவர்
recent ['riːsnt] *adj* சமீபத்தில்
recently ['riːsəntlɪ] *adv* அண்மையில்
reception [rɪ'sɛpʃən] *n* வரவேற்பு
receptionist [rɪ'sɛpʃənɪst] *n* வரவேற்பாளர்
recession [rɪ'sɛʃən] *n* (பொருளாதாரத்) தேக்கம்
recharge [riː'tʃɑːdʒ] *vt* மறுஊட்டம்செய்
recipe ['rɛsɪpɪ] *n* உணவுக் குறிப்பு
recipient [rɪ'sɪpɪənt] *n (formal)* பெற்றுக் கொள்பவர்
reckon ['rɛkən] *vt (informal)* கணி
reclining [rɪ'klaɪnɪŋ] *adj* சாயும் வசதியுள்ள
recognizable ['rɛkəg,naɪzəbl] *adj* அறிந்து கொள்ளத்தக்க
recognize ['rɛkəg,naɪz] *vt* அடையாளம் கண்டுகொள்
recommend [,rɛkə'mɛnd] *vt* பரிந்துரை; சிபாரிசு செய்
recommendation [,rɛkəmɛn'deɪʃən] *n* பரிந்துரை; சிபாரிசு
reconsider [,riːkən'sɪdə] *v* மறு பரிசீலனை செய்
record ['rɛkɔːd] *n (written account)* ஆவணம்; தகவல் தொகுப்பு; *(best result ever)* சாதனை ▷ [rɪ'kɔːd] *vt (write down)* பதிவு செய்; *(TV programme)* பதிவுசெய்
recorded delivery [rɪ'kɔːdɪd dɪ'lɪvərɪ] *n* பதிவு அஞ்சல்
recorder [rɪ'kɔːdə] *n (musical instrument)* பதிப்பி, குரல் முதலிய ஒலிகளைப் பதிவு செய்யும் கருவி; *(machine)* பதிவர்; பதிவு செய்பவர்
recording [rɪ'kɔːdɪŋ] *n* ஒலிப்பதிவு
recover [rɪ'kʌvə] *vi* குணம் அடை; பழைய நிலைக்குத் திரும்பு
recovery [rɪ'kʌvərɪ] *n* குணமடைதல்
recruitment [rɪ'kruːtmənt] *n* ஆள்சேர்த்தல்
rectangle ['rɛk,tæŋgl] *n* நீள்சதுரம்
rectangular [rɛk'tæŋgjʊlə] *adj* நீள்சதுர
rectify ['rɛktɪ,faɪ] *vt* சீராக்கு; சரி செய்
recurring [rɪ'kɜːrɪŋ] *adj* திரும்ப நிகழ்கின்ற

recycle [riːˈsaɪkl] *vt* மறுசுழற்சி செய்
recycling [riːˈsaɪklɪŋ] *n* மறுசுழற்சி
red [rɛd] *adj* சிவப்பு; சிகப்பு வண்ண
Red Cross [rɛd krɒs] *n* செஞ்சிலுவைச்சங்கம்
redcurrant [ˈrɛdˈkʌrənt] *n* ஒரு வகைப் புதர் செடி
redecorate [riːˈdɛkəˌreɪt] *v* சீரமைப்புச் செய்
red-haired [ˈrɛdˌhɛəd] *adj* செம்மயிர் உடைய
redhead [ˈrɛdˌhɛd] *n* செந்தலையர்
red meat [rɛd miːt] *n* சமைத்த கருஞ்சிவப்பு வண்ண இறைச்சி (பன்றி, ஆடு)
redo [riːˈduː] *vt* திரும்பச் செய்
Red Sea [rɛd siː] *n* செங்கடல்
reduce [rɪˈdjuːs] *vt* குறைவாக்கு; சிறிதாக்கு
reduction [rɪˈdʌkʃən] *n* குறைப்பு
redundancy [rɪˈdʌndənsɪ] *n* தேவையின்மை
redundant [rɪˈdʌndənt] *adj* தேவைக்கு மேற்பட்ட
red wine [rɛd waɪn] *n* ஒரு மது வகை
reed [riːd aʊt] *n* கோரைப்புல்
reel [riːl] *n* சுருள்; திரைப்படச் சுருள்
refer [rɪˈfɜː] *vi* மேற்கோள் காட்டு
referee [ˌrɛfəˈriː] *n* நடுவர்
reference [ˈrɛfərəns] *n* குறிப்புதவி; மேற்கோள்
reference number [ˈrɛfərəns ˈnʌmbə] *n* குறிப்புதவி எண்
refill [riːˈfɪl] *vt* மீட்டும் நிரப்பு
refinery [rɪˈfaɪnərɪ] *n* சுத்தகரிப்பு ஆலை
reflect [rɪˈflɛkt] *vt* பிரதிபலிக்கச் செய்
reflection [rɪˈflɛkʃən] *n* பிரதிபலிப்பு
reflex [ˈriːflɛks] *n* தன்னியல் நிகழ்வு
refresher course [rɪˈfrɛʃə kɔːs] *n* புத்தாக்கப்பயிற்சி
refreshing [rɪˈfrɛʃɪŋ] *adj* புத்துணர்ச்சியூட்டும்
refreshments [rɪˈfrɛʃmənts] *npl* சிற்றுண்டிகள்
refrigerator [rɪˈfrɪdʒəˌreɪtə] *n* குளிர்சாதனப்பெட்டி
refuel [riːˈfjuːəl] *v* மீண்டும் எரிபொருள் இடு
refuge [ˈrɛfjuːdʒ] *n* அடைக்கலம்
refugee [ˌrɛfjʊˈdʒiː] *n* அகதி
refund [rɪˈfʌnd] *vt* பணம் திருப்பிக் கொடுத்தல் ▷ [ˈriːfʌnd] *n* பணம் திருப்பிக் கொடு
refusal [rɪˈfjuːzl] *n* மறுப்பு

refuse ['rɛfjuːs] *n* குப்பை; பயனற்ற பொருள் ▷ [rɪ'fjuːz] *v* மறுப்பு கூறு
regain [rɪ'geɪn] *vt* மீட்டுப் பெறு
regard [rɪ'gɑːd] *n* பொருட்படுத்து; அக்கறைக் காட்டு ▷ *vt* கருத்து கொண்டிரு
regarding [rɪ'gɑːdɪŋ] *prep* குறித்த
regiment ['rɛdʒɪmənt] *n* படைவகுப்பு அணி
region ['riːdʒən] *n* வட்டாரம்
regional ['riːdʒənl] *adj* வட்டார; மண்டல
register ['rɛdʒɪstə] *n* பதிவேடு ▷ *vi* பதிவு செய்து கொள்
registered ['rɛdʒɪstəd] *adj* பதிவு செய்யப்பட்ட
registration [ˌrɛdʒɪ'streɪʃən] *n* பதிவுசெய்தல்
registry office ['rɛdʒɪstrɪ 'ɒfɪs] *n* பதிவு அலுவலகம்
regret [rɪ'grɛt] *n* வருத்தம் ▷ *vt* வருத்தப்படு; வருந்து
regular ['rɛgjʊlə] *adj* வழக்கமான; எப்பொழுதும் போல
regularly ['rɛgjʊləlɪ] *adv* வழக்கமாக
regulation [ˌrɛgjʊ'leɪʃən] *n* கட்டுப்பாடு; விதி
rehearsal [rɪ'hɜːsl] *n* ஒத்திகை
rehearse [rɪ'hɜːs] *v* ஒத்திகை செய்
reimburse [ˌriːɪm'bɜːs] *vt* *(formal)* (செலவழித்ததை) திருப்பிக் கொடு
reindeer ['reɪnˌdɪə] *n* கலைமான்
reins [reɪnz] *npl* கடிவாளங்கள்
reject [rɪ'dʒɛkt] *vt* நிராகரி; தள்ளு
relapse ['riːˌlæps] *n* பழைய நிலையடை
related [rɪ'leɪtɪd] *adj* தொடர்புடைய
relation [rɪ'leɪʃən] *n* உறவு
relationship [rɪ'leɪʃənʃɪp] *n* உறவுமுறை
relative ['rɛlətɪv] *n* உறவினர்
relatively ['rɛlətɪvlɪ] *adv* சார்ந்தளவில்
relax [rɪ'læks] *v* இளைப்பாறு
relaxation [ˌriːlæk'seɪʃən] *n* இளைப்பாறுதல்
relaxed [rɪ'lækst] *adj* தளர்வாக; இறுக்கமில்லாமல்
relaxing [rɪ'læksɪŋ] *adj* இறுக்கத்தைக் குறைக்கும்
relay ['riːleɪ] *n* தொடர் (போட்டி)
release [rɪ'liːs] *n* விடுவித்தல்; விடுதலை ▷ *vt* விடுதலை செய்; விடுவி
relegate ['rɛlɪˌgeɪt] *vt* கீழ்நிலைக்கு ஒதுக்கு

relevant ['rɛlɪvənt] *adj* பொருத்தமான
reliable [rɪ'laɪəbl] *adj* நம்பத்தகுந்த
relief [rɪ'liːf] *n* நிவாரணம்
relieve [rɪ'liːv] *vt* நீக்கு; பிரித்தெடு
relieved [rɪ'liːvd] *adj* நீக்கப்பட்ட
religion [rɪ'lɪdʒən] *n* சமயம்; மதம்
religious [rɪ'lɪdʒəs] *adj* மதம் சார்ந்த
reluctant [rɪ'lʌktənt] *adj* தயக்கத்துடன்; விருப்பமின்றி
reluctantly [rɪ'lʌktəntlɪ] *adv* விருப்பமில்லாமல்
rely on [rɪ'laɪ ɒn] *v* ஆதாரமாகக் கொள்
remain [rɪ'meɪn] *v* நிலையில் இரு
remaining [rɪ'meɪnɪŋ] *adj* மீதமிருக்கும்
remains [rɪ'meɪnz] *npl* மீந்திருப்பவைகள்
remake ['riːˌmeɪk] *n* மறுதயாரிப்பு
remark [rɪ'mɑːk] *n* குறிப்பு
remarkable [rɪ'mɑːkəbl] *adj* தனிச்சிறப்புடைய
remarkably [rɪ'mɑːkəblɪ] *adv* குறிப்பிடும்படியாக
remarry [riː'mærɪ] *vi* மறுமணம் செய்து கொள்
remedy ['rɛmɪdɪ] *n* பரிகாரம்; தீர்வு
remember [rɪ'mɛmbə] *v* நினைவு கூர்
remind [rɪ'maɪnd] *vt* நினைவூட்டு; ஞாபகப்படுத்து
reminder [rɪ'maɪndə] *n* *(written)* நினைவூட்டல்
remorse [rɪ'mɔːs] *n* செய்த தவறுக்கு வருந்துதல்
remote [rɪ'məʊt] *adj* தொலை தூர
remote control [rɪ'məʊt kən'trəʊl] *n* தொலை தூரக் கட்டுப்பாடு
remotely [rɪ'məʊtlɪ] *adv* கொஞ்சம் கூட; சிறிதளவு கூட
removable [rɪ'muːvəbl] *adj* நீக்கிவிடத்தக்க
removal [rɪ'muːvl] *n* பிரித்தெடுத்தல்; நீக்கம்
removal van [rɪ'muːvəl væn] *n* அகற்றும் வாகனம்
remove [rɪ'muːv] *vt* *(written)* நீக்கு; பிரித்தெடு
rendezvous ['rɒndɪˌvuː] *n* திட்டமிடப்பட்ட ரகசிய சந்திப்பு
renew [rɪ'njuː] *vt* புதுப்பி
renewable [rɪ'njuːəbl] *adj* புதுப்பிக்கத்தக்க
renovate ['rɛnəˌveɪt] *vt* சீர் செய்; புணருத்தாரணம் செய்

renowned [rɪ'naʊnd] *adj* புகழ் பெற்ற; கீர்த்திமிக்க
rent [rɛnt] *n* வாடகை ▷ *vt* வாடகைக்கு விடு; வாடகைக்கு எடு
rental ['rɛntl] *n* வாடகை கிடைக்ககூடிய
reorganize [riː'ɔːgəˌnaɪz] *vt* மறுசீரமைப்புச் செய்
rep [rɛp] *n* பிரதிநிதி
repair [rɪ'pɛə] *n* பழுது ▷ *vt* பழுது சரி செய்
repair kit [rɪ'pɛə kɪt] *n* பழுது சரி செய்யும் கருவி கலப்பெட்டி
repay [rɪ'peɪ] *vt* கடனடை
repayment [rɪ'peɪmənt] *n* திருப்பிச் செலுத்துதல்
repeat [rɪ'piːt] *n* மீண்டும்; திரும்பச் செய்தல் ▷ *vt* திருப்பிச் செய்
repeatedly [rɪ'piːtɪdlɪ] *adv* திரும்பத் திரும்ப
repellent [rɪ'pɛlənt] *adj* *(formal)* வெறுப்புணர்ச்சியை உண்டாக்குகின்ற
repercussions [ˌriːpə'kʌʃənz] *npl* *(formal)* எதிர்விளைவுகள்
repetitive [rɪ'pɛtɪtɪv] *adj* ஒரே மாதிரியாக திரும்பத் திரும்ப நேரக்கூடிய
replace [rɪ'pleɪs] *vt* மாற்றி வை; மாற்றிக் கொடு
replacement [rɪ'pleɪsmənt] *n* மாற்று வைப்பு; பதிலி
replay ['riːˌpleɪ] *n* மறு ஒலிபரப்பு ▷ [ˌriː'pleɪ] *vt* மறுபடியும் விளையாடு
replica ['rɛplɪkə] *n* உருவநேர்படி; சரிசமமான பிரதி
reply [rɪ'plaɪ] *n* பதில் ▷ *vi* பதில் அளி
report [rɪ'pɔːt] *n* *(news)* செய்தி அறிக்கை ▷ *vt* தெரிவி ▷ *n* *(school)* அறிக்கை
reporter [rɪ'pɔːtə] *n* அறிவிப்பவர்
represent [ˌrɛprɪ'zɛnt] *vt* பிரதிநிதித்துவம் செய்
representative [ˌrɛprɪ'zɛntətɪv] *adj* பிரதிநிதி
reproduction [ˌriːprə'dʌkʃən] *n* படியெடுத்தல்
reptile ['rɛptaɪl] *n* ஊர்வன
republic [rɪ'pʌblɪk] *n* குடியரசு
repulsive [rɪ'pʌlsɪv] *adj* வெறுப்பூட்டுகிற
reputable ['rɛpjʊtəbl] *adj* நற்பெயருடைய
reputation [ˌrɛpjʊ'teɪʃən] *n* நற்பெயர்
request [rɪ'kwɛst] *n* *(formal)* வேண்டுகோள் ▷ *vt* *(formal)* வேண்டு

require [rɪ'kwaɪə] *vt (formal)* தேவைப்படு
requirement [rɪ'kwaɪəmənt] *n* தேவை
rescue ['rɛskjuː] *n* மீட்பு; பாதுகாப்பு ▷ *vt* காப்பாற்று
research [rɪ'sɜːtʃ] *n* ஆராய்ச்சி
resemblance [rɪ'zɛmbləns] *n* சாயல்; உரு ஒப்பு
resemble [rɪ'zɛmbl] *vt* ஒத்திரு
resent [rɪ'zɛnt] *vt* சீற்றம் காட்டு
resentful [rɪ'zɛntfʊl] *adj* கடுஞ்சின எதிர்ப்பு; வன்மம்
reservation [ˌrɛzə'veɪʃən] *n* உள்ளடக்க மறைப்பு; குறைகள்
reserve [rɪ'zɜːv] *n (supply)* ஒதுக்கி வைக்கப்பட்ட சேமிப்பு; *(nature)* குறிப்பிட்ட பயன்பாட்டு நிலம் ▷ *vt* முன்பதிவு செய்
reserved [rɪ'zɜːvd] *adj* வெளிப்படையாக இல்லாத
reservoir ['rɛzəˌvwɑː] *n* நீர்த்தேக்கம்
resident ['rɛzɪdənt] *n* குடியிருப்பவர்; வாழ்பவர்
residential [ˌrɛzɪ'dɛnʃəl] *adj* குடியிருப்புப் பகுதி
resign [rɪ'zaɪn] *vi* ராஜினாமா செய்
resin ['rɛzɪn] *n* பிசின்; குங்கிலியம்; பசை
resist [rɪ'zɪst] *vt* எதிர்ப்புத் தெரிவி
resistance [rɪ'zɪstəns] *n* எதிர்ப்பு; எதிர்ப்புத் தன்மை
resit [riː'sɪt] *v* மீண்டும் பரிட்சைக்கு உட்கார்
resolution [ˌrɛzə'luːʃən] *n* தீர்மானம்
resort [rɪ'zɔːt] *n* ஓய்விடம்
resort to [rɪ'zɔːt tuː; tʊ; tə] *v* வகைதுறையாக மேற்கொள்
resource [rɪ'zɔːs] *n* வளம்
respect [rɪ'spɛkt] *n* நன்மதிப்பு ▷ *vt* மரியாதை செய்; மதி
respectable [rɪ'spɛktəbl] *adj* மதிக்கத்தக்க
respectively [rɪ'spɛktɪvlɪ] *adv* முறையே
respond [rɪ'spɒnd] *vi* பதில் கொடு; விடையளி
response [rɪ'spɒns] *n* பதில்
responsibility [rɪˌspɒnsə'bɪlɪtɪ] *n* பொறுப்பு
responsible [rɪ'spɒnsəbl] *adj* பொறுப்புள்ள
rest [rɛst] *n* மீதமிருப்பது ▷ *v* ஓய்வாக இரு; ஓய்வு எடு
restaurant ['rɛstəˌrɒŋ] *n* உணவகம்
restful ['rɛstfʊl] *adj* அமைதியான
restless ['rɛstlɪs] *adj* அமைதியின்றி

restore [rɪ'stɔː] *vt* பழையநிலைக்குத் திருப்பு; மீட்டெடு
restrict [rɪ'strɪkt] *vt* கட்டுப்படுத்து
restructure [riː'strʌktʃə] *vt* திருத்தியமை
result [rɪ'zʌlt] *n* விளைவு; முடிவு; விடை ▷ *vi* விளைவாக்கு; முடிவுக்குக் கொண்டு வா
resume [rɪ'zjuːm] *v (formal)* மீண்டும் தொடங்கு
retail ['riːteɪl] *n* சில்லறை வியாபாரம் ▷ *vi* சில்லறை விற்பனை செய்
retailer ['riːteɪlə] *n* சில்லறை வியாபாரி
retail price ['riːteɪl praɪs] *n* சில்லறை விலை
retire [rɪ'taɪə] *vi* பணியிலிருந்து ஓய்வு பெறு
retired [rɪ'taɪəd] *adj* ஓய்வு பெற்ற
retirement [rɪ'taɪəmənt] *n* பணி ஓய்வு
retrace [rɪ'treɪs] *vt* தடம்பற்றிச் செல்
return [rɪ'tɜːn] *n (coming back)* திரும்பி விடுதல்; *(on an investment)* ஈட்டு ஆதாயம்; லாபப் பங்கு ▷ *vt (give back)* திருப்பிக் கொடு ▷ *vi (go back)* திரும்பு ▷ *n (ticket)* பயண மீள்வுச் சீட்டு
reunion [riː'juːnjən] *n* மறுசந்திப்பு
reuse [riː'juːz] *vt* மீண்டும் உபயோகி
reveal [rɪ'viːl] *vt* வெளிப்படுத்து
revenge [rɪ'vɛndʒ] *n* வஞ்சம்
revenue ['rɛvɪˌnjuː] *n* வருவாய்
reverse [rɪ'vɜːs] *n* பின்பக்கம்; எதிர் திசை ▷ *vt* முன்நிலைக்கு மாற்று; பின்செல்
review [rɪ'vjuː] *n* பரிசீலனை; மறுபரிசீலனை
revise [rɪ'vaɪz] *vt* திருத்திக் கொள்; திருத்து
revision [rɪ'vɪʒən] *n* மாற்றியமைத்தல்; திருத்துதல்
revive [rɪ'vaɪv] *v* மீட்டுயிர் அளி; புதுப்பித்தல் செய்
revolting [rɪ'vəʊltɪŋ] *adj* அருவருப்பான
revolution [ˌrɛvə'luːʃən] *n* புரட்சி
revolutionary [ˌrɛvə'luːʃənərɪ] *adj* புதுமையான; புரட்சிகரமான
revolver [rɪ'vɒlvə] *n* கைத்துப்பாக்கி
reward [rɪ'wɔːd] *n* வெகுமானம்
rewarding [rɪ'wɔːdɪŋ] *adj* நற்பலனளிக்கும்

rewind [riː'waɪnd] *v* மீள் சுற்று
rheumatism ['ruːməˌtɪzəm] *n* வாத நோய்
rhubarb ['ruːbɑːb] *n* ஒரு தாவரவகை
rhythm ['rɪðəm] *n* சீர்; தாளம்
rib [rɪb] *n* விலா
ribbon ['rɪbn] *n* நாடா; வண்ணநாடா
rice [raɪs] *n* அரிசி
rich [rɪtʃ] *adj* செல்வம் படைத்த
ride [raɪd] *n* சவாரி ▷ *v* சவாரி செய்
rider ['raɪdə] *n* சவாரியாளர்
ridiculous [rɪ'dɪkjʊləs] *adj* ஏளனமான
riding ['raɪdɪŋ] *n* குதிரைச் சவாரி
rifle ['raɪfl] *n* துப்பாக்கி
rig [rɪg] *n* தளவாடத் தளம்
right [raɪt] *adj* *(correct)* சரியான; *(opposite of left)* வலதுபக்கம் ▷ *adv* சரியாக ▷ *n* நல்லது; நல்லவை
right angle [raɪt 'æŋgl] *n* நேர்கோணம்; செங்கோணம்
right-hand ['raɪtˌhænd] *adj* வலதுகைப் பக்கமான
right-hand drive ['raɪtˌhænd draɪv] *n* வலது கைப்பக்கமாக ஓட்டுதல்
right-handed ['raɪtˌhændɪd] *adj* வலஞ்சுழியான
rightly ['raɪtlɪ] *adv* சரியாக
right of way [raɪt əv weɪ] *n* வழியுரிமை
right-wing ['raɪtˌwɪŋ] *adj* வலது சாரி
rim [rɪm] *n* ஓரம்
ring [rɪŋ] *n* மோதிரம் ▷ *vt* *(telephone)* தொலைபேசியில் அழை ▷ *v* *(bell)* மணி ஓசை எழுப்பு
ring back [rɪŋ bæk] *v* மீண்டும் தொலைபேசியில் அழை
ring binder [rɪŋ 'baɪndə] *n* வளையப் பொருத்தக் கோப்பு
ring road [rɪŋ rəʊd] *n* சுற்றுவட்டச் சாலை
ringtone ['rɪŋˌtəʊn] *n* அழைப்பு மணியோசை
ring up [rɪŋ ʌp] *v* தொலைபேசியில் அழை
rink [rɪŋk] *n* பனிச்சறுக்காட்டக் களம்
rinse [rɪns] *n* அலசுதல் ▷ *vt* அலசு
riot ['raɪət] *n* கலகம்; கலவரம் ▷ *vi* கலகம் செய்
rip [rɪp] *v* கிழித்தெடு
ripe [raɪp] *adj* பழுத்த
rip off [rɪp ɒf] *v* *(informal)* ஏமாற்று
rip-off ['rɪpɒf] *n* *(informal)* அதிக விலை
rip up [rɪp ʌp] *v* துண்டு துண்டாகக் கிழி
rise [raɪz] *n* உயர்வு ▷ *vi* உயர எழு

risk [rɪsk] *n* அபாயம் ▷ *vt*
இடர் தாங்கு

risky ['rɪskɪ] *adj*
அபாயகரமான

ritual ['rɪtjʊəl] *adj*
வழக்கத்திற்குரிய ▷ *n*
சடங்கு

rival ['raɪvl] *adj* எதிரியான;
எதிரிகளான ▷ *n*
போட்டியாளர்

rivalry ['raɪvəlrɪ] *n* போட்டி
மனப்பான்மை

river ['rɪvə] *n* ஆறு

road [rəʊd] *n* சாலை; பாதை

roadblock ['rəʊd,blɒk] *n*
சாலை அடைப்பு

road map [rəʊd mæp]
n சாலை வழிகாட்டி;
பாதைகள் வரைபடம்

road rage [rəʊd reɪdʒ] *n*
வழிச்சண்டை

road sign [rəʊd saɪn] *n*
சாலைக் குறியீடு

road tax [rəʊd tæks] *n*
வாகனவரி

roadworks ['rəʊd,wɜːks] *npl*
சாலை பராமரிப்புகள்

roast [rəʊst] *adj* வறுத்த

rob [rɒb] *vt* திருடு;
கொள்ளையடி

robber ['rɒbə] *n*
கொள்ளைக்காரன்

robbery ['rɒbərɪ] *n* கொள்ளை

robin ['rɒbɪn] *n* ராபின் பறவை

robot ['rəʊbɒt] *n* இயந்திர
மனிதன்

rock [rɒk] *n (material)* பாறை
▷ *v* முன்னும்பின்னும்
ஆட்டு ▷ *n (piece of rock)*
கருங்கல்; சிறுகல்

rock climbing [rɒk 'klaɪmɪŋ] *n*
மலையேற்றம்

rocket ['rɒkɪt] *n* ஏவுகணை;
இராக்கெட்

rocking chair ['rɒkɪŋ tʃɛə] *n*
ஆடு நாற்காலி

rocking horse ['rɒkɪŋ hɔːs] *n*
ஆடு குதிரை

rod [rɒd] *n* தண்டு

rodent ['rəʊdnt] *n*
கொறித்துத்தின்னும்
பிராணி

role [rəʊl] *n* பங்கு; பாத்திரம்

roll [rəʊl] *n* சுருள் ▷ *v*
உருள்வு; சுழற்சி

roll call [rəʊl kɔːl] *n*
வருகைப் பதிவு

roller ['rəʊlə] *n* உருளி;
உருளை

rollercoaster ['rəʊlə,kəʊstə]
n உருளிச் சறுக்கி இரயில்
விளையாட்டு

rollerskates ['rəʊlə,skeɪts] *npl*
உருளிச்சறுக்கி

rollerskating ['rəʊlə,skeɪtɪŋ]
n உருளிச்சறுக்கி
விளையாட்டு

rolling pin ['rəʊlɪŋ pɪn] *n*
உருட்டுகட்டை

Roman ['rəʊmən] *adj*
ரோமாபுரியின்

romance [rə'mæns] *n* காதல்

Romanesque [ˌrəʊmə'nɛsk] *adj* ரோமானியக் கட்டிடக் கலையின்

Romania [rəʊ'meɪnɪə] *n* ருமேனியா நாடு

Romanian [rəʊ'meɪnɪən] *adj* ருமேனிய நாட்டு ▷ *n (person)* ருமேனியநாட்டவர்; *(language)* ருமேனியமொழி

romantic [rəʊ'mæntɪk] *adj* புத்தார்வக் கற்பனை தூண்டும்

roof [ruːf] *n* கூரை

room [ruːm] *n (section of a building)* அறை; *(space)* இடம்

roommate ['ruːmˌmeɪt] *n* அறைத் தோழர்

room service [ruːm; rʊm 'sɜːvɪs] *n* இருப்பிட சேவகம்

root [ruːt] *n* வேர்

rope [rəʊp] *n* கயிறு

rope in [rəʊp ɪn] *v (informal)* சேர்த்துக் கொள்

rose [rəʊz] *n* ரோசாப் பூ

rosé ['rəʊzeɪ] *n* ஒரு மது பானம்

rosemary ['rəʊzmərɪ] *n* ஒரு தாவர வகை

rot [rɒt] *v* அழுகச் செய்

rotten ['rɒtn] *adj* அழுகிய

rough [rʌf] *adj (not smooth)* கடினமான; சமமில்லாத; *(not gentle)* முரட்டுத்தனமான

roughly ['rʌflɪ] *adv* முரட்டுத்தனமாக

roulette [ruː'lɛt] *n* ஒரு வகை சூதாட்டம்

round [raʊnd] *adj* உருண்டையான ▷ *n (series)* சுற்று; *(circle)* வட்டம் ▷ *prep* வட்டமாக

roundabout ['raʊndəˌbaʊt] *n* சுற்று வளைவு

round trip [raʊnd trɪp] *n* சுற்றுலா

round up [raʊnd ʌp] *v* சுற்றி வளைத்துப் பிடி

route [ruːt] *n* வழித்தடம்

routine [ruː'tiːn] *n* வழக்கம்

row [rəʊ] *n (line)* (படுக்கை) வரிசை; [raʊ] *n (argument)* வாக்குவாதம் ▷ [rəʊ] *v (in boat)* துடுப்புப் போடு ▷ [raʊ] *vi (argue)* வாக்குவாதம் செய்

rowing ['rəʊɪŋ] *n* படகுப்போட்டி

rowing boat ['rəʊɪŋ bəʊt] *n* துடுப்புப் படகு

royal ['rɔɪəl] *adj* அரச பரம்பரை

rub [rʌb] *vt* தேய்

rubber ['rʌbə] *n (material)* ரப்பர்; *(eraser)* அழிப்பான்

rubber band ['rʌbə bænd] *n* இரப்பர் பட்டை

rubber gloves ['rʌbə glʌvz] *npl* இரப்பர் கையுறை

rubbish ['rʌbɪʃ] *adj (informal)* பயனற்ற ▷ *n* குப்பை

rubbish dump ['rʌbɪʃ dʌmp] *n* குப்பைக் கூளம்
rucksack ['rʌkˌsæk] *n* முதுகுப்பை
rude [ruːd] *adj* மரியாதையற்ற
rug [rʌg] *n* தரைக் கம்பளம்
rugby ['rʌgbɪ] *n* ஒரு விளையாட்டு
ruin ['ruːɪn] *n* அழிவு ▷ *vt* சிதைவு ஏற்படுத்து
rule [ruːl] *n* விதிமுறை ▷ *v* ஆட்சிசெய்
rule out [ruːl aʊt] *v* தகுதியற்றதெனத் தள்ளு
ruler ['ruːlə] *n (leader)* ஆட்சியாளர்; *(for measuring)* வரைகோல்
rum [rʌm] *n* ஒரு மது பானம்
rumour ['ruːmə] *n* வதந்தி
run [rʌn] *n* ஓட்டம் ▷ *vi (follow a particular course)* ஓடு; *(move quickly)* ஓடு
run away [rʌn ə'weɪ] *v* ஓடிப்போ
runner ['rʌnə] *n* ஓட்டப்பந்தய வீரர்
runner bean ['rʌnə biːn] *n* ஒரு தாவாரத்தின் பெயர்
runner-up ['rʌnəʌp] *n* பந்தயத்தில் இரண்டாவது வந்தவர்
running ['rʌnɪŋ] *n* ஒட்டப் பந்தயம்
run out [rʌn aʊt] *v* தீர்ந்துபோய் இரு
run over [rʌn 'əʊvə] *v* மிதித்து நசுக்கு
runway ['rʌnˌweɪ] *n* ஓடுபாதை
rupee [ruː'piː] *n* ரூபாய்
rural ['rʊərəl] *adj* நாட்டுப்புற; கிராமிய
rush [rʌʃ] *n* விரைந்து செய் ▷ *vi* விரைந்து செல்
rush hour [rʌʃ aʊə] *n* அவசர நேரம்
rusk [rʌsk] *n* காய்ந்த ரொட்டி
Russia ['rʌʃə] *n* ரஷ்யா
Russian ['rʌʃən] *adj* ரஷ்ய நாட்டு ▷ *n (person)* ரஷ்ய நாட்டுக்காரர்; *(language)* ரஷ்ய மொழி
rust [rʌst] *n* துரு
rusty ['rʌstɪ] *adj* துருப்பிடித்த
ruthless ['ruːθlɪs] *adj* தயவு தாட்சணியம் இல்லாத
rye [raɪ] *n* கம்பு (தானியம்)

S

sabotage ['sæbəˌtɑːʒ] *n* நாச வேலை ▷ *vt* நாசம் செய்
sachet ['sæʃeɪ] *n* சிறு பை; பொட்டலம்

sack [sæk] *n (bag)*
கோணிப் பை; *(dismissal)*
வேலை நீக்கம் ▷ *vt*
வேலையிலிருந்து விலக்கு

sacred ['seɪkrɪd] *adj*
புனிதமான

sacrifice ['sækrɪˌfaɪs] *n*
பலியிடுதல்; தியாகம்
செய்தல்

sad [sæd] *adj* சோகமான

saddle ['sædl] *n* சேணம்

saddlebag ['sædlˌbæg] *n*
சேணப் பை

sadly ['sædlɪ] *adv*
மகிழ்ச்சியின்றி

safari [sə'fɑːrɪ] *n*
வனவிலங்கு சரணாலயம்

safe [seɪf] *adj* பாதுகாப்பான
▷ *n* பாதுகாப்புப் பெட்டகம்

safety ['seɪftɪ] *n* பாதுகாப்பு

safety belt ['seɪftɪ bɛlt] *n*
பாதுகாப்புப் பட்டை

safety pin ['seɪftɪ pɪn] *n* ஊக்கு

saffron ['sæfrən] *n* குங்குமப் பூ

Sagittarius [ˌsædʒɪ'tɛərɪəs] *n*
தனுர்ராசி; தனுசு

Sahara [sə'hɑːrə] *n* சகாரா
பாலைவனம்

sail [seɪl] *n* கப்பலின் பாய்
▷ *v* படகுச் சவாரி

sailing ['seɪlɪŋ] *n* கடல்
பயணம்

sailing boat ['seɪlɪŋ bəʊt] *n*
பாய்மரக் கப்பல்

sailor ['seɪlə] *n* கடலோடி

saint [seɪnt] *n* துறவி; புனிதர்

salad ['sæləd] *n*
பச்சைக்காய்கறி கலவை

salad dressing ['sæləd 'dresɪŋ]
n காய்கறிக் கலவை
தயாரிப்பு

salami [sə'lɑːmɪ] *n*
கொத்துக்கறிப் பண்டம்

salary ['sælərɪ] *n* சம்பளப்
பணம்

sale [seɪl] *n* விற்பனை

sales assistant [seɪlz ə'sɪstənt]
n விற்பனை உதவியாளர்

salesman ['seɪlzmən] *n*
விற்பனையாளர்

salesperson ['seɪlzpɜːsn] *n*
விற்பவர்

sales rep [seɪlz rɛp] *n*
விற்பனைப் பிரதிநிதி

saleswoman ['seɪlzwʊmən] *n*
பெண் விற்பனையாளர்

saliva [sə'laɪvə] *n* உமிழ்நீர்

salmon ['sæmən] *n* வஞ்சிர
வகை

saloon [sə'luːn] *n* பெரிய
கூடம்

saloon car [sə'luːn kɑː] *n*
பெரிய கார் வாகனம்

salt [sɔːlt] *n* உப்பு

saltwater ['sɔːltˌwɔːtə] *adj*
உப்புநீர்

salty ['sɔːltɪ] *adj* உப்பு
கலந்த

salute [sə'luːt] *v* வணக்கம்
தெரிவி

same [seɪm] *adj* அதே போல; ஒன்றுபோல
sample ['sɑːmpl] *n* மாதிரி
sand [sænd] *n* மணல்
sandal ['sændl] *n* மிதியடி
sandcastle ['sændkɑːsl] *n* மணல்வீடு
sand dune [sænd djuːn] *n* மணல் குன்று
sandpaper ['sænd,peɪpə] *n* உப்புத்தாள்; பட்டைச் சீலை
sandpit ['sænd,pɪt] *n* மணற் பள்ளம்
sandstone ['sænd,stəʊn] *n* மணற் கற்பாறை
sandwich ['sænwɪdʒ] *n* இடையீட்டு ரொட்டி
sanitary towel ['sænɪtərɪ 'taʊəl] *n* மாதவிடாய் உறிஞ்சி
San Marino [,sæn mə'riːnəʊ] *n* ஸான் மெரினோ நாடு
sapphire ['sæfaɪə] *n* நீலக்கல்; நீலம்
sarcastic [sɑː'kæstɪk] *adj* வடுச் சொல்லான; கிண்டலான
sardine [sɑː'diːn] *n* சாளை; சூடை மீன்
satchel ['sætʃəl] *n* தொங்கு பை
satellite ['sætəlaɪt] *n* செயற்கை கோள்
satellite dish ['sætəlaɪt dɪʃ] *n* செயற்கை கோள் அலைவாங்கி
satisfaction [,sætɪs'fækʃən] *n* திருப்தி;மன நிறைவு
satisfactory [,sætɪs'fæktərɪ] *adj* திருப்திகரமான
satisfied ['sætɪs,faɪd] *adj* திருப்தியான
sat nav ['sætnæv] *n* செயற்கை கோள் வழிகாட்டி (சுருக்கம்)
Saturday ['sætədɪ] *n* சனிக்கிழமை
sauce [sɔːs] *n* சுவைச்சாறு
saucepan ['sɔːspən] *n* இருப்புச் சட்டி; பாத்திரம்
saucer ['sɔːsə] *n* ஏந்து தட்டு
Saudi ['sɔːdɪ ə'reɪbɪə] *adj* சவுதி அரேபியா நாட்டு ▷ *n* அரேபியர்
Saudi Arabia ['sɔːdɪ ə'reɪbɪə] *n* சவுதி அரேபியா நாடு
Saudi Arabian ['sɔːdɪ ə'reɪbɪən] *adj* சவுதி அரேபியா நாட்டு ▷ *n* சவுதி அரேபிய நாட்டுக்காரர்
sauna ['sɔːnə] *n* நீராவிக் குளியல்
sausage ['sɒsɪdʒ] *n* தொத்திறைச்சி
save [seɪv] *vt (rescue)* காப்பாற்று; *(money* சேமித்துவை
save up [seɪv ʌp] *v* பணம் சேமி
savings ['seɪvɪŋz] *npl* சேமிப்புகள்

S

savoury ['seɪvərɪ] *adj* காரச்சுவையுண்டி
saw [sɔː] *n* அரம்; இரம்பம்
sawdust ['sɔːˌdʌst] *n* மரத்தூள்
saxophone ['sæksəˌfəʊn] *n* ஒரு இசைக்கருவி
say [seɪ] *vt* சொல்
saying ['seɪɪŋ] *n* சொல்வழக்கு; பழமொழி
scaffolding ['skæfəldɪŋ] *n* சாரம்; சாரம் கட்டுதல்
scale [skeɪl] *n* *(for measuring)* அளவு; *(fish, reptile)* சிறு துண்டம்
scales [skeɪlz] *npl* தராசு
scallop ['skɒləp] *n* இரட்டை வரிச் சோழி
scam [skæm] *n* *(informal)* மோசடி
scampi ['skæmpɪ] *npl* ஒரு மீன் வகை
scan [skæn] *n* (மருத்துவம்) ஊடுகதிர் பிம்பம் பார்த்தல் ▷ *vt* கவனமாகப் பார்
scandal ['skændl] *n* அவதூறு; மரபு நயக்கேடு; பழிச்சொல்;
Scandinavia [ˌskændɪ'neɪvɪə] *n* ஸ்காண்டிநேவிய நாடு
Scandinavian [ˌskændɪ'neɪvɪən] *adj* ஸ்காண்டிநேவிய நாட்டினர்
scanner ['skænə] *n* அலகிடு கருவி
scar [skɑː] *n* வடு
scarce [skɛəs] *adj* அரிதான;மிகக் குறைந்த
scarcely ['skɛəslɪ] *adv* அரிதாக
scare [skɛə] *n* பயம் ▷ *vt* அச்சமூட்டு; பயமுறுத்து
scarecrow ['skɛəˌkrəʊ] *n* சொக்கன்; சோளக்கொல்லை பொம்மை
scared [skɛəd] *adj* பயந்து; பீதியடைந்து
scarf [skɑːf] *n* கழுத்துக்குட்டை
scarlet ['skɑːlɪt] *adj* செம்புள்ளி நச்சுக்காய்ச்சல்
scary ['skɛərɪ] *adj* திகிலூட்டும்
scene [siːn] *n* காட்சி
scenery ['siːnərɪ] *n* இயற்கைக்காட்சி
scent [sɛnt] *n* நறுமணம்
sceptical ['skɛptɪkl] *adj* நம்பிக்கையற்ற
schedule ['ʃɛdjuːl] *n* அட்டவணை
scheme [skiːm] *n* திட்டம்
schizophrenic [ˌskɪtsəʊ'frɛnɪk] *adj* புத்தி பேதலித்த
scholarship ['skɒləʃɪp] *n* படிப்புதவித் தொகை
school [skuːl] *n* பள்ளி; பள்ளிக்கூடம்

schoolbag ['sku:l,bæg] *n*
பள்ளிப் பை

schoolbook ['sku:l,bʊk] *n*
பள்ளிக்கூடப் புத்தகம்

schoolboy ['sku:l,bɔɪ] *n*
மாணவன்

schoolchildren
['sku:l,tʃɪldrən] *npl* பள்ளிக்
குழந்தைகள்

schoolgirl ['sku:l,gɜ:l] *n*
மாணவி

schoolteacher ['sku:l,ti:tʃə] *n*
பள்ளி ஆசிரியர்

school uniform [sku:l
'ju:nɪfɔ:m] *n* பள்ளி சீருடை

science ['saɪəns] *n*
அறிவியல்

science fiction ['saɪəns
'fɪkʃən] *n* அறிவியல்
புதினம்

scientific [,saɪən'tɪfɪk] *adj*
அறிவியல் சார்ந்த

scientist ['saɪəntɪst] *n*
விஞ்ஞானி

sci-fi ['saɪ,faɪ] *n* (informal)
விஞ்ஞானப் புதினம்

scissors ['sɪzəz] *npl*
கத்தரிக்கோல்

scoff [skɒf] *vi* ஏளனம் செய்

scold [skəʊld] *vt* (formal)
திட்டு; வசைபாடு

scooter ['sku:tə] *n* ஸ்கூட்டர்

score [skɔ:] *n* (in a game)
ஆட்டத்தில் பெற்ற
புள்ளிகள்; (music) எழுத்து
வடிவிலான ஸ்வரங்கள் ▷ *v*
வெற்றி எண்ணிக்கை பெறு

Scorpio ['skɔ:pɪ,əʊ] *n*
விருச்சிகம்

scorpion ['skɔ:pɪən] *n* தேள்

Scot [skɒt] *n* ஸ்காட்லாந்து
நாட்டுக்காரர்

Scotland ['skɒtlənd] *n*
ஸ்காட்லாந்து நாடு

Scots [skɒts] *adj*
ஸ்காட்லாந்து நாட்டுக்காரர்

Scotsman ['skɒtsmən] *n*
ஸ்காட்லாந்துக்காரர்

Scotswoman ['skɒts,wʊmən]
n ஸ்காட்லாந்துப்
பெண்மணி

Scottish ['skɒtɪʃ] *adj*
ஸ்காட்லாந்து நாட்டு

scout [skaʊt] *n* உளவு
சேகரிப்பவர்; ஒற்றர்

scrambled eggs ['skræmbld
ɛgz] *npl* முட்டைக்
கொத்துக்கரி

scrap [skræp] *n* (small
piece) பிசிறு; (fight)
வாய்ச்சண்டை; சச்சரவு
▷ *vt* ஒதுக்கித் தள்ளு

scrapbook ['skræp,bʊk] *n*
படங்கள் ஒட்டிவைக்க
உபயோகிக்கும் புத்தகம்

scrap paper [skræp 'peɪpə] *n*
சிட்டி; சிறு காகிதம்

scratch [skrætʃ] *n* கீறல்
▷ *v* (with nails) சொறி ▷ *vt*
(something sharp) கீறு

s

scream [skriːm] *n* அலறுதல் ▷ *vi* வீல் என்று அலறு
screen [skriːn] *n* திரை ▷ *vt* திரையிடு
screensaver ['skriːnseɪvə] *n* திரை அசை படம்
screw [skruː] *n* திருகாணி
screwdriver ['skruːˌdraɪvə] *n* திருப்புளி
scribble ['skrɪbl] *v* கிறுக்கு; குறிப்பெடு
scrub [skrʌb] *vt* (அழுத்தித்) தேய்
scuba diving ['skuːbə 'daɪvɪŋ] *n* ஆழ்கடல் நீச்சல்; முத்துக் குளித்தல்
sculptor ['skʌlptə] *n* சிற்பி
sculpture ['skʌlptʃə] *n* சிற்பம்
sea [siː] *n* கடல்
seafood ['siːˌfuːd] *n* கடல் உணவு
seagull ['siːˌgʌl] *n* ஒரு கடற்பறவை
seal [siːl] *n* *(animal)* கடல் நாய்; *(on a document)* முத்திரை ▷ *vt* மூடி ஒட்டு
sea level [siː 'lɛvl] *n* கடல்மட்டம்
seam [siːm] *n* விளிம்பு
seaman ['siːmən] *n* கடலோடி; மாலுமி
search [sɜːtʃ] *n* தேடுதல் ▷ *v* தேடு
search engine [sɜːtʃ 'ɛndʒɪn] *n* தேடு பொறி
search party [sɜːtʃ 'pɑːtɪ] *n* தேடும் குழு
seashore ['siːˌʃɔː] *n* கடற்கரை; கடலோரம்
seasick ['siːˌsɪk] *adj* கடல்பயண நோய்
seaside ['siːˌsaɪd] *n* கடலோரம்
season ['siːzn] *n* பருவம்
seasonal ['siːzənl] *adj* பருவத்துக்குரிய
seasoning ['siːzənɪŋ] *n* பதப்படுத்துதல்
season ticket ['siːzn 'tɪkɪt] *n* காலவரைப் பயணச் சீட்டு
seat [siːt] *n* *(for sitting on)* இருக்கை; *(in election)* தொகுதி
seatbelt ['siːtˌbɛlt] *n* இருக்கப் பட்டி
sea water [siː 'wɔːtə] *n* கடல் நீர்
seaweed ['siːˌwiːd] *n* கடற்குப்பை
second ['sɛkənd] *adj* இரண்டாவது ▷ *n* நொடி
secondary school ['sɛkəndərɪ skuːl] *n* மேல்நிலைப் பள்ளி
second class ['sɛkənd klɑːs] *n* இரண்டாம் வகுப்பு
second-class ['sɛkəndˌklɑːs] *adj* இரண்டாம் தர
secondhand ['sɛkəndˌhænd] *adj* பயன்படுத்திய
secondly ['sɛkəndlɪ] *adv* இரண்டாவதாக

second-rate ['sɛkənd,reɪt] *adj*
இரண்டாந்தர

secret ['si:krɪt] *adj*
இரகசியமான ▷ *n* இரகசியம்

secretary ['sɛkrətrɪ] *n*
உதவியாளர்

secretly ['si:krɪtlɪ] *adv*
இரகசியமாக

secret service ['si:krɪt 'sɜ:vɪs]
n ஒற்றாடல் பணித்துறை

sect [sɛkt] *n* உட்குழு

section ['sɛkʃən] *n* பிரிவு

sector ['sɛktə] *n* துறை

secure [sɪ'kjʊə] *adj*
பத்திரமான

security [sɪ'kjʊərɪtɪ] *n*
பாதுகாப்பு

security guard [sɪ'kjʊərɪtɪ
gɑ:d] *n* காவலாளி

sedative ['sɛdətɪv] *n* மயக்க
மருந்து

see [si:] *v* (with eyes) பார்
▷ *vt* (meet) சென்று பார்

seed [si:d] *n* விதை

seek [si:k] *vt* (formal) தேடு

seem [si:m] *v* தோன்று;
காணப்படு

seesaw ['si:,sɔ:] *n* சாய்ந்தாடு

see-through ['si:,θru:] *adj*
மெல்லிய

seize [si:z] *vt* பறி; கைப்பற்று

seizure ['si:ʒə] *n*
பிடிப்பு;பற்றுகை

seldom ['sɛldəm] *adv*
எப்போதாவது

select [sɪ'lɛkt] *vt* தேர்ந்தெடு

selection [sɪ'lɛkʃən] *n* தேர்வு
செய்தல்

self-assured ['sɛlfə'ʃʊəd] *adj*
தன்னையறிந்த

self-catering ['sɛlf'keɪtərɪŋ]
n தன் சமையல்; கைச்
சமையல்

self-centred ['sɛlf'sɛntəd] *adj*
தன்முனைப்புடன்

self-conscious ['sɛlf'kɒnʃəs]
adj தன்னிலை உணர்ந்த

self-contained ['sɛlf,kən'teɪnd]
adj தன்னிறைவான

self-control ['sɛlf,kən'trəʊl] *n*
தற்கட்டுப்பாடு

self-defence ['sɛlf,dɪ'fɛns] *n*
தற்காப்பு

self-discipline ['sɛlf'dɪsɪplɪn]
n தன்னொழுக்கம்

self-employed ['sɛlfɪm'plɔɪd]
adj சுய தொழில் செய்கின்ற

selfish ['sɛlfɪʃ] *adj*
தன்னல;சுயநல

self-service ['sɛlf'sɜ:vɪs]
adj தன்கையுதவி

sell [sɛl] *vt* விற்பனை செய்

sell-by date ['sɛlbaɪ deɪt] *n*
காலாவதி தேதி

selling price ['sɛlɪŋ praɪs] *n*
விற்பனை விலை

sell off [sɛl ɒf] *v* விற்றுப்
பணமாக்கு

Sellotape® ['sɛlə,teɪp] *n*
ஒட்டும்பட்டி

sell out [sɛl aʊt] *v* எல்லாவற்றையும் விற்று விடு
semester [sɪ'mɛstə] *n* கல்வியாண்டின் இரு பிரிவுகளில் ஒன்று
semicircle ['sɛmɪˌsɜːkl] *n* அரைவட்டம்
semi-colon [ˌsɛmɪ'kəʊlən] *n* அரைப்புள்ளி
semi-detached house [sɛmɪdɪ'tætʃt haʊs] *n* ஒட்டுவீடு
semifinal [ˌsɛmɪ'faɪnl] *n* அரையிறுதி
semi-skimmed milk ['sɛmɪskɪmd mɪlk] *n* பாதி கொழுப்பு அகற்றிய பால்
send [sɛnd] *vt* அனுப்பு
send back [sɛnd bæk] *v* திருப்பி அனுப்பு
sender ['sɛndə] *n* அனுப்புநர்
send off [sɛnd ɒf] *v* வழியனுப்பு
send out [sɛnd aʊt] *v* அழைப்பு அனுப்பு
Senegal [ˌsɛnɪ'gɔːl] *n* செனகல் நாடு
Senegalese [ˌsɛnɪgə'liːz] *adj* செனகல் நாட்டு ▷ *n* செனகல் நாட்டுக்காரர்
senior ['siːnjə] *adj* மூத்த
senior citizen ['siːnɪə 'sɪtɪzn] *n* மூத்த குடிமகன்
sensational [sɛn'seɪʃənl] *adj* பரபரப்பான
sense [sɛns] *n* உணர்வு
senseless ['sɛnslɪs] *adj* அறிவற்ற;பொருளற்ற
sense of humour [sɛns ɒv 'hjuːmə] *n* நகைச்சுவை உணர்வு
sensible ['sɛnsɪbl] *adj* நல்லறிவுடைய
sensitive ['sɛnsɪtɪv] *adj* எளிதில் உணர்ச்சிவசப்படக் கூடிய
sensuous ['sɛnsjʊəs] *adj* புலனறிவு சார்ந்த
sentence ['sɛntəns] *n* *(statement)* வாக்கியம்; *(punishment)* தீர்ப்பு ▷ *vt* தீர்ப்பு அளி
sentimental [ˌsɛntɪ'mɛntl] *adj* உணர்ச்சிப்பூர்வமான
separate ['sɛprɪt] *adj* தனியான ▷ ['sɛpəˌreɪt] *v* தனிப்படுத்து
separately ['sɛpərətlɪ] *adv* தனியாக
separation [ˌsɛpə'reɪʃən] *n* தனிமை
September [sɛp'tɛmbə] *n* செப்டம்பர் மாதம்
septic tank ['sɛptɪk tæŋk] *n* அழுகு தொட்டி
sequel ['siːkwəl] *n* தொடர்ச்சி; பின்தொடர்ச்சி
sequence ['siːkwəns] *n* வரிசை முறை
Serbia ['sɜːbɪə] *n* செர்பியா

Serbian ['sɜːbɪən] *adj* செர்பிய நாட்டு ▷ *n (person)* செர்பிய நாட்டுக்காரர்; *(language)* செர்பிய மொழி
sergeant ['sɑːdʒənt] *n* காவல் உதவி ஆய்வாளர்; தண்டுக்காவலர்
serial ['sɪərɪəl] *n* தொடர்
series ['sɪəriːz] *n* தொடர் வரிசை; தொடர்
serious ['sɪərɪəs] *adj* தீவிர
seriously ['sɪərɪəslɪ] *adv* தீவிரமாக
servant ['sɜːvnt] *n* வேலையாள்
serve [sɜːv] *n* ஆட்டத் தொடக்கம் ▷ *vt* தொண்டு செய்; பணியாற்று
server ['sɜːvə] *n (of a computer network)* கணினி வழங்கி; *(tennis player)* பரிமாறுபவர்
service ['sɜːvɪs] *n* சேவை ▷ *vt* பராமரிப்பு செய்
service area ['sɜːvɪs 'ɛərɪə] *n* ஓய்விடுதி இடம்
service charge ['sɜːvɪs tʃɑːdʒ] *n* பணிக்கட்டணம்
serviceman ['sɜːvɪs,mæn] *n* இராணுவ வீரன்
service station ['sɜːvɪs 'steɪʃən] *n* பணி நிலையம்
servicewoman ['sɜːvɪs,wʊmən] *n* இராணுவ வீராங்கனை
serviette [,sɜːvɪ'ɛt] *n* கைக்குட்டை
session ['sɛʃən] *n* அமர்வு; கூட்டத்தொடர்
set [sɛt] *n* சாயல்;தொகுதி ▷ *vt* வை; பொருத்தி வை
setback ['sɛtbæk] *n* பின்னடைவு; தடை
set off [sɛt ɒf] *v* புறப்படு; கிளம்பு
set out [sɛt aʊt] *v* கிளம்பு; புறப்படு
settee [sɛ'tiː] *n* சாய்வுப் பலகை
settle ['sɛtl] *vt* தீர்த்துக்கொள்
settle down ['sɛtl daʊn] *v* வாழ்க்கையில் நிலைபெறு
seven ['sɛvn] *num* ஏழு
seventeen ['sɛvn'tiːn] *num* பதினேழு
seventeenth ['sɛvn'tiːnθ] *adj* பதினேழாவது
seventh ['sɛvnθ] *adj* ஏழாவது ▷ *n* ஏழில் ஒரு பாகம்
seventy ['sɛvntɪ] *num* எழுபது
several ['sɛvrəl] *det* பல ▷ *pron* பலர் ▷ *adj* பற்பல
sew [səʊ] *v* தையல் வேலை செய்
sewer ['suːə] *n* கழிவு நீர்; சாக்கடை
sewing ['səʊɪŋ] *n* தையல் வேலை
sewing machine ['səʊɪŋ mə'ʃiːn] *n* தையல் இயந்திரம்

S

sew up [səʊ ʌp] *v* சேர்த்து தையல் போடு
sex [sɛks] *n* பாலினம்
sexism ['sɛksɪzəm] *n* பாலின அடிப்படையில் வேறுபாடு
sexist ['sɛksɪst] *adj* பாலின அடிப்படையில் திறமையை வேறுபடுத்தி நினைப்பவர்
shabby ['ʃæbɪ] *adj* இழி தோற்றமான; சிதைந்த
shade [ʃeɪd] *n* நிழல்
shadow ['ʃædəʊ] *n* நிழல்
shake [ʃeɪk] *vt (move up and down)* குலுக்கு ▷ *v (tremble)* நடுங்கு
shaken ['ʃeɪkən] *adj* தடுமாற்றமடைந்துள்ள
shaky ['ʃeɪkɪ] *adj* ஆட்டம் கண்டுள்ள
shall [ʃæl] *v* எதிர்காலத்தைக் குறிக்க தன்மை மாற்றுப் பெயர்ச்சொல்லுக்கு அருகில் பயன்படுகிறது.
shallow ['ʃæləʊ] *adj* ஆழமில்லாத
shambles ['ʃæmblz] *npl* அலங்கோலம்
shame [ʃeɪm] *n* வெட்கம்; அவமானம்
shampoo [ʃæm'puː] *n* முடிக்கழுவி
shape [ʃeɪp] *n* வடிவம்; உருவம்
share [ʃɛə] *n* பங்கு;பகிர்வு ▷ *vt* பகிர்ந்து கொள்
shareholder ['ʃɛəˌhəʊldə] *n* பங்குதாரர்
share out [ʃɛə aʊt] *v* பகிர்ந்து கொடு
shark [ʃɑːk] *n* சுறாமீன்
sharp [ʃɑːp] *adj (point)* கூரான; *(pain)* கூர்வலி
shave [ʃeɪv] *v* முகச்சவரம்
shaver ['ʃeɪvə] *n* முகச்சவர கருவி
shaving cream ['ʃeɪvɪŋ kriːm] *n* மழிப்புப் பசை
shaving foam ['ʃeɪvɪŋ fəʊm] *n* மழிப்பு நுறை
shawl [ʃɔːl] *n* போர்வை
she [ʃiː] *pron* அவள்
shed [ʃɛd] *n* கொட்டகை
sheep [ʃiːp] *n* செம்மறிஆடு
sheepdog ['ʃiːpˌdɒg] *n* ஆட்டுக்காவல் நாய்
sheepskin ['ʃiːpˌskɪn] *n* ஆட்டுத்தோல்
sheer [ʃɪə] *adj* தெள்ளத் தெளிந்த
sheet [ʃiːt] *n (for bed)* விரிப்பு; *(paper)* தாள்
shelf [ʃɛlf] *n* அடுக்கு
shell [ʃɛl] *n (egg, nut)* ஓடு; *(animal)* (முதுகு) ஓடு
shellfish ['ʃɛlˌfɪʃ] *n* ஓடுடை மீன்; ஓட்டுமீன்
shell suit [ʃɛl suːt] *n* வழக்கமான ஆடை
shelter ['ʃɛltə] *n* பாதுகாப்புள்ள இடம்

shepherd ['ʃɛpəd] *n* ஆட்டிடையன்

sherry ['ʃɛrɪ] *n* ஒரு மது பானம்

shield [ʃiːld] *n* கவசம்

shift [ʃɪft] *n* பெயர்ச்சி; நகர்வு ▷ *v* இடம் பெயர்; நகர், விலகு

shifty ['ʃɪftɪ] *adj (informal)* தந்திரமான; மழுப்பலான

shin [ʃɪn] *n* கீழ் கால்

shine [ʃaɪn] *vi* பிரகாசி; மிளிர்

shiny ['ʃaɪnɪ] *adj* பளபளப்பான

ship [ʃɪp] *n* கப்பல்

shipbuilding ['ʃɪpˌbɪldɪŋ] *n* கப்பல்கட்டுதல்

shipment ['ʃɪpmənt] *n* பொருட்கள் மூட்டை; பொருட்கள் பொதி

shipwreck ['ʃɪpˌrɛk] *n* கப்பல் சிதைவு

shipwrecked ['ʃɪpˌrɛkt] *adj* மூழ்கிய கப்பல்

shipyard ['ʃɪpˌjɑːd] *n* கப்பல் கட்டுமிடம்

shirt [ʃɜːt] *n* சட்டை

shiver ['ʃɪvə] *vi* நடுங்கு

shock [ʃɒk] *n* அதிர்ச்சி ▷ *vt* அதிர்ச்சியடை; ஆச்சரியப்படு

shocking ['ʃɒkɪŋ] *adj (informal)* அதிர்ச்சியான

shoe [ʃuː] *n* காலணி

shoelace ['ʃuːˌleɪs] *n* மூடுமிதியடி கயிறு

shoe polish [ʃuː 'pɒlɪʃ] *n* காலணி பெருகூட்டி

shoe shop [ʃuː ʃɒp] *n* காலணிகள் கடை

shoot [ʃuːt] *vt* சுட்டுக் கொல்

shooting ['ʃuːtɪŋ] *n* (துப்பாக்கிச்) சூடு

shop [ʃɒp] *n* கடை

shop assistant [ʃɒp ə'sɪstənt] *n* கடையாள்; கடை வேலையாள்

shopkeeper ['ʃɒpˌkiːpə] *n* கடைக்காரர்; கடை உரிமையாளர்

shoplifting ['ʃɒpˌlɪftɪŋ] *n* கடைத் திருட்டு

shopping ['ʃɒpɪŋ] *n* பொருட்களை வாங்குதல்

shopping bag ['ʃɒpɪŋ bæg] *n* கடைக் கூடை

shopping centre ['ʃɒpɪŋ 'sɛntə] *n* பேரங்காடி

shopping trolley ['ʃɒpɪŋ 'trɒlɪ] *n* தள்ளு வண்டி

shop window [ʃɒp 'wɪndəʊ] *n* விளம்பர ஜன்னல்

shore [ʃɔː] *n* நீர்க்கரை

short [ʃɔːt] *adj (in time)* குறைந்த கால; *(in length or distance)* குட்டையான

shortage ['ʃɔːtɪdʒ] *n* பற்றாக்குறை

shortcoming [ˈʃɔːtˌkʌmɪŋ] *n* குறைபாடு
shortcrust pastry [ˈʃɔːtkrʌst ˈpeɪstrɪ] *n* ஒரு இனிப்புப் பண்டம்
shortcut [ˈʃɔːtˌkʌt] *n* குறுக்கு வழி
shortfall [ˈʃɔːtˌfɔːl] *n* குறைவு; குறைபாடு
shorthand [ˈʃɔːtˌhænd] *n* சுருக்கெழுத்து
shortlist [ˈʃɔːtˌlɪst] *n* (தேவையற்றதை நீக்கி) பட்டியலைச் சுருக்கு
shortly [ˈʃɔːtlɪ] *adv* விரைவில்
shorts [ʃɔːts] *npl* அரைக் கால் சட்டை
short-sighted [ˈʃɔːtˈsaɪtɪd] *adj* கிட்டப் பார்வையுள்ள
short-sleeved [ˈʃɔːtˌsliːvd] *adj* நீளம் குறைந்த சட்டைக் கை
short story [ʃɔːt ˈstɔːrɪ] *n* சிறுகதை
shot [ʃɒt] *n* இலக்கெறிவு
shotgun [ˈʃɒtˌɡʌn] *n* சுடுதுப்பாக்கி
should [ʃʊd] *v* வேண்டும் (வினைச்சொல்)
shoulder [ˈʃəʊldə] *n* தோள்பட்டை
shoulder blade [ˈʃəʊldə bleɪd] *n* தோள்பட்டை எலும்பு
shout [ʃaʊt] *n* கத்துதல்; கூச்சல் ▷ *v* கூச்சலிடு
shovel [ˈʃʌvl] *n* மண்வெட்டி; அடிதண்டா
show [ʃəʊ] *n* காட்சி ▷ *vt* *(prove)* காட்டு; காண்பி ▷ *v* *(let see)* காட்டு ▷ *vt* *(teach)* செய்து காட்டு
show business [ʃəʊ ˈbɪznɪs] *n* கேளிக்கை வியாபாரம்
shower [ˈʃaʊə] *n* *(type of bath)* நீர்த்தூறல்; *(rain)* மழை
shower cap [ˈʃaʊə kæp] *n* குளியல் தலைத்தொப்பி
shower gel [ˈʃaʊə dʒɛl] *n* குளியல் கூழ்பொருள்
showerproof [ˈʃaʊəˌpruːf] *adj* நீர் பொழியலில் சேதமடையாத
showing [ˈʃəʊɪŋ] *n* காட்சி
show jumping [ʃəʊ ˈdʒʌmpɪŋ] *n* குதிரை சாகசப் பந்தயம்
show off [ʃəʊ ɒf] *v* பகட்டாக இரு
show-off [ˈʃəʊɒf] *n* *(informal)* பகட்டுப் பேர்வழி
show up [ʃəʊ ʌp] *v* தோன்று; புலப்படு
shriek [ʃriːk] *vi* உரத்தக் கூச்சலிடு; அலறு
shrimp [ʃrɪmp] *n* கூனி இறால்
shrine [ʃraɪn] *n* புண்ணியத்தலம்; கோவில்; மடம்
shrink [ʃrɪŋk] *v* சுருங்கு
shrub [ʃrʌb] *n* புதர்செடி

shrug [ʃrʌg] *vi* தோள்களைத் தூக்கித் குலுக்கு
shrunken ['ʃrʌŋkən] *adj* சுருங்கிய
shudder ['ʃʌdə] *vi* திகிலுறு; நடுக்கம்; அதிர்வு
shuffle ['ʃʌfl] *vi* மாற்றி வை; கலைத்து விடு
shut [ʃʌt] *v* மூடு
shut down [ʃʌt daʊn] *v* முடிவாக மூடிவிடு
shutters ['ʃʌtəz] *npl* அடைப்புச் சட்டம்
shuttle ['ʃʌtl] *n* விண்வெளிக்குச் சென்று திரும்பிவரும் கலம்
shuttlecock ['ʃʌtl,kɒk] *n* இறகுப்பந்து; நெட்டிப்பந்து
shut up [ʃʌt ʌp] *v* பேசாதே; பேசாமலிரு
shy [ʃaɪ] *adj* நாணமுற்று; வெட்கம் கொண்ட
Siberia [saɪ'bɪərɪə] *n* ஒரு நிலப்பரப்பு
siblings ['sɪblɪŋz] *npl (formal)* கூடப்பிறந்தவர்கள்
sick [sɪk] *adj* நோயுற்று
sickening ['sɪkənɪŋ] *adj* பரிதாபமான
sick leave [sɪk liːv] *n* நோய் விடுப்பு
sickness ['sɪknɪs] *n* நோய்மை
sick note [sɪk nəʊt] *n* நோய் சான்றிதழ்
sick pay [sɪk peɪ] *n* நோய் விடுப்பு சம்பளம்
side [saɪd] *n (right or left part)* பக்கம்; *(edge)* பக்கம்; *(team)* அணி
sideboard ['saɪd,bɔːd] *n* அலமாரி
side effect [saɪd ɪ'fɛkt] *n* பக்க விளைவு
sidelight ['saɪd,laɪt] *n* வாகனங்களில் பக்கங்களில் உள்ள விளக்குகள்
side street [saɪd striːt] *n* துணை வீதி
sideways ['saɪd,weɪz] *adv* பக்கச் சாய்வாக
sieve [sɪv] *n* சல்லடை; வடிகட்டி
sigh [saɪ] *n* பெருமூச்சு ▷ *vi* பெருமூச்சு விடு
sight [saɪt] *n* பார்வை
sightseeing ['saɪt,siːɪŋ] *n* உல்லாசப் பயணம்
sign [saɪn] *n (symbol)* சமிஞ்ஞை; குறி ▷ *v* கையெழுத்து ▷ *n (gesture)* அடையாளம்
signal ['sɪgnl] *n* சைகைக்குறிப்பு; அடையாளச் செய்தி ▷ *v* குறிப்பு காட்டு; சைகைகாட்டு
signature ['sɪgnɪtʃə] *n* கையெழுத்து
significance [sɪg'nɪfɪkəns] *n* முக்கியத்துவம்

S

significant [sɪg'nɪfɪkənt] *adj* பெருமளவு
sign language [saɪn 'læŋgwɪdʒ] *n* சைகை மொழி
sign on [saɪn ɒn] *v* பதிவு செய்
signpost ['saɪnˌpəʊst] *n* அடையாளக் கம்பம்
Sikh [siːk] *adj* சீக்கிய மதம் சார்ந்த ▷ *n* சீக்கியர்
silence ['saɪləns] *n* மௌனம்; நிசப்தம்
silencer ['saɪlənsə] *n* ஒலி உறிஞ்சி
silent ['saɪlənt] *adj (with no sound)* அமைதியான; *(not talking)* பேசாமல்
silicon chip ['sɪlɪkən tʃɪp] *n* சிலிகான் சில்லு
silk [sɪlk] *n* பட்டு
silly ['sɪlɪ] *adj* அசட்டுத்தனமான
silver ['sɪlvə] *n* வெள்ளி
similar ['sɪmɪlə] *adj* ஒரேமாதிரியான
similarity ['sɪmɪ'lærɪtɪ] *n* ஒத்த தன்மை உடைமை
simmer ['sɪmə] *v* (மென்மையாக) கொதிக்க வை
simple ['sɪmpl] *adj* எளிமையான
simplify ['sɪmplɪˌfaɪ] *vt* எளிமையாக்கு
simply ['sɪmplɪ] *adv* எளிதாக
simultaneous [ˌsɪməl'teɪnɪəs] *adj* ஒரே நேரத்தில்
simultaneously [ˌsɪməl'teɪnɪəslɪ] *adv* உடன் நிகழ்வாக
since [sɪns] *adv* முதல்; இருந்து ▷ *conj* (அது) தொடங்கி ▷ *prep* (நாளில்) இருந்து
sincere [sɪn'sɪə] *adj* உண்மையான; நேர்மையான
sincerely [sɪn'sɪəlɪ] *adv* நேர்மையாக
sing [sɪŋ] *v* பாடு
singer ['sɪŋə] *n* பாடகர்; பாடகி
singing ['sɪŋɪŋ] *n* பாட்டு
single ['sɪŋgl] *adj* ஒரே ஒரு
single parent ['sɪŋgl 'pɛərənt] *n* (தனியான) தாய் அல்லது தந்தை
singles *npl* ஒற்றையர்
single ticket ['sɪŋgl 'tɪkɪt] *n* ஒற்றைப் பயண சீட்டு
singular ['sɪŋgjʊlə] *n* ஒருமை
sinister ['sɪnɪstə] *adj* கெடு நோக்குடைய; கெட்ட
sink [sɪŋk] *n* நீர்த் தொட்டி ▷ *v* மூழ்கு
sinus ['saɪnəs] *n* எழும்புப்புழை அழற்சி; புரை
sir [sɜː] *n* ஐயா
siren ['saɪərən] *n* சங்கு
sister ['sɪstə] *n* தங்கை; அக்கா; கூடப்பிறந்தவள்

sister-in-law ['sɪstə ɪn lɔː] *n* அண்ணி; கொழுந்தி;நாத்தனார்; மைத்துனி
sit [sɪt] *vi* உட்கார்
sitcom ['sɪt,kɒm] *n* சூழல் நகைச்சுவை
sit down [sɪt daʊn] *v* (கீழே) உட்கார்
site [saɪt] *n* தளம்; இடம்
sitting room ['sɪtɪŋ rʊm] *n* இளைப்பாறும் அறை
situated ['sɪtjʊ,eɪtɪd] *adj* இருக்கும்; வைக்கப்பட்டிருக்கும்
situation [,sɪtjʊ'eɪʃən] *n* நிலைமை
six [sɪks] *num* ஆறு (எண்)
sixteen ['sɪks'tiːn] *num* பதினாறு
sixteenth ['sɪks'tiːnθ] *adj* பதினாறாவது
sixth [sɪksθ] *adj* ஆறாவது
sixty ['sɪkstɪ] *num* அறுபது (எண்)
size [saɪz] *n* அளவு; பருமன்
skate [skeɪt] *vi* (தரை, தண்ணீர் முதலியன மீது) சறுக்கிச் செல்
skateboard ['skeɪt,bɔːd] *n* சறுக்குப் பலகை
skateboarding ['skeɪt,bɔːdɪŋ] *n* சறுக்குப் பலகை விளையாட்டு
skates [skeɪts] *npl* பனியின் மீது சறுக்குவதற்கான காலணி
skating ['skeɪtɪŋ] *n* பனிச்சறுக்கு விளையாட்டு
skating rink ['skeɪtɪŋ rɪŋk] *n* பனிச்சறுக்கு மைதானம்
skeleton ['skɛlɪtən] *n* எலும்புக்கூடு
sketch [skɛtʃ] *n* கோட்டுச் சித்திரம் ▷ *v* கோட்டுச்சித்திரம் வரை
skewer ['skjʊə] *n* சமையலில் உபயோகிக்கும் நீண்ட ஊசி
ski [skiː] *n* உறைபனி மீது சறுக்கும் மரத் துண்டு (விளையாட்டுச் சாதனம்) ▷ *vi* உறைபனி மீது சறுக்கிச் செல்
skid [skɪd] *vi* சறுக்கு
skier ['skiːə] *n* சறுக்கு விளையாட்டு வீரர்
skiing ['skiːɪŋ] *n* சறுக்கு விளையாட்டு
skilful ['skɪlfʊl] *adj* ஆற்றல் வாய்ந்த
ski lift [skiː lɪft] *n* மின் தூக்கி (சறுக்கு விளையாட்டு)
skill [skɪl] *n* திறமை; ஆற்றல்
skilled [skɪld] *adj* திறமையான
skimmed milk [skɪmd mɪlk] *n* கொழுப்பு நீக்கப்பட்ட பால்
skimpy ['skɪmpɪ] *adj* கருமித்தனமான

S

skin [skɪn] n (person) சருமம்;
(fruit, vegetable) தோல்

skinhead ['skɪn,hɛd] n
மொட்டைத் தலையன்

skinny ['skɪnɪ] adj (informal)
எலும்புந் தோலுமான

skin-tight ['skɪn'taɪt] adj
உடலை ஒட்டியிருக்கும்

skip [skɪp] vi (with
feet) சிறுதாவல் செய்;
நொண்டியடி ▷ vt (not have)
தவறவிடு

skirt [skɜːt] n பாவாடை

skirting board ['skɜːtɪŋ bɔːd]
n அடிப்பட்டைப்பலகை

skive [skaɪv] v (informal)
வேலை தவிர்

skull [skʌl] n மண்டை ஓடு

sky [skaɪ] n வானம்

skyscraper ['skaɪ,skreɪpə] n
மிகவும் உயரமான கட்டிடம்

slack [slæk] adj தளர்ந்த;
தொய்வான

slag off [slæg ɒf] v (informal)
ஏளனம் செய்; பொருந்தாக்
குறைகூறு

slam [slæm] v பெரும் ஒலி
எழுப்பி கதவு / ஜன்னலை
மூடு

slang [slæŋ] n கொச்சை
வழக்கு

slap [slæp] vt அறை
கொடு

slate [sleɪt] n பலகைக்கல்;
கற்பலகை

slave [sleɪv] n அடிமை ▷ vi
கண்ணும் கருத்துமாகச்
செய்து முடி

sledge [slɛdʒ] n மரவண்டி;
இழுவை நகர்த்தி

sledging ['slɛdʒɪŋ] n
உறைபனி மீது மரவண்டியில்
பயணித்தல்

sleep [sliːp] n தூக்கம் ▷ vi
தூங்கு

sleep in [sliːp ɪn] v அதிக
நேரத்திற்கு தூங்கு

sleeping bag ['sliːpɪŋ bæg] n
தூங்கும் பை

sleeping car ['sliːpɪŋ kɑː] n
தூங்கு வசதி பெட்டி

sleeping pill ['sliːpɪŋ pɪl] n
தூக்க மாத்திரை

sleepwalk ['sliːp,wɔːk] vi
தூக்கத்தில் நட

sleepy ['sliːpɪ] adj தூக்கக்
கலக்கத்துடன்

sleet [sliːt] n ஆலங்கட்டி
மழை ▷ v கல்மழை
பெய்வது

sleeve [sliːv] n (சட்டை
போன்ற மேலங்கிகளை)
சட்டைக்கை

sleeveless ['sliːvlɪs]
adj சட்டைக்கை
இல்லாத

slender ['slɛndə] adj (written)
ஒல்லியான

slice [slaɪs] n துண்டு ▷ vt
துண்டாக வெட்டு

slide [slaɪd] *n* சறுக்கு மரம் (விளையாட்டு) ▷ *v* சரிந்து விழு
slight [slaɪt] *adj* மிகச் சிறிதளவு
slightly ['slaɪtlɪ] *adv* கொஞ்சமாக
slim [slɪm] *adj* ஒல்லியான; மெலிந்த
sling [slɪŋ] *n* ஏணை; கவண்
slip [slɪp] *n (mistake)* தவறு; *(paper)* துண்டு காகிதம்; *(petticoat)* உள்ளாடை ▷ *vi* வழுக்கி விழு
slipped disc [slɪpt dɪsk] *n* முதுகுத் தண்டு எலும்பு பிசகுதல்
slipper ['slɪpə] *n* வீட்டு உபயோக மிதியடி (காலணி)
slippery ['slɪpərɪ] *adj* வழுக்கும்
slip road [slɪp rəʊd] *n* நழுவு சாலை
slip up [slɪp ʌp] *v* தவறாகச் செய்
slip-up ['slɪpʌp] *n (informal)* சிறிய தவறு
slope [sləʊp] *n* சரிவு
sloppy ['slɒpɪ] *adj* சரிவான
slot [slɒt] *n* துளைவிளிம்பு
slot machine [slɒt mə'ʃiːn] *n* துளைவிளிம்பு மெஷின்
Slovak ['sləʊvæk] *adj* ஸ்லொவாக்கிய நாட்டு ▷ *n (language)* ஸ்லொவாக் மொழி; *(person)* ஸ்லொவாக்கிய நாட்டுக்காரர்
Slovakia [sləʊ'vækɪə] *n* ஸ்லொவாக்கிய நாடு
Slovenia [sləʊ'viːnɪə] *n* ஸ்லொவெனியா நாடு
Slovenian [sləʊ'viːnɪən] *adj* ஸ்லொவெனிய நாட்டு ▷ *n (person)* ஸ்லொவெனிய நாட்டுக்காரர்; *(language)* ஸ்லொவெனிய மொழி
slow [sləʊ] *adj* மெதுவாக
slow down [sləʊ daʊn] *v* மெதுவாகப் போ
slowly ['sləʊlɪ] *adv* மெல்ல
slug [slʌg] *n* இலையட்டை
slum [slʌm] *n* சேரி
slush [slʌʃ] *n* குழம்பு (நீர்மம்)
sly [slaɪ] *adj* வஞ்சகமான
smack [smæk] *vt* சொடுக்கு அடி (தட்டுதல்)
small [smɔːl] *adj* சிறிய
small ads [smɔːl ædz] *npl* சிறு விளம்பரம்
smart [smɑːt] *adj* சாமர்த்தியமான
smart phone [smɑːt fəʊn] *n* பல உபயோகங்களிருக்கும் தொலை பேசி (கைப்பேசி)
smash [smæʃ] *v* நொறுக்கு, சிதற அடி
smashing ['smæʃɪŋ] *adj (informal)* மிகச் சிறந்த
smear [smɪə] *n* பூசு சோதனை

S

smell [smɛl] *n* வாசம்; மணம் ▷ *vt* முகர்ந்து பார் ▷ *vi* நாற்றம்; மணம்
smelly ['smɛlɪ] *adj* கெட்ட வாசனை; நெடி
smile [smaɪl] *n* புன்சிரிப்பு;புன்னகை ▷ *vi* புன்னகை செய்
smiley ['smaɪlɪ] *n (informal)* குறியீடு
smoke [sməʊk] *n* புகை ▷ *vi* புகை ஏற்படுத்து; புகைக்கச் செய்
smoke alarm [sməʊk ə'lɑːm] *n* புகை எச்சரிக்கை
smoked ['sməʊkt] *adj* புகையூட்டிய
smoker ['sməʊkə] *n* புகைபிடிப்பவர்
smoking ['sməʊkɪŋ] *n* புகைபிடித்தல்
smooth [smuːð] *adj* வழுவழுப்பான
SMS [ɛs ɛm ɛs] *n* குறுஞ்செய்தி
smudge [smʌdʒ] *n* கறைப்படுத்து; மாசுப்படுத்து
smug [smʌg] *adj* அற்பத் தன்னிறைவுள்ள
smuggle ['smʌgl] *vt* கள்ளக்கடத்து
smuggler ['smʌglə] *n* கள்ளக்கடத்தல்காரர்
smuggling ['smʌglɪŋ] *n* கள்ளக் கடத்தல்
snack [snæk] *n* சிறு தீனி, தின்பண்டம்
snack bar [snæk bɑː] *n* சிற்றுண்டி நிலையம்
snail [sneɪl] *n* நத்தை
snake [sneɪk] *n* பாம்பு
snap [snæp] *v* திடீரென அறு
snapshot ['snæp,ʃɒt] *n* விரைவாகப் புகைப்படம் எடுத்தல்
snarl [snɑːl] *vi* உறுமு
snatch [snætʃ] *v* பிடுங்கு; அபகரி
sneeze [sniːz] *vi* தும்மு
sniff [snɪf] *v* நுகர்; மோப்பம்
snigger ['snɪgə] *vi* அடக்கு சிரிப்பு
snob [snɒb] *n* போலிப் பகட்டு; தளுக்கர்
snooker ['snuːkə] *n* ஒரு விளையாட்டு
snooze [snuːz] *n (informal)* சிறுதூக்கம் ▷ *vi (informal)* தூங்கு
snore [snɔː] *vi* குறட்டை விடு
snorkel ['snɔːkl] *n* மூச்சுவிடும் குழாய்
snow [snəʊ] *n* உறைபனி ▷ *vi* பனி பெய்தல்
snowball ['snəʊ,bɔːl] *n* பனிப்பந்து
snowflake ['snəʊ,fleɪk] *n* பனிச்சிதறல்; பனிச்சீவல்
snowman ['snəʊ,mæn] *n* பனிமனிதன்

snowplough ['snəʊ,plaʊ] *n* உறைபனி அகற்றும் வண்டி
snowstorm ['snəʊ,stɔːm] *n* பனிப்புயல்
so [səʊ] *adv (referring to something already mentioned)* அப்படி ▷ *conj* ஆகையால் ▷ *adv (very)* மிகவும்
soak [səʊk] *v* ஊற வை
soaked [səʊkt] *adj* முற்றிலும் நனைந்த
soap [səʊp] *n* சோப்பு
soap dish [səʊp dɪʃ] *n* சோப்புப்பெட்டி
soap opera [səʊp 'ɒpərə] *n* திரை நாடகம்
soap powder [səʊp 'paʊdə] *n* சோப்புத் தூள்
sob [sɒb] *vi* விம்மல்
sober ['səʊbə] *adj* நிதானமான
sociable ['səʊʃəbl] *adj* கூடிப் பழகும் இயல்புடைய
social ['səʊʃəl] *adj* சமூக
socialism ['səʊʃə,lɪzəm] *n* சமதர்மம்; சமதருமம்
socialist ['səʊʃəlɪst] *adj* சமதர்மவாதி ▷ *n* சமதர்ம கொள்கைவாதி
social security ['səʊʃəl sɪ'kjuərɪtɪ] *n* சமூகப்பாதுகாப்பு
social services ['səʊʃəl 'sɜːvɪsɪs] *npl* சமூகச்சேவை
social worker ['səʊʃəl 'wɜːkə] *n* சமூக நல ஊழியர்
society [sə'saɪətɪ] *n* சமூகம்
sociology [,səʊsɪ'ɒlədʒɪ] *n* சமூகவியல்
sock [sɒk] *n* காலுறை
socket ['sɒkɪt] *n* கொக்கி; மாட்டி
sofa ['səʊfə] *n* மெத்தை இருக்கை
sofa bed ['səʊfə bɛd] *n* மெத்தைப் படுக்கை
soft [sɒft] *adj (to touch)* மென்மையான; *(gentle)* மெதுவான
soft drink [sɒft drɪŋk] *n* குளிர் பானம்
software ['sɒft,wɛə] *n* மென்பொருள் (கணினி)
soggy ['sɒgɪ] *adj* நீர் ஊறிய
soil [sɔɪl] *n* மண்; நிலம்
solar ['səʊlə] *adj* சூரிய
solar power ['səʊlə 'paʊə] *n* சூரிய சக்தி
solar system ['səʊlə 'sɪstəm] *n* சூரிய மண்டலம்
soldier ['səʊldʒə] *n* படைவீரர்
sold out [səʊld aʊt] *adj* அனுமதிச் சீட்டு விற்றாகிட்டது
solicitor [sə'lɪsɪtə] *n* வக்கீல்
solid ['sɒlɪd] *adj (not liquid or gas)* திடமான; *(not hollow)* கடினமான
solo ['səʊləʊ] *n* தனி
soloist ['səʊləʊɪst] *n* தனிப்பாடகர்

soluble ['sɒljʊbl] *adj* கரையும்
solution [sə'luːʃən] *n* கரைசல்
solve [sɒlv] *vt* விடை காண்
solvent ['sɒlvənt] *n* கரைப்பான்
Somali [səʊ'mɑːlɪ] *adj* சோமாலிய நாட்டு ▷ *n* *(language)* சோமாலியர்; *(person)* சோமாலி மொழி
Somalia [səʊ'mɑːlɪə] *n* சோமாலிய நாடு
some [sʌm] *det* கொஞ்சம்; சிறிதளவு ▷ *pron* கொஞ்சம்
somebody ['sʌmbədɪ] *pron* யாராவது
somehow ['sʌm,haʊ] *adv* எப்படியாவது
someone ['sʌm,wʌn] *pron* யாரோ ஒருவர்
someplace ['sʌm,pleɪs] *adv* எங்கேயாவது
something ['sʌmθɪŋ] *pron* ஏதாவது
sometime ['sʌm,taɪm] *adv* எப்பொழுதாவது
sometimes ['sʌm,taɪmz] *adv* சில நேரங்களில்
somewhere ['sʌm,wɛə] *adv* எந்த இடத்திலாவது
son [sʌn] *n* மகன்
song [sɒŋ] *n* பாட்டு
son-in-law [sʌn ɪn lɔː] *n* மருமகன்
soon [suːn] *adv* சீக்கிரம்; விரைவில்
soot [sʊt] *n* புகைக்கரி
sophisticated [sə'fɪstɪ,keɪtɪd] *adj* மதிநுட்பமிக்க
soppy ['sɒpɪ] *adj* முட்டாள்தனமான ஈர்ப்புடன்
soprano [sə'prɑːnəʊ] *n* உச்சஸ்தாயி பாடகர்
sorbet ['sɔːbeɪ] *n* ஒரு குளிர் பானம்
sorcerer ['sɔːsərə] *n* மந்திரவாதி
sore [sɔː] *adj* புண்ணான ▷ *n* புண்
sorry ['sɒrɪ] *excl* வருத்தம்; துயரம் ▷ *adj* *(regretful)* கவலையான; *(sympathetic)* வருத்தமான
sort [sɔːt] *n* வகை
sort out [sɔːt aʊt] *v* வகைப்படுத்து
SOS [ɛs əʊ ɛs] *n* அபாய உதவி அறிவிப்பு
so-so ['səʊ'səʊ] *adv* *(informal)* சுமாராக
soul [səʊl] *n* உள்ளம்; ஆன்மா; ஆத்மா
sound [saʊnd] *adj* ஆரோக்கியமான, தரமான ▷ *n* சப்தம்
soundtrack ['saʊnd,træk] *n* இசை அமைப்பு
soup [suːp] *n* ரசம்
sour ['saʊə] *adj* புளிப்பாக
south [saʊθ] *adj* தென் திசையில் ▷ *adv* தெற்கில் ▷ *n* தெற்கு

South Africa [saʊθ 'æfrɪkə] *n* தென்னாப்பிரிக்கா நாடு
South African [saʊθ 'æfrɪkən] *adj* தென்னாப்பிரிக்க நாட்டு ▷ *n* தென்னாப்பிரிக்க நாட்டுக்காரர்
South America [saʊθ ə'mɛrɪkə] *n* தென் ஆப்பிரிக்க கண்டம்
South American [saʊθ ə'merɪkən] *adj* தென் அமெரிக்க கண்டத்தின் ▷ *n* தென் அமெரிக்க நபர்
southbound ['saʊθ,baʊnd] *adj* தென் திசை நோக்கி
southeast [,saʊθ'iːst] *n* தென்கிழக்கு
southern ['sʌðən] *adj* தென் (தெற்கிலிருக்கும்)
South Korea [saʊθ kə'riːə] *n* தென்கொரியா நாடு
South Pole [saʊθ pəʊl] *n* தென் துருவம்
southwest [,saʊθ'wɛst] *n* தென்மேற்கு
souvenir [,suːvə'nɪə] *n* நினைவுப்பரிசு
soya ['sɔɪə] *n* சோயா மொச்சை
soy sauce [sɔɪ sɔːs] *n* சோயா மொச்சைக்குழம்பு
spa [spɑː] *n* மருந்து நீரூற்று
space [speɪs] *n (empty area)* வெற்றிடம்; இடைவெளி; *(where the planets are)* விண்வெளி
spacecraft ['speɪs,krɑːft] *n* விண்கலம்
spade [speɪd] *n* மண்வெட்டி
spaghetti [spə'gɛtɪ] *n* தேன்குழல் (சிற்றுண்டி)
Spain [speɪn] *n* ஸ்பெயின் நாடு
spam [spæm] *n* எரிதம்
Spaniard ['spænjəd] *n* ஸ்பெயின் நாட்டுக்காரர்
spaniel ['spænjəl] *n* ஒரு நாய் வகை
Spanish ['spænɪʃ] *adj* ஸ்பெயின் நாட்டு ▷ *n* ஸ்பானிஷ் மொழி
spank [spæŋk] *vt* பிட்டத்தில் அறை
spanner ['spænə] *n* மறை திருகி
spare [spɛə] *adj* உபரியான ▷ *vi* தேவைக்கு அதிகமாக இரு
spare part [spɛə pɑːt] *n* உபரி பாகங்கள்
spare room [spɛə ruːm; rʊm] *n* விருந்தினர் அறை
spare time [spɛə taɪm] *n* ஓய்வு நேரம்
spare tyre [spɛə 'taɪə] *n* மாற்று சக்கரம் (வட்டகை)
spare wheel [spɛə wiːl] *n* மாற்று சக்கரம்
spark [spɑːk] *n* தீப்பொறி
sparkling water ['spɑːklɪŋ 'wɔːtə] *n* ஜொலிக்கும் தண்ணீர்

S

spark plug [spɑːk plʌg] n
தீப்பொறிச் செருகி
sparrow ['spærəʊ] n குருவி
spasm ['spæzəm] n இசிப்பு;
தசை வலித்துடிப்பு
spatula ['spætjʊlə] n தோசை
திருப்பி
speak [spiːk] v பேசு
speaker ['spiːkə] n பேச்சாளர்
speak up [spiːk ʌp] v
சத்தமாகப் பேசு
special ['spɛʃəl] adj
முக்கியமான
specialist ['spɛʃəlɪst] n
வல்லுநர்
speciality [ˌspɛʃɪ'ælɪtɪ]
n தனிமுறைச் சிறப்புத்
தொழில்
specialize ['spɛʃəˌlaɪz]
vi தனித்துறையில்
வல்லுநராயிரு
specially ['spɛʃəlɪ] adv
பிரத்தியேகமாக
special offer ['spɛʃəl 'ɒfə] n
சிறப்புச் சலுகை
species ['spiːʃiːz] n இனம்
specific [spɪ'sɪfɪk] adj
தெளிவான; குறிப்பிட்ட
specifically [spɪ'sɪfɪklɪ] adv
தனிப்பட்ட முறையில்
specify ['spɛsɪˌfaɪ] vt
தெளிவாகக் குறிப்பிடு
spectacles ['spɛktəklz] npl
(formal) கண் கண்ணாடி;
மூக்குக் கண்ணாடி

spectacular [spɛk'tækjʊlə]
adj கண்கவர்
spectator [spɛk'teɪtə] n
பார்வையாளர்
speculate ['spɛkjʊˌleɪt] v
ஊகஞ்செய்
speech [spiːtʃ] n
பேச்சு;சொற்பொழிவு
speechless ['spiːtʃlɪs] adj
பேச்சிழந்த
speed [spiːd] n வேகம்
speedboat ['spiːdˌbəʊt] n
விரைவுப்படகு
speeding ['spiːdɪŋ] n
விரைவாகச் செல்லுதல்
speed limit [spiːd 'lɪmɪt]
n வேக வரம்பு/அளவு;
விரைவு வரம்பு
speedometer [spɪ'dɒmɪtə] n
கதிமானி; வேக அளவி
speed up [spiːd ʌp] v
விரைவுபடுத்து
spell [spɛl] n (period)
வானிலைத் திரிபு;
(magic) மாயம்; வசியம்
▷ vt எழுத்துக்கூட்டு;
எழுத்துக்கூட்டிச் சொல்
spellchecker ['spɛlˌtʃɛkə] n
எழுத்துப்பிழை கண்டறியும்
கருவி
spelling ['spɛlɪŋ] n
எழுத்துக்கூட்டல்
spend [spɛnd] vt
(money) செலவழி; (time)
செலவிடு

sperm [spɜːm] *n* விந்து; விந்தணு

spice [spaɪs] *n* மசாலப் பொருள்; நறுமணப் பொருள்

spicy ['spaɪsɪ] *adj* நறுமண சுவையூட்டப்பெற்ற

spider ['spaɪdə] *n* சிலந்தி

spill [spɪl] *v* சிந்தச் செய்; சிதறு

spinach ['spɪnɪdʒ] *n* (பசலைக்) கீரை

spinal cord ['spaɪnəl kɔːd] *n* முதுகுத்தண்டு; முதுகெலும்பு

spin drier [spɪn 'draɪə] *n* சுழன்று உலர்த்தி

spine [spaɪn] *n* முதுகுத்தண்டு

spinster ['spɪnstə] *n (old-fashioned)* கன்னிப்பெண்

spire [spaɪə] *n* சங்குப்புரி; தூபி

spirit ['spɪrɪt] *n* ஆன்மா; ஆவி

spirits ['spɪrɪts] *npl* உள்ளுணர்வுகள்

spiritual ['spɪrɪtjʊəl] *adj* அகசிலைச் சார்ந்த; ஆன்மீக

spit [spɪt] *n* எச்சில் ▷ *v* துப்பு; உமிழ்

spite [spaɪt] *n* வஞ்சம் ▷ *vt* வஞ்சம் தீர்த்துக்கொள்

spiteful ['spaɪtfʊl] *adj* வஞ்சகமான

splash [splæʃ] *vi* தெறி; விசிறி அடித்தல் செய்

splendid ['splɛndɪd] *adj* அபாரமான

splint [splɪnt] *n* பிளாச்சு; மூங்கில் சிம்பு; மட்டை

splinter ['splɪntə] *n* பிரம்பு; குச்சு

split [splɪt] *v* பிளவு படுத்து; பிள

split up [splɪt ʌp] *v* பிரித்தெடு

spoil [spɔɪl] *vt (ruin)* நாசமாக்கு; *(child)* சீரழி

spoilsport ['spɔɪlˌspɔːt] *n (informal)* பிறர் இன்பங்களைச் சகிக்காதவர்

spoilt [spɔɪlt] *adj* முறைமை இல்லாத; கெட்ட

spoke [spəʊk] *n* ஆரக்கால்; சக்கரக்குறுக்குக் கம்பி

spokesman ['spəʊksmən] *n* பிரதிநிதிப் பேச்சாளர்

spokesperson ['spəʊksˌpɜːsən] *n* பிரதிநிதி; சார்பாகப் பேசுபவர்

spokeswoman ['spəʊksˌwʊmən] *n* பெண் பிரதிநிதி; சார்பாகப் பேசுபவர்

S

sponge [spʌndʒ] *n (for washing)* துடைப்பான் (நுரைப்பஞ்சு); *(cake)* (கேக்) தின்பண்டம்

sponge bag [spʌndʒ bæg] *n* சிறு கைப்பை

sponsor ['spɒnsə] *n* ஆதரவாளர்; நிதியுதவி செய்து ஆதரிப்பவர்; புரவலர் ▷ *vt* ஆதரவு அளி

sponsorship ['spɒnsəʃɪp] *n* பணம் பொருள் ஆதரவு; விளம்பர ஆதரவு
spontaneous [spɒn'teɪnɪəs] *adj* தன்னிச்சையான; தன்னியல்பான
spooky ['spuːkɪ] *adj* *(informal)* அசாதாரணமான
spoon [spuːn] *n* கரண்டி
spoonful ['spuːn,fʊl] *n* அளவுக்குறி; (ஒரு கரண்டி)
sport [spɔːt] *n* விளையாட்டு
sportsman ['spɔːtsmən] *n* விளையாட்டு வீரர்
sportswear ['spɔːts,wɛə] *n* விளையாட்டு உடை; கேளிக்கை ஆடை
sportswoman ['spɔːts,wʊmən] *n* வீராங்கனை
sporty ['spɔːtɪ] *adj* விளையாட்டுத்தனமான
spot [spɒt] *n* *(round mark)* புள்ளி; *(place)* இடம் ▷ *vt* கண்டுபிடி
spotless ['spɒtlɪs] *adj* சுத்தமான;களங்கமில்லாத
spotlight ['spɒt,laɪt] *n* இடவொளி
spotty ['spɒtɪ] *adj* புள்ளிகளுடைய
spouse [spaʊs] *n* கணவன் அல்லது மனைவி
sprain [spreɪn] *n* சுளுக்கு ▷ *vt* சுளுக்கிக்கொள்
spray [spreɪ] *n* தெளிப்பு, சிதறல் ▷ *v* தெளி; சிதறச் செய்
spread [sprɛd] *n* பரவுதல் ▷ *vt* *(open out)* விரி; *(butter, jam)* தடவு, பரவச்செய் ▷ *vi* *(reach a larger area)* பரப்பு
spread out [sprɛd aʊt] *v* நாலா பக்கமும் செல்
spreadsheet ['sprɛd,ʃiːt] *n* ஆட்டவணைச்செயலி; பக்கம்
spring [sprɪŋ] *n* *(season)* இளவேனில் பருவம்; வசந்தம்; *(coil)* சுருள்வில்
spring-cleaning ['sprɪŋ,kliːnɪŋ] *n* வீட்டைச் சுத்தம் செய்தல்; வெள்ளையடித்தல்
spring onion [sprɪŋ 'ʌnjən] *n* வெங்காயத் தாள்; பச்சை வெங்காயம்
springtime ['sprɪŋ,taɪm] *n* இளவேனிற்காலம்
sprinkler ['sprɪŋklə] *n* தூவல்;தூவல்கருவி
sprint [sprɪnt] *n* குறுவிரையோட்டம் ▷ *vi* குறுகிய தூரத்திற்கு விரைவாக ஓட்டு
sprinter ['sprɪntə] *n* ஓட்டப் பந்தய வீரர்
sprouts [spraʊts] *npl* முளைப் பயிர்கள்

spy [spaɪ] *n* ஒற்றன் ▷ *vi* உளவு பார்; வேவு பார்
spying ['spaɪɪŋ] *n* ஒற்றறிதல்; நோட்டம் பார்த்தல்
squabble ['skwɒbl] *vi* பூசல்; சண்டையிட்டுக் கொள்
squander ['skwɒndə] *vt* வீண்செலவிடு
square [skwɛə] *adj* சதுர (வடிவ) ▷ *n* சதுரம்
squash [skwɒʃ] *n* ஒரு விளையாட்டு; சுவர்ப்பந்து ▷ *vt* பிழிந்தெடு
squeak [skwiːk] *vi* கிரீச் சத்தமிடு
squeeze [skwiːz] *vt* பிழி; அழுத்து; அமுக்கு
squeeze in [skwiːz ɪn] *v* (போட்டு) அமுக்கு
squid [skwɪd] *n* மீன்வகை
squint [skwɪnt] *vi* ஒருக்கணித்துப் பார்
squirrel ['skwɪrəl] *n* அணில்
Sri Lanka [ˌsriː 'læŋkə] *n* இலங்கை நாடு
stab [stæb] *vt* கத்தியால் குத்து
stability [stə'bɪlɪtɪ] *n* உறுதி; நிலைப்புத் தன்மை
stable ['steɪbl] *adj* திடமான ▷ *n* (குதிரை) தொழுவம்
stack [stæk] *n* அடுக்கு; குவியல்
stadium ['steɪdɪəm] *n* விளையாட்டரங்கம்
staff [stɑːf] *npl (personnel)* பணியாளர்கள் ▷ *n (stick)* கம்பு; கழி
staffroom ['stɑːfˌruːm] *n* பணியாளர் ஓய்வறை
stage [steɪdʒ] *n* நிலை
stagger ['stæɡə] *vi* தடுமாறு; தள்ளாடு
stag night [stæɡ naɪt] *n* ஆண்களுக்கு மட்டுமான நிகழ்ச்சி
stain [steɪn] *n* கறை ▷ *vt* கறைப்படுத்து
stained glass [steɪnd ɡlɑːs] *n* வண்ணக்கண்ணாடி
stainless steel ['steɪnlɪs stiːl] *n* துறுவுறா எஃகு
stain remover [steɪn rɪ'muːvə] *n* கறை அகற்றி
staircase ['stɛəˌkeɪs] *n* மாடிப்படி
stairs [stɛəz] *npl* படிக்கட்டுகள்
stale [steɪl] *adj* நாள்பட்ட; மக்கிய
stalemate ['steɪlˌmeɪt] *n* இக்கட்டு நிலை
stall [stɔːl] *n* கடை பரப்பு; பரப்பு மேசை
stamina ['stæmɪnə] *n* உள்ளுறுதி; தாங்குதிறன்
stammer ['stæmə] *v* திக்கிப்பேசு
stamp [stæmp] *n* தபால்தலை ▷ *vt* முத்திரையிடு

stand [stænd] *vi*
நில் ▷ ['stændz] *n*
பார்வையாளர் இடம்

standard ['stændəd] *adj*
வழக்கமான ▷ *n* தரம்

standard of living ['stændəd
ɒv; əv 'lɪvɪŋ] *n* வாழ்க்கைத்
தரம்

stand for [stænd fɔː] *v*
குறித்துக் காட்டு; பொருள்
அளி

standing order ['stændɪŋ
'ɔːdə] *n* நிலையாணை

stand out [stænd aʊt] *v*
தனித்து நில்

standpoint ['stænd,pɔɪnt] *n*
மதிப்பீடு; நிலைமை

stand up [stænd ʌp] *v*
எழுந்து நில்

staple ['steɪpl] *n* (*piece of
bent wire*) தைப்பு கம்பி;
(*basic food*) (ஆதாரமான/
வழக்கமான) உணவு ▷ *vt*
ஒன்று சேர்த்து இறுக்கு

stapler ['steɪplə] *n* தைப்பு
கம்பி கருவி

star [stɑː] *n* (*in the sky*)
நட்சத்திரம்; (*celebrity*) (இசை/
நாடக) கலைஞர் ▷ *v* நடிகர்
▷ *n* (*shape*) நட்சத்திரம்

starch [stɑːtʃ] *n* மாச்சத்து

stare [stɛə] *vi*
முறைத்துப்பார்; உற்றுப்பார்

stark [stɑːk] *adj* உண்மையான;
வெளிப்படையான

start [stɑːt] *n* ஆரம்பம்;
தொடக்கம் ▷ *vt* (*to do
something*) தொடங்கு ▷ *v*
(*activity, event*) ஆரம்பி

starter ['stɑːtə] *n* தொடக்கி

startle ['stɑːtl] *vt* திடுக்கிட
வை

start off [stɑːt ɒf] *v*
(காரியத்தைத்) தொடங்கு

starve [stɑːv] *vi* பட்டினி கிட

state [steɪt] *n* நாடு ▷ *vt*
(எடுத்துக்) கூறு

stately home ['steɪtlɪ həʊm] *n*
மாளிகை

statement ['steɪtmənt] *n*
அறிக்கை

station ['steɪʃən] *n* இரயில்
நிற்குமிடம்

stationer ['steɪʃənə] *n*
புத்தகக்கடை

stationery ['steɪʃənərɪ] *n*
எழுது பொருட்கள்

statistics [stə'tɪstɪks] *npl*
புள்ளியியல்; புள்ளிவிபரம்

statue ['stætjuː] *n* சிலை

status quo ['steɪtəs kwəʊ] *n*
நடைமுறை நிலைமை

stay [steɪ] *n* தங்கு ▷ *vi*
(*remain*) (அசையாமல்) இரு;
(*live for a short time*) தங்கியிரு

stay in [steɪ ɪn] *v* தங்கி
இரு

stay up [steɪ ʌp] *v* காத்திரு

steady ['stɛdɪ] *adj*
நிதானமான; முறையான

steak [steɪk] *n* கொழுப்பு குறைந்த இறைச்சி
steal [stiːl] *v* திருடு
steam [stiːm] *n* நீராவி
steel [stiːl] *n* எஃகு
steep [stiːp] *adj* செங்குத்தான
steeple ['stiːpl] *n* கோபுரம்
steering ['stɪərɪŋ] *n* சுக்கான்; திசை மாற்றி
steering wheel ['stɪərɪŋ wiːl] *n* சுக்கான்; திசை மாற்றி சக்கரம்
step [stɛp] *n* *(pace)* அடி எடுத்து வை; *(stair)* படி
stepbrother ['stɛpˌbrʌðə] *n* மாற்றாந்தாயின் மகன்
stepdaughter ['stɛpˌdɔːtə] *n* மாற்றாந்தாயின் மகள்
stepfather ['stɛpˌfɑːðə] *n* மாற்றாந்தகப்பன்
stepladder ['stɛpˌlædə] *n* ஏணி
stepmother ['stɛpˌmʌðə] *n* மாற்றாந்தாய்
stepsister ['stɛpˌsɪstə] *n* மாற்றாந்தாயின் மகள்
stepson ['stɛpˌsʌn] *n* மாற்றுரிமை மகன்
stereo ['stɛrɪəʊ] *n* பேரொலிக் கருவி; பிரிப்பிசை
stereotype ['stɛrɪəˌtaɪp] *n* ஒரே மாதிரியான
sterile ['stɛraɪl] *adj* தூய்மையான
sterilize ['stɛrɪˌlaɪz] *vt* தூய்மைப்படுத்து
sterling ['stɜːlɪŋ] *n* நாணயம்
steroid ['stɪərɔɪd] *n* வேதியியல் பொருள்
stew [stjuː] *n* வெப்பத்தில் கொதிக்க வைத்த பண்டம்
steward ['stjʊəd] *n* பொறுப்பாளர்
stick [stɪk] *n* குச்சி; கம்பு ▷ *vt* ஒட்டு; பதிய வை
sticker ['stɪkə] *n* ஒட்டி
stick insect [stɪk'ɪnsɛkt] *n* தள்ளிப்பூச்சி
stick out [stɪk aʊt] *v* சொறுகி வை; செருகி வை
sticky ['stɪkɪ] *adj* ஒட்டும்
stiff [stɪf] *adj* விறைப்பான; இறுகிய
stifling ['staɪflɪŋ] *adj* இறுக்கமான; திணறடிக்கும்
still [stɪl] *adj* அசையாமல் நில் ▷ *adv* இப்பொழுதும்
sting [stɪŋ] *n* கொடுக்கு ▷ *v* கொட்டு
stingy ['stɪndʒɪ] *adj* *(informal)* கஞ்சத்தனமான
stink [stɪŋk] *n* துர்நாற்றம் ▷ *vi* துர்நாற்றம் வீசு
stir [stɜː] *vt* கலக்கு
stitch [stɪtʃ] *n* தையல் ▷ *vt* தையல் போடு
stock [stɒk] *n* பங்கு ▷ *vt* சேமித்து வை
stockbroker ['stɒkˌbrəʊkə] *n* பங்குத் தரகர்

S

stock cube [stɒk kjuːb] *n* உலர்ந்த உணவுப்பொருள்
stock exchange [stɒk ɪks'tʃeɪndʒ] *n* பங்கு பரிவர்த்தனை
stock market [stɒk 'mɑːkɪt] *n* பங்குச் சந்தை
stock up [stɒk ʌp] *v* பதுக்கி வை
stomach ['stʌmək] *n* வயிறு
stomachache ['stʌmək,eɪk] *n* வயிற்றுவலி
stone [stəʊn] *n (material)* கல்; *(piece of rock)* சிறிய கல்
stool [stuːl] *n* முக்காலி
stop [stɒp] *n* நிறுத்தல்; நின்றல் ▷ *v (doing something)* நிறுத்து ▷ *vi (not continue)* நின்றுவிடு
stopover ['stɒp,əʊvə] *n* இடைத்தங்கல்
stopwatch ['stɒp,wɒtʃ] *n* நிறுத்து கடிகாரம்
storage ['stɔːrɪdʒ] *n* சேமிப்பிடம்; கிடங்கு
store [stɔː] *n* கடை ▷ *vt* சேமித்து வை; பத்திரமாக வை
storm [stɔːm] *n* புயல்
stormy ['stɔːmɪ] *adj* புயல் காற்றுடன்
story ['stɔːrɪ] *n* கதை
stove [stəʊv] *n* அடுப்பு
straight [streɪt] *adj* நேரான
straighteners ['streɪtnəz] *npl* தலைமுடி சுருள் நீக்கும் கருவி
straightforward [,streɪt'fɔːwəd] *adj* சுலபமான; எளிதான
straight on [streɪt ɒn] *adv* நேராகச் செல்
strain [streɪn] *n* சிரமம் ▷ *vt* கடுமுயற்சி செய்; மிகு முயற்சி செய்
strained [streɪnd] *adj* இறுக்கமடைந்து; நலிவுற்று
stranded ['strændɪd] *adj* தனித்துப் பின்தங்கிவிட்ட
strange [streɪndʒ] *adj* வினோதமான; விசித்திரமான
stranger ['streɪndʒə] *n* புதியவர்
strangle ['stræŋgl] *vt* கழுத்தைநெறி
strap [stræp] *n* வார்
strategic [strə'tiːdʒɪk] *adj* வியூக
strategy ['strætɪdʒɪ] *n* வியூகம்
straw [strɔː] *n (dried stalks of crops)* வைக்கோல்; *(for drinking through)* உறுஞ்சு குழாய்
strawberry ['strɔːbərɪ] *n* செம்புற்றுப்பழம்
stray [streɪ] *n* அனாதைக் கால்நடை
stream [striːm] *n* ஓடை
street [striːt] *n* தெரு

streetlamp ['striːtˌlæmp] *n* தெருவிளக்கு
street map [striːt mæp] *n* சாலை (தெரு) வரைபடம்
streetwise ['striːtˌwaɪz] *adj* *(informal)* இக்கட்டுகளைச் சமாளிக்கும்
strength [strɛŋθ] *n* பலம்; வலிமை
strengthen ['strɛŋθən] *vt* பலப்படுத்து
stress [strɛs] *n* முக்கியத்துவம் ▷ *vt* வற்புறுத்து
stressed [strɛst] *adj* மன உளைச்சலளிக்கும்
stressful ['strɛsfʊl] *adj* மன இறுக்கத்தை உண்டாக்கும்
stretch [strɛtʃ] *vi* *(extend)* நீட்சியடையச் செய்; *(with your body)* நீட்டு
stretcher ['strɛtʃə] *n* (கைப்) படுக்கை
stretchy ['strɛtʃɪ] *adj* நீண்டு மீளக்கூடிய
strict [strɪkt] *adj* கண்டிப்பான
strictly ['strɪktlɪ] *adv* கண்டிப்பாக
strike [straɪk] *n* வேலை நிறுத்தம் ▷ *vt* தாக்கு ▷ *vi* வேலை நிறுத்தம் செய் ▷ *v* *(hit)* அடி, தாக்கு
striker ['straɪkə] *n* வேலை நிறுத்தம் செய்வோர்
striking ['straɪkɪŋ] *adj* கருத்தைக் கவர்கின்ற
string [strɪŋ] *n* *(for parcel)* நூல், கயிறு; *(musical instrument)* கம்பி இழை
strip [strɪp] *n* துண்டு ▷ *v* உரி
stripe [straɪp] *n* கோடு
striped [straɪpt] *adj* கோடுபோட்ட
stripy ['straɪpɪ] *adj* *(informal)* கோடுகளிருக்கும்
stroke [strəʊk] *n* வாத நோய் ▷ *vt* தடவு
stroll [strəʊl] *n* சிறு உலா
strong [strɒŋ] *adj* *(person)* பலமான; பலமுள்ள; *(object)* பலம்பொருந்திய
strongly ['strɒŋlɪ] *adv* பலத்துடன்
structure ['strʌktʃə] *n* கட்டமைப்பு
struggle ['strʌgl] *n* போராட்டம் ▷ *v* கஷ்டப்படு; அவதி
stub [stʌb] *n* கட்டை; முளை
stubborn ['stʌbn] *adj* பிடிவாதமான
stub out [stʌb aʊt] *v* கடினப் பரப்பில் தேய்
stuck [stʌk] *adj* *(unable to move)* மாட்டிக்கொள்; *(stumped)* முன்னேற முடியாமல்
stuck-up [stʌk'ʌp] *adj* *(informal)* தலைக்கனம் பிடித்த
stud [stʌd] *n* குமிழ்; நிலையாணி

S

student ['stjuːdnt] *n* மாணவன்; மாணவி
student discount ['stjuːdnt 'dɪskaʊnt] *n* மாணவர் சலுகை
studio ['stjuːdɪˌəʊ] *n* கலைக்கூடம்
studio flat ['stjuːdɪəʊ flæt] *n* சிறு அலுவலக வீடு
study ['stʌdɪ] *v* பயில்; படி
stuff [stʌf] *n (informal)* பல் பொருட்கள்
stuffy ['stʌfɪ] *adj* கட்டுப்பாடுகளுடன்
stumble ['stʌmbl] *vi* இடறு; தடுமாறு
stunned [stʌnd] *adj* பிரமிப்பான
stunning ['stʌnɪŋ] *adj* பிரமிப்பூட்டும்
stunt [stʌnt] *n* விந்தை
stuntman ['stʌntmən] *n* விந்தை புரிபவர்
stupid ['stjuːpɪd] *adj* முட்டாள்தனமான
stutter ['stʌtə] *vi* திக்கிப்பேசு
style [staɪl] *n* பாணி; பாங்கு
stylist ['staɪlɪst] *n* முடி திருத்துபவர்;ஒப்பனை
subject ['sʌbdʒɪkt] *n* பொருள்; பாடம்; பேச்சு
submarine ['sʌbməˌriːn] *n* நீர்மூழ்கிக் கப்பல்
subscription [səb'skrɪpʃən] *n* சந்தா
subsidiary [səb'sɪdɪərɪ] *n* துணை நிறுவனம்
subsidize ['sʌbsɪˌdaɪz] *vt* துணை உதவி அளி
subsidy ['sʌbsɪdɪ] *n* மானியம்
substance ['sʌbstəns] *n* பொருள் (வடிவம் இருந்தாலும் இல்லாவிட்டலும்)
substitute ['sʌbstɪˌtjuːt] *n* மாற்றுப்பொருள் ▷ *v* பதில் ஏற்பாடு செய்
subtitled ['sʌbˌtaɪtld] *adj* துணைஉரை
subtitles ['sʌbˌtaɪtlz] *npl* துணைஉரைகள்
subtle ['sʌtl] *adj* நுட்பமான; நேர்த்தியான
subtract [səb'trækt] *vt* கழி
suburb ['sʌbɜːb] *n* புறநகர்
suburban [sə'bɜːbn] *adj* புறநகர்
subway ['sʌbˌweɪ] *n* சுரங்கப் பாதை
succeed [sək'siːd] *vi* வெல்; வெற்றி கொள்
success [sək'sɛs] *n* வெற்றி
successful [sək'sɛsfʊl] *adj* வெற்றிகரமான
successfully [sək'sɛsfʊlɪ] *adv* வெற்றியுடன்
successive [sək'sɛsɪv] *adj* ஒன்றடுத்த; ஒன்றன்பின் ஒன்றாக

successor [sək'sɛsə] *n* பின்னவர்; அடுத்து வருபவர்
such [sʌtʃ] *det (like the one previously mentioned)* அது போன்ற; அது மாதிரியான; *(intensifying an adjective)* மிகவும்; *(like that)* அத்தகைய; *(followed by 'a' or 'an')* அதுமாதிரியான
suck [sʌk] *v* உறிஞ்சு
Sudan [suː'dɑːn] *n* சூடான் நாடு
Sudanese [ˌsuːd'niːz] *adj* சூடான் நாட்டு ▷ *npl* சூடான் நாட்டவர்
sudden ['sʌdn] *adj* திடீர்
suddenly ['sʌdnlɪ] *adv* திடீரென்று
sue [sjuː] *v* வழக்காடு; வழக்குத் தொடு
suede [sweɪd] *n* பதப்படுத்தப்பட்ட தோல்
suffer ['sʌfə] *v* துன்பப்படு
suffocate ['sʌfəˌkeɪt] *vi* மூச்சுத் திணற வை
sugar ['ʃʊgə] *n* சர்க்கரை
sugar-free ['ʃʊgəfriː] *adj* சர்க்கரை இல்லாத
suggest [sə'dʒɛst] *vt* யோசனை கூறு; அறிவுறுத்து
suggestion [sə'dʒɛstʃən] *n* யோசனை; அறிவுரை
suicide ['suːɪˌsaɪd] *n* தற்கொலை
suicide bomber ['suɪsaɪd 'bɔmə] *n* தற்கொலை வெடியினர்
suit [suːt] *n* பொருந்தும் சட்டையும், காற்சட்டையும் ▷ *vt* பொருந்து
suitable ['suːtəbl] *adj* பொருத்தமான
suitcase ['suːtˌkeɪs] *n* சிறு பெட்டி
suite [swiːt] *n* அலுவலக அறை / தங்கு விடுதி அறை
sulk [sʌlk] *vi* ஊடல்; பொய்க்கோபம் காட்டு; பிணங்கு
sulky ['sʌlkɪ] *adj* பிணக்கம் கொண்ட
sultana [sʌl'tɑːnə] *n* உலர்ந்த வெள்ளை திராட்சை
sum [sʌm] *n (amount)* தொகை; *(in maths)* கணக்கு
summarize ['sʌməˌraɪz] *v* சுருக்கமாகக் கூறு
summary ['sʌmərɪ] *n* சுருக்கம்
summer ['sʌmə] *n* கோடை
summer holidays ['sʌmə 'hɒlədeɪz] *npl* கோடை விடுமுறை
summertime ['sʌməˌtaɪm] *n* கோடைக்காலம்
summit ['sʌmɪt] *n* உச்சி மாநாடு
sum up [sʌm ʌp] *v* கூட்டு
sun [sʌn] *n* சூரியன்

sunbathe ['sʌn,beɪð] *vi* சூரிய ஒளியில் படுத்திரு
sunbed ['sʌn,bɛd] *n* சூரிய படுக்கை
sunblock ['sʌn,blɒk] *n* சூரியஒளி பாதிப்பு அகற்றி
sunburn ['sʌn,bɜːn] *n* வேனிற் கட்டி
sunburnt ['sʌn,bɜːnt] *adj* வேனிற் கட்டியுள்ள
suncream ['sʌn,kriːm] *n* சூரியஒளி தடுப்பி (கிரீம்)
Sunday ['sʌndɪ] *n* ஞாயிறுக் கிழமை
sunflower ['sʌn,flaʊə] *n* சூரியகாந்தி
sunglasses ['sʌn,glɑːsɪz] *npl* குளுகுளு கண்ணாடி
sunlight ['sʌnlaɪt] *n* சூரிய ஒளி
sunny ['sʌnɪ] *adj* வெய்யிலடிக்கும்
sunrise ['sʌn,raɪz] *n* சூரியோதயம்
sunroof ['sʌn,ruːf] *n* கூரைத் திறப்பு
sunscreen ['sʌn,skriːn] *n* சூரியஒளி தடுப்பி (கிரீம்)
sunset ['sʌn,sɛt] *n* அந்தி நேரம்
sunshine ['sʌn,ʃaɪn] *n* சூரியவெளிச்சம்
sunstroke ['sʌn,strəʊk] *n* வெயில் வெம்மை நோய்
suntan ['sʌn,tæn] *n* வெயிலால் கருத்தல்
suntan lotion ['sʌntæn 'ləʊʃən] *n* வெயில் வெம்மை நோய்
suntan oil ['sʌntæn ɔɪl] *n* வெயில் வெம்மை தைலம்
super ['suːpə] *adj (informal, old-fashioned)* மிகச் சிறந்த
superb [sʊ'pɜːb] *adj* உயர்ந்த; சீரிய
superficial [,suːpə'fɪʃəl] *adj* மேலோட்டமான
superior [suː'pɪərɪə] *adj* உயர்வான; ஆற்றல் வாய்ந்த ▷ *n* மேலாளர்; உயர் பதவியிலிருப்பவர்
supermarket ['suːpə,mɑːkɪt] *n* பேரங்காடி
supernatural [,suːpə'nætʃrəl] *adj* அமானுஷ்ய; இயற்கைக்கு மீறிய
superstitious [,suːpə'stɪʃəs] *adj* மூட நம்பிக்கையான
supervise ['suːpə,vaɪz] *vt* மேற்பார்வையிடு
supervisor ['suːpə,vaɪzə] *n* மேற்பார்வையாளர்
supper ['sʌpə] *n* இரவு உணவு
supplement ['sʌplɪmənt] *n* இணைப்பு; பிற்சேர்வு; குறைநிரப்பி
supplier [sə'plaɪə] *n* வழங்குபவர்

supplies [sə'plaɪz] *npl* தேவைப்பட்ட பொருட்கள்

supply [sə'plaɪ] *n* தேவைப் பொருள் ▷ *vt* வழங்கு

supply teacher [sə'plaɪ 'tiːtʃə] *n* தற்காலிக ஆசிரியர்

support [sə'pɔːt] *n* ஆதரவு ▷ *vt* ஆதரவு அளி

supporter [sə'pɔːtə] *n* ஆதரவாளர்

suppose [sə'pəʊz] *vt* என்று கருது; பாவி; நினை

supposedly [sə'pəʊzɪdlɪ] *adv* இருப்பதாய் கருதப்பட்ட

supposing [sə'pəʊzɪŋ] *conj* ஒரு வேளை

surcharge ['sɜːˌtʃɑːdʒ] *n* உப வரி; உபரி கட்டணம்

sure [ʃʊə] *adj* உறுதியான; நம்பத்தக்க

surely ['ʃʊəlɪ] *adv* நிச்சயமாக

surf [sɜːf] *n* கடல்நுரை ▷ *vi* அலைமேல் சறுக்கு

surface ['sɜːfɪs] *n* மேற்பரப்பு

surfboard ['sɜːfˌbɔːd] *n* அலை சறுக்குப் பலகை

surfer ['sɜːfə] *n* அலை சறுக்குபவர்

surfing ['sɜːfɪŋ] *n* அலை சறுக்கு விளையாட்டு

surge [sɜːdʒ] *n* திடீர் எழுச்சி, பொங்குதல்

surgeon ['sɜːdʒən] *n* அறுவை சிகிச்சை மருத்துவர்

surgery ['sɜːdʒərɪ] *n (medical treatment)* அறுவை சிகிச்சை; *(place)* அறுவை சிகிச்சைக் கூடம்

surname ['sɜːˌneɪm] *n* குடும்பப் பெயர்; பட்டப் பெயர்

surplus ['sɜːpləs] *adj* தேவைக்கு அதிகமான; மிகையான ▷ *n* உபரி; மீந்து இருத்தல்

surprise [sə'praɪz] *n* திகைப்பு

surprised [sə'praɪzd] *adj* வியப்படை; ஆச்சரியப்படு

surprising [sə'praɪzɪŋ] *adj* வியப்பூட்டும்

surprisingly [sə'praɪzɪŋlɪ] *adv* ஆச்சரியப்படத்தக்க வகையில்

surrender [sə'rɛndə] *vi* சரணாகதி அடை

surrogate mother ['sʌrəgɪt 'mʌðə] *n* ஒருத்திக்காக வேறொருவள் பிள்ளை பெற்றுக் கொடுப்பது

surround [sə'raʊnd] *vt* சூழ்ந்து கொள்

surroundings [sə'raʊndɪŋz] *npl* சுற்றுப்புறங்கள்

survey ['sɜːveɪ] *n* கருத்துக் கணிப்பு; கருத்தாய்வு

surveyor [sɜː'veɪə] *n* அளவாய்வாளர்

survival [sə'vaɪvl] *n* உயிர் பிழைத்திருத்தல்; உய்வு

S

survive [sə'vaɪv] *v* உயிர் பிழைத்திரு; வாழ்
survivor [sə'vaɪvə] *n* உயிர் பிழைத்தவர்
suspect ['sʌspekt] *n* சந்தேகத்திற்குரிய நபர் ▷ [sə'spɛkt] *vt* சந்தேகப்படு
suspend [sə'spɛnd] *vt* தற்காலிகமாக நிறுத்தி வை
suspense [sə'spɛns] *n* புதிர்
suspension [sə'spɛnʃən] *n* நிறுத்தி வைத்தல்; தாமதப் படுத்துதல்
suspension bridge [səs'pɛnʃən brɪdʒ] *n* தொங்கு பாலம்
suspicious [sə'spɪʃəs] *adj* ஐயத்திற்குரிய
swallow ['swɒləʊ] *n* முழுங்குதல்; விழுங்குதல் ▷ *vt* முழுங்கு ▷ *vi* விழுங்கு
swamp [swɒmp] *n* சதுப்பு நிலம்
swan [swɒn] *n* அன்னம்
swap [swɒp] *v* மாற்றி வை; ஒன்றுக்கு பதிலாக மற்றொன்றை வை
swat [swɒt] *vt* அடி (பூச்சிகளைக் கொள்ளும் வேகத்தில் அடி)
sway [sweɪ] *vi* தள்ளாடு; தடுமாறு
Swaziland ['swɑːzɪˌlænd] *n* ஒரு நாடு
swear [swɛə] *vi* உறுதிமொழி கூறு
swearword ['swɛəˌwɜːd] *n* வசை மொழி; திட்டல்
sweat [swɛt] *n* வியர்வை ▷ *vi* வியர்வை சிந்து
sweater ['swɛtə] *n* வியர்வி; ஸ்வெட்டர்
sweatshirt ['swɛtˌʃɜːt] *n* முரட்டுப் பருத்தி ஆடை
sweaty ['swɛtɪ] *adj* வியர்த்த; வியர்வையுடன்
Swede [swiːd] *n* ஸ்வீடன் நாட்டுக்காரர்
swede [swiːd] *n* ஒரு கிழங்கு வகை
Sweden ['swiːdn] *n* ஸ்வீடன் நாடு
Swedish ['swiːdɪʃ] *adj* ஸ்வீடன் நாட்டு ▷ *n* ஸ்வீடிஷ் மொழி
sweep [swiːp] *vt* பெறுக்கு
sweet [swiːt] *adj (food, drink)* இனிப்பான; *(enjoyable)* இனிய ▷ *n* இனிப்பு
sweetcorn ['swiːtˌkɔːn] *n* இனிப்புப்சோளம்
sweetener ['swiːtnə] *n* இனிப்பூட்டி
sweets ['swiːtz] *npl* இனிப்புகள்
sweltering ['swɛltərɪŋ] *adj* புழுக்க மிக்க (வானிலை)
swerve [swɜːv] *v* போக்குக்குலைவு; நிலை உலைவு

swim [swɪm] *vi* நீந்து
swimmer ['swɪmə] *n* நீந்துபவர்; நீச்சலடிப்பவர்
swimming ['swɪmɪŋ] *n* நீச்சல்
swimming costume ['swɪmɪŋ 'kɒstjuːm] *n* நீச்சலுடை
swimming pool ['swɪmɪŋ puːl] *n* நீச்சல் குளம்
swimming trunks ['swɪmɪŋ trʌŋks] *npl* நீச்சல் கால்சட்டை
swimsuit ['swɪm,suːt] *n* நீச்சல் உடை
swing [swɪŋ] *n* ஊஞ்சல் ▷ *v* ஆடு; ஊஞ்சலாடு
Swiss [swɪs] *adj* ஸ்விட்ஜர்லாந்து நாட்டு ▷ *npl* ஸ்விட்ஜர்லாந்து நாட்டுக்காரர்
switch [swɪtʃ] *n* மின் இணைப்பு மாற்றி; சொடுக்கி ▷ *vi* மாற்று
switchboard ['swɪtʃ,bɔːd] *n* ஆளிப்பலகை; ஆளித்தட்டு
switch off [swɪtʃ ɒf] *v* நிறுத்து; அணைத்து விடு
switch on [swɪtʃ ɒn] *v* ஏற்றி வை; பொருத்து
Switzerland ['swɪtsələnd] *n* ஸ்விட்ஜர்லாந்து நாடு
swollen ['swəʊlən] *adj* வீங்கிய; புடைத்த
sword [sɔːd] *n* கத்தி
swordfish ['sɔːd,fɪʃ] *n* கொம்புச் சுறா மீன்
swot [swɒt] *vi (informal)* கருத்தூன்றிப் படி
syllable ['sɪləbl] *n* அசை
syllabus ['sɪləbəs] *n* பாடத்திட்டம்
symbol ['sɪmbl] *n* சின்னம்; குறியீடு
symmetrical [sɪ'mɛtrɪkl] *adj* சமச்சீரான, சம அமைப்போடுள்ள
sympathetic [,sɪmpə'θɛtɪk] *adj* பரிவுள்ள; பரிவுடன்
sympathize ['sɪmpə,θaɪz] *vi* பரிவு காட்டு
sympathy ['sɪmpəθɪ] *n* பரிவு
symphony ['sɪmfənɪ] *n* இன்னிசை; ஒத்திசைக் குழு
symptom ['sɪmptəm] *n* நோய்க்குறி
synagogue ['sɪnə,gɒg] *n* தொழுகைக்கூடம் (யூதர்கள்)
Syria ['sɪrɪə] *n* சிரியா நாடு
Syrian ['sɪrɪən] *adj* சிரியா நாட்டு ▷ *n* சிரியா நாட்டுக்காரர்
syringe ['sɪrɪndʒ] *n* மருந்தூசி
syrup ['sɪrəp] *n* இனிப்புக்கூழ்
system ['sɪstəm] *n* அமைப்பு; முறைமை; ஒழுங்கியம்
systematic [,sɪstɪ'mætɪk] *adj* முறைப்படி; திட்டப்படியான
systems analyst ['sɪstəms 'ænəlɪst] *n* அமைப்புப் பகுப்பாய்வாளர்

table | 404

t

table ['teɪbl] *n* *(piece of furniture)* மேசை; *(chart)* அட்டவணை
tablecloth ['teɪbl,klɒθ] *n* மேசைவிரிப்பு
tablespoon ['teɪbl,spuːn] *n* மேசைக் கரண்டி
tablet ['tæblɪt] *n* மாத்திரை
table tennis ['teɪbl 'tɛnɪs] *n* மேஜைப் பந்தாட்டம்
table wine ['teɪbl waɪn] *n* மலிவு மது
taboo [tə'buː] *adj* விலக்கப்பட்ட; தடை செய்யப்பட்ட ▷ *n* விலக்கல்
tackle ['tækl] *n* எதிர்த்துப் போராடுதல் ▷ *vt* எதிர்த்துப் போராடு
tact [tækt] *n* பக்குவம்
tactful ['tæktfʊl] *adj* பக்குவமான
tactics ['tæktɪks] *npl* உத்திகள்
tactless ['tæktlɪs] *adj* உத்தியற்ற
tadpole ['tæd,pəʊl] *n* தவளைக்குஞ்சு
tag [tæg] *n* அடையாளச் சீட்டு; குறிச்சீட்டு
Tahiti [tə'hiːtɪ] *n* ஒரு தீவு
tail [teɪl] *n* வால்
tailor ['teɪlə] *n* தையற்காரர்
Taiwan ['taɪ'waːn] *n* தைவான் நாடு
Taiwanese [,taɪwaː'niːz] *adj* தைவான் நாட்டு ▷ *n* தைவான் நாட்டுக்காரர்
Tajikistan [taː,dʒɪkɪ'staːn] *n* தஜிகிஸ்தான் நாடு
taka ['taːkaː] *n* டாகா (பங்களாதேஷ் பணம்)
take [teɪk] *vt* *(travel in)* பயணம் செய்; *(carry)* எடு;எடுத்துச் செல்; *(steal)* எடு, திருடு
take after [teɪk 'aːftə] *v* குணம் கொண்டிரு
take apart [teɪk ə'paːt] *v* பிரித்து எடு
take away [teɪk ə'weɪ] *v* எடுத்துச் செல்
takeaway ['teɪkə,weɪ] *n* அகற்று; எடுத்துச் செல்
take back [teɪk bæk] *v* திருப்பி எடுத்துக் கொள்
take off [teɪk ɒf] *v* புறப்படு; ஆரம்பி; தொடங்கு
takeoff ['teɪk,ɒf] *n* புறப்பாடு
take over [teɪk 'əʊvə] *v* பொறுப்பேற்றுக் கொள்
takeover ['teɪk,əʊvə] *n* கையகப்படுத்து
takings ['teɪkɪŋz] *npl* விற்பனைத் தொகை
talcum powder ['tælkəm 'paʊdə] *n* நறுமணத்தூள்

tale [teɪl] *n* கட்டுக்கதை

talent ['tælənt] *n* திறமை

talented ['tæləntɪd] *adj* திறமையான

talk [tɔːk] *n* பேச்சு ▷ *vi* பேசு

talkative ['tɔːkətɪv] *adj* வாயாடக்கூடிய

talk to [tɔːk tʊ; tuː; tə] *v* பேசு

tall [tɔːl] *adj* உயரமான

tame [teɪm] *adj* பழக்கப்படுத்தப்பட்ட

tampon ['tæmpɒn] *n* பஞ்சுக்குச்சி

tan [tæn] *n* வெய்யிற்பட்ட மேனி நிறம்

tandem ['tændəm] *n* வரியிணை; தாண்டம்

tangerine [ˌtændʒə'riːn] *n* சிறிய ஆரஞ்சுப் பழம்

tank [tæŋk] *n* (container) தொட்டி; (vehicle) கவசவாகனம்

tanker ['tæŋkə] *n* எண்ணெய்க் கப்பல்

tanned [tænd] *adj* வெய்யிற்பட்ட மேனி நிறமத்துடன்

tantrum ['tæntrəm] *n* கோப ஆர்ப்பாட்டம்

Tanzania [ˌtænzə'nɪə] *n* தான்சானியா நாடு

Tanzanian [ˌtænzə'nɪən] *adj* தான்சானிய நாட்டு ▷ *n* தான்சானியா நாட்டுக்காரர்

tap [tæp] *n* தண்ணீர் குழாய்

tap-dancing ['tæpˌdɑːnsɪŋ] *n* ஒரு நடன வகை

tape [teɪp] *n* ஒலி/ஒளி நாடா ▷ *vt* ஒலிநாடாவில் பதிவுசெய்

tape measure [teɪp 'mɛʒə] *n* அளவை நாடா

tape recorder [teɪp rɪ'kɔːdə] *n* ஒலி நாடாப் பதிவுக்கருவி

target ['tɑːgɪt] *n* இலக்கு

tariff ['tærɪf] *n* கட்டண வீதம்

tarmac ['tɑːmæk] *n* பாவிய சாலை; ஓடுதளம்

tarpaulin [tɑː'pɔːlɪn] *n* தார்ப்பாய்; கூடாரச் சீலை

tarragon ['tærəgən] *n* மசாலா மூலிகை வகை

tart [tɑːt] *n* தொண்ணை (ஒரு வகைப் பணியாரம்)

tartan ['tɑːtn] *adj* பலவண்ணக் கட்டக்கோடிட்ட ஸ்காத்லாந்து ஆடை/துணி

task [tɑːsk] *n* செயல்; வேலை

Tasmania [tæz'meɪnɪə] *n* ஒரு தீவு

taste [teɪst] *n* சுவை ▷ *vi* சுவைத்துப் பார்

tasteful ['teɪstfʊl] *adj* சுவையான

tasteless ['teɪstlɪs] *adj* சுவையற்ற

tasty ['teɪstɪ] *adj* சுவையான

tattoo [tæ'tuː] *n* பச்சைக் குத்திக் கொள்ளுதல்

Taurus ['tɔːrəs] *n* ரிசப ராசி (காளை)
tax [tæks] *n* வரி
taxi ['tæksɪ] *n* வாடகைக்கார்
taxi driver ['tæksɪ 'draɪvə] *n* வாடகைக்கார் ஓட்டுனர்
taxpayer ['tæks,peɪə] *n* வரி செலுத்துபவர்
tax return [tæks rɪ'tɜːn] *n* வரிவிபர அறிக்கை
TB [tiː biː] *n* காச நோய் (சுருக்கம்)
tea [tiː] *n (drink)* தேனீர்; *(meal)* சிற்றுண்டி
tea bag [tiː bæg] *n* தேயிலைப் பொட்டலம்
teach [tiːtʃ] *vt* சொல்லிக் கொடு; பாடம் கற்பி
teacher ['tiːtʃə] *n* ஆசிரியர்
teaching ['tiːtʃɪŋ] *n* கற்பித்தல்
teacup ['tiː,kʌp] *n* தேனீர்கோப்பை
team [tiːm] *n* குழு; அணி
teapot ['tiː,pɒt] *n* தேனீர் தயாரிக்கப்படும் பாண்டம்
tear [tɪə] *n (from eye)* கண்ணீர்; [tɛə] *n (rip)* கிழிசல் ▷ *vt* கிழி
tear gas [tɪə gæs] *n* கண்ணீர்ப்புகை
tear up [tɛə ʌp] *v* கிழித்து விடு
tease [tiːz] *vt* சீண்டு
teaspoon ['tiː,spuːn] *n* தேக்கரண்டி
teatime ['tiː,taɪm] *n* தேனீர்நேரம்; இடைவேளை
tea towel [tiː 'taʊəl] *n* பாத்திரம் உலர்த்தும் துணி
technical ['tɛknɪkl] *adj* தொழில்நுட்ப
technician [tɛk'nɪʃən] *n* தொழில்நுட்ப வல்லுநர்
technique [tɛk'niːk] *n* உத்தி
techno ['tɛknəʊ] *n* துரிதகதி இசை (இசைக்கருவியில் இசைப்பது)
technological [tɛknə'lɒdʒɪkl] *adj* தொழில் நுட்பவியல் சார்ந்த
technology [tɛk'nɒlədʒɪ] *n* தொழில்நுட்பம்
teddy bear ['tɛdɪ bɛə] *n* புசுபுசு கரடிப் பொம்மை
tee [tiː] *n* டி உரு (குழிப் பந்தாட்டத்திற்கானது)
teenager ['tiːn,eɪdʒə] *n* பதின்ம வயதினர்
teens [tiːnz] *npl* பதின்ம வயது
tee-shirt ['tiː,ʃɜːt] *n* கை பனியன்
teethe [tiːð] *vi* பாற்பல்லை எடுத்தல்
teetotal [tiː'təʊtl] *adj* மது அருந்தாதவர்
telecommunications [,tɛlɪkə,mjuːnɪ'keɪʃənz] *npl* தொலைத்தொடர்பு
telegram ['tɛlɪ,græm] *n* தந்தி

telephone ['tɛlɪˌfəʊn] *n* தொலைபேசி
telephone directory ['tɛlɪfəʊn dɪ'rɛktərɪ; -trɪ; daɪ-] *n* தொலைபேசி விவரத் திரட்டு
telesales ['tɛlɪˌseɪlz] *n* தொலைபேசி விற்பனை
telescope ['tɛlɪˌskəʊp] *n* தொலைநோக்கி
television ['tɛlɪˌvɪʒən] *n* தொலைக்காட்சி
tell [tɛl] *vt (inform)* சொல்; *(order)* சொல்; *(sense)* கூறு; எடுத்துச் சொல்
teller ['tɛlə] *n* (வங்கிப்) பணப் பொறுப்பாளர்
tell off [tɛl ɒf] *v* கண்டி
telly ['tɛlɪ] *n (informal)* தொலைக்காட்சிப் பெட்டி
temp [tɛmp] *n* தற்காலிகப் பணியாளர்
temper ['tɛmpə] *n* கோபம்
temperature ['tɛmprɪtʃə] *n* வெப்பநிலை
temple ['tɛmpl] *n* கோயில்
temporary ['tɛmpərərɪ] *adj* தற்காலிகமான
tempt [tɛmpt] *v* ஆசைக் காட்டு
temptation [tɛmp'teɪʃən] *n* சபலம்
tempting ['tɛmptɪŋ] *adj* சபலத்தைத் தூண்டும்
ten [tɛn] *num* பத்து (எண்)
tenant ['tɛnənt] *n* குடியிருப்பவர்; குத்தகைக்காரர்
tend [tɛnd] *vi* பராமரி; வழக்கக் கொண்டிரு
tendency ['tɛndənsɪ] *n* போக்கு
tender ['tɛndə] *adj* இனிமையான
tendon ['tɛndən] *n* தசை நாண்
tennis ['tɛnɪs] *n* வரைப்பந்து
tennis court ['tɛnɪs kɔːt] *n* வரைப்பந்து தளம்
tennis player ['tɛnɪs 'pleɪə] *n* வரைப்பந்து விளையாட்டு வீரர்
tennis racket ['tɛnɪs 'rækɪt] *n* வரைப்பந்து மட்டை
tenor ['tɛnə] *n* ஆண் பாடகர்
tenpin bowling ['tɛnpɪn 'bəʊlɪŋ] *n* துயல் பந்து விளையாட்டு
tense [tɛns] *adj* இறுக்கமான மனநிலை உடைய ▷ *n* காலம்
tension ['tɛnʃən] *n* இறுக்கமான மனநிலை
tent [tɛnt] *n* கூடாரம்
tenth [tɛnθ] *adj* பத்தாவது ▷ *n* பத்தில் ஒரு பாகம்
term [tɜːm] *n (expression)* சொல்; *(school, college, university)* தவணை

t

terminal ['tɜːmɪnl] *adj*
முடிவான; கடைசி ▷ *n*
கடைசி நிறுத்தம்

terminally ['tɜːmɪnlɪ] *adv*
மரண; குணப்படுத்த
முடியாத அளவுக்கு

terrace ['tɛrəs] *n* மொட்டை
மாடி; மேல் தளம்

terraced ['tɛrəst] *adj* படி
அமைப்பிலான

terrible ['tɛrəbl] *adj*
கொடூரமான; கொடுமையான

terribly ['tɛrəblɪ] *adv*
கொடூரமாக

terrier ['tɛrɪə] *n* வேட்டைநாய்

terrific [tə'rɪfɪk] *adj* (*informal*)
ஆச்சரியப்படத்தக்க; மிகவும்
விரும்பும் வகையில்

terrified ['tɛrɪˌfaɪd] *adj* பயம்
கொள்ளும்; பயம் கொண்ட

terrify ['tɛrɪˌfaɪ] *vt* திகிலூட்டு

territory ['tɛrɪtərɪ] *n*
நாட்டின் எல்லை

terrorism ['tɛrəˌrɪzəm] *n*
தீவிரவாதம்

terrorist ['tɛrərɪst] *n*
தீவிரவாதி

terrorist attack ['tɛrərɪst
ə'tæk] *n* தீவிரவாதத்
தாக்குதல்

test [tɛst] *n* (*experiment*)
சோதனை ▷ *vt* சோதி ▷ *n*
(*person, knowledge*) பரிட்சை

testicle ['tɛstɪkl] *n* விரை;
ஆண்விதைப்பை

test tube [tɛst tjuːb] *n*
சோதனைக்குழாய்

tetanus ['tɛtənəs] *n* இசிவு
நோய்

text [tɛkst] *n* உரை; வாசகம்
▷ *vt* வாசகம் எழுது

textbook ['tɛkstˌbʊk] *n*
பாடப்புத்தகம்

textile ['tɛkstaɪl] *n*
நெசவு;நெய்பொருள்;
நெசவுத் தொழில்

text message [tɛkst 'mɛsɪdʒ]
n செய்தி வாசகம்

Thai [taɪ] *adj* தாய்லாந்து
நாட்டு ▷ *n* (*person*)
தாய்லாந்து நாட்டுக்காரர்;
(*language*) தாய்லாந்து
மொழி

Thailand ['taɪˌlænd] *n*
தாய்லாந்து நாடு

than [ðæn] *prep* காட்டிலும்

thank [θæŋk] *vt* நன்றி கூறு

thanks! ['θæŋks] *excl* நன்றி

that [ðæt] *det* (*denoting
something previously mentioned*)
அந்த ▷ *conj* (*joining clauses*)
என்று ▷ *pron* (*denoting
something previously mentioned*)
அது ▷ *det* (*referring to a
person or thing a distance away*)
அந்த ▷ *pron* (*referring to a
person or thing a distance away*)
அந்த; (*who or which*) அந்த

thatched [θætʃt] *adj*
கூரைவேய்ந்த

the [ðə] *det (referring to a specific person or thing)* அந்த; அதே; குறிப்பிட்ட; *(with singular noun referring to things of that type generally)* அந்த
theatre ['θɪətə] *n* அரங்கு
theft [θɛft] *n* திருட்டு
their [ðɛə] *det* அவர்களுடைய
theirs [ðɛəz] *pron* அவர்களுடையது
them [ðɛm] *pron* அவற்றை
theme [θiːm] *n* கருப்பொருள்
theme park [θiːm pɑːk] *n* பல வணிக நோக்குடைய பூங்கா
themselves [ðəm'sɛlvz] *pron* அவர்களே
then [ðɛn] *adv* அப்பொழுது ▷ *conj (informal)* பிறகு
theology [θɪ'ɒlədʒɪ] *n* இறையியல்
theory ['θɪərɪ] *n* கோட்பாடு; தத்துவம்
therapy ['θɛrəpɪ] *n* மருத்துவம்; சிகிச்சை
there [ðɛə] *adv* அங்கே ▷ *pron* அங்கு
therefore ['ðɛə,fɔː] *adv* ஆகையால்; அதனால்
thermometer [θə'mɒmɪtə] *n* வெப்பமானி
Thermos® ['θɜːməs] *n* வெப்பநிலையை தக்க வைத்துக்கொள்ளும் குப்பி
thermostat ['θɜːmə,stæt] *n* வெப்பநிலை நிலைப்படுத்தி
these [ðiːz] *det (referring to people or things previously mentioned)* இந்த ▷ *pron* இந்த ▷ *det* இந்த; *(referring to people or things you are going to talk about)* இந்த
they [ðeɪ] *pron* அவர்கள்
thick [θɪk] *adj (measuring a lot from one side to the other)* தடித்த; *(liquid)* அடர்த்தியான
thickness ['θɪknɪs] *n* தடிமன்
thief [θiːf] *n* திருடன்
thigh [θaɪ] *n* தொடை
thin [θɪn] *adj (not measuring much from one side to the other)* சன்னமான; மெல்லிய; *(slim)* ஒல்லியான
thing [θɪŋ] *n* பொருள்
think [θɪŋk] *v (believe)* எண்ணு ▷ *vi (use your mind)* யோசி
third [θɜːd] *adj* மூன்றாவது ▷ *n* மூன்றில் ஒரு பாகம்
thirdly ['θɜːdlɪ] *adv* மூன்றாவதாக
third-party insurance ['θɜːd'pɑːtɪ ɪn'ʃʊərəns; -'ʃɔː-] *n* மூன்றாமவர் இடர்க்காப்பீடு
thirst [θɜːst] *n* தாகம்
thirsty ['θɜːstɪ] *adj* தாகமான
thirteen ['θɜː'tiːn] *num* பதின்மூன்று

t

thirteenth ['θɜː'tiːnθ] *adj* பதின்மூன்றாவது
thirty ['θɜːtɪ] *num* முப்பது
this [ðɪs] *det (referring to a person or thing previously mentioned)* இந்த ▷ *pron (person or thing near you)* இது ▷ *det (referring to a person or thing near you)* இந்த ▷ *pron (referring to a person or thing you are going to talk about)* இதுதான்
thistle ['θɪsl] *n* நெடுங்காம்புப்புனல்
thorn [θɔːn] *n* முள்
thorough ['θʌrə] *adj* முழுதுமாகிய
thoroughly ['θʌrəlɪ] *adv* முற்றிலுமாக
those [ðəʊz] *det (referring to people or things previously mentioned)* அந்த ▷ *pron* அந்த ▷ *det* அந்த
though [ðəʊ] *adv* இருந்தபோதிலும் ▷ *conj (even although)* இருந்தாலும்; *(in contrast)* ஆனாலும்
thought [θɔːt] *n* எண்ணம்
thoughtful ['θɔːtfʊl] *adj* இரக்கம் காட்டுகிற
thoughtless ['θɔːtlɪs] *adj* இரக்கமற்ற
thousand ['θaʊzənd] *num* ஆயிரம் (எண்)
thousandth ['θaʊzənθ] *adj* ஆயிரமாவது ▷ *n* ஆயிரத்தில் ஒரு பாகம்
thread [θrɛd] *n* நூல்
threat [θrɛt] *n* அச்சுறுத்தல்
threaten ['θrɛtn] *vt* மிரட்டு
threatening ['θrɛtnɪŋ] *adj* மிரட்டுகின்ற
three [θriː] *num* மூன்று
three-dimensional [ˌθriːdɪ'mɛnʃənl] *adj* முப்பரிமாண
thrifty ['θrɪftɪ] *adj* சிக்கனமான
thrill [θrɪl] *n* மகிழ்ச்சி உணர்வு
thrilled [θrɪld] *adj* மிகவும் மகிழ்ச்சியாக; அதிக உற்சாகமாக
thriller ['θrɪlə] *n* அதிர்ச்சியூட்டும்; கிளர்ச்சி கொள்ளச் செய்யும்
thrilling ['θrɪlɪŋ] *adj* உற்சாகமூட்டும்
throat [θrəʊt] *n (back of mouth)* தொண்டை; *(front of neck)* கழுத்தின் முன் பகுதி
throb [θrɒb] *vi* துடிப்பு
throne [θrəʊn] *n* அரியணை; சிம்மாசனம்
through [θruː] *prep (from one side to the other of)* ஊடே; வழியாக
throughout [θruː'aʊt] *prep* முழுவதும்
throw [θrəʊ] *vt* வீசி எறி

throw away [θrəʊ ə'weɪ] *v* வீசி எறி
throw out [θrəʊ aʊt] *v* எறிந்து விடு
throw up [θrəʊ ʌp] *v* *(informal)* வாந்தி எடு
thrush [θrʌʃ] *n* பாடும் வகைக் குருவி
thug [θʌg] *n* குண்டன்; குண்டர்
thumb [θʌm] *n* கட்டைவிரல்
thumbtack ['θʌm,tæk] *n (US)* தலை பெரிதாக இருக்கும் குத்தூசி
thump [θʌmp] *v* கைகளால் தட்டி ஆராவாரம் செய்
thunder ['θʌndə] *n* இடி
thunderstorm ['θʌndə,stɔːm] *n* இடிமழை
thundery ['θʌndərɪ] *adj* இடிமுழக்கத்துடன்
Thursday ['θɜːzdɪ] *n* வியாழக் கிழமை
thyme [taɪm] *n* கசகசா
Tibet [tɪ'bɛt] *n* திபெத்
Tibetan [tɪ'bɛtn] *adj* திபெத் பகுதியின் ▷ *n (person)* திபெத் பகுதியிலிருப்பவர்; *(language)* திபெத் மொழி
tick [tɪk] *n* குறியீடு ▷ *vt* குறி செய்
ticket ['tɪkɪt] *n* அனுமதிச் சீட்டு
ticket machine ['tɪkɪt mə'ʃiːn] *n* அனுமதிச் சீட்டு வழங்கி
ticket office ['tɪkɪt 'ɒfɪs] *n* அனுமதிச் சீட்டு அலுவலகம்
tickle ['tɪkl] *vt* கிச்சு கிச்சு மூட்டு
ticklish ['tɪklɪʃ] *adj* கவனமாகக் கையாளப் படவேண்டிய
tick off [tɪk ɒf] *v* குறித்துக் கொள்
tide [taɪd] *n* அலை; ஏற்ற இறக்கம்
tidy ['taɪdɪ] *adj* துப்புரவான; ஒழுங்கான ▷ *vt* சுத்தப்படுத்து
tidy up ['taɪdɪ ʌp] *v* ஒழுங்குபடுத்து
tie [taɪ] *n (necktie)* கழுத்துப் பட்டி ▷ *vt* கட்டு
tie up [taɪ ʌp] *v* கட்டு
tiger ['taɪgə] *n* புலி; வேங்கை
tight [taɪt] *adj (clothes)* கெட்டியாகப் பிடித்துள்ள; *(knot)* இறுக்கமான
tighten ['taɪtn] *v* இறுக்கு
tights [taɪts] *npl* இறுக்க உடை; உள்ளாடைகள்
tile [taɪl] *n* கூரைஓடு; பதிகல்
tiled ['taɪld] *adj* ஓடு பரவிய; ஓடு பாவிய
till [tɪl] *conj (informal)* அதுவரை ▷ *n* கல்லாப் பெட்டி ▷ *prep (informal, until but not later than)* வரையில்; முடிய; *(informal, before)* ஒரு குறிப்பிட்ட காலம்

timber ['tɪmbə] *n* வெட்டு மரம்
time [taɪm] *n (how long something takes to happen)* காலம்; *(current)* நேரம்
time bomb [taɪm bɒm] *n* கடிகார வெடிகுண்டு
time off [taɪm ɒf] *n* கால இடைவெளி; ஒழிவு
timer ['taɪmə] *n* நேரம்குறிக்கருவி
timetable ['taɪmˌteɪbl] *n* கால அட்டவணை
time zone [taɪm zəʊn] *n* மண்டல நேரம்
tin [tɪn] *n (metal)* தகரம்; *(can)* தகரக்குப்பி
tinfoil ['tɪnˌfɔɪl] *n* ஈயப் பொதிதாள்
tinned [tɪnd] *adj* டின்னில் அடைக்கப்பட்ட
tin opener [tɪn 'əʊpnə] *n* மூடி திரப்பான்
tinsel ['tɪnsəl] *n* காக்கைப்பொன்; சரிகை
tinted ['tɪntɪd] *adj* நிறம்கொண்ட
tiny ['taɪnɪ] *adj* சின்னஞ்சிறிய
tip [tɪp] *n (end)* முனை; ஓரம்; *(gratuity)* சிறு அன்பளிப்பு; *(hint)* துப்பு; யோசனை ▷ *v (incline)* கவிழ் ▷ *vt (give money to)* சிறு அன்பளிப்பு கொடு
tipsy ['tɪpsɪ] *adj* மது மயக்கத்தில்
tired ['taɪəd] *adj* களைப்படைந்த
tiring ['taɪərɪŋ] *adj* களைப்படையச்செய்யும்
tissue ['tɪsjuː] *n* திசு
title ['taɪtl] *n* தலைப்பு
to [tuː] *prep* (ஒரு குறிப்பிட்ட காலம்) வரை ▷ *part* வினைச்சொல்லுடன் இணைக்கும் கு விகுதி
toad [təʊd] *n* தேரை
toadstool ['təʊdˌstuːl] *n* நச்சுக்காளான்; குடைக்காளான்
toast [təʊst] *n (bread)* வாட்டப்பட்ட ரொட்டி; *(drink)* பாராட்டு
toaster ['təʊstə] *n* ரொட்டி வாட்டும் கருவி
tobacco [tə'bækəʊ] *n* புகையிலை
tobacconist [tə'bækənɪst] *n* பீடிக்கடை
toboggan [tə'bɒgən] *n* முன்வளைந்த மரப்பலகை
tobogganing [tə'bɒgənɪŋ] *n* சருக்கு விளையாட்டு
today [tə'deɪ] *adv* இன்று
toddler ['tɒdlə] *n* நடைக்குழந்தை
toe [təʊ] *n* கால்விரல்
toffee ['tɒfɪ] *n* இனிப்பு மிட்டாய்
together [tə'gɛðə] *adv* சேர்ந்து; ஒன்றாக

Togo ['təʊgəʊ] *n* ஒரு நாடு
toilet ['tɔɪlɪt] *n* கழிவிடம்
toilet bag ['tɔɪlɪt bæg] *n* சோப்பு, சீப்பு வைத்துக் கொள்ளும் சிறு பை
toilet paper ['tɔɪlɪt 'peɪpə] *n* மலஜலம் கழித்து சுத்தம் செய்ய உபயோகிக்கும் காகிதம்
toiletries ['tɔɪlɪtriːz] *npl* குளியல் பொருட்கள்
toilet roll ['tɔɪlɪt rəʊl] *n* காகித உருளை
token ['təʊkən] *n* அடையாள வில்லை
tolerant ['tɒlərənt] *adj* சகித்துக் கொள்ளும்
toll [təʊl] *n* சுங்கக் கட்டணம்
tomato [tə'mɑːtəʊ] *n* தக்காளி
tomato sauce [tə'mɑːtəʊ sɔːs] *n* தக்காளி கூழ்
tomb [tuːm] *n* சமாதி
tomboy ['tɒm,bɔɪ] *n* பையன்களைப் போன்று குதுகலமாக விளையாடும் பெண்பிள்ளை
tomorrow [tə'mɒrəʊ] *adv* நாளைக்கு
ton [tʌn] *n* டன்
tongue [tʌŋ] *n* நாக்கு
tonic ['tɒnɪk] *n* சத்து மருந்து
tonight [tə'naɪt] *adv* இன்றிரவு
tonsillitis [,tɒnsɪ'laɪtɪs] *n* அடிநாக்குச் சதை அழற்சி
tonsils ['tɒnsəlz] *npl* அடிநாக்குச் சதை
too [tuː] *adv* *(also)* கூட; *(excessively)* அதிக
tool [tuːl] *n* கருவி
tooth [tuːθ] *n* *(in your mouth)* பல்; *(comb, zip, saw)* முனை
toothache ['tuːθ,eɪk] *n* பல்வலி
toothbrush ['tuːθ,brʌʃ] *n* பல்துலக்கி; பல்தூரி
toothpaste ['tuːθ,peɪst] *n* பற்பசை
toothpick ['tuːθ,pɪk] *n* ஈறுகுத்தி; பல்லீர்க்கு
top [tɒp] *n* உயரமான; *(highest part)* உச்சி; *(lid)* மூடி
topic ['tɒpɪk] *n* தலைப்பு
topical ['tɒpɪkl] *adj* நடந்து கொண்டிருக்கும்; நிகழ்கால
top-secret ['tɒp'siːkrɪt] *adj* மிகவும் இரகசியம்
top-up card ['tɒpʌp kɑːd] *n* கூடுதல் கடன் அட்டை
torch [tɔːtʃ] *n* பந்தம்; கைவிளக்கு
tornado [tɔː'neɪdəʊ] *n* சூறாவளி
tortoise ['tɔːtəs] *n* ஆமை
torture ['tɔːtʃə] *n* சித்திரவதை ▷ *vt* கொடுமைப்படுத்து
toss [tɒs] *vt* தூக்கிப்போடு; சுண்டு எறி
total ['təʊtl] *adj* மொத்தமாக ▷ *n* மொத்தம்

t

totally ['təʊtlɪ] *adv* மொத்தத்தில்
touch [tʌtʃ] *vt (with your fingers)* தொடு ▷ *v (come into contact with)* பதி
touchdown ['tʌtʃˌdaʊn] *n* விமானம் தறையிறங்குதல்
touched [tʌtʃt] *adj* நெகிழ்வடையக்கூடிய
touching ['tʌtʃɪŋ] *adj* மனதை உருக வைக்கும்
touchline ['tʌtʃˌlaɪn] *n* தொடுகோடு
touch pad [tʌtʃ pæd] *n* தொடு பரப்பி
touchy ['tʌtʃɪ] *adj* முன்கோபியான
tough [tʌf] *adj* கடுமையான
toupee ['tuːpeɪ] *n* பொய் தலைமுடி
tour [tʊə] *n* சுற்றுலா ▷ *v* சுற்றுப் பயணஞ்செய்
tour guide [tʊə gaɪd] *n* சுற்றுலா வழிகாட்டி
tourism ['tʊərɪzəm] *n* சுற்றுப் பயண வளர்ச்சித் திட்டம்
tourist ['tʊərɪst] *n* சுற்றுலாப் பயணி
tourist office ['tʊərɪst 'ɒfɪs] *n* சுற்றுலாப் பயண அலுவலகம்
tournament ['tʊənəmənt] *n* பந்தய விளையாட்டு
towards [tə'wɔːdz] *prep* நோக்கி; அதற்காக
tow away [təʊ ə'weɪ] *v* ஓட்டிச் செல்
towel ['taʊəl] *n* துண்டு
tower ['taʊə] *n* கோபுரம்
town [taʊn] *n* நகரம்
town centre [taʊn 'sɛntə] *n* வியாபார ஸ்தலம்; வியாயார மையம்
town hall [taʊn hɔːl] *n* நகர மன்றம்
town planning [taʊn 'plænɪŋ] *n* நகர அமைப்பு
toxic ['tɒksɪk] *adj* நச்சு சார்ந்த
toy [tɔɪ] *n* பொம்மை
trace [treɪs] *n* சிறிதளவு
tracing paper ['treɪsɪŋ 'peɪpə] *n* வரைப்பட படியெடு தாள்
track [træk] *n* தடம்; வழி
track down [træk daʊn] *v* கண்டுபிடி
tracksuit ['trækˌsuːt] *n* உடற்பயிற்சி ஆடை
tractor ['træktə] *n* இழுவை இயந்திரம்
trade [treɪd] *n* வணிகம்; வியாபாரம்
trademark ['treɪdˌmɑːk] *n* வர்த்தகச்சின்னம்
trade union [treɪd 'juːnjən] *n* தொழிற்சங்கம்
trade unionist [treɪd 'juːnjənɪst] *n* தொழிற்சங்கவாதி
tradition [trə'dɪʃən] *n* மரபு; சம்பிரதாயம்

traditional [trə'dɪʃənl] *adj*
பாரம்பரிய

traffic ['træfɪk] *n*
போக்குவரத்து

traffic jam ['træfɪk dʒæm] *n*
போக்குவரத்து நெரிசல்

traffic lights ['træfɪk laɪts] *npl*
போக்குவரத்து விளக்கு

traffic warden ['træfɪk 'wɔːdn]
n போக்குவரத்து காவலாள்

tragedy ['trædʒɪdɪ] *n*
பெருந்துன்பம்

tragic ['trædʒɪk] *adj*
அவலமான

trailer ['treɪlə] *n* இழுவை
வண்டி; இழுவை

train [treɪn] *n* தொடர்வண்டி
▷ *vt* பயிற்சி அளி

trained [treɪnd] *adj* பயிற்சி
பெற்ற

trainee [treɪ'niː] *n* பயிற்சி
பெறுபவர்

trainer ['treɪnə] *n* பயிற்சி
அளிப்பவர்

trainers ['treɪnəz] *npl*
விளையாட்டுக்
காலணிகள்

training ['treɪnɪŋ] *n* பயிற்சி

training course ['treɪnɪŋ kɔːs]
n பயிற்சி வகுப்பு

tram [træm] *n* அமிழ்
தண்டூர்தி

tramp [træmp] *n (vagabond)*
நாடோடி; *(walk)* நீண்டப்
பயணம்

trampoline ['træmpəlɪn] *n*
வட்ட குதி மேடை

tranquillizer ['træŋkwɪˌlaɪzə] *n*
அமைதி அளிக்கும் மருந்து

transaction [træn'zækʃən] *n*
(formal) பரிவர்த்தனை

transcript ['trænskrɪpt] *n*
எழுத்துப்படி

transfer ['trænsfɜː] *n*
இடமாற்றம்

transform [træns'fɔːm] *vt*
உரு மாற்று

transfusion [træns'fjuːʒən] *n*
இரத்தம் ஏற்றல்

transistor [træn'zɪstə] *n*
மின்மப்பெருக்கி

transit ['trænsɪt] *n* இடை வழி

transition [træn'zɪʃən] *n*
நிலைமாற்றம்; மாறு நிலை

translate [træns'leɪt] *vt*
மொழிபெயர்ப்பு செய்

translation [træns'leɪʃən] *n*
மொழிபெயர்ப்பு

translator [træns'leɪtə; trænz-]
n மொழிபெயர்ப்பாளர்

transparent [træns'pærənt]
adj ஒளிபுகு; தெள்ளத்
தெளிந்த

transplant ['træns,plɑːnt] *n*
பெயர்த்து நடுதல்

transport ['trænspɔːt] *n*
போக்குவரத்து ▷ [træns'pɔːt]
vt ஓரிடத்திலிருந்து
மற்றோரிடத்துக்கு எடுத்துச்
செல்

transvestite [trænz'vɛstaɪt] *n* மாற்றுப்பால் உடையணிந்து மகிழல்; பெண்ணின் ஆடையணிந்து மகிழும் ஆண்

trap [træp] *n* பொறி

traumatic [trɔː'mætɪk] *adj* காயத்துக்குரிய

travel ['trævl] *n* பயணம் ▷ *vi* பயணம் செய்

travel agency ['trævl 'eɪdʒənsɪ] *n* பிரயாண ஏற்பாடுகளைச் செய்யும் முகமை

travel agent ['trævl 'eɪdʒənt] *n (person)* பயண முகவர்

travel insurance ['trævl ɪn'ʃʊərəns; -'ʃɔː-] *n* பயணக் காப்பீடு

traveller ['trævələ] *n* பயணர்; பயணி

traveller's cheque ['trævləz tʃɛk] *n* பயணர் காசோலை

travelling ['trævlɪŋ] *n* பயணம்

tray [treɪ] *n* தாம்பாளம்

treacle ['triːkl] *n* பாகு

tread [trɛd] *vi* மிதி

treasure ['trɛʒə] *n (literary)* புதையல்; பொக்கிஷம்

treasurer ['trɛʒərə] *n* பொருளாளர்

treat [triːt] *n* விருந்து ▷ *vt* நடத்து

treatment ['triːtmənt] *n* சிகிச்சை

treaty ['triːtɪ] *n* ஒப்பந்தம்; உடன்பாடு

treble ['trɛbl] *v* மூன்றுமடங்கு அதிகரி

tree [triː] *n* மரம்

trek [trɛk] *n* கடினமான பயணம் ▷ *vi* கடினமான பயணம் மேற்கொள்

tremble ['trɛmbl] *vi* நடுங்கு

tremendous [trɪ'mɛndəs] *adj* மிகப் பெரிய; மிக வலிமையான

trench [trɛntʃ] *n* பள்ளம்; அகழி

trend [trɛnd] *n* போக்கு

trendy ['trɛndɪ] *adj (informal)* அண்மைய; நவ நாகரீக

trial ['traɪəl] *n* நீதிமன்ற விசாரணை

trial period ['traɪəl 'pɪərɪəd] *n* சோதனைக் காலம்

triangle ['traɪˌæŋgl] *n (shape)* முக்கோணம்; *(musical instrument)* ஓர் இசைக்கருவி

tribe [traɪb] *n* பழங்குடியினர்; குலம்

tribunal [traɪ'bjuːnl] *n* தீர்ப்பாயம்

trick [trɪk] *n* தந்திரம் ▷ *vt* சூழ்ச்சி

tricky ['trɪkɪ] *adj* கடினமான

tricycle ['traɪsɪkl] *n* மூன்று சக்கர வண்டி

trifle ['traɪfl] *n* சொற்பம்

trim [trɪm] *vt* நேர்த்தியாகச்
செய்

Trinidad and Tobago ['trɪnɪˌdæd
ænd təˈbeɪɡəʊ] *n* ஒரு நாடு

trip [trɪp] *n* பயணம் ▷ *vi*
தடுமாறு

triple ['trɪpl] *adj* மூன்றுமுறை

triplets ['trɪplɪts] *npl* ஒரு
பிரசவத்தில் பிறந்த மூன்று
குழந்தைகள்

triumph ['traɪəmf] *n* மிகப்
பெரிய வெற்றி ▷ *vi*
வெற்றிகொள்

trivial ['trɪvɪəl] *adj* அற்பமான

trolley ['trɒlɪ] *n* தள்ளுவண்டி

trombone [trɒmˈbəʊn] *n*
துரம்போன்; இசைக்கருவி

troops ['truːps] *npl*
படைப்பிரிவு

trophy ['trəʊfɪ] *n*
வெற்றிக்கிண்ணம்; கோப்பை

tropical ['trɒpɪkl] *adj*
வெப்பப் பிரதேச

trot [trɒt] *vi* துள்ளு நடை

trouble ['trʌbl] *n* தொல்லை

troublemaker ['trʌblˌmeɪkə]
n தொல்லை கொடுப்பவர்

trough [trɒf] *n* அகடு;தாழி;
நீள் தொட்டி

trousers ['traʊzəz] *npl*
கால்சட்டை

trout [traʊt] *n* ஒரு மீன் வகை

trowel ['traʊəl] *n* அகப்பை

truce [truːs] *n* இடைக்காலப்
போர் நிறுத்தம்

truck [trʌk] *n (US)* பார வண்டி

truck driver [trʌk ˈdraɪvə] *n*
(US) பார வண்டி ஓட்டுநர்

true [truː] *adj (factual)*
உண்மையான; *(correct)*
சரியான

truly ['truːlɪ] *adv*
உண்மையாக

trumpet ['trʌmpɪt] *n*
ஊதுகொம்பு

trunk [trʌŋk] *n (tree)*
அடிமரம்; *(elephant)*
தும்பிக்கை; *(box)* பெட்டி

trunks [trʌŋks] *npl* ஆண்கள்
நீச்சல் உடை

trust [trʌst] *n* நம்பிக்கை
▷ *vt* நம்பு

trusting ['trʌstɪŋ] *adj*
நம்பிவிடும்

truth [truːθ] *n* உண்மை

truthful ['truːθfʊl] *adj*
உண்மையான

try [traɪ] *n* முயற்சி ▷ *vi*
(attempt) முயற்சி செய் ▷ *vt*
(test) சோதித்துப் பார்

try on [traɪ ɒn] *v* போட்டுப்
பார்

try out [traɪ aʊt] *v*
முயற்சித்துப் பார்

T-shirt ['tiːˌʃɜːt] *n* பனியன்

tsunami [tsʊˈnæmɪ] *n*
ஆழிப்பேரலை

tube [tjuːb] *n (long hollow
object)* குழாய்; *(container)*
குழாய் வடிவ பொருள்

tuberculosis [tjʊˌbɜːkjʊˈləʊsɪs] *n* காச நோய்
Tuesday [ˈtjuːzdɪ] *n* செவ்வாய்க்கிழமை
tug-of-war [ˈtʌgɒvˈwɔː] *n* வடமிழுக்கும் போட்டி
tuition [tjuːˈɪʃən] *n* பயிற்சி
tuition fees [tjuːˈɪʃən fiːz] *npl* பயிற்றுக் கட்டணம்
tulip [ˈtjuːlɪp] *n* ஒரு பூ வகை
tumble dryer [ˈtʌmbl ˈdraɪə] *n* தூக்கித் தூக்கிப் போட்டு உலர்த்து
tummy [ˈtʌmɪ] *n* வயிறு; தொப்பை
tumour [ˈtjuːmə] *n* புற்று நோய்
tuna [ˈtjuːnə] *n* சூரை மீன்
tune [tjuːn] *n* ராகம்
Tunisia [tjuːˈnɪzɪə] *n* துனிசியா நாடு
Tunisian [tjuːˈnɪzɪən] *adj* துனிசிய நாட்டு ▷ *n* துனிசிய நாட்டுக்காரர்
tunnel [ˈtʌnl] *n* மலையூடு வழி; சுரங்கப்பாதை
turbulence [ˈtɜːbjʊləns] *n* கொந்தளிப்பு
Turk [tɜːk] *n* துருக்கி நாட்டுக்காரர்
Turkey [ˈtɜːkɪ] *n* துருக்கி நாடு
turkey [ˈtɜːkɪ] *n* வான்கோழி
Turkish [ˈtɜːkɪʃ] *adj* துருக்கி நாட்டு ▷ *n* துருக்கி மொழி
turn [tɜːn] *n* திருப்பம் ▷ *v* *(move in a different direction)* திரும்பு; *(move round in a circle)* சுழல் ▷ *vi* *(change)* மாறு
turn around [tɜːn əˈraʊnd] *v* சுற்றும் முற்றும் பார்
turn back [tɜːn bæk] *v* பின்னால் திரும்பு
turn down [tɜːn daʊn] *v* மறுத்துச் சொல்
turning [ˈtɜːnɪŋ] *n* வளைவு
turnip [ˈtɜːnɪp] *n* கோசுக்கிழங்கு
turn off [tɜːn ɒf] *v* திசை மாற்றிச் செல்
turn on [tɜːn ɒn] *v* ஏற்று; ஆரம்பி
turn out [tɜːn aʊt] *v* மாற்றம் ஏற்படுத்து
turnover [ˈtɜːnˌəʊvə] *n* விற்பனை அளவு
turn up [tɜːn ʌp] *v* வருகை புரி
turquoise [ˈtɜːkwɔɪz] *adj* வெளிர்நீல
turtle [ˈtɜːtl] *n* ஆமை
tutor [ˈtjuːtə] *n* கற்பதற்குரிய வழிகாட்டி
tutorial [tjuːˈtɔːrɪəl] *n* பயிற்சி வகுப்பு
tuxedo [tʌkˈsiːdəʊ] *n* மேலங்கி
TV [tiː viː] *n* தொலைக்காட்சி (சுருக்கம்)
tweezers [ˈtwiːzəz] *npl* பிரித்தெடுகருவிகள்
twelfth [twɛlfθ] *adj* பன்னிரெண்டாவது
twelve [twɛlv] *num* பன்னிரண்டு

twentieth ['twɛntɪɪθ] *adj* இருபதாவது
twenty ['twɛntɪ] *num* இருபது
twice [twaɪs] *adv* இருமடங்கு
twin [twɪn] *n* இரட்டை
twin beds [twɪn bɛdz] *npl* இரட்டைக்கட்டில்
twinned [twɪnd] *adj* இருமையான
twist [twɪst] *vt* திருகு; முறுக்கு
twit [twɪt] *n (informal)* கிறுக்கு
two [tuː] *num* இரண்டு
type [taɪp] *n* வகை ▷ *v* தட்டச்சு செய்
typewriter ['taɪpˌraɪtə] *n* தட்டச்சு இயந்திரம்
typhoid ['taɪfɔɪd] *n* நச்சுக் காய்ச்சல்
typical ['tɪpɪkl] *adj* எடுத்துக்காட்டான
typist ['taɪpɪst] *n* தட்டச்சு செய்பவர்
tyre ['taɪə] *n* உருளிப்பட்டை; வட்டகை

U

UFO ['juːfəʊ] *abbr* பூமியைச் சாராத பெயரிடப்படாத பொருள் (சுருக்கம்)
Uganda [juː'gændə] *n* உகண்டா நாடு
Ugandan [juː'gændən] *adj* உகாண்டா நாட்டு ▷ *n* உகாண்டா நாட்டுக்காரர்
ugh! [ʌh] *excl* சலித்துக் கொள்ளும்போது உபயோகிக்கும் சொல்
ugly ['ʌglɪ] *adj* அவலட்சணமான
UHT milk [juː eɪtʃ tiː mɪlk] *n* உச்ச வெப்பத்தில் பதப்படுத்தப்பட்டது (சுருக்கம்)
UK [juː keɪ] *n* ஐக்கிய இராஜ்ஜியம் ஒரு நாடு
Ukraine [juː'kreɪn] *n* ஒரு நாடு
Ukrainian [juː'kreɪnɪən] *adj* உக்ரேனிய நாட்டு ▷ *n (person)* உக்ரேனிய நாட்டுக்காரர்; *(language)* உக்ரேனிய மொழி
ulcer ['ʌlsə] *n* உடலின் உட்பகுதியில் புண்
Ulster ['ʌlstə] *n* ஒரு நாடு
ultimate ['ʌltɪmɪt] *adj* கடைசியான; இறுதி முடிவான
ultimately ['ʌltɪmɪtlɪ] *adv* இறுதியில்
ultimatum [ˌʌltɪ'meɪtəm] *n* இறுதி எச்சரிக்கை
ultrasound ['ʌltrəˌsaʊnd] *n* மிகு அதிர்வு ஒலி
umbrella [ʌm'brɛlə] *n* குடை
umpire ['ʌmpaɪə] *n* நடுவர்
UN [juː ɛn] *abbr* ஐக்கிய நாடுகள் (சுருக்கம்)
unable [ʌn'eɪbl] *adj* இயலாத

unacceptable [ˌʌnək'sɛptəbl] *adj* ஏற்றுக் கொள்ளத் தகாத/முடியாத
unanimous [juː'nænɪməs] *adj* ஒருமித்த
unattended [ˌʌnə'tɛndɪd] *adj* கவனிப்பில்லாத
unavoidable [ˌʌnə'vɔɪdəbl] *adj* தவிர்க்க முடியாத
unbearable [ʌn'bɛərəbl] *adj* தாங்க முடியாத
unbeatable [ʌn'biːtəbl] *adj* தோற்கடிக்க முடியாத
unbelievable [ˌʌnbɪ'liːvəbl] *adj* நம்ப முடியாத
unbreakable [ʌn'breɪkəbl] *adj* உடைக்க முடியாத
uncanny [ʌn'kænɪ] *adj* இயலறிவு மீறிய
uncertain [ʌn'sɜːtn] *adj* ஐயத்திற்கு இடமளிக்கிற
uncertainty [ʌn'sɜːtntɪ] *n* ஐயப்பாடு
unchanged [ʌn'tʃeɪndʒd] *adj* மாறாத
uncivilized [ʌn'sɪvɪˌlaɪzd] *adj* நாகரிகமற்ற
uncle ['ʌŋkl] *n* தாய் மாமன்; சிற்றப்பா
unclear [ʌn'klɪə] *adj* தெளிவில்லாத
uncomfortable [ʌn'kʌmftəbl] *adj* அசௌகரியமான
unconditional [ˌʌnkən'dɪʃənl] *adj* நிபந்தனையற்ற
unconscious [ʌn'kɒnʃəs] *adj* உணர்விழந்த
uncontrollable [ˌʌnkən'trəʊləbl] *adj* கட்டுப்படுத்த முடியாத
unconventional [ˌʌnkən'vɛnʃənl] *adj* வழக்கத்திற்கு மாறான
undecided [ˌʌndɪ'saɪdɪd] *adj* முடிவு செய்யப்படாத
undeniable [ˌʌndɪ'naɪəbl] *adj* மறுக்க முடியாத
under ['ʌndə] *prep* அடியில்; கீழே
underage [ˌʌndər'eɪdʒ] *adj* வயது குறைந்த; வயதுக்கு வராத
underestimate [ˌʌndər'ɛstɪmeɪt] *vt* குறைத்து மதிப்பிடு
undergo [ˌʌndə'gəʊ] *vt* உட்படு
undergraduate [ˌʌndə'grædjʊɪt] *n* இளநிலை மாணவர்; பயிலும் பட்டதாரி
underground [ˌʌndə'graʊnd] *adv* நிலத்துக்குக் கீழே ▷ ['ʌndəgraʊnd] *n* சுரங்கப் பாதை நிலையம்
underground station ['ʌndəgraʊnd 'steɪʃən] *n* சுரங்க இரயில் நிலையம்
underline [ˌʌndə'laɪn] *vt* அடிக்கோடிடு

underneath [ˌʌndəˈniːθ] *adv* அடியில்; கீழே ▷ *prep* (ஒன்றின்); கீழே
underpaid [ˌʌndəˈpeɪd] *adj* குறைந்த ஊதியத்தில்
underpants [ˈʌndəˌpænts] *npl* உள்ளாடை
underpass [ˈʌndəˌpɑːs] *n* சுரங்கப்பாதை
underskirt [ˈʌndəˌskɜːt] *n* உள்பாவாடை
understand [ˌʌndəˈstænd] *vt* புரிந்து கொள்
understandable [ˌʌndəˈstændəbl] *adj* புரிந்து கொள்ள முடிந்த
understanding [ˌʌndəˈstændɪŋ] *adj* இரக்கத் தன்மையுடைய
undertaker [ˈʌndəˌteɪkə] *n* ஈமச்சடங்கு செய்பவர்
underwater [ˈʌndəˈwɔːtə] *adv* பூமி நீர்; நீரடி
underwear [ˈʌndəˌwɛə] *n* உள்ளாடை
undisputed [ˌʌndɪˈspjuːtɪd] *adj* எதிர்ப்பில்லாத
undo [ʌnˈduː] *vt* அவிழ்; சரி செய்
undoubtedly [ʌnˈdaʊtɪdlɪ] *adv* சந்தேகத்திற்கிடமில்லாமல்
undress [ʌnˈdrɛs] *v* உடைகளை அவிழ்
unemployed [ˌʌnɪmˈplɔɪd] *adj* வேலையில்லாத
unemployment [ˌʌnɪmˈplɔɪmənt] *n* வேலையில்லாத் திண்டாட்டம்
unexpected [ˌʌnɪkˈspɛktɪd] *adj* எதிர்பாராத
unexpectedly [ˌʌnɪkˈspɛktɪdlɪ] *adv* எதிர்பாராமல்
unfair [ʌnˈfɛə] *adj* நியாயமில்லா
unfaithful [ʌnˈfeɪθfʊl] *adj* நம்பிக்கையில்லாத
unfamiliar [ˌʌnfəˈmɪljə] *adj* பழக்கமில்லாத
unfashionable [ʌnˈfæʃənəbl] *adj* நாகரீகமற்ற
unfavourable [ʌnˈfeɪvərəbl] *adj* அனுகூலமில்லாத; எதிரான
unfit [ʌnˈfɪt] *adj* பொருத்தமற்ற
unforgettable [ˌʌnfəˈɡɛtəbl] *adj* மறக்க முடியாத
unfortunately [ʌnˈfɔːtʃənɪtlɪ] *adv* துரதிர்ஷ்டவசமாக
unfriendly [ʌnˈfrɛndlɪ] *adj* சிநேகமற்ற
ungrateful [ʌnˈɡreɪtfʊl] *adj* நன்றிகெட்ட
unhappy [ʌnˈhæpɪ] *adj* மகிழ்ச்சியில்லாத
unhealthy [ʌnˈhɛlθɪ] *adj* ஆரோக்கியமற்ற
unhelpful [ʌnˈhɛlpfʊl] *adj* உதவிபுரியாத; சாதகமற்ற
uni [ˈjuːnɪ] *n (informal)* பல்கலைக் கழகம் (சுருக்கம்)

unidentified [ˌʌnaɪˈdɛntɪˌfaɪd] *adj* அடையாளம் காண முடியாத

uniform [ˈjuːnɪˌfɔːm] *n* சீருடை

unimportant [ˌʌnɪmˈpɔːtnt] *adj* முக்கியமற்ற

uninhabited [ˌʌnɪnˈhæbɪtɪd] *adj* மக்கள் வசிக்காத

unintentional [ˌʌnɪnˈtɛnʃənl] *adj* தற்செயலான, வேண்டுமென்று செய்யப்படாத

union [ˈjuːnjən] *n* சங்கம்

unique [juːˈniːk] *adj* தனித்துவ; தனித்தன்மை வாய்ந்த

unit [ˈjuːnɪt] *n* பிரிவு; அலகு; தொகுதி

unite [juːˈnaɪt] *v* ஒன்றாகச் சேர்; இணை

United Arab Emirates [juːˈnaɪtɪd ˈærəb eˈmɪərɪts] *npl* ஐக்கிய அரபுக் கூட்டாட்சி

United Kingdom [juːˈnaɪtɪd ˈkɪŋdəm] *n* ஐக்கிய ராஜ்யம்

United Nations [juːˈnaɪtɪd ˈneɪʃənz] *n* ஐக்கிய நாடுகள் (சுருக்கம்)

United States of America [juːˈnaɪtɪd steɪts ɒv əˈmɛrɪkə] *n* ஒரு நாடு

universe [ˈjuːnɪˌvɜːs] *n* உலகம்; பேரண்டம்

university [ˌjuːnɪˈvɜːsɪtɪ] *n* பல்கலைக் கழகம்

unknown [ʌnˈnəʊn] *adj* தெரியாத

unleaded [ʌnˈlɛdɪd] *n* ஈயங்கலக்காத

unleaded petrol [ʌnˈlɛdɪd ˈpɛtrəl] *n* ஈயங்கலக்காத பெட்ரோல்

unless [ʌnˈlɛs] *conj* ஒழிய

unlike [ʌnˈlaɪk] *prep* ஒவ்வா; ஒவ்வாத; போலில்லாத

unlikely [ʌnˈlaɪklɪ] *adj* நடக்கச் சாத்தியமில்லாத

unlisted [ʌnˈlɪstɪd] *adj* அட்டவணைப்படுத்தப்படாத

unload [ʌnˈləʊd] *vt* இறக்கு

unlock [ʌnˈlɒk] *vt* திற; பூட்டைத் திற

unlucky [ʌnˈlʌkɪ] *adj* அதிர்ஷ்டமில்லாத

unmarried [ʌnˈmærɪd] *adj* மணமாகாத

unnecessary [ʌnˈnɛsɪsərɪ] *adj* தேவையற்ற

unofficial [ˌʌnəˈfɪʃəl] *adj* அலுவல் முறைசாரா

unpack [ʌnˈpæk] *v* பிரி; மூடியிருப்பதை திற

unpaid [ʌnˈpeɪd] *adj* பணம் கொடுக்கப்படாத

unpleasant [ʌnˈplɛznt] *adj* அருவருப்பூட்டும்

unplug [ʌnˈplʌg] *vt* மின் தொடர்பை துண்டி

unpopular [ʌnˈpɒpjʊlə] *adj* செல்வாக்கற்ற

unprecedented [ʌnˈprɛsɪˌdɛntɪd] *adj* இதற்கு முன் நிகழ்ந்திராத

unpredictable [ˌʌnprɪˈdɪktəbl] *adj* ஊகிக்க முடியாத
unreal [ʌnˈrɪəl] *adj* மெய்யில்லாத
unrealistic [ˌʌnrɪəˈlɪstɪk] *adj* நடைமுறைக்குப் புறம்பான
unreasonable [ʌnˈriːznəbl] *adj* நியாயமில்லாத
unreliable [ˌʌnrɪˈlaɪəbl] *adj* நம்பமுடியாத
unroll [ʌnˈrəʊl] *v* விரித்துக் காட்டு; விரி
unsatisfactory [ˌʌnsætɪsˈfæktərɪ] *adj* திருப்தியற்ற; திருப்தியில்லாத
unscrew [ʌnˈskruː] *v* திருகாணியைக் கழற்றித் தளர்த்து
unshaven [ʌnˈʃeɪvn] *adj* முகச்சவரம் செய்து கொண்டிராத
unskilled [ʌnˈskɪld] *adj* திறமையில்லாத
unstable [ʌnˈsteɪbl] *adj* நிலையற்ற
unsteady [ʌnˈstɛdɪ] *adj* சீரற்ற; கட்டுப்பாடில்லாத
unsuccessful [ˌʌnsəkˈsɛsfʊl] *adj* வெற்றியில்லாத
unsuitable [ʌnˈsuːtəbl] *adj* பொருந்தாத
unsure [ʌnˈʃʊə] *adj* நிச்சயமற்ற
untidy [ʌnˈtaɪdɪ] *adj* ஒழுங்கற்ற
untie [ʌnˈtaɪ] *vt* கழற்று; அவிழ்த்துவிடு
until [ʌnˈtɪl] *conj* அதுவரை; வரையில் ▷ *prep* வரை
unusual [ʌnˈjuːʒʊəl] *adj* வழக்கமில்லாத
unwell [ʌnˈwɛl] *adj* உடல் நலமற்ற
unwind [ʌnˈwaɪnd] *vi* ஓய்வெடு
unwise [ʌnˈwaɪz] *adj* விவேகமற்ற
unwrap [ʌnˈræp] *vt* சுற்றப்பட்டிருக்கும் காகிதத்தைப் பிரித்தெடு
unzip [ʌnˈzɪp] *vt* இணைந்திருக்கும் பக்கங்களைப் பிரி
up [ʌp] *adv* மேலே
upbringing [ˈʌpˌbrɪŋɪŋ] *n* வளர்ப்பு முறை
update [ʌpˈdeɪt] *vt* புதுப்பி; நிகழ்காலப் படுத்து
uphill [ˈʌpˈhɪl] *adv* குன்றின் உச்சிக்கு
upon [əˈpɒn] *prep* மேல்
upper [ˈʌpə] *adj* மேல் தளத்தில்
upright [ˈʌpˌraɪt] *adv* நேராக
upset [ʌpˈsɛt] *adj* வருத்தமடைந்து ▷ [ʌpˈset] *vt* வருத்தம் கொள்
upside down [ˈʌpˌsaɪd daʊn] *adv* தலைகீழாக ▷ *adj* முன்பின்னாக
upstairs [ˈʌpˈstɛəz] *adv* மேல்மாடி
uptight [ʌpˈtaɪt] *adj (informal)* பதற்றமாக

u

up-to-date [ˌʌptʊˈdeɪt] *adj* நவீன
upwards [ˈʌpwədz] *adv* மேல்புறத்தில்
uranium [jʊˈreɪnɪəm] *n* யுரேனியம் தனிமப் பொருள்
urgency [ˈɜːdʒənsɪ] *n* அவசரம்
urgent [ˈɜːdʒənt] *adj* அவசர
urine [ˈjʊərɪn] *n* சிறுநீர்
URL [juː ɑː ɛl] *n* இணையதளத்தில் தகவல் இடைக்கும் முகவரி
Uruguay [ˈjʊərəˌgwaɪ] *n* உருகுவே நாடு
Uruguayan [ˌjʊərəˈgwaɪən] *adj* உருகுவே நாட்டு ▷ *n* உருகுவே நாட்டுக்காரர்
US [juː ɛs] *n* அமெரிக்க நாடு (சுருக்கம்)
us [ʌs] *pron* நம்மை
USA [juː ɛs eɪ] *n* அமெரிக்க ஐக்கிய நாடுகள் (சுருக்கம்)
use [juːs] *n* உபயோகம் ▷ [juːz] *vt* உபயோகி
used [juːzd] *adj* உபயோகிக்கப்பட்ட ▷ *v* வழக்கமாக இருந்தது
useful [ˈjuːsfʊl] *adj* உபயோகமான
useless [ˈjuːslɪs] *adj* உபயோகமற்ற
user [ˈjuːzə] *n* உபயோகிப்போர்
user-friendly [ˈjuːzəˌfrɛndlɪ] *adj* உபயோகிப்போருக்கு இணக்கமான
use up [juːz ʌp] *v* உபயோகம் செய்
usual [ˈjuːʒʊəl] *adj* வழக்கமான
usually [ˈjuːʒʊəlɪ] *adv* வழக்கமாக
utility room [juːˈtɪlɪtɪ rʊm] *n* வீட்டில் பயன்படும் சாதனங்கள் இருக்கும் அறை
U-turn [ˈjuːˌtɜːn] *n* முன்சென்று பின் திரும்பு
Uzbekistan [ˌʌzbɛkɪˈstɑːn] *n* உஸ்பெகிஸ்தான் நாடு

V

vacancy [ˈveɪkənsɪ] *n* காலிப் பணியிடம்
vacant [ˈveɪkənt] *adj* வெறுமையான
vacate [vəˈkeɪt] *vt* *(formal)* காலி செய்
vaccinate [ˈvæksɪˌneɪt] *vt* தடுப்பூசி போடு
vaccination [ˌvæksɪˈneɪʃən] *n* தடுப்பூசி
vacuum [ˈvækjʊəm] *v* வெற்றிடம்
vacuum cleaner [ˈvækjʊəm ˈkliːnə] *n* தூசுறிஞ்சி
vague [veɪg] *adj* தெளிவில்லாத

vain [veɪn] *adj* வீணான
Valentine's Day ['væləntaɪnz deɪ] *n* காதலர் தினம்
valid ['vælɪd] *adj* ஏற்கத்தக்க
valley ['vælɪ] *n* பள்ளத்தாக்கு
valuable ['væljʊəbl] *adj* விலை மதிப்புள்ள
valuables ['væljʊəblz] *npl* விலை மதிப்புள்ள பொருட்கள்
value ['væljuː] *n* மதிப்பு
vampire ['væmpaɪə] *n* பிசாசு
van [væn] *n* பொருட்கள் ஏற்றிச் செல்லும் கூடு வண்டி
vandal ['vændl] *n* போக்கிரி
vandalism ['vændəˌlɪzəm] *n* போக்கிரித்தனம்
vandalize ['vændəˌlaɪz] *v* பொதுச் சொத்துக்கு சேதம் விளைவி
vanilla [və'nɪlə] *n* சுவைமணம்
vanish ['vænɪʃ] *vi* மறை
variable ['vɛərɪəbl] *adj* மாறுகின்ற
varied ['vɛərɪd] *adj* பல்வேறாக
variety [və'raɪɪtɪ] *n* பலவகை
various ['vɛərɪəs] *adj* பலவகைப்பட்ட
varnish ['vɑːnɪʃ] *n* பெருகு ▷ *vt* பெருகு எண்ணெய் பூசு
vary ['vɛərɪ] *vi* மாறுபடுத்து
vase [vɑːz] *n* பூச்சாடி
VAT [væt] *abbr* மதிப்பு ஆக்க வரி (சுருக்கம்)
Vatican ['vætɪkən] *n* ஒரு நாடு
veal [viːl] *n* கன்று இறைச்சி
vegan ['viːgən] *n* பிற உயிர் பொருட்களை உபயோகிக்காதவர்
vegetable ['vɛdʒtəbl] *n* காய்கறி
vegetarian [ˌvɛdʒɪ'tɛərɪən] *adj* சைவ உணவி ▷ *n* சைவ உணவு
vegetation [ˌvɛdʒɪ'teɪʃən] *n* *(formal)* தாவரம்; பசுமை
vehicle ['viːɪkl] *n* இயந்திர வண்டி
veil [veɪl] *n* முகத்திரை
vein [veɪn] *n* நாளம்; சிரை
Velcro® ['vɛlkrəʊ] *n* நைலான் ஒட்டி
velvet ['vɛlvɪt] *n* மென்பட்டுத்துணி
vending machine ['vɛndɪŋ mə'ʃiːn] *n* பொருள் வழங்கும் இயந்திரம்
vendor ['vɛndɔː] *n* வியாபாரி
Venetian blind [vɪ'niːʃən blaɪnd] *n* மூடுதிரை; வெனிசுத்திரை
Venezuela [ˌvɛnɪ'zweɪlə] *n* ஒரு நாடு
Venezuelan [ˌvɛnɪ'zweɪlən] *adj* வெனிசுவேலா நாட்டு ▷ *n* வெனிசுவேலா நாட்டுக்காரர்
venison ['vɛnɪzn] *n* மான் கறி
venom ['vɛnəm] *n* விஷம்
ventilation [ˌvɛntɪ'leɪʃən] *n* காற்றோட்டம்

V

venue ['vɛnjuː] *n* நிகழ்விடம்
verb [vɜːb] *n* வினைச்சொல்
verdict ['vɜːdɪkt] *n* தீர்ப்பு
versatile ['vɜːsəˌtaɪl] *adj* பல திறனுள்ள
version ['vɜːʃən] *n* பதிப்பு
versus ['vɜːsəs] *prep* எதிராக (குழு)
vertical ['vɜːtɪkl] *adj* செங்குத்தான
vertigo ['vɜːtɪˌgəʊ] *n* கிறுகிறுப்பு; தலைச்சுற்றல்
very ['vɛrɪ] *adv* மிக்க; மிக; வெறும்; மாத்திரம்
vest [vɛst] *n* உள்சட்டை; உள்மேலாடை
vet [vɛt] *n* கால்நடை வைத்தியர்
veteran ['vɛtərən] *adj* மிக்கத் தேர்ந்த ▷ *n* மிக்கத் தேர்ந்தவர்; மூத்த அறிவாளர்
veto ['viːtəʊ] *n* தடையுரிமை
via ['vaɪə] *prep* வழியாக; ஊடாக
vice [vaɪs] *n* தீயப்பழக்கம்
vice versa ['vaɪsɪ 'vɜːsə] *adv* எதிரெதிர் மாறாக
vicinity [vɪ'sɪnɪtɪ] *n (formal)* அண்டை; சுற்றுப்புறம்
vicious ['vɪʃəs] *adj* குரூரமான
victim ['vɪktɪm] *n* பாதிக்கப்பட்டவர்; பலி
victory ['vɪktərɪ] *n* வெற்றி
video ['vɪdɪˌəʊ] *n* நிகழ்படம்
video camera ['vɪdɪəʊ 'kæmərə; 'kæmrə] *n* நிகழ்படம் பதிக்கும் கருவி
videophone ['vɪdɪəʊˌfəʊn] *n* கண்ணுறு தொலைபேசி
Vietnam [ˌvjɛt'næm] *n* ஒரு நாடு
Vietnamese [ˌvjɛtnə'miːz] *adj* வியட்நாம் நாட்டு ▷ *n (person)* வியட்நாம் நாட்டுக்காரர்; *(language)* வியட்நாம் மொழி
view [vjuː] *n* கருத்து; பார்வை; நோக்கு
viewer ['vjuːə] *n* பார்வையாளர்
viewpoint ['vjuːˌpɔɪnt] *n* அபிப்பிராயம்; கண்ணோட்டம்
vile [vaɪl] *adj* இழிந்த; வெறுக்கத்தக்க
villa ['vɪlə] *n* பெரிய வீடு;
village ['vɪlɪdʒ] *n* கிராமம்
villain ['vɪlən] *n* போக்கிரி; கெட்டவன்
vinaigrette [ˌvɪnɪ'grɛt] *n* நறுமணக்கூட்டு
vine [vaɪn] *n* கொடி
vinegar ['vɪnɪgə] *n* காடி; வினிகர்
vineyard ['vɪnjəd] *n* திராட்சைத் தோட்டம்
viola [vɪ'əʊlə] *n* ஒரு இசைக்கருவி

violence ['vaɪələns] *n* வன்முறை; இம்சை
violent ['vaɪələnt] *adj* வன்முறையான
violin [ˌvaɪə'lɪn] *n* பிடில்; வயலின்
violinist [ˌvaɪə'lɪnɪst] *n* பிடில் வாசிப்பவர்
virgin ['vɜːdʒɪn] *n* கன்னி (பெண்)
Virgo ['vɜːgəʊ] *n* கன்னி ராசி
virtual ['vɜːtʃʊəl] *adj* மெய்நிகர்; மாய
virtual reality ['vɜːtjʊəl riː'ælɪtɪ] *n* நடைமுறை மெய் தோற்றம்; மாய பிம்பம்
virus ['vaɪrəs] *n* நோய்க்கிருமி
visa ['viːzə] *n* நுழையுரிமை
visibility [ˌvɪzɪ'bɪlɪtɪ] *n* பார்வைத்தெளிவு; கட்புலன்
visible ['vɪzɪbl] *adj* காணக்கூடிய; பார்க்க முடிந்த
visit ['vɪzɪt] *n* வருகை ▷ *vt* வருகை புரி
visiting hours ['vɪzɪtɪŋ aʊəz] *npl* பார்வை நேரம்
visitor ['vɪzɪtə] *n* வருகையாளர்; விருந்தாளி
visitor centre ['vɪzɪtə 'sɛntə] *n* வருகையாளர் தகவல் மையம்
visual ['vɪʒʊəl] *adj* பார்வைக்குரிய; காணும் படியான
visualize ['vɪʒʊəˌlaɪz] *vt* கற்பனை செய்து பார்
vital ['vaɪtl] *adj* அத்தியாவசிய
vitamin ['vɪtəmɪn] *n* உயிர்ச்சத்து
vivid ['vɪvɪd] *adj* விரிவான; விளக்கமான
vocabulary [və'kæbjʊlərɪ] *n* சொல்லகராதி
vocational [vəʊ'keɪʃənl] *adj* வாழ்க்கைத் தொழில் சார்ந்த
vodka ['vɒdkə] *n* ஒரு மது வகை
voice [vɔɪs] *n* குரல்
voicemail ['vɔɪsˌmeɪl] *n* குரலஞ்சல்; குரல் மடல்
void [vɔɪd] *adj* வெற்றிடமான ▷ *n* வெற்றிடம்
volcano [vɒl'keɪnəʊ] *n* எரிமலை
volleyball ['vɒlɪˌbɔːl] *n* கைப்பந்து
volt [vəʊlt] *n* மின்னழுத்த அலகு
voltage ['vəʊltɪdʒ] *n* மின்னழுத்தம்; மின்னழுத்த அளவு
volume ['vɒljuːm] *n* கனவளவு; தொகையளவு
voluntarily ['vɒləntrəlɪ] *adv* தன்னிச்சையாக
voluntary ['vɒləntərɪ] *adj* சுயவிருப்பமாக
volunteer [ˌvɒlən'tɪə] *n* தன்னார்வாளர் ▷ *v* சுயவிரும்பம் அளி

vomit ['vɒmɪt] *vi* வாந்தி எடு
vote [vəʊt] *n* வாக்கு ▷ *v* வாக்கு அளி; ஓட்டுப் போடு
voucher ['vaʊtʃə] *n* சான்றுச்சீட்டு
vowel ['vaʊəl] *n* உயிரெழுத்து
vulgar ['vʌlgə] *adj* ஆபாசமான
vulnerable ['vʌlnərəbl] *adj* ஊறுபடத்தக்க; பாதிக்கப்படக்கூடிய
vulture ['vʌltʃə] *n* கழுகு; வல்லூறு

W

wafer ['weɪfə] *n* முறுமுறுப்பான தின்பண்டம்
waffle ['wɒfl] *n* *(informal)* பயனில்லாதவை ▷ *vi* *(informal)* வீண் வம்பளக்கப் பேசு
wage [weɪdʒ] *n* ஊதியம்
waist [weɪst] *n* இடுப்பு
waistcoat ['weɪs,kəʊt] *n* மேற்சட்டை
wait [weɪt] *vi* *(be delayed)* தாமதி
waiter ['weɪtə] *n* மேசைப் பணியாளர்
waiting list ['weɪtɪŋ lɪst] *n* காத்திருப்பவர் பட்டியல்
waiting room ['weɪtɪŋ rʊm] *n* காத்திருக்கும் அறை
waitress ['weɪtrɪs] *n* மேசைப் பணியாளர் (பெண்)
wait up [weɪt ʌp] *v* எதிர்பார்த்திரு
waive [weɪv] *vt* விட்டுக் கொடு
wake up [weɪk ʌp] *v* எழுப்பு
Wales [weɪlz] *n* ஓர் இடம்
walk [wɔːk] *n* நடை ▷ *vi* நட
walkie-talkie [,wɔːkɪ'tɔːkɪ] *n* செய்தியைத் தெரிவிக்கவும் சொல்லவும் பயன்படும் சிறிய அளவு வானொலி பெட்டி
walking ['wɔːkɪŋ] *n* நடைப் பயிற்சி
walking stick ['wɔːkɪŋ stɪk] *n* ஊன்றுகோல்; கைத்தடி
walkway ['wɔːk,weɪ] *n* சந்து
wall [wɔːl] *n* சுவர்
wallet ['wɒlɪt] *n* பணப்பை
wallpaper ['wɔːl,peɪpə] *n* சுவர் ஒப்பனைத்தாள்
walnut ['wɔːl,nʌt] *n* அக்ரூட் பருப்பு
walrus ['wɔːlrəs] *n* கடற்பசு
waltz [wɔːls] *n* சுழல் நடன இசை ▷ *vi* சுழல் நடனமாடு
wander ['wɒndə] *vi* ஊர் சுற்றித் திரி
want [wɒnt] *vt* விரும்பு
war [wɔː] *n* போர்; யுத்தம்
ward [wɔːd] *n* *(hospital room)* (மருத்துவமனைக்) கூடம்; *(district)* தொகுதி

warden ['wɔːdn] *n* காப்பாளர்

wardrobe ['wɔːdrəʊb] *n* உடை அலமாரி

warehouse ['wɛəˌhaʊs] *n* கிடங்கு

warm [wɔːm] *adj* இள வெப்பமான; இதமான

warm up [wɔːm ʌp] *v* சூடு படுத்து

warn [wɔːn] *v* எச்சரி

warning ['wɔːnɪŋ] *n* எச்சரிக்கை

warranty ['wɒrəntɪ] *n* உத்தரவாதம்

wart [wɔːt] *n* தோற்பரு; மரு

wash [wɒʃ] *vt* கழுவு; துவை

washbasin ['wɒʃˌbeɪsn] *n* கழுவுதொட்டி

washing ['wɒʃɪŋ] *n* சலவை; கழுவுதல்

washing line ['wɒʃɪŋ laɪn] *n* துணி உலர்த்தும் கயிறு

washing machine ['wɒʃɪŋ məˈʃiːn] *n* சலவை சாதனம்

washing powder ['wɒʃɪŋ ˈpaʊdə] *n* சலவைத் தூள்

washing-up ['wɒʃɪŋʌp] *n* சுத்தம் செய்தல்

washing-up liquid ['wɒʃɪŋ ʌp ˈlɪkwɪd] *n* பாத்திரம் துலக்கும் திரவம்

wash up [wɒʃ ʌp] *v* கழுவு

wasp [wɒsp] *n* குளவி

waste [weɪst] *n* குப்பை; விரயம் ▷ *vt* வீணாக்கு

wastepaper basket [ˌweɪstˈpeɪpə ˈbɑːskɪt] *n* குப்பைத் தொட்டி

watch [wɒtʃ] *n* கண்காணிப்பு ▷ *v* கவனி

watch out [wɒtʃ aʊt] *v* எச்சரிக்கையாக இரு

watch strap [wɒtʃ stræp] *n* கைகடிகாரப் பட்டி

water ['wɔːtə] *n* தண்ணீர்; நீர் ▷ *vt* நீர்ப் பாய்ச்சு

watercolour ['wɔːtəˌkʌlə] *n* நீர் வண்ணம்

watercress ['wɔːtəˌkrɛs] *n* ஒரு வகை நீர்த்தாவரம்

waterfall ['wɔːtəˌfɔːl] *n* நீர் வீழ்ச்சி

watering can ['wɔːtərɪŋ kæn] *n* பூவாளி

watermelon ['wɔːtəˌmɛlən] *n* தர்ப்பூசணிப் பழம்

waterproof ['wɔːtəˌpruːf] *adj* நீர்புகா

water-skiing ['wɔːtəˌskiːɪŋ] *n* நீர் சறுக்கு விளையாட்டு

wave [weɪv] *n* (greeting) கை அசைப்பு ▷ *v* (gesture) கை அசை ▷ *n* (of the sea) அலை

wavelength ['weɪvˌlɛŋθ] *n* அலைநீளம்

wavy ['weɪvɪ] *adj* அலையுரு

wax [wæks] *n* மெழுகு

way [weɪ] *n* (manner) முறை; (route) வழி

w

way in [weɪ ɪn] *n* புகு வழி; நுழைவழி
way out [weɪ aʊt] *n* வெளி வழி, வெளியேறு வழி
we [wiː] *pron* நாங்கள்
weak [wiːk] *adj* பலவீனமான; வலுவற்ற
weakness ['wiːknɪs] *n* பலவீனம்; தளர்ச்சி
wealth [wɛlθ] *n* செல்வம்; சொத்து
wealthy ['wɛlθɪ] *adj* பணம்படைத்த
weapon ['wɛpən] *n* ஆயுதம்
wear [wɛə] *vt* அணிந்து கொள்
weasel ['wiːzl] *n* மரநாய்வகை விலங்கு
weather ['wɛðə] *n* வானிலை; பருவநிலை
weather forecast ['wɛðə 'fɔːkaːst] *n* வானிலை முன்னறிவிப்பு
web [web] *n* சிலந்திவலை
Web [web] *n* வலைத்தளம்
Web 2.0 [web tuːpɔɪnt 'zɪərəʊ] *n* இணையம்
web address [wɛb ə'drɛs] *n* இணையதள முகவரி
web browser [wɛb 'braʊzə] *n* இணையதள உலாவி
webcam ['wɛb,kæm] *n* வலைப்படக்கருவி
webmaster ['wɛb,maːstə] *n* இணையப் பொறுப்பாளி
website ['wɛb,saɪt] *n* வலைத்தளம்
webzine ['wɛb,ziːn] *n* வலைத்தளம்
wedding ['wɛdɪŋ] *n* திருமணம்
wedding anniversary ['wɛdɪŋ ,ænɪ'vɜːsərɪ] *n* திருமண ஆண்டு நிறைவுவிழா
wedding dress ['wɛdɪŋ drɛs] *n* திருமண உடை
wedding ring ['wɛdɪŋ rɪŋ] *n* திருமண மோதிரம்
Wednesday ['wɛnzdɪ] *n* புதன் கிழமை
weed [wiːd] *n* களை
weedkiller ['wiːd,kɪlə] *n* களைக்கொல்லி
week [wiːk] *n* வாரம்
weekday ['wiːk,deɪ] *n* பணிநாள்
weekend [,wiːk'ɛnd] *n* வாரயிறுதி
weep [wiːp] *v (literary)* அழு
weigh [weɪ] *vt* எடைபோடு
weight [weɪt] *n* எடை
weightlifter ['weɪt,lɪftə] *n* பலுதூக்கும் பயில்வான்
weightlifting ['weɪt,lɪftɪŋ] *n* பலுதூக்கும் விளையாட்டு
weird [wɪəd] *adj (informal)* வினோதமான
welcome ['welkəm] *excl* நல்வரவு! ▷ *n* வரவேற்பு ▷ *vt* வரவேற்பு அளி; நல்வரவு கூறு
well [wɛl] *adj* நலமான ▷ *adv* நன்றாக ▷ *n* கேணி; கிணறு

well-behaved ['wɛl'bɪ'heɪvd] *adj* நன்னடத்தையுள்ள
well done! [wɛl dʌn] *excl* சபாஷ்
wellingtons ['wɛlɪŋtənz] *npl* முழங்கால் வரை மூடிய நீரில் செல்ல ஏதுவான காலணி
well-known ['wɛl'nəʊn] *adj* நன்கு அறிமுகமான
well-off ['wɛl'ɒf] *adj* *(informal)* வசதி படைத்த
well-paid ['wɛl'peɪd] *adj* அதிக வருமானம் கிடைக்கும்
Welsh [wɛlʃ] *adj* வேல்ஸ் பகுதியைச் சேர்ந்த ▷ *n* வேல்ஸ் மொழி
west [wɛst] *adj* மேற்குத் திசையில் ▷ *adv* மேற்குப் புறமாக ▷ *n* மேற்கு திசை
westbound ['wɛst,baʊnd] *adj* மேற்கு நோக்கு
western ['wɛstən] *adj* மேற்கத்திய ▷ *n* ஒரு சினிமாப்பட வகை
West Indian [wɛst 'ɪndɪən] *adj* மேற்கிந்திய ▷ *n* மேற்கிந்தியர்
West Indies [wɛst 'ɪndɪz] *npl* ஒரு நாடு
wet [wɛt] *adj* ஈரமான
wetsuit ['wɛt,suːt] *n* நீருக்கடியில் நீந்துவதற்கான ரப்பர் உடை
whale [weɪl] *n* திமிங்கிலம்
what [wɒt] *det* என்ன? ▷ *pron* என்ன
whatever [wɒt'ɛvə] *conj* எது வேண்டுமானாலும்
wheat [wiːt] *n* கோதுமை
wheat intolerance [wiːt ɪn'tɒlərəns] *n* கோதுமை ஒவ்வாமை
wheel [wiːl] *n* சக்கரம்
wheelbarrow ['wiːl,bærəʊ] *n* தள்ளுவண்டி
wheelchair ['wiːl,tʃɛə] *n* சக்கர நாற்காலி
when [wɛn] *adv* எப்பொழுது ▷ *conj* எப்பொழுது; எப்போது
whenever [wɛn'ɛvə] *conj* எப்போது வேண்டுமானாலும்
where [wɛə] *adv* எங்கே ▷ *conj* எங்கிருந்து
whether ['wɛðə] *conj* இரண்டில் எதுவானாலும்
which [wɪtʃ] *det* எது ▷ *pron* எது
whichever [wɪtʃ'ɛvə] *det* எந்த ஒன்றாகினும்
while [waɪl] *conj* அப்பொழுது ▷ *n* அந்த வேளை
whip [wɪp] *n* சாட்டை
whipped cream [wɪpt kriːm] *n* கடையப்பட்ட பாலாடை
whisk [wɪsk] *n* மொத்து
whiskers ['wɪskəz] *npl* மீசை (விலங்கு)
whisky ['wɪskɪ] *n* ஒரு வகை மது பானம்
whisper ['wɪspə] *v* கிசுகிசு; ரகசியம் பேசு

W

whistle ['wɪsl] *n* ஊதல்; சீழ்கை ▷ *v* சீழ்க்கை எழுப்பு; சீட்டி அடி
white [waɪt] *adj* வெண்மையன
whiteboard ['waɪtˌbɔːd] *n* வெள்ளைப் பலகை
whitewash ['waɪtˌwɒʃ] *v* சுண்ணாம்பு அடி/பூசு
whiting ['waɪtɪŋ] *n* ஒரு மீன் வகை
who [huː] *pron* யார்?
whoever [huː'ɛvə] *conj* யாராக இருப்பினும்
whole *adj* முழுவதும் ▷ [həʊl] *n* முழுமை
wholefoods ['həʊlˌfuːdz] *npl* இயற்கை உணவுகள்
wholemeal ['həʊlˌmiːl] *adj* தோல் நீக்கப்படாத பருப்பு வகை
wholesale ['həʊlˌseɪl] *adj* மொத்த வியாபார ▷ *n* மொத்த வியாபாரம்
whom [huːm] *pron (formal)* யாரை
whose [huːz] *det* யாருடைய ▷ *pron* யாரோட; யாருடைய
why [waɪ] *adv* ஏன்
wicked ['wɪkɪd] *adj* கெட்ட எண்ணம் கொண்ட
wide [waɪd] *adj* அகலமான ▷ *adv* அகலமாக
widespread ['waɪdˌsprɛd] *adj* மிகப் பரவலான
widow ['wɪdəʊ] *n* கணவனையிழந்த
widower ['wɪdəʊə] *n* மனைவியை இழந்தவர்
width [wɪdθ] *n* அகலம்
wife [waɪf] *n* மனைவி
Wi-Fi ['waɪfaɪ] *n* கம்பியற்ற இணைப்பில் ஒலிபெறும் நிலை (சுருக்கம்)
wig [wɪg] *n* பொய் முடி
wild [waɪld] *adj* காட்டுத்தனமான
wildlife ['waɪldˌlaɪf] *n* வனவிலங்கு
will [wɪl] *n (determination)* ஊக்கம்; இயல்பூக்கம்; *(document)* உயில் பத்திரம் ▷ *v* எதிர்கால வினைச் சொல்
willing ['wɪlɪŋ] *adj* விரும்பும்
willingly ['wɪlɪŋlɪ] *adv* விருப்பத்துடன்
willow ['wɪləʊ] *n* மர வகைகளுள் ஒன்று
willpower ['wɪlˌpaʊə] *n* மனத்திண்மை
wilt [wɪlt] *vi* வாடு
win [wɪn] *v* வெற்றி பெறு
wind [wɪnd] *n* வீசியடிக்கும் காற்று ▷ *vt (cause to have difficulty breathing)* மூச்சு முட்டச் செய் ▷ [waɪnd] *vi (road, river)* சுருளாய் சுற்று ▷ *vt (wrap)* சுற்று
windmill ['wɪndˌmɪl] *n* காற்றாலை
window ['wɪndəʊ] *n* ஜன்னல்; சாளரம்

window pane ['wɪndəʊ peɪn] *n* சாளரக் கண்ணாடி
window seat ['wɪndəʊ siːt] *n* பலகணிப்பீடம்
windowsill ['wɪndəʊˌsɪl] *n* ஜன்னல்படி; பலகணிக் கீழி
windscreen ['wɪndˌskriːn] *n* காற்றுத்தடுப்பி; வளித்திரை
windscreen wiper ['wɪndskriːn 'waɪpə] *n* வளித்திரை துடைப்பி
windsurfing ['wɪndˌsɜːfɪŋ] *n* பாய்மரக் கப்பல் விளையாட்டு
windy ['wɪndɪ] *adj* பலமாகக் காற்றடிக்கக்கூடிய
wine [waɪn] *n* திராட்சை ரசம்
wineglass ['waɪnˌglɑːs] *n* மது கோப்பை
wine list [waɪn lɪst] *n* திராட்சை ரசப் பட்டியல்
wing [wɪŋ] *n* இறக்கை
wing mirror [wɪŋ 'mɪrə] *n* காரின் பக்கவாட்டுக் கண்ணாடி
wink [wɪŋk] *vi* கண்ணடி; கண் சிமிட்டு
winner ['wɪnə] *n* வெற்றி பெற்றவர்
winning ['wɪnɪŋ] *adj* வெற்றிபெறும்
winter ['wɪntə] *n* குளிர்காலம்
winter sports ['wɪntə spɔːts] *npl* குளிர்கால விளையாட்டுகள்
wipe [waɪp] *vt* துடை
wipe up [waɪp ʌp] *v* துடைத்துவிடு
wire [waɪə] *n* கம்பி
wisdom ['wɪzdəm] *n* விவேகம்; அறிவு
wisdom tooth ['wɪzdəm tuːθ] *n* ஞானப்பல்
wise [waɪz] *adj* விவேகமுள்ள
wish [wɪʃ] *n* ஆசை; விருப்பம் ▷ *vt* ஆசைப்படு
wit [wɪt] *n* நகைச்சுவையுரை; நகைத்திறம்
witch [wɪtʃ] *n* சூனியக்காரி
with [wɪð] *prep (accompanied by)* உடன்; *(having)* கொண்டிரு
withdraw [wɪð'drɔː] *vt (formal)* திரும்ப பெற்றுக்கொள்
withdrawal [wɪð'drɔːəl] *n (formal)* திரும்ப பெற்றுக்கொள்ளுதல்
within [wɪ'ðɪn] *prep (formal)* அதற்குள்; அதனுள்
without [wɪ'ðaʊt] *prep* இல்லாமல்
witness ['wɪtnɪs] *n* சாட்சி
witty ['wɪtɪ] *adj* பகடி; நகைச்சுவையான
wolf [wʊlf] *n* ஓநாய்
woman ['wʊmən] *n* பெண்
wonder ['wʌndə] *vt* அதிசயப்படு; வியப்புறு
wonderful ['wʌndəfʊl] *adj* விந்தையான
wood [wʊd] *n (material)* மரக்கட்டை; *(forest)* காடு

wooden ['wʊdn] *adj* மர;
மரத்தாலான

woodwind ['wʊd,wɪnd]
adj (மரத்தாலான) காற்று
இசைக்கருவி

woodwork ['wʊd,wɜːk] *n*
மரவேலை

wool [wʊl] *n* கம்பளி

woollen ['wʊlən] *adj*
கம்பளியாலான

woollens ['wʊlənz] *npl*
கம்பளி ஆடைகள்

word [wɜːd] *n* வார்த்தை

work [wɜːk] *n* வேலை
▷ *vi* (toil) வேலை செய்;
(machine) இயக்கு

worker ['wɜːkə] *n* தொழிலாளி

work experience [wɜːk
ɪk'spɪərɪəns] *n* வேலை
அனுபவம்

workforce ['wɜːk,fɔːs] *n*
தொழிலாளர்கள்

working-class ['wɜːkɪŋklɑːs]
adj பாட்டாளி வர்க்கம்

workman ['wɜːkmən] *n*
பணியாள்

work of art [wɜːk ɒv; əv ɑːt] *n*
கலைப் படைப்பு

work out [wɜːk aʊt] *v*
திட்டமிடு

work permit [wɜːk 'pɜːmɪt] *n*
பணி உரிமம்

workplace ['wɜːk,pleɪs] *n*
பணியிடம்

workshop ['wɜːk,ʃɒp] *n*
தொழிலகம்

workspace ['wɜːk,speɪs] *n*
பணியிடம்

workstation ['wɜːk,steɪʃən]
n கணினி

world [wɜːld] *n* உலகம்;
புவனம்; புவி

World Cup [wɜːld kʌp] *n*
உலகக் கோப்பை

worm [wɜːm] *n* புழு

worn [wɔːn] *adj* கிழிசலான;
கிழிந்த

worried ['wʌrɪd] *adj*
கவலையான

worry *vi* கவலைப் படு

worrying ['wʌrɪɪŋ] *adj*
கவலைப்படுகிற

worse [wɜːs] *adj* மோசமான
▷ *adv* மோசமாக

worsen ['wɜːsn] *v* மோசமாக்கு

worship ['wɜːʃɪp] *v* வணங்கு

worst [wɜːst] *adj* மிக
மோசமான

worth [wɜːθ] *n* மதிப்பு

worthless ['wɜːθlɪs] *adj*
பிரயோசனமில்லாத

would [wʊd] *v* எதிர்கால
வினைச் சொல்

wound [wuːnd] *n* காயம்
▷ *vt* காயப்படுத்து

wrap [ræp] *vt* சுற்று; மடி

wrapping paper ['ræpɪŋ
'peɪpə] *n* சுற்றும் காகிதம்

wrap up [ræp ʌp] *v* சுற்றி
வை; மடித்து வை

wreck [rɛk] *n* சேதம் ▷ *vt*
சேதப்படுத்து

wreckage ['rɛkɪdʒ] *n* முறிந்துடைந்த துண்டுகள்
wren [rɛn] *n* ஒரு பறவை
wrench [rɛntʃ] *n* பிழியும் வேதனை ▷ *vt* பிடுங்கு
wrestler ['rɛslə] *n* மற்போர் வீரர்
wrestling ['rɛslɪŋ] *n* மற்போர் விளையாட்டு
wrinkle ['rɪŋkl] *n* தோல் சுருக்கம்
wrinkled ['rɪŋkld] *adj* தோல் சுருங்கிய
wrist [rɪst] *n* மணிக்கட்டு
write [raɪt] *v* எழுது
write down [raɪt daʊn] *v* எழுதி குறித்துக் கொள்
writer ['raɪtə] *n* எழுதுபவர்; எழுத்தாளர்
writing ['raɪtɪŋ] *n* எழுதுதல்
writing paper ['raɪtɪŋ 'peɪpə] *n* எழுதும் காகிதம்
wrong [rɒŋ] *adj (amiss)* தவறான; *(incorrect)* தவறான; *(morally)* சரியல்ல
wrong number [rɒŋ 'nʌmbə] *n* தவறான தொலைபேசி எண்

X

Xmas ['ɛksməs] *n (informal)* கிறிஸ்துமஸ்
X-ray ['ɛksreɪ] *n* ஊடுகதிர்; எக்ஸ்-ரே ▷ *vt* எக்ஸ்-ரே செய்
xylophone ['zaɪlə,fəʊn] *n* ஒரு இசைக் கருவி

Y

yacht [jɒt] *n* உல்லாசப் படகு; பந்தயப் படகு
yard [jɑːd] *n (unit of length)* கஜம் (அளவு); *(courtyard)* முற்றம்
yawn [jɔːn] *vi* கொட்டாவி விடு
year [jɪə] *n* வருடம்
yearly ['jɪəlɪ] *adj* வருடாந்திர ▷ *adv* வருடந்தோறும்
yeast [jiːst] *n* நொதி; நுரைமம்; ஈஸ்ட்
yell [jɛl] *v* கத்து
yellow ['jɛləʊ] *adj* மஞ்சள் வண்ணம்
Yellow Pages® ['jɛləʊ 'peɪdʒɪz] *n* வர்த்தக/வியாபார புத்தகம்
Yemen ['jɛmən] *n* ஒரு நாடு
yes! [jɛs] *excl* ஆமாம்!
yesterday ['jɛstədɪ] *adv* நேற்று
yet [jɛt] *adv* இன்னும்; இதுவரை
yew [juː] *n* ஒரு வகை மரம்
yield [jiːld] *vi (formal)* இணங்கு
yoga ['jəʊgə] *n* யோகா; மனவளப் பயிற்சி

yoghurt ['jəʊgət] *n* கொழுப்பு நீக்கப்பட்ட தயிர்
yolk [jəʊk] *n* முட்டையின் மஞ்சள் கரு
you [juː] *pron* நீ; நீங்கள்
young [jʌŋ] *adj* இளமையான
younger ['jʌŋgə] *adj* இளைய
youngest ['jʌŋgɪst] *adj* இளைய; கடைசி பிள்ளை
your [jɔː] *det* உன்னுடைய; உங்கள்; உன்
yours [jɔːz] *pron* உங்களுடையது
yourself [jɔː'sɛlf] *pron* உன்னையே
yourselves [jɔː'sɛlvz] *pron* உங்களையே
youth [juːθ] *n* வாலிபம்
youth club [juːθ klʌb] *n* வாலிபர் சங்கம்/குழுமம்
youth hostel [juːθ 'hɒstl] *n* இளைஞர் இல்லம்/விடுதி

Z

Zambia ['zæmbɪə] *n* ஒரு நாடு
Zambian ['zæmbɪən] *adj* ஜாம்பியா நாட்டு ▷ *n* ஜாம்பியா நாட்டுக்காரர்
zebra ['ziːbrə] *n* வரிக்குதிரை
zebra crossing ['ziːbrə 'krɒsɪŋ] *n* பாதசாரிகள் ரோடு கடக்கும் இடம்
zero ['zɪərəʊ] *n* பூஜ்ஜியம்
zest [zɛst] *n* *(vitality)* ஆர்வம்; *(rind)* ஆரஞ்சுத்தோல்
Zimbabwe [zɪm'bɑːbwɪ] *n* ஜிம்பாப்வே
Zimbabwean [zɪm'bɑːbwɪən] *adj* ஜிம்பாப்வே நாட்டு ▷ *n* ஜிம்பாப்வே நாட்டுக்காரர்
Zimmer® frame ['zɪmə freɪm] *n* (முதியவர்/நோயாளி) நடை பழகி
zinc [zɪŋk] *n* துத்தநாகம்
zip [zɪp] *n* இணை பல்பட்டிகை ▷ *vt* இணை
zit [zɪt] *n* *(informal)* தோல் மரு
zodiac ['zəʊdɪ,æk] *n* இராசி மண்டலம்
zone [zəʊn] *n* மண்டலம்; தொகுதி; வட்டாரம்
zoo [zuː] *n* விலங்கியல் பூங்கா
zoology [zəʊ'ɒlədʒɪ] *n* விலங்கியல்
zoom lens [zuːm lɛnz] *n* உருவு தெளிவுறச்செய்யும் உருப்பெருக்கிக் கண்ணாடி

Grammar supplement

இலக்கணப் பிற்ச்சேர்க்கை

Grammar Supplement

1 VERBS வினைச்சொற்கள்

வினைச்சொற்கள் மூன்று வகைப்படும்:

- **main verbs** செயல்களையும் நிலைப்பாடுகளையும் குறிப்பிடுகின்றன.எ.கா. *look*, *run*, *want*, *make*, *expect*.
- **auxiliary verbs** பல காலங்கள்,கேள்விகள்,எதிர்மறைகளை உருவாக்குவதற்குப் பயன்படுகின்றன.எ.கா. *be*, *have*, *do*.
- **modal verbs** திறமை, கடமை போன்ற பல்வேறு பொருள்களைக் கொடுக்க பயன்படுகின்றன.எ.கா. *can*, *could*, *may*, *might*, *would*.

a Main verbs முக்கிய வினைச்சொற்கள்

Regular or irregular வழக்கமானவை அல்லது வழக்கத்திற்கு மாறானவை

முக்கிய வினைச்சொற்கள் வழக்கமான அல்லது வழக்கத்திற்கு மாறான ஒன்றாக இருக்கலாம். படர்க்கை ஒருமை நிகழ்கால வாக்கியத்தில் வழக்கமான வினைச்சொற்கள் *–s* ஐ முடிவாகவும் (*He talks*), நிகழ்கால எச்சவினையில் *–ing* ஐ முடிவாகவும் (*He is talking*), இறந்தகால மற்றும் இறந்தகால எச்சவினையில் *–ed* ஐ முடிவாகவும் (*He talked*, *He has talked*) கொண்டிருக்கும். வழக்கத்திற்கு மாறான வினைச்சொற்கள் இது பொன்ற சில தன்மைகளில் மாறுபட்டிருக்கும்.

வழக்கமானவை :
talk, *talk**s***, *talk**ing***, *talk**ed***

வழக்கத்திற்கு மாறானவை :
go, *goes*, *going*, *went*, *gone*

Transitive or intransitive செயப்படுபொருள் குன்றாதவை அல்லது குன்றியவை

முக்கிய வினைச்சொற்கள் செயப்படுபொருள் குன்றா அல்லது செயப்படுபொருள் குன்றிய ஒன்றாக இருக்கலாம். செயப்படுபொருள் குன்றா வினை என்றால் அதனைத் தொடர்ந்து **direct object** நேர்முக செயப்படுபொருள் இருக்கும். செயப்படுபொருள் குன்றிய வினை என்றால் அதனைத் தொடர்ந்து நேர்முக செயப்படுபொருள் இருக்காது.

> செயப்படுபொருள் குன்றா வினை :
> We *enjoyed <u>the party</u>*.
>
> செயப்படுபொருள் குன்றிய வினை :
> They *waited*.

சில வினைச்சொற்கள் செயப்படுபொருள் குன்றா வினையாகவும் செயப்படுபொருள் குன்றிய வினையாகவும் இருக்கின்றன. எடுத்துக்காட்டு *read*.

> செயப்படுபொருள் குன்றா வினை :
> Ann was *reading <u>a letter</u>*.
>
> செயப்படுபொருள் குன்றிய வினை :
> Ann was *reading*.

சில வினைகள் **indirect object** மறைமுக செயப்படுபொருளைக் கொண்டிருக்கின்றன. இவைகள் யாருக்காக அல்லது யாருக்கு ஒரு செயல் செய்யப்படுகிறது என்பதைக் குறிக்கும். எடுத்துக்காட்டாக, நாம் ஒன்றைக் கொடுப்பது *giving something* பற்றிப் பேசுவோமானால், நாம் யாருக்கு கொடுக்கப் போகிறோம் என்பதைக் குறிப்பிட வேண்டும். கீழ்கண்ட வாக்கியத்தில் *a box of chocolates* என்பது நேர்முக செயப்படுபொருள், *me* என்பது மறைமுக செயப்படுபொருள்.

*Rob gave **me** a box of chocolates*.

b Auxiliary verbs துணை வினைச்சொற்கள்

துணை வினைச்சொற்கள் முக்கிய வினைச்சொற்களுடன் பயன்படுகின்றன. முக்கிய துணை வினைச்சொற்கள் *be, have, do* ஆகும்.

Be ஒரு வழக்கத்திற்கு மாறான வினைச்சொல். இதன் வடிவங்கள்:

Base form		**be**
Present simple	1st person singular	I **am**
	3rd person singular	He/she/it **is**
	2nd person singular; all plurals	You/we/they **are**
Past simple	1st and 3rd person singular	I/he/she/it **was**
	2nd person singular; all plurals	You/we/they **were**
Present participle		**being**
Past participle		**been**

Be தொடர் வடிவங்களில் பயன்படுகிறது. (பார்க்க பகுதி 1d).

> I **am working**.
> We **were waiting** for a long time.

Be செயப்பாட்டு வடிவங்களில் பயன்படுகிறது. (பார்க்க பகுதி 1g).

> His car **was stolen**.

Have ஒரு வழக்கத்திற்கு மாறான வினைச்சொல். இதன் வடிவங்கள்:

443

Base form		have
Present simple	1st and 2nd person singular; all plurals	I/you/we/they **have**
	3rd person singular	He/she/it **has**
Past simple	all forms	I/you/he/she/it/ we/they **had**
Present participle		having
Past participle		had

Have முற்று வடிவங்களில் பயன்படுகிறது. (பார்க்க பகுதி 1d).

> We **have** already **eaten** lunch.
>
> The train **had left** before we arrived.
>
> I**'ve been thinking**.

Do ஒரு வழக்கத்திற்கு மாறான வினைச்சொல். இதன் வடிவங்கள்

Base form		do
Present simple	1st and 2nd person singular; all plurals	I/you/we/they **do**
	3rd person singular	He/she/it **does**
Past simple	all forms	I/you/he/she/it/ we/they **did**
Present participle		doing
Past participle		done

Do கேள்விகளையும் எதிர்மறைகளையும் உருவாக்கப் பயன்படுகிறது.

> I **don't like** eggs at all.
>
> **Does** she **like** eggs?

be, have, do என்பன முக்கிய வினைச்சொல்லாகவும்
பயன்படுகிறது என்பதைக் கவனத்தில் கொள்க. எ.கா.

> *I **am** tall.*
> *Vineeta **has** three brothers.*
> *We **do** the shopping together.*

c **Modal verbs** பாங்கு வினைச்சொற்கள்

Modal verbs துணை வினைச்சொற்களின் சிறப்பு
வகை ஆகும். இவைகள் முக்கிய வினைச்சொற்களுக்கு
சிறப்பான பொருளை அளிக்கிறது. எடுத்துக்காட்டாக,
நிச்சயத்தன்மையைக் குறிப்பிடுதல் ,அனுமதி
வேண்டுதல்,தேவையைக் குறிப்பிடுதல்
போன்ற சூழல்களில் பாங்கு வினைச்சொற்கள்
பயன்படுகின்றன. முக்கிய வினைச்சொற்கள் போல
அல்லாமல் பாங்கு வினைச்சொற்களுக்கு ஒரு
வடிவம் மட்டுமே உண்டு: *I **can** swim, She **can** swim,
You **can** swim,* etc. பாங்கு வினைச்சொற்கள் முக்கிய
வினையின் மூல வடிவத்துடன் பயன்படுகிறது.

Talking about ability திறமை பற்றிப் பேசுதல்

ஒரு செயலைச் செய்ய தெரியும் அல்லது செய்ய முடியும்
என்று குறிப்பிட *Can, could* பயன்படுகிறது. இறந்த
காலத்தில் *could* பயன்படுகிறது. இதன் எதிர்மறை
வடிவங்கள் *cannot* அல்லது *can't, could not* அல்லது
couldn't.

> *Morag **can** speak French quite well now.*
> *When I was younger I **could** play tennis.*
> *I **can't** come tomorrow.*
> *We **couldn't** open the door.*

இதே பொருளில் *be able to* என்ற சொற்றோடரைப் பயன்படுத்தலாம். *Be able to* மற்ற பாங்கு வினைச்சொற்களில் இருந்து வேறுபட்டது. ஏனென்றால் வடிவத்தில் வேறுபட்டிருக்கிறது. *be + able to* என்ற சொற்றொடரில் இருந்து உருவாக்கப்பட்டிருக்கிறது.

> **Are** you **able to** walk to the car?
>
> We **weren't able to** find a solution.

be able to என்ற சொற்றோடர் *can* ,*could* போல் அல்லாமல் எதிர்காலத்தில் இயலும் என்று குறிப்பிடவும் பயன்படுகிறது.

> I hope you**'ll be able to** come to the party.
>
> **Will** you **be able to** manage on your own?

Asking for and giving permission அனுமதி வேண்டுதல் மற்றும் கொடுத்தல்

அனுமதி வேண்டுதலுக்கு *Can, could , may* போன்ற சொற்கள் பயன்படுகிறது. *can* என்ற சொல்லைக் காட்டிலும் *Could, may* போன்ற சொற்கள் மிகவும் முறையானது நாகரிகமானது.

> **Can** I borrow your car tomorrow, Mum?
>
> **Could** I come with you on the trip?
>
> • **May** I take this book home with me?

அனுமதி கொடுப்பதற்கு *may* பயன்படுகிறது. இதன் எதிர்மறை வடிவம் *may not*. உறுதியாக ஏதோ ஒன்று வேண்டாம் என்று குறிப்பிட *must not* பயன்படுகிறது.

> You **may** go now.

*You **may not** download forms from this website.*
*Students **must** not plagiarise.*

Making requests வேண்டுகோள் விடுத்தல்

வேண்டுகோள் விடுக்க can, will, could, would போன்ற சொற்கள் பயன்படுகிறது. Could, would போன்ற சொற்கள் மிகவும் முறையானது நாகரிகமானது.

*   **Can** you lend me £5, Mum?
*   **Will** you help me look for my purse?
*   **Could** you help me for a minute?
*   **Would** you mind moving your bag?

Expressing mild obligation and giving advice கனிவாகக் கடமைப் பொறுப்பை வெளிப்படுத்துதல் அல்லது அறிவுரை கூறுதல்

கனிவாக கடமைப்பொறுப்பை தெரியப்படுத்த, அறிவுரை கூற, நெறிப்படுத்த should, ought பயன்படுகிறது. இதன் எதிர்மறை வடிவங்கள் should not அல்லது shouldn't, மற்றும் ought not to அல்லது oughtn't to.

*   *They **should** do what you suggest.*
*   *You **shouldn't** drink that.*
*   *We **ought to** leave now.*

ஒரு செயல் செய்யப்படவில்லை என்ற வருத்தத்தை வெளிப்படுத்த should have அல்லது ought to have என்பதனை முக்கிய வினைச்சொல்லின் இறந்தகால எச்சவினையுடன் பயன்படுத்த வேண்டும்.

*   *He **should have** stopped at the red light.*
*   *I **ought to have** told you earlier. I'm sorry.*

Expressing strong obligation and giving orders திடமாக கடமைப் பொறுப்பை தெரியப்படுத்துதல் மற்றும் கட்டளையிடுதல்

திடமாக கடமைப்பொறுப்பை தெரியப்படுத்தவும், உறுதியாக கட்டளையிடுவதற்கும் must ,have (got) to பயன்படுகிறது. நிகழ்காலம், எதிர்காலம் போன்றவற்றில் மட்டுமே Must பயன்படுத்த வேண்டும். have (got) to இறந்தகாலத்திலும் பயன்படுத்தலாம்.

> All passengers **must** show their tickets when asked.
> You **must** go to sleep now.
> You **must not** cross the road when the light is red.
> We **had to** leave immediately.

Talking about things that are not necessary தேவையில்லாதவைகளைப் பற்றிப் பேசுதல்

ஒன்று தேவையில்லை என்று குறிப்பிடுவதற்கு don't have to அல்லது don't need to பயன்படுகிறது. இதன் இறந்தகால வடிவங்கள் didn't have to, didn't need to.

> You **don't have to** go yet.
> She **didn't need to** drive here – I could have picked her up.

Talking about whether or not something is true ஒன்று உண்மையா இல்லையா என்பதைப் பற்றிப் பேசுதல்

ஒன்று உண்மை என்பதில் உறுதியாக இருக்கின்றீர்கள் என்பதைத் தெரியப்படுத்த must பயன்படுகிறது. ஒன்று உண்மையில்லை என்பதில் நீங்கள் உறுதியாக இருக்கின்றீர்கள் என்பதைத் தெரியப்படுத்த can't பயன்படுகிறது.

*There **must** be some mistake.*

*Mr Robertson is here; it **must** be Tuesday.*

*You **can't** be serious!*

Talking about the future எதிர்காலத்தைப்பற்றிப் பேசுதல்

எதிர்காலத்தைப் பற்றிப் பேசுவதற்கு will பயன்படுகிறது. பகுதி 2e இதைப்பற்றி விரிவாக விளக்குகிறது.

Saying that something is possible in the future எதிர்காலத்தில் ஒன்று நிகழ வாய்ப்பு இருக்கிறது என்பதைச் சொல்லுதல்

எதிர்காலத்தில் ஒரு செயல் நிகழ வாய்ப்பு இருக்கிறது என்பதைச் சொல்ல can, could, may, might பயன்படுகிறது. உறுதித்தன்மை சற்று குறைவாக இருந்தால் may, might பயன்படுத்தலாம்.

*We **can** go to the cinema tonight since you are free.*

*We **could** go to the cinema tonight if you are free.*

*We **may** go to the cinema tonight, but it depends what film is on.*

*We **might** go to the cinema tonight, or we might stay home instead.*

Making offers and suggestions விருப்பறிவிப்பு மற்றும் கருத்து தெரிவித்தல்

Will உறுதி அளிப்பதற்கும் விருப்பறிவிப்பு செய்யவும் பயன்படுகிறது.

*I'**ll** call you tomorrow.*

*Don't worry – we'**ll** help you.*

Shall கருத்து தெரிவிக்கவும், உதவி செய்வதைத்
தெரியப்படுத்தவும் பயன்படுகிறது.

> **Shall** we go to the cinema tonight?
> **Shall** I cook supper?

d Tenses of verbs வினைச்சொல்லின் காலங்கள்

முக்கியமான காலங்களின் பயன்கள், வடிவங்கள் பற்றி
நீங்கள் இங்கே தெரிந்துகொள்ளலாம்.

வடிவங்கள் அட்டவணையில் முழுமையாக
தரப்பட்டிருக்கின்றன. பேச்சுவழக்கில் அதிகமாக இதன்
சுருக்கவடிவங்களே பயன்படுத்தப்படுகின்றன.
முக்கியமான சுருக்க வடிவங்கள் n't (not), 'm (am), 's (is or
has), 're (are), 'll (will), 've (have) மற்றும் 'd (had or would):

do not, does not, did not	→	don't, doesn't, didn't
will not	→	won't
is not, are not, was not, were not	→	isn't, aren't, wasn't, weren't
have not, has not, had not	→	haven't, hasn't, hadn't
I am	→	I'm
he is, she is, it is	→	he's, she's, it's
you are, we are, they are	→	you're, we're, they're
I have, you have, they have, we have	→	I've, you've, they've, we've
he has, she has, it has	→	he's, she's, it's
I had, he had, she had, it had, you had, they had, we had	→	I'd, he'd, she'd, it'd, you'd, they'd, we'd
I would, he would, she would, it would, you would, they would, we would	→	I'd, he'd, she'd, it'd, you'd, they'd, we'd
I will, he will, she will, it will, you will, they will, we will	→	I'll, he'll, she'll, it'll, you'll, they'll, we'll

The present simple இயல்பு நிகழ்காலம்

	Statement	Negative	Question
1st and 2nd person singular; all plurals	I/you/we/they **work**.	I/you/we/they **do not work**.	**Do** I/you/we/they **work**?
3rd person singular	He/she/it **works**.	He/she/it **does not work**.	**Does** he/she/it **work**?

The present simple கீழ்கண்டவைகளைப் பற்றிப்பேசப் பயன்படுகிறது:

* பழக்கங்கள், விருப்பங்கள், விருப்பமின்மைகள் மற்றும் வழக்கமான ஒன்று. இயல்பு நிகழ்காலம் அதிகமாக அடிக்கடி நிகழ்வதைக் குறிப்பிடப் பயன்படும் வினை உரிச்சொற்கள் *always, often, usually, sometimes* அல்லது *never* மற்றும் *on Sundays* அல்லது *in the summer* போன்ற சொற்றொடர்களுடனும் பயன்படுத்தப்படுகிறது.

> I **like** coffee for breakfast but everyone else in my family **prefers** tea.
>
> I **never drive** to work.
>
> They **often go** to the cinema **on Saturdays**.

* உண்மைகள், மாறாத ஒன்று.

> **Do** you **live** in India?
>
> Birds **fly** south in the winter.

* அபிப்பிராயங்கள் அல்லது நம்பிக்கைகள்.

> I **think** he's a very good teacher.
>
> I **don't agree**.

- உறுதியான எதிர்காலத் திட்டங்கள். எடுத்துக்காட்டாக, பயணத் திட்டங்கள், கால அட்டவணைகள்.

    The train **leaves** at 10.40 a.m. and **arrives** at 3.30 p.m.

- எதிர்காலத்தைக் குறிக்கும் ஒரு சில காலச் சொற்றோடர்கள். when, until, before ,as soon as போன்ற சொற்களைக் கொண்ட துணை வாக்கியம் நிகழ்காலத்திலும்; மற்றொறு துணைவாக்கியம் will அல்லது வேறு பாங்கு வினைச்சொற்களைக் கொண்டிருக்கும்.

    As soon as I **finish** my work, I'll phone you.
    We'll go on holiday **when** we **have** enough money.
    I must do the shopping **before** they **arrive**.

The past simple இயல்பு இறந்த காலம்

	Statement	Negative	Question
all forms	I/you/he/she/ it/we/they **arrived**.	I/you/he/she/ it/we/they **did not arrive**.	**Did** I/you/he/ she/it/we/ they **arrive**?

The past simple கீழ்கண்டவைகளைப் பற்றிப்பேசப் பயன்படுகிறது.

- இறந்தகாலத்தில் நடந்த ஒரு தனிச்செயல்.

    He **locked** the door and **left** the house.
    Did you **see** Roger last week?

- இறந்தகாலத்தில் ஒரு வழக்கமான செயல். அதிகமாக கால வினை உரிச்சொல், அடிக்கடி நிகழ்வதைக் குறிப்பிடப் பயன்படும் வினை உரிச்சொல்லுடன் பயன்படுத்தப்படுகிறது.

    When I lived in Cambridge I **cycled** to work **every day**.

The present continuous நிகழ்காலத் தொடர்

The present continuous *be* என்பதன் நிகழ்கால வடிவம் + முக்கிய வினையின் நிகழ்கால எச்சத்தைக்கொண்டு உருவாக்கப்படுகிறது.

	Statement	Negative	Question
1st person singular	I am working.	I am not working.	Am I working?
3rd person singular	He/she/it is working.	He/she/it is not working.	Is he/she/it working?
2nd person singular; all plurals	You/we/they are working.	You/we/they are not working.	Are you/we/they working?

நிகழ்காலத் தொடர்நிலை கீழ்கண்டவைகளைப் பற்றிப்பேசப் பயன்படுகிறது:

* நீங்கள் பேசிக்கொண்டிக்கும் பொழுது தொடர்ந்து நடைபெறும் செயல்.

    *What **are** you **doing**? – I'm finishing my essay.*

* தற்காலிக செயல்பாடு, சூழல்.

    I'm studying accountancy at college.
    Fiona is working as a waitress at the moment.

* காலச் சொற்றொடர்களுடன் கூடிய எதிர்காலத்திட்டங்கள்.

    I'm flying to New York next week.

- தொந்தரவு கொடுக்ககூடிய அடிக்கடி நிகழும் நிகழ்வு. இது பொன்ற சூழல்களில் வினைசொல் *always, constantly* போன்ற வினை உரிச்சொல்லுடன் பயன்படுத்தப்படுகிறது.

  *She's **always complaining** about work.*

The past continuous இறந்தகாலத் தொடர்

The past continuous *be* என்பதன் இறந்தகால வடிவம் + முக்கிய வினையின் நிகழ்கால எச்சத்தைக்கொண்டு உருவாக்கப்படுகிறது.

	Statement	Negative	Question
1st and 3rd person singular	I/he/she/it **was working**.	I/he/she/ it **was not working**.	**Was** I/he/she/ it **working**?
2nd person singular; all plurals	You/we/they **were working**.	You/we/they **were not working**.	**Were** you/we/ they **working**?

இறந்தகாலத் தொடர்நிலை கீழ்கண்டவைகளைப் பற்றிப்பேசப் பயன்படுகிறது:

- ஒரு குறிப்பிட்ட காலத்திற்கு முன்னால் தொடர்ந்து நடந்து முடிந்த செயல்.

  *What **were** you **doing** at eight o'clock last night? – I **was standing** at the bus stop.*

- இடைமறிக்கப்பட்ட செயல். இடைமறிக்கும் செயலைக் குறிக்க சாதாரண இறந்த காலம் பயன்படுகிறது.

  *We **were leaving** the house when the phone rang.*

The present perfect நிகழ்கால முற்று

The present perfect *have* + முக்கிய வினையின் the past participle கொண்டு உருவாக்கப்படுகிறது.

	Statement	Negative	Question
1st and 2nd person singular; all plurals	I/you/we/they **have finished**.	I/you/we/they **have not finished**.	**Have** I/you/we/they **finished**?
3rd person singular	He/she/it **has finished**.	He/she/it **has not finished**.	**Has** he/she/it **finished**?

நிகழ்கால முற்று கீழ்கண்டவைகளைப் பற்றிப்பேசப் பயன்படுகிறது:

* நிகழ்காலத்துடன் தொடர்புடைய இறந்தகால நிகழ்வு.அந்த நிகழ்வு மிகவும் அண்மையில் நிகழ்ந்து இருந்தால், *just* என்ற சொல்லும் பயன்படுத்தப்படுகிறது.ஒரு நிகழ்வு நிகழ்ந்ததா இல்லையா என வினவும் பொழுது *ever* என்ற சொல் பயன்படுத்தப்படுகிறது.

> Her daughter **has had** an accident.
> I **have** just **handed** in my essay.
> I'**ve never met** him.
> **Have** you **ever been** to Europe?

* காலப் பகுதிகள். கேள்விகளில் How long என்ற சொல் பயன்படுகிறது. ஒரு நீண்ட காலப் பகுதியைப் பற்றிப் பேசும் பொழுது *for* என்ற சொல் பயன்படுகிறது.ஒரு குறிப்பிட்ட காலத்தைப் பற்றிப் பேசும் பொழுது since என்ற சொல் பயன்படுகிறது.

> **How long have** you **lived** in Delhi?
> I'**ve lived** in Delhi **for fifteen years**.
> James **has worked** here **since 2008**.

The past perfect இறந்தகால முற்று

The past perfect *had* + முக்கிய வினையின் the past participle கொண்டு உருவாக்கப்படுகிறது.

	Statement	Negative	Question
all forms	I/he/she/it/ you/we/they **had finished**.	I/he/she/ it/you/we/ they **had not finished**.	**Had** I/he/she/ it/you/we/ they **finished**?

இரண்டு இறந்தகாலச் செயல்களில் முதலாவதாக நடந்த செயலைக் குறிப்பிட இறந்தகால முற்று பயன்படுகிறது:

> She **had** just **made** some coffee when I arrived.
> Ashraf **had** already **known** my brother for two years when I met him.

The present perfect continuous நிகழ்கால முற்றுத் தொடர்

The present perfect continuous *have* + *been* + முக்கிய வினையின் the present participle கொண்டு உருவாக்கப்படுகிறது.

	Statement	Negative	Question
1st and 2nd person singular; all plurals	I/you/we/they **have been waiting**.	I/you/we/they **have not been waiting**.	**Have** I/you/ we/they **been waiting**?
3rd person singular	He/she/it **has been waiting**.	He/she/it **has not been waiting**.	**Has** he/she/it **been waiting**?

நிகழ்கால முற்று தொடர்நிலை கீழ்கண்டவைகளைப் பற்றிப்பேசப் பயன்படுகிறது:

- இறந்தகாலத்தில் தொடங்கி பேசிக்கொண்டிருக்கும்வரை தொடர்ந்து நகழும் செயல்கள் மற்றும் நிலைகள்.

  *How long **have** you **been learning** English?*

- இறந்தகாலத்தில் தொடங்கி அண்மையில் முடிந்த செயங்கள் மற்றும் நிலைகள்

  *Thank goodness you're here! I**'ve been waiting** for hours!*

The past perfect continuous இறந்தகால முற்றுத் தொடர்

The past perfect continuous *had* + *been* + முக்கிய வினையின் the present participle கொண்டு உருவாக்கப்படுகிறது.

	Statement	Negative	Question
all forms	I/he/she/it/ you/we/they **had been waiting**.	I/he/she/it/ you/we/they **had not been waiting**.	**Had** I/he/ she/it/you/ we/they **been waiting**?

இறந்த காலத்தில் மற்றொறு செயல் தொடங்குவதற்கு முன்பாக தொடங்கி நடந்து முடிந்த செயலைக் குறிப்பிட இறந்தகால முற்று பயன்படுகிறது:

*I **had been studying** for hours, so I stopped and went for a walk.*

e Talking about the future
எதிர்காலத்தைப் பற்றிப் பேசுதல்

ஆங்கித்தில் எதிர்காலம் கிடையாது. எதிர்காலத்தைப் பற்றிப் பேச இயல்பு நிகழ்காலம், நிகழ்காலத் தொடர்நிலை பயன்படுகிறது. மற்றபடி எதிர்காலத்தைப்

பற்றிப்பேசப் பயன்படும் வழிமுறைகள் கீழே கொடுக்கப்பட்டுள்ளன.

Will

	Statement	Negative	Question
all forms	I/he/she/it/ you/we/they **will wait**.	I/he/she/it/ you/we/they **will not wait**.	**Will** I/he/she/ it/you/we/ they **wait**?

கீழ்க்கண்டவைகள் பற்றிப் பேச *will* + முக்கிய வினையின் மூல வடிவம் பயன்படுகின்றன

- எதிர்கால நிகழ்வுகள்,உண்மைகள்.

    *I'**ll be** on the plane this time tomorrow.*

- உறுதிமொழி வழங்குதல்

    *We **will call** you next week.*

- மறுப்புத் தெரிவித்தல் எதிர்மறையில்

    *I **won't go** there again. The service was dreadful.*

- *think, believe* பொன்ற வினைச்சொற்களுடன் இணைந்து எதிர்கால நிகழ்வுகள் பற்றிய அபிப்பிராயத்தை வெளிப்படுத்த பயன்படுகிறது.

    *Do you think **he will** pass the exam?*

The future continuous எதிர்கால தொடர்நிலை

	Statement	Negative	Question
all forms	I/he/she/it/ you/we/they **will be waiting**.	I/he/she/it/ you/we/they **will not be waiting**.	**Will** I/he/she/ it/you/we/ they **be waiting**?

கீழ்கண்டவைகள் பற்றிப் பேச *will* + *be* + முக்கிய வினையின் the present participle பயன்படுகிறது.

- எதிர்காலத்தில் ஒரு குறிப்பிட்ட நேரத்தில் தொடர்ந்து நடைபெறும் செயல்

  Will *you* ***be working*** *here next week?*

- எதிர்கால எண்ணங்கள் திட்டங்கள்.இது ஓரளவுக்கு முறைப்படி அமையாத ஒன்று.

  *We**'ll be getting** in touch with you soon.*

The future perfect எதிர்கால முற்று

	Statement	Negative	Question
all forms	I/he/she/it/you/we/they **will have waited**.	I/he/she/it/you/we/they **will not have waited**.	**Will** I/he/she/it/you/we/they **have waited**?

எதிர்காலத்தில் ஒரு குறிப்பிட்ட நேரத்தில் முடிந்திருக்கும் என்று கருதப்படும் செயல் பற்றிப் பேச *will* + *have* + முக்கியமான வினையின் the past participle பயன்படுகிறது:

*Do you want to go out next Saturday? – Yes, **I'll have finished** my exams by then.*

The future perfect continuous எதிர்கால முற்றுத்தொடர்

	Statement	Negative	Question
all forms	I/he/she/it/you/we/they **will have been waiting**.	I/he/she/it/you/we/they **will not have been waiting**.	**Will** I/he/she/it/you/we/they **have been waiting**?

எதிர்காலத்தில் ஒரு குறிப்பிட்ட நேரத்தில் முடியும் ஒரு தொடர் நிகழ்வை குறிப்பிட will + have + been + முக்கிய வினையின் the present participle பயன்படுகிறது:

> Sue called to say she'll be here at 2 o'clock. We**'ll have been waiting** for **three hours by then**.

Be going to

Be going to என்பது be + going to + வினையின் மூலவடிவத்தைக் கொண்டு பயன்படுத்தப்படுகிறது. கீழ்கண்ட சூழல்களில் Be going to பயன்படுகிறது:

* உறுதியான எதிர்காலத்திட்டங்கள் பற்றி பேசுதல்

   I**'m going to visit** Amir tonight.

* தற்போது நிகழ்ந்து கொண்டு இருக்கின்ற ஒன்றை அடிப்படையாகக்கொண்டு எதிர்கால நிகழ்வை முன்கணிப்புச் செய்தல்

   Sally never does any work; she**'s going to fail** her exams.

Be about to

Be about to என்பது be + about to + வினையின் மூலவடிவத்தைக் கொண்டு பயன்படுத்தப்படுகிறது. be about to உடனடி எதிர்கால நிகழ்வுகளைப் பற்றிப் பேசப் பயன்படுகிறது:

> Turn off the gas – the soup **is about to** boil over.
> Come on! We**'re about to** leave!

f Stative verbs நிலைப்பாட்டு வினைகள்

Action verbs என்பது *walking, running, reading* பொன்ற செயல்களைக் குறிக்கின்றன. இவைகள் அனைத்துக் காலங்களையும் ஏற்றுக்கொள்ளும்.

Mark ***is running*** *for the train.*

Anita ***has*** *just* ***bought*** *a new camera.*

Stative verbs நிலைகளைக் குறிக்கின்றன. இவைகள்

புலன்கள் தொடர்பான வினைகள், எ.கா.
feel, hear, see, smell, taste

மனக்கிளர்ச்சி தொடர்பான வினைகள், எ.கா.
hate, like, love, want

சிந்தனை தொடர்பான வினைகள், எ.கா.
agree, believe, forget

உடைமை தொடர்பான வினைகள், எ.கா.
belong, own, possess

நிலைப்பாட்டு வினைகள் இயல்பு மற்றும் முற்று வடிவங்களில் பயன்படுகின்றன தொடர்நிலைகளில் பயன்படுவதில்லை. எடுத்துக்காட்டாக,

I ***think*** *this is a terrible idea.*
என்பது சரி

~~*I am thinking this is a terrible idea.*~~
~~என்பது தவறு~~

Mr Dhar ***owned*** *three factories.*
என்பது சரி

~~*Mr Dhar was owning three factories.*~~
~~என்பது தவறு~~

*I **have** always **hated** pizza.*
என்பது சரி
~~*I have always been hating pizza.*~~
~~என்பது தவறு~~

சில நேரங்களில் நிலைப்பாட்டு வினைகள் தொடர் வடிவங்களில் பயன்படுகின்றன. தொடர் வடிவங்களில் பயன்படுத்தப்படும் பொழுது அதன் பொருள் மாறுபடும். எடுத்துக்காட்டாக, *think* என்ற வினையைப் பயன்படுத்தி நீங்கள் உங்கள் கருத்துக்களைத் தெரியப்படுத்தும் பொது அது ஒரு நிலைப்பாட்டு வினை.அதே நேரத்தில் எண்ண ஒட்டம் என்ற பொருளைத் கொடுக்கின்ற பொழுது *be thinking* என்ற தொடர்வடிவத்தைப் பயன்படுத்தலாம்.

*I **have been thinking** about this problem for hours.*

g Active and passive செய்வினை மற்றும் செயப்பாட்டு வினை

Active வாக்கியத்தில் வினையின் செயலை எழுவாயாகிய நபர் அல்லது பொருள் செய்கிறது. ஒரு **passive** வாக்கியத்தில் எழுவாயாகிய நபர் அல்லது பொருள் செய்யப்படுகிறது.

செய்வினை : *The postman **delivers** thousands of letters every day.*

செயப்பாட்டுவினை : *Thousands of letters **are delivered** every day.*

ஒரு செயலின் முக்கியமான பகுதிக்கு அழுத்தம் அளிக்க விரும்பும் பொழுது செயப்பாட்டுவினை பயன்படுகிறது. மேற்கண்ட எடுத்துக்காட்டில் கடிதம் யார் கொடுத்தார்கள் என்பது முக்கியமானது இல்லை

முக்கியமானது கொடுக்கப்பட்ட கடிதங்களின் எண்ணிக்கை.மேலும் ஒரு செயல் முக்கியமானதாக இல்லாதபோது செயலைச்செய்தவர் யார் என்பது தெரியாமல் இருக்கும் நிலையிலும் செய்பாட்டுவினை பயன்படுகிறது.

செயப்பாட்டுவினை அனைத்து முக்கியமான காலத்திலும் பயன்படுத்தப்பட முடியும்.

இயல்பு நிகழ்கால செயப்பாட்டு வினை:
> Cheap computer games **are sold** here.

இயல்பு இறந்தகால செயப்பாட்டு வினை:
> The money **was hidden** under the bed.

நிகழ்கால தொடர் செயப்பாட்டு வினை:
> Jobs **are** still **being lost**.

இறந்தகாலத் தொடர் செயப்பாட்டு வினை:
> Before long, machines **were being used** to create codes.

நிகழ்கால முற்று செயப்பாட்டு வினை:
> Where's Sue? – She must **have been delayed**.

இறந்தகால முற்று செயப்பாட்டு வினை:
> We **had been taught** to dress well.

Will செயப்பாட்டுவினை
> The company **will be asked** to report its profits.

எதிர்கால முற்று செயப்பாட்டு வினை:
*Another goal **will have been achieved**.*

மேலும் செயப்பாட்டு வினை என்பது நிகழ்கால,
இறந்தகால, எதிர்கால முற்றுத் தொடர்நிலைகள்
மற்றும் எதிர்கால தொடர்நிலைகளில் மிகவும்
அரிதாவே பயன்படுகிறது.

செயப்பாட்டு வினை கட்டுரைகள் மற்றும்
முறையான கோப்புகளில் அதிகமாக பயன்படுகிறது.
எடுத்துக்காட்டாக, *I conducted an experiment.* என்று
சொல்வதற்குப் பதிலாக *an experiment was conducted*
என்று சொல்லலாம்.

*A detailed survey **was carried out**.*
*Test results **were** carefully **analyzed**.*

ஒரு வினைக்கு இரண்டு செயப்படுபொருள்கள்
அதாவது நேர்முக செயப்படுபொருள், மறைமுக
செயப்படுபொருள் இருக்குமாயின் எந்த
செயப்படுபொருளுக்கு முக்கியத்துவம் அளிக்க
வேண்டுமோ அதன் அடிப்படையில் செயப்பாட்டு
வினைவாக்கியம் இரண்டு வகைகளில் இருக்கின்றன.

He gave the receptionist the key.
→ *The key **was given to** the receptionist.*
→ *The receptionist **was given** the key.*

செயல் யாரால் நடந்தது என்பதைக் குறிப்பிட *by* உருபு
இடைச்சொல் சொற்றொடர் பயன்படுகிறது.

*The window was broken **by some boys**.*
*Research was carried out **by a team of physicists**.*

464

செயல் நடைபெறுவதற்கு காரணமானவற்றைக்
குறிப்பிட by அல்லது with உரபு இடைச்சொல்
சொற்றொடர் பயன்படுகிறது.

*The sorting is done **by machine**.*

*The window was broken **with a hammer**.*

2 NOUNS பெயர்ச்சொல்

a Types of noun பெயர்ச்சொல்லின் வகைகள்

Count nouns எண்ண இயலும் பெயர்ச்சொற்கள்

Count nouns என்பது எண்ண இயலும் பெயர்ச்சொற்களைக் குறிப்பிடுகின்றது: *one cat, two cats, seventeen cats,* etc. இவைகளுக்கு ஒருமை, பன்மை உண்டு. ஒருமையாக இருந்தால் இவைகள் **determiner** (*a, the, my, that* பொன்ற) உடன் சேர்த்துப் பயன்படுத்தப்படுகிறது.

*Could you fetch me **a chair**?*

*We've bought **six new chairs**.*

Uncount nouns எண்ண இயலாத பெயர்சொற்கள்

Uncount nouns என்பது கருத்துக்கள், உணர்வுகள் போன்ற எண்ண இயலாத பெயர்களைக் குறிக்கிறது. இவைகளுக்கு பன்மை வடிவம் கிடையாது. இவைகளைத் தொடர்ந்து ஒருமை வினைகள் மட்டுமே பயன்படுத்த வேண்டும். *a* அல்லது *an* போன்ற சொற்களுடன் இவைகள் பயன்படுத்தப்படக் கூடாது.

பொதுவான சில எண்ண இயலாத பெயர்சொற்கள்: *advice, anger, beauty, behaviour, evidence, furniture, happiness, help, homework, information, rice, safety, knowledge, leisure, luggage, money, news, progress, research.*

*John asked me for some **advice**.*

*Do you have enough **money**?*

*New **research** shows that happy children perform better in class.*

இந்தப் பெயர்சொற்களின் அளவை குறிப்பிட விரும்பினால் *a piece of* அல்லது *a bit of* போன்ற சொற்றொடர்கள் அல்லது *some* போன்ற சொற்களைப் பயன்படுத்தலாம்.

*Let me give you **a piece of advice**.*

*He handed me **a bowl of rice**.*

சொற்களின் பொருள் அடிப்படையில் சில பெயற்சொற்கள் எண்ணக்கூடியதாகவும், எண்ண இயலாதவைகளாகவும் இருக்கின்றன. இவைகள் *hair, time, light ,paper.*

***Time** passed slowly.*

*She sat the exam **four times**.*

*The students will all be given pencils and **paper**.*

*I went to the shops to buy **a paper**. [= a newspaper]*

*There's **a hair** in my soup!*

*She has long dark **hair**.*

Mass nouns திரள் பெயர்ச்சொற்கள்

Mass nouns என்பது ஒரு வகையான பெயர்ச்சொற்கள் இவைகளைப் பிரித்துப் பார்க்க இயலும் ஆனால் எண்ண இயலாது. எடுத்துக்காட்டாக, *bread, cheese, coffee, sugar ,tea* பொன்றவை. இவைகள் அதிகமாக எண்ண இயலாத பெயர்சொற்களாக பயன்படுகின்றன: இவைகளுக்கு பன்மை வடிவம் கிடையாது. இவைகளைத் தொடர்ந்து ஒருமை வினைச்சொற்கள்தான் பயன்படுத்த

வேண்டும். இவைகள் *a* அல்லது *an* உடன் பயன்படுத்தப்படுவதில்லை.

> ***Meat*** *is usually more expensive than* ***cheese****.*

இருந்தபோதிலும், திரள் பெயர்சொற்கள் குறிப்பிட்ட ஒரு பொருளைக் குறிக்கின்றபோதும், அந்தப் பொருள் பரிமாறப்படுகின்ற போதும் பன்மையைப் பயன்படுத்தலாம்.

> *Rebecca brought out a selection of* ***French cheeses****.*
>
> ***Two coffees*** *please, and a slice of cake.*

Nouns that are always plural எப்பொழுதும் பன்மையில் இருக்கும் பெயர்ச்சொற்கள்

சில பெயர்ச்சொற்களின் ஒரு உருப்படியைப் பற்றிப் பேசுகின்ற பொழுதுகூட பன்மை பயன்படுத்தப்படுறது. எடுத்துக்காட்டாக, *clothes, trousers, jeans, glasses, scissors*. இவைகளைத் தொடர்ந்து பன்மை வினைச்சொற்கள் பயன்படுத்தப்படுகின்றன.

> *These* ***trousers*** *are very expensive.*
>
> *Put the* ***scissors*** *in the drawer when you have finished with them.*

இந்த வகையான பெயர்சொற்களில் இரண்டு இருக்குமேயாயின் பெயர்ச்சொற்களுக்கு முன்னால் *a pair of* பயன்ப்படுத்தப்படுகிறது.

> *I bought* ***a*** *new* ***pair of jeans****.*
>
> *Liz has* ***two pairs of glasses****.*

Nouns that are usually singular எப்பொழுதும் ஒருமையில் இருக்கும் பெயர்ச்சொற்கள்

சில பெயர்ச்சொற்கள் எப்பொழுதும் ஒருமையில் இருக்கின்றன. அதற்குக்காரணம், அவைகள் உலகத்தில் ஒன்று மட்டுமே இருப்பதுதான்.எடுத்துக்காட்டாக, *the sun, the ground, the air, the atmosphere.* இவைகள் எப்பொழுதும் சுட்டிடைச் சொல்லுடன் மட்டுமே பயன்படுத்தப்படுகின்றன.

> ***The sun** was shining*
>
> *He's always thinking about **the past** and worrying about **the future**.*

b Showing possession with nouns
பெயர்ச்சொற்களின் உடமைகளைக் குறிப்பிடுதல்

கூழ்கண்டவாறு பெயர்ச்சொற்களின் உடமைகளைக் குறிப்பிடலாம்:

- ஒருமைப் பெயர்ச்சொல் அல்லது **–s** என்ற எழுத்தில் முடியாத வழக்கத்திற்குமாறான பன்மைப் பெயர்ச்சொல்லுடன் **'s** சேர்த்தல்

*one **dog***	*one **boy***	*several **children***
*the **dog's** bones*	*the **boy's** book*	*the **children's** toys*

- வழக்கமான பன்மைப் பெயர்ச்சொல்லின் இறுதியில் **'** சேர்த்தல்

*three **dogs***	*several **boys***
*the **dogs'** bones*	*the **boys'** books*

- பெயர்ச்சொல்லைத் தொடர்ந்து உடன்கூடிய உருபு இடைச்சொலாகிய **of** சொற்றொடர் சேர்த்தல்.

  *the side **of the** ship*   *the end **of the** queue*

- **'s** ஆறாம் வேற்றுமை பொதுவாக மக்கள்,விலங்குகள்,காலச் சொற்றொடர்கள் தொடர்பான பெயர்சொற்களுடன் மட்டுமே பயன்படுத்தப்படுகிறது.

  Maria's coat   **today's** newspaper
  my **parents'** business   a **week's** holiday

- **Of** ஆறாம் வேற்றுமை பொதுவாக பொருள்கள், கருத்தியல் தொடர்பான பெயர்சொற்களுடன் மட்டுமே பயன்படுத்தப் படுகிறன்றது.

  *the leg **of the** table*   *the growth **of modern industry***

  *the wheel **of the** car*   *the cause **of the** tragedy*

எடுத்துக்காட்டாக This is the girl's book. என்று கூறலாம். ஆனால்
~~This is the book of the girl.~~ என்று சொல்லக்கூடாது.
We waited at the end of the queue. என்று சொல்லாம்.
ஆனால் ~~We waited at the queue's end.~~ என்று சொல்லக்கூடாது

கீழ்கண்டவைகளில் ஆறாம் வேற்றுமை பயன்படுகிறது:

- ஒரு பொருள் ஒருவரின் உடைமையாக இருக்கிறது என்று குறிப்பிடுதல்.

  *Is this your **sister's** bag?*

* ஒருவர் எங்கே வாழ்கிறார் அல்லது
  வேலைசெய்கிறார் என்பதைக் குறிப்பிடுதல்.

  *I'm going to the **doctor's** after work.*

* ஒன்று முழுமையான மற்றொன்றின் ஒரு பகுதி
  என்பதைக் குறிப்பிடுதல்.

  *There was a vase of flowers in **the centre of
  the table**.*

* மற்ற சில தொடர்புகளைக் குறிப்பிடவும்
  பயன்படுகிறது. எடுத்துக்காட்டாக, *women's
  magazines* என்பது பெண்களுக்கான சஞ்சிகை
  என்பதையும் *a children's park* என்பது குழந்தைகள்
  பயன்படுத்துகின்ற பூங்கா என்பதையும்
  குறிப்பிடுகின்றன.

c **Using articles with nouns** பெயர்ச்
சொற்களுடன் சார்பு உரிச்சொற்களைப்
பயன்படுத்துதல்

The indefinite article: a or an வரையறை
செய்யப்பெறாத சார்பு உரிச்சொற்கள்: *a* அல்லது *an*

மெய்யெழுத்து ஒலியில் தொடங்கும் சொற்களுக்கு
முன்னால் *a* பயன்படுத்தப்படுகிறது. உயிரெழுத்து
ஒலியில் தொடங்கும் சொற்களுக்கு முன்னால் *an*
பயன்படுத்தப்படுகிறது. *a* அல்லது *an* இவற்றில்
எதனைப் பயன்படுத்த வேண்டும் என்று முடிவு
செய்வது ஒலி என்பதைக் கவனத்தில் கொள்க.
எடுத்துக்காட்டாக *university* என்ற சொல்
உயிரெழுத்தில் தொடங்கியிருந்தாலும் அதன் ஒலி
y-என்ற எழுத்தின் ஒலியைப் போன்று இருக்கிறது.

a child	*an* engineer
a green apple	*an* old man
a university	*an* umbrella

எண்ண இயலும் ஒருமை பெயர்ச்சொற்களுடன் *a* அல்லது *an* பயன்படுத்தப்படுகிறது:

- முதல் முதலாக ஒரு நபர் அல்லது ஒரு பொருளை குறிக்க

  A man was seen driving away in *a* black car.

- வரையறுக்கப்பெறாத ஒரு பொருள் அல்லது நபரைக் குறிக்க

  I went into *a* shop to buy *a* newspaper.

  A woman came to see you this afternoon.

- ஒருவரின் பணியைப் பற்றி பேசுகின்ற பொழுது

  Her father is *a* dentist and her mother is *a* teacher.

- *one* என்ற எண்ணுக்குப் பதிலாக அளவைக் குறிக்க. எண்ணிக்கையை அழுத்தமாக குறிப்பிட விரும்பினால் *one* என்பதைப் பயன்படுத்தலாம்.

  Would you like *a* slice of cake?

  There's only *one* slice of cake left.

- ஒரு குறிப்பிட்ட காலத்தில் எத்தனை முறை ஒரு செயல் நடந்திருக்கின்றது என்பதைச் சொல்லுகின்ற பொழுது.

  I brush my teeth twice *a* day.

  He earns about £1000 *a* week.

The definite article: the வரையறை செய்யப்பட்ட சார்பு உரிச்சொல்: **the**

ஒருமை, பன்மை பெயர்ச்சொற்களுடன் *the* பயன்படுத்தப்படுகிறது .எண்ண இயலும், எண்ண இயலாத பெயர்ச்சொற்களுடனும் *the* பயன்படுத்தப்படுகிறது.

The கீழ்க்கண்டவாறு பயன்படுகிறது:

* ஏற்கனவே தெரிந்த அல்லது ஏற்கனவே குறிப்பிட்ட ஒன்றைப் பற்றி பேசுகின்ற பொழுது. கீழ்கண்ட இரண்டாவது எடுத்துக்காட்டில் பேசுபவர், கேட்பவர் இருவரும் எந்த நூலகத்தைப் பற்றிப் பேசுகிறார்கள் என்பதை அறிந்து இருக்கிறார்கள்.

    That's **the man** *I was telling you about.*
    Let's go to **the library**.

* ஆறுகள், தீவுக்கூட்டங்கள், கடல்கள், சமுத்திரங்கள், மலைத்தொடர்களின் பெயர்களுக்கு முன்னால்

    The *Ganges*   **The** *Hebrides*   **The** *North Sea*
    The *Atlantic*   **The** *Himalayas*

* தேசம் அல்லது மக்கள் குழுவைக் குறிக்கின்ற ஒரு பெயரெச்சம் பெயராகப் பயன்படுத்தப்படும் பொழுது அதற்கு முன்னால்

    The Dutch *are very skilful engineers.*
    There is a shelter for **the homeless**.

No article சார்பு உரிச்சொல் பயன்படுத்தக்கூடாத இடங்கள்

சில இடங்களில் சார்பு உரிச்சொற்கள் பயன்படுத்தக்கூடாது:

- பன்மை அல்லது எண்ண இயலாத பெயர்ச்சொற்களைப் பற்றி பொதுவாக பேசுகின்றபோழுது அவைகளுக்கு முன்னால்

  __Tigers__ are becoming extinct.

  He sells __cars__ for a living.

  Do you like __rice__?

- *by* என்ற சொல்லைத் தொடர்ந்து பயன்படுத்தப்படும் போக்குவரத்து தொடர்புடைய சொற்களுக்கு முன்னால்: *bicycle, car, bus, train, ship, boat, plane*

  Ruth went __by bicycle__ but Lucy went __by car__.

- உணவின் பெயர்களுக்கு முன்னால்

  She met Diane __for lunch__.

  I made __breakfast__.

- *to* அல்லது *at* போன்ற உருபு இடைச்சொற்களை பயன்படுத்தும்போது நிறுவனங்களின் *hospital, prison, school, university, college, work* பொன்ற சொற்களுக்கு முன்னால்

  Jamal was taken __to hospital__ with a broken ankle.

  I was __at university__ with her.

(இருந்தபோதிலும், ஒரு குறிப்பிட்ட இடத்தைப் பற்றிப் பேசுகின்றபொழுது a அல்லது *the* பயன்படுத்தலாம். எடுத்துக்காட்டாக, *How do I get to the hospital from here?*)

- நகரங்கள்,மாநகரங்கள்,நாடுகளின் பெயர்களுக்கு முன்னால்:

  I live in __London__.

  He often travels to __Singapore__.

* பட்டப்பெயர்களுக்கு முன்னால்:

President *Obama*   **Prince** *Charles*   **Doctor** *Singh*

பட்டபெயரைத் தொடர்ந்து நபரின் பெயரைக்
குறிப்பிடவில்லை என்றால் *the* பயன்படுத்தலாம்.

The President *of the United States*
The Archbishop *of Canterbury*

d Using determiners with nouns பெயர்ச்
சொற்களுடன் பிற சார்பு உரிச்சொற்களைப்
பயன்படுத்துதல்

பெயர்ச் சொற்களின் தொகை அல்லது அளவைக்
குறிப்பிடுவதற்கு பிற சார்பு உரிச்சொற்கள்
பயன்படுத்தப்படுகின்றன. கீழ்கண்ட அட்டவணை
பன்மை பெயர்சொற்களுடன் பயன்படும் பிற
சார்பு உரிச்சொற்கள் யாவை, எண்ண இயலாத
பெயர்சொற்களுடன் பயன்படும் பிற சார்பு
உரிச்சொற்கள் யாவை என்பதை காண்பிக்கின்றது.

	Used before an uncount noun	Used before a plural noun
all	✓: All research is worthwhile.	✓: All children need love.
no	✓: No information has been released.	✓: There are no jobs for teachers at the moment.
some	✓: Can I borrow some money?	✓: I'd like some apples, please.
any	✓: He didn't give me any advice.	✓: Do you have any ideas?
enough	✓: Do we have enough milk?	✓: There aren't enough skilled workers.
much	✓: We don't have much time.	X

	Used before an uncount noun	Used before a plural noun
many	X	✓: How many classes are you taking?
little	✓: Little research has been done in this area.	X
a little	✓: There's a little coffee left in the jar.	X
few	X	✓: Few people know the answer to this problem.
a few	X	✓: She gave me a few suggestions.
a lot of	✓: We brought a lot of luggage with us.	✓: I had to write a lot of essays this term.

Some and any

Some நேர்மறை வாக்கியங்களில் பயன்படுகிறது.
Any எதிர்மறை வாக்கியங்களில் பயன்படுகிறது.

> I've bought **some chocolate**.
> I didn't buy **any chocolate** this week.

கேள்வியின் பதில் என்னவாக இருக்கும் என்று தெரியாத பொது *any* பயன்படுகிறது. பதில் ஆம் என்றுதான் இருக்கும் என்று எதிர் பார்க்கப்படும்பொது some பயன்படுகிறது.

> Have you got **any suggestions**?
> Would you like **some cake**, Dave?

Few and a few

Few மற்றும் *a few* வெவ்வேறு பொருள்களைக் கொண்டிருக்கின்றன. *Few* என்பது 'அதிகம் இல்லை' என்று பொருள்படுகிறது. *A few* என்பது 'பல' என்று பொருளைக் கொண்டிருக்கின்றது. எடுத்துக்காட்டாக

I have a few friends. என்று நீங்கள் கூறினால்
உங்களுக்கு சில நண்பர்கள் இருக்கிறார்கள் என்று
பொருள். *I have few friends.* என்று கூறினால்
உங்களுக்கு போதுமான அளவில் நண்பர்கள் இல்லை
நீங்கள் தனியாக இருக்கின்றீர்கள் என்று பொருள்.

உரையாடல்களில் பொதுவாக மக்கள் *a* இல்லாமல் *few*
பயன்படுத்துவது இல்லை. இதற்குப் பதிலாக *not many*
என்பதைப் பயன்படுத்துகிறார்கள். எடுத்துக்காட்டாக, *I
don't have many friends.*

Little and a little

Little மற்றும் *a little* வெவ்வேறு பொருள்களைக்
கொண்டிருக்கின்றன. *Little* என்பது 'அதிகம் இல்லை'
என்ற பொருள்கொண்டது. *A little* என்பது 'சில' என்ற
பொருள் கொண்டது. எடுத்துக்காட்டாக *We got a little
help from them.* என்று சொன்னால் அதற்குப் பொருள்
நாம் கொஞ்சம் உதவியை அவர்களிடம் இருந்து
பெற்றோம் என்பதாகும். *We got little help from them.*
என்று கூறினால் நாங்கள் போதுமான உதவியை
அவர்களிடம் இருந்து பெறவில்லை என்று பொருள்.

உரையாடல்களில் மக்கள் *a* என்பது இல்லாமல் *lit-
tle* என்ற சொல்லைப் பயன்படுத்துவது இல்லை.
இதற்குப் பதிலாக மக்கள் *not much* என்பதைப்
பயன்படுத்துகிறார்கள்.

Much and a lot of

Much என்பது கேள்விகளிலும் எதிர்மறைகளிலும்
பயன்படுகிறது மற்றும் வினை உரிச்சொற்களான *too,
so ,as* உடன் பயன்படுகிறது:

> **How much** pasta would you like?
> We **don't** have **much** money.

*There's **too much** milk in this coffee.*

*Please take **as much** time as you need.*

மிகவும் முறையான ஆங்கிலத்தில் *much* நேர்மறை வாக்கியங்களில் பயன்படுகிறது.

*The findings caused **much** excitement.*

சற்று முறையற்ற ஆங்கிலத்தில் *a lot of* என்பது நேர்மறை வாக்கியங்களில் *much* என்ற சொல்லுக்குப் பதிலாக பயன்படுத்தப்படுகிறது:

*We spent **a lot of** time on the project.*

3 PRONOUNS பிரதிப் பெயர்ச்சொல்

பெயர்ச் சொற்களுக்குப் பதிலாக பயனபடுத்தப்படும் சொல்
பிரதிப் பெயர்ச்சொல் எனப்படும்.

a Personal pronouns மூவிடப் பிரதிப்
பெயர்ச்சொற்கள்

	singular		plural	
	subject	object	subject	object
1st person	I	me	we	us
2nd person	You			
3rd person (masculine)	he	him	they	them
3rd person (feminine)	she	her		
3rd person (neutral)	it			

ஒரு பெயர்ச்சொல் மீண்டும் மீண்டும்
பயன்படுத்தப்படுவதைத் தவிர்ப்பதற்கு மூவிடப் பிரதிப்
பெயர்ச்சொற்கள் பயன்படுகின்றன. எடுத்துக்காட்டாக,
Mr Davidson called. I asked Mr Davidson to call back.
என்று கூறுவதற்குப் பதிலாக *Mr. Davidson called.*
I asked him to call back. என்று சொல்லலாம்.

> *Lorraine came round yesterday. **She** brought a lovely bunch of flowers.*

எதைப்பற்றி அல்லது யாரைப்பற்றி பேசுகிறோம்
என்பதில் தெளிவு இருந்தால் பிரதிப் பெயர்ச்சொல்
பயன்படுத்தமுடியும்.

*I'm hungry. Shall **we** go out for lunch?*

You ஒருமை மற்றும் பன்மையில் ஒரே ஒரு வடிவத்தை
மட்டுமே கொண்டிருக்கிறது என்பதை கவனத்தில்
கொள்க. நீங்கள் பேசிக்கொண்டிருக்கும் நபர் ஒருவருக்கு
மேற்பட்டவராக இருந்தால் *both (of)* அல்லது *all (of)*
போன்ற சொற்களைப் பயன்படுத்தலாம்.

*I'd like **both of you** to come for dinner on Sunday.*
*You must **all** stop writing now.*

b Reflexive pronouns தன்நோக்குப் பிரதிப் பெயர்ச்சொற்கள்

	Singular	plural
1st person	Myself	ourselves
2nd person	Yourself	yourselves
3rd person (masculine)	Himself	themselves
3rd person (feminine)	Herself	
3rd person (neutral)	Itself	

வினையின் செயப்படுபொருள், எழவாய் இரண்டும்
ஒரே நபராக அல்லது பொருளாக இருந்தால் அதனைக்
குறிப்பிட தன்நோக்குப் பிரதிப் பெயர்ச்சொற்கள்
பயன்படுகின்றன. எடுத்துக்காட்டாக *John cut him-
self.* என்று குறிப்பிடும்பொழுது வெட்டுபவரும்
வெட்டப்படுபவரும் ஜான் என்று பொருள்படும்.

We need to protect *ourselves* from disease.

I looked at *myself* in the mirror.

Gita made *herself* a sandwich.

மக்கள் அவர்களாகவே செய்துகொள்ளும் செயல்களான துவைத்தல் மற்றும் சவரம் செய்தல் பொன்றவற்றைப் பற்றிப் பேசும்பொழுது தன்நோக்குப் பிரதிப் பெயர்ச்சொற்களைப் பயன்படுத்த கூடாது.

Jeremy ***washed*** *and* ***dressed****, then went out.*

c Indefinite pronouns பொதுப்பிரதிப் பெயர்ச்சொற்கள்

யாரை அல்லது எதைப்பற்றிப் பேசுகிறோம் என்பது தெரியாமல் இருக்கும்பட்சத்தில் அல்லது குறிப்பிட விரும்பாதபோது பொது பிரதிப் பெயர்ச்சொற்கள் பயன்படுத்தப்படுகின்றன.கீழ்கண்டவைகள் பொதுப்பிரதிப் பெயர்ச்சொற்களில் அடங்கும்:

- தொகை மற்றும் அளவுகள்: *most, some, none, any, all, both, half, several, enough, many, each.*

Although we lost a lot of our books in the fire, ***some*** *were saved.*

Many *find it impossible to cope.*

I've run out of sugar. Do you have ***any****?*

பெயர்ச்சொற்களுக்கு முன்னால் பயன்படுத்தப்படும் பொழுது இவைகளில் சில பிற சார்பு உரிச்சொற்களாக இருக்கின்றன என்பதைக் கவனத்தில் கொள்க (பார்க்க பகுதி 2d).

- குறிப்பாக சொல்லப்படாத மக்கள் அல்லது பொருள்கள்:

someone	somebody	something
no one	nobody	nothing
anyone	anybody	anything
everyone	everybody	everything

இந்த வகையான பொதுப்பிரதிப் பெயர்ச்சொற்களைத் தொடர்ந்து வினையின் ஒருமை வடிவம் பயன்படுததப்படுகிறது.

Nothing has been written on the subject yet.

someone/somebody, no one/nobody anyone/anybody/ everyone/everybody போன்றவற்றை மீண்டும் ஒருமுறை பயன்படுத்தும்பொது they, them அல்லது their போன்ற பன்மை பிரதிப் பெயர்ச்சொற்கள் அல்லது பிற சார்பு உரிச்சொற்களைப் பயன்படுத்தலாம்.

Has **everyone** finished **their** lunch?
If **anyone** calls, please tell **them** I've gone out.

4 ADJECTIVES பெயர் உரிச்சொற்கள்

adjective பெயர்ச்சொல் பற்றிய அதிகமான தகவல்களைத் அளிக்கிறது.

a Adjectives with nouns பெயர்ச்சொல்லுடன் சேர்ந்த பெயர் உரிச்சொற்கள்

அதிகமான பெயர் உரிச்சொற்கள் பெயர்ச்சொல்லுக்கு முன்பாகவும் அல்லது *be* அல்லது *seem* போன்ற இணை வினைகளைத் தொடர்ந்தும் பயன்படுத்தப்படுகின்றன:

> There was a **tall man** waiting in the office.
> My father **is** very **tall**.

சில பெயர் உரிச்சொற்கள் இணை வினைகளைத் தொடர்ந்து மட்டுமே பயன்படுத்தப்பட வேண்டும். அவைகளை பெயர்ச்சொல்லுக்கு முன்னால் பயன்படுத்தக்கூடாது. இவைகள்: *afraid, alike, alive, alone, ashamed, asleep, awake, glad, hurt.* எடுத்துக்காட்டாக, *She was glad that he came.* என்று சொல்லலாம் ஆனால் ~~*She was a glad woman*~~. என்று சொல்லக்கூடாது. இதுபோன்ற சூழல்களில் ஒரே பொருளைத் தரக்கூடிய வேறு சொல்லை பதிலாகப் பயன்படுத்தலாம்.

> They **seem afraid** of you.
> He was acting like a **frightened child**.
>
> Chris **was asleep** on the sofa.
> We stared at the **sleeping baby**.
>
> I think his father **is** still **alive**.
> I have no **living relatives**.

சில பெயர் உரிச்சொற்களை பெயர்ச் சொற்களுக்கு
முன்பாக மட்டுமே பயன்படுத்த வேண்டும். இவைகளை
இணை வினையைத் தொடர்ந்து பயன்படுத்த முடியாது.
இவைகள் *chief, main, former, indoor, outdoor, eastern, western, northern, southern*. எடுத்துக்காட்டாக,
His main problem is that he doesn't work hard enough
என்று சொல்லலாம் *His problem is main*. என்று
சொல்லக்கூடாது. *I do a lot of outdoor activities.*என்று
சொல்லாம். ஆனால் *My activities are outdoor*. என்று
சொல்லக்கூடாது.

b Comparatives and superlatives ஏற்ற இறக்க
மற்றும் உன்னத ஒப்பீடு

இரண்டு நபர்கள், பொருள்கள் அல்லது நிலைகளை
ஒப்பிடும் பொழுது பெயர் உரிச்சொல்லின் ஏற்ற
இறக்க வடிவம் பயன்படுத்தப்படுகிறது. ஒப்பீட்டின்
இரண்டாவது பகுதியில் *than* என்ற சொல்
பயன்படுகிறது.

*Anna is **taller than** Mary but Mary is **older**.*

இரண்டுக்கு மேற்பட்ட நபர்கள், பொருள்கள்
அல்லது நிலைகளை ஒப்பிடும் பொழுது
மற்றவைகளைக் காட்டிலும் ஒன்று தரத்தில்
அதிகமாகவோ குறைவாகவோ இருந்தால் அதனைக்
குறிப்பிட பெயர் உரிச்சொற்களின் உன்னத
வடிவம் பயன்படுத்தப்படுகின்றது. உன்னத பெயர்
உரிச்சொற்களுக்கு முன்னால் எப்பொழுதும் *the*
பயன்படுத்தப்படுகிறது.ஆனால் இந்த பெயர்
உரிச்சொற்கள் *be* அல்லது *seem* போன்ற இணை
வினைகளைத் தொடர்ந்து வருமாயின் *the*
தவிர்க்கப்படலாம்.

This is **the smallest** camera I have ever seen.
Which of them is (the) **tallest**?

ஏற்ற இறக்க மற்றும் உன்னத ஒப்பீட்டு வடிவங்களை
உருவாக்குவதற்கான வழிகள் கீழ்கண்டவாறு
அமைகின்றன:

- பெயர் உரிச்சொற்கள் ஒரு அசைச் சொல்லாக
  இருந்தால் –er (ஏற்ற இறக்க ஒப்பீடு) அல்லது –
  est (உன்னத ஒப்பீடு) பெயர் உரிச்சொற்களின்
  இறுதியில் சேர்க்க வேண்டும்.

bright	brighter	the brightest
long	longer	the longest

- பெயர் உரிச்சொல் ஓர் அசைச் சொல்லாக இருந்து
  அதன் இறுதியில் ஒரு மெய்யழுத்து இருந்து
  அந்த மெய்யெழுத்திற்கு முன்னால் ஒரு குறுகிய
  ஓசையுடைய உயிரெத்து இருப்பின் அந்த சொல்லின்
  இறுதி எழுத்து இரட்டிக்கும் (இது இரண்டு அசை
  பெயர் உரிச்சொற்களுக்குப் பொருந்தாது).

big	bigger	the biggest
hot	hotter	the hottest

- பெயர் உரிச்சொல் இரண்டு அசைச் சொல்லாக
  இருந்து அதன் இறுதியில் –y என்ற எழுத்தில்
  முடிந்திருந்தால் -er அல்லது -est, பயன்படுத்த
  வேண்டும். ஆனால் அப்போது –y என்ற எழுத்து –i
  என்ற எழுத்தாக மாற்றமடைகிறது.

pretty	prettier	the prettiest

- பெயர் உரிச்சொல் ஒரு அசைச் சொல்லாகவோ அல்லது இரண்டு அசைச்சொல்லாகவோ இருந்தாலும் இறுதியில் *–e* என்ற எழுத்து இருப்பின் *-r* அல்லது *–st* மட்டும் சேர்க்க வேண்டும்.

wise	*wiser*	*the wisest*
simple	*simpler*	*the simplest*

- மற்ற இரண்டு அசை பெயர் உரிச்சொற்களுக்கு *-er* அல்லது *–est* மற்றும் *more* அல்லது *most* சேர்க்க வேண்டும்.எதனைப் பயன்படுத்த வேண்டும் என்பதில் உறுதியற்ற நிலை இருக்கும்பொழுது *more* அல்லது *most* பயன்படுத்தலாம்.

narrow	*narrower*	*the narrowest*
careful	*more careful*	*the most careful*

- பெயர் உரிச்சொல் மூன்று அசைச்சொல்லாகவோ அல்லது அதற்கு மேலாகவோ இருந்தால் பெயர் உரிச் சொல்லுக்கு முன்பாக *more* (ஏற்ற இறக்க ஒப்பீடு) *or* *most* (உன்னத ஒப்பீடு) பயன்படுத்தப்படுகிறது.

relevant	*more relevant*	*the most relevant*
interesting	*more interesting*	*the most interesting*

- கீழ்கானும் பெயர் உரிச்சொற்கள் வழக்கத்திற்கு மாறான ஏற்ற இறக்க ஒப்பீடு மற்றும் உன்னத ஒப்பீடுகளைக் கொண்டிருக்கின்றன.

good	*better*	*the best*
bad	*worse*	*the worst*
far	*further*	*the furthest*

5 ADVERBS வினை உரிச்சொற்கள்

Adverb ஒரு செயல் எந்த வகையில் நடந்தது என்பது பற்றிய கூடுதல் தகவல்களைத் கொடுக்கின்ற ஒரு சொல் ஆகும்.

*She ran **quickly** down the path.*
*He read the report **carefully**.*

சில வினை உரிச்சொற்கள் எப்பொழுது, எங்கே செயல் நடந்தது என்பன பொன்ற அதிகமான தகவல்களையும் கொடுக்கின்றன.

*I'll see you **there**.*
*He arrived **late**.*

சில வினை உரிச்சொற்கள் கூடுதல் தகவல்களைக் கொடுப்பதற்கு பெயர் உரிச்சொற்களுக்கு முன்னால் பயன்படுத்தப்படுகிறது.

*This book is **quite** interesting.*
*It's **very** hot.*

பெயர் உரிச்சொற்களுடன் தொடர்புடைய வினை உரிச்சொற்கள் *-ly* என்பதனை சேர்ப்பதன் மூலம் உருவாக்கப்படுகிறது.

slow	*slowly*
clever	*cleverly*
annual	*annually*

-ble என்ற முடிவினைக் கொண்ட பெயர் உரிச்சொற்கள் மற்றும் true போன்றவற்றின் இறுதியில் உள்ள –e என்ற எழுத்தை நீக்கி பின்-ly என்பதைச் சேர்க்க வினை உரிச்சொற்கலாகும்.

sensible	*sensibly*
suitable	*suitably*
true	*truly*

-y என்ற எழுத்தில் முடியக்கூடிய இரண்டு அசை பெயர் உரிச்சொற்களுடன் –ly என்பதைச் சேர்க்கும் பொழுது –y என்ற எழுத்து –i என்ற எழுத்தாக மாற்றப்பட வேண்டும்.

happy	*happily*
easy	*easily*

-ly எழுத்துக்களில் முடியக்கூடிய கீழ்கண்ட காலம் காட்டும் வினை உரிச்சொற்கள் பெயர்சொற்களுடன் தொடர்புடையதாக இருக்கின்றன.

day	*daily*
week	*weekly*
month	*monthly*
year	*yearly*

சில வினை உரிச்சொற்கள் பெயர் உரிச்சொற்களின் அதே வடிவத்தைக் கொண்டிருக்கின்றன.

We had an **early** lecture. [adjective]
He came in **early**. [adverb]

6 PREPOSITIONS
உருபிடைச்சொற்கள்

Preposition ஒரு சொல்லின் நிலை, காலம், நகர்வு பற்றிய கூடுதல் தகவல்களைத் தரக்கூடிய ஒரு சொல் ஆகும்.

Prepositions of location கீழ்கண்டவைகளைக் காட்டுகின்றன:

* ஒன்று அதனுடன் தொடர்புடைய வேறொரு நபர் அல்லது பொருளை நோக்கி நகரும் திசை: *towards, from, to, off*

    *He took the road **from** the town **to** the nearest village.*

* ஒன்று இருக்கும் இடம்: *at, in, inside, outside, on, at, by, near*

    *I'll meet you **at** the library.*
    *Please wait **outside** my office.*
    *He lives **in** a small house on George Street.*
    *She sat **by** the window.*

* ஒரு இடத்தில் அல்லது இடத்தின்மேல் நகரும் தன்மை.

    *He pushed the packet **across** the table.*

* குறிப்பிட்ட முறையில் நகரும் தன்மை: *along, over, on*

    *We walked **along** the bank of the river.*

Prepositions of time கீழ்கண்டவைகளைக்
காட்டுகின்றன:

* நேரத்தின் குறிப்பிட்ட புள்ளி அல்லது தேதி: *at*, *on*, *in*

  They got married **in** June.
  Let's meet **at** 9 o'clock **on** Saturday.
  I'll call you back **in** five minutes.

* நேரத்தின் குறிப்பிட்ட புள்ளியில் மாற்றம்: *before*,
  after, *since*, *until*

  I went to that school **until** I was sixteen.
  I'll see you **after** work.

* ஒரு நிகழ்வின் நீடிக்கும் காலம்: *for*

  He's been an accountant **for** six years

7 CLAUSES AND SENTENCES
துணை வாக்கியங்கள் மற்றும் வாக்கியங்கள்

a Conditionals நிலைமைகள்

Conditional sentences என்பதில் இரண்டு துணை வாக்கியங்கள் இருக்கின்றன: ஒன்று main clause மற்றொன்று if-clause (இந்தத் துணை வாக்கியம் if அல்லது unless என்பதில் தொடங்குகிறது.)

main clause		if-clause
We'll be late		if we don't leave now.

if-clause		main clause
If we don't leave now,		we'll be late.

நிலைமை வாக்கியத்தில் மூன்று முக்கியமான வகைகள் இருக்கின்றன.

Type 1: இதில் if-துணை வாக்கியம் **present simple** வினையைக் கொண்டிருக்கும். முக்கிய துணை வாக்கியம் will, can, may, might + முக்கிய வினையின் **base form** வடிவத்தைக் கொண்டிருக்கும். இந்த வகையான நிலைமை எதிர்காலத்தைக் குறிக்கின்றது. இந்த நிலைமை ஏதோ ஒன்று நடக்கும் என்பதைக் காட்டுகிறது.

> If we **take** the bus, we'**ll get** there on time.
> [= We will probably take the bus.]

Type 2: இதில் *if*-துணை வாக்கியம் **past simple** வினையைக் கொண்டிருக்கும். முக்கியமான துணைவாக்கியம் *would, could, might* + முக்கியமான வினையின் **base form** வடிவத்தைக் கொண்டிருக்கும். இந்த வகையான நிலைமை ஒரு கற்பனையான சூழலை குறிப்பிடுகிறது இது நடந்திருக்கலாம் அல்லது நடக்காமலும் இருந்திருக்கலாம்.

> *If we **took** the bus, we **would get** there on time.*
> [= We might take the bus, but we might not.]

Type 3: இதில் if-துணை வாக்கியம் **past perfect** வினையைக் கொண்டிருக்கும். முக்கியமான துணை வாக்கியம் *would, could* அல்லது *might + have +* முக்கியமான வினையின் **past participle** வடிவத்தைக் கொண்டிருக்கும். இந்த வகையான நிலைமை இறந்த காலத்தைக் குறிக்கிறது.பேசுபவர் இறந்த காலத்தில் நடந்திருக வேண்டிய ஆனால் நடக்காத ஒன்றைப் பற்றிப் பேசுகிறார்.

> *If we **had taken** the bus, we **would have got** there on time.*
> [= We didn't take the bus, and we didn't get there on time.]

Other types of conditional மற்ற நிலைமைகளின் வகைகள்

சில நிலைமைகள் மேற்கண்ட வகைகளில் அடங்காது. எடுத்துக்காட்டாக,

- *if*- துணை வாக்கியம் மற்றும் முக்கிய துணை வாக்கியம் இரண்டும் இயல்பு நிகழ்காலமாக இருப்பது. உலக உண்மையைக் குறிப்பிடுவதற்கு இந்த வகையான நிலைமை பயன்படுகிறது.

> *Plants **die** if they **don't get** enough water.*

- *if-* துணை வாக்கியம் இயல்பு நிகழ்காலமாகவும் முக்கிய துணை வாக்கியம் கட்டளையாகவும் இருப்பது. இதுபோன்ற நிலைமை கட்டளை அல்லது அறிவுரை வழங்குவதற்குப் பயன்படுகிறது.

> *If a red light **shows** here, **switch off** the machine.*

b Reported speech அயற் கூற்று

ஒருவர் கூறுவதை எடுத்துக்கூறுவதற்கு இரண்டு முக்கியமான வழிகள் இருக்கின்றன. கூறியதை அப்படியே திரும்பக்கூறுதல்(நேர்க் கூற்று):

> *Monica said, 'There's nothing you can do about it.'*

அல்லது தனது சொந்த வாக்கியத்தில் கூறுதல் (அயற்கூற்று):

> *Monica said there was nothing I could do about it.*

பொதுவாக அயற்கூற்று வாக்கியத்தில் ஒருவர் பேசிய வார்த்தைகளை அப்படியே மீண்டும் பயன்படுத்துவது இல்லை. பேசுகிறவர் மாறுகின்ற காரணத்தால் பிரதிப்பெயர்ச் சொற்கள் மாற்றமடைகின்றன.(எ.கா. *I* என்பது *she* ஆகலாம்; *you* என்பது *us* ஆகலாம்.), இடம் மற்றும் காலம் பற்றிய வார்த்தைகள் மாறலாம். (எ.கா. *here* என்பது *there* ஆகலாம்; *tomorrow* என்பது *yesterday* ஆகலாம்).

> *"I'll see **you** on Friday!"*
> → *She said **she** would see **me** in three days' time.*

சில பாங்குப் பெயர்ச்சொற்கள் மாறும்: *can* என்பது *could* ஆகலாம், *will* என்பது *would* ஆகலாம், *must* என்பது *had to* ஆகலாம்:

> "You **must** leave."
> → He said that we **had to** leave.

மேலும் அயற்கூற்று வாக்கியத்தில் காலங்கள் மாற்றப்பட வேண்டும் என்பதை கீழே கொடுக்கப்பட்டுள்ள எடுத்துக்காட்டுகள் மூலம் தெரிந்து கொள்க.

Direct speech		Reported speech	
Tense	Example	Tense	Example
present simple	"I **am** tired."	past simple	She said she **was** tired.
present continuous	"**Are** you **coming** for lunch?"	past continuous	He asked if I **was coming** for lunch.
present perfect	"I'**ve finished** my report."	past perfect	She said she **had finished** her report.
present perfect continuous	"I'**ve been looking** for you everywhere!"	past perfect continuous	He said he **had been looking** for me everywhere.
past simple	"I **saw** Mike last night."	past perfect/ past simple	She said she **had seen** Mike last night *or* She said she **saw** Mike last night.

இந்த விதிகளில் சில விலக்குகள் உண்டு. எடுத்துக்காட்டாக, சமீபத்திய உரையாடல்களை அயற்கூற்றில் குறிப்பிடும்பொழுது பயன்படுத்தப்பட்டுள்ள காலங்கள் மாற்றப்பட வேண்டியது இல்லை.

Penny: "Hello Jake? I've arrived on time, and I'm going to take a bus to your place."

→ *Penny has just phoned. She's arrived on time and she's going to take a bus here.*

Reporting statements செய்தி வாக்கியத்தை அயற்கூற்றாக மாற்றுதல்

சொல்லப்பட்ட செய்தி அடங்கியுள்ள துணைவாக்கியம் *that* என்ற சொல்லைக் கொண்டு தொடங்க வேண்டும். சில நேரங்களில் *that* என்ற சொல் இல்லாமல் இருக்கலாம். சொல்லப்படுகின்ற துணை வாக்கியத்தில் இருக்கின்ற முக்கிய வினைகள் *say, tell* என்பதாகும். *tell* என்ற வினையைப் பொருத்தவரை யாரிடம் பேசுகிறார் என்பதைக் குறிப்பிட ஒரு பெயர்ச்சொல் அல்லது பிரதிப் பெயர்ச்சொல் இருக்க வேண்டும்.

> *Karen: "Alison won't be at the meeting"*
> → *Karen **told him** (that) Alison wouldn't be at the meeting.*

say, என்ற சொல்லைப் பொருத்தவரை யாரிடம் பேசுகிறார் என்பதை குறிப்பிடத் தேவை இல்லை.

> *Simon: "I disagree"*
> → *Simon said (that) he disagreed.*

Reporting questions கேள்விகளை அயற்கூற்றாக மாற்றுதல்

yes அல்லது *no* என்று பதில்தரக்கூடிய கேள்விகளை அயற்கூற்றாக மாற்றும்பொழுது அயற்கூற்றாக மாற்றப்படுகின்ற துணை வாக்கியம் *if* அல்லது *whether* என்ற சொல்லைக்கொண்டு தொடங்குகிறது. *wh-* (*what, who, which* போன்ற) சொல்லைக் கொண்டு தொடங்குகின்ற கேள்விகளை அயற்கூற்றாக

மாற்றும்பொழுது அயற்கூற்று வாக்கியத்தில் அதே wh-சொல் பயன்படுத்த வேண்டும். அயற்கூற்று கேள்விகளில் பயன்படுத்தக்கூடிய வினைச்சொற்கள் *ask, inquire, wonder, want to know*.

John: "Are you ready?"
→ *John asked* ***if/whether*** *we were ready.*
Louise: "What time is it?"
→ *Louise wanted to know* ***what*** *time it was.*

கேள்விகளில் சொல்வரிசை நேர்கூற்று செய்தி வாக்கியத்தில் உள்ளவை போலவே இருக்கும் என்பதைக் கவனத்தில் கொள்க.

Reporting orders and requests கட்டளைகள் மற்றும் வேண்டுகோள்களை அயற்கூற்றாக மாற்றுதல்

tell + object + *to*-infinitive என்பதைக்கொண்டு கட்டளைகள் அயற்கூற்றாக மாற்றப்படுகின்றன.

Stop making so much noise!
→ *He* ***told them to stop*** *making so much noise.*

ask + object + *to*-infinitive என்பதைக்கொண்டு வேண்டுகோள்கள் அயற்கூற்றாக மாற்றப்படுகின்றன.

Please close the window.
→ *She* ***asked me to close*** *the window.*

Reporting suggestions, advice, promises etc. ஆலோசனைகள், அறிவுரைகள், உறுதிமொழிகள் போன்றவற்றை அயற்கூற்றாக மாற்றுதல்

செய்திகள்,ஆலோசனைகள் பொன்றவற்றை அயற்கூற்றாக மாற்ற வேறு சில வினைச்சொற்களைப்

பயன்படுத்த முடியும். அவற்றில் சில கீழே
கொடுக்கப்பட்டுள்ளன.

> *"Let's go to the cinema."*
> → *He **suggested going** to the cinema.*
>
> *"I'm not telling you!"*
> → *He **refused to tell** me.*
>
> *"Don't worry; I'll help you."*
> → *She **promised to help** me.*

c Relative clauses தொடர்பு துணை வாக்கியம்

relative clause பெயர் சொல்லைப் பற்றிய கூடுதல்
தகவல்களைத் அளிக்கின்றது. பொதுவாக, இவைகள்
பெயரைத் தொடர்ந்து வருகின்றன. தொடர்பு துணை
வாக்கியங்கள் பொதுவாக *who, whom, whose* or
that போன்ற தொடர்பு பிரதிப் பெயர்சொற்களில்
தொடங்குகிறது. தொடர்பு துணைவாக்கியங்கள்
இரண்டு வகைப்படும்.

defining relative clause என்பது யாரைப்பற்றி
அல்லது எதைப்பற்றி பேசிக்கொண்டிருக்கின்றீர்களோ
அதைப் பற்றி அதிகத் தகவல்களை அளிக்கிறது.
இவைகளை , என்ற குறியைப் பயன்படுத்தி
பெயர்ச்சொல்லில் இருந்து பிரிக்கவோ அல்லது
விட்டுவிடவோ முடியாது.

> *The people **who live upstairs** are having a party.*
>
> *There are a lot of things **that are wrong with
> this essay**.*

non-defining relative clause என்பது
பெயர்ச்சொல்லைப் பற்றி கூடுதலான தகவல்களைத்
அளிக்கிறது. இவைகளை , என்ற குறியைப்

பயன்படுத்தி பெயர்ச்சொல்லில் இருந்து பிரிக்கவோ
அல்லது விட்டுவிடவோ முடியும்.

> The man next door, **who works from home**, looked
> after our house for us.
>
> We went to Oxford, **which is a beautiful place to
> go sightseeing**.

கீழே கொடுக்கப்பட்டுள்ள வரையறுக்கப்பட்ட
மற்றும் வரையறுக்கப்படாத தொடர்பு துணை
வாக்கியங்களுக்கு இடையேயுள்ள வேறுபாடுகளை
ஒப்பிடுக.

வரையறுக்கப்பட்டவை:
My brother who lives in Canada is a lawyer.
(= I have several brothers. The Canadian one is
a lawyer.)
வரையறுக்கப்படாதவை:
My brother, who lives in Canada, is a lawyer.
(= I have one brother. He is a lawyer. He happens to
live in Canada.)

கீழே கொடுக்கப்பட்டுள்ள அட்டவணை,
வரையறுக்கப்பட்ட தொடர்பு துணை வாக்கியங்களில்
மக்கள் அல்லது பொருள்களைப் பற்றிப் பேசும்போது
எந்த தொடர்பு பிரதிப் பெயர்ச்சொற்களைப்
பயன்படுத்த வேண்டும் என்பதை விளக்குகிறது.

	person	thing
subject	*who*: the man **who** phoned *or* *that*: the man **that** phoned	*which*: the car **which** broke down (formal) *or* *that*: the car **that** broke down